D1763784

மெலூஹாவின் அமரர்கள்

1974-இல் பிறந்த அமீஷ், IIM (கொல்கத்தா)வில் படித்து, போரடிக்கும் பேங்க் தொழில் செய்து, சந்தோஷமான எழுத்தாளராய்ப் பரிணமித்தவர். *மெலூஹாவின் அமரர்கள்* என்னும் முதல் புத்தகம் (சிவா தொகுதியின் முதற்பகுதி) அடைந்த மாபெரும் வெற்றியால் உந்தப்பட்டு, பதினான்கு வருட நிதி-சார் பணியைத் துறந்து, எழுத்தில் இறங்கினார். வரலாறு, புராணவியல், தத்துவம் என்று பல விஷயங்களில் ஆர்வம் உண்டு. உலகின் அனைத்து மதங்களிலும் அர்த்தத்தையும் அழகையும் இனம் காண்பவர். இதுவரை ஏறக்குறைய 55 லட்சம் பிரதிகள் விற்றிருக்கும் அமீஷின் புத்தகங்கள், 19 மொழிகளில் மொழிமாற்றம் செய்யப்பட்டுள்ளன.

www.authoramish.com

www.facebook.com/authoramish

www.instagram.com/authoramish

www.twitter.com/authoramish

www.authoramish.com

அமீஷின் பிற நூல்கள்

சிவா முத்தொகுதி

இந்திய வெளியீட்டின் வரலாற்றில் மிக வேகமாக விற்பனையான புத்தகத் தொடர்

நாகர்களின் இரகசியம் (சிவா முத்தொகுதியின் இரண்டாம் பாகம்)

வாயுபுத்ரர் வாக்கு (சிவா முத்தொகுதியின் மூன்றாம் பாகம்)

இராமச்சந்திரா தொகுதி

இந்திய வெளியீட்டின் வரலாற்றில் மிக வேகமாக விற்பனையான இரண்டாவது புத்தகத் தொடர்

ராம் - இக்ஷ்வாகு குலத்தோன்றல் (தொகுதியின் முதல் பாகம்)

சீதா - மிதிலைப் போர் மங்கை (தொகுதியின் இரண்டாம் பாகம்)

ராவணன் - ஆர்யாவர்த்தாவின் எதிரி (தொகுதியின் மூன்றாம் பாகம்)

புனைவல்லாதது

நிலைத்த புகழ் இந்தியா : இளமை இந்தியா, காலத்தை வென்ற நாகரிகம்

www.authoramish.com

'இந்தியாவின் வளமான கடந்த காலத்தையும், கலாச்சாரத்தையும் பற்றிய அமீஷின் எழுத்துக்கள் மிகுந்த ஆர்வத்தை உருவாக்கியுள்ளன.'
- *ஸ்ரீ நரேந்திர மோடி*
(மாண்புமிகு பிரதம மந்திரி, இந்தியா)

'பழமைவாய்ந்த நம்முடைய தார்மீக உணர்வுகளை, அமீஷின் எழுத்துக்கள் நம்முடைய இளைஞர்களுக்கு எடுத்துச் செல்கின்றன, அதே சமயம் அவர்களின் ஆவலைத் தூண்டி, தீனி போடுகின்றன...'
- *ஸ்ரீ ஸ்ரீ ரவிஷங்கர்*
(ஆன்மீகத் தலைவர், ஆர்ட் ஒப் லிவிங் அமைப்பைத் தொடங்கியவர்)

'அமீஷின் புத்தகம் தகவல் நிறைந்ததாகவும், ஆட்கொள்ளும் விதமாகவும், மனதை கவரும் வண்ணமாகவும் இருக்கிறது.'
- *அமிதாப் பச்சன்*
(நடிகர், வாழும் காலத்து ஆளுமை)

'ஆழ்ந்த சிந்தனையுடன் கூடிய அமீஷ் மற்ற எந்த எழுத்தாளரைக் காட்டிலும் புதிய இந்தியாவின் பிரதிநிதியாக விளங்குகிறார்.'
- *வீர் சாங்க்வி*
(மூத்த பத்திரிகையாளர், கட்டுரையாளர்)

'அமீஷ் இந்தியாவின் மிகப்பெரிய இலக்கிய ராக்ஸ்டார்.'
- *சேகர் கபூர்*
(விருது பெற்ற பட இயக்குனர்)

'அவருடைய தலைமுறையில் சுயமாக சிந்திக்கும் தன்மை வாய்ந்தவர் அமீஷ்.'
- *ஆர்னாப் கோஸ்வாமி*
(மூத்த பத்திரிகையாளர், ரிபப்ளிக் டிவி. எம்டி)

‘அமீஷுக்கு கூர்ந்து கவனிக்கும் தன்மை, மற்றும் படிக்கத் தூண்டும் எழுத்து நடை, உள்ளது.’

- டாக்டர். சஷி தரூர்

(பாராளுமன்ற உறுப்பினர், எழுத்தாளர்)

‘அமீஷ் ஆழமாகச் சிந்திக்கும் தன்மையுள்ளவர், யாரும் சிந்தித்திராத, வழக்கத்துக்கு மாறான, ரசிக்கும் படியான தகவல்களை நம் கடந்த காலத்தைப் பற்றி வழங்குபவர்.’

- சேகர் குப்தா

(மூத்த பத்திரிகையாளர், கட்டுரையாளர்)

‘புதிய இந்தியாவைப் புரிந்து கொள்ள அமீஷின் எழுத்துக்களைப் படிக்க வேண்டும்.’

- ஸ்வபன் தாஸ் குப்தா

(பாராளுமன்ற உறுப்பினர், மூத்த பத்திரிகையாளர்)

‘அமீஷின் அனைத்து புத்தகங்களினூடே ஒரு முற்போக்காண சித்தாந்த்தம், முன்னேற்றத்திற்கு அழைத்துச் செல்கிறது: பாலினம், சாதி, அல்லது எந்த பிரிவிலும் நடக்கக்கூடிய பிரிவினை வாதம் பற்றி கண்டிப்பாக பதிவு செய்திருப்பார் பெரும்பான்மையான பிரதி விற்கும் இந்திய எழுத்தாளர்களிலேயே, உண்மையான, ஆழமான தத்துவ சிந்தனை கொண்டவர் - அவருடைய புத்தகங்களில் ஆழமான ஆராய்ச்சிகள் மற்றும் சிந்தனைகள் பின்னூட்டமாக விளங்கும்.’

- சந்தீபன் டேப்

(மூத்த பத்திரிகையாளர், ஆசிரியர், இயக்குனர், ஸ்வராஜ்யா)

அமீஷின் தாகம் அவருடைய புத்தகங்களையும் தாண்டி, இலக்கியம் தாண்டி, தத்துவ இலக்கியம் நிரம்பி, பக்தியில் ஊறி, இந்தியாவுக்கான அவருடைய ஆழமான அன்பை நிலை நிறுத்தும்.’

- கௌதம் சிகர்மேன்

(மூத்த பத்திரிகையாளர், எழுத்தாளர்)

‘அமீஷ் ஒரு இலக்கிய நிகழ்வு.’

- அனில் தார்கர்

(மூத்த பத்திரிகையாளர், எழுத்தாளர்)

மெலூஹாவின் அமரர்கள்

புத்தகம் 1
சிவா முத்தொகுதி

அமீஷ்

(தமிழில்: பவித்ரா ஸ்ரீனிவாசன்)

eka

www.authoramish.com

eka

First published in English as *The Immortals of Meluha* in 2010 by Tara Press

Published in English as *The Immortals of Meluha* in 2010 by Westland Ltd.

First published in Tamil as *Meluhaavin Amarargal* in 2011 by Westland Ltd.

Published in Tamil as *Meluhaavin Amarargal* in 2022 by Eka, an imprint of Westland Books, a division of Nasadiya Technologies Private Limited

No. 269/2B, First Floor, 'Irai Arul', Vimalraj Street, Nethaji Nagar, Allappakkam Main Road, Maduravoyal, Chennai 600095

Westland and the Westland logo are the trademarks of Nasadiya Technologies Private Limited, or its affiliates.

Copyright © Amish Tripathi, 2010, 2022

Amish Tripathi asserts the moral right to be identified as the author of this work.

ISBN: 9789395073905

10 9 8 7 6 5 4 3 2 1

This is a work of fiction. Names, characters, organisations, places, events and incidents are either products of the author's imagination or used fictitiously.

All rights reserved

Cover Design by Rashmi Pusalkar
Photo of Lord Shiva by Vikram Bawa
Photo of Kailash Mansarovar by Silvio Giroud

Typeset by MYSTICSWRITE, Chennai
Printed at Manipal Technologies Limited, Manipal

No part of this book may be reproduced, or stored in a retrieval system, or transmitted in any form or by any means, electronic, mechanical, photocopying, recording, or otherwise, without express written permission of the publisher.

www.authoramish.com

ப்ரீத்தி மற்றும் நீல் ...
நீங்கள் இருவரும்தான் எனக்கு எல்லாம்,
என் சொல்லும் பொருளும்,
பிரார்த்தனையும், பலனும்,
சந்திரனும், சூரியனும்,
அன்பும், வாழ்வும்,
என் உயிரின் உயிர்; ஆன்மாவின் அங்கம்.

www.authoramish.com

ஓம் நமச்சிவாய
இந்தப் பிரபஞ்சம், சிவபெருமானை வணங்குகிறது.
நான், சிவபெருமானையே தொழுகிறேன்.

www.authoramish.com

உள்ளடக்கம்

ஏற்புரை xiii

சிவா தொகுதி: முன்னுரை xv

பாத்திரங்களின் பெயர் வரிசை xvii

1. அவர் வந்துவிட்டார்! 1

2. உன்னத வாழ்வைஉணர்ந்த தேசம் 28

3. அவர் வாழ்வில்அவள் வந்தாள் 49

4. தெய்வங்களின் இருப்பிடம் 63

5. பிரம்மாவின் குலம் 82

6. விகர்மா - துரதிர்ஷ்டத்தின் மறுவுருவம் 99

7. இராமபிரான்நிறைவேற்றாப் பணி 118

8. தேவர்களின் பானம் 138

9. காதலும், பின்விளைவுகளும் 155

10. மீண்டும் முகமூடி 172

11. வந்தார் நீலகண்டர் 189

12. மெலூஹாவில் பிரயாணம் 201

13.	அசுத்தமுற்றோர் ஆசி	216
14.	மாஹன் ஜோ தாரோப் பண்டிதர்	230
15.	அக்னிப்பரீட்சை	245
16.	சூரியனும், பூமியும்	263
17.	கூஞ்ச் போர்	274
18.	சதியும் அக்னிபாணமும்	289
19.	கனிந்த காதல்	310
20.	மந்தர மலைத் தாக்குதல்	322
21.	போருக்கு ஆயத்தம்	334
22.	கொடுங்கோல் சாம்ராஜ்யம்	354
23.	தர்மயுத்தம்	373
24.	அதிர்ச்சிகர உண்மை	385
25.	தனி மனிதத் தீவு	405
26.	கேள்விகளுக்கெல்லாம் கேள்வி	425
	அருஞ்சொற்பொருள் அகராதி	436

www.authoramish.com

ஏற்புரை

எழுத்து, தனிமையின் கொடுமையை மிகைப்படுத்தும் தொழில் என்று சொல்வார்கள். பொய். இந்தப் புத்தகத்தை உருவாக்க, மிக அற்புதமான ஒரு குழுவே ஒன்று திரண்டது. அவர்களுக்கு நன்றி தெரிவிக்க விரும்புகிறேன்.

என் மனைவி ப்ரீத்தி: அழகு, அறிவு, தைரியம் அனைத்தும் படைத்த அபூர்வப் பிறவி. இந்தப் புத்தகத்தின் எல்லா அங்கங்களிலும் எனக்கு உதவியாயிருந்து, அறிவுரை வழங்கியவள்.

என் குடும்பம்: உஷா, வினய், பாவ்னா, ஹிமான்ஷு, மீட்டா, அனிஷ், டொனெட்டா, ஆஷிஷ், ஷெர்னாஜ், ஸ்மிதா, அனு, ருதா. இந்தத் தொகுப்பை நான் எழுதிய வருடங்களில், என்னுடனிருந்து, ஒவ்வொரு இடத்திலும் எனக்கு உற்சாகம் அளித்து, ஊக்குவித்து, ஆதரவாய் நின்றவர்கள்.

முதல் பதிப்பாளர், மற்றும் ஏஜண்ட்: அனுஜ் பாஹ்ரி. இந்த சிவா தொகுதியில் அவரது அசைக்க முடியா நம்பிக்கைக்காக.

என் இன்றைய பதிப்பாளர்கள்: கௌதம் பத்மநாபன் தலைமையில், வெஸ்ட்லேண்ட் - என் கனவைப் பகிர்ந்து கொண்டதற்கு.

ஷர்வானி பண்டிட், மற்றும் கௌரி டாங்கே: என் சாதாரண ஆங்கிலத்தைப் பண்படுத்தி, இந்தக் கதை ஓட்டத்தை மேம்படுத்தியதற்கு.

www.authoramish.com

ரஷ்மி புஸால்கர், சாகர் புஸால்கர் மற்றும் விக்ரம் பாவா: அருமையான இந்தப் புத்தக அட்டையை வடிவமைத்ததற்கு.

அடுல் மஞ்ச்ரேகர், அபிஜீத் பௌட்வால், ரோஹன் துரி மற்றும் அமித் சித்னிஸ்: இந்தப் புத்தகத்தின் விற்பனையில் மிகப்பெரும் பங்குபெற்ற புதுமையான ட்ரெயிலரை உருவாக்கியதற்காக. தாஃபிக் குரேஷி: அதன் இசையமைப்பிற்காக.

மோஹன் விஜயன்: பத்திரிகைத் தொடர்பில் அவரது பிரமாத வேலைக்காக.

அலோக் கால்ரா, ஹ்ரிஷிகேஷ் ஸாவந்த், மற்றும் மந்தர் புரே: புத்தக விற்பனை மற்றும் விளம்பரம் ஆகியவை குறித்த அறிவுரைகளுக்கு.

டொனெட்டா டிட்டன் மற்றும் முகுல் முகர்ஜி: இணையத்தளத்திற்காக.

வாசகர்களாகிய உங்களுக்கு: அறிமுகமில்லாத புது எழுத்தாளனை நம்பி, இந்தப் புத்தகத்தை வாங்கிப் படித்ததற்கு.

இறுதியாக, இந்தக் கதை, சிவபெருமான் எனக்களித்த ஆசி என்றே நம்புகிறேன். இதை எழுதியதால், எனக்குள் பணிவு அதிகரித்தது; உலகின் பிற மக்களையும், வாழ்க்கை முறைகளையும் புரிந்து கொள்வதில், எனக்குள் இதுவரை இருந்த அவநம்பிக்கை சற்றுக் குறைந்தது போலும் உணர்கிறேன். எனக்கிவை அனைத்தையும் அளித்து, தகுதிக்கு மீறி எத்தனையோ கொடுத்த சிவபெருமானுக்கு, என் நன்றி கலந்த வணக்கம்.

சிவா தொகுதி: முன்னுரை

சிவா!

மகாதேவர். தெய்வங்களுக்கெல்லாம் தெய்வம். தீய சக்திகளை ஒழிக்க வந்தவர். அன்புக் காதலர். ஆவேசப் போர்வீரர். ஆடல் வல்லான். அற்புதத் தலைவர். அனைத்து சக்திகளையும் தனக்குள் அடக்கினாலும், யாராலும், எதனாலும் சீரழிக்க முடியாதவர். கத்தி போன்ற கூர்மையான நுண்ணறிவு; அதனுடன் கைகோர்த்த, சட்டென்று கொழுந்து விட்டெரியும் கோபம்.

சென்ற பல நூற்றாண்டுகளில், நம் நாடு தேடி வந்த யாரும் - ஆள வந்தோர்; வியாபாரிகள்; சான்றோர்; பயணியர் - இப்படி ஒரு மனிதன் உண்மையில் வாழ்ந்திருக்கலாம் என்பதை நம்பவில்லை. இவன் நிச்சயம் கதைகளிலும், கற்பனைகளிலும் மட்டுமே காணப்படும் அதிசய புருஷனாக, மனித மனம் உருவாக்கிய அபூர்வ வஸ்துவாக இருக்க வேண்டும் என்றே எண்ணினர். துரதிர்ஷ்டவசமாக - அவர்களது கூற்றே, நாமும் போற்றி வணங்கும் சித்தாந்தமாகப் பதிந்து விட்டது.

ஆனால் - அது தவறாக இருந்தால்? சிவபெருமான் ஒரு வேளை, அற்புதமான ஒரு கற்பனையாக மட்டுமில்லாமல், இரத்தமும் சதையுமான மனிதராக இருந்திருந்தால்?

www.authoramish.com

உங்களையும் என்னையும் போல், தனது செயல்களால் மட்டுமே கடவுளாக உயர்ந்தவராக இருந்தால்? இதுதான் இந்தத் தொகுதியின் அடித்தளம்: நம் நாட்டின் சரித்திரத்துடன் கொஞ்சம் கற்பனையும் கலந்து, பண்டைய இந்தியாவின் அற்புதப் புராணச்சொத்தை, புதுவிதமாக, புதுப்பொலிவுடன் இங்கே கொடுத்திருக்கிறேன்.

இது ஒரு சமர்ப்பணம். சிவபெருமானுக்கும், அவரது வாழ்வு நமக்களித்த பாடத்திற்கும், சமர்ப்பணம். என்றோ நிகழ்ந்து, காலத்தின் கட்டாயத்தினாலும், நம் அறியாமையாலும் இழந்த ஞானத்திற்குச் சமர்ப்பணம். மனிதர்களனைவரின் உள்ளத்திலும் தெய்வம் குடியிருக்கிறது. நாம் அதன் குரலைக் கேட்க வேண்டும்; அவ்வளவுதான்.

சிவன் என்னும் அற்புதக் கதாநாயகனின் வரலாற்றையும், அவர் சந்தித்த அதிசய நிகழ்வுகளையும் சொல்லும் முப்பெரும் தொகுதியில், ''மெலூஹாவின் அமரர்கள்,'' முதல் புத்தகமாகும். இந்தத் தொகுப்பில் இன்னும் இரு புத்தகங்கள் உள்ளன: நாகர்களின் இரகசியம், மற்றும், வாயுபுத்திரர்களின் வாக்கு.

பாத்திரங்களின் பெயர் வரிசை

ஆனந்தமயி: அயோத்தி இளவரசி, திலீப சக்கரவர்த்தியின் மகள்.
அரிஷ்டநேமி: மெலுஹாவின் போராளிகள், மாந்தர் மலை மற்றும் அதற்கான பாதையின் பாதுகாவலர்கள்.
ஆயுர்வதி: மெலுஹாவில் மருத்துவத்தின் தலைவர்.
பத்ரா, என்கிற வீரபத்ரா: குழந்தைப் பருவ நண்பர் மற்றும் சிவனின் நம்பிக்கைக்குரியவர். புலியுடன் தனித்து போரிட்டதால் அவருக்கு வீரபத்ரா என்று பெயர்.
பகீரதன்: அயோத்தியின் இளவரசர், திலீப சக்கரவர்த்தியின் மகன்.
பரதர்: சந்திர வம்சத்தின் ஒரு பண்டைய பேரரசர் சூர்யவம்ச இளவரசியை மணந்தார்.
பிரஹஸ்பதி: மெலுஹாவின் தலைமை விஞ்ஞானி; பிராமண குலத்தினை சேர்ந்தவர்.
பிரம்மா: பண்டைய காலங்களிலிருந்து ஒரு சிறந்த விஞ்ஞானி.
பிரம்மநாயகர்: தக்ஷனின் தந்தை, மெலுஹாவின் முந்தைய பேரரசர்.
சேனர்த்வஜர்: ஸ்ரீநகரில் உள்ள காஷ்மீர் ஆளுநர்
சித்ராங்கதன்: ஸ்ரீநகரில் உள்ள புலம்பெயர்ந்தோர் முகாமின் நோக்குநிலை நிர்வாகி.
தக்ஷர்: மெலுஹாவின் சூர்யவம்ச பேரரசின் பேரரசர், சதியின் தந்தை வீரினியை மணந்தார்.
திலீபன்: ஸ்வத்வீப் பேரரசர், அயோத்தியின் அரசர் மற்றும் சந்திரவம்சர்களின் தலைவர்.
த்ராபகு: மெலுஹாவில் உள்ள கோட்வாரில் வசிப்பவர்.
ஜடா: ஹரியூபாவில் ஒரு அதிகாரி.
ஜூலேஷ்வரர்: மெலுஹாவில் உள்ள கராசாபாவின் ஆளுநர்.
கனகாலா: மெலுஹாவின் பிரதம மந்திரி, அவர் நிர்வாக, வருவாய் மற்றும் நெறிமுறை விஷயங்களுக்கு பொறுப்பாக உள்ளார்.

க்ருத்திகா: சதியின் நெருங்கிய நண்பர் மற்றும் உதவியாளர்.
மனு: வேத வாழ்க்கை முறையை நிறுவியவர்; பல்லாயிரம் ஆண்டுகளுக்கு முன் சங்கத்தமிழ் பகுதியில் பிறந்தவர்.
நந்தி: மெலுஹா படையில் ஒரு தலைவர்.
பாணினி: மாந்தர் மலையில் பிரஹஸ்பதியின் துணை விஞ்ஞானி.
பர்வதேஸ்வர்: மெலுஹாவின் ஆயுதப்படைகளின் தலைவர்; இராணுவம், கடற்படை, சிறப்புப் படைகள் மற்றும் காவல்துறையின் பொறுப்பாளர்.
ராம்: பல நூற்றாண்டுகளுக்கு முன் வாழ்ந்த ஏழாவது விஷ்ணு. அவர் மெலூஹா பேரரசை நிறுவினார்.
ருத்ர: முந்தைய மகாதேவ், தீமையை அழிப்பவர், சில ஆயிரம் ஆண்டுகளுக்கு முன்பு வாழ்ந்தவர்.
சதி: மெலுஹாவின் அரசரான தக்ஷா மற்றும் ராணி வீரிணி ஆகியோரின் மகள்.
சத்யத்வஜா்: பர்வதேஸ்வரரின் தாத்தா.
சிவன்: குணா பழங்குடித் தலைவன். திபெத்தை சேர்ந்தவர். பின்னர் நிலத்தின் மீட்பர் நீலகண்டன் என்று அழைக்கப்பட்டார்.
தாரகன்: ஒரு கராசப்பா குடியிருப்பாளர்.
முக்காடு போட்ட நாகர்: நாகர்களின் மர்மமான தலைவர்
வீரிணி: மெலுஹாவின் ராணி, தக்ஷனின் மனைவி மற்றும் சதியின் தாய்.
விஷ்வத்யும்னன்: முக்காடு போட்ட நாக உருவத்தின் நெருங்கிய கூட்டாளி.
யாக்யா: பக்ராதி பழங்குடியினரின் தலைவர், திபெத்தைச் சேர்ந்த குணாக்களை எதிர்ப்பவர்.

1

அவர் வந்துவிட்டார்!

கி.மு. 1900, மானசரோவர் ஏரி (கைலாய மலையடிவாரம், திபெத்)

சிவன், தலைக்குமேல் விரிந்த பொன்னிற வானை அண்ணாந்து பார்த்தார்.

மானசரோவரின் மீது தவழ்ந்து விளையாடிய மேகங்கள் விலகி, மலைவாயிலில் விழுந்துகொண்டிருந்த சூரியனை வெளிக்கொணர்ந்தன. உலகிற்கெல்லாம் ஒளியும் வாழ்வுமளித்த கொடைவள்ளல், பணி முடிந்து விடைபெற்றுக்கொண்டிருந்தார். தன் இருபத்தோரு வருட வாழ்வில் சிவன் வெகு சில விடியல்களை மட்டுமே தரிசித்ததுண்டு. ஆனால், அஸ்தமனம் - ஆ, அவற்றை மட்டும் தவறவிடாமலிருக்க முயல்வதுண்டு! வேறெந்த நாளாயிருந்தாலும், தன்னைச் சுற்றிப் பரந்து விரிந்த இயற்கை எழிலை - தகதகவென்று ஒளிவீசும் சூரியன்; கண்முன்னே பிரம்மாண்டமாய்ப் பளபளக்கும் ஏரி; பின்னணியில். கம்பீரமாய் உயரும் இமயமலைச்சிகரங்கள் - இவற்றில் மனதைப் பறிகொடுத்து, மெய்ம்மறந்துபோய் நின்றிருப்பார். வேறெந்த நாளாக இருந்தாலும்.

இன்றில்லை.

ஏரியின் மீது லேசாகக் கவிந்திருந்த பாறை மேல், கட்டுமஸ்தான தன் உடலைச் சுலபமாக மடக்கி உட்கார்ந்தார்.

நீரின் மீது தத்தித்தாவி ஒளிவீசிய சூரியக்கிரணங்கள், அவரது மேனியில் துலங்கிய விழுப்புண்களை வெளிச்ச மிட்டுக் காட்டின. சஞ்சலமற்ற தன் குழந்தைப்பருவம் சிவனுக்கு நன்கு நினைவிருந்தது. இதே ஏரியின் மேற்பரப்பில், தண்ணீரைத் தொட்டுத் தொட்டுப் போகும் பந்து போல், பட்டும்படாமலும் கற்களை வீசும் பக்குவத்தை அவர் நன்கு கற்றிருந்தார். இன்னமும், அவரது மக்களிடையே, கற்களை நீரின் சுவடே படாமல் மிக அதிக முறை - பதினேழு - வீசிய பெருமை அவருக்குத்தான்.

வேறெந்த நாளானாலும், நிலைகொள்ளாமல் தவித்த மனதின் துக்கத்தையும் மீறி வெளிப்பட்ட விடலைப்பருவ நினைவு, மிகுந்த மகிழ்ச்சியளித்திருக்கும். அதை எண்ணி, இரசித்து, அவர் சிரித்திருக்கக்கூடும். இன்றோ, உற்சாகத்தின் சுவடேயின்றி தன் கிராமத்தை நோக்கி நடை போட்டார்.

வாயிலில், மிகுந்த எச்சரிக்கையுடன் காவல் புரிந்தான் பத்ரா. சிவனின் விழிகள் எதையோ குறிப்பிட, திரும்பிப் பார்த்தவன், வேலியில் சாய்ந்து குறட்டைவிட்ட காவலர்களைக் கண்டான். உரக்கச் சபித்தவாறு அவர்களை ஓங்கி உதைத்தான்.

சிவன் மீண்டும் ஏரியை நோக்கித் திரும்பினார்.

நல்ல வேளை! பத்ராவாவது கொஞ்சம் பொறுப் புணர்ச்சியோட இருக்கான்.

யாக் என்னும் திபேத்திய எருமையின் எலும்பினால் செதுக்கப்பட்ட சில்லம் - புகைக்குழாயை வாயருகே கொண்டுவந்தவர், நீண்ட மூச்சிழுத்து விட்டார். வேறொரு சமயமாயிருந்தால், உள்ளிருந்த மரியுவானாப் புகை நாசி வழி ஏறி, மனதை அமைதிப்படுத்தி, வலியிலிருந்து தற்காலிக விடுதலை அளித்திருக்கும். இப்போதோ? ம்ஹூம்.

இடதுபக்கம், ஏரியின் கரையை நோக்கினார். அசலூர்ப் பயணிக்குத் துணையாக வந்திருந்த வீரர்கள் அங்குதான் காவலில் வைக்கப்பட்டிருந்தனர். பின்புறம் ஏரியும், சிவனே பொறுக்கியெடுத்த காவலர்கள் இருபது பேரும் அரணாய் நிற்க, எதிர்பாராத தாக்குதலில் அவர்கள் இறங்குவது துர்லபம்.

டக்குனு ஆயுதங்களையெல்லாம் எங்ககிட்ட விட்டுக் குடுத்துட்டாங்க. நம்மூரு போல இரத்தவெறி பிடிச்ச மிருகங்க இல்லை, இவங்கல்லாம்.

அமீஷ்

அந்த அயல்நாட்டான் - என்ன சொன்னான், அவன்? வார்த்தைகள் இன்னமும் காதில் ஒலித்துக்கொண்டுதான் இருந்தன. ''எங்கள் நாட்டிற்குக் குடிபெயர்ந்துவிடுங்கள். இந்த மலைகளுக்கப்பால் இருக்கின்றது. மெலூஹா என்று மற்றவர் அழைப்பர்; நானோ, 'சொர்க்கம்' என்பேன். இந்தியாவின் மிக உயர்ந்த தேசம் அது; செல்வத்திலும் செல்வாக்கிலும் இணையற்றது. உலகிலேயே ஒப்புவமையற்றது என்றே சொல்லலாம். எங்கள் நாட்டிற்கு வேற்று தேசத்தோரின் தேவை இப்போது அதிகம். உங்களுக்கு வேண்டிய விளைநிலங்களும், விவசாயத்திற்கான அனைத்து வசதிகளும் செய்து தரப்படும். இன்று உங்கள் மக்களான குணாக்கள், கரடுமுரடான இந்த வறண்ட பூமியில் தினம் செத்துச் செத்துப் பிழைக்கிறார்கள். நீங்கள் கனவிலும் காணாத செல்வத்தையும், நிம்மதியான வாழ்க்கையையும், மெலூஹா உங்களுக்கு அளிக்கும். எங்களுக்கு எந்தப் பிரதியுபகாரமும் தேவையில்லை. அமைதியாக வாழுங்கள்; செலுத்த வேண்டிய வரிகளைச் செலுத்துங்கள்; எங்கள் நாட்டின் சட்டதிட்டங்களைக் காப்பாற்றுங்கள். அது போதும்.''

இப்பேர்ப்பட்ட நாட்டில் தனக்கு நிச்சயம் தலைமைப் பதவி அளிக்கப்பட மாட்டாது என்று சிவனுக்குத் தோன்றியது.

தலைவனா இல்லேன்னாத்தான் என்ன? அது என்ன, அவ்வளவு பெரிய விஷயமா?

ஆனால், அவரது மக்கள்? வேற்றுநாட்டின் சட்டங்களின்படி தான் நடந்துகொள்ள வேண்டியிருக்கும். அன்றாடம் உழைத்துதான் வாழ வேண்டியிருக்கும்.

தெனம் தெனம் உசுருக்குப் போராடறதைவிட, அது எவ்வளவோ மேல்தானே?

புகைக்குழாயை மேலும் உறிஞ்சினார். இழுத்த புகை கொஞ்சம் விலக, கிராமத்தின் நட்டநடுவே, தன்னுடையதற்கு மிக அருகில் இருந்த இன்னொரு குடிசையை வெறித்தார். அயல்நாட்டான் அங்குதான் தங்க வைக்கப்பட்டிருந்தான். வசதியாக உண்டு, உறங்கலாம் என்று அவனுக்குச் சொல்லப் பட்டிருந்தது. பெயருக்குத்தான் அவன் விருந்தாளி. சமய சந்தர்ப்பம் மாறினால், அவனை பணயக்கைதியாக்கும் உத்தேசம் சிவனுக்கு இருக்கத்தான் செய்தது.

இந்தப் புனிதமான ஏரியோட கரைகள்ள வாழற உரிமைக்காக ஏறக்குறைய மாசாமாசம் பக்ரதிக்களோட போர்

செய்ய வேண்டியிருக்கு. நாளாக ஆக, அவங்க பலமும் கூடிக்கிட்டே போகுது; புதுசு புதுசா குடிகளோட கூட்டணி வெச்சுக்கிட்டு படையெடுத்து வர்றாங்க. நாம பக்ரதிக்களை வேணும்னா சண்டைல ஜெயிக்கலாம்; இருக்குற அத்தனை மலைவாழ் குடிகளையுமா ஜெயிக்க முடியும்? மெலூஹாவுக்குக் குடிபெயர்ந்தா, வாழ்க்கையையே போராட்டமாக்க வேண்டிய அவசியம் இல்ல. நிம்மதியா இருக்கலாம். அதுல என்ன தப்பு? இவங்க சொல்றதை ஏன் ஏத்துக்கக்கூடாது? நல்ல விஷயமாத்தானே படுது?

கடைசியாக ஒரு முறை புகைக்குழாயை உறிஞ்சினார். பாறையில் அதைத் தட்டி, சேர்ந்திருந்த சாம்பலை வெளியேற்றிவிட்டு சட்டென்று எழுந்தார். வெற்று மார்பில் படிந்திருந்த சிற்சில துகள்களை தட்டிவிட்டு, இடையில் கட்டியிருந்த புலித்தோல் ஆடையில் கைகளை தேய்த்துக்கொண்டு கிராமத்தை நோக்கி நடைபோட்டார். வாயிலை அவர் தாண்டிய போது, பத்ராவும், துணையாய் இருந்த இரு வீரர்களும் விறைப்பாக நிற்க, புருவத்தைச் சுருக்கியவாறு, நிதானமடையுமாறு சைகை செய்தார்.

சின்ன வயசுலேர்ந்து கூடப் பழகின நண்பன்னு ஏன் இவனுக்கு இன்னமும் உறைக்கலை? நான் தலைவனானதுல எதுவும் மாறலியே? மத்தவங்க முன்னாடி தேவையில்லாம எனக்குக் கீழ்ப்படிஞ்சு நடக்கவேண்டிய அவசியம் இவனுக்கில்ல.

அந்தப் பகுதிகளில் சாதாரணமாகக் காணப்படும் குடிசைகளோடு ஒப்பிட்டால், சிவனுடைய கிராமத்தைச் சேர்ந்தவற்றில் வசதி சற்று அதிகம்தான். ஒருவன் நிமிர்ந்து நிற்கக்கூடிய அளவு உயரமானவை. மலைகளுக்கேயுரிய கடும் பனிக்காற்றுக்கும் கவிழாது, குறைந்தபட்சம் மூன்று வருட காலமாவது இயற்கையின் ஆக்ரோஷத்தைத் தாங்கி நிற்கக் கூடியவை.

கையிலிருந்த காலியான புகைக்குழாயைத் தன் குடிலுக்குள் வீசிவிட்டு, விருந்தாளி தங்கியிருந்த குடிசைக்குள் சிவன் நுழைந்தார். அவன் அயர்ந்து உறங்கிக்கொண்டிருந்தான்.

ஒண்ணு, *இவனுக்குத் தான் பணயக்கைதிங்கறது இன்னும் உறைக்கலை. அல்லது, தான் நல்லவிதமா நடந்துக்கிட்டா, மத்தவங்களும் மரியாதை காட்டுவாங்கன்னு நிஜமாவே நம்பறான்.*

தனக்குக் குருவாகவும் விளங்கிய மாமன் என்றோ கூறியது நினைவுக்கு வந்தது. "சமூகம் உயர்வாகப் போற்றிப்

பரிசளிக்கும் விஷயங்களைத்தான் மக்களும் விரும்பிச் செயலாற்றுவார்கள். நம்பிக்கைக்கு வரவேற்பிருந்தால், மக்களும் நம்பிக்கையளிப்பவர்களாக, நம்பிக்கைக்குரியவர்களாக இருப்பார்கள்.''

அறிமுகமே இல்லாதவங்ககிட்டகூட நல்லதையே இந்த வீரர்கள் எதிர்பாக்கறாங்கன்னா, மெலூஹா உண்மையிலேயே ரொம்ப நம்பிக்கையான சமூகமாத்தான் இருக்கணும்.

புதர்போல் வளர்ந்திருந்த தன் தாடியைச் சொறிந்தவாறு சிவன் அவனை உற்றுப்பார்த்தார்.

நந்தின்னு பேர் சொன்னான், இல்ல?

தரையில் படுத்தவாறு, ஒவ்வொரு மூச்சுக்கும் வயிற்றுச்சதை குலுங்க தன்னை மறந்து தூங்கிக்கொண்டிருந்தவனது ஜாம்பவான் போன்ற ஆக்ருதி, அந்தக் குடிசையையே சிறிதாக்கி காட்டியது. பெருத்த உடல்வாகு என்றாலும், பருமன் என்று சொல்ல முடியாது; தசைகள் இறுகி கிண்ணென்றுதான் இருந்தன. 'ஆ'வென்று வாய் பிளந்தபடி அவன் தூங்கியது, முகத்தில் ஒருவிதக் குழந்தைத்தனத்தை எடுத்துக்காட்டியது.

இவனா என் தலைவிதிய தீர்மானிக்கப்போறான்? நிஜமாவே என் மாமா சொன்ன மாதிரி, எனக்குன்னு ஒரு தனி பாதை இருக்கா என்ன?

'இந்த பிரம்மாண்டமான மலைகளை விடவும் அற்புதமானது, உன் பிறவிப்பயன். ஆனால், அதை உண்மையாக்க, இதே மலைகளை நீ கடந்து செல்லத்தான் வேண்டும்.'

உண்மையிலேயே அவ்வளவு நல்ல வாழ்க்கைக்கான தகுதி எனக்கிருக்கா? என் மக்கள்தான் எல்லாத்தையும்விட எனக்கு முக்கியம். மெலூஹாவுல அவங்க சந்தோஷமா இருப்பாங்களா?

உறங்கிகொண்டிருந்த நந்தியைத் தொடர்ந்து வெறித்துக்கொண்டிருந்தவர் காதில், சட்டென்று சங்கொலி விழுந்தது.

பக்ரதிக்கள்!

''அவங்கவங்க எடத்துல நில்லுங்க!'' அலறியபடி சிவன் தன் வாளை உருவினார்.

கண நேரத்தில் விழித்த நந்தியும் குதித்தெழுந்து, அருகில் கிடந்த கம்பளி மேலாடையிலிருந்து ஒரு வாளை உருவிக்கொண்டார்; இருவரும் கிராமத்தின் வாயிலை

நோக்கி ஓடினர். இம்மாதிரித் தாக்குதல்களின் போது கடைப்பிடிக்கும் வழக்கப்படி, தத்தம் குழந்தைகளைத் தூக்கிக்கொண்டு பெண்கள் கிராமத்தின் மையத்தை நோக்கி விரைய, ஆண்கள் வாளுடன் எதிர்ப்புறம் ஓடினர்.

''பத்ரா!'' வாயிலை அடைந்த சிவன், கத்தினார். ''ஏரிப்பக்கம் இருக்குற நம்ம ஆட்கள் -!''

பத்ரா அவரது கட்டளையைத் தெரிவிக்க, மற்ற குணா வீரர்கள் உடனடியாக அதற்குக் கீழ்ப்படிந்தனர். மறைவாக வைக்கப்பட்டிருந்த போர்க்கருவிகளை உருவிக்கொண்டு மெலூஹர்களும் யுத்தத்திற்குத் தயாரானதைக் கண்டு அவர்கள் அதிசயிப்பதற்குள், பக்ரதிக்கள் வந்தேவிட்டார்கள்.

இந்த முறை, எதிர்பாராத தாக்குதலுக்கான அனைத்து ஏற்பாடுகளையும் கச்சிதமாகச் செய்திருந்தார்கள் என்றே சொல்லவேண்டும். அந்தி சாயும்பொழுது, போரற்று கழிந்த நாளுக்கு நன்றி செலுத்தும் வகையில் குணாக்கள், தெய்வங்களை வழிபடுவது வழக்கம். பெண்கள் தத்தம் வீட்டுவேலைகளில் ஈடுபட்டிருப்பர். போரில் அருகில் கூட நெருங்க முடியாத வீரம் செறிந்த இந்த மக்களை சாதாரணர்களாக்கி, கடும்பனிப் பிரதேசங்களில் எல்லோரையும் போல் கடின வாழ்க்கை நடத்தும் மலைவாழ் குடும்பஸ்தர்களாக மாற்றும் ஒரு பொழுது உண்டென்றால் - அது இதுதான்.

ஆனால் - இம்முறையும் விதி பக்ரதிக்களுக்கு எதிராகத்தான் செயல்பட்டது. அந்நியர்களின் வரவால், தன் வீரர்கள் அதிக எச்சரிக்கையுடன் இருக்கும்படி சிவன் முன்னமேயே கட்டளையிட்டிருக்க, குணாக்களின்மீது பக்ரதிக்கள் நிகழ்த்த முயன்ற எதிர்பாராத தாக்குதல் பயனற்றுப்போயிற்று. அங்கிருந்த மெலூஹர்களும் போரில் உற்சாகமாய்க் கலந்துகொள்ள, கொலைவெறியுடன் குரூரமாய் மோதிய இரு தரப்பாரில், குணாக்கள் வெகு சீக்கிரமே வெற்றியடைந்தனர். தோல்வியின் அடையாளமாகப் பக்ரதிகள் பின்வாங்கியதுதான் மிச்சம்.

இரத்தம் சொட்டச்சொட்ட, போரில் ஏற்பட்ட காயங்களைச் சுமந்தபடி, சிவன் தன் மக்களையும், நடந்துமுடிந்த போரின் விளைவுகளையும் பார்வையிட்டார். இரு குணா வீரர்கள் சொர்க்கம் எய்திவிட்டனர்; போரில் உயிர் துறந்தோருக்கே யுரிய வீரவணக்கம் அவர்களுக்குச் செலுத்தப்படும். ஆனால், அதைவிடக் கொடுமை - பத்ராவின் அறைகூவல், ஒரு சில குணாக்களுக்கு சாவுமணியாகிவிட்டதுதான்:

ஏறக்குறைய பத்து பெண்களும் குழந்தைகளும், தப்பிக்க அவகாசமின்றி மடிந்துவிட்டனர்; குத்திக்கிழிக்கப்பட்ட அவர்களது உடல்கள் ஏரிக்கரையோரமாகக் கண்டுபிடிக்கப் பட்டன. இந்தப் போரில் குணாக்களின் இழப்பு அதிகம்.

தே★★★ மக★★★! எங்கள ஜெயிக்க முடியாம, பொம்பளைங்களையும், குழந்தைகளையும் கொன்னுட்டுப் போயிருக்கானுங்க!

ஆத்திரம் தலைக்கேற, தன் மக்கள் அனைவரையும் சிவன் கிராமத்தின் மையத்தில் ஒன்று திரட்டினார். மனம் ஒரு முடிவுக்கு வந்துவிட்டது.

''இந்த நாசமாப்போன எடத்துல காட்டுமிராண்டிகள்தான் வாழமுடியும்! இதுவரைக்கும் நாம் ஓயாத சண்டைகள் எவ்வளவோ போட்டாச்சு. எங்க மாமா, தன் காலத்துல எத்தனையோ முறை சமாதானத்துக்கு முயற்சி செஞ்சார்; ஏன், மத்த மலைவாழ்குடிகள் ஏரிக்கு வர வழி கூட செஞ்சு குடுக்க அவர் தயாரா இருந்தார்னு உங்களுக்கே தெரியும். ஆனா, இந்த அயோக்கியர்கள், நம்ம நல்லெண்ணத்தை பலவீனம்னு தப்பாப் புரிஞ்சிக்கிட்டிருக்காங்க! அப்பறம் என்ன நடந்ததுன்னு நம்ம எல்லாருக்கும் தெரியும்!''

யுத்தத்தின் கோரத்திற்கும் இரத்தவெறிக்கும் பழகிப்போயிருந்த குணாக்கள்கூட, பெண்கள் மற்றும் குழந்தைகள் மீது நடத்தப்பட்ட இந்த மிருகத்தனமான தாக்குதலைக் கண்டு அதிர்ந்து போயிருந்தனர்.

''உங்ககிட்டேருந்து நான் எதையும் மறைக்கலை. இந்த அசலூர்க்காரங்க எதுக்கு வந்திருக்காங்க, நமக்கு என்ன அழைப்பு குடுத்துருக்காங்கன்னு உங்களுக்கு நல்லாவே தெரியும்,'' சிவன் நந்தி, மற்றும் இதர மெலூஹர்களை நோக்கிக் கைகாட்டினார். ''இன்னைக்கு அவங்க நம்மகூட தோளோட தோள் நின்னு போர் செஞ்சிருக்காங்க. எனக்கு அவங்க மேல நம்பிக்கை வந்திருச்சு. அவங்களோட மெலூஹா போகலாம்னு நெனைக்கறேன். ஆனா - இது என் ஒருத்தன் மட்டும் சம்பந்தப்பட்ட முடிவு இல்ல.''

''நீங்கதான் எங்க தலைவர், சிவா,'' என்றான் பத்ரா. ''உங்க முடிவுதான் எங்க முடிவு. காலங்காலமா அப்படித்தான்.''

''இந்த முறை அப்படியில்ல,'' சிவன் கைகளை உயர்த்திக் காட்டினார். ''இப்ப நாம் எடுக்கற முடிவு, நம்ம வாழ்க்கையைத் தலைகீழா மாத்தும். அது நல்லதுக்குத்தான்னு நான் நெனைக்கறேன். இப்ப நாம தெனம் தெனம் சந்திக்கிற

இந்த தேவையில்லாத போரைவிட, எதுவுமே நல்லதுதான். என்னோட முடிவு என்னன்னு உங்ககிட்ட சொல்லிட்டேன். ஆனா, என்னோட வரணுமா, வேண்டாமாங்கிற முடிவை நீங்கதான் எடுக்கணும். குணாக்களே, நீங்க சொல்லுங்க. இந்த முறை, உங்க முடிவுக்கு நான் கட்டுப்படறேன்."

குணாக்கள், தத்தம் முடிவில் தீர்மானமாகவே இருந்தனர். மரபின் காரணமாக மட்டும் தங்கள் தலைவனின் வாக்கிற்கு அவர்கள் கட்டுப்படவில்லை; சிவனின் குணாதிசயங்களையும் நன்கு அறிந்தேயிருந்தார்கள். சிறந்த அறிவாற்றலால், ஆழ்ந்த நுண்ணறிவால், நிறைந்த வீரத்துடன் குணாக்களை அவர் பலமுறை போரில் நடத்திச் சென்று, வெற்றிக்கொடியை நாட்டியவர் அல்லவா?

ஏகமனதாக, ஒரே குரலில் வந்தது அவர்களது பதில்: "உங்க முடிவே எங்க முடிவு."

தன் மலைவாழ் மக்களை சிவன் இடம் பெயர்த்து ஐந்து நாட்களாகிவிட்டன.

மெலூஹா செல்லும் பாதையில் ஆங்காங்கு அமைந்திருந்த மிகப்பெரும் பள்ளத்தாக்குகளில் ஒன்றில், ஒரு மூலையில், பரிவாரம் இறங்கியிருந்தது. ஒன்றுக்குள் ஒன்றான மூன்று வட்டங்களாக சிவன் அவர்களை ஒழுங்குபடுத்தியிருந்தார். வெளிப்புறத்தில், அந்நியரின் நடமாட்டத்தைச் சட்டென்று காட்டிக்கொடுக்க யாக் எருமைகள் கட்டிவைக்கப்பட்டிருந்தன. அதற்கடுத்து, எதிர்பாரா தாக்குதல்களைச் சமாளிக்க வீரர்கள். நட்டநடுவே, நெருப்பிற்கு மிக அருகில் பெண்களும் குழந்தைகளும். இழக்க நேர்ந்தால் பரவாயில்லை என்பன போன்றவை வெளியே; பாதுகாக்கும் வீரர்கள் அடுத்து; வலிவற்றோர் உள்ளே.

எதற்கும் தயாராக இருந்தார் சிவன். மீண்டும் ஒரு தாக்குதல் நடக்கப்போவது நிச்சயம். எப்போது என்பதுதான் கேள்வி.

குணாக்களின் வளமான நிலங்களையும், ஏன், ஏரிக்கரை முழுவதையும் சிறு மோதல் கூட இல்லாமல் ஒரே வீச்சில் கைக்கொண்டதில் பக்ரதிக்கள் நியாயப்படி குதூகலமே அடையவேண்டும். ஆனால், பக்ரதித் தலைவன் யாக்யா அப்படிக் கருதமாட்டான்; குணாக்கள் அமைதியாக

வெளியேற ஒரு போதும் அனுமதிக்கவும் மாட்டான். சிவனுக்கு அது நன்கு தெரியும். குணாக்களை பூண்டோடு ஒழித்துவிட்டே அவர்களது நிலத்தைக் கைப்பற்றியதாகக் பறைசாற்றிக் கொண்டு, மலைவாழ் மக்களின் கர்ணபரம்பரைக் கதைகளில் நீங்காத இடம்பெற வேண்டும் என்பதே அவன் வாழ்க்கையின் குறிக்கோள். மூடன்; மூர்க்கன். சிவனின் மனக்கசப்பிற்கு இவையெல்லாமே மூல காரணங்கள்; இம்மாதிரி அர்த்தமற்ற, மக்கள் நலத்தைப் பேணாத பழங்குடிப் பழக்கவழக்கங்களால் அவர் மனதில் அருவருப்பே மண்டியது. இந்த மாதிரி சூழலிலே, எங்கிருந்து அமைதியாக வாழ்வது?

போர் என்றால் சிவனின் தோள்கள் தினவெடுக்கும்; அதன் அறைகூவலில் மேனி சிலிர்த்து எழும். போரை எதிர்கொள்ளும் விதம், நடத்த வேண்டிய வழிமுறை, போர்க்களத்திற்கேயுரிய சமய சாதுர்யங்கள், ராஜதந்திரம் - இவையனைத்தின் மீதும் அவருக்குத் தீவிர ஈடுபாடு உண்டு; அசாத்தியப் பயிற்சியும் கூட. ஆனால், எவ்வளவு பிரமாதமாகப் போர் புரிந்தாலும், எத்துணை அற்புத வெற்றிகள் அடைந்தாலும், அவரது நாட்டைப் பொறுத்தவரை, அவை பயனற்றவையே.

சற்று தூரத்தில், உன்னிப்பாக அனைத்தையும் கவனித்தபடி அமர்ந்திருந்த நந்தியைப் பார்த்தார். அவருடன் வந்திருந்த இருபத்தைந்து மெலூஹ வீரர்களும், இரண்டாவது வட்டத்தைச் சுற்றி அமர்த்திவைக்கப்பட்டிருந்தனர்.

இங்கேயிருந்து குடிபெயர இவர் ஏன் குணாக்களைக் கூப்பிடணும்? பக்ரதிக்களை ஏன் அழைக்கலை?

தூரத்தில் என்னவோ நிழலாட, அவரது எண்ண ஓட்டம் தடைபட்டது. உற்றுப்பார்த்தார். எதுவும் நகர்ந்ததாகத் தெரியவில்லை. சில சமயம், இம்மாதிரி இடங்களில் வெளிச்சமும் நிழலும் கண்ணாமூச்சி ஆட்டம் ஆடும். சிவன் தன்னைத் தளர்த்திக்கொண்டார்.

மீண்டும் நிழலாடியது.

''ஆயுதம்!'' சிவன் அலறினார்.

குணாக்களுடன் மெலூஹர்களும் தத்தம் ஆயுதங்களைத் ஏந்திக்கொண்டு சட்டென்று அவரவர் இடத்திற்கு நகர, ஐம்பது பக்ரதி வீரர்கள் தடதடவென்று தாக்க விரைந்து வந்தனர். பயத்தால் உறைந்துபோயிருந்த விலங்குகளின் பேரில் முட்டிக்கொண்டபோது, யோசிக்காமல் தலை தெறிக்க ஓடிவந்து தாக்க முயன்றதன் முட்டாள்தனம், அவர்களுக்கு

உறைத்தது. யாக் எருமைகள் விடைத்துக்கொண்டு முன்னும் பின்னும் அலைந்து பயத்தால் பிளிற, போர் தொடங்குமுன்பே பல பக்ரதிக்கள் அவைகளுக்கிடையில் மாட்டிக்கொண்டு காயமடைந்தனர். ஒரு சிலர் அவற்றைத் தாண்டிக்கொண்டு முன்னேற - கத்திகள் உராய்ந்தன. போர் தொடங்கியது.

இளம் பக்ரதி வீரன் ஒருவன் - முதல் போராக இருக்கவேண்டும் - சிவனை நோக்கித் தாறுமாறாக வாள் வீச, நாசூக்காக அதைத் தவிர்த்து விலகிக்கொண்டவர், தன் வாளை நறுவிசாக இறக்கி அவன் மார்பை லேசாகக் கீறினார். சபித்தவாறு வாளைத் தான்தோன்றித்தனமாய் வீசும் வேகத்தில் அவன் ஒரு பக்க உடலைப் பாதுகாக்கத் தவறிவிட - சிவனுக்கு அது போதுமானதாக இருந்தது. வாளை வயிற்றில் குரூரமாகப் பாய்ச்சி, சட்டென்று ஒரு திருகு திருகி, வெளியே இழுத்தார். வேதனை மிகுந்த மரணம் அந்தப் பக்ரதியை மிக மெதுவாகத் தழுவியது. இந்தப்புறம், இன்னொரு பக்ரதி குணா வீரனைத் தாக்குவதில் ஈடுபட்டிருப்பது புரிய, உயரே ஒரு தாவு தாவிய சிவன், அந்தரத்தில் சுழன்று, வாளேந்திய அவன் கரத்தைப் பட்டென்று துண்டித்தார்.

இன்னொருபுறம், சிவனளவு போரில் தேர்ச்சியடைந்திருந்த பத்ரா இரு கைகளில் வாளேந்தி, ஏக காலத்தில் இரு பக்ரதிக்களுடன் சண்டையில் ஈடுபட்டிருந்தான். அவனது கூன்முதுகு, போர் புரிய ஒரு தடையாக இருக்கவில்லை; கால் மாற்றிக் கால் வைத்து, இடப்புறப் பக்ரதியின் கழுத்தைச் சீவி, அவனை மெதுவாகச் சாக விட்டுவிட்டு, வலக்கை வாளைச் சுழற்றி, இன்னொரு பக்ரதியின் முகத்தைக் கிழித்து, கண்ணைக் குதறினான். அவன் சாய, உடனடியாக இடதுகை வாளைக் கீழிறக்கி, குற்றுயிரும் குலையுயிருமாய்க் கிடந்த அந்த வீரனின் மரணவேதனையைச் சரக்கென்று முடித்தான்.

மெலூஹர்கள் சண்டையிடும் விதமோ, முற்றிலும் வேறாக இருந்தது. மிகுந்த போர்ப்பயிற்சியும் தந்திரமும் கற்றிருந்த அவர்களிடத்தில் குரூரம் தென்படவில்லை. யுத்தத்திற்குரிய விதிமுறைகளை மிகத் தீவிரமாகக் கடைபிடித்தனர்; எதிரிகளை முடிந்தவரை கொல்லாமல் தவிர்த்தனர்.

மிக மோசமான தலைமையின் கீழ், தங்களை விடப் பல மடங்கு அதிக பலமுள்ள எதிரிகளைத் தாக்க முயன்ற பக்ரதிக்கள், மண்ணைக் கவ்வ மிகக் குறைவான நேரமே பிடித்தது. ஏறக்குறைய பாதிப்பேர் மடிந்துவிட, மீதமிருந்தோர் மண்டியிட்டு உயிர்ப்பிச்சை கேட்டுக் கதறினர். அவர்களில்

ஒருவன், நந்தியால் தோளில் வெட்டப்பட்டு, வாளேந்த முடியாமல் வீழ்ந்த யாக்யா.

பக்ரதிக்களின் தலைவன் பின்னால் நின்ற பத்ரா, வாளை இறக்கத் தயாராய், தலைக்கு மேல் உயர்த்தினான். ''சிவா - வலியில்லாம, சீக்கிரம் முடிச்சுரவா? இல்ல, மெதுவா, வலிக்க வலிக்கவா?''

''ஐயா!'' சிவன் பேசுவதற்குள், நந்தி குறுக்கே புகுந்தார்.

மெலூஹநாட்டானை நோக்கிச் சிவன் திரும்பினார்.

''தவறு, பெருந்தவறு. உயிர்ப்பிச்சை கேட்கிறார்கள். அவர்களைக் கொல்வது யுத்த தர்மத்திற்குப் புறம்பானது.''

''இந்தப் பக்ரதிக்களைப் பத்தி உங்களுக்கு தெரியாது!'' உறுமினார் சிவன். ''கொடூரமான மிருகங்க. எங்களத் தாக்கறதால எந்தப் பிரயோஜனமும் இல்லைன்னாலும், திரும்பத் திரும்ப வந்து மோதிக்கிட்டே இருப்பாங்க. இது ஒரு முடிவுக்கு வந்தே ஆகணும்.''

''ஏற்கனவே வந்தாயிற்று. நீங்கள் இனி இங்கு வாழப்போவதில்லை. விரைவில் மெலூஹாவிற்கு வந்து விடுவீர்கள்.''

சிவன் மௌனமானார்.

''இது எப்படி முடிவடையவேண்டும் என்பது உங்கள் கையில்தான் இருக்கிறது,'' நந்தி தொடர்ந்தார். ''இருக்கிறபடிதானா? அல்லது, வேறு வகையிலா?''

பத்ரா சிவனைப் பார்த்தான். காத்திருந்தான்.

''இந்தப் பக்ரதிக்களைவிட நீங்கள் மேன்மையானவர்கள் என்பதை நிரூபிக்கலாம்,'' என்றார் நந்தி.

தூரத்தில், வானமும் பூமியும் சேருமிடத்தை, விண்ணை முட்டும் மலைகளைச் சிவன் நோக்கினார்.

பிறவிப்பயனா? நல்ல வாழ்க்கை வாழ இன்னொரு சந்தர்ப்பமா?

பத்ராவிடம் திரும்பினார். ''அவங்களோட ஆயுதங்களை யெல்லாம் பிடுங்கிடு. சாப்பாடு, தண்ணி, எல்லாத்தையும் எடுத்துரு. தொரத்தி விட்ரு.''

இந்தப் பைத்தியக்கார பக்ரதிகள் ஒரு வேளை அவங்க கிராமத்துக்குப் போய், மறுபடி ஆயுதங்களையெல்லாம் எடுத்துக்கிட்டு திரும்பியே வந்தாலும் - நாம இங்க இருக்கமாட்டோம்.

அதிர்ந்து போய் பத்ரா சிவனை வெறித்தான். என்றாலும்,

மெலூஹாவின் அமரர்கள்

உடனடியாக அவரது கட்டளைக்குக் கீழ்ப்படிந்தான்.

நந்தியோ, சிவனை ஆவலுடன் நோக்கினார். ஒரே ஒரு எண்ணம் மட்டுமே அவரது மனதில் ஓயாது ரீங்கரித்தது. **சிவனிடத்தில் ஈர மனம் இருக்கிறது. காரியத்தை நிறைவேற்றும் திண்மை இருக்கிறது. இவராக இருக்கட்டும். இராமபிரானே, தங்கள் பெயரால் வேண்டுகிறேன் - தயவு கூர்ந்து, அது இவராக இருக்கட்டும்.**

சற்று முன்னால் தான் வெட்டிய இளம் பக்ரதி கிடந்த இடத்திற்குச் சிவன் சென்றார். வலியால் தவித்தபடி, இன்னமும் வயிற்றிலிருந்து இரத்தம் வழிய, தரையில் கிடந்தான் அவன். வாழ்நாளில் முதல்முறையாக, ஒரு பக்ரதியின்மீது சிவனுக்குப் பரிதாபம் தோன்றியது. சட்டென்று வாளை வீசி அந்த இளைஞனின் வேதனையைத் தீர்த்தார்.

தொடர்ந்து நான்கு மாதங்கள் பயணம் செய்து, மெலூஹாவின் அழைப்பையேற்ற அந்த பழங்குடிப் பரிவாரம் கடைசி மலையின் சிகரத்தைத் தாண்டி, கீழிறங்கிய போது - காஷ்மீரத்தின் தலைநகரமான ஸ்ரீநகரின் எல்லையைத் தொட்டிருந்தது. தன் தேசத்தின் உன்னதத்தைப் பற்றி உற்சாகம் கொப்பளிக்க நந்தி ஏகமாய் விவரித்ததில், நினைவு தெரிந்த நாளாய் எளிய, சாதாரண மக்கள் மத்தியில் மட்டுமே வாழ்ந்திருந்த சிவன், கற்பனைக்கெட்டாத அற்புதக் காட்சிகளையும், அதிசயங்களையும் சந்திக்கத் தன்னைத் தயார் செய்துகொண்டிருந்தார். ஆனால், ஒரு வழியாக அந்நகரைக் கண்ணால் கண்ட போது - அவரது பிரமாதக் கற்பனைகளனைத்தும் அதன் கண்கொள்ளா செழிப்பின் முன் அடிபட்டுத்தான் போயின. சிவன், பார்த்தது பார்த்தபடி, பிரமித்து நின்றார். எப்பேர்ப்பட்ட சொர்க்க பூமி இது! மெலூஹா. உன்னத வாழ்வை உணர்ந்த தேசம்!

மலைப்பள்ளத்தாக்குகளில் சீறிப் பாயும் வேங்கையாக பொங்கிப் பிரவகித்த ஜேலம் நதி, சமவெளிகளில் சாவகாசமாக புல்மேயும் பசுவைப் போல் மெல்ல, மிக மெல்ல நடந்து, தெய்வாம்சம் பொருந்திய காஷ்மீரத்தை தன் தளிர்க்கரங்களால் சீராட்டி, தால் ஏரியில் அன்ன நடையிட்டு வந்து கலந்தாள். சற்று தூரத்தில் மீண்டும் பிரிந்து, கடல் நோக்கித் தன் நீண்ட பயணத்தை தொடர்ந்தாள்.

பச்சைப்பசும்பட்டாடை போர்த்துப் பளீரென விரிந்த

பள்ளத்தாக்கில், தெய்வம் தீட்டிய வண்ண ஓவியமாகத் திகழ்ந்தது காஷ்மீரம். கண்ணைப் பறிக்கும் நிறங்களில் கடவுள் தொடுத்த மலர்ப்படுகைகள் விரிந்து படர்ந்திருக்க, அவற்றிற்கிடையே, ஆங்காங்கு கம்பீரமாய் வான் முட்டும் சினார் மரங்கள் விருந்தாளிகளைக் காஷ்மீரத்திற்கு வரவேற்று முகமன் கூறின. கத்தி போல் உடலைக் கிழிக்கும் மலையுச்சிகளின் கடுங்குளிர்க்காற்றை மட்டுமே அனுபவித்து அலுத்துக் களைத்திருந்த சிவனின் மக்களுக்கு, மரங்களினூடே பாடிய பறவைகளின் கீதம், இனம்புரியாத நிம்மதியை அளித்தது.

''எல்லையிலேயே இப்படி இருந்துச்சுன்னா, இன்னும் உள்ள எப்படியெல்லாம் இருக்குமோ?'' சிவன் வியப்புடன் கிசுகிசுத்தார்.

ஆதியில், மெலூஹப் படையின் பாசறை இருந்த இடம்தான், தால் ஏரி. ஒரு காலத்தில் ஏரியின் மேற்குக் கரையில், ஜேலம் நதிக்கரையோரமாய் இருந்த சிறிய படைவீட்டுக் குடியிருப்பு, இன்று பல்கிப் பெருகி, பிரம்மாண்டமான எல்லை நகரமாக உருவெடுத்துவிட்டது. ஸ்ரீநகர். மரியாதைக்குரிய நகரம்.

ஏறக்குறைய நூறு ஹெக்டேர் பரப்பளவு கொண்ட மிகப்பெரிய மேடையின் மீது ஸ்ரீநகர் நிர்மாணிக்கப் பட்டிருந்தது. கிட்டத்தட்ட பதினாறு அடி உயரத்தில் மண்ணால் கட்டப்பட்டிருந்த அந்த மேடையின் மீது, நகரத்தின் மதில் சுவர்கள், தோராயமாக அறுபதடி உயரத்தில், பன்னிரண்டடி அகலத்தில், அரணாகக் காத்தன. இவ்வாறு மேடைமீது நகரங்களை நிர்மாணிக்கும் நாகரீகத்தைக் கண்டு குணாக்கள் பிரமித்தனர். எதிரிகளை வீழ்த்த எவ்வளவு எளிமையான, சுலபமான உத்தி! தாக்குதல் நிகழ்த்த வரும் எவரும், மேடையேறி, பிறகு நகரத்தின் அழியா மதில்சுவரையும் தாண்டித்தான் உள்ளே புகமுடியும். அதுமட்டுமல்ல; மேடைக்கு இன்னொரு அவசியமும் புரிந்தது: அடிக்கடி கரைகளை உடைத்துக்கொண்டு பள்ளத்தாக்கை வெள்ளக்காடாக மாற்றும் நதியிடமிருந்து நகரைக் காப்பாற்றுவதுதான்.

நகரினுள், வீதிகளும் கட்டிடங்களும் மிகச் சீராக, அளவெடுத்துப் பிரிக்கப்பட்ட சதுரங்களுக்குள் அடங்கின. நகர வாழ்க்கையின் அத்தியாவசியங்களான அங்காடிகள், கோயில்கள், தோட்டங்கள் ஆகியவை தனித்தனியே, அவற்றுக்கென ஒதுக்கப்பட்ட பகுதிகளில் அமைந்திருந்தன. வெளியிலிருந்து பார்க்க அனைத்துமே சீரான, ஒரே

மெலூஹாவின் அமரர்கள்

விதமான பலமாடிக் கட்டிடங்களாகத்தான் தோன்றின. ஒரு செல்வந்தரின் மாளிகையை, ஏழையின் குடிலிலிருந்து வித்தியாசப்படுத்திக் காட்டியது, அவரவர் வாழ்ந்த பெரிய, அல்லது சிறிய சதுரங்களே.

காஷ்மீரத்தின் இயற்கை எழில் எவ்வளவுக்கெவ்வளவு வண்ணமயமாய்க் கண்ணைப் பறித்ததோ, அவ்வளவுக்கவ்வளவு, ஸ்ரீநகர் அடக்கமான, ஆடம்பரமில்லாத சாம்பல், நீலம் மற்றும் வெள்ளை நிறங்களால் தீட்டப்பட்டிருந்தது. நகரின் ஒவ்வொரு அங்குலத்திலும் அமைதியும், சுத்தமும் ஒழுங்கும் மிளிர்ந்தன. ஏறக்குறைய இருபதாயிரம் மக்கள் இந்நகரத்தில் வீடமைத்துக்கொண்டு வாழ்ந்தனர்; இப்போது கைலாய மலையிலிருந்து குடிபெயர்ந்த இருநூறு பேரும் அதில் அடக்கம்.

அவர்களின் தலைவர் நெஞ்சத்திலோ, இப்போதுதான் - என்றோ, பல ஆண்டுகளுக்கு முன் நிகழ்ந்த அந்தக் கொடுமையான சம்பவத்திற்கப்புறம் - அனுபவித்தறியாத நிம்மதியின் சாயல் படர்ந்தது.

தப்பிச்சிட்டேன். இனிமே புதுசா ஒரு வாழ்க்கை ஆரம்பிக்கலாம். எல்லாத்தையும் மறக்கலாம்.

— ⚇ ☾ ⛎ ✤ ⊕ —

அயல்தேசத்திலிருந்து குடிபெயர்வோர் வழக்கமாகத் தங்கும் முகாம் ஒன்று, ஸ்ரீநகருக்குப் புறம்பாக, சற்றுத் தெற்கே, தனி மேடை ஒன்றில் நிர்மாணிப்பட்டிருக்க, அங்கு பரிவாரம் பயணித்தது. அயல்நாட்டாரை வரவேற்கும் அலுவலகத்திற்கு நந்தி சிவனையும், மலைவாழ் மக்களையும் அழைத்துச் சென்றார். சிவனைச் சற்றுக் காத்திருக்கும்படிக் கேட்டுக்கொண்டவர், தான் மட்டும் உள்ளே நுழைந்தார். விரைவில் வெளியே வந்தவருடன், இளவயது அதிகாரி ஒருவரும் இருந்தார். பழக்கப்பட்ட புன்னகையுடன் கைகளைக் குவித்து நமஸ்தே என்று வணங்கிய அந்த அதிகாரி, ''மெலூஹா உங்களை அன்புடன் வரவேற்கிறது. என் பெயர் சித்ராங்கதன். உங்களுக்கு மெலூஹாவை அறிமுகப்படுத்தும் பணி என்னுடையது. இங்கே நீங்கள் தங்கியிருக்கும் வரையில், என்ன வேண்டுமென்றாலும், என்னைத் தாராளமாக அணுகலாம்; எதையும் கேட்டுத் தெரிந்து கொள்ளலாம். சிவாதானே உங்கள் தலைவரின் பெயர்? அவர் முன்னே வரலாமே?''

சிவன் ஓரடி எடுத்து வைத்தார். ''நான்தான் சிவா.''

''நல்லது,'' என்றான் சித்ராங்கதன். ''இந்த பதிவு மேஜையருகே வரலாமே? உங்கள் குடிமக்களின் பாதுகாவலராக நீங்களே அறியப்படுவீர்கள். அவர்களுக்குத் தெரிவிக்க வேண்டிய அறிக்கை எதுவாயினும், உங்கள் மூலமே போய்ச் சேரும். இந்த பழங்குடிமக்கள் குழுவின் தலைமைப் பொறுப்பு உம்மீது சுமந்திருப்பதால், இவர்கள் தத்தமக்கு அளிக்கப்படும் கடமைகளை சரிவர நிறைவேற்றுகிறார்களா; நாட்டின் பல்வேறு திட்டங்களும், கொள்கைகளும், அவர்களிடத்தில் சென்று சேர்கின்றனவா, போன்ற அனைத்தையும் சரிவர ஆராய்ந்து சீர்பார்க்கும் பொறுப்பு இனி உம்முடைதாகவே கருதப்படும்.''

பொறுப்புள்ள அரசாங்க அதிகாரியின் உறைவிடமாகச் சித்ராங்கதன் நீளப் பேச, நந்தி இடைவெட்டினார். ''ஐயா, உங்கள் அனுமதியுடன், இப்போதே முகாமுக்குச் சென்று, தங்கள் மக்கள் தற்காலிகமாகத் தங்குவதற்குரிய ஏற்பாடுகளைச் செய்துவிடுகிறேன்.''

தன் விஸ்தாரப் பேச்சு மறிக்கப்பட, ஒரு நொடி - ஒரே நொடிதான் - சித்ராங்கதனின் முகம் களையிழந்ததை சிவன் கவனிக்கத் தவறவில்லை. உடனேயே, முகத்தில் புன்னகை மீண்டும் வந்து ஒட்டிக்கொண்டது. சிவன் திரும்பி நந்தியைப் பார்த்தார்.

''தாராளமா, நந்தி. இதுக்கு என் அனுமதியெல்லாம் தேவையில்ல,'' என்றார். ''ஆனா, பதிலுக்கு எனக்கு நீங்க ஒரு சத்தியம் பண்ணணுமே.''

''நிச்சயம், ஐயா,'' நந்தி லேசாக வணங்கினார்.

''என்ன சிவான்னே கூப்பிடுங்க,'' சிரித்தார். ''நான் உங்க நண்பன். உயரதிகாரி இல்ல.''

அதிசயத்துடன் அவரை நிமிர்ந்து பார்த்த நந்தி, மீண்டும் வணங்கினார். ''அப்படியே, ஐயா - மன்னிக்க வேண்டும் - சிவா.''

சிவன் மீண்டும் சித்ராங்கதனிடம் திரும்ப, இப்போது அவனது புன்னகையில் உண்மையான வரவேற்பு பொலிவது போலிருந்தது. ''என்னுடன் வந்தீர்களானால், சிவா, பதிவேற்றத்திற்கான அனைத்து ஏற்பாடுகளையும் முடித்துவிடலாம்.''

புதிதாகப் பதிவேற்றம் செய்யப்பட்ட அந்த மக்கள், முகாமின் குடியிருப்புப் பகுதியை அடைந்தபோது, வெளிவாசலில் நந்தி காத்திருப்பதைக் கண்டனர். அவர், அவர்களை உள்ளே அழைத்துச் சென்றார். ஸ்ரீநகரைப் போலவே, இங்கும், வடக்கு-தெற்கு, கிழக்கு-மேற்கு என்று சீராக அறுதியிடப்பட்ட திசைகளில் வீதிகள் அமைந்திருந்தன. சிவன் இதுவரை குடியிருந்த இடங்களின் மண் தெருக்களைப் போலல்லாமல், இவை அழகாகப் பாவப்பட்டிருந்தன. ஆனால் - ஏதோ வித்தியாசம் இருக்கின்றதே?

''நந்தி, தெருவுக்கு நடுவுல வேற நிறத்துல கல்லெல்லாம் பாவியிருக்கே? அதெல்லாம் என்ன?'' என்றார் சிவன்.

''கழிவு நீர் வாய்க்கால்களை மூடும் கற்கள். நீர்க்கழிவுகள் அனைத்தும் அவை வழியாக வெளியேற்றப்படுகின்றன. முகாம் சுத்தமாகவும், ஆரோக்கியமாகவும் இருக்க இவையே முக்கிய காரணம்.''

மெலூஹர்கள் சுத்தம் குறித்து இவ்வளவு மெனக்கெடுவதை எண்ணிச் சிவன் அதிசயித்தார்.

தங்களுக்கென ஒதுக்கப்பட்டிருந்த பெரிய, மூன்றடுக்கு கட்டிடத்தை குணாக்கள் வந்தடைந்தனர். ஆயிரமாவது முறையாக, மெலூஹா செல்ல முடிவெடுத்த தங்கள் தலைவருக்கு மனதுக்குள் நன்றி செலுத்தினர். ஒவ்வொரு குடும்பத்தின் சௌகர்யத்தையும் முன்னிட்டு, மாளிகையில் அவர்களுக்குத் தனித்தனியே அறைகள் ஒதுக்கப்பட்டிருந்தன. ஒவ்வொன்றிலும், அவர்கள் பயன்பாட்டிற்கென கட்டில் நாற்காலி போன்ற பொருட்களைத் தவிர, அவர்களது முகமே பிரதிபலிக்குமளவு பளபளப்பான தாமிரத் தகடொன்றும் சுவற்றில் பொருத்தப்பட்டிருந்தது. மேலும், சுத்தமாகச் சலவை செய்த போர்வைகள், சால்வைகள், துவாலைகள், ஏன், துணிமணிகள் கூட இருந்தன. அவற்றை அதிசயத்துடன் தொட்டுப்பார்த்த சிவன், ''இது என்ன மாதிரியான துணி?'' என்றார்.

''பருத்தி, சிவா,'' சித்ராங்கதன் உற்சாகமாகக் கூறினான். ''நாங்களே பயிர் செய்து, நூற்று, துணிகளாக்கிப் பயன்படுத்துகிறோம்.''

ஒவ்வொரு சுவரிலும், காற்றையும் வெளிச்சத்தையும் அனுமதிக்கும் பெரிய ஜன்னல்கள். மேலும், சுவற்றில் துவாரம் அமைக்கப்பட்டு, விளக்கேற்ற வாகாகக் கம்பிகள்.

அநேகமாக, ஒவ்வொரு அறையுடனும் ஒட்டியிருந்த குளியலறையில், வாட்டமான தரை வழியே, கழிவு நீர் தானாக ஒரு மூலையிலிருந்த ஓட்டைக்குள் வடியுமாறு அமைந்திருந்தது. ஒவ்வொரு குளியலறையின் வலப்புறத்திலும் ஒரு சிறிய மேடையும், அதனுள்ளே ஒரு பெரிய துவாரமும் இருந்தன. இதன் பயன் என்னவென்பது மலைவாழ்மக்களுக்குப் புரியாத புதிராகத்தான் இருந்தது. பக்கச்சுவற்றில் இருந்த ஏதோ ஒரு விசித்திரக்கருவியைத் திருகினால், தண்ணீர் தானாகவே அருவி போல் கொட்டியது.

''மாயாஜாலம்!'' பத்ராவின் தாய் கிசிகிசுத்தாள்.

பிரதான கட்டிடத்தின் வாயிலருகே இருந்த இன்னொரு சிறிய இல்லத்திலிருந்து, ஒரு பெண் மருத்துவரும், அவளுக்குத் துணையாக செவிலியர் சிலரும் வெளிவந்து சிவனுக்கு முகமன் கூறினர். கோதுமை நிறத்தில், சிறிய ஆகிருதியுடன் காணப்பட்ட அவள், எளிமையாக, மெலூஹர்கள் தோத்தி என்றழைக்கும் வெள்ளை ஆடை ஒன்றை இடை மற்றும் கால்களை மூடி அணிந்திருந்தாள். மேலுடம்பை இன்னொரு சிறிய வெள்ளை ஆடை மூடியிருக்க, அங்கவஸ்திரம் என்று சொல்லப்பட்ட இன்னொரு துணி, தோளைப் போர்த்தியிருந்தது. நெற்றியின் மத்தியை ஒரு சிறிய, வெண்ணிறப் பொட்டு அலங்கரித்தது. தலையின் பின்புறம் தொங்கிய, சோட்டி எனும் சிறு குடுமியைத் தவிர, மற்ற இடமெல்லாம் மழுங்கடிக்கப்பட்டிருந்தது. இடது தோளிலிருந்து, ஜணாவு என்ற நூல், மார்பைத் தாண்டி, வலப்பக்கம் வரை தொங்கியது.

''ஆயுர்வதி அம்மையா?'' நந்தி அவளைக் கண்டு அளவு கடந்த ஆச்சர்யம் அடைந்தார் என்பது பட்டவர்த்தனமாகத் தெரிந்தது. ''தாங்களே இங்கு வருவீர்கள் என்று எதிர்பார்க்கவில்லை.''

நந்தியை மென்மையான புன்னகையுடன் நோக்கிய ஆயுர்வதி, நமஸ்கரித்தாள். ''நேரடியாகக் களத்தில் இறங்கி வேலை செய்வதில்தான் எனக்கு அதிக விருப்பம், தளபதி. என் குழுவைச் சேர்ந்தவர்களுக்கும் அப்படித்தான். ஆனால் - மன்னிக்க வேண்டும்; உங்களை எனக்கு அடையாளம் தெரியவில்லை. நாம் இதற்கு முன் சந்தித்திருக்கிறோமா?''

''தளபதி நந்தி, அம்மணி,'' என்றார் நந்தி. ''சந்தித்ததில்லை - ஆனால், வைத்தியத்தில் நிகரற்றவர் என்று நாடே புகழும்

மெலூஹாவின் அமரர்கள்

உங்களை யாருக்குத்தான் தெரியாது?''

''நன்றி, தளபதி நன்றி,'' ஆயுர்வதியின் தர்மசங்கடத்தை முகம் காட்டியது. ''அதிகம் புகழ்கிறீர்கள். என்னைவிட வல்லவர்களும் இங்கிருக்கத்தான் செய்கிறார்கள்.'' சட்டென்று சிவன் புறம் திரும்பி, தொடர்ந்தாள். ''மெலூஹா உங்களை வரவேற்கிறது. என் பெயர் ஆயுர்வதி. உங்கள் மருத்துவர். நீங்கள் இங்கே தங்கியிருக்கும் வரையில், நானும், என் செவிலிகளும், உங்கள் தேவைகளைக் கவனித்துக்கொள்வோம்.''

சிவனிடமிருந்து மறுமொழியில்லாததைக் கவனித்த சித்ராங்கதன், ''இவையெல்லாம் தற்காலிகமான தங்குமிடங்கள்தான், சிவா. உங்கள் மக்களுக்கென ஒதுக்கப்படவுள்ள வீடுகள், இவற்றையெல்லாம் விட மிகச் சௌகர்யமாக இருக்கும். ஏழு நாட்கள் - அதாவது நோய் நொடியெதுவும் இல்லாமல் இருக்கிறீர்களா என்பதை அறிந்துகொள்ளும் பொருட்டு - மட்டுமே நீங்கள் இங்கே இருக்க வேண்டியது.''

''அடடா, அப்படியெல்லாம் எதுவுமே இல்ல, நண்பா. இந்த இடமே நாங்க கற்பனைகூட பண்ணிப் பாக்க முடியாத அளவு வசதியா இருக்கு. என்ன, சித்தி?'' சிவன் பத்ராவின் தாயாரைப் பார்த்துச் சிரித்தார். உடனே, புருவத்தைச் சுருக்கிக்கொண்டு சித்ராங்கதனை நோக்கினார். ''ஆமா - நோய் நொடின்னீங்களே, அப்படீன்னா?''

நந்தி குறுக்கிட்டார். ''வெறும் தற்காப்பு முயற்சிதான், சிவா. பொதுவாக மெலூஹர்களிடையே வியாதிகள் இல்லை. ஆனால், புதிதாக வரும் புலம்பெயர்ந்தோரிடத்தில் இருக்க வாய்ப்புண்டு, இல்லையா? இந்த ஏழு நாட்களில், வைத்தியர்கள் அவர்களைக் கண்காணித்து, உடலைப் பூரணமாகக் குணப்படுத்திவிடுவார்கள்.''

''அதிலும், வியாதியை ஒழிக்கும் விஷயத்தில், சுத்தமும் சுகாதாரமும் மிக மிக முக்கியம்,'' என்றாள் ஆயுர்வதி.

சிவன் முகத்தைச் சுளுக்கியவாறு நந்தியை ஏறிட்டார். ''சுகாதாரமா? என்னங்க இது?''

என்னை என்ன செய்யச் சொல்கிறீர்கள்? என்ற பாவனையில் புருவம் சுருக்கிய நந்தி, கைகளை லேசாக அசைத்தார். ''மறுப்பேதும் இப்போதைக்குச் சொல்லாதீர்கள், சிவா,'' முணுமுணுத்தார். ''மெலூஹாவில் நாம் செய்தே ஆக வேண்டிய விஷயங்களில் இது ஒன்று. இந்த தேசத்தின் மிக சிறந்த வைத்தியராகக் கருதப்படுபவர், ஆயுர்வதி அம்மை.''

''உங்களுக்கு அவகாசமிருந்தால், இப்போதே நான் சொல்ல வேண்டியவற்றைச் சொல்லிவிடுகிறேன்,'' என்றாள் ஆயுர்வதி.

''இப்ப எனக்கு நெறைய்ய அவகாசம் இருக்கு. எலவசமாவே பாக்கலாம்,'' உணர்ச்சியற்ற முகத்துடன் சிவன் சொன்னார். ''பின்னால, அவகாசம் இல்லாதப்ப, பணம் குடுத்தாத்தான் முடியும். சொல்லிட்டேன். அப்பறம் பிரச்சனை பண்ணக்கூடாது.''

'களுக்'கென்று பத்ரா சிரிக்க, ஆயுர்வதி சிவனை வெறித்தாள். அவரது நகைச்சுவையை அவள் இரசிக்கவில்லை என்பது அப்பட்டமாக புரிந்த்து.

''மன்னிக்கவும்; நீங்கள் சொல்வது சரியாகப் புரியவில்லை,'' இறுகிப்போயிருந்தது அவள் குரல். ''நேரம் கடத்தாமல், உடற்சுத்தி முறைகளை அறிந்துகொள்வோமா?''

விறுவிறுவென்று விருந்தினர் மாளிகைக்குள் நடந்து சென்றாள். ''நாகரீகம் தெரியாத காட்டுமிராண்டிகள் ...''

புருவத்தை உயர்த்தியபடி பத்ராவைப் பார்த்த சிவன், சிரித்தார்.

அந்தி சாய்ந்து, அறுசுவை விருந்தை வயிறு புடைக்க உண்டு களித்த பிறகு, குணாக்களுக்கு அவரவர் அறையில் மருந்து ஒன்று தரப்பட்டது.

''அய்யே!'' முகத்தைச் சுளுக்கினான் பத்ரா. ''யாக் எருமை மூத்திரம் மாதிரி இருக்கு!''

''எருமை மூத்திரம் எப்படியிருக்கும்னு உனக்கு எப்படித் தெரியும்?'' சிவன் சிரித்துவிட்டு, நண்பனின் தோளை ஓங்கி அறைந்தார். ''உன் அறைக்குப் போ. நான் தூங்கணும்.''

''டேய், படுக்கையையெல்லாம் பாத்தியா? என் வாழ்க்கைலியே நான் இன்னிக்குத் தூங்கப்போறதுதான் உண்மையான தூக்கம்!''

''எல்லாம் பாத்துட்டேன், போடா,'' சிவன் நகைத்தார். ''நான் படுத்து அனுபவிக்க வேணாமா, முண்டம். கௌம்பு!''

உரக்கச் சிரித்தபடி பத்ரா சிவனின் அறையிலிருந்து சென்றான். அவன் மட்டுமல்ல, மலைவாழ் மக்கள் அனைவருமே, மிக மென்மையான அந்த மெத்தைகளைப்

பார்த்து அளவு கடந்த மகிழ்ச்சியில் திளைத்தனர். இன்றிரவு அருமையான தூக்கம் கிடைக்கப்போகிறது என்பதில் சந்தேகமில்லை.

அவர்களுக்கு ஒரு ஆச்சர்யம் காத்திருந்தது.

படுக்கையில் சிவன் புரண்டு புரண்டு படுத்தார். கொழுந்துவிட்டெறியும் தீயின் வண்ணத்தில் தோத்தி அணிந்திருந்தார். முன்னமே உடுத்தியிருந்த புலித்தோலை உருவிக்கொண்டு போய்விட்டார்கள். சுத்தம் செய்ய வேண்டுமாமே? பருத்தியாலான அங்கவஸ்திரம் ஒன்று சுவரோர நாற்காலியின் மீது தொங்கியது. பக்க மேஜையொன்றில் அரைகுறையாய் ஏற்றியிருந்த புகைக் குழாய் அநாதையாகக் கிடந்தது.

நாசமாப் போற படுக்கை ரொம்ப நொய்மையா இருக்கு. தூங்கவே முடியலை!

படுக்கையின்மீது விரித்திருந்த போர்வையை கழற்றித் தரையில் வீசிவிட்டு, சிவன் மீண்டும் படுத்துக்கொண்டார். கொஞ்சம் பரவாயில்லை. தூக்கம் மென்மையான கரங்களால் அவரைத் தழுவத்தான் முயன்றது - ஆனால், முன்னைப்போல், முழுமையாக இல்லை. சட்டென்று தன் பழைய குடிசையின் ஜிலீரென்ற கட்டாந்தரையை நினைத்து ஏக்கமாயிருந்தது. எவ்வளவோ முயன்றாலும், பிடிவாதமாய் நினைவில் மோதிய கைலாய மலையின் பனிக்காற்றை மறக்க முடியவில்லை. புலித்தோலின் பழகிய நாற்றத்தைக் கூட விலக்கமுடியவில்லை. இப்போது வசதி சூழ்ந்திருந்தாலும் - இவையெல்லாம் என்னவோ பழக்கப்படாத, புதிய விஷயங்கள். மனம் ஒப்பவில்லை.

வழக்கம்போல், அவரது உள்ளுணர்வு உண்மையை பட்டென்று வெளிச்சம்போட்டுக் காட்டியது: *வித்தியாசம் இந்த அறைல இல்லை. உன்கிட்டதான் இருக்கு.*

தான் வியர்வை வெள்ளத்தில் நனைந்திருப்பதை சிவன் அப்போதுதான் கவனித்தார். குளிர்ந்த காற்று வீசிக்கொண்டிருந்தாலும், அவருக்கு வியர்த்துக்கொட்டியது. அறை மெல்லச் சுழல்வது போலிருந்தது. உடலை யாரோ உள்ளிருந்து இழுப்பதுபோல் இருந்தது. சுரணையற்றுப் போயிருந்த வலதுகால் கட்டைவிரல் நெருப்பிலிட்டது போல் சுட்டது. போரில் அடிக்கடி புண்பட்ட இடது முட்டி

கயிற்றினால் இழுபடுவது போல் வலித்தது. அலுத்துக் களைத்திருந்த உடல்தசைகளை யாரோ பிடிவாதமாக இழுத்து மாவாய்ப் பிசைவது போல் தோன்றியது. என்றோ, எப்போதோ உடைந்து, சரியாகச் சேராத தோள்பட்டை எலும்பு, தசைகளைக் கிழித்துக்கொண்டு ஒட்ட முயல்வது போல் நகர்ந்துகொண்டிருந்தது. அதற்கேற்றாற்போல் தசை நார்களும் வழிவிட்டு அசைந்துகொண்டிருந்தன.

மூச்சுவிடுவதே கஷ்டமாக இருந்தது. வாயை அகலத் திறந்துகொண்டு நுரையீரலுக்கு வசதி செய்துகொடுத்தார். அப்படியும், காற்று உள்ளே புகவில்லை. மனதை தீவிரமாக ஒருமுகப்படுத்திக்கொண்டு, வாய் திறந்து சிவன் முடிந்தவரை காற்றைச் சுவாசிக்கத் தலைப்பட்டார். உதவி செய்யும் விதமாக அப்போது மெல்லிய பூங்காற்று ஜன்னல் திரைச்சீலைகளைச் சரசரத்துக்கொண்டு உள்ளே பரவ, சிவன் உடல் லேசாகத் தளர்ந்தது. ஒரே நொடிதான். மீண்டும் போராட்டம். மனதை நிலைப்படுத்தி, சக்தியனைத்தையும் சேகரித்துத், தவித்த தன் உடலுக்குள் காற்றைச் செலுத்த முயன்றார்.

டொக்! டொக்!

கதவை யாரோ லேசாகத் தட்டும் சப்தம். கவனம் கலைய, ஒரு நிமிடம் எதுவும் புரியாமல் தவித்தார். இன்னமும் மூச்சு வாங்கியது! தோள் துடித்தது. வலி என்னமோ மறைந்துவிட்டது. குனிந்து முட்டியைப் பார்த்தார். இப்போது வலிக்கவில்லை. விழுப்புண்களும் மறைந்துவிட்டன. மூச்சு - மூச்சு வாங்குகிறது! இன்னும் குனிந்து வலதுகால் கட்டைவிரலை வெறித்தார். முழுமையாக, ஆரோக்கியமாகக் காட்சியளித்தது. விரலால் அதை நெருடினார். ‘கரக்’கென்று சப்தம். வருடக்கணக்காக இம்மியும் அசையாத கட்டைவிரல் எலும்புகள் அசைந்துகொடுத்தன. மூச்சு வாங்குகிறது! இன்னதென்று சொல்லமுடியாமல் கழுத்துப்பகுதியில் சிலீரென்று குறுகுறுப்பு. உறையும் பனிபோல் நடுக்கும் குளிர்.

டொக்! டொக்! பிடிவாதமாக யாரோ தட்டும் சப்தம்.

சற்றுப் பேதலித்த நிலையில், சிவன் தடுமாறியவாறு எழுந்து நின்று, சில்லிட்டிருந்த தன் கழுத்தைச் சுற்றி அங்கவஸ்திரத்தை அணிந்துகொண்டு, கதவைத் திறந்தார். இருள் சூழ்ந்திருந்தாலும், பத்ராவின் முகம் அடையாளம் தெரிந்தது. ‘‘சிவா,’’ கிசுகிசுப்பில் பதற்றம். ‘‘இவ்வளவு நேரம் கழிச்சு தொந்தரவு பண்றேன்; மன்னிச்சுக்க.

அம்மாவுக்கு திடீர்னு ஜூரம் ரொம்ப ஜாஸ்தியாயிருச்சு. என்ன பண்றது?''

சட்டென்று சிவன் பத்ராவின் நெற்றியைத் தொட்டார். ''உனக்கும்தான். உன் அறைக்குப் போ. நான் வைத்தியரைக் கூட்டிக்கிட்டு வர்றேன்.''

சிவன் நடைபாதையில் விரைய, வேறு பல அறைக்கதவுகள் தடாலென்று திறந்தன. பத்ராவைப் போல் குரல்கள் ஒலித்தன. ''திடீர்னு ஜூரம். யாராவது வாங்களேன்!''

படிகளில் இறங்கி, மாளிகையை ஒட்டிய வைத்தியர் இல்லத்திற்குச் சிவன் ஓடினார். தடதடவென்று கதவை இடித்தார். அவரை எதிர்பார்த்தது போல், ஆயுர்வதி உடனே கதவைத் திறந்தாள். ''என் மக்கள் எல்லாருக்கும் திடீர்னு உடம்பு மோசமாயிருச்சு,'' சிவன் நிதானமான குரலில் பேசினார். ''சீக்கிரம் வாங்க - உதவி தேவை.''

ஆயுர்வதி அவரது நெற்றியைத் தொட்டுப் பார்த்தாள். ''உங்களுக்கு ஜூரம் இல்லையா?''

சிவன் தலையசைத்தார். ''இல்ல.''

அதிசயமடைந்தது போல் புருவத்தைச் சுருக்கிய ஆயுர்வதி, திரும்பி, செவிலியரிடம் உத்தரவிட்டாள். ''ஆரம்பித்துவிட்டது. போகலாம், வாருங்கள்.''

அனைவரும் இல்லத்திலிருந்து விரைய, எங்கிருந்தோ வந்து சேர்ந்த சித்ராங்கதன், ''என்னாயிற்று?'' என்றான் சிவனைப் பார்த்து.

''தெரியல. எங்க ஜனங்க அத்தன பேருக்கும் திடீர்னு உடம்புக்கு வந்துருச்சு.''

''உங்களுக்கும் மிக அதிகமாக வியர்க்கிறது.''

''கவலப்படாதீங்க. எனக்கு ஜூரமெல்லாம் இல்ல. நான் எங்க மாளிகைக்கே போறேன் - எல்லாருக்கும் இப்ப எப்படி இருக்குன்னு பாக்கணும்.''

சித்ராங்கதன் தலையசைத்தான். ''நான் நந்திக்குத் தகவல் சொல்கிறேன்.''

அவன் செல்ல, சிவன் மீண்டும் மாளிகைக்கு விரைந்தார். உள்ளே நுழைந்தவருக்கு ஆச்சர்யம் காத்திருந்தது. அத்தனை தீவர்த்திகளும் ஏற்றப்பட்டிருந்தன. செவிலியர் ஒவ்வொரு அறையாகச் சென்று, மருந்துகளைக் கொடுத்தவண்ணம், திகிலடைந்திருந்த நோயாளிகளுக்கு ஆவன

செய்துகொண்டிருந்தனர். பின்னோடு சென்ற ஒரு அதிகாரி, யார் யாருக்கு என்னென்ன நோய் போன்ற விவரங்களை ஓலையில் குறித்துக்கொண்டிருந்தார். இம்மாதிரியான சந்தர்ப்பத்திற்கு மெலூஹர்கள் தயாராகத்தான் இருந்தார்கள். எல்லாமும் எல்லா திசையில் நடந்துகொண்டிருக்க, ஒரு ஓரத்தில், சீராகச் செயல்படும் படைகளைத் திறமையாக நிர்வகிக்கும் சேனாதிபதி போல் இடையில் கைகளைப் பொருத்தியபடி நின்றாள் ஆயுர்வதி. அவளிடம் சிவன் விரைந்தார். ''ரெண்டாவது, மூணாவது மாடியில இருக்குறவங்கல்லாம்?''

ஆயுர்வதி திரும்பவில்லை. ''மாளிகையின் அனைத்துத் தளங்களுக்கும் எனது செவிலியர்கள் சென்றுள்ளனர். இந்தத் தளத்தில் நிலைமை சீரடைந்த பிறகு, நானே அங்கும் செல்வேன். அடுத்த அரை மணி நேரத்தில் நோயாளிகள் அனைவரையும் கவனித்துவிடலாம்.''

''எல்லாம் நல்லாத்தான் செய்யறீங்க, ஆனா, ஒண்ணும் இல்லாம இருக்கணுமேன்னு வேண்டிக்கிறேன்,'' சிவன் கவலையுடன் சொன்னார்.

சிவனை நோக்கித் திரும்பிய ஆயுர்வதியின் புருவங்கள் உயர்ந்தன. அதுவரை தீவிரமாக இருந்த அவள் முகத்தில், லேசான புன்னகை அரும்பியது. ''கவலை வேண்டாம். நாங்கள் மெலூஹர்கள். எதையும் சமாளிக்கும் திறனுள்ளவர்கள். கூடிய சீக்கிரம் எல்லாரும் நலமடைவார்கள்.''

''நானும் ஏதாவது செய்யறேனே?''

''ஓ. முதலில் போய்க் குளியுங்கள்.''

''என்னது?!''

''குளியுங்கள். இப்போதே. இந்த நிமிடமே.'' ஆயுர்வதி தன் குழுவை மீண்டும் கவனித்தாள். ''எல்லோரும் கவனமாகக் கேட்டுக்கொள்ளுங்கள்: பதினைந்து வயதுக்குட்பட்ட அத்தனை குழந்தைகளுக்கும் தலை மழுங்கடிக்கப்பட வேண்டும். மஸ்த்ரக் - இரண்டாம் கட்ட மருந்துகளைக் கொடுக்க ஏற்பாடு செய்யுங்கள். ஐந்து நிமிடங்களில் வந்துவிடுகிறேன்.''

''அப்படியே, அம்மணி,'' ஒரு இளைஞன் பெரிய துணிப்பையுடன் அவசரமாகப் படியேறிச் சென்றான்.

''இன்னுமா இங்கேயே நிற்கிறீர்கள்?'' அங்கிருந்து நகராத சிவனைப் பார்த்தாள்.

''நான் குளிக்கிறதா இப்ப முக்கியம்?'' சிவனின் மெல்லிய குரலில், ஆத்திரத்தைக் கட்டுப்படுத்தும் முயற்சி தெரிந்தது. ''என் ஜனங்க அவதிப்படறாங்க. நானும் ஏதாவது உதவி செய்யணும்.''

''உங்களோடு வாதம் செய்யப் பொழுதோ, பொறுமையோ இப்போது எனக்கில்லை. உடனே, இந்த நிமிடமே சென்று உடலைச் சுத்தம் செய்துகொள்ளும்!'' ஆயுர்வதி, தன் கோபத்தைக் கட்டுப்படுத்த எந்த முயற்சியும் செய்யவில்லை என்பது அப்பட்டமாகத் தெரிந்தது.

ஒரு விதக் கையாலாகாத வெறுப்புடன் சிவன் அவளை முறைத்தார். உதட்டிலிருந்து அம்பு போல் சீறிப்பாயத் துடித்த சாபங்களைக் கட்டுப்படுத்த மிகுந்த பிரயத்தனம் செய்யவேண்டியிருந்தது. ஆயுர்வதியுடன் போராட்டத்தில் இறங்கத் துடித்த கைகளை முஷ்டியாக இறுக்கிக்கொண்டார். என்ன இருந்தாலும், பெண் அல்லவா?

பதிலுக்கு ஆயுர்வதியும் சிவனை முறைத்தாள். தன் கட்டளைகளுக்கு மற்றவர் கட்டுப்பட்டு அவளுக்கு வழக்கம். அவள் மருத்துவர்; சொல்வதை சிரமேற்கொண்டு நோயாளிகள் நடந்துகொள்ளவேண்டும் என்று எதிர்பார்ப்பவள். ஆனால், பல வருட அனுபவத்தில், சிவனைப் போன்ற நோயாளிகளை - அதுவும் உயர்குலத்தோரை - அவள் சந்தித்ததுண்டு. இவர்களுக்கு உத்தரவிட்டுப் பயனில்லை; காரண காரியங்களை விளக்கிச் சொல்ல வேண்டும். ஆனால், இவன் உயர்குடிப் பிறப்பில்லையே? வெறும் காட்டுவாசி!

மிகுந்த பிரயத்தனத்துடன் தன்னைக் கட்டுப்படுத்திக் கொண்ட ஆயுர்வதி, ''அதிகம் வியர்க்கிறீர்கள், சிவா. இப்போதே கழுவிச் சுத்தம் செய்துகொள்ள வில்லையென்றால், இது உங்களைக் கொன்று விடும். நம்புங்கள். வெறும் சடலத்தால், உங்கள் மக்களுக்கு எந்தப் பயனும் இல்லை.''

தடதடவென்று சித்ராங்கதன் கதவைத் தட்ட, தூக்கத்தில் ஒட்டிக்கொண்டிருந்த கண்ணிமைகளைக் கஷ்டப்பட்டுப் பிரித்தவாறு, நந்தி எழுந்தார். வாயிலிருந்து சாபங்கள் சரளமாய் உதிர்ந்தன. கதவை மெல்லத் திறந்தவர், ''தலை போகிற காரியமாய் இருக்கட்டும்,'' என்று உறுமினார். ''இல்லையெனில் ...''

''விரைந்து வாருங்கள். சிவனின் மக்களுக்கு உடல் நலமில்லை.''

''அதற்குள்ளாகவா? இன்றுதானே முதல் இரவு?'' நந்தி அதிசயித்தார். அங்கவஸ்திரத்தை எடுத்தார். ''போகலாம் வா!''

குளியலறையில் குளிப்பது விசித்திரமாக இருந்தது. மாதமிருமுறை மானசரோவரின் உறையும் குளிர்நீரில் தண்ணீரைச் சகட்டுமேனிக்கு வாரியிறைத்துக் கொண்டுதான் சிவனுக்கு வழக்கம். இங்கோ, வசதியாக, கையைக் காலை நீட்ட முடியவில்லை. குறுகலாக, அடைப்பாக இருந்தது. நீர்வரத்தை அதிகரிக்க சுவற்றில் இருந்த மாயக் கருவியைத் திருகினார். சவுக்காரம் என்று மெலூஹர்கள் அழைத்த கட்டி போன்ற வஸ்துவைக் கையிலெடுத்து, உடல் முழுவதும் அழுக்குப் போக தேய்த்துக்கொண்டார். இதைப் பயன்படுத்தியே ஆக வேண்டும் என்பது ஆயுர்வதியின் தீர்மானமான கட்டளை. தண்ணீரை நிறுத்திவிட்டு, துவாலையால் உடலை அழுந்தத் துடைத்துக்கொண்டார். கடந்த சில மணி நேரங்களாக உடலில் நிகழ்ந்த அதிசய மாற்றங்களைப் பிடிவாதமாக அலட்சியம் செய்திருந்த மனம், இப்போது அவற்றை அசை போட்டது. தோள் புத்தம்புதிதாக செய்து பொருத்தப்பட்டது போல் விளங்கியது. குனிந்து பார்த்தார். முட்டியில் வலியில்லை, புண்ணுமில்லை. முழுவதுமாகக் குணமடைந்துவிட்ட கால் கட்டை விரலை மிகுந்த ஆச்சர்யத்துடன் சோதித்துக்கொண்டார். ஒரு விஷயம் சட்டென்று வெட்டவெளிச்சமாகியது: உடலில் எற்கனவே காயம்பட்ட பகுதிகள் மட்டுமல்ல - உடல் முழுவதுமே ஆரோக்கியமாக, பலமாக, புத்துணர்வுடன், இன்றுதான் படைக்கப்பட்டது போல் பளபளப்பாக விளங்கியது. என்ன ஒன்று - கழுத்துப்பகுதி மட்டும் ஏனோ தாங்கமுடியாமல் சிலீரென்று குளிரிட்டது.

என்ன எழவுதான் நடக்குது இங்க?

குளியலறையிலிருந்து வெளிவந்தவர் விரைவாகப் புதிய தோத்தி ஒன்றை அணிந்துகொண்டார். விஷம் போன்ற வியர்வை பரவிய பழைய உடைகளை எக்காரணம் கொண்டும் மீண்டும் உடுத்தக்கூடாதென்பது ஆயுர்வதியின் கண்டிப்பான எச்சரிக்கை. குளிர்ந்த

கழுத்திற்குக் கொஞ்சம் வெப்பம் வேண்டி அங்கவஸ்திரத்தைக் கட்டிக்கொண்டிருந்தபோது, கதவு மீண்டும் தட்டப்பட்டது. ஆயுர்வதி. ''சிவா, கதவைச் சற்று திறக்கிறீர்களா? உடல் நிலையைச் சோதிக்க வேண்டும்.''

சிவன் கீழ்ப்படிய, ஆயுர்வதி உள்ளே நுழைந்தாள். உடல் வெப்பத்தைச் சோதிக்க, சாதாரணமாகவே இருந்தது. லேசாகத் தலையசைத்தாள். ''எல்லாம் சரியாக இருக்கிறது. உங்கள் மக்களும் விரைவாகத் தேறிவருகின்றனர். பிரச்சனை தீர்ந்தது.''

கண்களில் நன்றியறிதலுடன் சிவன் புன்னகைத்தார். ''எல்லாத்துக்கும் உங்க குழுவோட திறமையும் சாமர்த்தியமும்தான் காரணம். உங்ககிட்ட முன்னாடி வாதம் பண்ணதுக்கு மன்னிக்கணும். தேவையில்லாம என்னவோ பேசிட்டேன். எங்க நல்லதுக்குத்தான சொன்னீங்க?''

கைகளில் வைத்துப் படித்துக்கொண்டிருந்த ஓலை நறுக்கிலிருந்து கண்களை நிமிர்த்திய ஆயுர்வதி, லேசான புன்னகையுடன் ஒரு புருவத்தை உயர்த்தினாள். ''மரியாதையெல்லாம் பலமாக இருக்கிறதே?''

''நான் அப்படி ஒண்ணும் அதிகப்பிரசங்கி இல்லீங்க,'' சிவன் சிரித்தார். ''நீங்கள்லாம்தான் எல்லாத்தையும் ரொம்பப் பெரிசு படுத்தறீங்க!''

புன்னகையுடன் கேட்டுக்கொண்டிருந்த ஆயுர்வதி, சட்டென்று, அதிசயமடைந்த பாவத்துடன், சிவனைப் பார்த்தபடி சிலையாக நின்றாள். இவ்வளவு நேரமாக இதை ஏன் அவள் கவனிக்கவில்லை? பழைய கட்டுக்கதைகளை அவள் என்றும் நம்பியதில்லை. ஆனால் ... முதல்முறையாக - அந்த ஆருடங்கள் அனைத்தும் பலிக்கப்போகின்றனவா? அதை முதலில் காணப்போவது அவள்தானா? அந்த பாக்கியம் நிஜமாகவே தனக்குத்தானா? நடுங்கும் கரத்தை சிவனை நோக்கி நீட்டினாள். ''உங்கள் - உங்கள் கழுத்தை ஏன் மூடியிருக்கிறீர்கள்?'' குரல் தழதழத்தது.

''என்னன்னு தெரியலை. ரொம்ப ஜில்லுன்னு இருக்கு. ஏதாவது பிரச்சனையா இருக்குமோ?'' கேட்டுக்கொண்டே சிவன் அங்கவஸ்திரத்தை உருவினார்.

'ஓ'வென்ற அலறல் அந்த அறையின் மௌனத்தைக் கிழித்தது. தடுமாறியவாறு ஆயுர்வதி பின்னால் நகர்ந்தாள். ஓலைநறுக்குகள் தாறுமாறாய்த் தரையில் சிதறின. அவளது நடுங்கிய கரங்கள் வாய்பொத்தின. கால்கள் நிற்கும்

சக்தியிழக்க, நிலைகுலைந்து சுவரோரமாகச் சரிந்து உட்கார்ந்தாள். விழிகள் சிவனைவிட்டு நகரவேயில்லை. கம்பீரம் மிகுந்த கண்களினின்று கண்ணீர் பெருகி வழிந்தது. ''ஓம் பிரம்மாய நம. ஓம் பிரம்மாய நம.'' வாயிலிருந்து வேறு ஏதும் வரவில்லை.

''என்னங்க? என்ன விஷயம்? ரொம்ப முத்திப் போச்சா?'' சிவன் கவலையுடன் கேட்டார்.

''வந்துவிட்டீர்களா, பிரபு? உண்மையிலேயே வந்துவிட்டீர்களா!''

அதிர்ந்து போன சிவன், பதில் ஏதும் சொல்லுமுன். தடதடவென்று உள்ளே நுழைந்த நந்தி, தரையில் கிடந்த ஆயுர்வதியைக் கண்ணுற்றார். அவள் விழிகளில் பொங்கிய கண்ணீர் வழிந்து உடலை நனைத்துக்கொண்டிருந்தது.

''அம்மணி - என்னவாயிற்று?'' திகைத்தார் நந்தி.

பதிலேதும் சொல்லாமல் ஆயுர்வதி சிவனை நோக்கி விரல் நீட்ட, அது சென்ற திக்கைப் பார்த்தார்.

சிவனின் கழுத்து பளீரென்ற நீலநிறத்துடன் பிரகாசித்தது.

''பிரபு!'' நீண்டகாலமாகச் சிறைப்பட்டு, சட்டென்று விடுதலையடைந்து சுதந்திரக்காற்றைச் சுவாசிக்கும் விலங்கின் உற்சாகப் பிளிறலுடன் நந்தி தடாலென்று தரையில் மண்டியிட்டார். ''வந்துவிட்டீர்களா! நீலகண்டர் வந்தேவிட்டாரா?''

தளபதி மிகக் குனிந்து, நீலகண்டரின் பாதத்தில் நெற்றியைப் பதித்து வணங்க, அவரது திடீர்ப் பக்திக்குரியவரோ, கலவரமும் ஆச்சர்யமும் ஒரு சேரத் தாக்க, பின்வாங்கினார்.

''என்ன எழவுதாங்க நடக்குது இங்க?'' சிவன் பதற்றத்துடன் சீறினார்.

பனிக்கட்டி போல் சில்லிட்டுப்போயிருந்த கழுத்தைத் தொட்டுப் பார்த்துக்கொண்டவர், சுவரில் மாட்டியிருந்த தாமிரத் தகட்டை நோக்கித் திரும்ப - அதில் பிரதிபலித்த தன் கழுத்தைப் பார்த்து திகைத்துப் போய் நின்றார். ***நீலகண்டர். நீலக்கழுத்து…***

விழுந்துவிடாமல் இருக்க கதவின் நிலைப்படியைப் உடும்புபோல் பிடித்துக்கொண்டு நின்ற சித்ராங்கதன், குழந்தையைப் போல் கேவினான். ''இனி நமக்கு பயமில்லை! விடிவு வந்துவிட்டது! அவர் வந்துவிட்டார்!''

2

உன்னத வாழ்வை உணர்ந்த தேசம்

நீலகண்டர், தனது நகரில் - நினைவிலிருக்கட்டும்: தக்ஷசீலத்திலோ, பிற எல்லை நகரங்களான கரச்சாபா அல்லது லோத்தலிலோ அல்ல; *தனது* தலைநகரில் - முதன்முதலில் வெளிப்பட்ட அற்புத நிகழ்வை உடனடியாக உலகிற்குப் பறையறிவித்துவிட வேண்டும் என்பதில் காஷ்மீரத்தின் ஆளுநர் சேனர்த்வஜர் குறியாக இருந்தார். இந்த அதிசயம் நடந்தது ஸ்ரீநகரில்! என்பதை வரலாற்றில் பதித்துவிடப் பரபரத்தார். ஆனால், அந்தோ, மெலூஹாவின் தலைநகர் தேவகிரியிலிருந்து - தெய்வம் குடிகொண்ட நகரம் - பறவைத் தூதின் மூலம் கிட்டத்தட்ட உடனடியாக வந்த செய்தியால் அந்த எண்ணத்தில் மண் விழுந்ததுதான் மிச்சம்.

குழப்பத்திற்கு இடமில்லாமல், மிகத் தெளிவாக இருந்தது கட்டளை: சக்ரவர்த்தியே சிவனை நேரில் பார்க்கும் வரை, நீலகண்டரைக் குறித்த தகவல்கள் இரகசியமாகவே இருக்கவேண்டியது. தகுந்த பாதுகாப்புடன் சிவனை தேவகிரி அனுப்பவேண்டியது சேனர்த்வஜரின் பொறுப்பு. எல்லாவற்றையும் விட முக்கியம்: காலங்காலமாக வழங்கி வரும் கர்ணபரம்பரைக் கதைகளையும், ஆரூடங்களையும் பற்றிச் சிவனிடம் ஏதும் சொல்ல வேண்டியதில்லை. ''தகுந்த

சந்தர்ப்பத்தில் சக்ரவர்த்தியே தகவல்களை நீலகண்டரெனக் கருதப்படுபவரிடத்தில் தெரிவித்து, ஆவன செய்வார்.'' - இவையே செய்தியில் குறிப்பிட்டிருந்த வார்த்தைகள்.

சிவன் அடுத்து மேற்கொள்ளப்போகும் யாத்திரையைக் குறித்து அவரிடம் தெரிவிக்கும் பாக்கியத்தை சேனர்த்வஜரே பெற்றார்.

பயணம் செய்யப்போகிறவரோ, சந்தோஷமான மனநிலையிலிருப்பதாகத் தெரியவில்லை. சுற்றியிருந்த அனைத்து மெலூஹர்களும் திடீரென்று தன்னிடம் அளவு கடந்த பக்தி செலுத்தியது அவரை வெகுவாகக் குழப்பியது. இன்னதென்று சுதாரித்துக்கொள்ளுமுன் அவரைப் படாடோபமும், செல்வச்செழிப்பும் பெருகி வழியும் இராஜ மாளிகைக்குக் குடியேற்றியதிலிருந்து, ஸ்ரீநகரின் மிக முக்கிய புள்ளிகளுக்கு மட்டுமே அவரைச் சந்திக்கும் பாக்கியம் கிட்டியது.

''தங்களை தேவகிரி அழைத்துச் செல்ல ஏற்பாடாகியிருக்கிறது, பெருமானே,'' பருத்த, கட்டுமஸ்தான உடலை வளைத்து நெளித்து பழக்கமில்லாத வணக்கம் செலுத்த முயன்றார் சேனர்த்வஜர். ''இங்கிருந்து சில வாரப் பயணத்தில் இருக்கிறது தலைநகரம்.''

''இங்க என்ன நடக்குதுன்னு தெரியிறவரைக்கும் நான் ஒரு அடிகூட எடுத்து வெக்கறதாயில்ல!'' சிவன் சீறினார். ''இந்த நாசமாப்போற நீலகண்டர் பத்தின கதையெல்லாம்தான் என்ன?''

''பெருமானே, தயவுகூர்ந்து எங்கள் மீது நம்பிக்கை கொள்ள வேண்டும். தேவகிரியை அடைந்ததும், சக்ரவர்த்தியே அனைத்தையும் விளக்குவார்.''

''அப்ப, என் ஜனங்க?''

''இங்கேயே காஷ்மீரத்தில் அவர்களுக்கு நிலங்கள் அளிக்கப்படும், பெருமானே. சௌகர்யமான வாழ்க்கைக்குரிய அனைத்து வசதிகளும் செய்து தரப்படும்.''

''பணயக் கைதியாக்கப்போறீங்களா?''

''அப்படியெல்லாம் ஏதுமில்லை, பெருமானே,'' சேனர்த்வஜர் அதிர்ச்சியடைந்தது வெளிப்படையாகத் தெரிந்தது. ''அவர்கள் உங்கள் மக்களல்லவா? என்னால் மட்டும் முடிந்தால், வாழ்நாள் முழுதும் அவர்கள் இராஜவாழ்க்கை வாழ வழிவகை செய்துவிடுவேன். ஆனால் - உங்களுக்காகக் கூட எங்கள் சட்டங்களை

மெலூஹாவின் அமரர்கள்

மீறுவது சாத்தியமாகாது. அவர்களுக்கு அளிக்கப்போவதாக முன்னமேயே கூறப்பட்டவைகளை கொடுக்க ஆவன செய்யப்படும். காலப்போக்கில், பெருமானே, வேண்டிய சட்டங்களை நீங்களே மாற்றிக்கொள்ளலாம். பிறகு, அவர்களை எங்கு வேண்டுமானாலும் குடியேற்றுவதில் கஷ்டமில்லை.''

''பிரபு, எங்களை நம்புங்கள்,'' நந்தி கெஞ்சினார். ''தயவு செய்யவேண்டும். மெலூஹாவிற்கு நீங்கள் எவ்வளவு முக்கியம் என்பதை அறியமாட்டீர்கள். உங்களுக்காக நாங்கள் காலங்காலமாக காத்திருக்கிறோம். உங்கள் உதவி எங்களுக்குத் தேவை.''

காப்பாத்து! தயவு செஞ்சு காப்பாத்து!

பல வருடங்களுக்கு முன் உயிருக்குப் போராடிய ஒரு அபலையின் தீனக்கதறல் நினைவில் மீண்டும் ஒலிக்க, சிவன் அதிர்ந்து போய் மௌனமானார்.

'இந்த பிரம்மாண்டமான மலைகளை விடவும் அற்புதமானது, உன் பிறவிப்பயன்.'

என்ன பைத்தியக்காரத்தனம்! தலவிதியாவது ஒண்ணாவது? உசத்தியா எதுவும் நடக்கறதுக்கு நான் தகுதியானவன் இல்லை. இந்த மக்களுக்கு மட்டும் என்னோட குற்ற உணர்ச்சி புரிஞ்சா, ஒரே நொடியில இந்த முட்டாள்தனத்தையெல்லாம் விட்றுவாங்க!

''என்ன செய்யறதுன்னு புரியலை, பத்ரா.''

தால் ஏரிக்கரை மீதமைந்திருந்த செழிப்பான அரசமாளிகைத் தோட்டத்தில் அவர்கள் அமர்ந்திருக்க, அவரது நண்பன் பத்ரா தன் புகைக்குழாயில் மரியுவானாவை நறுவிசாக அடைத்து, எரிந்துகொண்டிருந்த திரியால் ஜாக்கிரதையாக அதைப் பற்றவைத்தான். ''நீ இப்ப ஏதாவது சொல்லணும்டா, முட்டாள்,'' என்றார் சிவன் எரிச்சலுடன்.

''இல்ல. இப்ப நான் இந்த புகைக்குழாயை உன்கிட்ட நீட்டணும்.''

''எனக்கு ஏதாவது அறிவுரை சொல்லேன். ஏன் மாட்டேங்கற?'' சிவன் குரலில் ஆதங்கம் பொங்கியது. ''ஒருத்தரையொருத்தர் கேட்டுக்காம ஒரு அடி கூட எடுத்து வெக்காத நண்பர்கள்தான இன்னும் நாம?''

''இல்ல.'' பத்ரா புன்னகைத்தான். ''நீதான் இப்ப தலைவன். நம்ம மக்கள் வாழறதும், சாகறதும் இப்ப உன் கைலதான் இருக்கு. இன்னொருத்தரோட தலையீட்டால தலைவனோட உறுதி குலையக்கூடாது. நாம பக்ரதிக்கள் இல்லை - கூட்டத்துல யாரு லோலோன்னு கத்துறாங்களோ, அவங்க பேச்சைத்தான் தலைவன் கேக்கணும்கிறது நம்ம சட்டம் இல்ல. குணாக்களைப் பொறுத்தவரை, தலைவர் சொல்றதுதான் முடிவானது. அதுதான் நம்ம மரபு.''

சிவன் எரிச்சலுடன் நிமிர்ந்து பார்த்தார். ''சில மரபுகளை மீறித்தான் ஆகணும்.''

பத்ரா மௌனமாக இருக்க, அவனிடமிருந்து புகைக்குழாயை சிவன் கை நீட்டிப் பறித்தார். ஆழ்ந்து அதைச் சுவாசிக்க, மரியுவானா புகை உள்ளே நுழைந்து தன் மாயக்கரங்களை உடல் முழுதும் நீட்டி, இறுகிய தசைகளை இளக்கி, மந்தகாசத்தைப் பரப்பியது.

''இந்த நீலகண்டர் புராணத்தைப் பத்தி எனக்கு ஒரு வரிதான் தெரியும்,'' என்றான் பத்ரா. ''மெலூஹா பெரிய பிரச்சனைல மாட்டிக்கிட்டு முழிக்குதாம். நீலகண்டர் மட்டும்தான் காப்பாத்த முடியுமாம்.''

''இங்க எந்த பிரச்சனையும் இருக்குறதா எனக்குப்படலியே? எல்லாம் பிரமாதமா இல்ல இருக்கு? பிரச்சனைதான் வேணும்னா சொல்லச் சொல்லு, நம்ம எடத்துக்குக் கூட்டிட்டுப் போயிரலாம்!''

பத்ரா லேசாகச் சிரித்தான். ''நீதான் அவங்களைக் காப்பாத்துவேன்னு தீவிரமா நம்பற அளவுக்கு இந்த நீலக்கழுத்துல என்னதான் விஷயம் இருக்கு?''

''எனக்கென்ன எழவு தெரியும்? நம்மகிட்டேருந்து ஏணி வெச்சாகூட எட்டாத உயரத்துல அவங்க இருக்காங்க. ஆனா, என்னை என்னவோ கடவுள் மாதிரி விழுந்து விழுந்து கும்பிடுறாங்க. எல்லாம் இந்த உருப்படாத நீலக்கழுத்தால.''

''அவங்க வைத்தியம் என்னவோ நெஜமாவே மாயாஜாலம்தான். நீ கவனிச்சியான்னு தெரியலை - ஆனா, என் முதுகுக்கூன் கொஞ்சம் கொறைஞ்சாப்புல இல்ல?''

''கொறஞ்சுதான் இருக்கு! அவங்க வைத்தியர்கள் ரொம்ப திறமையானவங்கதான். சந்தேகமே இல்ல.''

''வைத்தியர்களை பிராமணர்கள்னு கூப்பிடறாங்க.''

''யாரு, ஆயுர்வதி மாதிரியா?'' சிவன் புகைக்குழாயை மீண்டும் பத்ராவிடம் நீட்டினார்.

''ஆமா - ஆனா, அவங்க வைத்தியம் மட்டும் பாக்கறதில்ல. வாத்தியார், வக்கீல், பூசாரின்னு புத்தி தேவப்படற எல்லா தொழில்லயும் இருக்காங்க.''

''கெட்டிக்காரங்க,'' சிவன் ஒப்புக்கொண்டார்.

''அதுமட்டுமில்ல,'' பத்ரா நீளமாக மூச்சை இழுத்து விட்டான். ''இங்க அவங்கவங்களுக்குன்னு தனிப்பட்ட தொழில் இருக்காம். அப்படி ஒரு தத்துவம். பிராமணர்களத் தவிர, நாட்டை ஆள, சண்டைக்குப் போகன்னு தனியா ஒரு கூட்டமே இருக்கு. க்ஷத்ரியர்னு பேராம். பொம்பளைங்க கூட க்ஷத்ரியர் ஆகலாமாம்!''

''நெஜமாவா? பொம்பளைங்களைக் கூடவா படைகள்ள சேத்துக்கறாங்க?''

''ரொம்பப் பேர் இல்லைன்னாலும், சேத்துக்கறாங்கங்கிறது நெஜம்.''

''அதான் பிரச்சனை மூச்சு முட்டுது!''

மெலூஹர்களின் விசித்திரங்களை எண்ணி நண்பர்கள் இருவரும் வாய்விட்டுச் சிரித்து மகிழ்ந்தனர். பேச்சைத் தொடருமுன் புகைக்குழாயை இன்னொரு முறை உறிஞ்சிய பத்ரா, ''அப்றம், வைஸ்யர்கள்னு ஒரு தனிப்பிரிவு இருக்கு - வியாபாரம், வாணிபம், கைவினைப்பொருள் தயாரிக்கிறதுன்னு செய்யறாங்க. அப்பறம் விவசாயம், பணியாளர்கள்னு இருக்குறவங்க சூத்திரர்கள். ஒரு ஜாதியச் சேந்தவங்க இன்னொரு ஜாதியோட வேலையைச் செய்ய முடியாது.''

''இரு, இரு,'' சிவன் இடைமறித்தார். ''இப்ப நீயே படைவீரனா இருக்க. உன்னால கடைவீதில எறங்கி வியாபாரம் பண்ண முடியாதா?''

''ம்ஹும். முடியாது.''

''நாசமாப்போச்சு. அப்ப எனக்காக எப்படி மரியுவானா வாங்குவே? உன்னால ஆன ஒரே உருப்படியான காரியம் அதுதான்!''

பத்ரா விளையாட்டாய் கையை ஓங்க, சிவன் டக்கென்று பின்வாங்கினார். ''சரி, சரி, விடுப்பா. எல்லாத்துக்கும் கோவிச்சுக்கிறியே?'' சிரித்துக்கொண்டே புகைக்குழாயை பத்ராவிடமிருந்து பிடுங்கியவர், ஆழ்ந்து உறிஞ்சினார்.

பேசவேண்டியதைத் தவிர மீதி எல்லாத்தப் பத்தியும் பேசிக்கிட்டிருக்கோம்.

சிவனின் முகம் மீண்டும் தீவிரமடைந்தது. ''அவங்களோட விசித்திர வாழ்க்கைலாம் இருக்கட்டும். இப்ப நான் என்ன செய்ய?''

''என்ன செய்யணும்னு தோணுது?''

ஒரு மூலையில் பூத்துக்குலுங்கிய ரோஜாக்களின் திசையில் சிவன் கண்கள் சென்றன. ''மறுபடியும் நான் ஓட விரும்பலை.''

''என்னது?'' அவரது மெல்லிய, துக்கம் படர்ந்த கிசுகிசுப்பு பத்ராவின் காதில் சரியாக விழவில்லை.

''இன்னொரு முறை,'' சிவன் சத்தமாகச் சொன்னார். ''ஓடிப்போன குத்த உணர்ச்சியை நான் சொமக்கத் தயாரா இல்லை.''

''அது உன் தப்பில்லை -''

''என் தப்புதான்!''

பத்ரா மௌனமானான். சொல்வதற்கு ஏதும் இருப்பது போல் தோன்றவில்லை. சிவன் கைகளால் கண்களை மூடிக்கொண்டார். ''என் தப்புதான் ...''

பத்ரா சிவனின் தோள் மீது கைவைத்து மென்மையாக அழுத்தி, அந்தக் கொடூர நிமிடங்கள் கடந்துசெல்லக் காத்திருந்தான். சிவன் மீண்டும் அவனை நோக்கித் திரும்பினார். ''உண்மையாத்தான் கேக்கறேன், நண்பா. நான் இப்ப என்ன பண்ணனும்? அவங்களுக்கு நிஜமாவே என் உதவி தேவைப்பட்டா, என்னால மறுக்க முடியாது. அதே சமயம், என் மக்களைத் தன்னந்தனியா தவிக்க விடறதா? என்ன செய்யறது?''

பத்ரா சிவனின் தோளின் மீது இன்னமும் கையை அழுந்தப் பதித்திருந்தான். ஒரு முறை ஆழமாக மூச்சை இழுத்துவிட்டு, யோசித்தான். அவனிடம் பதில் இருக்கத்தான் செய்தது - ஆனால், அது அவனது நண்பனாகிய சிவனுக்கு வேண்டுமானால் தோதுபடலாம்; குணாக்களின் தலைவனான சிவனுக்குப் பொருந்துமா?

''உனக்குள்ளதான் நீ பதிலைத் தேடிக்கணும், சிவா. அதுதான் நம்ம மரபு.''

''அடப்போடா!''

பத்ராவின் மீது புகைக்குழாயை வீசிய சிவன், ஆத்திரத்தில் தரை அதிர, தோட்டத்தைவிட்டு வெளியேறினார்.

அடுத்த வெகு சில நாட்களுக்குள், சிவன், நந்தி மற்றும் மூன்று வீரர்கள் கொண்ட சிறிய பரிவாரம் ஒன்று ஸ்ரீநகரைவிட்டுப் புறப்படத் தயாராயிற்று. அதி சீக்கிரத்தில் நாட்டைக் கடந்து தேவகிரியை அடையும் பொருட்டே குறைவான வீரர்களைக் கொண்ட இந்தப் படை. சாம்ராஜ்யம் முழுவதும் சிவனை உண்மையான நீலகண்டராக அங்கீகரித்துவிடவேண்டும் என்பதில் சேனர்த்வஜர் மிகத் தீவிரமாக இருந்தார். தங்களை உய்விக்க வந்த பெருமானைக் கண்டறிந்த ஆளுநராக மெலூஹ வரலாற்றில் அறியப்பட வேண்டுமென்பது அவரது அளவு கடந்த அவா.

சக்ரவர்த்தியைச் சந்திக்கும் பொருட்டு, சிவனை மிக நன்றாகவே தயார்ப்படுத்தியிருந்தனர்: கூந்தல், எண்ணெய் சேர்த்து, அழகாக வாரப்பட்டது. கட்டுமஸ்தான அவரது உடலைப் பலவித உயர்ரக ஆடைகள், காதணி, நவமணிமாலை போன்ற கண்ணைப் பறிக்கும் ஆபரணங்கள் அலங்கரித்தன. வருடக்கணக்காக முகத்தில் படர்ந்திருந்த மாசும், ஜீவனற்ற தோலும் பிரத்யேகமாகத் தயாரிக்கப்பட்ட ஆயுர்வேத சூர்ணங்களின் புண்ணியத்தில் அழுந்தத் தேய்த்துக் கழுவப்பட்டன. பளீரென்று கண்ணைப் பறிக்கும் நீலக்கழுத்தை மறைக்க, பண்டிகைக் காலங்களில் மெலூஹ ஆண்கள் ஆவலாய் அணியும், வண்ணமணிகள் அழகாய்க் கோர்த்துத் தைக்கப்பட்ட நேர்த்தியான கழுத்துப்பட்டி ஒன்று அணிவிக்கப்பட்டது.. இன்னமும் சில்லிட்டிருந்த அவரது கழுத்திற்கு அது வெதுவெதுப்பான இதத்தை அளித்தது.

''சீக்கிரம் வந்துறுவேன்,'' சிவன் பத்ராவின் தாயாரை அணைத்துக்கொண்டார். ஆண்டுக்கணக்காக வருத்திக் கொண்டிருந்த வலிகள் மறைந்து, அவள் மிக லேசாக மட்டுமே விந்தி நடப்பது அவருக்கு இன்னமும் அடங்கா அதிசயம்தான்.

உண்மையிலேயே இந்த மருந்தெல்லாம் மாய வித்தைதான் செய்யுது.

உற்சாகமின்றி பத்ரா ஒரு பக்கம் முறைத்துக்கொண்டு நிற்க, சிவன் அவன் காதருகில் ஓதினார். ''எல்லாரையும் பத்திரமாப் பாத்துக்க. நான் வர்ற வரைக்கும் நீதான் தலைவன்.''

திகைத்துப் போய் பத்ரா ஓரடி பின்வாங்கினான். ''நான் உன் நண்பன்கிறதுக்காக நீ இவ்ளோ தூரம் போக வேண்டாம், சிவா.''

''போகத்தான் வேணும், முட்டாளே. என்னைவிட நீ எவ்வளவோ தெறமசாலி.''

கண்களில் திரையிட்ட கண்ணீரைச் சிவன் பார்க்குமுன், பத்ரா ஓரடி முன்னே வந்து, அவரைக் கட்டியணைத்துக்கொண்டான். ''இல்ல, சிவா. கனவுல கூட நான் அப்படி நெனைச்சதில்ல.''

''வாய மூடிட்டு, நான் சொல்லப்போறதைக் கவனமாக் கேளு,'' சிவனின் வார்த்தைகளைக் கேட்டு, பத்ரா சோகையாகப் புன்னகைத்தான். ''குணாக்களுக்கு இங்க எந்த ஆபத்தும் இருக்கறாப்புல தெரியலை. கண்டிப்பா கைலாய மலையளவு இல்லைங்கிறது நிச்சயம். அதையும் மீறி, உனக்கு உதவி தேவைன்னா, ஆயுர்வதியைக் கேளு. நம்ம மக்களுக்கு உடம்பு சரியில்லாதப்ப, அவங்களைக் கவனிச்சேன். ரொம்ப உத்வேகத்தோட, எல்லாருக்கும் உடல்நிலை சரியாகணும்னு தீவிரமா முயற்சி பண்ணாங்க. அவங்களை நம்பலாம்.''

தலையசைத்த பத்ரா, சிவனை இன்னொரு முறை தழுவிக்கொண்டு, அறையிலிருந்து சென்றான்.

ஆயுர்வதி கதவை மெல்லத் தட்டினாள். ''உள்ளே வர அனுமதியுண்டா, பிரபு?''

ஏழு நாட்களுக்கு முன் நடந்த அதிசய நிகழ்வுகளுப்பின் இப்போதுதான் அவள் சிவனின் பார்வைக்கு வருகிறாள். ஒரு வாழ்நாளே கழிந்துவிட்டது போலிருந்தது, அவளுக்கு. வழக்கமான கம்பீரச் சாயல் அவளிடத்தில் மிளிர்ந்தாலும், இப்போதென்னவோ அதில் ஒரு மாற்று குறைந்து, தடுமாற்றம் தெரிவது போலிருந்தது. தெய்வம் அபூர்வமாய் தன் திருக்கரங்களால் ஆசிர்வதிக்கும் மனிதப் பிறவிகளை ஒத்திருந்தது அவளது தோற்றம்.

''வாங்க, ஆயுர்வதி. அப்றம், இந்த 'பிரபு'வெல்லாம் வேணாமே? நான் இப்பவும் நீங்க கொஞ்சநாள் முன்னாடி சந்திச்ச அதே நாகரீகமில்லாத காட்டுமிராண்டிதான்.''

''அன்று நான் பேசியதைக் குறித்து மிகவும் வருந்துகிறேன், பெருமானே. நான் செய்தது பெரும் பிசகு. நீங்கள் என்ன தண்டனை கொடுத்தாலும் ஏற்றுக்கொள்ளத் தயாராய் இருக்கிறேன்.''

''என்னதாங்க ஆச்சு உங்களுக்கு? உண்மைய

சொன்னதுக்கு நான் ஏன் உங்களை தண்டிக்கணும்? இந்த நாசமாப்போற நீலக்கழுத்தால எல்லாமே மாறிப்போகணுமா?''

''விரைவில் அதற்கான காரணங்களை புரிந்து கொள்வீர்கள், பிரபு,'' தலைகுனிந்தவாறு கிசுகிசுத்தாள் ஆயுர்வதி. ''உங்களுக்காகப் பல நூற்றாண்டுகளாய்க் காத்திருக்கிறோம்.''

''நூற்றாண்டுகளாவா? புனித ஏரியே! ஏன்? இவ்வளவு புத்திசாலிகள் வாழற இந்த நாட்டுல நான் என்ன செஞ்சுற முடியும்?''

''அதைச் சக்ரவர்த்தி தெரிவிப்பார், பிரபு. ஒன்றே ஒன்று சொல்லிக்கொள்ள விரும்புகிறேன்: உங்களைப் பற்றி உங்கள் மக்களிடமிருந்து நான் தெரிந்துகொண்டது ஒன்று உண்டென்றால், அது இதுதான்: நீரே நீலகண்டராய் இருக்க முழுத் தகுதியுடையவர்.''

''மக்கள்ன உடனே ஞாபகம் வருது: எங்க ஜனத்துக்கு ஏதாவது பிரச்சனைன்னா, உங்ககிட்ட வரச் சொல்லி யிருக்கேன். பரவாயில்லையா?''

''அவர்களுக்குத் தேவையான அனைத்து உதவிகளையும் செய்வது என் பாக்கியம், பிரபு.''

இந்தியர்கள் மரியாதைப்பட்டோருக்கு வணக்கம் செலுத்தும் முறைப்படி, ஆயுர்வதி குனிந்து சிவனின் பாதங்களைத் தொட்டாள். மற்ற மெலூஹர்கள் இவ்வாறு செய்வதை எப்படியோ சகித்துக்கொள்ளப் பழகிவிட்ட சிவன், ஆயுர்வதி குனிந்த போது, சட்டென்று பின்வாங்கினார்.

''என்ன கண்றாவி இது, ஆயுர்வதி?'' அதிர்ந்தார். ''நீங்க ஒரு மருத்துவர். உயிர் கொடுக்கறவங்க. என் கால்ல விழுந்து இப்படி என்னைச் சங்கடப்படுத்தாதீங்க.''

சிவனை நிமிர்ந்து பார்த்த ஆயுர்வதியின் கண்களில் அளவு கடந்த மரியாதையும், பக்தியும் ஒளிவீசின. இவரல்லவா உண்மையில் நீலகண்டராயிருக்க முழுத் தகுதியுடைவர்!

'ராம்' என்ற வார்த்தை அங்குலம் விடாமல் அச்ச டித்திருந்த காவி நிறத் துணி ஒன்றை எடுத்துக்கொண்டு சிவனின் அறைக்குள் நுழைந்த நந்தி, அதை அவர் அணியுமாறு கேட்டுக்கொண்டார். தோளில் அதைச் சிவன்

போர்த்திக்கொள்ள, தேவகிரி நோக்கிய தங்கள் பயணம் தடையின்றி நிறைவேற நந்தி அவசரமாக தனக்குள் வேண்டிக்கொண்டார்.

''குதிரைகள் வெளியே ஆயத்தமாயிருக்கின்றன, பிரபு,'' என்றார் நந்தி. ''நீங்கள் தயார் என்றால், கிளம்பிவிடலாம்.''

''நந்தி,'' சிவன் பொறுமையிழந்தார். ''என் பேரு சிவான்னு எவ்வளவு தடவைதான் சொல்றது? நான் உங்க நண்பன் - பிரபு இல்ல.''

''கூடாது, பெருமானே,'' நந்தி பதறினார். ''நீங்கள் நீலகண்டர். நீங்கள்தான் என் பிரபு. உங்கள் பெயரை வாயாலும் நான் கூறலாமா?''

சிவன் கண்களை உருட்டிக்கொண்டு, ஆயாசத்துடன் தலையசைத்தார். ''ஆள விடுங்க.'' கதவை நோக்கித் திரும்பியவர், ''போலாமா?'' என்றார்.

''தாராளமாக, பிரபு.''

வெளியே, குதிரைகளின் மீது மூன்று வீரர்கள் பொறுமையாய் காத்திருக்க, அவர்களுக்கருகில், சேணங்கள் பூட்டி, மேலும் மூன்று குதிரைகள் ஆயத்தமாய் நின்றன. சிவன், நந்தி இருவருக்கும் ஒன்று; மூன்றாவது குதிரை, அவர்களது பொருட்களைச் சுமக்கும் பொருட்டு. அற்புதமாய் நிர்வகிக்கப்பட்ட மெலூஹ சாம்ராஜ்யத்தின் பிரதான சாலைகள் அனைத்திலும், பயணிகளின் சௌகர்யம் கருதி, பல இடங்களில் விடுதிகளும், பொருட்கள் வாங்க அங்காடிகளும் ஆங்காங்கு நிறுவப்பட்டிருந்தன. ஒரே ஒரு நாளிற்குத் தேவையானவற்றை மட்டும் வைத்துக்கொண்டே, தேசத்தில் புழக்கத்திலிருந்த பணத்தைக் கொடுத்து வேண்டியவற்றை வாங்கியபடி மாதக்கணக்காக மெலூஹர்கள் பயணம் செய்யமுடியும்.

ஒரு புறம் படிகள் கொண்ட சிறிய மேடைக்கருகே நந்தியின் குதிரை கட்டப்பட்டிருந்தது. குதிரையேற சிரமப்படும், சற்று பருமனானவர்களுக்கென பிரத்யேகமாய் அமைக்கப்பட்ட மேடை அது. நந்தியின் ஏராளமான உடலையும், பரிதாபமாய் நின்ற அவரது குதிரையையும் மாறி மாறிப் பார்த்த சிவன், மீண்டும் நந்தியை நோக்கினார்.

''பிராணி வதைக்கு எதிரா மெலூஹாவுல எந்தச் சட்டமும் இல்லியா?'' 'இந்தப் பூனையும் பால் குடிக்குமா' என்பது போல் முகத்தை வைத்துக்கொண்டு கேட்டார் சிவன்.

''இருக்கின்றன, பிரபு. மிகக் கடுமையான சட்டங்கள். **அனைத்து** உயிர்களும் மெலூஹாவில் பாதுக்காக்கப்படுகின்றன. இன்னும் சொல்லப்போனால், எந்த பிராணியை எப்போது, எங்கே கொல்லலாம் என்றுகூட விதிமுறைகள் ...''

சட்டென்று நந்தி நிறுத்தினார். மூளை சற்று மெதுவாக வேலை செய்யும் அவருக்கு சிவனின் நகைச்சுவை புரிய அவகாசம் பிடித்தது. புரிந்தவுடன் இருவரும் ஆரவாரத்துடன் சிரிக்க, சிவன் நந்தியின் முதுகில் ஓங்கி ஒரு அறை வைத்தார்.

இமய மலையின் அடிவாரத்தை எட்டியவுடன் 'ஹோ'வென்ற இரைச்சலுடன் மீண்டும் இடி போல் தரையிறங்கிய ஜேலம் நதியின் கரையோரமாய்ச் சென்றது சிவனின் பரிவாரம். பசுங்கம்பளம் போல் கண்ணைப் பறிக்கும் வகையில் பரந்து விரிந்த சமவெளிகளை எட்டியவுடன், நதியின் அபரிமிதமான வேகம் குறைந்து, சற்று அமைதியாகச் சென்றது. சீற்றம் தணிந்த அதன் போக்கைப் பயன்படுத்திக்கொண்டு, பரிவாரம் அங்கு புழங்கிய பல படகுகளில் ஒன்றில் அமர்ந்து, நதிவழியே ப்ரஹதேஷ்புரத்தை வந்தடைந்தனர்.

அங்கிருந்து, அவர்களது பாதை நேர் கிழக்கில், சாம்ராஜ்யத்தின் வட பகுதியின் இதயம் என்றே அழைக்கப்பட்ட *பஞ்சாப்* பிரதேசத்தின் குறுக்கே சென்றது. பஞ்சாப் - பஞ்ச நதிகள், அதாவது, *ஐந்து நதிகளின் இருப்பிடம்* - இண்டஸ், ஜேலம், சேனாப், ரவி மற்றும் பீஸ். சற்றே கிழக்காகப் பாய்ந்த நான்கு நதிகள், மேற்கே, வெகு தூரத்தில், தனியே இராஜநடை போட்ட இண்டஸ் நதியை இறுக்கியணைத்துக்கொள்ளும் அவசரத்துடன் பரபரத்தன. பஞ்சாப்பின் மிக வளமான சமவெளிகளினூடே சுற்றி வளைத்து, பல சுவாரஸ்யமான பாதைகளைக் கடந்த பிறகே அவற்றுக்கு அந்த சந்தர்ப்பம் கிட்ட - அதை நழுவ விடாமல், ஆரவாரமும் இரைச்சலுமாய் இண்டஸ் நதியுடன் கைகோர்த்தன. அந்த மிகப்பெரும் நதியோ, இவற்றிலெல்லாம் திருப்தியடையாததுபோல், அனைத்தையும் உள்வாங்கிக்கொள்ளும் பிரம்மாண்டமான கடலைச் சென்று சேர்வதிலேயே நிம்மதி கண்டது. இப்பேர்ப்பட்ட கடல் இறுதியில் சென்று சேரும் இடம்தான்

இன்னும் யாரும் அறியாத புதிர்.

''இந்த 'ராம்'ங்கிறது என்ன?'' தன் மீது போர்த்தியிருந்த காவித்துணியில் இடம்விடாமல் அச்சடித்திருந்த வார்த்தையை உற்றுப் பார்த்தார் சிவன்.

அவர்களது பரிவாரத்தின் மற்ற மூன்று வீரர்களும், சிவன் மற்றும் நந்திக்குச் சற்று முன்னால் சென்றனர். இவர்களது பேச்சு சுலபத்தில் கேட்காத, ஆனால், ஆபத்து என்றால் சட்டென்று சுற்றி வளைத்துக்கொள்ளக்கூடிய தூரத்தில், மெலூஹர்களின் படைக் கோட்பாடுகளுக்கேற்ப பயணித்தனர்.

''எங்கள் வாழ்க்கை முறையை நிர்மாணித்தவர்தான் இராமபிரான், பிரபு,'' என்றார் நந்தி. ''சுமார் ஆயிரத்து இருநூறு வருடங்களுக்கு முன் வாழ்ந்தவர். எங்கள் சமூக அமைப்பு, திட்டங்கள், கொள்கைகள் - அனைத்திற்கும் உயிர் கொடுத்தவர். அவரது ஆட்சியை 'ராமராஜ்யம்' என்போம். ஒரு சமூகத்தின் அனைத்து அங்கத்தினருக்கும் எல்லா வகையிலும் உவப்பான, உயர்வான வாழ்வை அமைத்துக்கொடுக்க என்னவெல்லாம் அவசியமோ, அவை அவரது ஆட்சியில் இடம்பெற்றிருந்தன. எங்களைப் பொறுத்தவரை, ஒப்புயர்வற்ற ஒரு சாம்ராஜ்யம் எப்படி உருவாகி, நடைபெற வேண்டுமென்பதற்கு ராமராஜ்யமே ஆதாரம். இன்றும் அவர் உருவாக்கிக் கொடுத்த வழிமுறைகளைப் பின்பற்றியே மெலூஹ சாம்ராஜ்யம் நடக்கின்றது. ஜெய் ஸ்ரீ ராம்.''

''என்ன அற்புதமான மனிதரா இருந்திருக்கணும்! இந்த பூமியில இப்பேர்ப்பட்ட ஒரு சொர்க்கத்தை உருவாக்கினாரே?''

இந்த வார்த்தைகளைச் சொன்ன போது, சிவன் அவற்றை உண்மையென நம்பினார் என்றுதான் சொல்லவேண்டும். சொர்க்கம் என்று ஒன்று எங்கேயேனும் உண்டென்றால், அது மெலூஹாவைப் போல்தான் இருக்க வேண்டும் என்று தோன்றியது. என்ன இல்லை இந்தத் திருநாட்டில்? அனைத்து வளங்களும், செல்வமும் செழிப்பும் போட்டி போட்டுக்கொண்டு மக்களுக்கு ஊழியம் செய்த அற்புதமான தெய்வ பூமியல்லவா இது? இங்கே சொர்க்கமே வந்து வாசம் செய்யக்கேட்குமே? அவ்வளவு அற்புதமான தேசமல்லவா இது? மிக நியாயமான சட்டதிட்டங்களுக்கு உட்பட்ட இந்த நாட்டின் கொள்கைகளை சக்ரவர்த்தி உட்பட மெலூஹ பிரஜைகள் ஒவ்வொருவரும் மதித்து வாழ்ந்தனர். நன்கு

உண்டு, உடுத்தி, செல்வம், ஆரோக்கியம் ஆகியவற்றை நிறைவாகப் பெற்ற ஏறக்குறைய எண்பது கோடி மக்களைக் கொண்டது இந்த நாடு. அவர்களின் சாதாராண அறிவாற்றலே பொதுவாகக் கூடுதலாகத்தான் இருந்தது. எதையும் சற்றுத் தீவிரமாக அணுகுபவர்கள்தான் - ஆனால், ஒரு போதும் மரியாதை தவறியதே இல்லை. பிரச்சனைகள் மருந்திற்கும் இல்லாத சமூகம் போலத்தான் தெரிந்தது. இங்கே வாழ்பவர் அனைவரும் அவரவர் பொறுப்பை அறிந்தவராக, அப்பழுக்கில்லாமல் பணியாற்றினர். ஆற்றவேண்டிய கடமைகள் குறித்து கவனமாக - ஏன், அதே குறியாக இருந்தவர்கள்தான் அதிகம்.

சிவனுக்கு அப்போது ஒரு உண்மை பளிச்சென்று விளங்கியது: ஆற்ற வேண்டிய கடமைகள் குறித்து அவரவருக்கே அக்கறை இருந்தால், யாரும் இன்னொருவரது உரிமை, கிடைக்க வேண்டிய நியாயம், நடக்காத பணி, இவற்றைக் குறித்துப் போராட்டம் நடத்தத் தேவையில்லை. ஒருவர் புரியும் கடமைகளினால், இன்னொருவருடைய உரிமைகள் தாமாகவே பாதுகாக்கப்படுகின்றன அல்லவா?

இராமபிரான் உலகிற்சிறந்த ஞானிதான்! சந்தேகமில்லை.

நந்தியின் வாக்கை சிவனும் எதிரொலித்தார். ''ஜெய் ஸ்ரீ ராம்.''

அரசாங்கப் படகுத்துறையில் குதிரைகளை நிறுத்தியபிறகு, ஹரியுபா நகருக்கருகில் ரவி நதியைக் கடந்தனர். ஹரியுபா. ஹரியின் நகரம். சிவனுடன் வந்த வீரர்கள் நதியின் இக்கரையில் இருந்த படகுத்துறையிலிருந்து புதிய குதிரைகளைச் சம்பாதித்து சற்று தொலைவில் தயாராய் வீற்றிருக்க, அப்பால் கொஞ்சம் தாமதித்தவாறு சிவன் ஹரியுபாவின் அழகை இரசித்தார். ஸ்ரீநகரைவிடப் பெரிதாய், வெளிப்பார்வைக்கு மிகப் பிரமாதமாக ஜொலித்தது. இந்த அற்புத நகரத்தைச் சுற்றிப் பார்த்துவிட வேண்டும் என்ற ஆவலை சிவன் கட்டுப்படுத்திக்கொண்டார். இங்கே தாமதித்தால், தேவகிரி செல்ல நாளாகும். நகருக்கு அருகே, இன்னொரு பிரம்மாண்டமான மேடை கட்டுவதற்கான பணிகள் வேகமாய் நடந்துகொண்டிருப்பதைக் கண்ணுற்றார். ஹரியுபாவின் மக்கள் தொகை மிகப் பெருத்துவிட்டதால், அதிகமானோரைக் குடியேற்றும் பொருட்டு, நகரையே

விஸ்தரித்துக்கொண்டிருந்தனர்.

இந்த அற்புதமான மேடைகளை என்ன மாயம் பண்ணிக் கட்றாங்களோ, தெரியலை!

திரும்பி வரும்போது, இந்தக் கட்டுமானப் பணியை அருகிலிருந்து பார்த்தேவிடுவது என்று சிவன் தீர்மானம் செய்துகொண்டார்.

சற்று தூரத்தில், படகுத்துறைத் தலைவன் ஜாட்டா, குதிரையில் அமர மேடையேறிக்கொண்டிருந்த நந்தியிடம் பேச்சுக் கொடுத்துக் கொண்டிருந்தான்.

''ஜ்ராதாக்கிரி வழி செல்லும் பாதையை மறந்தும் தொட்டுவிட வேண்டாம்,'' எச்சரித்தான். ''நேற்றிரவு தீவிரவாதிகளால் கடுமையாகத் தாக்கப்பட்டனர். அத்தனை அந்தணர்களும் கொல்லப்பட்டனர்; கோயில் தீக்கிரையானது. வழக்கம்போல், உதவிக்கு வீரர்கள் வருமுன் தீவிரவாதிகள் ஓட்டமெடுத்துவிட்டனர்.''

''அக்னி பகவானே! என்றுதான் நாம் இவர்களைத் திருப்பித் தாக்கப்போகிறோம்?'' சகிக்க முடியாத ஆத்திரத்துடன் நந்தி சீறினார். ''நாம்தான் அவர்கள் நாட்டைச் சென்று தாக்கவேண்டும்!''

''இந்திர பகவானின் பெயரால் சபதம் செய்கிறேன் - அந்தக் கேவலமான சந்திரவம்சித் தீவிரவாதிகள் எவரேனும் மட்டும் என் கையில் சிக்கட்டும் - வெட்டிக் கண்டதுண்டமாக்கி உடல்களை நாய்களுக்கு இரையாக்கிவிடுவேன்,'' ஜாட்டா கைகளை முறுக்கி முஷ்டியாக்கி கர்ஜித்தான்.

''நாம் சூர்யவம்சிகளின் வழிவந்தவர்கள், ஜாட்டா!'' என்றார் நந்தி. ''அவர்களைப் போல் நாகரீகமற்ற செயல்களை நாம் எண்ணிப் பார்க்கவும் கூடுமா?''

''அந்தத் தீவிரவாதிகள் மட்டும் யுத்தமுறைகளைப் பின்பற்றிக்கொண்டா நம்மைத் தாக்குகிறார்கள்? நிராயுதபாணிகளை நிர்தாட்சண்யமாக அவர்கள் கொல்வதில்லையா?''

''நாமும் அதையே செய்ய வேண்டியதில்லை, தளபதி,'' நந்தி மறுத்துத் தலையசைத்தார். ''என்ன இருந்தாலும், நாம் மெலூஹர்கள்.''

ஜாட்டா மறுத்துப் பேசவில்லை. சற்று தூரத்தில் நந்திக்காகக் காத்துக்கொண்டிருந்த சிவனின் மீது அவன் கவனம் சென்றது. ''அவர் உங்கள் குழுவைச் சேர்ந்தவரோ?''

''ஆம்.''

''ஜாதிக் குறியீடு எதையும் காணவில்லையே? புதிதாகப் புலம்பெயர்ந்து வந்தவரோ?''

''ஆம்.'' சிவனைப் பற்றிய இந்தக் கேள்விகள் நந்தியை மிகுந்த தர்மசங்கடத்திற்குள்ளாக்கின.

''அதுவும் தேவகிரி வேறு செல்கிறீர்கள்?'' ஜாட்டாவின் குரலில் சந்தேகம் வலுத்திருந்தது. சிவனின் கழுத்தைச் சுற்றிக் கட்டியிருந்த பட்டியைக் கூர்ந்து நோக்கினான். ''ஸ்ரீநகரிலிருந்து என்னென்னவோ வதந்திகளைச் சில காலமாகக் கேள்விப்படுகிறேன் ...''

நந்தி சட்டென்று இடைமறித்தார். ''உங்கள் உதவிகளனைத்திற்கும் மிக்க நன்றி, தளபதி ஜாட்டா.''

மேற்கொண்டு சந்தேகக் கணைகளை ஜாட்டா தொடுக்குமுன் சட்டென்று மேடையேறிக் குதிரை மீதமர்ந்த நந்தி, சிவனிடத்தில் விரைந்தார். ''நாம் உடனே கிளம்ப வேண்டும், பிரபு.''

சிவன் காதில் இது விழுந்ததாகத் தெரியவில்லை. சற்று தொலைவில், கம்பீரம் மிகுந்த தளபதி ஜாட்டா, சட்டென்று தரையில் மண்டியிட்டதை பிரமிப்புடன் பார்த்தார். சிவனை நேராக நோக்கியவன், கரங்களைக் குவித்து மிகுந்த பணிவுடன் நமஸ்கரித்தான். வாய்க்குள் எதையோ அவசரமாக முணுமுணுத்துக்கொண்டிருப்பது போல் தோன்றியது. இவ்வளவு தொலைவிலிருந்து சரியாகத் தெரியவில்லை - அந்தத் தளபதியின் கண்களில் தெரிவ தென்ன கண்ணீரா? அழுகிறானா என்ன? புரியாமல் தலையசைத்தார். ''ஏன்?''

''நாம் இப்போதே கிளம்புவது உசிதம், பிரபு,'' நந்தி குரலைச் சற்று உயர்த்தினார்.

நந்தியை நோக்கித் திரும்பிய சிவன், தலையாட்டிவிட்டு, குதிரையை உதைத்துக்கொண்டு கிளம்பினார்.

நூல் பிடித்தது போல் நேராகச் சென்ற பாதையில் சிவன் இடதுபக்கம் பார்த்தபடி பயணித்தார். இந்தப்புறம், மிகுந்த பிரயாசையுடன், ஆனால், விடப்பிடியாக நந்தியைச் சுமந்தபடி வந்தது அவரது குதிரை. பின்னால், அளவெடுத்தது போன்ற தூரத்தில் மூன்று குதிரைவீரர்கள். மிக அருகிலும் இல்லை; அதி தொலைவிலும் இல்லை.

மீண்டும் நந்தியைப் பார்த்தார். அவர் அணிந்திருந்த ஆபரணங்கள் வெறும் அழகிற்கு அல்ல என்றே தோன்றியது. தடித்த வலது கையின் மேற்பகுதியில் இரு கங்கணங்கள். முதலாவதில் பொறித்திருந்த குறியீட்டை சிவனால் இன்னதென்று அடையாளம் காண முடியவில்லை. இரண்டாவதில் ஏதோ விலங்கின் உருவம். காளையாக இருக்கலாம். கழுத்தில் தொங்கிய நீண்ட தங்க மாலையில், கதிர்வீசும் சூரியனைப் போன்ற பதக்கம் கோர்த்திருந்தது. மற்றொன்று கபில நிறத்தில், சற்றே நீளவாக்கில், விதை போலிருந்தது. அதில் சிறு கீறல்கள் போல ஏதோ.

''நீங்க போட்றுக்கற நகைகளைப் பத்தியாவது சொல்ல முடியுமா - இல்ல, அதுவும் அரசாங்க ரகசியமா?'' கேலியாகக் கேட்டார் சிவன்.

''தாராளமாய்ச் சொல்லலாம், பிரபு,'' நந்தி ஆர்வமாகப் பதிலளித்தார். ''இது இருக்கிறதே,'' தன் உருண்டு திரண்ட கரத்தில் பட்டு போன்ற தங்க நூலால் கட்டப்பட்டிருந்த முதல் கங்கணத்தைக் காட்டினார். ''இது என் ஜாதியைக் குறிக்கிறது. இதில் வரைந்திருக்கும் கோடுகள், பரமாத்மா, அதாவது முழுமுதற் கடவுளின் தோள்களைக் குறிக்கும். நான் க்ஷத்ரியன் என்று அர்த்தம்.''

''இதே மாதிரி, மத்த ஜாதிகளைக் குறிக்கிறதுக்கும் பிசகில்லாத, கச்சிதமான விதிமுறைகள் இருந்தாகணுமே?''

''மிகச் சரி. தாங்கள் அபரிமிதமான அறிவுத்திறன் படைத்தவர், பிரபு.''

''அதெல்லாம் இல்ல. உங்க நடவடிக்கைகளைக் கணிக்கிறது ரொம்ப ரொம்ப சுலபம். அவ்ளோதான்.''

நந்தி புன்னகைக்க, சிவன் தொடர்ந்தார். ''அதெல்லாம் என்னென்ன?''

''எவையெல்லாம் என்னென்ன?''

''பிராமணர்கள், வைஸ்யர்கள், சூத்திரர்கள் - இவங்களோட குறியீடு.''

''பரமாத்மாவின் தலையைக் குறிப்பது போலக் கோடுகள் வரையப்பட்டிருந்தால், அணிந்திருப்பவர் பிராமணர் என்று அர்த்தம். அதுவே, தொடைகளைக் குறிப்பது போல் இருந்தால், வைஸ்யர்கள். பரமாத்மாவின் பாதங்களைப் போல் இருந்தால், சூத்திரர்களைக் குறிக்கும்.''

''சுவாரசியமாத்தான் இருக்கு,'' சிவன் புருவத்தைச் சுருக்கினார். ''ஆனா, இதுல சூத்திரர்களுக்கு கண்டிப்பா

வருத்தம் இருந்திருக்குமே?''

நந்தி ஆச்சர்யமடைந்தவராய் சிவனை ஏறிட்டார். பன்னெடுங்காலமாய் வழக்கிலிருந்து வரும் ஒரு குறியீட்டை சூத்திரர்கள் ஏன் வெறுக்க வேண்டும் என்று அவருக்குப் புரியத்தான் இல்லை. ஆனால், பெருமானை எதிர்ப்பது முறையாகுமா? மௌனமாக இருந்தார்.

''இன்னொரு கங்கணம்?''

''இது நான் தேர்ந்தெடுத்த வகுப்பைக் குறிக்கும். ஒவ்வொரு வகுப்பும் அதனதன் தகுதிக்கேற்ற தொழிலையே தேர்ந்தெடுத்து, செய்யும். இருபத்தைந்து வயதை எட்டியவுடன், ஒவ்வொரு மெலூஹனும் தன் தாய் தந்தையர் அறிவுரைப்படி, தனக்குப் பொருத்தமான தொழில் ஒன்றைப் புரிய விண்ணப்பிப்பான். பிராமணர்கள் பறவை வகைகளுக்குள் தேர்வு செய்வார்கள்; க்ஷத்ரியர்கள், விலங்கினங்களை நோக்கிச் செல்வார்கள். வைஸ்யர்களுக்கு மலர்கள்; சூத்திரர்களுக்கு மீன். மிகக் கடினமான தேர்வு ஒன்றைக் கடந்து வந்த பிறகே, ஒதுக்கீட்டுத் துறை அவரவருக்கான வகுப்பை அளிக்கும். ஒவ்வொருவருக்கும், இயற்கையான திறன் மற்றும் சாதிக்க விரும்பும் துறை ஆகியவற்றை மனதில் கொண்டே வகுப்புகள் ஒதுக்கப்படும். நம் தகுதிக்கு மீறிய வகுப்பைத் தேர்ந்தெடுத்துக்கொண்டால், நம் திறனும் சாதனைகளும் என்றென்றைக்கும் அவ்வகுப்பின் பிற உறுப்பினர்களினின்று தாழ்ந்தே இருக்கும் அவமானத்தை அனுபவிக்க வேண்டி வரும். அதற்காக, மிகத் தாழ்ந்த வகுப்பை தேர்ந்தெடுத்தால், அது நம் முன்னேற்றதை நாமே குறுக்கே விழுந்து தடுத்துக்கொண்டதற்குச் சமம். நான் தேர்ந்தெடுத்த வகுப்பு, காளை. அதைத்தான் இந்தக் கங்கணம் குறிக்கின்றது.''

''கேக்கறேனேன்னு தப்பா நெனைக்காதீங்க - உங்க க்ஷத்ரிய ஜாதியில, இந்தக் காளை எதைக் குறிக்குது?''

''வேங்கை அல்லது யானை அளவு உயர்வில்லா விட்டாலும், எலி, பன்றியளவு தாழ்வும் இல்லை!''

''என்னைப் பொறுத்தவரை, ஒரு காளை மாடு சிங்கம், புலி, யானை, எதையும் ஜெயிக்கும்,'' சிவன் புன்னகைத்தார். ''அது சரி, உங்க மாலையில இருக்குற பதக்கங்கள்ளாம் என்னென்ன?''

''இந்தக் கபில நிற விதை, இறுதியாக வந்த மகாதேவரை - ருத்ர பகவானை -குறிக்கிறது. உயிர்களைக் காப்பது, புதிதாக உருவாக்குவது - இவற்றின் குறியீடு. இதில்

ஒளிந்திருக்கும் உயிர்ச்சக்தியை தெய்வ அஸ்திரங்களால்கூட அழிக்க முடியாது.''

''அந்த சூரியன்?''

''சூர்யவம்சி அரசர்களை - அதாவது, சூரியனின் வழித்தோன்றல்களை - வழிபடுபவன் என்று பொருள், பிரபு.''

''என்னது? அதாவது, சூரியன் மேலருந்து எறங்கி வந்து, யாரோ ஒரு ராணிகிட்ட ...'' சிவன் கேலியாய்த் தொடங்க, நந்தி சிரித்தார்.

''அப்படியில்லை, பிரபு. நாங்கள் சூரியனைக் கொண்டு கணக்கிடப்பட்ட ஆண்டுக்குறிப்பேட்டை கடைப் பிடிக்கிறோம் என்றுதான் அர்த்தம். சூரியனின் பாதையை பின்பற்றி நடப்பவர்கள் என்றும் வைத்துக்கொள்ளலாம். உலக வாழ்வைப் பொறுத்தவரை, தைரியம் நிறைந்தவர்கள்; எதிலும் உறுதியாய் நிற்பவர்கள். உயிரே போனாலும் வாக்குத் தவறமாட்டோம்; வார்த்தை மீறமாட்டோம். சட்டத்தை எப்போதும், எக்காரணம் கொண்டும் மீறமாட்டோம். நியாயமற்று நடப்போரிடத்திலும்கூட நியாயத்தைக் காட்டுவதே எங்கள் பண்பாடு. சூரியனைப் போல், நாங்களும் யாரிடமும் எதையும் பெறுவதில்லை; அளிக்க மட்டுமே செய்வோம். நாங்கள் ஆற்ற வேண்டிய கடமைகள் எங்கள் உயிரிலேயே பசுமரத்தாணி போல் பதிந்திருப்பதால், என்றும் அவற்றை மறக்கவொட்டோம். சூர்யவம்சியாக இருப்பதென்றால், நியாயமாக, நேர்மையாக, தைரியமாக - எல்லாவற்றுக்கும் மேல் - உண்மைக்கு மட்டுமே பாதுகாவலர்களாகச் செயல்படுவது என்றுதான் பொருள்.''

''பெரிய விஷயம்தான்! இராமபிரானும் சூர்யவம்சி ராஜாதானே?''

''வெகு நிச்சயமாக,'' நந்தி பெருமிதத்துடன் நெஞ்சு நிமிர்த்தினார். ''அவர்தான் சூர்யவம்ச அரசர். ஜெய் ஸ்ரீ ராம்.''

''ஜெய் ஸ்ரீ ராம்,'' சிவன் எதிரொலித்தார்.

தேவகிரி நோக்கி நேராக நீண்ட பாதையில் இறுதியாக அவர்கள் கடக்க வேண்டிய நதியாக பீஸ் எதிர்கொண்டழைக்க; நந்தியும் சிவனும் படகில்

மறுகரைக்குச் செல்ல ஏறினார்கள். அவர்களுடன் துணையாக வந்த வீரர்கள் அடுத்த படகில் வரக் காத்திருந்தனர்.

முந்தைய நாளிரவு எதிர்பாராமல் பெய்த பெருமழையில், அன்று ஒரு நாள் மட்டும் ஓடம் செலுத்துவதையே நிறுத்திவிட்டால் என்ன என்று படகுத்துறைக் காவலன் யோசிக்குமளவு, பீஸ் நதியில் வெள்ளம் பெருக்கெடுத்து ஓடியது. ஆனால், காலை முதல் வானம் வெளிவாங்கிவிட்டதில், ஓடங்கள் செல்ல அனுமதியளித்தான். படகோட்டி தவிர, இன்னும் இருவருடன் சிவனும் நந்தியும் ஏறிக்கொண்டனர். மறுகரையில் புதிய குதிரகள் சம்பாதித்துக்கொள்ளும் பொருட்டு, இப்போது இருந்தவற்றை இந்தப் படகுத் துறையிலேயே விட்டுவிட்டனர்.

மறுகரை எட்டிவிடும் தூரத்தில் இருந்த போது, சடசடவென்று எதிர்பாராமல் பெருமழை கொட்டியது. திடீரென்று காற்று வேகமெடுக்க, நிலைகொள்ளாமல் தவித்த படகைக் கட்டுக்குள் கொண்டுவந்து கரையை எட்டப் படகோட்டி போராடினாலும், நதி அவனுக்குக் கைகொடுக்கவில்லை. படகு இயற்கையின் சீற்றத்தைச் சமாளிக்க முடியாமல் சுற்றிச்சுழல, சிவனை ஜாக்கிரதையாய், கீழே படுக்கும்படிக் கூற நந்தி கையை நீட்டினார். பருமனான உடல்வாகுள்ள அவர் ஒரு புறம் சாய்ந்ததால் படகு நிலைதவற, தடாலென்று நீருக்குள் குப்புற விழுந்தார்.

மற்ற பிரயாணிகளையாவது காப்பாற்றும் பொருட்டு, படகை நிலைநிறுத்தப் படகோட்டி துடுப்பை மிக வேகமாக வலித்தான். கூடவே, இம்மாதிரி அவசர காலத்திற்கென்றே படகில் இருந்த சங்கை ஊதி, மறுகரைப் படகுத்துறையிடம் உதவி கேட்கும் புத்திகூர்மையும் அவனுக்கு வாய்த்திருந்தது. நந்தியைக் காப்பாற்றும் உத்வேகம் மற்ற பிரயாணிகளுக்கு இருந்தாலும், அவரது ஆகிருதி அவர்களை யோசிக்க வைத்தது. நந்தியின் பொருட்டு நீரில் குதித்தால், தாங்களும் மூழ்க நேரலாம் என்பதை உணர்ந்தனர்.

சிவனுக்கு அப்படிப்பட்ட தயக்கம் ஏதுமில்லை. விருட்டென்று காலணிகளைக் கழற்றி வீசி, அங்கவஸ்திரத்தை எறிந்துவிட்டு, கொந்தளித்துக்கொண்டிருந்த நதி நீரில் குதித்தார். லாகவமாய் நீந்தி, தத்தளித்து, ஏறக்குறைய மூழ்கும் நிலையிலிருந்த நந்தியிடம் வந்து சேர்ந்தார்.

நீருக்கு மேல் அவரை இழுக்கவே, சிவன் தன் பலம் அத்தனையும் பயன்படுத்த வேண்டியிருந்தது. தண்ணீரில் மிதந்தாலும், நந்தியின் கனம் சாமானியமானதாக இல்லை. ஸ்ரீநகரின் முகாமில் கழித்த முதல் இரவுக்குப் பின், சிவனின் ஆரோக்கியமும் தேகக்கட்டும் பலமடங்கு அதிகரித்திருந்தது இந்த விஷயத்தில் நல்லதாகப் போயிற்று. நந்திக்குப் பின்னால் நகர்ந்து அவரது மார்பின் குறுக்காக கைகளைக் கொடுத்து, இறுக அணைத்துக்கொண்டு, இன்னொரு கையை வீசி கரை நோக்கி நீந்த முயன்றார். நந்தியின் பளு அவரது வேலையைக் கடினமாக்கினாலும், எப்படியோ அவரை இழுத்துக்கொண்டு கரை வந்து சேரவும், படகுத்துறையிலிருந்து அவசர உதவிக் குழு விரைந்து வரவும் சரியாக இருந்தது. நினைவிழந்துவிட்ட நந்தியின் உடலைக் கரையில் இழுத்துப் போட சிவன் உதவினார்.

அப்போது, சிவன் அதுவரை காணாத அதிசயம் ஒன்றை அவசர உதவிக்குழு நிகழ்த்தினர். ஒருவர் நந்தியின் மார்பை ஒருவித தாளகதிக்கு உட்பட்டதுபோல் ஒன்று, இரண்டு, மூன்று என்று ஐந்து வரை அழுத்த, அவர் முடிக்கக் காத்திருந்து இன்னொருவர் நந்தியின் உதட்டோடு தன்னுதடு பொறுத்தி, மூச்சை உள்ளுக்குள் ஆழமாகச் செலுத்தினர். இதேபோல் பலமுறை திரும்பத் திரும்பச் செய்தனர். நடப்பது என்னவென்று சிவனுக்குச் சரியாகப் புரியாவிட்டாலும், இம்மாதிரி சிகிச்சை முறைகளில் மெலூஹர்களுக்கு இருந்த தேர்ச்சியில் அவருக்கு நம்பிக்கை மிகுந்திருந்தது.

சில பல நீண்ட, கவலை தோய்ந்த நிமிடங்கள் கடந்தபின், ஏக்பட்ட நீரை இருமி வெளியேற்றியபடி, நந்தி சட்டென்று கண்விழித்தார். முதலில் கொஞ்சம் குழப்பத்துடன் சுற்றுமுற்றும் வெறித்தாலும், திடீரென்று நினைவு வந்தவராய், சிவனை நோக்கித் திரும்பினார். ''பிரபு! என் பின்னே நீங்கள் நீரில் குதிக்கலாமா?'' அலறினார். ''உங்கள் உயிரை இப்படி ஆபத்திற்குட்படுத்தலாமா? அதுவும் என் பொருட்டு? கூடவே கூடாது!''

திகைத்துப்போன சிவன் நந்தியின் பக்கத்தில் அமர்ந்து, முதுகைத் தாங்கினார். ''கொஞ்சம் அமைதியாயிருங்க, நந்தி,'' என்றார், மெல்ல.

சிவனின் இந்த அறிவுரையை முழுமையாய் ஒப்புக்கொண்ட அவசர உதவிக்குழுவினர், நந்தியை ஒரு கட்டிலில் வைத்து, படகுத்துறையை ஒட்டினாற்போல் இருந்த விருந்தினர் ஓய்வு விடுதிக்குத் தூக்கிச் சென்றனர்.

இதற்குள், மற்ற பிரயாணிகள் சிவனை குறுகுறுப்புடன் நோக்க அவகாசம் கிடைத்திருந்தது. பருமனான ஆள், மெலூஹ இராணுவத்தில் உயரதிகாரி என்பதற்கு அவர் கையில் கட்டியிருந்த கங்கணங்களே சாட்சி. ஆனால் அவரோ, இந்த வெள்ளைத்தோல் கொண்ட, ஜாதிக் குறியீடு ஏதுமற்ற மனிதனை, ''பிரபு!'' என்றழைக்கிறார்! என்ன காரணம்? யாருக்கும் புரியவில்லை. ஆனால், அதைப் பற்றி என்ன? அந்த வீரர் உயிருக்கு இனி ஆபத்தில்லை; அது போதும். சிவன் மருத்துவக் குழுவைத் தொடர்ந்து விருந்தினர் மாளிகைக்குச் செல்ல, மற்றவர்கள் கலைந்து அவரவர் வழி சென்றனர்.

3

அவர் வாழ்வில் அவள் வந்தாள்

சிகிச்சையின் பொருட்டு அளிக்கப்பட்ட மருந்துகள் வேலை செய்த அடுத்த சில மணி நேரங்களுக்கு, நந்தி முழுநினைவுடன் இருந்தார் என்று கூற முடியாது. கடும் ஜுரம் விசிறியடிக்க, அவரது நெற்றியில் ஈரத்துணிகளை மாற்றி மாற்றி வைத்து, சிவன் அதைக் கட்டுக்குள் கொண்டுவர முயன்றார். ஜுர வேகத்தில் அரைகுறையாகப் பிதற்றியவாறு நந்தி இப்படியும் அப்படியுமாகப் புரண்டது வேலையைக் கடினமாக்கியது.

''எத்தனை நாட்கள்... தேடிக்கொண்டிருந்தேன்... எத்தனை... எத்தனை காலம்... நூறு வருடம்... கிடைப்பார் என்று - என்று நினைக்கவில்லை... ஜெய் ஸ்ரீ ராம்...''

ஜுரத்தைக் குறைக்கும் முயற்சியில் சிவன் இவற்றை யெல்லாம் பெரிதாகக் கண்டுகொள்ளவில்லையென்றாலும் - ஏதோவொன்று அவர் கவனத்தை ஈர்த்தது.

நூறு வருஷமா தேடிக்கிட்டிருக்காரா?

சிவன் புருவத்தைச் சுருக்கினார்.

இந்த ஜுரம் நல்லா மூளையைக் குழப்பிவிட்டுருக்கு! இருவது வயசுக்கு மேல சொல்ல முடியாதே நந்திக்கு?

''நூறு - நூறு வருடங்களாகத் தேடிக்கொண்டிருக்கிறேன் ...'' நந்தி இன்னமும் நினைவின்றிப் பிதற்றிக்கொண்டிருந்தார். ''... நான்... நீலகண்டரைக் கண்டுபிடித்தது... நான்...''

சற்று நேரம் சிவன் நந்தியைக் கண்கொட்டாமல் வெறித்தார். பிறகு, தலையைக் குலுக்கிக்கொண்டு, பணி விடைகளைத் தொடர்ந்தார்.

பீஸ் நதிக்கரையோரமாய், வழிகாட்டி மரங்கள் நிறைந்த, அழகாய்ப் பாவப்பட்ட சாலையில் சிவன் ஏறக்குறைய ஒரு மணி நேரமாக நடந்துகொண்டிருந்தார். ஊரைச் சுற்றிப் பார்க்க வேண்டுமென்று ஆசையில், இப்போது தேகநிலை சற்று முன்னேற்றமடைந்திருந்த நந்தியின் அறிவுரையை மீறி, விருந்தினர் மாளிகையை விட்டுத் தனியே உலாவப் புறப்பட்டாயிற்று. நந்தியின் உடல்நிலைக்கு எந்த ஆபத்துமில்லையென்றாலும், சில நாள் ஓய்வெடுத்து, முழு ஆரோக்கியம் பெற்ற பிறகே பயணம் மேற்கொள்வது உசிதம் என்பது மருத்துவர்களின் எச்சரிக்கை. செய்வதற்கு காரியம் இல்லாத சிவன், மாளிகையில் பொழுது போகாமல் தவித்தார். நிழலாய்த் தொடர்ந்து வர முயன்ற மூன்று வீரர்களின் மீதும் எரிந்து விழுந்தார். ''உடும்பு மாதிரி புடிச்சிக்காம வேற எங்கியாவது போய்த் தொலைங்களேன்!''

சலசலத்து ஓடும் பீஸ் நதிப் பிரவாகம் முணுமுணுத்த இனிய பாடல் அவரை மயக்கியது; குழம்பிப்போயிருந்த உள்ளத்தைக் கொஞ்சம் சாந்தப்படுத்தியது. சில்லென்று பரவிய மென்காற்று, அடர்ந்த கூந்தலை மெல்லச் சிலுப்பியது. இடையில் தொங்கிய உடைவாளின் மேற்பகுதியில் கை ஊன்றியவாறு, ஓயாமல் மனதை அரித்த கேள்விகளுக்கு விடை தேடும் பணியில் தன்னை ஈடுபடுத்திக்கொண்டார்.

நந்திக்கு உண்மையிலேயே நூறு வயசுக்கு மேல ஆகுதா என்ன? இருக்கவே முடியாது! அப்ப என்னத்துக்குதான் இந்த பைத்தியக்கார மெலூஹர்களுக்கு நான் தேவை? புனித ஏரியே! நாசமாப்போற என் கழுத்து ஏன் இன்னமும் இவ்வளவு சில்லுன்னு இருக்கு?

நினைவுகளில் தன்னை மறந்து மூழ்கியவர், தான் பிரதான சாலையிலிருந்து விலகி, மரங்கள் குறைந்த ஒரு திறந்தவெளிக்கு வந்துவிட்டதை முதலில் உணரவில்லை. எதிரே, வெள்ளை மற்றும் இளஞ்சிவப்புப் பளிங்கினாலான

மாளிகை ஒன்று கண்ணைப் பறித்தது. கீழிருந்து மேல்மாடி வரை பிரம்மாண்டமான படிக்கட்டுகள் செல்ல, உயரே இருந்த மேடையின் வெளிப்புறம் முழுவதும் தூண்கள் சூழ்ந்து நின்றன. மிக அழகிய வேலைப்பாடமைந்த கூரைக்கு மேல், தேவர்களுக்கே வணக்கம் சொல்வது போல் வானை நோக்கி முக்கோண வடிவில் தூபி ஒன்று நீண்டது. எங்கெங்கும், நுணுக்கமான சிற்பங்கள் நிறைந்து, கண்ணையும், கருத்தையும் கவர்ந்தன.

மெலூஹாவில் இதற்குள் கழித்திருந்த பல நாட்களில், சிவன் பார்த்திருந்த கட்டிடங்கள் அனைத்தும் காரண காரியத்தின் பொருட்டு மட்டுமே கட்டப்பட்டவை; எந்த அணி பணி அலங்காரங்களும் கொண்டவை அல்ல. ஆனால் இது ? மிக மிக ஆடம்பரமாக, அலங்காரமாக, 'என்னைப் பார்' என்று பறைசாற்றும் வகையில் நிர்மாணிக்கப்பட்டிருந்தது. வாயிலில் தொங்கிய வழிகாட்டி மரம், 'பிரம்மதேவர் ஆலயம்,' என்று அறிவித்தது. தெய்வங்களுக்கு மட்டுமே மெலூஹர்கள் தங்கள் திறமையையும் படாடோபத்தையும் சமர்ப்பணம் செய்வார்கள் போலும்.

கோயிலுக்கு முன்னால் அமைந்திருந்த திறந்தவெளியில், பல்வேறு பொருட்களை சில சிறுவியாபாரிகள் கூவிக்கூவி விற்றுக்கொண்டிருந்தனர்: பூ, உணவு, இம்மாதிரி. இன்னும் சிலர், பூஜைக்குரிய பல்வேறு பொருட்களையும் வியாபாரம் செய்தனர். கோயிலுக்குள் செல்வோர் காலணிகளைக் கழற்றி வைக்க வசதியாக ஒரு சிறிய இடம் இருந்தது. சிவனும் தன் காலணிகளை அங்கே விட்டுவிட்டு, படிகளில் ஏறினார். கோயிலின் பிரதான மண்டபத்தில் நிறைந்திருந்த அழகிய வடிவங்களையும் சிற்பங்ளையும், கோயில் நிர்மாணிக்கப்பட்டிருந்த அற்புத நேர்த்தியையும் பிரமிப்புடன் பார்த்தவாறு நின்றார்.

''நீ இங்கே என்ன செய்துகொண்டிருக்கிறாய்?''

சட்டென்று திரும்பியவரின் கண்களில், தன்னை கீழும் மேலுமாக ஆராய்ந்துகொண்டிருந்த பண்டிதர் ஒருவர் தென்பட்டார். கனிந்த முகத்தை அலங்கரித்த வெண்மையான தாடி, வெள்ளியென மின்னிய அவரது கூந்தலுக்கு மிகப் பொருத்தம். காவி நிறத்தில் தோத்தியும் அங்கவஸ்திரமும் தரித்திருந்தவரின் அமைதியான, பண்பட்ட தோரணையில், ஏற்கனவே முக்தியடைந்து, உலக ஞானத்தையே பெற்றுவிட்டதன் அடையாளம் தெரிந்தாலும், நிறைவேற்ற வேண்டிய தெய்வீகப்பணிகள் மிச்சமிருப்பதால், இன்னும் சில காலம் இந்த உலகில் இருக்க முடிவு செய்துவிட்ட

தோற்றம். இன்னொன்றும் சிவனுக்கு அப்போது உறைத்தது: மெலூஹாவில் தான் முதன் முதலில் சந்தித்த முதியவர் இவர்தான்.

''மன்னிக்கணும்,'' என்றார் சிவன் பணிவாக. ''நான் இங்க வரக்கூடாதா?''

''யார் சொன்னது? தாராளமாக வரலாம். கடவுளின் இல்லத்திற்கு வரக்கூடாதவர் யார்?''

சிவன் புன்னகைத்தார். மேற்கொண்டு அவர் எதுவும் சொல்லுமுன், பண்டிதரே மீண்டும் கேள்விக் கணையைத் தொடுத்தார். ''ஆனால் - உனக்குத்தான் இந்த தெய்வங்களின் மீதெல்லாம் நம்பிக்கை இல்லை. அல்லவா?''

வந்த வேகத்தில் சிவனின் புன்னகை மறைந்தது.

இந்தாளுக்கு எப்படி இதெல்லாம் தெரியும்?

சிவனின் கண்களில் தெரிந்த வினாவிற்கு பண்டிதர் வாய்மொழியாகவே பதிலளித்தார். ''இந்தக் கோயிலுக்குள் நுழையும் அத்தனை பேரின் கண்களும், பிரம்மதேவரின் உருவச்சிலையைத் தவிர்த்து வேறெதன் மீதும் தப்பித் தவறிக்கூடச் செல்வதில்லை. இங்கே கொட்டிக் கிடக்கும் சிற்பங்களையோ, கோயிலின் அளப்பரிய கட்டிடக்கலையையோ மறந்தும் கவனிப்பதில்லை. கட்டிய நிபுணர்களின் வித்தையின் ஆழத்தை மெச்சுவதில்லை. நீயோ, வந்த நொடியிலிருந்து சிற்பங்களையும், கட்டிடத்தின் அற்புதத்தையும் மட்டுமே பார்த்துக்கொண்டிருந்தாய். பிரம்மதேவரின் சிலையை ஒருமுறை கூடப் பார்க்கவில்லை; அதன்மீது உன் கவனம் செல்லவேயில்லை.''

மன்னிப்புக் கோரும் பாவனையில் சிவனின் முகத்தில் புன்னகை படர்ந்தது. ''உண்மதான். இந்த மாதிரி உருவச் சிலை மேலல்லாம் எனக்கு நம்பிக்கை கிடையாது. கடவுள் நம்மளச் சுத்தி, இந்த மரம், செடி, அதுல சலசலக்கற காத்து, ஓடற நதி, இப்படி எல்லாத்துலயும் இருக்கார்னு நம்பறேன். அவர் நம்மகிட்ட எப்பவுமே பேசிட்டுதான் இருக்கார். நாமதான் காதுகுடுத்துக் கேக்கறதில்லை. ஆனா, உங்க கடவுள் பத்தி அவமரியாதையா நான் ஏதாவது சொல்லியிருந்தா, மன்னிக்கணும்.''

''எதற்கும் மன்னிப்புக் கேட்கத் தேவையில்லை, நண்பா,'' பண்டிதர் புன்னகைத்தார். ''இங்கே 'உன் கடவுள்,' 'என் கடவுள்,' என்று தனித்தனியே ஏதும் இல்லை. எங்கும் நீக்கமற நிறைந்திருப்பது ஒரே ஒரு பிரபஞ்ச சக்திதான். அது தன்னை வெளிப்படுத்திக்கொள்ளும் விதம்தான் வேறு வேறாய்

இருக்கிறது. ஆனாலும், எனக்கு ஒன்று தோன்றுகிறது: என்றேனும், சிற்பங்களின் அழகை ரசிப்பதற்கன்றி, கடவுளின் தரிசனத்திற்கென்றே நீ ஒரு கோயிலுக்குள் செல்வாய்.''

''அப்படியா? எந்தக் கோயில்?''

''நீ தயாராக இருக்கும்போது, அதைக் கண்டு கொள்வாய்.''

ஏன் இந்த மெலூஹர்கள் எப்பவும் புதிராவே பேசறாங்க?

பண்டிதரின் பேச்சு ரசித்ததோ இல்லையோ, சிவன் மையமாகப் புன்னகைத்தார். மேற்கொண்டு ஏதேனும் பேசி அவர் தன்னை வலுக்கட்டாயமாய் வெளியே தள்ளுமுன் தானே சென்றுவிடுவது உசிதம் என்று தோன்றியது.

''நேரமாச்சு, பண்டிட்ஜி. விருந்தினர் மாளிகைக்குத் திரும்பணும்,'' சிவன் பணிவுடன் குனிந்து அவரது பாதங்களைத் தொட்டார். ''உங்கள சந்திச்சதுல ரொம்ப சந்தோஷம். என்னைக்காவது என் மனசுக்குப் பிடிச்ச கோயிலை நான் பார்ப்பேன்னு நம்பறேன்.''

பண்டிதர் சிவனின் தலைமீது தன் கரத்தை வைத்து ஆசிர்வதித்தார். ''*ஜெய் குரு விஷ்வாமித்ரா,*'' என்றார், மென்மையாக. ''*ஜெய் குரு வஸிஷ்டா.*''

எழுந்த சிவன், படிகளில் இறங்கிச் செல்ல, அவர் போவதைப் பார்த்தவாறு நின்ற பண்டிதரின் முகத்தில் பெருமிதப் புன்னகை தவழ்ந்தது. தன் வாழ்வின் *கர்மாவை நிறைவேற்றத் துணையாக வரப்போகிறவனைக்* கண்டுவிட்ட புன்முறுவல் அது. ''உன்னை இங்கே சந்தித்ததில் மகிழ்ச்சி எனக்கே, *கர்மஸாதி*.'' அவரது முணுமுணுப்பு, தொலைவில் சென்றுவிட்ட சிவன் காதில் விழவில்லை.

காலணி வைக்கும் இடத்திற்கு சென்று அவற்றைப் பெற்றுக்கொண்ட சிவன், ஒரு காசை அளித்தார். பாதுகாவலனோ, அதை வாங்க மறுத்துவிட்டான். ''நன்றி - ஆனால், இது தேவையில்லை. மெலூஹ அரசாங்கம் இலவசமாக வழங்கும் சேவை இது.''

''அதானே? உங்க அரசாங்கம்தான் எல்லாத்துக்கும் வழி பண்ணியிருக்கே?'' சிவன் புன்னகைத்தார். ''நன்றி.''

காலணிக்கடைக்காரன் பதிலுக்குப் புன்னகைத்தான். ''எங்கள் கடமையைத்தான் செய்கிறோம், ஐயா.''

கோயிலின் படிகளுக்குச் சென்ற சிவன், நிலவிய சூழலின் அமைதியை இரசித்தவாறு, காற்றில் பரவிய நறுமணத்தை

முகர்ந்தபடி அமர்ந்தார். உடல் முழுவதும் அபூர்வ இன்பம் பரவியது.

அப்போதுதான் அது நிகழ்ந்தது.

ஒவ்வொரு இதயமும், 'இந்த நொடி வராதா?' என்று ஏங்கும் தருணம். பூர்வ ஜென்மத்தில் பழைய வாசனையை மட்டுமே நினைவில் சுமந்தபடி, இந்த ஜென்மத்திலும் அதைத் தேடியலையும் நிமிடம். தெய்வங்களே அனுபவித்தறியாத, பிறர் அனுபவிப்பதை விரும்பாத - அதையும் மீறி, உலகில் எங்கோ, எப்போதோ, வெகு சில அதிர்ஷ்டசாலிகள் உணர்ந்து திளைக்கும் அற்புதக் கணம். அவன் வாழ்வில் அவள் நுழையும் அந்த ஒரு தெய்வாம்சம் பொருந்திய கணம்.

தேரில் வந்தாள் அவள்.

அருகில் தோழியொருத்தி விளிம்புகளைப் பிடித்தபடி துணையிருக்க, குதிரைகளை மிகுந்த தேர்ச்சியுடன் செலுத்தியபடி கோயிலின் முன் வந்து நிறுத்தினாள். அலையாகப் புரளக்கூடிய கருங்கூந்தல் சிறிய முடிச்சாக முதுகுக்குப் பின் கட்டியிருந்தாலும், தப்பித்த சில கற்றைகள் முன் நெற்றியில் விழுந்து காற்றில் அழகிய கதக் நடனமே ஆடின. காந்தம் போல் பளிச்சிட்ட நீலக் கண்களும், ஏறக்குறைய தந்தம் போல் ஒளிர்ந்த உடலும், தேவதைகளையே பழித்தன; 'எனக்கு நிகர் உண்டா?' என்று சவால் விட்டன. நீள அங்கவஸ்திரத்தால் உடல் முழுதும் போர்த்தியிருந்தாலும், பார்த்துக்கொண்டிருந்த சிவனின் மனக்கண், அதனுள் மறைந்திருந்த மெல்லியலாளின் கவர்ச்சியான வளைவுகளை வெளிச்ச மிட்டது போல் உணர்ந்தது. தேரை மிக நேர்த்தியாக அதனிடத்தில் நிறுத்தும் முயற்சியில் தீவிரம் காட்டிய அவளது முகம், கச்சிதமான வடிவமைப்பிற்கு எடுத்துக்காட்டு போல் விளங்கியது. தேரிலிருந்து நளினமாக இறங்கியவளின் ஒவ்வொரு அசைவிலும் தைரியமும் தீர்மானமும் மிளிர்ந்தன. இன்னமும் ஆணவத்தின் கோர சொரூபத்தின் சாயை படராத நடை. கம்பீரம் விரவிய நடை. வெளியார் சட்டென்று உரிமையெடுத்துக்கொள்ள அனுமதிக்காத - அதே சமயம், செருக்கு இம்மியும் இல்லாத தன்மை.

வானில் நகரும் மழை நிரம்பிய கார்மேகத்தால் வசீகரிக்கப்பட்ட வறண்ட பூமி போல், சிவனின் பார்வை அவளிடமிருந்து அகலாமல் பதிந்திருந்தது.

எம்மேல கருணை காட்ட மாட்டியா?

''பரிவாரத்துலேர்ந்து பிரிஞ்சு இவ்வளவு தூரம் தனியா வர்றது ஆபத்துன்னுதான் நான் இன்னமும் நெனைக்கறேன், தேவி,'' என்றாள் தோழி.

''மத்தவங்களுக்குச் சட்டம் தெரியாதுங்கிறதுக்காக நாம் அதை மீர்றது நியாயமில்லை, க்ருத்திகா,'' என்றாள் அவள். ''குலப்பெண்கள் வருஷத்துக்கு ஒரு முறையாவது பிரம்மதேவர் கோயிலுக்கு வந்து போகணும்னு இராமபிரானே சொல்லியிருக்கார். என் மெய்க்காப்புப் படை வீரர்களுக்கு எவ்வளவு கஷ்டமாயிருந்தாலும், அதைச் செய்யாம இருக்கப்போறதில்லை!''

சிவன் தன்னைக் கண்கொட்டாமல் பார்ப்பதை கவனித்தவளின் முகம் லேசாக மாறியது. மெல்லிய புருவங்கள் ஆச்சர்யத்தில் மேலேறின. உடனேயே எரிச்சலுடன் சுருங்கின. அவள் முகத்தினின்றும் தன் கண்களை சிவன் எவ்வளவோ அகற்ற முயன்றும், முடியவில்லை. அவை அவர் வசம் இருந்தால்தானே? தாமே உயிர் பெற்றல்லவா அவளைச் சுற்றிச் சுற்றி வந்தன? க்ருத்திகா தொடர, மேலே ஏறிச் சென்றாள்.

படிகளின் உச்சிக்குச் சென்று கீழே பார்த்தவள், ஜாதிக் குறியீடு ஏதுமற்ற அந்த அயல்நாட்டான், இன்னமும் சற்று தூரத்தில் வெட்கமேயின்றி தன்னை 'ஆ'வென்று பார்த்துக்கொண்டிருப்பதைக் கண்டாள். திரும்பி மீண்டும் பிரதான வாயிலுக்குள் நுழைந்தவள், ''சரியான காட்டுமிராண்டி!'' க்ருத்திகாவிடம் முணுமுணுத்தாள். ''நம்மளக் காப்பாத்த இவங்க மத்தியிலேர்ந்துதான் ஒருத்தர் வரப்போறாராக்கும்!''

அவள் பார்வையினின்று அகன்ற பிறகே, சிவனுக்கு மீண்டும் மூச்சு திரும்பியது. திகைத்து, பிரமித்து, நானா திசையிலும் சுழன்று கொண்டிருந்த கற்பனை லகானைப் பிடித்திழுத்து ஒரு வழிக்கு அவர் கொண்டுவர முயலும் போதே, புயலின் தாக்கத்தால் தடுமாறிக்கொண்டிருந்த மனதில் ஒரே ஒரு விஷயம் மட்டும் பளிச்சென்று பதிவாகியது: இன்னொரு முறை அவளைப் பார்க்காமல் இந்தக் கோயிலை விட்டு நகர்வதில்லை. படிகளின் மீது மீண்டும் அமர்ந்தவரின் மூச்சும் பேச்சும் சாதாரண நிலைக்கு மெல்லத் திரும்ப, அவளது வருகையால் புனிதமடைந்த தன் சுற்றுப்புறங்களை புதிதாகப் பார்ப்பது போல் கவனித்தார். இடப்பக்கம், கோயில் வளாகத்துள் அவள் நுழைந்து

திரும்பிய சாலை - அதோ, ஆலமரத்தின் கீழ் அவள் கடந்து வந்த வெள்ளரிக்காய் வியாபாரி ...

உற்றுப் பார்த்தார்.

அது சரி - அந்த வெள்ரிக்காக்காரன் ஏன் எதையும் கூவிக்கூவி விக்கலை? சும்மா கோயிலையே வெறிச்சுப் பாத்துக்கிட்டு நிக்கறான். ஹ்ம். நமக்கென்ன வந்தது?.

கண்களால், கோயிலின் முன்பகுதிக்கு மத்தியில் இருந்த அழகிய வாவியை இடப்பக்கமாகச் சுற்றிக்கொண்டு வந்த அவளது தேரின் பாதையை அளந்தார். வாவி தாண்டியவுடன், சட்டென்று வலப்பக்கம் ஒடித்து, தோட்டத்தின் வாயிலில் நின்ற ஒரு ஆட்டு இடையனைத் தாண்டியிருந்தது தேர்.

அப்றம் - அந்த எடையனோட ஆடெல்லாம் எங்க?

தேர் கோயிலுக்குள் நுழைந்து நிறுத்தப்பட்ட இடத்தை ஆராய்ந்தார் சிவன். அப்போதுதான் வளாகத்திற்குள் வந்த ஒருவன், ஏனோ கோயிலுக்குள் நுழைய முற்படாமல், தேரின் அருகில் தாமதிப்பதையும் கவனித்தார். இடையனை நோக்கி அவன் லேசாகத் தலையசைத்ததுபோல் தோன்றியது. இவையெல்லாவற்றையும் தன்னிச்சையாய்ப் பதிவு செய்த மனம், அவற்றை ஒன்று திரட்டி யோசிக்குமுன் - ஆகா, அவள் மீண்டும் வருகிறாள் போலிருக்கிறதே? சட்டென்று திரும்பினார். அதோ, க்ருத்திகா அமைதியாகப் பின்தொடர, அவள் படிகளில் இறங்கிகொண்டிருந்தாள். ஊர் பெயர் தெரியாத, ஜாதிக் குறியீடு ஏதுமற்ற இந்த அயல்நாட்டான் இன்னமும் தன்னை மரியாதையற்று வெறித்துக்கொண்டிருப்பதைக் கவனித்தவள், அவனிடத்தில் சென்றாள். ''மன்னிக்கணும் - உங்களுக்கு ஏதாவது தேவையா?'' மென்மையுடன், ஆனால் உறுதி நிரம்பி வெளிப்பட்டது அவளது குரல்.

''இல்-இில்ல, அதெல்லாம் ஒண்ணுமில்ல,'' சிவன் தடுமாறினார். ''வந்து - உங்கள இதுக்கு முன்ன எங்கியோ பாத்த மாதிரி இருந்துச்சு.''

இதற்கு என்ன பதில் கூறுவது? அவளுக்குப் புரியவில்லை. சொன்னது பட்டவர்த்தனமான பொய் என்றாலும், குரலில் ஒரு நம்பகத்தன்மை இருக்கத்தான் செய்தது. அவள் வாய் திறக்குமுன், க்ருத்திகா பட்டென்று இடைமறித்தாள். ''யோவ் - அவங்ககிட்ட சொல்றதுக்கு இதுதான் கெடைச்சுதா, ஒனக்கு?''

நறுக்கென்று அவளை 'இறக்கும்' விதமாக சிவன் பதில் சொல்லுமுன் ஓரக்கண்ணில் ஒரு விஷயம் சட்டென்று

பதிந்தது. அந்த வெள்ளரிக்காய் வியாபாரி - ஏன் திடீரென்று எழுந்து நிற்கிறான்? போர்த்தியிருந்த சால்வையை உதறிவிட்டு - அவன் கையில் இருப்பது என்ன, வாளா? ஆ - அந்த இடையனும், தேருக்கு அருகில் நின்றிருந்த மனிதனும் கூட வாட்களுடன் சண்டைக்குத் தயாராய் நின்றனர்.

கண்ணிமைக்கும் நேரத்தில் சிவன் தன் வாளையும் உருவிக்கொண்டு, மனம் கவர்ந்தவளைப் பின்னே தள்ளிப் பாதுகாக்க, இடக்கையை நீட்டினார். அவளோ, நீண்ட அவரது கரத்திலிருந்து லாகவமாய் நழுவிக்கொண்டு, அங்கவஸ்திரத்திற்குள்ளிருந்து தன்னுடைய வாளை உருவ - தன்னை மீறிய ஆச்சர்யத்துடன், அவள் மீது பெருமிதம் ததும்பிய பார்வை ஒன்றை சிவன் சட்டென்று வீசினார். எதிர்பாராத தாக்குதலில் உதவிக்கு வந்த இந்த துணையை எண்ணி, அவளது கண்களும் அவரை நோக்கிப் பளிச்சிட்டன.

''கோயிலுக்குள்ள ஓடிடு,'' க்ருத்திகாவை நோக்கி அடிக்குரலில் கிசுகிசுத்தாள். ''எல்லாம் முடியறவரைக்கும் அங்கேயே இரு.''

''தேவி ...'' க்ருத்திகா மறுக்கத் தொடங்கினாள்.

''போ!'' உத்தரவு பிறந்தது.

க்ருத்திகா திரும்பிப் படி வழியே கோயிலுக்குள் ஓடினாள். சிவனும் அந்தப் பெண்மணியும் யுத்தம் புரிய ஆயத்தமாகும் இரு வீரர்கள் போல், எதிர்வரும் ஆபத்தை எல்லா திசைகளிலும் ஆராய்ந்து காத்துக்கொள்ள, ஒருவருக் கொருவர் முதுகைக் கொடுத்தபடி தயாராய் நின்றனர்.

மூன்று எதிரிகளும் அவர்களைத் தாக்கப் பாய்ந்தனர். இன்னும் இருவர் மரங்களின் பின்னிருந்து குதித்தனர். இடையன் சட்டென்று சிவனை நோக்கிப் முன்னேற, அவர் தற்காப்பு முயற்சியில் வாளை உயர்த்தினார். இடையன் தன்னை நோக்கி ஆத்திரத்துடன் வரும்பொருட்டு, பக்கவாட்டில் அதைக் கீழ்நோக்கிச் செலுத்தினார். இடையன் சந்தர்ப்பத்தை இழக்க மனமில்லாமல் வாளைத் தன் மார்பு நோக்கி நீட்டுவான்; கீழிருந்து தான் அவன் நெஞ்சில் வாள் பாய்ச்சிக் கொன்றுவிடலாம் என்று கணக்கிட்டார்.

அவர் எதிர்பார்த்தது நடக்கவில்லை; இடையன் பக்கவாட்டில் திரும்பிய சிவனின் செய்கையைப் பயன்படுத்திக்கொண்டு, அவரது தோளைத் தாக்க முயன்றான். சிவன் தன் வலக்கையைச் சட்டென்று

மெலுஹாவின் அமரர்கள்

உயர்த்தி, கண்களில் வக்கிரம் பொங்க, இடையனின் மார்புக்குக் குறுக்காக, ஆழச் செலுத்தினார். அவன் தடுமாறி விழ, இன்னொரு எதிரி வலப்புறத்தினின்று வந்தான். போர் முறைகளில் கற்றுத் தேராதவன் போல் தோன்றியது; அவன் வீசிய தூரத்திலிருந்து வாள் அதிகச் சேதம் ஏற்படுத்தப்போவதில்லை. அதைத் தடுக்கும் பொருட்டு பின்வாங்கிய சிவன், நறுவிசாகத் தன் வாளைக் கீழிறக்கி, எதிராளியின் தொடையில் ஆழப் பதித்தார். வலியில் துடிதுடித்து அலறியவாறு இவனும் பின்வாங்க, இடப்பக்கமிருந்து இன்னொரு எதிரி வந்து குதித்த போது, சிவனுக்குள் முதன்முதலாய் என்னவோ நிரடியது: இந்தத் தாக்குதல் விசித்திரமாயிருக்கிறதே?

'இன்னது செய்ய வேண்டும்' என்பதை இவர்கள் உணர்ந்தே இருந்தார்கள். போர்ப்பயிற்சியில் தேர்ந்த வீரர்கள்தான். ஆனால் - சிவனையும் அந்தப் பெண்ணையும் சுற்றிச் சுற்றி ஆட்டமாய் ஆடி அவர்கள் 'தாக்கிய' விதம்தான் புதிராய் இருந்து. கொலை அல்ல; காயப்படுத்துவது மட்டுமே அவர்கள் குறிக்கோள் என்று தோன்றியது. இந்த ஜாக்கிரதையுணர்வுதான் அவர்களது பலவீனம்; இதனாலேயே அவர்களை வீழ்த்தி பின்னுக்குத் தள்ளுவதும் எளிதாக இருந்தது. இடப்பக்கமிருந்து வந்த இன்னொரு தாக்குதலைப் புறந்தள்ளிய சிவன், அவனது தோளில் வாளைப் பாய்ச்சினார். இடக்கையால் சிவன் தன் வாளை அவன் உடலிலிருந்து பிரிக்க, அவன் வலியில் அலறினான். எதிராளிகள் படிப்படியாகச் சோர்ந்து கொண்டிருந்தனர். இவ்வளவு காயங்களுடன், வலி, வேதனையுடன் அவர்களால் தொடர்ந்து போரிட முடியாது.

சட்டென்று, மரங்களுக்குப் பின்னிருந்து, இரு கரங்களிலும் வாளேந்திச் சுழற்றியவாறு, கிங்கரன் போல பிரம்மாண்டமான ஒரு மனிதன் புறப்பட்டு வந்தான். தலை முதல் கால் வரை கறுப்பு அங்கியொன்றை அணிந்திருந்தவனின் முகம், முகமூடிக்குப் பின்னால் ஒளிந்திருந்தது. சிறிய, பருப்பு போன்ற, உணர்ச்சியற்ற கண்களும், சதைப்பற்றான கைகளும் மட்டுமே வெளியே தெரிந்த பகுதிகள். போரிட்டுக்கொண்டிருந்த தன் வீரர்களுக்கு நறுக்கென்று ஏதோ கட்டளை பிறப்பித்தவன், சிவன் மற்றும் அந்தப் பெண்ணின் மீது பாய்ந்தான். பெரிய ஆகிருதி, அதி விரைவான தாக்குதல் புரிய முடியாமல் தடுத்தாலும், அவனது கைகள் மிகுந்த பலமும், திறனும் பெற்றவை; மெதுவான அசைவிற்கு ஈடுகொடுத்து

இயங்கின. மற்றவர்கள், காயம்பட்டோரையும், விழுந்துவிட்டவர்களையும் தூக்கிக்கொண்டு நகர்வதை சிவன் ஓரக்கண்ணால் கவனித்தார். அவனைச் சேர்ந்தோர் பின்வாங்க, முகமூடியணிந்தவன் அற்புதமாக, பின்பக்கமிருந்து போர் புரிந்தான்.

அவன் அணிந்திருந்த முகமூடி, போரில், அவனது ஓரப்பார்வைக்கு மிகுந்த குந்தகம் விளைவிக்கும் என்பதை சிவன் கண்டுகொண்டார். இதை எப்படித் தனக்குச் சாதகமாக்கிக்கொள்வது? இடப்பக்கம் சட்டென்று நகர்ந்தவர், தன்னருகில் போரிட்ட பெண்மணி அவனை வீழ்த்தும் பொருட்டு, வாளை வேகமாய் வீசினார். ஆனால், முகமூடி எதற்கும் தயாராய் இருந்தான். லேசாக பின்னுக்கு நகர்ந்து, சிவனின் வீச்சை வலக்கரத்தால் லாகவமாக முறியடித்தான். அவன் மணிக்கட்டிலிருந்து தொங்கிய தோல் கங்கணத்தில் விசித்திரமான குறியீடு ஒன்று ஆழமாகப் பொறிக்கப்பட்டிருந்தது. சிவன் மீண்டும் தன் வாளை ஓங்க, முகமூடி சுலபமாக அதன் வீச்சிலிருந்து நகர்ந்துகொண்டான். பக்கவாட்டிலிருந்து அந்தப் பெண்மணி ஓங்கிய வாளை இடக்கையால் சமாளிப்பதும் அவனுக்குக் கடினமாக இல்லை. அவர்களது வீச்சிலிருந்து தன்னைக் காத்துக் கொள்ளும் தூரத்தில், அதே சமயம், அவர்களது கவனம் முழுதும் தன்னுடன் போர் செய்வதிலேயே இருக்குமாறு, தன்னை நிறுத்திக்கொண்டான்.

சட்டென்று அந்த முகமூடி ஓரடி பின்வாங்கினான். வாள் என்னவோ, சிவனையும் அந்தப் பெண்மணியையும் நோக்கி, ஆபத்துடன் நீண்டுதான் இருந்தது. அவனுடன் வந்த மற்றவர்கள் மரங்களிடையே மறைந்துவிட்டனர். சற்று இடைவெளி விட்டு, முகமூடியும் அவர்களைப் பின்தொடர்ந்து ஓடினான். அவனைத் துரத்திக்கொண்டு போகலாம் என்ற எண்ணத்தை சிவன் ஒரு நொடியில் கைவிட்டார். இதை எதிர்பார்த்து அவர்கள் அவரைச் சிறைபிடிக்கக் காத்திருக்கலாம் அல்லவா? தன் அருகில் அதுவரை போர் செய்த வீராங்கனையை ஏறிட்டார். ''உங்களுக்கு ஒண்ணுமில்லையே?''

''இல்லை,'' என்றாள் அவள், தீவிரமான முகபாவத்துடன். ''உங்களுக்கு?''

''பெரிசா ஒண்ணுமில்லை,'' சிரித்தார். ''பொழைச்சுப்பேன்!''

''அம்மா ...!'' கோயில் படிக்கட்டுக்களில் க்ருத்திகா

மூச்சு வாங்க தடதடவென்று இறங்கிவந்தாள். ''உங்களுக்கு ஒண்ணுமில்லியே?''

''இல்லை,'' என்றாள் அவள். ''இந்த அயல்நாட்டுக் காரருக்குத்தான் நன்றி சொல்லணும்.''

க்ருத்திகா சிவனிடம் திரும்பினாள். ''ரொம்ப நன்றி. நீங்க எப்பேர்ப்பட்டவங்களுக்கு உதவி பண்ணியிருக்கீங்க தெரியுமா?''

அவள் வார்த்தைகளை சிவன் கண்டுகொண்டதாகத் தெரியவில்லை. க்ருத்திகாவின் எஜமானியையே பித்துப் பிடித்ததுபோல் பார்த்துக்கொண்டிருந்தார். தளும்பிக்கொண்டு வந்த சிரிப்பை க்ருத்திகா மிகுந்த பிரயத்தனம் செய்து அடக்கிக்கொண்டாள்.

'அப்பேர்ப்பட்ட' அந்தப் பெண்ணரசியோ, கூச்சம் தாங்காமல் கண்களை வேறு புறம் திருப்பிக்கொண்டாள். ''மன்னிக்கணும்,'' என்றாள் பணிவுடன். ''ஆனா, இதுக்கு முன்ன நாம சந்திச்சதில்லைன்னுதான் எனக்குத் தோணுது.''

''அதில்லை,'' சிவன் புன்னகைத்தார். ''எங்க ஜனத்துல, பொம்பளைங்க பொதுவா சண்டைலயெல்லாம் கலந்துக்கறதில்ல. சும்மா சொல்லக்கூடாது - பொம்பளையா இருந்தாலும், சுமாராவே கத்திச் சண்ட போடறீங்க.''

அடச்சே! என்ன உளறிக்கிட்டிருக்கேன் நான்?

''என்ன சொன்னீங்க?'' அவளது குரலில் லேசான கடுமை நுழைந்தது. 'பொம்பளையா இருந்தாலும்,' என்ற வார்த்தைகளுக்குத்தான். ''காட்டுமிராண்டியா இருந்தாலும், நீங்களும் சுமாராவே சண்ட போடறீங்க.''

''எது, சுமாராவா? நான் பயங்கரமான கத்திச்சண்ட வீரன்ல? சோதிச்சுப் பாக்கறீங்களா?''

மூடு, வாய மூடேன், முட்டாளே! என்ன பேத்தறே? இப்படிப் பேசியா அவ மனசைக் கவர்றது?

அவள் முகத்தில் பழைய, லேசான செருக்கு கலந்த கம்பீரம் மீண்டும் நிலைகொண்டது. ''உங்ககிட்ட கத்திச் சண்டை போடறதுல எனக்கு எந்த இஷ்டமுமில்ல.''

''இல்ல, தப்பா எடுத்துக்காதீங்க. கண்டிப்பா - அதாவது, உங்ககூட சண்ட போடணும்கிறது என் எண்ணமில்ல. வந்து, கத்திச்சண்டை எனக்கு நல்லா வரும்னு சொல்லவந்தேன். வேற சில விஷயங்களும் நல்லா செய்வேன். வாய்ல தப்பா வந்துருச்சு. வந்து, நான் சொல்லவந்தது என்னன்னா, நீங்களே சண்ட போட்டது எனக்கு ரொம்ப பிடிச்சிருந்தது.

ரொம்ப நல்ல வீரர் நீங்க. இல்லல்ல, அதாவது, வீராங்கனைன்னு சொல்ல வந்தேன். வீரமான பொண்ணு. சொல்லப்போனா, நீங்க எப்பேர்ப்பட்ட பொண்ணுன்னு...'' உளறிக்கொட்டிக் கிளறி மூடினார் சிவன். எப்போது வாக்கு வன்மை அதிகம் தேவையோ, அப்போது அது அவரை நிர்க்கதியாகிவிட்டது நிஜம்.

அப்பாவித்தனம் கலந்த இந்த இனிய பிதற்றலைக் கேட்டு க்ருத்திகா சிரிப்பை அடக்கிக்கொண்டு தலைகுனிந்தாள்.

அவள் எஜமானிக்கோ, அளவுக்கதிகமாய் உரிமை யெடுத்துக்கொள்ளும் அவன் நாவை அடக்க வழி தேடுமளவு ஆத்திரம் பொத்துக்கொண்டு வந்தது. ஆனாலும், என்ன செய்வது? உயிரைக் காப்பாற்றித் தொலைத்துவிட்டான். மெலூஹக் கோட்பாடுகள், அவளைக் கட்டிப்போட்டன. ''அயல்நாட்டாரே, உங்க உதவிக்கு ரொம்ப நன்றி. என் உயிரைக் காப்பாத்திட்டீங்க. அதுக்கு நான் நன்றியுடையவளா இருப்பேன். என்னிக்காவது உதவி தேவைப்பட்டுச்சுன்னா, கண்டிப்பா என்னை வந்து பாக்கலாம்.''

''உதவி தேவையில்லைன்னாலும் வந்து பாக்கலாமா?''

சீச்சீ! என்ன பேசறேன் நான்?

யாரிடம் என்ன பேசுகிறோம் என்று அறியாமல் பிதற்றும் ஜாதிக் குறியீடு அற்ற அந்தக் காட்டானை முறைத்தாள் அவள். பெரும் பிரயத்தனம் செய்து, தன்னைக் கட்டுப்படுத்திக்கொண்டு, ''நமஸ்தே,'' என்றாள் மிகப்பணிவுடன்.

அத்துடன், அந்த உயர்குலத்துப் பெண்ணரசி செல்லத் திரும்பினாள். கண்களில் மிகுந்த மரியாதையுடன் சிவனை ஏறிட்ட க்ருத்திகா, தன் எஜமானி செல்ல யத்தனித்தவுடன், அவசரமாகப் பின்தொடர்ந்தாள்.

சிவனும் அவர்களுடன் நடைபோட்டார். ''பேரையாவது சொல்லிட்டுப் போங்களேன்.''

அவள் திரும்பி சிவனைப் பார்த்த பார்வையில், மிகுந்த தீவிரம் காணப்பட்டது.

''என்னிக்காவது உங்க உதவி எனக்குத் தேவைன்னே வெச்சுக்குங்க,'' சிவன் உள்ளார்ந்த நெகிழ்வுடனே சொன்னார். ''உங்களை எங்கேன்னு தேடறது?''

தன்னிலையிழந்து நின்ற அவள், ஒரு நொடி மௌனமானாள். இதுவும் நியாயம்தான் என்று தோன்றியது. பிறகு, க்ருத்திகாவை நோக்கித் தலையசைத்தாள்.

''தேவகிரி வந்தா எங்களைப் பாக்கலாம்,'' என்றாள்

மெலூஹாவின் அமரர்கள்

க்ருத்திகா. ''தேவி சதின்னு யாரை வேணும்னா கேளுங்க. சொல்லுவாங்க.''

''சதி...'' அற்புத அழகு வாய்ந்த அந்தச் சொல்லை சிவன் ஒரு முறை சொல்லிப் பார்த்துக்கொண்டார். ''என் பேர் சிவா.''

''நமஸ்தே, சிவா. எப்பவாவது உங்களுக்கு என் உதவி தேவைப்பட்டா, நிச்சயம் செய்வேன். இது உறுதி.'' க்ருத்திகா தொடர, அவள் தேரில் ஏறிக்கொண்டாள்.

லாகவமாகத் தேரைத் திருப்பியவள், குதிரைகளை மிதமான வேகத்தில் செலுத்திக்கொண்டு, பின்புறம் ஒரு பார்வைகூடப் பார்க்காமல் கோயிலிலிருந்து பறந்தாள். அவள் மறையும் வரை, சிவன் பார்த்துக்கொண்டு நின்றார். மறைந்த பிறகு, தரையில் சிதறிய புழுதியைப் பொறாமையுடன் வெறித்தார். அவளைத் தொட்ட பெருமையை அடைந்தவை அல்லவா?

இந்த நாடு எனக்குப் புடிச்சுப்போயிறும் போலருக்கே?

இந்தப் பயணம் தொடங்கிய நாள் முதலாக இல்லாத உற்சாகத்துடன், சிவன் விருந்தினர் மாளிகையை நோக்கி நடந்தார். முகத்தில் புன்னகை படர்ந்தது. மெலூஹர்களின் தலைநகரை எட்டுவதில் அவருக்கு இப்போது புதிய ஆவல் தோன்றியிருந்தது.

சீக்கிரம் தேவகிரி போகணும்.

4

தெய்வங்களின் இருப்பிடம்

''என்ன!'' பரபரப்புடன் சிவனிடம் பாய்ந்து வந்த நந்தி, அவரது மேனியைத் தீவிரமாக ஆராய்ந்தார். ''உங்களைத் தாக்க முயன்றார்களா? யார்?''

''பொறுமை, நந்தி,'' சிவன் புன்னகைத்தார். ''தண்ணியில ரெண்டு பேருந்தான் விழுந்தோம் - ஆனா, என்னை விட நீங்கதான் அதிகம் பாதிக்கப்பட்டிருக்கிற மாதிரி தெரியுது. லேசான காயம்தான். பெருசா ஒண்ணுமில்லை. வைத்தியர்கள் அதுக்கும் கட்டுப் போட்டுட்டாங்க. இப்ப சரியாப் போச்சு.''

''மன்னிக்கவேண்டும், பிரபு. தங்களைத் தனியே விட்டது என் தவறு. இனியொரு முறை இவ்வாறு நடக்காது. என்னை மன்னிப்பீர்களா?''

சிவன் நந்தியை மீண்டும் படுக்கையில் மெல்லச் சாய்த்தார். ''அதுக்கெல்லாம் என்ன அவசியம், நண்பரே? இதுல உங்க தவறு எங்க? அமைதியா இருங்க. இவ்வளவு படபடப்பு உடம்புக்கு நல்லதில்ல.''

நந்தி சற்று நிதானமடைந்த பிறகு, சிவன் தொடர்ந்தார். ''எங்களை அவங்க கொல்ல முயற்சி பண்ணதா தோணலை. ரொம்ப விசித்திரம்தான்.''

'' 'எங்களை' என்றால்?''

''ஆங் - என்னோட ரெண்டு பெண்களும் இருந்தாங்க.''

''இருந்தாலும் - அவர்கள் யாராக இருக்க முடியும்?'' என்றார் நந்தி. பயங்கரமான எண்ணம் ஒன்று அவர் மனதில் உதித்தது. ''ஒரு வேளை - உங்களைத் தாக்கியவர்கள் கழுத்தில் பிறைச் சந்திரன் பொறித்த மாலை அணிந்திருந்தார்களா?''

''இல்ல.'' சிவன் புருவங்களைச் சுருக்கி யோசித்தார். ''ஒரே ஒருத்தன் ரொம்ப அற்புதமா வாள் வீசினான். எங்களத் தாக்கினவங்கள்ள பெரிய வீரன் அவன்தான். தலைலேர்ந்து கால் வரைக்கும் உடம்பை மூடின அங்கியைப் போட்டுக்கிட்டிருந்தான். முகமூடியும்தான் - நீங்கள்ளாம் வண்ணத் திருவிழாவுல மாட்டிக்குவீங்களே, அந்த மாதிரி. அது என்ன விழா -''

''ஹோலி என்றழைப்போம், பிரபு.''

''ஆங், ஹோலி முகமூடி மாதிரிதான். கண்ணும் கையும் மட்டும்தான் எனக்குத் தெரிஞ்சுது. சட்டுனு அடையாளம் சொல்லணும்னா - ஒரு தோல் கங்கணம் மட்டும்தான் மனசுல பதிஞ்சுது. அதுல ஒரு விசித்திரமான குறியீடு கூட-''

''அது என்ன?''

அருகில் எழுதுவதற்கென்று இருந்த மேஜை மேலிருந்த ஓலைச்சுவடியையும், சிறு துண்டு கரியையும் எடுத்த சிவன், அதை வரைந்தார்.

நந்தி புருவத்தைச் சுருக்கினார். ''முன்காலத்தில் சிலர் இந்தக் குறியீட்டைப் பயன்படுத்தியது உண்டு; ''ஓம்'' என்பார்கள். ஆனால் - இப்போது யார் ...?''

''ஓம்?'' கேள்வியெழுப்பினார் சிவன்.

''எங்கள் மதத்தின் மிகப் புனிதமான வார்த்தை இது, பிரபு. ஆதி காலத்தில் இயற்கையே ஒலி வடிவமாய் இந்த ஒரு சொல்லில் உருவெடுத்ததாக நம்பப்படுகிறது. பல்லாயிரம் வருடங்கள், எழுத்துருவாக இதைப் பயன்படுத்துவதே அவமரியாதை என்று எங்கள் மக்கள் பயந்தனர். எழுத்திற்கு அப்பாற்பட்டதாகக் கருதப்பட்டது இது.''

''அப்படின்னா, இந்தக் குறியீடு எப்புடி உருவாச்சு?''

''மிகப்பல ஆயிரமாண்டுகளுக்கு முன், ஏறக்குறைய இந்தியா முழுவதையும் ஜெயித்துத் தன் வெண் கொற்றக்குடை நிழலின் கீழ் ஆட்சி செய்த பரத மன்னரால் உருவாக்கப்பட்டது, பிரபு. சந்திரவம்சிதான் என்றாலும், எங்கள் மதிப்பையே பெறுமளவு ஆற்றலுள்ளவராகத் திகழ்ந்தார். இன்னும், எங்கள் நாட்டினருக்கிடையில் ஓயாமல் நடந்த போரை ஒரு முடிவுக்குக் கொண்டு வரும்பொருட்டு, சூர்யவம்சி இளவரசியைக்கூட கூட மணந்துகொண்டார்.''

''சந்திரவம்சின்னா யாரு?'' என்றார் சிவன்.

''எங்களுக்கு எல்லா விதத்திலும் எதிர்மறையான மனிதர்களை உருவகப்படுத்திக்கொள்ளுங்கள், பிரபு. அவர்கள், ***சந்திரனின் வழிவந்த அரசர்களின் மக்கள்.***''

''அதாவது, சந்திரனின் பாதையை வெச்சுத்தான் வருஷத்தையும் மாசங்களையும் கணக்கிடுவாங்க, இல்ல?''

''ஆம், பிரபு. கேடுகெட்ட, மானங்கெட்ட, மதிகெட்ட மரபினர்; சோம்பேறிகள். எந்தக் கோட்பாடுகளுக்கும், சட்டதிட்டங்களுக்கும், மனசாட்சிக்குமே தங்களை உட்படுத்திக்கொள்ளாத மக்கள். சுத்த க்ஷத்ரியர்களைப் போலல்லாமல், மறைந்திருந்து தாக்கும் கோழைகள். அவர்களை ஆளும் அரசர்களே உண்மைக்குப் புறம்பானவர்கள்; தன்னலம் ஒன்றையே பின்பற்றுபவர்கள். ஏன், மனித இனத்துக்கே அவர்கள் ஒரு சாபக்கேடு!''

''அதெல்லாத்தையும் விடுங்க - இந்த 'ஓம்' குறியீட்டுக்கும், அவங்களுக்கும் என்ன சம்பந்தம்?''

''பரத மன்னர் வாழ்ந்த காலத்தில், சந்திர

மெலூஹாவின் அமரர்கள்

வம்சத்திற்கும் சூர்யவம்சத்திற்கும் இடையேயான ஒற்றுமையின் அடையாளமாக இந்தக் குறியீட்டை உருவாக்கினார்.

இதன் வெண்மையான மேல்பகுதி சந்திரவம்சிகளைக் குறிக்கும்.

சிவப்பான கீழ்ப்பகுதி, சூர்யவம்சி.

இவையிரண்டும் கலந்த, வாழ்வின் சிறந்த மார்க்கமே மஞ்சள்-சிவப்பாகக் வெளியே நீளும் வளைவு.

அதற்கு மேலே, சற்று வலப்பக்கத்தில் இருக்கும் பிறைச்சந்திரன் - முன்காலத்தில் வழங்கப்பெற்ற சந்திர வம்சிக் குறியீடு.

அதன் தலைமேல் சூரியன் இருக்கிறதல்லவா? அது சூர்யவம்சிகளின் அடையாளம்.

தேவர்களே ஆசிர்வதித்த, அங்கீகரித்த உடன்படிக்கை என்பதை எல்லோரும் உணரும்படியாக, இதை 'ஓம்' என்று வழங்க வேண்டும் என மன்னர் பரதர் ஆணை பிறப்பித்தார்.''

''அப்பறம்? என்னாச்சு?''

''என்ன நடக்கும்? எதிர்பார்த்தபடி, மன்னர் பரதரின் காலத்தோடு அவரது நல்லெண்ணமும் ஒழிந்தது. சந்திர வம்சிகளும் அவர்களது குணத்திற்கேயுரிய கபட நாடகங்களையும், தீய வழிகளையும் மேற்கொண்டனர்; மீண்டும் யுத்தம் தொடங்கியது. 'ஓம்' என்ற சொல்லே மக்கள் மனதிலிருந்து நீங்கியது; அதன் குறியீடே மறைந்து, வழக்கொழிந்து போய், பண்டைய காலத்தில்

இருந்தபடி, மீண்டும் சுத்தமான ஒலி வடிவமாக மட்டும் நிலைத்துவிட்டது."

"ஆனா, அந்த முகமூடியோட கங்கணத்துல இருந்த குறியீட்டுல எந்த வண்ணமும் இல்லை. முழுக் கருப்புதான். சில இடங்களில் வெறும் கோடாவும் தெரியலை; பாம்புகளை வரைஞ்சிருந்தாப்புலதான் இருந்தது."

"நாகன்!" பதற்றத்துடன் முணுமுணுத்த நந்தி, தன் கழுத்தில் தொங்கிய ருத்ர மாலையை அவசரமாகத் தொட்டுக் கொண்டு பாதுகாப்புக்கவசம் ஒன்றை மெல்லிய குரலில் உச்சரித்தார்.

"நாகர்கள் இப்ப எங்கெருந்து வந்து தொலைஞ்சாங்க?" என்றார் சிவன்.

"சபிக்கப்பட்ட பிறவிகள், பிரபு," நந்திக்கு மூச்சு வாங்கியது. "முன் ஜென்மங்களில் செய்த கொடிய பாவங்களின் விளைவாக கோரமான உருவங்களுடனும், உடற்கோளாறுகளுடனும் பிறந்தவர்கள். இரண்டுக்கு மேற்பட்ட கைகள், அல்லது கடூரமான, அழகற்ற முகம், இப்படி... என்றாலும், அசாத்தியமான உடற்கட்டும், பல சக்திகளும் படைத்தவர்கள். 'நாகன்' என்ற சொல்லைக் கேட்டாலே எங்கள் மக்கள் குலைநடுங்குவார்கள். ஏன்? சப்த சிந்துவில் வாழும் உரிமைகூட நாகர்களுக்குக் கிடையாது."

"சப்த சிந்து?"

"நம் நாடு, பிரபு - ஏழு நதிகள் பாயும் தேசம்: சிந்து நதி, சரஸ்வதி, கங்கை, யமுனை, ஸரயூ, பிரம்மபுத்ரா மற்றும் நர்மதா. நாங்கள் - சூர்யவம்சிகளும், சந்திரவம்சிகளும் - இங்குதான் வாழ வேண்டும் என்பது பிரபு மனுவின் ஆக்ஞை."

சிவன் தலையாட்ட, நந்தி தொடர்ந்தார். ''நாகர்களின் நகரம், எங்களது எல்லையைத் தாண்டி, நர்மதாவிற்குத் தெற்கே உள்ளது. பிரபு - அவர்களைப் பற்றிப் பேசுவது கூட மிகப்பெரும் துரதிர்ஷ்டத்தைக் கொடுக்கும்!''

''ஆனா - நாகர்கள் என்னை ஏன் தாக்கணும்? மெலூஹர்கள் மேலயே, பாய வேண்டிய அவசியம்தான் என்ன?''

''அந்தக் கேடுகெட்ட சந்திரவம்சிகள்தான் காரணம்,'' நந்தி பற்களைக் கடித்துக்கொண்டு, தணிந்த குரலில் அவர்கள் மீது தாராளச் சாபங்களைத் தொடுத்தார். ''எதற்குத்தான் அந்த இரட்டைவேட நாசக்காரர்கள் துணிய மாட்டார்கள்? அசுரகுணம் கொண்ட நாகர்களை நமக்கெதிராக ஏவிவிடும் அளவிற்குப் போய்விட்டார்கள்! நம்மேல் எப்படியேனும் பழி தீர்த்துகொள்ளும் ஒரே காரணத்திற்காக, எந்த அளவிற்கு பாவத்தைச் சம்பாதித்துக்கொள்கிறார்கள் என்பதை என்றேனும் உணர்வார்களா, தெரியவில்லை...''

சிவனின் புருவங்கள் நெறிந்தன. அந்த நாகனின் தாக்குதல் அவருக்கு நன்கு நினைவிருந்தது. ஏதோ ஒரு வீரர் குழுவின் கட்டளைகளை சிரமேற்கொண்டு நிறைவேற்றுவது போல் அவனது நடவடிக்கைகள் இருக்கவில்லை. சொல்லப்போனால்...

அந்தக் குழுவிற்கு அவன்தான் தலைவன்போல நடந்துகொண்டான்.

அவர்கள் தேவகிரியை அடைய இன்னும் ஒரு வாரம் பிடித்தது.

மெலூஹர்களின் தலைநகரம், ஸட்லெஜ் மற்றும் யமுனா நதிகள் சங்கமிக்கும் இடத்தில் வெளிப்பட்ட சரஸ்வதியின் மேற்குக் கரையில் துலங்கியது. ஆனால், அந்தப் பிரம்மாண்ட நதியின் கம்பீரம் இப்போது சற்று மங்கித்தான் போயிருந்தது; அகலமும் வெகுவாய்ச் சுருங்கியிருந்தது. இந்த நிலையிலும், அவளது ஆகிருதி, பார்ப்போர் பிரமிக்கும்படி இருந்தது; பெருமையைப் பறைசாற்றிக் கொண்டுதானிருந்தது. பஞ்சாபின் கரைபுரண்டு அடித்துச் செல்லும் பிற நதிகளைப் போலல்லாமல், சரஸ்வதி அமைதியே உருவாக நடந்தாள். தன் அந்திமக் காலம் நெருங்கிவிட்டதை உணர்ந்துவிட்டாள் போலும்.

ஆனாலும், ஆக்ரோஷமாகப் பாய்ந்து தன் இருப்பையும், வாழ்வுரிமையையும் அவள் நிலைநாட்டிக்கொள்ள விரும்பவில்லை; தேடி வருவோருக்கெல்லாம், முடிந்த வரையில் தன்னிடம் ஏராளமாய்ப் பொதிந்திருந்த இயற்கையென்னும் பொக்கிஷத்தை அள்ளியள்ளிக் கொடுத்தே நகர்ந்தாள்.

அவள் கரையில் வானளாவி மதர்த்து நின்ற தேவகிரி, அமைதியாக ஓடிய சரஸ்வதிக்கு எல்லாவகையிலும் நேர்மாறாகக் காட்சியளித்தது. பல மெலூஹ நகரங்களைப்போல் இதுவும், சரஸ்வதியின் வெள்ளப்பெருக்கிலிருந்தும், நகரைச் சூறையாட முயலும் பகைவரிடமிருந்தும் தன்னைக் காப்பாற்றிக்கொள்ளும் பொருட்டு, தரை மட்டத்திலிருந்து உயர்ந்த, பிரம்மாண்ட மேடைகளின்மீது நிர்மாணிக்கப்பட்டிருந்தது. என்றாலும், மற்ற நகரங்களுக்கும் தேவகிரிக்கும் ஒரு வித்தியாசம்: பரப்பளவு. மிகப்பெரிய மூன்று மேடைகளின்மீது கம்பீரமாக எழுப்பப்பட்டிருந்த இந்நகரம், சுமார் முன்னூற்றியைம்பது ஹெக்டேர்களில் பரந்து விரிந்திருந்தது. ஏறக்குறைய எட்டு மீட்டர் உயரம் கொண்ட மேடைகள் மூன்றும், அளவாக வெட்டப்பட்ட பெரும்பாறைகளும், இடையிடையே நறுவிசாக வைத்துப் பூசப்பட்ட செங்கற்களையும் அரணாகக் கொண்டு திகழ்ந்தன. மேடைகளில் இரண்டு, *தாம்ரா* மற்றும் *ரஜத்* - அதாவது, தாமிரம், வெள்ளி, என்று பெயர் சூட்டப்பெற்று, சாமானியர்களுக்கென ஒதுக்கப்பட்டிருந்தன. மூன்றாவது மேடையான ஸ்வர்ணம், அதாவது தங்கம் - அரச மாளிகைகளுக்கென்றே பிரத்யேகமாய் அமைந்திருந்தது. தரைத்தளத்திலிருந்து எழும்பி, செங்கற்களாலும், கருங்கற்களாலும் சமைக்கப்பட்ட பாலங்கள் மூலம், மேடைகள் மூன்றும் இணைக்கப்பட்டிருந்தன.

நகரின் சுற்றுச்சுவர்கள், இந்த பிரம்மாண்ட மேடைகளைச் சுற்றி வானை முட்டிக்கொண்டு நிற்க, ஒவ்வொன்றின் வெளிப்புறத்திலும் மிகக்கூர்மையான கொம்புகள் நீட்டிக்கொண்டிருந்தன. பகைவர் வரவை சுலபமாகக் கணித்து, அவர்களை அழிக்கும் பொருட்டு ஆங்காங்கே கோட்டைக் கொத்தளங்கள் பெருவாரியாகத் திகழ்ந்தன. இதுகாறும் இப்பேர்ப்பட்ட அற்புத நகரத்தை சிவன் கண்ணால் கண்டதேயில்லை. இம்மாதிரி ஒரு நகரை உருவாக்கியதுதான் மனிதகுலத்தின் மிகப்பெரிய சாதனையாக இருக்கவேண்டும் என்றும் எண்ணமிட்டார்.

சிவனின் பரிவாரம் மரப்பாலத்தைக் கடந்து, கூர்க்கொம்பு

பரப்பையும் தாண்டி, *தாம்ரா* மேடைக்கு வந்து சேர்ந்தது. பாலத்தின் அடிப்பகுதியை உலோகத் கம்பிகள் கொடுத்து பலப்படுத்தியிருந்தனர்; கடக்கும் குதிரைகளும் தேர்களும் சறுக்காத வண்ணம், மேற்புறத்தில் சொரசொரப்பான, சுட்ட செங்கல் பாவியிருந்தது. நாடு முழுவதும் இவ்வகையான செங்கற்களை சாம்ராஜ்யத்தில் பரவலாகப் பார்த்திருந்த சிவனுக்கு, அவற்றில் ஏதோ சூட்சுமம் இருப்பதாகப்பட்டது. நந்தியிடம் திரும்பி, ''இந்தச் செங்கலெல்லாம் தயாரிக்க தனிப்பட்ட முறை எதாவது இருக்கா?''

''ஆம், பிரபு,'' நந்தி சற்று ஆச்சர்யத்துடன் அவரை ஏறிட்டார். ''மெலூஹாவின் அத்தனை செங்கற்களும் எங்கள் தலைமைக் கட்டிடக்கலை நிபுணர் வகுத்துள்ள விதிமுறைகளைப் பின்பற்றியே தயாரிக்கப்படுகின்றன. ஆனால் - இதை எப்படி ஊகித்தீர்கள்?''

''எல்லாமே அச்சுல வார்த்தா மாதிரி ஒரே நீள அகலத்துல இருக்குறதை வெச்சுத்தான்.''

எதிலும் உயர்வையே காண விழையும் தன் நாட்டின் இணையற்ற பெருமையை நினைத்து நந்தியின் முகம் பூரிப்பால் மலர்ந்தது; தன் பிரபுவின் நுண்ணறிவையும், ஆழ்ந்த கவனிப்புத்திறன் குறித்தும்தான்.

பாலத்தின் முடிவில் மேடை தொடங்க, குதிரை மற்றும் தேர்களுக்கு வசதியாக, பாதை சாய்மானமாக, ஒரே மிதமான வளைவுடன் சரிவின் மீது உயர்ந்தது. இது தவிர, கால் நடையாகச் செல்பவர்களுக்கென ஒரு புறம் அகலமான படிகளும் அமைக்கப்பட்டிருந்தன. சரிவைச் சுற்றி மேடையும், சுற்றுச்சுவர்களும் மிகச் செங்குத்தாய் உயர்ந்திருக்க, மறு பக்கம், அதல பாதாளம்தான். இந்தத் திசையிலிருந்து எதிரிகள் முட்டாள்தனமாக நகரைத் தாக்க முயற்சித்தால், மரணப்பள்ளத்தாக்கில் விழுந்து மடிவார்களென்பது நிச்சயம்.

தேவகிரியின் பிரம்மாண்டமான கதவுகள், தான் இதுவரை பார்த்திராத ஒருவித உலோகத்தால் உருவாக்கப் பட்டிருந்ததைச் சிவன் கவனித்தார். அது இரும்பு என்றும், புதிதாய்க் கண்டுபிடிக்கப்பட்டது என்றும் நந்தி விவரித்தார். இருக்கும் உலோகங்களிலேயே அதுதான் மிகக் கடினமானதாம். என்றாலும், மூலக்கனிமம் அரிதாகவே கிடைப்பதால், இரும்பின் விலையும் மிக அதிகம் என்பதையும் எடுத்துக்கூறினார்.

மேடைவாயிலில், கதவுகளுக்கு மேல், சூர்ய

மெலூஹாவின் அமரர்கள்

வம்சிகளின் சின்னம் - பளிச்சென்ற சிவப்பு வட்டம், அதைச் சுற்றி எல்லா திசைகளிலும் சிதறிப்பாயும் ஒளிக்கிரணங்கள் - பிரகாசமாகத் துலங்கியது. அதன் கீழ், அவர்களது வாழ்வின் ஆதாரமான தாரக மந்திரமும் செதுக்கப்பட்டிருந்தது: *சத்யம். தர்மம். மானம்.*

இதுவரை பார்த்தவையே சிவனைப் பேரதிசயத்தில் ஆழ்த்தியிருந்தன. ஆனால், வாயிலுக்குள், மேடையின் உச்சிலிருந்து அவர் நகரைக் கண்ணுற்றபோது - அதன் நேர்த்தியும் எளிமையும் பேச்சுமூச்சற்றுச் செய்துவிட்டன. சீரான சாலைகள், நகரம் முழுவதையும் சதுரங்களாகப் பிரித்தன. நடந்து செல்வோர் வசதிக்கென ஒரு ஓரமாய் நடைபாதைகள்; சாலையில் ஆங்காங்கே, வெவ்வேறு திசைகளில் செல்லும் ஊர்திகளுக்கு பிரிவுகளையுணர்த்தக் கோடுகள்; இவை தவிர, நடுவே, நகரின் கழிவுகள் வெளியேற மூடிய குழாய்கள். செங்கல்லால் கட்டப்பட்ட சம அளவிலான இருமாடிக் கட்டிடங்கள் தெருக்களின் இருமருங்கிலும் அமைந்திருந்தன. உயரம் தேவைப்படும் பட்சத்தில், மேலே மரச்சட்டங்கள். தனிப்பட்ட விருப்புவெறுப்புக்கு ஏற்றாற்போல், கட்டிடங்களின் உட்புற அமைப்பு மாறும் என்பதை நந்தி சிவனுக்கு விளக்கினார். அனைத்திலும் ஜன்னல்களும் கதவுகளும் பிரதான சாலையை நோக்கிய இல்லாது, பக்கச்சுவர்களிலேயே அமைந்திருந்தன.

சாலைகளைப் பார்த்து அமைந்திருந்த வெற்றுச்சுவர்கள் மெல்லிய சாம்பல், நீலம், பச்சை மற்றும் வெள்ளை நிறத்தில் சாயம் பூசப்பட்டிருக்க, அவற்றின் மீது கறுப்பு வண்ணத்தில் சூர்யவம்சிகளின் பல காப்பியங்கள் மற்றும் கதைகளிலிருந்து அபூர்வக் காட்சிகள் கண்ணைப் பறிக்கும் ஓவியங்களாகத் தீட்டப்பட்டிருந்தன. பெருவாரியாகச் சுவர்களில் காணப்பட்டது வெளிர் நீலம்தான். வானைக் குறிக்கும் இதுவே மெலூஹர்களுக்கு மிகப் புனிதமானது. அதற்கடுத்து முக்கியத்துவம் பெற்றது, இயற்கை வளத்தைக் குறிக்கும் பச்சை. வெளியுலகில் தன்னிச்சையாக அமையும் வண்ணச் சேர்க்கையனைத்தையும், மனித முயற்சிக் கப்பாற்பட்ட ஒரு சக்தி ஒளிந்திருந்து சீரமைக்கிறது என்ற தத்துவம், மெலூஹர்களின் மனதை மிகக் கவர்ந்த ஒன்று. அதிலும் நீல நிறம், வண்ணங்களின் அணிவகுப்பில் பச்சைக்கு முன்னதாக அமைந்திருந்ததை, இயற்கையின் பேரதிசயமாகவே கண்டனர். வானம் பச்சை நிற பூமிக்கு மேலே திகழ்ந்ததைப் போல.

சுவர்களை அலங்கரித்த ஓவியங்களில் அதிகம்

காணப்பட்டவை, இராமபிரானின் வாழ்க்கை நிகழ்வுகளே. எதிரிகளை வீழ்த்தி அவர் அடைந்த வெற்றிகள், தீய சந்திரவம்சிகளை முறியடித்த அதியற்புதச் சம்பவங்கள், அவரது ஆழ்ந்த அரசியல் ஞானத்தையும், கூர்ந்த அறிவையும் சுட்டிக்காட்டும் அனைத்தும் அங்கு மிகுந்த நேசத்துடன் வரையப்பட்டிருந்தன. இராமபிரான் மீது அனைவருக்கும் இருந்த மரியாதையை வார்த்தைகளில் சொல்லி முடியாது; பல மெலூஹர்கள் அவரைக் கடவுளாகவே மதித்து வணங்கி வந்தனர். உலகத்தையே காக்கும், உயிர்களனைத்தையும் உய்விக்கும் ***விஷ்ணு*** பகவானின் பெயரை, ***பல ஆயிரம் ஆண்டுகளாக வழங்கி வரும் தெய்வத்தின்*** திருநாமத்தின்படியே அவரைக் குறிப்பிட்டனர்.

நந்தி சிவனிடம் விளக்கியபடி, நான்கு முதல் எட்டு சதுரங்களாகப் பிரிக்கப்பட்ட பகுதிகளாகத் துலங்கியது நகரம். ஒவ்வொன்றும் தனித்தனியே வர்த்தக அமைப்புகள், இல்லங்கள், கோயில்கள் மற்றும் ஆடல் பாடல் அரங்கங்களும் மனமகிழ் மன்றங்களும் நிறைந்து விளங்கின. இவற்றிலிருந்து விலகி, தூசும் மாசும் பாதிக்காத தூரத்தில் தொழிற்சாலைகளும் மற்ற தொழில்களும் அமைந்திருந்தன. தேவகிரி இயங்கிய வேகம், நளினம் மற்றும் ஆளுமையை வைத்து, மெலூஹ சாம்ராஜ்யத்தின் மிக அதிக மக்கள் தொகையைக் கொண்டது இது என்பதை ஒரு நாளும் ஊகிக்க முடியாது. இரு வருடங்களுக்கு முன் நடத்தப்பட்ட மக்கள் தொகைக் கணக்கெடுக்கின்படி, நகரில் இரண்டு இலட்சம் மக்கள் இப்போது வாழ்ந்து வந்தனர்.

வர்த்தகம் மற்றும் தனிப்பட்ட காரணங்களுக்காக அடிக்கடி தேவகிரி வந்து சென்ற சுற்றுலாப்பயணிகள் பொருட்டு, பல இடங்களில் அமைந்திருந்த சத்திரங்களில் ஒன்றுக்கு நந்தி சிவனையும், மூன்று வீரர்களையும் அழைத்துச் சென்றார். நீண்ட பிரயாணத்தினால் களைத்திருந்த குதிரைகளை லாயச்சிறுவனிடம் ஒப்படைத்துவிட்டு, தங்களைப் பதிவு செய்துகொள்ள சத்திரத்தினுள் சென்றனர். இதுகாறும் செய்த பயணத்தில் பல சத்திரங்களைக் கண்டு தேர்ந்துவிட்ட சிவன், அவற்றின் வடிவம்தான் இதுவும் என்பதை நன்குணர்ந்தார். நடுவில் ஒரு முற்றம்; அதைச் சுற்றிக் கட்டிடம். அறைகள் காற்றோட்டமாய், பெரிதாய், வசதியாய்க் கட்டப்பட்டிருந்தன.

''பிரபு, இரவு உணவுக்கு நேரமாகிவிட்டது,'' என்றார் நந்தி. ''சத்திர உரிமையாளரிடம் அதற்குரிய ஏற்பாடுகள்

செய்துவிடுகிறேன். நாளை இரண்டாவது பிரஹாரின் போதே நாம் சக்ரவர்த்தியைச் சந்திக்க வேண்டும்; இன்றிரவு சீக்கிரம் உணவருந்தி உறங்கிவிடுவது நலம்.''

''எனக்கும் சம்மதம்தான்.''

''இன்னொரு விஷயம்: உங்கள் ஒப்புதலின் பேரில், வீரர்களை மீண்டும் ஸ்ரீநகரம் அனுப்பிவிடலாமென்று எண்ணுகிறேன்.''

''அதுவும் நல்லதுதான்,'' புன்னகைத்தார் சிவன். ''உங்க மூளை என்னமா வேலை செய்யுது, நந்தி!''

தன் பிரபு முகமலர தான் காரணமாக இருப்பதைக் குறித்து நந்தி புளகாங்கிதமடைந்தார். ''இதோ வந்துவிடுகிறேன், பிரபு.''

படுக்கையில் படுத்த சிவன், உடனடியாக ஆட்கொண்ட நினைவுகளில் முழுமையாகத் தன்னை ஈடுபடுத்திக் கொண்டார்.

எவ்வளவு சீக்கிரம் முடியுமோ, அவ்வளவு சீக்கிரம் சக்ரவர்த்தியை சந்திச்சிட்டு, அவர் என்ன கேக்கறாரோ அதக் குடுத்துத் தொலச்சிட்டு, இந்த நகரத்தையே சலிச்சு சதியைத் தீவிரமாத் தேடணும்.

அவளைப்பற்றி நந்தியிடம் கேட்கலாம் என்று நினைத்து, பின் அந்த யோசனையைக் கைவிட்டார். முதல் சந்திப்பில், அவளுக்குத் தன் மீது பிரமாதமான அபிப்ராயம் ஒன்றும் ஏற்பட்டுவிடவில்லை என்ற வேதனையான உண்மை அவருக்குத் தெரிந்தே இருந்தது. தன்னைக் கண்டுபிடிக்கும் வேலையை அவள் சுலபமாக்காததிலிருந்து, அவளுக்குத் தன் மீது அதிக ஈர்ப்பும் இல்லையென்பதும் புரிந்தது. அதனாலேயே, அவளைப் பற்றி மற்றவர்களிடத்தில் சர்வசாதாரணமாகப் பேசி விஷயத்தைச் சிக்கலாக்கிக் கொள்ள வேண்டாமென்று தோன்றியது.

அவளது முகம் நினைவில் படர, தன்னையறியாமல் புன்னகை மலர்ந்தது. அவள் போர் புரிந்ததைக் கண்ட அந்த அற்புதத் தருணங்களை மீண்டும் மீண்டும் மனதிற்குள் ஓட்டிப் பார்த்துக்கொண்டார். குணா ஆண்கள் பெரும்பாலோருக்கு அத்தகைய காட்சி ரசித்திருக்குமா என்பது சந்தேகம் - ஆனால், சிவனுக்கு, அவை தெய்வீகம் பொருந்திய, அற்புதக் கணங்கள். மென்மையான, கொடி போன்ற அவள் உடல், போர் என்றவுடன் கடுமையான, பயிற்சி பெற்ற வீரனுடையதைப் போல் நொடியில் மாறி, ஆபத்தை எதிர்கொள்ளத் தயாராக நாணேற்றியது போல்

நின்றதை நினைத்து ஏக்கப் பெருமூச்செறிந்தார். மனதைக் கவர்ந்த அந்த வளைவுகளும் நெளிவுகளும், கையில் பிடித்திருந்த வாளுக்கேற்ப ஒயிலாகச் சுழல - கைகளின் அசைவுக்கேற்ப முடிந்திருந்த கூந்தல் மெல்ல அசைய... அடடா. அவர் மூச்சை இழுத்துவிட்டார்.

எப்பேர்ப்பட்ட பொண்ணு!

மறுநாள் அதிகாலை, தாம்ரா மற்றும் ஸ்வர்ண மேடைகளுக்கிடையே அமைந்திருந்த பாலத்தைக் கடந்து, சிவனும் நந்தியும் அரச மாளிகையை அடைந்தனர். மெலூஹக் கட்டிட அமைப்பின் அற்புத உதாரணமாகத் திகழ்ந்த பாலத்தின் இருபுறமும் உறுதியான, தடிமனான சுவர்கள்; அவற்றில், வீரர்கள் எதிரிகளின் மீது அம்பெறியவோ, கொதிக்கும் எண்ணெயை ஊற்றவோ ஏதுவாகத் துவாரங்கள். இவை தவிர, மற்ற மேடைகள் எதிரிகள் வசம் விழுந்துவிடும் பட்சத்தில், இறுதிப் பாதுகாப்பாக பாலத்தின் நட்ட நடுவே பிரம்மாண்டமான ஒரு கதவும் பொருத்தப்பட்டிருந்தது.

பாலத்தைக் கடந்து ஸ்வர்ண மேடைக்கு வந்து சேர்ந்தவுடன், சிவன் திகைத்து நின்றார் - கண்ணைப் பறித்த ஆடம்பர இராஜபோகத்தால் அல்ல; அப்படியெதுவுமே இல்லாததால். படாடோபம் அணுவளவும் அங்கில்லாதது அவரை அதிசயத்தில் ஆழ்த்தியது. மகத்தான, செல்வச்செழிப்பில் மிதக்கும் சாம்ராஜ்யத்தை ஆளும் அரசவம்சமாகவே இருந்தாலும், தனிப்பட்ட முறையில் அவர்கள் எளிமையான வாழ்க்கைமுறையையே கைக்கொண்டிருந்தனர். இராஜமேடை, நகரின் மற்றவற்றை ஒத்திருந்தது; உயர்குடிகளுக்கென பிரத்யேகமாய் எந்தச் சலுகையும் அளிக்கப்படவில்லை. கட்டிடங்கள் அமைப்பிலும், செழிப்பிலும் மெலூஹாவின் பிறவற்றைப் போல் இருந்தன. வித்தியாசம் ஒன்றே ஒன்றுதான்: வலப்பக்கம், தூரத்தில் தெரிந்த பிரம்மாண்டக் கட்டிடம். ‘பெரும் பொதுக்குளியல் மாளிகை’ என்று பெயர் தாங்கி நின்றது. அதற்கு இடப்பக்கத்தில், ஜாஜ்வல்யமான இந்திரன் கோயில் ஒன்று காட்சியளித்தது. மரத்தினால் செதுக்கப்பட்டு, செங்கல் அடித்தளத்தின் மீது நிர்மாணிக்கப்பட்டு, தூய தங்கத்தாலான கோபுரத்துடன் ஒளி வீசித் திகழ்ந்தது! மெலூஹர்கள் தங்கள் கட்டிடக்கலையின் உச்சத்தைக்

கடவுளர்க்கும், பொதுப் பயன்பாட்டிற்குமே அதிகம் ஒதுக்கிவிட்டதாகக் காணப்பட்டது.

இராமபிரான் இதத்தான் விரும்பியிருப்பார்.

சக்ரவர்த்தி என்ற முறையில் நாட்டின் ஆட்சியாளருக்கு ஒரே ஒரு சலுகைதான் போலும்: மற்றவற்றைவிட அவரது அரண்மனை பெரிது. மிகப் பெரிது.

— ⅄ ◎ Ⴎ ⇑ ⊗ —

ஆரவாரமில்லாது அலங்கரிக்கப்பட்ட அரசரின் பிரத்யேக அலுவலகத்திற்குள் சிவனும் நந்தியும் நுழைந்த போது, அதன் ஒரு கோடியில், எளிமையான ஆசனத்தில் தக்ஷர், இரு பக்கமும் ஒரு ஆணும் பெண்ணும் சகிதம் கொலுவீற்றிருந்தார்.

உள்ளே நுழைந்த சிவனைப் பார்த்து நமஸ்தே என்று கரம் குவித்தவர், ''பயணம் சுகமாக இருந்தது என்று நம்புகிறேன்,'' சம்பிரதாயமாகக் கூறினார்.

இவ்வளவு பெரிய சாம்ராஜ்யத்தைக் கைப்பிடிக்குள் வைத்திருப்பவர், பார்வைக்கு மிக இளமையாகத்தான் தெரிந்தார். சிவனைவிட மிகச் சிறிதேதான் உயரக் குறைவென்றாலும், உடமைப்பில் அவர்கள் முற்றும் மாறுபட்டவர்களாக இருந்தனர். சிவனுடையது ஆஜானுபாகுவான, கட்டுமஸ்தான தேகக்கட்டு; தக்ஷரோ, அதிகம் உடலை அலட்டிக்கொள்ளாதவர் என்பது புலனாயிற்று. பருமன் எனச் சொல்லமுடியாவிட்டாலும், பிரமாதமான உடற்கட்டைக்கொண்டவர் என்றும் கூற முடியவில்லை; முகவெட்டும் சுமார்தான்; கோதுமை நிறம்: நேரான நாசி; கருநிறக் கண்கள். பல மெலூஹர்களைப் போல் கூந்தலை நீள வளர்த்திருந்தார். இரத்தினங்களால் இழைக்கப்பட்ட சூர்யவம்சிகளின் சின்னமான ஆதவன் பதித்த கிரீடம் ஒன்று சிரஸில் ஒளிவீசித் திகழ்ந்தது. இடையில் பட்டு தோத்தி; வலது தோளில், அங்கவஸ்திரம் ஆகியவற்றை நளினமாக அணிந்திருந்தார். இவை தவிர, அரசகுலத்தோர் வழக்கப்படி அணியும் பலப்பல ஆபரணங்கள் - வலக்கரத்தில் இரு கங்கணங்கள் உட்பட - அவரது சுமாரான உருவத்தை அலங்கரித்தன. அவரது முகத்திற்குத் தனித்தன்மை அளித்த ஒரே விஷயம்: விழிவரை பரவி, நம்பிக்கையும் தீர்மானமும் இரண்டறக் கலந்த, குழந்தைத்தனம் மிளிரும் புன்னகை. அரச பதவியை எளிதாகச் சுமக்கும் அதிசய பிறவிகளில் ஒருவராகத் தோன்றினார் தக்ஷர்.

''ஆமா, சக்ரவர்த்தி,'' என்றார் சிவன். ''உங்க சாம்ராஜ்யம் இயங்கற விதமே ரொம்ப பிரமாதம். நீங்க அற்புதமான ஆட்சியாளர்ங்கிறதுல சந்தேகம் இல்ல.''

''நன்றி. ஆனால், பாராட்டுக்கள் அத்தனைக்கும் நான் உரித்தானவன் அல்ல; என் மக்களே.''

''ரொம்ப அடக்கமா இருக்கீங்க, அரசே.''

தக்ஷர் மையமாகப் புன்னகைத்தார். ''எனது இரு மிக முக்கிய அதிகாரிகளை அறிமுகப்படுத்தவில்லையே?'' பதிலுக்குக் காத்திராமல், இடப்பக்கமிருந்த பெண்மணியைச் சுட்டிக் காட்டினார். ''இது என் பிரதம மந்திரி, கனகாலா. சாம்ராஜ்யத்தின் நிர்வாகம், வருவாய் மற்றும் செயல்பாடுகளை முற்றுமாகக் கைக்கொண்டிருப்பவர்.''

மிக மரியாதையாக நமஸ்தே, என்று வணக்கம் தெரிவித்தாள் கனகாலா. பின்புறம் முடிந்திருந்த சிறிதளவு சிகை தவிர, தலை முழுதும் சிரைக்கப்பட்டிருந்தது. ஜணாவு என்றொரு மாலை இடது தோளிலிருந்து வலது மார்பு வரை சென்றது. பல மெலூஹர்களைப் போல் இளமைத் தோற்றம் கொண்டிருந்தாலும், அவளது வெண்மையான மேலங்கிக்கும், வேட்டிக்குமிடையே பிதுங்கிய சதையை சிவனின் கூர்மையான கண்கள் கவனிக்கத் தவறவில்லை. கரிய, மிக வழவழப்பான சருமம்; நாட்டுமக்கள் பலரைப்போல் குறைவான ஆபரணங்கள். கையில் மாட்டிய இரண்டாவது கங்கணத்தில் பொறிக்கப்பட்ட குருவிச் சின்னத்தை சிவன் கவனித்தார். அந்தணர்களில் இது பெரிய அந்தஸ்த்தைக் குறிக்கவில்லை. சிவன் குனிந்து வணக்கம் செலுத்தினார்.

தனக்கு வலப்பக்கத்தைச் சுட்டிக் காண்பித்த தக்ஷர், ''இவர்தான் என் படைகளின் பிரதம சேனாதிபதி, பர்வதேஸ்வரர். நிலப்படை, கடற்படை, தனிப்படை மற்றும் காவல்துறை ஆகியவை இவரது அதிகாரத்திற்குட்பட்டவை.''

இவரைப் பகைத்துக்கொள்வதற்கு முன் ஒன்றுக்கு இரண்டாக யோசிக்க வேண்டும் என்று சிவன் நினைக்குமளவுக்கு இருந்தார் பர்வதேஸ்வரர். சிவனைவிட உயரம்; தன்னைச் சுற்றியிருக்கும் எல்லோரும், எல்லாமும் சிறிதாகத் தோன்றும் மிகக் கட்டுமஸ்தான உடலமைப்பு. சுருள் சுருளான நீள முடி, உச்சியிலிருந்து வாரப்பட்டு, மிகச் சீராகத் தொங்கியது. வழவழவென்ற சருமத்தில் அங்கங்கே விழுப்புண்கள் பெருமையாகக் காட்சியளித்தன.

மெலூஹாவின் அமரர்கள்

கருகருவென்று உடல் முழுதும் முடியுடன் காட்சியளிப்பதே உண்மையான வீர க்ஷத்ரிய அடையாளம் என்றெண்ணும் ஆண்களுக்கு மத்தியில், பளபளப்பான சருமத்துடன் காணப்பட்டார். ஒரு வேளை இதற்கெல்லாம் சேர்த்து வைத்துத்தானோ என்னவோ, முகத்தில் மிக நீண்ட, நுனிகள் மேல்நோக்கிய மீசையொன்றை வைத்திருந்தார். கண்களில் நேர்மை; எதற்கும் வளைந்துகொடுக்காத தீர்மானம். பர்வதேஸ்வரரின் கரங்களை அலங்கரித்த இரண்டாவது கங்கணத்தில் புலிச்சின்னம் - க்ஷத்ரியர்களில் மிக உயர்ந்த வகுப்பு - பொறிக்கப்பட்டிருந்தது. சிவனை நோக்கி மிக லேசாகத் தலையசைத்தார். நமஸ்தே இல்லை. தலைகுனிந்த வணக்கமில்லை. சிவனோ, முகமலர்ந்த புன்னகையுடன் பர்வதேஸ்வரருக்கு வணக்கம் தெரிவித்தார்.

"தயவு கூர்ந்து வெளியே காத்திரும், தளபதி," பர்வதேஸ்வரர் நந்தியை நோக்கினார்.

நந்தி பதில் சொல்லுமுன், சிவன் இடைவெட்டினார். "மன்னிக்கணும் - நந்தி என்னோடவே இருக்கட்டுமே? ஊரைவிட்டு நான் கிளம்பினதுலேர்ந்து கூடவே இருந்திருக்கார். என் அருமைக்கும் பெருமைக்கும் உரிய தோழர்."

"தாராளமாக," என்றார் தக்ஷர்.

"மன்னர் மன்னா, நாம் நிகழ்த்தப்போகும் பேச்சு வார்த்தைகளில் ஒரு தளபதி பங்குபெறுவது முறையல்ல," என்றார் பர்வதேஸ்வரர். "எப்படியிருப்பினும், இவர் வகிக்கும் பொறுப்பின் விதிமுறைகள்படி, விருந்தாளியை சக்ரவர்த்தியின் சந்நிதானத்திற்கு அழைத்து வருவதோடு இவரது கடமை முடிந்துவிட்டது; முக்கியமான அரசாங்க விஷயங்கள் விவாதிக்கப்படும் இடத்தில் இவருக்கு அனுமதியில்லை."

"விடுங்கள் பர்வதேஸ்வரரே. சில சமயம், இம்மாதிரி விஷயங்களை நீங்கள் மிகப் பெரிதுபடுத்துகிறீர்கள்," என்ற தக்ஷர், சிவனிடம் திரும்பினார். "உங்களுக்கு ஆட்சேபமில்லையென்றால், உங்கள் கழுத்தை இப்போது பார்க்கலாமா?"

கழுத்துப் பட்டியை அவிழ்க்க நந்தி சிவனின் பின்னால் நகர்ந்தார். தெய்வ காரியத்திற்காகத் தாயத்து கட்டப்பட்டிருப்பது போன்ற தோற்றம் ஏற்படுமாறு அதில் அழகாகக் கோர்த்துத் தைக்கப்பட்டிருந்த பல வண்ண மணிகளைக் கண்ட தக்ஷரின் முகம் மலர்ந்தது. "இதுவும் நல்ல யோசனைதான்," என்று கிசுகிசுத்தார்.

பட்டி அவிழ்க்கப்பட, சிவனின் தொண்டையைப் பார்க்கும் ஆவலுடன் தக்ஷரும் கனகாலாவும் ஏககாலத்தில் முன்னே நகர்ந்தனர். பர்வதேஸ்வரர் அவர்களைப் பின்பற்றவில்லையேயொழிய, கழுத்தைச் சற்று துருத்திக் கொண்டு உற்று நோக்கினார்.

தக்ஷரும் கனகாலாவும் ஸ்தம்பித்து நின்றனர்.

கையை நீட்டி லேசாகச் சிவனின் கழுத்தைத் தொட்ட தக்ஷர், ''வண்ணம் உள்ளிருந்துதான் வருகிறது,'' பிரமிப்புடன் முணுமுணுத்தார். ''சாயமல்ல. நிஜம்தான்.''

அதிசயம் நிரம்பிய கண்களில் கண்ணீர் துளிர்க்க அவர்கள் ஒருவரையொருவர் ஏறிட்டனர். கனகாலா சட்டென்று கைகளைக் கூப்பி வாய்க்குள் ஏதோ மந்திரம் உச்சரிக்கத் துவங்க, உள்ளுக்குள் கொப்பளித்த உற்சாகத்தைக் அணை போட்டுத் தடுக்க முயன்றவராய், தக்ஷர் சிவனை ஏறிட்டார். ''மெலூஹாவில் உங்களுக்கு எங்களால் எந்த சௌகர்யக்குறைவும் ஏற்படவில்லை என்று நம்புகிறேன்,'' புன்னகையைக் கஷ்டப்பட்டுக் கட்டுப்படுத்திக்கொண்டார்.

என்னதான் உணர்ச்சிகளை மனதுக்குள் பூட்டி வைத்துக்கொள்ள முயன்றாலும், தன் நீலக்கழுத்து சக்ரவர்த்தியையும் பிரதம மந்திரியையும் ஆட்டி வைத்து விட்டதை சிவன் உணர்ந்தார்.

இந்த உருப்படாத நீலக்கழுத்தால மெலூஹர்களுக்கு என்னதான் பிரயோஜனம்?

''ஆ, அதெல்லாம் எதுவுமேயில்ல, அரசே,'' சிவன் துணியை மீண்டும் கழுத்தைச் சுற்றிக் கட்டிக்கொண்டார். ''சொல்லப்போனா, இங்க எனக்கும் என் மக்களுக்கும் கெடச்ச வரவேற்புல திக்குமுக்காடிப் போய்ட்டோம்.''

''மிக்க சந்தோஷம்,'' தக்ஷர் சிரம் தாழ்த்திப் பாராட்டை ஏற்றுக்கொண்டார். ''தங்களுக்கும் ஓய்வு தேவைப்படும். பிறகு சாவதானமாகப் பேசலாம். அரச மாளிகையிலேயே தாங்கள் தங்கிவிடலாமே? இங்கு வசதிகள் சற்று அதிகம் என்று கேள்வி.''

''அழைப்புக்கு ரொம்ப நன்றி, அரசே.''

தக்ஷர் நந்தியிடன் திரும்பினார். ''தளபதி, பெயர் என்னவென்று சொன்னீர்?''

''நந்தி, மன்னர் மன்னா.''

''நீரும் இங்கேயே தங்கிக்கொள்ளலாம். நம் மரியாதைக்குரிய விருந்தாளியை ஒரு குறைவும் இல்லாமல்

கவனித்துக்கொள்ளும் பொறுப்பு உங்களைச் சார்ந்தது. கனகாலா, அனைத்து ஏற்பாடுகளையும் செய்துவிடுங்கள்.''

''அப்படியே, சக்ரவர்த்தி.''

கனகாலா தனது உதவியாளரிடம் சைகை செய்ய, அவர் சிவன் மற்றும் நந்தியை அலுவலகத்திலிருந்து அழைத்துச் சென்றார்.

அவர்கள் தலை மறைந்த அடுத்த கணம், தக்ஷர் மிகுந்த படாடோபத்துடன் குத்துக்காலிட்டு, சிவன் நின்றிருந்த இடத்தில் தன் சிரஸைப் பதித்து நமஸ்கரித்தார். முணுமுணுவென்று எதையோ பிரார்த்தனை செய்தவராய், எழுந்து, கண்களில் கரைகட்டி நின்ற கண்ணீருடன் கனகாலாவை பார்த்தார். அவளது விழிகளிலோ, அவசரமும், சற்று கோபமுமே மின்வெட்டாய் மின்னின.

''ஒரு விஷயம் புரியவில்லை, அரசே,'' உறுமினாள் அவள். ''நீல நிறம்தான் உண்மையென்று ஆகிவிட்டதே? அவரிடம் ஏன் இதைச் சொல்லவில்லை?''

''எப்படிச் சொல்வது? என்னை என்ன செய்யச் சொல்கிறீர்கள்?'' தக்ஷர் அதிர்ச்சியுடன் அவளை நோக்கினார். ''அவர் தேவகிரி வந்து இரண்டு நாட்கள்தான் ஆகின்றன. நேராக அவர் முன் சென்று, 'நீர்தான் நீலகண்டர்; எங்களை உய்விக்க வந்த கடவுள்' என்று சொல்லச் சொல்கிறீர்களா? நம் கஷ்டங்களனைத்தையும் ஒரே வீச்சில் தீர்க்க வந்தவர் என்று போட்டுடைக்க வேண்டுமா?''

''நீலக்கழுத்து இருந்ததென்றால் அவர் நீலகண்டர்தானே? நம்மைக் காப்பாற்ற வந்தவர் என்றுதானே அர்த்தம்? தன்னுடைய விதிப்பயனை அவர் ஒப்புக்கொள்ளத்தான் வேண்டும்.''

பொறுமையிழந்த பர்வதேஸ்வரர் விவாதத்திற்குள் நுழைந்தார். ''என்ன பிதற்றல் இது? நாமா இப்படியெல்லாம் உளறிக்கொண்டிருப்பது? நாம் மெலூஹர்கள்! சூர்ய வம்சிகள்! மனிதகுலத்தின் மிக உன்னதமான நாகரீகத்தை உருவாக்கியவர்கள். கல்வியறிவோ, எவ்வித ஆற்றலோ இல்லாத காட்டுமிராண்டிதான் நம் கடவுள் என்று நம்பச் சொல்கிறீர்களா? அதுவும் ஏன்? அவனுக்கு நீலக்கழுத்து இருக்கும் ஒரே காரணத்தினாலா?''

''நம் கதைகளும் புராணங்களும் அப்படித்தானே சொல்கின்றன, பர்வதேஸ்வரரே?'' என்றாள் கனகாலா.

அமைச்சர்கள் இருவரின் வாக்குவாதத்தையும் தக்ஷர் குறுக்கே புகுந்து தடுத்தார். ''அவற்றிலெல்லாம்

எனக்கு நம்பிக்கை இருக்கிறது, பர்வதேஸ்வரரே. என் மக்களும் நம்புகிறார்கள். நீலகண்டர் வெளிப்பட என் ஆட்சிக்காலத்தைத் தேர்ந்தெடுத்துள்ளார். நம் தர்மக் கோட்பாடுகளையும், தத்துவங்களையும் கொண்டே அவர் இந்தியா முழுவதையும் திருத்தியமைத்து விடுவார்; மெலூஹாவின் முதுகெலும்பாகத் திகழும் உண்மை, கடமை, மற்றும் தர்மம் - இவைதான் இந்த தேசத்தை ஆளும். அவரது தலைமையில், இந்தச் சந்திரவம்சிப் பிரச்சனையை நாம் முற்றுமாக ஒழித்துவிடலாம். அவர்கள் இப்போது நம்மைப் படுத்தும் பாட்டிற்கு, தாக்குதல்களுக்கு - தீவிரவாதத்திலிருந்து, சோமரஸ உற்பத்தி, சரஸ்வதியைக் கொல்வதுவரை - எல்லாவற்றுக்கும், எல்லாவற்றுக்கும் முடிவு நெருங்கிவிட்டது.''

''அப்படியானால், அவரிடம் ஏன் இதை மறைக்க வேண்டும், அரசே?'' என்றாள் கனகாலா. ''நாட்களை அதிகம் கடத்தினோமென்றால், நம் மக்கள் தைரியமிழப்பார்கள். ஹரியுபாவிலிருந்து சற்று தூரத்தில் இருக்கும் கிராமத்தில் சில நாட்கள் முன்பு நடந்த தீவிரவாதத் தாக்குதல் குறித்து தங்களுக்கு நன்கு தெரியும். நாம் பதில் தாக்குதல் செய்யத் தாமதித்தால், அவர்களது பலம் கூடும், அரசே. நம் பெருமானிடம் விஷயத்தை விளக்கி, மக்களிடமும் இந்த செய்தியைச் சொல்ல வேண்டும். கொடிய பகைவர்களை எதிர்த்து நிற்கும் துணிச்சலை அது நமக்கு அளிக்கும்.''

''சொல்கிறேன். ஆனால் - உம்மைவிட சற்று தூரப்பார்வையுடன் விஷயத்தை அணுக விழைகிறேன். சற்று யோசியும்: இதுவரை நம் தேசம், போலியான நீலகண்டர்களையே சந்தித்திருக்கிறது, அவர்களின் மோசடிகளால் நம்பிக்கையிழந்திருக்கிறது. இப்போது உண்மை யான நீலகண்டரே வந்துவிட்டார் - ஆனால், அவர் நமக்காக எதுவும் செய்யத் தயாராக இல்லை என்றால், அவர்களை அது காயப்படுத்தாதா? முதலில், தன் வினைப்பயனை அவர் ஏற்க நாம் அவரைத் தயார்ப்படுத்த வேண்டும். பிறகே மக்களிடம் அவரைப் பற்றிக் கூற வேண்டும். அதற்கு மிக சுலபமான வழி, உண்மையை அவரிடம் அப்படியே, முழுவதுமாகப் பகிர்ந்து கொள்வதுதான். நாம் சந்திக்கும் தாக்குதல்கள் எவ்வளவு அதர்மமானவை என்பதை உணர்ந்தால், நமக்காக, நம்முடன் சேர்ந்து தீமையை ஒழிக்க அவர் தயங்கமாட்டார். அதற்கு எவ்வளவு காலமானாலும் சரி. நீலகண்டருக்காக நாம் பல நூற்றாண்டுகள் காத்திருந்தோம். இன்னும் சில வாரங்கள் நம்மை எதுவும் செய்துவிட முடியாது.''

5

பிரம்மாவின் குலம்

அரசு விருந்தினர் மாளிகையின் பசுமை கொஞ்சும் தோட்டங்களில் சிவன் காலாற உலவிக் கொண்டிருந்தார். உடைமைகள், நந்தி மற்றும் கனகாலாவின் திறமையான உதவியாளர் புண்ணியத்தில் அரசு மாளிகைக்கு மாற்றப்பட்டுக் கொண்டிருந்தன. சிவப்பும் வெள்ளையுமாய் பூத்துக்குலுங்கிய ரோஜாக்களை இரசித்தவாறு சிவன் ஒரு மேடையில் அமர்ந்தார். மென்காற்று தோட்டங்களில் சில்லென்று வீச, புன்னகை மலர்ந்தது. மதியத்திற்கு இன்னும் சற்று நேரமிருந்தது; தோட்டங்களும் ஆளரவமற்று அமைதியாக இருந்தன. அன்று காலை சக்ரவர்த்தியுடன் நிகழ்த்திய பேச்சுவார்த்தையை சிவனின் மனம் மீண்டும் மீண்டும் ஓட்டிப்பார்த்தது. தக்ஷர் தன் ஆர்வத்தை ஓரளவு மறைத்துக்கொண்டாலும், இந்த நீலக்கழுத்திற்கு மெலூஹாவில் - ஏன், சக்ரவர்த்தியிடத்திலுமே - அபரிமிதமான முக்கியத்துவம் இருக்கிறது என்பதை சிவன் உணர்ந்தார். அப்படியானால், இந்த நீலகண்டர் கதைகள் எல்லாம் - அவை என்னவாக இருந்தாலும் - காஷ்மீரத்தின் ஒரு சில வகுப்பாருக்குட்பட்டவை அல்ல என்பது நிச்சயம். சக்ரவர்த்தியே அதற்கு இத்துணை மதிப்பளித்தால், மெலூஹாவுக்கு நீலகண்டரின் உதவி மிகத் தேவையாகத்தான் இருக்க வேண்டும்.

அமீஷ்

ஆனா, என்ன எழவுக்கு இவங்களுக்கு உதவியெல்லாம் வேணும்? நம்மைவிட இவங்க நாகரீகம் எவ்வளவோ முன்னேறியிருக்கு!

டோல் என்ற மத்தளம் போன்ற வாத்தியத்தின் சப்தம் கேட்டு அவரது கவனம் கலைந்தது. அத்துடன், நடனமாடுவோர் அணியும் குங்குரூ என்னும் கொலுசின் சிலுங்கென்ற ஒலியும் இணைந்தது. தோட்டத்தில் யாரோ ஆடுகிறார்கள். செடிகொடிகளாலான வேலி, நடன மேடையை தோட்டங்களிலிருந்து பிரித்தது. சாதாரணமாக இம்மாதிரி சப்தங்கள் கேட்டால், நடனத்தில் மிகுந்த பிரியமும், அதில் தேர்ச்சியும் அடைந்திருந்த சிவன், தன்னையறியாமல் ஆடத் தொடங்கியிருப்பார். இன்றென்னவோ, அவரது கவனம் வேறு விஷயங்களில் மூழ்கியிருந்தது. நடனம் பழகிக்கொண்டிருந்த கூட்டத்திலிருந்து அரைகுறையாக சில வார்த்தைகள் காதில் விழுந்தன.

''இல்லை, தேவி - உங்களை மறந்து நீங்கள் ஆட வேண்டும்,'' என்றது பண்பட்ட ஒரு ஆண் குரல். ''கடனே என்று முடிக்க வேண்டிய பணியல்ல இது. நடனத்தை இரசிக்கக் கற்றுக்கொளுங்கள். ஒவ்வொரு அடவையும் கஷ்டப்பட்டு ஞாபகப்படுத்திக் கொண்டு ஆட முயற்சிக்கிறீர்கள் - உணர்வுபூர்வமாக நடனத்தை அனுபவிக்கவில்லை. உடல் முழுவதும் அந்த ஆனந்தம் பரவ அனுமதிப்பதில்லை.''

ஒரு பெண்ணின் குரல் அப்போது குறுக்கிட்டது. ''குருஜி சொல்றது சரிதான், தேவி. சரியாத்தான் ஆடறீங்க - ஆனா, நடனத்தை அனுபவிக்கலை. மொகம் ரொம்ப இறுக்கமா இருக்கு. கொஞ்சம் தளர்த்திக்குங்க.''

''முதல்ல அடவுகளை நல்லாக் கத்துக்கறேன். அனுபவிக்கிறதெல்லாம் அப்பறம் இருக்கட்டும்.''

அந்தக் கடைசி வார்த்தைகள்!

சிவனின் உடல் ரோமங்கள் ஏககாலத்தில் குத்திட்டு நின்றன. அந்தக் குரல் - அவள்தான். சதி. சட்டென்று எழுந்து, குரல்கள் வந்த திசையை நோக்கி விரைந்தார். கொடிவேலியருகே வந்தவர், சதி ஒரு சிறிய மேடையின் மீது நடனமாடுவதைக் கண்டார். ஆட்டத்திற்கேற்ப, கைகளை இரு பக்கமும் பல்லைக் கடித்துக்கொண்டு உயர்த்தி, அசைத்துக் கொண்டிருந்தாள். அடவுகளை மிகச் சரியாகப் பிடித்து, முதலில் இடம், பின் வலம் என்று நகர்ந்தாள். இடை அழகாய் அசைய, கைகளை அதில் பொருத்தி, நடன

பாவத்திற்கு உயிர் கொடுக்க முயன்றாள். பார்த்தது பார்த்தபடி, சிவன் கண்கொட்டாமல் நின்றார்.

ஆனால், குருஜியின் கூற்று உண்மை - அவள் நடனத்தை இரசிக்கத்தானில்லை. சாவி கொடுத்த பொம்மைபோல் இயங்கினாள். இயற்கையான நடனமாதின், உடலையும் உள்ளத்தையும் தன்னை மீறி ஆட்கொள்ளும் ஆனந்தம் அவள் அங்கங்களில் மிளிரவில்லை. அவள் தேர்ந்தெடுத்த பாடலின் மகிழ்ச்சியோ, ஆத்திரமோ, நடனத்தில் தன்னிச்சையாகத் தென்படவில்லை. அது மட்டுமல்ல - தேர்ந்த நடனக் கலைஞர்களைப் போல், சதி மேடைமுழுவதையும் பயன்படுத்தவில்லை; மிகச் சிறிய அடிகளெடுத்து வைத்ததால், மையத்தைவிட்டு அவள் நகரவேயில்லை.

நட்டுவனார் அவள் எதிரில் அமர்ந்து, தாளத்துக்கேற்ப டோலைத் தட்டிக்கொண்டிருந்தார். தோழி க்ருத்திகா, வலதுபுறத்தில். இருவரில் சிவனை முதலில் கவனித்த ஆசிரியர், சட்டென்று எழுந்து நின்றார். சதியும் க்ருத்திகாவும் அதே சமயத்தில் திரும்ப, எதிரில் நின்ற சிவனைப் பார்த்துத் திகைத்தனர். சதியைப் போல அமைதி காக்க முடியாத க்ருத்திகா, ''சிவா?'' என்றாள் சட்டென்று.

''எதாவது பிரச்சனையா, சிவா?'' சதியின் குரல் நிதானமாய், மிக அமரிக்கையாய் இருந்தது. ''எங்க உதவி வேணுமா?''

எப்படி இருக்க? உன்னைப் பாக்காம ரொம்ப கஷ்டமா இருந்தது. சிரிக்கவே மாட்டியா?

அவளை வெறித்துக்கொண்டிருந்த சிவனின் மனதில் மட்டுமே வார்த்தைகள் தெறிகெட்டு ஓடின. நிலைமையை உணர்ந்த க்ருத்திகா, புன்னகையுடன் சதியைப் பார்த்தாள். அவளோ, முகத்தை இன்னமும் தீவிரமாக்கிக்கொண்டு, ''எதுக்காவது எங்க உதவி தேவையா, சிவா?'' என்றாள் மீண்டும்.

நிலைகுத்திய பார்வையுடன் நின்ற சிவன், ஒரு வழியாக இகலோகம் திரும்பிவிட்டதாகத் தெரிந்தது. ''இல்லல்ல, எதுவும் தேவையில்ல,'' என்றார். ''வந்து, இந்தப்பக்கமா வந்தேனா ... நீங்க நாட்டியமாடறதக் கேட்டேன். இல்ல, அதாவது, வந்து, நீங்க பேசிக்கிட்டதைக் கேட்டேன். ரொம்ப சரியா, அட்சரம் பெசகாம ஆடினீங்க, அதாவது, நாட்டிய விதிப்படி பாத்தா, எல்லாமே ...''

க்ருத்திகா இடைமறித்தாள். ''நாட்டியத்தப் பத்தியெல்லாம்

உனக்கு ரொம்பத் தெரியுமோ?''

''ரொம்ப இல்ல. கொஞ்சம்தான்,'' புன்னகையுடன் க்ருத்திகாவை ஒரே நொடி பார்த்த சிவன், சட்டென்று சதியிடம் திரும்பினார். ''மன்னிக்கணும், சதி, ஆனா, குருஜி சொல்றது சரிதான். எல்லாம் முறைப்படி, ரொம்ப சுத்தமா இருக்கணும்னு பாடுபடறீங்க. எங்க ஊர்ல அடிக்கடி சொல்ற மாதிரி, முத்திரைகளும், க்ரியைகளும், கன கச்சிதமா இருந்தது. ஆனா, பாவம் இருக்கே - உணர்ச்சி - அதுதான் கொஞ்சமும் இல்ல. பாவமில்லாத நடனம், உயிரில்லாத உடல் மாதிரி. உணர்வுபூர்வமா ஒருத்தர் நாட்டியமாடும்போது, அடவுகளையும், முத்திரைகளையும் கஷ்டப்பட்டு ஞாபகம் வெச்சுக்க வேண்டிய அவசியமில்ல. தாளகதி தானா வசப்படும். பாவத்தைக் கத்துக்கறதெல்லாம் முடியாத காரியம். மனசுக்குள்ள எதையும் உணர்ந்து நாட்டியமாடினா மட்டும்தான், அது வசமாகும்.''

இடைமறிக்காமல் சதி இதையெல்லாம் கேட்டுக்கொண்டாள். காட்டுமிராண்டி பேசப்பேச, அவளது புருவங்கள் லேசாக உயர்ந்தன. ஒரு சூர்யவம்சியைவிட நடனத்தைப் பற்றி அதிகம் அறிந்தவனா இவன்? ஆயினும் - தன் உயிரைக் காப்பாற்றியவன். இவனை மரியாதையுடன் நடத்த வேண்டியது அவளது கடமை.

ஆனால், ஜாதிக்குறியீடு மருந்திற்கும் இல்லாத இந்த அயல்நாட்டான் நடனத்தைப் பற்றி விஸ்தாரமாகப் பாடம் எடுப்பதை - அதுவும் தன் எஜமானியைவிட அதிகம் தெரிந்தவன் போல் அலட்டிக்கொள்வதை க்ருத்திகா சற்றும் இரசிக்கவில்லை. ''எங்க நாட்டோட மிகப் பெரிய நாட்டியக் கலைஞரைவிட நடனத்தப் பத்தி உனக்கு அதிகம் தெரியுமோ?'' முறைத்தாள். ''ரொம்பத்தான்யா தைரியம் உனக்கு!''

ஏதோ தவறு நடந்துவிட்டது என்பது லேசாக புரிந்தது சிவனுக்கு. ''மன்னிக்கணும்.'' உண்மையான வருத்தத்துடன் சதியிடம் திரும்பினார் ''உங்கள அவமானப்படுத்தணுங்கிற எண்ணம் எனக்குக் கெடையாது. சில சமயம், இன்னது சொல்றோம்ங்கிற உணர்வில்லாம நான் எதையாவது பேசிக்கிட்டே போயிடுவேன்.''

''இல்ல இல்ல,'' மறுத்தாள் சதி. ''அவமானப்படுத்தலை. நீங்க சொன்னதெல்லாம் உண்மையாவே இருக்கலாம். உணர்வுபூர்வமா நான் நாட்டியமாடலைங்கிறதென்னவோ நிஜம். ஆனா, குருஜியோட துணையோட, கண்டிப்பா

மெலூஹாவின் அமரர்கள்

கொஞ்ச நாள்ல எல்லாத்தையும் சரியா கத்துக்குவேன்.''

சதியின் மனதில் இடம்பிடிக்க இதுதான் சரியான சமயம் என்று சிவனுக்குத் தோன்றியது. ''உங்களுக்கு ஆட்சேபணையில்லன்னா - நான் ஆடலாமா? உங்களவுக்கு எனக்கு விஷயஞானம் போதாதுன்னு நெனைக்கறேன் - ஆனா, ஒரு வேளை என்னுடைய பாவம் நடனத்துக்கு உயிர் குடுக்கலாமில்லையா?''

ஹா, இது நல்ல உத்தி! அவளால இப்ப இதை மறுக்கவேமுடியாது!

சதியின் முகத்தில் ஆச்சர்யம். இதை அவள் சற்றும் எதிர்பார்க்கவில்லை. ''ம்ம், சரி,'' என்றாள், இறுதியில்.

முகமலர்ந்த சிவன்,. உடனடியாக மேடையின் மையத்திற்கு நகர்ந்தார். உடலின் மேற்புறத்தை மூடிய அங்கவஸ்திரத்தைக் கழற்றியெறிந்தார். அவரது கட்டுமஸ்தான உடற்கட்டைக் கண்ணுற்ற க்ருத்திகா, அதுவரை உள்ளத்தில் எஜமானியின் சார்பாய்க் கனன்றுகொண்டிருந்த கோபத்தை நொடியில் கைவிட்டாள். சதியோ, முறுக்கேறிய இந்த உடலை வைத்துக்கொண்டு இவர் எப்படி வளைந்து நெளிந்து நடனத்திற்குரிய அசைவுகளைக் கொண்டு வரப்போகிறார் என்று குழம்பினாள். பலமும் ஆகிருதியுமே மட்டுமே வழிபடப்படும் கோயிலில், வளைந்துகொடுக்கும் தன்மை பலியிடப்படுவதில் ஆச்சர்யம் என்ன?

டோல் வாத்தியத்தை மென்மையாகத் தட்டிய குருஜி, சிவனைப் பார்த்தார். ''என்ன தாளகதி உனக்கு ஏற்புடையதாய் இருக்கும், இளைஞனே?''

கரங்களை நமஸ்தே என்று குவித்த சிவன், குனிந்து வணக்கம் செலுத்தினார். ''ஒரே ஒரு நிமிஷம் குடுங்க குருஜி. நடனத்துக்காக என்னை நான் தயார்ப்படுத்திக்கணும்.''

போர்க்கலைக்கு ஈடாக நடனத்தில் வல்லமை பெற்றவர் சிவன். இப்போது அவர் கிழக்கு நோக்கித் திரும்பி, கண்களை மூடியவாறு தலையை லேசாகத் தாழ்த்தினார். பிறகு மண்டியிட்டவர், தரையில் மிகுந்த பக்தியுடன் சிரம் பதித்தார். எழுந்து, வலது காலை வெளிப்புறம் திருப்பினார். இடது காலைத் தரையினின்று ஒயிலாக வளைத்து முட்டிக்கு உயர்த்தியவர், அதே கணம், வலது காலையும், தன்னை நிலைநிறுத்திக்கொள்ளும் பொருட்டு சற்றே மடித்துக்கொண்டார். வலது பாதத்திற்கும் முகத்திற்கும் இடையே, அவரது இடது பாதம் மிகச் சரியான கோணத்தில், குறுக்கே நூல் பிடித்தாற்போல் நின்றது.

அமீஷ்

மெல்லிய காற்று புறப்பட்டு, அங்கே பரவிய அமைதியை சற்றே கலைத்தது. அதிசயத்தில் மூழ்கியவர்களாக குருஜி, சதி மற்றும் க்ருத்திகா சிவனை வைத்தகண் வாங்காமல் பார்த்தனர். அவர் செய்வது அவர்களுக்குப் புரியாவிட்டாலும், இம்மியும் பிசகாத அசைவுகளிலிருந்து பீறிட்ட சக்தி அவர்களைக் கட்டிப் போட்டது.

இரு கைகளை வளைவாக உயர்த்தி, சிவன் தோள் உயரத்திற்குக் கொண்டுவந்தார். வலக்கரத்தில் தும்ரு என்ற சிறிய தோல் வாத்தியம் கற்பனையாக ஒலித்தது. இடக்கை திறந்திருக்க, உள்ளங்கை வானை நோக்கி, எதையோ வாங்கிக்கொள்ளத் தயாரானது போல் விரிந்தது. சிறிது நேரம் இதே விதமாக, உள்ளுக்குள், வேறொரு உலகிற்குச் செல்வது போல் சிவன் அசையாது நின்றார். முகம் உள்ளொளி பெற்றுப் பொலிந்தது. வலக்கரம் நளினமாக, வலிந்த தன்மை இல்லாது, தானே நகர்வது போலத் தோன்றியது. இப்போது அதன் உள்ளங்கையும் விரிந்து, பார்வையாளர்களை நோக்கியது. திகைத்துப் போயிருந்த சதிக்கு, ஏனோ, அந்த நிமிடம், அந்த அசைவு மிகுந்த பாதுகாப்பைத் தருவது போல் தோன்றியது. இப்போது இடக்கரம், மெல்ல, மிக சாந்தமாக, தோள் உயரத்தில் நகர்ந்து இடப்பாதத்தின் மேல் வந்து நின்றது. உள்ளங்கை கவிந்து, தரையைப் பார்த்தது. சற்று நேரம் இதே நிலையில் நின்றார்.

நடனம் தொடங்கியது.

நிலைகொள்ளாத அதிசயத்துடன் சதி சிவனையே பார்த்துக்கொண்டு நின்றாள். அவள் ஆடிய அதே நடனம்; அதே அடவுகள். ஆனால் - ஆனால் - இது முற்றிலும் வேறு மாதிரியல்லவா இருக்கிறது? உடலின் கிட்டத்தட்ட அமானுஷ்யமான அசைவுகளுக்கு, அவரது நளினமான கைகள் அற்புதமாய் ஒத்திசைந்தன.

இவ்வளவு கட்டுமஸ்தான, திண்மை பொருந்திய உடலில் எங்கிருந்து இத்தனை மென்மை வந்தது? எப்படி இவ்வளவு வளைந்துகொடுக்க முடியும்? தன் தோல் வாத்தியத்தை குருஜி எவ்வளவோ திறமையாக வாசித்தும், சிவனின் ஆட்டத்திற்கு ஈடுகொடுக்க முடியவில்லை; சிவனுக்கு அவரது தாளகதி தேவையாகவும் இருக்கவில்லை. அவருடைய பாதங்களல்லவா வாத்தியத்தை நடத்திச் சென்றன?

ஒரு பெண்ணின் மிக நுண்ணிய உணர்வுகளைப் படம்பிடித்துக் காட்டும் நாட்டியம் அது. ஒரு கணம், அவள்

தன் காதல் கணவனுடன் கூடிக் குலவிக்கொண்டிருந்தாள். மறுகணம், வஞ்சகமாக அவன் கொல்லப்பட்டதை நினைத்து அளவில்லாத ஆத்திரமும் சோகமும் அடைந்தாள். தன் ஆகிருதியை மீறி, மென்மையான ஒரு பெண்ணின் உடலையும் உள்ளத்தையும், அவளது அலைபாயும் உணர்வுகளையும் சிவன் கண்முன் கொண்டுவந்து நிறுத்தினார்.

சிவனின் கண்கள் திறந்துதான் இருந்தன - என்றாலும், அவர் அப்போது அவர்களுடன் இல்லை; வேறெங்கோ சஞ்சரித்துக்கொண்டிருந்தார் என்பது பார்த்தவர்களுக்குப் புரிந்தது. அவர் அவர்களுக்காக ஆடவில்லை; பாராட்டுக்குத் தவம் கிடக்கவில்லை. ஏன், இசைக்காகக் கூட இல்லை. தனக்காக மட்டுமே ஆடினர். யாருக்கும் கேட்காத தேவகானம், அவர் காதில் மட்டும் ஒலித்தது போலும்; கண்ணுக்குத் தெரியாத தெய்வீக சக்தி ஒன்று அவரது உடலை ஆட்டுவித்தது போலும்.

சிவன் சொன்னது உண்மைதான், என்று எண்ணமிட்டாள் சதி. தன்னையும், தன் உள்ளத்தையும் நடனத்தின் பால் முழுமையாக திறந்து கொண்டுவிட்டபடியால், நடனம் அவர் வசமாகிவிட்டது.

யுகம் யுகமாக, காலத்தை மறந்து நீண்டது போல் தோன்றிய பிறகு, நடனம் முடிவுக்கு வந்தது. சிவனின் கண்கள் முழுவதுமாக மூடியிருந்தன. நீண்ட நேரம் இறுதி அடவில் அப்படியே நின்றவர், அப்போதுதான் இந்த உலகிற்குத் திரும்பி வந்தது போல் காணப்பட்டார். அவரைச் சூழ்ந்திருந்த மாயக்கட்டு, உள்ளொளி, கொஞ்சம் கொஞ்சமாக விலகியது. மெல்ல, மிக மெல்லக் கண் திறந்தவர், சதி, க்ருத்திகா மற்றும் குருஜி தன்னை 'ஆ' வென்று வெறித்துக்கொண்டிருப்பதைக் கண்டார்.

முதன்முதலில் பேச்சு வந்தது குருஜிக்குத்தான். ''யார் நீ?''

''சிவன்.''

''இல்லையில்லை, உங்கள் உடலைக் கேட்கவில்லை. நீங்கள் யார் என்று கேட்டேன்.''

புருவத்தைச் சுருக்கிக்கொண்டு, மீண்டும் சொன்னார். ''சிவன்.''

''குருஜி, நான் ஒண்ணு கேக்கலாமா?'' என்றாள் சதி.

''தாராளமாக.''

சிவனிடம் திரும்பினாள். ''நாட்டியம் ஆரம்பிக்கிறதுக்கு முன்னாடி என்னவோ செஞ்சீங்களே, என்ன அது? தயார் பண்ற மாதிரி ஏதாவது அபிநயமா?''

''ஆமா. *நடராஜர் நிலை. நாட்டியத்துக்கெல்லாம் அரசரோட நிலை.*''

''நடராஜரா? அது எதுக்கு?''

''எனக்குள்ள இருக்குற சக்தியை பிரபஞ்சவெளியோட இணைக்கும் நிலை அது. அப்பதான் நடனம் தன்னால வெளிப்படும்.''

''புரியலை.''

''சொல்றேன். எங்க மக்கள்கிட்ட ஒரு தத்துவம் உண்டு - அதாவது, இந்த உலகத்துல இருக்குற எல்லாமே, ஏதோ ஒரு வகையில் சக்தியைத் தனக்குள்ள வெச்சுக்கிட்டு இருக்கு. செடி, விலங்கு, சாதாரணப் பொருள், நம்ம உடம்பு - எல்லாமே சக்தியை தனக்குள்ள நிரப்பிக்கிட்டு, மற்ற விஷயங்களுக்கு அதைக் கொடுத்துக்கிட்டுதான் இருக்கு. ஆனா, எல்லாத்தையும் விட ரொம்ப அதிக அளவுல தனக்குள்ள சக்தியை தேக்கி வெச்சுக்கிட்டு இருக்குறது எது தெரியுமா? பூமித்தாய்தான். நாம தினமும் அவளோட அணைப்புலதான் இருக்கோம். அவ மேலதான் நடக்கறோம்.''

''அதுக்கும் உங்க நடனத்துக்கும் என்ன சம்பந்தம்?''

''நாம செய்யற எல்லாக் காரியத்துக்கும் சக்தி தேவை. அதை நம்மைச் சுத்தியிருக்குற விஷயங்கள்ளேர்ந்துதான் தேடி எடுத்துக்கணும். மனுஷங்களோ, ஜடப்பொருளோ, ஏன் பூமிமாதாவோ - யாராயிருந்தாலும், எதுவாயிருந்தாலும், மரியாதையா அதைக் கேட்டுத்தான் வாங்கிக்கணும்.''

''இந்த நடராஜர் நிலை - இதை வைத்துத்தான் வேண்டிய சக்தியைப் பெறுகிறீர்களோ?'' என்றார் குருஜி.

''எதுக்கு சக்தி வேணும்ங்கிறதைப் பொறுத்து. எனக்குள்ள தன்னால பொங்க வேண்டிய நடனத்துக்கான சக்தியை நான் ரொம்ப வேண்டிக் கேக்கறதுதான், நடராஜர் நிலை. ஒரு வேளை, எனக்கு வேண்டியது ஒரு எண்ணம்னா - அப்ப காலை மடிச்சு உக்காந்து தியானம் செய்யணும்.''

''சக்தியே உங்கள் வசம்தான் போலிருக்கிறது,'' என்றார் குருஜி. ''நீர்தான் உண்மையில் ஆடல்வல்லான். நடனத்தின் அரசர்.''

''சேச்சே, அப்படியில்ல,'' மறுத்தார் சிவன். ''வெளியே

மெலூஹாவின் அமரர்கள்

அளவில்லாம இருக்குற நடராஜரின் சக்தியை வாங்கிக்கிற அகப்பை மட்டுமே நான். அது யாரா வேணும்னாலும் இருக்கலாம்."

"அது எப்படியோ? நீர் மிகத் திறமையான அகப்பை என்றுதான் எனக்குத் தோன்றுகிறது, இளைஞரே," என்றார் குருஜி. சதியிடம் திரும்பியவர், "இவரைப்போல் ஒரு நண்பர் இருக்கும் பட்சத்தில், உனக்கு நான் தேவையில்லை, குழந்தாய். சிவனிடத்தில் பாடம் கேட்கவேண்டும் என்று நீ விரும்பினால், நான் அதற்குக் குறுக்கே நிற்கப்போவதில்லை. பாக்கியமாகவே கருதுவேன்."

சிவன் ஆர்வத்துடன் சதியை நோக்கினார். அவர் நினைத்ததை விட எல்லாம் நன்றாகவே நடந்து கொண்டிருந்தது.

சரின்னுதான் சொல்லித் தொலையேன்!

சதியோ, சட்டென்று தனக்குள் சுருங்கிக்கொண்டாள். முதன்முதலாக அந்தப் பெண்ணிடத்தில் அதிசயமான ஒரு பலவீனத்தை சிவன் உணர்ந்தார். கம்பீரமும், நளினமும் இயற்கையாகப் பூண்டிருந்த சதி, தன் இயல்புக்கு மீறிய கூச்சத்துடன், தலைகுனிந்தாள். "அதிகப்பிரசங்கித்தனமா நான் பேசறதா நெனைக்கக்கூடாது," என்றாள், மிக மென்மையான குரலில். "ஆனா, இவரோட நடனத்தக் கத்துக்கற அளவு எனக்குத் திறமையில்லன்னு தோணுது."

"இருக்கே," வாதிட்டார் சிவன். "உங்ககிட்ட நளினம் இருக்கு. மனசு இருக்கு. ரொம்பச் சுலபமா அந்த நிலையை அடையலாம்.'

சதி சிவனை நிமிர்ந்து பார்த்தபோது, கண்களில் ஈரத்தின் சாயல் பளிச்சிட்டது. அவற்றில் தேங்கி நின்ற அளவற்ற சோகம் அவரைத் திகைப்பில் ஆழ்த்தியது.

என்னதான் நடக்குது இங்க?

"எந்த நிலைமைக்கும் எனக்கும் ரொம்ப தூரம், சிவா," அவள் முணுமுணுத்தாள்.

வார்த்தைகளைக் கூறும்போதே, எப்படியோ மனதின் அடியாழத்திலிருந்து சக்தியை வரவழைத்துக்கொண்டாள். பழைய கம்பீரமும், அமரிக்கையும் மீண்டும் முகத்தில் குடிகொண்டன. மரியாதை என்னும் முகமூடி இறங்கிவிட்டது. "பூஜைக்கு நேரமாச்சு. குருஜி அனுமதிச்சா, நான் கிளம்பறேன்." சிவனிடம் திரும்பினாள். "உங்களை மறுபடி சந்திச்சதுல ரொம்ப சந்தோஷம், சிவா."

சிவன் பதில் சொல்வதற்குள், சட்டென்று திரும்பி க்ருத்திகா பின்தொடர அங்கிருந்து விரைந்தாள்.

சிலையாக நின்றுவிட்ட சிவனைச் சற்று நேரம் உற்றுப் பார்த்த குருஜி, மிகுந்த மரியாதையுடன் வணங்கினார். ''நீங்கள் நடனமாடுவதைக் காண நேர்ந்தது என் வாழ்வின் பயன்.'' பிறகு, அவரும் சென்றார்.

இந்த மெலூஹர்களைப் புரிஞ்சுக்கவே முடியலியே? அதிசயித்தவாறு, அங்கேயே நின்றார் சிவன்.

மறுநாள் காலை, நேரம் கழித்து சிவனும் நந்தியும் அரசரின் பிரத்யேக அலுவலகத்திற்குள் நுழைந்த போது, தக்ஷர், பர்வதேஸ்வரர் மற்றும் கனகாலா காத்துக்கொண்டிருப்பதைக் கண்டனர். ''மன்னிக்கணும், சக்ரவர்த்தி,'' என்றார் சிவன் சற்று ஆச்சர்யத்துடன். ''நாம ரெண்டாவது பிரஹாரின் நாலாவது மணி நேரத்துலதான் சந்திக்கப்போறோம்னு நெனைச்சிட்டிருந்தேன். ரொம்ப காக்க வெச்சுட்டேனோ?''

ஆசனத்திலிருந்து எழுந்து நின்று மிக்க மரியாதையுடன் நமஸ்தே என்று வணக்கம் செலுத்திய தக்ஷர், இதை மறுத்தார். ''மன்னிக்க வேண்டிய அவசியம் ஏதுமில்லை, பெருமானே. நீங்கள் எங்களுக்காகக் காத்திராமல் இருக்கும் பொருட்டு, நாங்களே சீக்கிரம் வந்துவிட்டோம். தங்கள் வரவை எதிர்பார்த்துக் காத்திருந்தது நாங்கள் செய்த பாக்கியம்.''

உலகின் மிக உயர்ந்த நாகரீகத்தின் தலைவர், மெலூஹ சாம்ராஜ்யத்தின் ஏக சக்ரவர்த்தி, கேவலம் ஒரு காட்டுமிராண்டியின் முன் இப்படி வளைந்து குனிந்து மரியாதை செலுத்துவதைக் காணச் சகிக்காமல் பர்வதேஸ்வரர் விழிகளை உருட்டினார். 'பெருமான்,' என்று சக்ரவர்த்தியால் அழைக்கப்பட்ட அதிசயத்திலிருந்து இன்னமும் மீளாத சிவன், பிரயாசையுடன் அதைக் கட்டுப்படுத்திக்கொண்டு, தக்ஷரை நோக்கிக் குனிந்து நமஸ்தே என்று வணங்கிவிட்டு, அமர்ந்தார்.

''பிரபு, நீலகண்டரைக் குறித்த விவரம், ஆரூடம் ஆகியவற்றை உங்கள் முன் வைக்குமுன்,'' என்றார் தக்ஷர். ''எங்களிடம் நீங்கள் கேட்டுத் தெரிந்துகொள்ள வேண்டியது ஏதேனும் ...?''

சட்டென்று, பட்டவர்த்தனமாக முகத்திலறையும் கேள்வி ஒன்று சிவனுக்குத் தோன்றியது.

புனித ஏரியே! - இவங்களுக்கு என் பாழாப்போன நீலக்கழுத்து ஏன் இவ்வளவு முக்கியமாப்படுது?

உடனேயே, மெலூஹாவையும் அதன் சமூக அமைப்பையும் சரியாகப் புரிந்துகொள்வதற்கு முன், இந்த கேள்வியை - அது எவ்வளவு பொருத்தமானதாக இருந்தாலும் - கேட்பது அவ்வளவு உசிதமல்ல என்று உள்ளுணர்வு உணர்த்தியது.

''இந்தக் கேள்வி கொஞ்சம் விசித்திரமா இருக்கலாம், அரசே,'' பீடிகையுடன் தொடங்கினார் சிவன். ''வந்து - உங்க வயசென்னன்னு நான் தெரிஞ்சுக்கலாமா?''

கனகாலாவை ஆச்சர்யத்துடன் திரும்பிப் பார்த்த தக்ஷர், மீண்டும் சிவனை நோக்கியபோது, அவரது முகத்தில் திகைப்பு விரவியிருந்தது. ''தங்கள் அறிவின் தீட்சண்யத்தை எண்ணி வியக்கிறேன், பெருமானே,'' மலர்ந்த முகத்துடன் பேசினார். ''மிக மிகப் பொருத்தமான வினாவைத்தான் தொடுத்திருக்கிறீர்கள்.'' விஷமத்துடன் முகத்தைச் சுளுக்கிக்கொண்டு, கண் சிமிட்டினார். ''சென்ற மாதம்தான் என் நூற்றி எண்பத்து நான்காவது பிறந்த நாளைக் கொண்டாடினேன்.''

அதிர்ந்து போய் அமர்ந்திருந்தார் சிவன். முப்பது வயதிற்கு மேல் சொல்ல முடியாது தக்ஷருக்கு. அவ்வளவு ஏன்? மெலூஹாவில் யாருமே முதுமையடைந்ததாகத் தெரியவில்லை. பிரம்மா கோயிலில் சந்தித்த அந்தப் பண்டிதரைத் தவிர.

அப்ப, நந்திக்கும் நூறு வயசுக்கு மேல ஆகுதா?

''ஆனா - இது எப்படி சாத்தியம், சக்ரவர்த்தி?'' சிலையெனச் சமைந்திருந்த சிவனுக்கு ஒரு வழியாகப் பேச்சு வந்தது. ''என்ன அதிசயங்க இது? மந்திரம், மாயாஜாலம் ஏதாவது ...?''

''மந்திரம் மாயம் எதுவுமில்லை, பிரபு,'' விவரித்தார் தக்ஷர். ''இதற்கெல்லாம் காரணம், சோமரஸம் என்ற அற்புத பானத்தைத் தயாரிக்கும் எங்கள் ஆற்றல் மிகுந்த விஞ்ஞானிகள்தான். உங்களுக்குத் தெரியுமா? சோமரஸத்தை நாங்கள் தேவாமுதம் என்போம். குறிப்பிட்ட சமயங்களில் சோமரஸத்தை உட்கொள்வது மரணத்தை ஒத்தி வைப்பது மட்டுமல்லாமல், என்றும் இளமையுடன் எங்களை வாழவைக்கிறது. உடலாலும், மனதாலும்.''

''சோமரஸமா? அப்படீன்னா? எங்கருந்து வருது? யாரு கண்டுபிடிச்சாங்க?''

''எத்தனை கேள்விகள், பெருமானே,'' புன்னகைத்தார் தக்ஷர். ''என்னால் முடிந்தவரை ஒவ்வொன்றுக்கும் பதில் கூறுகிறேன். சோமரஸத்தை கண்டறிந்தவர், பல ஆயிரம் வருடங்களுக்கு முன்பு உலகிலேயே மிகச்சிறந்த இந்திய விஞ்ஞானியாகத் திகழ்ந்த பிரம்மதேவர்.''

''தேவகிரி வர்ற வழியில அவருக்காக ஒரு கோயில்கூட இருக்கில்ல? மேருங்கிற எடத்துல? பாத்தேன்.''

''ஆம், பிரபு. அங்குதான் அவர் வாழ்ந்து, உழைத்ததாகச் சொல்வார்கள். பலப்பல விஷயங்களைக் கண்டுபிடித்த சிறந்த விஞ்ஞானி. என்றாலும், அவற்றின் பலன்களை அவர் தனக்கென வைத்துக்கொள்ளவில்லை; மனிதகுலத்தின் முன்னேற்றத்திற்காகவே அவை பயன்படுத்தப்பட வேண்டும் என்பதில் கருத்தாக இருந்தார். சோமரஸம் போன்ற சக்திவாய்ந்த பானம் தீயசக்திகளின் கையில் சிக்கினால் பேராபத்தாக முடியும் என்பதை மிக விரைவில் அறிந்துகொண்டார். இதனாலேயே, அதன் பயன்பாட்டைக் கட்டுப்படுத்த ஏகப்பட்ட விதிமுறைகளை வழக்கில் கொண்டுவந்தார்.''

''என்ன மாதிரியான விதி?''

''எல்லோருக்கும் அவர் சோமரஸத்தைக் கொடுக்க வில்லை,'' என்றார் தக்ஷர். ''நாடு முழுதும் தீவிர ஆராய்ச்சி செய்த பிறகு, இந்தியாவின் ஏழு வெவ்வேறு பகுதிகளிலிருந்து, மிக நல்ல குணாதிசயங்களைக்கொண்ட பதின்ம வயது ஆண்களைக் குறிப்பாகத் தேர்ந்தெடுத்தார். தன்னுடைய குருகுலத்தில் அவர்களைத் தங்கவைத்து, சமூகத்திற்கு ஏற்றம் தரக்கூடிய அற்புதமான மனிதர்களாக அவர்களை மாற்றவே இளம் வயதில் இந்த ஏற்பாடு. இவர்களுக்கு மட்டுமே சோமரஸம் அளிக்கப்பட்டது. ஆயுள் நீண்டு, ஏறக்குறைய இன்னொரு வாழ்நாளே கிடைத்துவிட்டபடியால், இவர்களுக்கு த்விஜா என்று பெயர் - இருமுறை பிறந்தோர். சோமரஸத்தின் பலம், மற்றும் பிரம்மதேவரிடமே பாடம் கற்றதால் ஏற்பட்ட அபரிமிதமான அறிவு தீட்சண்யம் - எல்லாம் சேர்ந்து, இதுவரை தேசத்தில் யாரும் அடையாத கீர்த்தியை அவர்களுக்கு அளித்தன. அவர்கள் மேற்கொண்ட தீவிர மனப்பயிற்சி, சாதாரண மனிதர்களால் அடைய முடியாத அற்புத ஞானத்தைக் கொடையாக அளித்தது. இவ்வாறு

அறிவில் முதிர்ந்த ஞானிகளை ரிஷி என்று இந்தியாவில் அழைப்பது வழக்கம். பிரம்மதேவர் தேர்ந்தெடுத்தவர்கள் மொத்தம் ஏழு பேர் என்பதால், அவர்கள் சப்தரிஷி என்று வழங்கப்பட்டனர்.''

''ஆக, இவங்க தங்க அறிவையும் ஞானத்தையும் மக்களோட நல்லதுக்காகப் பயன்படுத்தினாங்க.''

''ஆம், பெருமானே. சப்தரிஷிகளின் விஷயத்தில் பிரம்மதேவர் மிகக் கடுமையான சட்டதிட்டங்களைப் பிறப்பித்தார், அவர்களுக்கு ஆளவோ, தொழில் செய்யவோ அனுமதியில்லை - குறிப்பாக, சுயலாபம் என்பது அறவே கூடாது. சமுகத்திற்கு மிகப் பயன்படும், அறிவு சார்ந்த உத்யோகங்களில் - அதாவது, ஆசிரியர், பண்டிதர் மற்றும் வைத்தியர்கள் - இப்படிப்பட்ட பணிகளில் மட்டுமே தங்களை ஈடுபடுத்திக்கொள்ளலாம். இவை எதற்கும் ஊதியம் பெற அனுமதியில்லை; மற்றவர் கொடுக்கும் பிக்ஷை, அல்லது நன்கொடையை மட்டுமே பயன்படுத்தவேண்டும்.''

ஓரக்கண்ணால் பர்வதேஸ்வரரைப் பார்த்த சிவன், லேசாகக் கண்ணடித்தார். ''செமத்தியான வேலைவாய்ப்புத் திட்டம்பா.''

பர்வதேஸ்வரர் இதற்கு பதில் சொல்லவில்லையென்றாலும், தக்ஷர், கனகாலா மற்றும் நந்தி 'ஓ'வென்று ஆரவாரமாகச் சிரித்து மகிழ்ந்தனர். சட்டென்று ஜன்னலருகே நின்ற பிரஹார் விளக்கைக் கவனித்த சிவன், மூன்றாவது பிரஹார் நெருங்கிவிட்டதை அறிந்தார். சதி எந்த நேரமும் நடனமாட வந்துவிடக்கூடும்.

''ஆனால், பிறப்பிக்கப்பட்ட சட்டதிட்டங்களை அவர்கள் மிகத் தீவிரமாகக் காப்பாற்றினார்கள், பெருமானே,'' என்றார் தக்ஷர். ''வருடங்கள் செல்லச் செல்ல, பொறுப்புகள் அதிகரிக்க, சப்தரிஷிக்கள் மேன்மேலும் பலரைத் தங்கள் குலத்திற்குள் சேர்த்துக்கொண்டனர். இவ்வாறு சேர்க்கப்பட்டோரும் அதே சட்டதிட்டங்களைக் காக்க உறுதி பூண, அவர்களுக்கும் சோமரஸம் அளிக்கப்பட்டது. பணம், பொருள் எதையும் பிரதிபலனாகப் பெறாமல், சமூகத்தின் நலனுக்காக மட்டுமே தங்கள் ஞானத்தைப் பயன்படுத்தினர்; அறிவுத் தேடலில் வாழ்நாளைச் செலவிட்டனர். இதனால்தான் அவர்களுக்குச் சமூகத்தில் இவ்வளவு மரியாதை. யுகங்கள் செல்லச் செல்ல, சப்தரிஷிக்களும், அவர்களது வழிவந்தவர்களும், பிரம்மாவின் குலத்தோராக வழங்கப்பட்டனர். காலப்போக்கில், அதுவே மருவி, அவர்கள் பிராமணர் என்றழைக்கப்படலாயினர்.''

''ஆனா, எப்பேர்ப்பட்ட வாழ்க்கை முறையும் காலப்போக்கில் சீர்கெட்டுப்போற மாதிரி, சில பேர் பிராமண வாழ்க்கை முறையை சரியா பின்பற்றத் தவறிட்டாங்க. அப்படித்தான?''

''அப்படியேதான், பெருமானே,'' ஆமோதித்த தக்ஷர், மானுடத்தின் பலவீனத்தை எண்ணி மறுகுவது போல் லேசாகத் தலையசைத்துக்கொண்டார். ''சப்தரிஷிகள் கடைப்பிடிக்க வேண்டி பிரம்மதேவர் உருவாக்கிய விதிமுறைகள், பல ஆயிரம் வருடப்போக்கில், சில பிராமணர்களால் கைவிடப்பட்டன. சோமரஸம் அளித்த அற்புதச் சக்திகளை தீய வழிகளில் பயன்படுத்தத் தொடங்கினர். சில அந்தணர்கள், ஆளும் ஆசையால் சாதாரண மக்கள் மீது ஆதிக்கம் செலுத்தத் தொடங்கினர். மற்றவர்கள், சப்தரிஷிக்களும், பிரம்மதேவரும் உருவாக்கிய பல அற்புதக்கருவிகளை சுயலாபத்திற்காகப் பயன்படுத்தி, ஏராளமான பணமும் பொருளும் சேர்த்தனர்.''

''அதிலும் சில பிராமணர்கள் என்ன செய்தார்கள் தெரியுமா?'' கனகாலாவின் குரலில் அதிர்ச்சி குறிப்பாக விரவியிருந்தது. ''சப்தரிஷி உத்தராதிகாரிகளையே எதிர்க்கத் துணிந்துவிட்டனர்!''

''சப்தரிஷி உத்தராதிகாரின்னா?'' என்றார் சிவன்.

''சப்தரிஷிகளின் வழிவந்தோர், பிரபு,'' கனகாலா விளக்கினாள். ''சப்திரிஷிகளில் ஒருவர், அந்திமக் காலம் நெருங்கிவிட்டதை உணர்ந்தால், தன் குருகுலத்தைச் சேர்ந்த ஒருவரையே வாரிசாகத் தேர்ந்தெடுப்பார். அவர், சப்தரிஷியாகவே எல்லாவிதத்திலும் நடத்தப்படுவார்.''

''அதாவது, அவங்களை எதிர்க்கிறது, சப்தரிஷிகளையே எதிர்க்கிற மாதிரி.''

''ஆம், பிரபு,'' என்றாள் கனகாலா. ''கவலைக்கிடமான விஷயம் என்னவென்றால், இவ்வாறு பெரிய அளவில் எதிர்ப்புத் தெரிவித்தவர்கள், அந்தணர்களில் மிக உயர்ந்த வகுப்பைச் சேர்ந்த கருடன், மயில் மற்றும் அன்னப்பறவை ஆகியோர்தான். சொல்லப்போனால், இம்மாதிரி மிக உயர் வகுப்பைச் சேர்ந்தோர், க்ஷத்ரியர் மற்றும் வைஸ்யர்களின் கீழ் பணிபுரியக்கூட அனுமதியில்லை - அவர்களிடத்தில் குவிந்துகிடக்கும் செல்வச் செழிப்பால் பிராமணர்கள் மதியிழந்து தவறான பாதையில் சென்று விடக்கூடாதல்லவா? என்றாலும், இறுதியில், மற்றவர்கள் எவருக்கும் முன்னால், அவர்கள் தான் வழி பிறழ்ந்தனர்.''

''ஆனா, உங்க வகுப்பு - அதாவது குருவி - க்ஷத்ரியர்களுக்குக் கீழ வேலை பார்க்க வேண்டி வந்தாலும், பிராமண விதிமுறைகளைக் கைவிடாமக் காப்பாத்தறீங்க, இல்லையா?''

''ஆம், பிரபு,'' கனகாலாவுக்குப் பெருமை பிடிபடவில்லை; உடல் பூரித்தது.

மூன்றாவது பிரஹார் தொடங்கிவிட்டதற்கு அடையாளமாக நகரத்தில் ஆலாட்சி மணி ஓங்காரமாய் ஒலித்தது. புதிய நேரத் தொடக்கத்திற்கான பிரார்த்தனையை சிவன் உட்பட அனைவரும் முணுமுணுத்தனர். இதற்குள் மெலூஹர்களின் பழக்கங்கள் சிலவற்றை அவர் கற்றிருந்தார். சூத்திரன் ஒருவன் வந்து ஓசைப்படாமல் பிரஹார் விளக்கை மிக நுணுக்கமாக சீர்செய்துவிட்டு, வந்த சுவடே தெரியாமல் மறைந்தான். எந்த நிமிடமும் சதி தோட்டத்தில் நடனப்பயிற்சி தொடங்கிவிடுவாள்.

தக்ஷரிடம் திரும்பினார். ''அப்ப எதனால மாற்றங்கள் உருவாச்சு? நீங்க, பர்வதேஸ்வரர், நந்தி எல்லாருமே க்ஷத்ரியர்கள்தான்; ஆனா, சோமரஸம் பயன்படுத்திக்கிட்டு வர்றீங்கன்னு நல்லாத் தெரியுது. அது மட்டுமில்ல, உங்க சாம்ராஜ்யத்துல எல்லா ஜாதியச் சேந்தவங்களும் இளமையா, ஆரோக்கியத்தோட இருக்குறதைப் பாக்கறேன். எல்லாருமே சோமரஸம் சாப்பிடறாங்க, இல்லையா? அப்படீன்னா எதாவது ஒரு புரட்சி நடந்திருக்கணுமே?''

''ஆம், பிரபு. நடந்தது. அதன் பெயர் இராமபிரான். உலகின் மிகச் சிறந்த மன்னர்! ஜெய் ஸ்ரீ ராம்!''

''ஜெய் ஸ்ரீ ராம்!'' எதிரொலித்தனர் மற்றவர்களும்.

''மெலூஹாவின் சமூக அமைப்பையும், தலைமை யையும் முற்றுமாகச் சீரமைத்த பெருமை அவரைத்தான் சேரும்,'' தொடர்ந்தார் தக்ஷர். ''ஏன், வரலாற்றையே மாற்றியெழுதினார் என்றுகூடச் சொல்லலாம். அவற்றைப் பற்றியெல்லாம் சொல்வதற்கு முன்னால், ஒரு விண்ணப்பம்.''

''சொல்லுங்க, அரசே.''

''மூன்றாவது பிரஹார் மணியடித்துவிட்டது. போஜன சாலை சென்று உணவருந்திவிட்டு மேற்கொண்டு பேசுவோமா?''

''மதிய சாப்பாடும் ரொம்ப நல்ல யோசனைதான்,'' என்றார் சிவன். ''ஆனா, இந்த ஒரு முறை

மன்னிச்சுக்குவீங்களா? ஒரு வேலையிருக்கு. கட்டாயம் போயே ஆகணும். உங்களுக்குப் பரவாயில்லைன்னா, நாளைக்குப் பேசுவோமா?''

கனகாலா முகம் களையிழக்க, பர்வதேஸ்வரர் கண்களில் இகழ்ச்சி இழையோடியது. தக்ஷரின் புன்னகையோ, இம்மியளவும் குறையவில்லை. ''தங்களிஷ்டப்படியே, பெருமானே. நாளை சந்திப்போம். இரண்டாவது பிரஹாரின் இரண்டாவது மணியின் தொடக்கம் சௌகர்யமாக இருக்குமா?''

''கண்டிப்பாக, அரசே. தொந்தரவுக்கு மன்னிக்கணும்.''

''அப்படியேதும் இல்லை, பெருமானே,'' தக்ஷர் முகத்தில் புன்னகை இன்னமும் பொலிந்தது. ''நீங்கள் செல்லவேண்டிய இடத்திற்கு என் தேரிலேயே அனுப்பி வைக்கிறேனே?''

''ரொம்ப நன்றி, அரசே, ஆனா அதுக்கு அவசியமில்லை. நானே போய்க்குவேன். மறுபடியும், மன்னிக்கணும்.''

எல்லோரிடமும் விடைபெற்ற சிவன், நந்தி பின்தொடர அங்கிருந்து விரைந்து சென்றார். குற்றம் கூறுவது போல் கனகாலா தக்ஷரை வெறித்தாள். அவரோ, சமாதானம் செய்யும் பாவனையில் கைகளை உயர்த்தியவராய், ''ஒன்றும் பாதகமில்லை. நாளைதான் சந்திக்கிறோமே?'' என்று தலையசைத்தார்.

''நமக்கு அதிக நேரமில்லை, சக்ரவர்த்தி,'' கனகாலா வற்புறுத்தினாள். ''தன் கடமையையும், பொறுப்புக்களையும் நீலகண்டர் உடனடியாக அறிந்துகொள்ள வேண்டியது மிக முக்கியம்!''

''அவருக்குச் சற்று அவகாசம் கொடுங்கள், கனகாலா. இவ்வளவு காலம் காத்திருந்துவிட்டோம். இன்னும் சில நாட்களினால் ஒன்றும் குடிமுழுகிப் போகப் போவதில்லை.''

சட்டென்று எழுந்த பர்வதேஸ்வரர், தக்ஷரை வணங்கினார். ''தாங்கள் அனுமதித்தால், சக்ரவர்த்திப் பெருமானே, விடைபெற வேண்டுகிறேன். ஒரு காட்டுமிராண்டிக்குப் பாலபாடம் சொல்வதைவிட முக்கியமான அலுவல்கள் வேறு பல எனக்கிருக்கின்றன.''

''மரியாதை, பர்வதேஸ்வரரே,'' பற்களைக் கடித்தாள் கனகாலா. ''அவர் நீலகண்டர்!''

''உண்மையான திறமையும், ஆற்றலும் என்று அவரிடத்தில் வெளிப்படுகின்றனவோ, அன்று மரியாதையுடன் விளிக்கிறேன்,'' பர்வதேஸ்வரர் உறுமினார்.

மெலூஹாவின் அமரர்கள்

"சாதனைகளை மட்டுமே மதிப்பவன் நான்; இராமபிரான் எழுதிவைத்த விதியும் அதுதான். நம் கர்மம், நம் கடமைதான் முக்கியம் - பால், பிறப்பு ஆகியவை அல்ல. அதிலும், கழுத்தின் நிறம் மிக நிச்சயமாக இல்லை. நம் சமூகத்தின் அடித்தளமே செயல்திறன்தான் - அதையும் மறந்துவிட்டீர்களோ?"

"நிறுத்துங்கள்!" தக்ஷர் கர்ஜித்தார். "நீலகண்டரை நான் மதிக்கிறேன். ஆதலால், எல்லோரும் அவரை மதித்துத் தான் ஆக வேண்டும்!"

6

விகர்மா - துரதிர்ஷ்டத்தின் மறுவுருவம்

சிவனின் விருப்பத்திற்கிணங்கி நந்தி சற்று தூரத்திலேயே காத்திருக்க, நடன அரங்கத்தையும் தோட்டத்தையும் பிரித்த வேலியின் பின்னால் சிவன் வந்து நின்றார். மேடையின் வெறுமையைப் பார்த்தவுடன், அங்கு யாரும் வரப் போவதில்லையென்பது நந்திக்குப் புரிந்துவிட்டது. சிவனோ, சதியைப் பார்க்கும் அடங்காத ஆவலுடன் அங்கேயே நடைபழகினார். ஏறக்குறைய ஒரு மணி நேரம் நின்று நின்று அலுத்த பிறகு, நடனம் எதுவும் அன்று நடக்கப்போவதில்லை என்பது புரிய, மிகுந்த ஏமாற்றத்துடன் நந்தியிடம் மெதுவாக வந்து சேர்ந்தார்.

"யாரையேனும் தேடி அழைத்து வர விரும்புகிறீர்களா, பிரபு? நான் வேண்டுமானால் உதவட்டுமா?" நந்தி ஆர்வத்துடன் கேட்டார்.

"இல்ல, நந்தி. விடுங்க."

பேச்சை மாற்ற விரும்பி, "பசிக்கிறதோ, பிரபு?" என்றார் நந்தி. "விருந்தினர் மாளிகைக்குச் சென்று உணவருந்துவோமா?"

"வேண்டாம். இன்னும் கொஞ்சம் ஊர் சுத்திப்

மெலூஹாவின் அமரர்கள்

பாப்போமா?'' நகருக்குள் சதியை எங்கேயாவது சந்திக்க நேரலாம் என்ற நப்பாசை சிவனுக்குக் கொஞ்சம் மிஞ்சியிருந்தது. ''ரஜத் மேடையில இருக்கிற உணவகம் எதுக்காவது போனா என்ன?''

அரசு விருந்தினர் மாளிகையின் எளிமையான அந்தண உணவை அறவே வெறுத்த நந்தி, சட்டென்று உற்சாகமானார். ''தாராளமாக, பிரபு!'' இடவசதி கொஞ்சம் அப்படியிப்படி இருந்தாலும், காரசாரமாக, நாக்கில் நீர் ஊறும் வண்ணம் இறைச்சி தயாராகும் க்ஷத்ரிய உணவகங்கள்தான் அவருக்கு விருப்பம்.

''**என்ன** பர்வதேஸ்வரரே, என்ன விஷயம்?'' என்றார் தக்ஷர்.

''பிரபு, முன்னறிவிப்பின்றி இப்படி திடீரென்று சந்திக்க நேர்ந்ததற்கு மன்னிக்க வேண்டும். அதிர்ச்சியளிக்கும் செய்தி ஒன்று என்னிடம் சமீபத்தில் வந்து சேர்ந்தது; தங்களிடத்தில் தனியாகத் தெரிவிக்க வந்தேன்.''

''என்ன அது?''

''சிவனால் ஏற்கனவே பிரச்சனைகள் தொடங்கிவிட்டன.''

''நீலகண்டரிடத்தில் உமக்கு அப்படியென்னதான் மனக்கசப்போ?'' பொறுமையிழந்து முனகிய தக்ஷர், கண்களை உருட்டினார். ''நம்மைக் காக்கத்தான் அவர் வந்திருக்கிறார் என்பதை ஏன் நம்ப மறுக்கிறீர்?''

''வந்திருக்கும் செய்திக்கும், சிவன் குறித்த என் நிலைப்பாட்டிற்கும் எந்த சம்பந்தமும் இல்லை, பிரபு. நான் சொல்வதை தயவு கூர்ந்து காது கொடுத்துக் கேளுங்கள். சிவனை நேற்று தோட்டத்தில் சேனர்த்வஜர் பார்த்திருக்கிறார்.''

''அதற்குள் சேனர்த்வஜர் வந்துவிட்டாரா என்ன?''

''ஆம், அரசே. நாளை மறுநாள் நீங்கள் அவரைச் சந்தித்து விவாதிக்க ஏற்பாடாகியிருக்கிறது.''

''போகட்டும். சேனர்த்வஜர் என்னதான் பார்த்தாராம்?''

''அவரும் அந்த நீலகண்டரின் மாயவலையில் விழுந்து நாசமாய்ப் போய்விட்டது போல் தெரிகிறது. அதனால், சிவனுக்கெதிராய் எதையும் திரிக்க வாய்ப்பில்லைதான்.''

''சரி, ஒப்புக்கொள்கிறேன். நீலகண்டர் என்ன செய்துகொண்டிருப்பதைக் கண்டாராம்?''

''சிவன் நடனமாடுவதைப் பார்த்தாராம்,'' என்றார் பர்வதேஸ்வரர்.

''இருக்கட்டுமே. நடனத்திற்கெதிரான சட்டம் ஏதேனும் எனக்குத் தெரியாமல் வழக்கிலிருக்கிறதா என்ன?''

''என்னைச் சற்றுப் பேச விடுங்கள், அரசே. அவர் ஆடியதை சதி மிகுந்த ஆர்வத்துடன் கவனித்துக்கொண்டிருந்தாள்.''

சட்டென்று தக்ஷரின் முகத்தில் ஆவல் தோன்றியது. நிமிர்ந்து உட்கார்ந்தார். ''பிறகு?''

''சிவன் சற்று அதிகம் உரிமையெடுத்துக்கொள்ள விழையுமுன், சதி மிகச் சரியான முறையில் அவரை ஒதுக்கிவிட்டு அங்கிருந்து அகன்றுவிட்டாள். ஆனால், சிவன் எதையோ முணுமுணுப்பதை சேனர்த்வஜர் காதால் கேட்டாராம்.''

''என்ன முணுமுணுத்தார்?''

''*புனித ஏரியே - இவள எப்படியாவது எனக்குக் கெடைக்கச் செய். வேற எதையும் உன்கிட்ட மறுபடியும் நான் கேக்கவே மாட்டேன்!* - என்று சொல்லிக்கொண்டாராம்.''

தக்ஷர் முகமலர்ந்தார். ''நீலகண்டர் என் மகளின்மீது காதல் வயப்பட்டுவிட்டார் என்றா சொல்கிறீர்கள்?''

''அரசே, நம் நாட்டின் சட்டதிட்டங்களை மீறுவது முடியாத காரியம்,'' அதிர்ந்து போன பர்வதேஸ்வரர் அவரை ஏறிட்டார். ''சதி விவாகம் செய்துகொள்ள முடியாது.''

''நீலகண்டர் சதியை மணம் செய்துகொள்ள முடிவெடுத்தால், இந்த உலகின் எந்தச் சட்டமும் அவரைத் தடுக்க முடியாது.''

''குறுக்கிடுவதற்கு மன்னிக்கவும், பிரபு - ஆனால், மெலூஹாவின் அசைக்க முடியாத சட்டங்கள்தான் நம் நாகரீகத்தின் ஆதாரம். இவைதான் நமது அடையாளம். இவைதான் சந்திரவம்சிகள், நாகர்கள் போன்றோரிடமிருந்து வித்தியாசப்படுத்தி, நம்மை உயர்த்துகின்றன. ஏன், இராமபிரான்கூட தன்னைச் சட்டத்திற்கு அப்பாற்பட்டவராகக் கருதவில்லை. அப்படியிருக்கையில், போயும் போயும் இந்தக் காட்டுமிராண்டி எங்ஙனம்?''

''சதியின் சந்தோஷம் உமக்கு முக்கியமில்லையா?'' தக்ஷர் திருப்பிக் கேட்டார். '''பார்வதி' என்று அவளுக்கு மற்றொரு பெயர் உருவானதற்குக் காரணமே நீங்கள்தானே? உமது வளர்ப்பு மகளல்லவா அவள்? அவள் வாழ்வில்

மீண்டும் மகிழ்ச்சி மலர உண்மையிலேயே உங்களுக்கு விருப்பமில்லையா?''

''எனக்குப் பிறக்காத மகளாகவே சதியை நான் கருதுகிறேன், மன்னா,'' பொதுவாக எதையும் அதிகம் வெளிக்காட்டிக்கொள்ளாத

பர்வதேஸ்வரரின் கண்களில் உணர்ச்சி மின்னியது. ''அவளுக்காக எதுவும் செய்ய நான் தயார். சட்டத்தை மீறுவதைத் தவிர.''

''உமக்கும் எனக்கும் உள்ள வித்தியாசமே அதுதான். சதியின் பொருட்டு நான் எந்தச் சட்டத்தையும் மீறத் தயங்கமாட்டேன். அவள் என் மகள். என் இரத்தமும் சதையுமானவள். அவள் இதுவரை அனுபவித்த கஷ்டங்கள் போதும். அவள் வாழ்க்கையில் மீண்டும் மகிழ்ச்சி நிலவ நான் என்ன வேண்டுமானாலும் செய்வேன். விளைவுகளைக் குறித்து எனக்குக் கவலையில்லை!''

ரஜத் மேடையின் பிரதான அங்காடிகளின் அருகில், வாகனங்களுக்கென அமைந்திருந்த வெற்றிடமொன்றில் குதிரைகளைக் கட்டி வைத்துவிட்டு, சிவனும் நந்தியும், பின்னவருக்கு மிகப் பிடித்தமான உணவகங்களை நோக்கி நகர்ந்தனர். கடந்த இரு நாட்களாக அரசு மாளிகையின் விருந்துகளினால் களிப்படையாத நந்தியின் நாக்கு, பல வருடம் ருசி கண்ட பக்குவமான இறைச்சியின் வாசம் பட்டவுடன், நீரூறத்தொடங்கியது. வாயிலிலோ, சிவனுக்கு அனுமதியில்லை.

நந்தி, உணவக உரிமையாளரைப் பார்த்தார். ''சகோதரரே, என்னாயிற்று?''

''தயவு கூர்ந்து மன்னித்தருள வேண்டும். நானும் இப்போது விரதமேற்றிருக்கிறேனல்லவா?'' அவர், தன் கழுத்தை அலங்கரித்த மணிகளைக் காண்பித்தார். ''என்னைப்போல் விரதமேற்றிருக்கும் மற்ற பக்தர்களுக்கு மாமிச உணவளிக்கக்கூடாதென்பதும் விரதத்தின் ஒரு அங்கம். இது உங்களுக்கும் தெரியும்.''

''என்ன?'' நந்தி கேள்விக்குறியுடன் பார்த்தார். ''இங்கே யார் விரதமெல்லாம் ...''

தன் கழுத்தைச் சுற்றியிருந்த மணிகளடர்ந்த பட்டியை நோக்கிச் சிவனின் கண்கள் தாழ்ந்ததைக் கவனித்தவர்,

தலையசைத்தவாறு, சிவனைத் தொடர்ந்து உணவகத்தை விட்டு வெளியேறினார்.

''பலர் இந்த சமயத்தில் விரதங்கள் கடைப்பிடிப்பதுண்டு, பிரபு,'' நந்தி விவரித்தார். ''வேண்டுமானால், இங்கேயே காத்திருங்கள். வலதுபக்கமுள்ள தெருவில் சில நல்ல உணவகங்கள் உள்ளன. விரதமேற்காத உரிமையாளர்கள் யாரையேனும் கண்டுபிடிக்க முயல்கிறேன்.''

'சரி'யென்று சிவன் தலையசைக்க, நந்தி அங்கிருந்து நகர்ந்தார். பலவித உணவகங்களும், அங்காடிகளும் அங்குமிங்கும் சரியான விகிதத்தில் பரவியிருந்த கலகலப்பான இடமென்றாலும், ஜன சந்தடிக்கே உரித்தான கூச்சலும் குழப்பமும் அறவே இல்லை. கடைக்காரர்கள் எவரும் வெளியே நின்று பொருட்களைக் கூவிக்கூவி விற்கவில்லை. அவர்களுடன் விலை விவாதித்துக்கொண்டிருந்த நுகர்வோர்கூட, குரலை உயர்த்தாமல் மிகுந்த பணிவுடன் வியாபாரம் பேசினார்கள்.

எங்க மலைகள்ள இருக்குற கடைகள்ள இந்த அறிவிலிகளால ஒரு நாள்கூட தாக்குப் பிடிக்க முடியாது!

மெலூஹர்களின் விசித்திர பழக்க வழக்கங்களைப் பற்றி சிந்தனையில் மூழ்கியவர், நகரக் கட்டியக்காரன் ஏறக்குறைய முதுகுக்குப்பின் வந்து அலறும் வரை கவனிக்கக்கூட இல்லை.

''விலகி நில்லுங்கள்! விகர்மா பெண்கள் வருகிறார்கள்!''

தூக்கிவாரிப்போட்டுக்கொண்டு நிமிர்ந்த சிவன், உயரமான மெலூஹ க்ஷத்ரியன் ஒருவன் தன்னைக் குனிந்து பார்ப்பதை உணர்ந்தார். ''தயவுகூர்ந்து விலகுகிறீர்களா, ஐயா? சற்று நேரத்தில் விகர்மா பெண்கள் ஊர்வலம் பூஜைக்காக இந்தப் பக்கம் வரும்.''

கட்டியக்காரனின் பேச்சும் பாவனையும் மிகப் பணிவாக இருந்தாலும், நகர்ந்துகொள்ளும்படி அவன் கேட்கவில்லை; கட்டளை *பிறப்பிக்கிறான்* என்பதில் சிவனுக்கு இம்மியும் அட்டியில்லை. ஊர்வலத்திற்கு வழிவிட்டு அவர் நகர, அதே சமயம், நந்தி சிவன் கையை மெல்லத் தொட்டார்.

''நல்ல உணவகம் ஒன்றைக் கண்டுபிடித்துவிட்டேன், பிரபு,'' என்றார் உற்சாகமாக. ''எனக்குப் பிடித்த பல உணவுகளைத் தயாரித்து அளிக்கிறார்கள். இன்னும் ஒரு மணி நேரம் சமையலறை திறந்திருக்குமாம். நமக்கு இன்று நல்ல தீனிதான்!''

சிவன் வாய்விட்டுச் சிரித்தார். ''உங்க வயிறு நெறைய ஒரே ஒரு உணவகத்தோட சாப்பாடு போதும்னா, உண்மையிலேயே பெரிய விஷயம்தான்!''

நந்தியும் சேர்ந்து சிரிக்க, சிவன் அவர் முதுகை வாத்சல்யத்துடன் தட்டினார். அவர்கள் திரும்பி தெருவுக்குள் நடந்தனர். ''விகர்மான்னா யாரு?''

நந்தி விரக்திப் பெருமூச்செறிந்தார். ''பூர்வ ஜென்மத்தில் செய்த பாவங்களின் பலனை இந்த ஜென்மத்தில் அனுபவிக்கப் பிறந்த துரதிர்ஷ்டசாலிகள், பிரபு. ஆதலால், கண்ணியத்துடனும், மிகுந்த அடக்கத்துடனும் இந்த வாழ்க்கையைக் கடக்கக் கடமைப்பட்டவர்கள். அதன் மூலம் மட்டுமே கடந்த கால வினைகளையெல்லாம் துடைத்தெறிந்து, பாவங்களைக் கழுவிக்கொள்ளமுடியும். விகர்மா ஆண்களுக்குக்கென்று சில பிரத்யேகப் பரிகாரங்கள் உள்ளன. பெண்களுக்கு வேறு.''

''நாம கடந்து வந்த பாதைல ஒரு விகர்மாப் பெண்கள் ஊர்வலம் போச்சு. அந்தப் பூஜையும் பரிகாரத்துல சேர்த்தியா?'' என்றார் சிவன்.

''ஆம், பிரபு. விகர்மாப் பெண்கள் கடைப்பிடிக்க வேண்டிய விதிமுறைகள் பல. மாதமொருமுறை, பிரத்யேகமாய் வடிவமைக்கப்பட்டுள்ள அக்னி பூஜையில் கலந்துகொண்டு, அசுத்தத்தை முற்றிலுமாக அழிக்கும் அவரது தூய பாதகமலங்களில் தங்களைப் பணித்துக்கொண்டு பிரார்த்தனை செய்ய வேண்டும். தங்களது தீய வினை மற்றவர்களுக்குப் பரவும் ஆபத்து உள்ளதால், மணம் செய்துகொள்ள இயலாது. உறவினர்கள், அல்லது, தினசரி வாழ்வில் சந்திக்கும் நபர்களைத் தவிர வேறு யாரையும் தீண்டக்கூட அனுமதியில்லை. இன்னும், எனக்குத் தெரியாத விதிமுறைகள் பல இருக்கின்றன. வேண்டுமென்றால், அக்னி கோயிலில் பண்டிதரைச் சந்தித்து, அவரிடம் இது குறித்துக் கேட்கலாம். விகர்மா பற்றிய மேலதிக விவரங்களை அவர் கொடுக்கக்கூடும்.''

''இப்போதைக்குப் பண்டிதர்களையெல்லாம் சந்திக்கிற மனநிலைல நான் இல்லை,'' சிவன் புன்னகைத்தார். ''அவர் ஏதாவது மண்டையில ஏறாத சூத்திரங்களையும் சித்தாந்தங்களையும் நீளமாச் சொன்னா, எனக்கு வாழ்க்கையே வெறுத்துறும். ஒண்ணே ஒண்ணு மட்டும் சொல்லுங்க: போன ஜென்மத்துல இந்த விகர்மாக்கள் பாவம்தான் செஞ்சாங்கங்கிறதை முடிவு செய்யறது யாரு?''

''அவர்களின் கர்மவினையேதான், பிரபு,'' நந்தி சிவனைத் தீவிரமாக, இது *தெரியாதா?* என்பது போல் பார்த்தார். ''உதாரணத்திற்கு, ஒரு பெண்ணுக்குக் குழந்தை இறந்தே பிறக்கிறது என்று வைத்துக்கொள்வோம். பூர்வ ஜென்மத்தில் ஏதோ கொடிய பாவம் செய்ததினாலல்லவா இந்த ஜென்மத்தில் அவளுக்கு இந்த தண்டனை? சென்ற பிறவியில் செய்த கொடுங்கோன்மைக்குப் பதிலாக அல்லவா, இந்த வாழ்க்கையில் ஒரு மனிதனுக்குத் தீராத வியாதி ஏற்படுகிறது? இது, பிரபஞ்சமே அவனுக்களிக்கும் தண்டனையல்லவா?''

''எல்லாமே பேத்தலா இருக்கு. கர்ப்பமாயிருக்கும்போது சரியாத் தன்னைக் கவனிச்சுக்காததினாலகூட ஒரு பொண்ணுக்குக் குழந்தை செத்துப் பிறக்கலாம். இல்லை, ஏதாவது வியாதியா இருக்கலாம். போன ஜென்மப் பாவத்தோட பலன்னு எப்படிச் சொல்ல முடியும்?''

ஸ்தம்பித்த நந்தி, சிவனுக்கு எவ்விதமாக பதில் கூறுவதென்று வெகுவாகக் குழம்பினார். மெலூஹாவின் பலவிதக் கோட்பாடுகளில் மிகத் தீவிரமாக ஊறியவர் அவர்; பல ஜென்மங்களின் பாவங்கள் அடுத்தடுத்த பிறவிகளில் தொடர்ந்துகொண்டே வருமென்பதை சந்தேகத்திற்கிடமில்லாமல் நம்பியவர். ''சட்டம் அதுதான், பிரபு ...'' முணுமுணுத்தார்.

''உண்மையச் சொல்லட்டுமா? ரொம்ப அநியாயமாப் படுது, எனக்கு.''

மெலூஹாவின் ஆதாரமாகக் கருதப்படும் விஷயத்தைச் சிவன் புரிந்துகொள்ளாத ஏமாற்றம் நந்தியின் முகத்தில் அப்பட்டமாக விரிந்தாலும், சிவனின் மனம் புண்படும் வகையில் எதையும் பேசிவிடக்கூடாதென்னும் வைராக்கியம் அவரை மௌனத்தில் ஆழ்த்தியது. என்ன இருந்தாலும், சிவன் தன் பிரபு அல்லவா?

நந்தியின் வாட்டமடைந்த முகத்தைக் கண்ட சிவன், அவரது தோளை சிநேகமாகத் தட்டினார். ''விடுங்க; இது என் சொந்தக் கருத்து, அவ்ளோதான். இந்த சட்டம் இவ்வளவு வருஷமா உங்களுக்கு நன்மை செஞ்சிருக்குன்னா, அதுல ஏதாவது விஷயம் இருக்கத்தான் வேணும். உங்க சமூகம் கொஞ்சம் விசித்திரமா இருந்தாலும், நேர்மையா, நாணயமா நடந்துக்கற பலரை இங்கதான் நான் சந்திச்சிருக்கேன்.''

நந்தியின் முகம் உடனடியாக மலர்ந்தாலும், அவரது உடலை வறுத்தெடுத்த இன்னொரு பிரச்சனையை மறுத்து

ஒதுக்க முடியவில்லை. பசி! அகோரப் பசி வயிற்றைக் கிள்ளி, எலும்புகளையே நொறுக்கிப் பிசைவதுபோலிருந்தது. கருமமே கண்ணாயினாராக அவர் உணவகத்திற்குள் பாய, மெல்லச் சிரித்தபடி சிவன் அவரைத் தொடர்ந்தார்.

அவர்கள் இருந்த தெருவிலிருந்து சற்று விலகி, பிரதானச் சாலையில், விக்ரமாப் பெண்களின் ஊர்வலம் ஒன்று அமைதியாக ஊர்ந்து சென்றது. மெலூஹர்களுக்கு மிகப் புனிதமான நீல நீறத்தில், அவர்கள் அங்கவஸ்திரங்கள் தரித்திருந்தனர். கைகளில் அக்னி பகவானுக்கான பிரார்த்தனைத் தட்டுக்களை ஏந்தி, தலைகுனிந்து நடந்தனர். பாவப்பட்ட அந்த ஜென்மங்கள் கடந்து செல்ல, வழக்கமாக கூச்சலும் சப்தமும் எதிரொலிக்கும் அந்தக் கடை வீதி, அமானுஷ்ய நிசப்தத்தில் ஆழ்ந்தது.

அவர்களுக்கு நடுவே, சிவனால் காண முடியாதபடி, நீலநிற அங்கவஸ்திரத்தினால் தலைமுதல் கால்வரை போர்த்தப்பட்டு, முகத்தில் தன் விதியை முழுவதுமாக உணர்ந்து, ஒரு வித கம்பீரத்துடன் அதை ஏற்றுக்கொண்ட விரக்தியுடன், நடந்து சென்றாள் சதி.

''நம் பேச்சை எங்கே நிறுத்தினோம், பிரபு?'' மறுநாள் சிவனும் நந்தியும் அரசரின் அலுவலகத்தில் அமர, தக்ஷர் வினவினார்.

''இராமபிரான் சமூகத்துல என்னென்ன அதிசய மாற்றம்லாம் கொண்டுவந்தார்னு சொல்ல வந்தீங்க, அரசே,'' என்றார் சிவன். ''எதுத்துக்கிட்டுக் கௌம்பின அந்தணர்களை எப்படி முறியடிச்சார்னும் ...''

''உண்மை, உண்மை,'' ஆமோதித்தார் தக்ஷர். ''இராமபிரான் அவர்களை அடக்கி ஒடுக்கியதென்னவோ நிஜம். ஆனால், விஷயம் அத்துடன் நின்றுவிடவில்லை; இன்னும் ஆழமாய் வேரூன்றிவிட்டதையும் உணர்ந்தார். எங்கோ ஒரு சில பிராமணர்கள் தங்கள் கோட்பாடுகளை மீறியது பெரிதல்ல; அவரவருடைய கர்மம், அதாவது குலம் விதித்திருந்த வாழ்க்கை முறைக்கும், அவர்கள் விரும்பிய வாழ்விற்குமிடையே போராட்டம் கிளம்பிவிட்டதுதான் உண்மையான பிரச்சனை.''

''புரியலை, சக்ரவர்த்தி.''

''புரிய வைக்கிறேன். சமூகத்தை எதிர்த்துக் கிளம்பிய

அந்தணர்களின் பிரச்சனை உண்மையில் என்ன, தெரியுமா? அவர்களில் ஒரு சிலர் க்ஷத்ரியர்களாக வாழ்ந்து ஆட்சி செய்ய விரும்பினர். இன்னும் சிலர், வைஸ்யர்களாகி, வியாபாரம் செய்து ஏராளமான பொருள் சேகரித்து சொகுசாக வாழ ஆசைப்பட்டனர். ஆனால், பிறப்போ அவர்களை அந்தணர்களாகக் கட்டுப்படுத்தி வைத்திருந்தது.''

''ஆனா - ஏகப்பட்ட விதிமுறைகளையும் தேர்வுகளையும் கடந்து வந்தாதான் பிராமணனாக முடியும்னு பிரம்மதேவர் விதிச்சதா நீங்கதானே சொன்னீங்க?''

''உண்மைதான், பெருமானே. ஆனால், காலப்போக்கில் இந்த விதிகளின் தர்மநியாயங்கள் மீறப்பட்டன. அந்தணர்களின் மக்கள் அந்தணர்களாக உருவாயினர். அதேபோல் க்ஷத்ரியர்கள், மற்றும் வைஸ்யர்கள். பழையபடி நேர்மையாக அவரவரின் தகுதிக்கேற்ற வகுப்புக்களைத் தேர்ந்தெடுக்கும் வழக்கம் குறைந்துகொண்டே வந்தது. தந்தைமார்கள் அனைவரும், தங்களுக்குக் கிடைத்த வசதி, படிப்பு, திறன் அத்தனையும் தங்களுக்குப் பிறந்த மக்களையே சேர வேண்டும் என்று விழைந்ததனால் ஏற்பட்ட தடுமாற்றம். நிலைமை முற்றி, காலப்போக்கில், ஜாதிகள் யாராலும் மீற முடியாத கட்டுக்களாக இறுகிவிட்டன.''

''அப்படீன்னா - ஒரு வேளை பிராமணனா ஆகறதுக்குரிய அறிவுத்திறனும் புத்திகூர்மையும் இருந்தாலும், அவன் சூத்திரனுக்கு மகனாப் பொறந்துட்டா, உயர்ந்த வகுப்பை அடையறதுக்கான வாய்ப்புகள் அவனுக்கு மறுக்கப்படும், இல்லையா?'' என்றார் சிவன்.

''ஆம், சிவா,'' முதல்முறையாக வாய் திறந்தார் பர்வதேஸ்வரர். மற்றவர்களைப்போல அவர் தன்மீது விழுந்து புரண்டு தரையில் மண்டியிட்டு மரியாதை செய்யவில்லை; பெருமானே என்று அழைக்கவில்லை என்பதைச் சிவன் கவனித்துக்கொண்டார். ''தனிப்பட்ட ஆற்றல், திறன் ஆகியவற்றை நம்பிச் செயல்படாத எந்த சமூகமும் ஸ்திரமாக இயங்காது என்பது இராமபிரானின் கொள்கை. ஒரு மனிதனின் ஜாதியைத் தீர்மானிப்பது அவனது கர்மா மட்டுமே - பிறப்போ, பாலோ வேறெதுவோ அல்ல.''

''கேக்க நல்லாத்தான் இருக்கு, பர்வதேஸ்வரரே,'' என்றார் சிவன். ''ஆனா, இதை எப்படி நடைமுறைல செயல்படுத்துவீங்க? ஒரு அந்தணருக்கு பிறக்குற குழந்தைக்குக் கெடைக்கிற படிப்புக்கும் வசதிவாய்ப்புக்கும், ஒரு சூத்திரக் குழந்தைக்குக் கெடைக்கக்கூடியதுக்கும்

மெலூஹாவின் அமரர்கள்

வித்தியாசம் இருக்குமில்லையா? அந்தணருக்குப் பிறக்கும் குழந்தை, சூத்திரக் குழந்தையைவிட ஆற்றல்ல குறைவா இருந்தாலும், அந்தணனாத்தான் வளரும். அப்ப, சூத்திரக் குழந்தைக்கு நடக்கறது அநியாயம் இல்லையா? இந்த மாதிரி இயங்கற சமூகத்துல என்ன உசத்தி?"

"அங்கேதான் இராமபிரானின் ஆற்றல் மிளிர்கிறது, சிவா," என்றார் பர்வதேஸ்வரர். "மிகத் திறமையான சேனாதிபதி அவர். அற்புதமான ஆட்சியாளர்; சிறந்த நீதிபதியும்கூட. ஆனால், அவர் விட்டுச் சென்ற கொடைகளில் மிகச் சிறந்தது எது தெரியுமா? ஒரு மனிதனின் கர்மாவை தீர்மானிப்பது அவனுடன் பிறந்த ஆற்றல்தானேயொழிய, வேறில்லை. அதுதான் மெலூஹாவின் உயர்வுக்கு - உலக வரலாற்றின் மிகச்சிறந்த தேசம் என்ற புகழுக்கு - ஆதாரம்."

"இந்த விஷயத்தில் சோமரஸத்தின் பங்கைக் குறைத்து மதிப்பிடமுடியாது, பர்வதேஸ்வரரே," இடைமறித்தார் தக்ஷர். "அதைத் தன் மக்கள் அனைவருக்கும் பகிர்ந்து கொடுத்ததுதான் அவர் செய்த நன்மைகளில் மிகப் பெரியது. இந்தப் பிரபஞ்சத்திலேயே, மெலூஹர்களைப் போல் அறிவாற்றலில் சிறந்தவர்கள் யாருமில்லையென்ற பெயரை நாம் பெற்றிருப்பது, சோமரஸத்தின் பலத்தினால்தான்! அப்பழுக்கற்ற, ஒப்புவமையில்லாத இந்த சமூகத்தை நாங்கள் உருவாக்க சோமரஸம் அளித்த திறனே காரணம்."

"மன்னிக்கணும், அரசே," என்ற சிவன், பர்வதேஸ்வரர் பக்கம் திரும்பினார். "சொல்லுங்க, இராமபிரான் உருவாக்கின அற்புதமான திட்டம்தான் என்ன?"

"சுலபமான ஒன்று," என்றார் பர்வதேஸ்வரர். "முன்னமே சொன்னேனே? ஒரு மனிதனின் ஆற்றலை, கர்மத்தை வைத்து மட்டும் அவன் ஜாதியைத் தீர்மானிக்கும் சமூகமே எல்லா வகையிலும் மிக உயர்ந்தது. வேறெந்த நோக்கமும் அதில் இருக்க முடியாது; கூடாது. இதை நடைமுறையில் செயல்படுத்த, இராமபிரான் மிக எளிமையான வழிமுறை ஒன்றை உருவாக்கினார். மெலூஹாவில் பிறக்கும் அத்தனை குழந்தைகளும் சாம்ராஜ்யத்தால் கண்டிப்பாகத் தத்தெடுக்கப்படுகின்றன. எந்தத் தடங்கலுமின்றி இது நடைபெற, தெற்கே வெகு தூரத்தில், நர்மதை நதிக்கரைக்குச் சற்று மேற்கே, மயிகா என்றொரு பிரம்மாண்டமான மருத்துவ நகரமே நிர்மாணிக்கப்பட்டது. கர்ப்பமுற்ற பெண்கள் அனைவரும் அங்கு பிரயாணம் செய்துதான் பிரசவம் பார்த்துக்கொள்ள வேண்டும். அவர்களைத் தவிர

வேறு யாருக்கும் அங்கே அனுமதியில்லை.''

''நெஜமாவா?'' என்றார் சிவன். ''கணவர்? அம்மா, அப்பா, அவங்கல்லாம்?''

''யாருக்குமில்லை - ஆனால், ஒரே ஒரு விலக்கு உண்டு. சுமார் முன்னூறு வருடங்களுக்கு முன், உயர்குலப் பெண்களின் கணவன்மார், மற்றும் தாய் தந்தையர் ஆகியோர் மட்டும் மயிகாவுக்குள் நுழைய அனுமதியளிக்கும் வகையில் வாக்குப்பதிவு நடந்து, சட்டம் மாற்றியமைக்கப்பட்டது.'' இராமபிரானின் மிக அற்புத சட்டத்தையே இப்படிச் 'சீர்திருத்தம்' செய்ததில் பர்வதேஸ்வரர் அடைந்த வெறுப்பை முகம் துல்லியமாகக் காட்டியது.

''அப்ப, மயிகாவுக்கு வர்ற கர்ப்பமான பெண்களை யாரு பாத்துக்குவாங்க?''

''மருத்துவமனையைச் சேர்ந்த பணியாளர்கள். இம்மாதிரி விஷயங்களில் அவர்கள் மிகத் தேர்ந்தவர்கள்,'' பர்வதேஸ்வரர் தொடர்ந்தார். ''ஆணோ, பெண்ணோ, குழந்தை பிறந்த பிறகு, சில காலம் வரை அங்கு பராமரிக்கப்படும்; தாய்மார்கள் மீண்டும் அவரவர் ஊர் வந்து சேர்ந்துவிடுவார்கள்.''

''குழந்தையில்லாமலா?'' சிவன் ஆச்சர்யத்துடன் கேட்டார்.

''ஆம்,'' 'இதில் என்ன அதிசயம்' என்பதுபோல் பர்வதேஸ்வரர் புருவத்தைச் சுருக்கினார். ''மயிகாவுக்கு மிக அருகில் நிர்மாணிக்கப்பட்டிருக்கும் மிகப்பெரும் பள்ளியான மெலூஹா குருகுலத்தில் குழந்தை சேர்க்கப்படும். அங்கே பிள்ளைகளனைவருக்கும் ஒரே மாதிரியான கல்வியறிவு போதிக்கப்படும். சாம்ராஜ்யத்தின் அனைத்து வசதிகளும் வாய்ப்புக்களும் அவர்களுக்குக் கிட்டும் வகையில் பாடத்திட்டங்கள் அமைக்கப்பட்டுள்ளன.''

''இந்தக் குழந்தைங்க, அப்பா அம்மா பத்தின விவரங்களை சேகரிச்சு வெச்சுக்கற வழக்கம் உண்டா?''

''மிக நிச்சயமாக. ஆனால், அவை மிக இரகசியமாகப் பாதுகாக்கப்படுகின்றன. மயிகாவின் ஆவணக்காப்பாளருக்கு மட்டுமே அவற்றைப் பார்வையிடும் அதிகாரம் உண்டு.''

''அப்படீன்னா, எந்தக் குழந்தையோட பெத்தவங் களையும் பத்தி குருகுலத்திலோ, ஏன், சாம்ராஜ்யத்துலயே கூட யாருக்குமே தெரிய வாய்ப்பில்லை,'' இதன் முழு அர்த்தத்தையும், வீச்சையும் சிவன் ஆராய முற்பட்டார்.

''அதாவது, பிராமணனுக்குப் பொறந்தாலும், சூத்திரனுக்குப் பொறந்தாலும், எல்லாக் குழந்தைகளும் ஒரே மாதிரிதான் நடத்தப்படுவாங்க. இல்லையா?''

''ஆம்,'' பர்வதேஸ்வரர் பெருமிதப் புன்னகை பூத்தார். ''குழந்தைகள் பதின்ம வயதை எட்டியவுடன், அனைவருக்கும் சோமரஸம் வழங்கப்படும். இதனால், வாழ்வில் முன்னேறத் தேவையான அனைத்து வாய்ப்புகளும் அத்தனை குழந்தைகளுக்கும் பாரபட்சமின்றி வழங்கப்படுகின்றன. பதினைந்து வயது முடிந்து, பருவமடையும்போது, எல்லோருக்கும் ஒட்டுமொத்தமாக தேர்வு ஒன்று நடத்தப்படும். இதன் முடிவை வைத்து மட்டுமே அவர்களது ஜாதி - அதாவது, பிராமணனா, க்ஷத்ரியனா, வைஸ்யனா, சூத்திரனா - என்பது தீர்மானிக்கப்படும்.''

''பிறகு, குழந்தைகளுக்கு அவரவர் ஜாதிக்குரிய பிரத்யேகப் பயிற்சி அளிக்கப்படும்,'' கனகாலா குறுக்கே புகுந்தாள். இந்த சமயத்தில் அவர்கள் வெவ்வேறு வர்ணங்களாலான பட்டைகளை அணிந்து - பிராமணர்களுக்கு வெள்ளை; க்ஷத்ரியர்களுக்கு சிவப்பு; வைஸ்யர்களுக்கு பச்சை; சூத்திரர்களுக்கு கறுப்பு - அந்தந்த ஜாதிக்குரிய பள்ளிகளுக்கு, மேற்படிப்பைத் தொடர அனுப்பப்படுவார்கள்.''

''அதனாலதான் உங்க ஜாதிகளை வர்ணாஸ்ரமம்னு சொல்றாங்களோ,'' என்றார் சிவன். '' 'வர்ணம்'னா நிறம்தானே?''

''ஆம், பெருமானே,'' கனகாலா புன்னகைத்தாள். ''அபூர்வ சிந்தனைத் திறன், தங்களுக்கு.''

''ஆம்,'' கனகாலாவை எரித்துவிடுவது போல் பார்த்தார் பர்வதேஸ்வரர். ''இதைப் புரிந்துகொள்ள அபரிமிதமான சிந்தனைத் திறன் தேவைதான்.'' அவர் குரலில் ஏளனம் சொட்டியது.

வெட்டும் வார்த்தைகளைச் சிவன் கண்டுகொள்ளவில்லை. ''அப்புறம்? என்ன நடக்கும்?'' என்றார்.

''குழந்தைகளுக்குப் பதினாறு பிராயம் முடிவடையும் போது, அந்தந்த ஜாதியிலிருந்து குழந்தை வேண்டி விண்ணப்பிக்கும் பெற்றோரிடத்தில் தகுந்தாற்போல் பிரித்து அனுப்பப்படுவார்கள். உதாரணத்திற்கு, பிராமணப் பெற்றோர் குழந்தைக்கு விண்ணப்பித்திருந்தால், இன்னாரென்று குறிப்பிடாத, அதே பிராமண ஜாதி வர்ணத்தை பரீட்சையில் எட்டிய ஒரு குழந்தை மயிகாவிலிருந்து அவர்களுக்குக்

கொடுக்கப்படும். தத்தெடுத்த பெற்றோரிடத்தில் அந்தக் குழந்தை, அவர்களுடையதைப் போலவே வளரும்."

"உங்க சமூகமும் சிறந்து விளங்கும்," மிக எளிமையான இந்த திட்டத்தின் அற்புத சூட்சுமத்தை எண்ணி அதிசயத்தில் ஆழ்ந்தார் சிவன். "அவங்கவங்களோட திறமைக்கு ஏத்த மாதிரி சமூகத்துல இடம் கெடைக்குது. என்ன ஒரு நேர்த்தியான, நியாயமான முறை!"

"காலப்போக்கில், பெருமானே," தக்ஷர் தொடர்ந்தார். "உயர் ஜாதிகளின் எண்ணிக்கை அதிகரித்துக்கொண்டே செல்வதை உணர்ந்தோம். இந்த உலகில் யாரும் முன்னேறலாம் என்பதைக் கண்கூடாகக் காண முடிந்தது. அதற்குத் தேவை, இரு விஷயங்கள்தான்: எல்லோருக்கும் சமமான வாய்ப்பும், கல்வியும்."

"கீழ்க்குலத்தச் சேந்தவங்க இராமபிரானை ரொம்ப கொண்டாடியிருப்பாங்களே?" என்றார் சிவன். "அவங்க முன்னேற நிஜமாவே ஒரு சந்தர்ப்பம் குடுத்தது அவர்தான்."

"ஆம், அவர்களுக்கு அவர் மீது பாசம் அதிகம்," ஒப்புக்கொண்டார் பர்வதேஸ்வரர். "இராமபிரானின் மிகப்பெரிய பக்தர்களே அவர்கள்தான். ஜெய் ஸ்ரீ ராம்!"

"ஆனா, சம்பந்தப்பட்ட தாய்மார்களுக்குத்தான் இதுல திருப்தி இருந்திருக்காதுன்னு தோணுது. பொறந்தவுடனேயே குழந்தையைத் தூக்கிக் கொடுக்கணும்; பின்னால வாழ்க்கைல ஒரு முறை கூட பாக்க சந்தர்ப்பம் கெடைக்காதுங்கிறதை எந்தப் பெண் மனசு வந்து ஏத்துப்பான்னு தெரியலை."

"ஒட்டுமொத்த சமூகத்தின் நன்மைக்காக நடைமுறையில் உள்ள திட்டம் இது," பர்வதேஸ்வரர் முறைத்தார். இம்மாதிரி அசட்டுக் கேள்விகளை அவர் இரசிக்கவில்லை என்பது வெளிப்படை. "அது எப்படியிருந்தாலும், தன் தகுதிக்கும், அந்தஸ்த்திற்கும் அனைத்து விதங்களிலும் பொருத்தமான குழந்தையை எந்தத் தாயும் விண்ணப்பித்து, தத்தெடுத்துக்கொள்ளலாமே? அதுதான் அவளுக்குத் திருப்தி அளிக்கக்கூடிய விஷயமும்கூட. தன் எதிர்பார்ப்புகளை எவ்விதத்திலும் நிறைவேற்றாத குழந்தையை எந்தத் தாய்தான் விரும்புவாள்?"

இந்தப் பதில் சிவனுக்குத் திருப்தியளிக்கவில்லை என்பது அவர் முகச் சுணக்கத்திலிருந்து புரிந்தது. "இதனால, அந்தணர்கள் மாதிரி உயர்குலத்தைச் சேந்தவங்க கண்டிப்பா இராமபிரானை வெறுத்திருப்பாங்க. அவங்களோட அதிகாரம் பறிபோச்சே?"

மெலூஹாவின் அமரர்கள்

"ஆம்," தக்ஷர் புகுந்தார். "அந்தணர்களல்லாது, க்ஷத்ரியர்கள், வைஸ்யர்கள் என்று பல உயர்குலத்தோர் இராமபிரானின் சீர்திருத்தங்களை எதிர்த்தனர். அவர்களை முறியடித்து வெற்றியை நிலைநாட்ட இராமபிரான் அரும்பாடுபட வேண்டியிருந்தது. அவர் தோற்கடித்தவர்களில் மாளாமல் உயிர் பிழைத்தவர்கள்தான் நாம் இன்று காணும் சந்திரவம்சிகள்."

"அந்த நாள்ளருந்தே உங்களுக்குள்ள தகராறா?"

"ஆம்," என்றார் தக்ஷர். "எவ்வித நற்குணமும் அற்ற, க்ரோத, மோக மதமார்சர்யங்கள் தாண்டவமாடும் நாகரீகத்தை மேற்கொண்டவர்கள். நீதி, நேர்மை, நியாயம், எதுவும் கிடையாது அவர்களுக்கு. ஊழலும் லஞ்சமும் கூத்தாடும் நகரங்களை உடையவர்கள். எங்களது அனைத்துப் பிரச்சனைகளுக்கும் ஆதாரமே அவர்கள்தான். இராமபிரான் அவர்களிடத்தில் அதிகக் கருணையுடன் நடந்துகொண்டுவிட்டார் என்று எண்ணம் எங்களில் பலருக்கு இன்றும் உண்டு. ஒட்டுமொத்தமாக அவர்களை அழித்து ஒழித்திருக்கவேண்டும் - ஆனால், மன்னித்து உயிருடன் விட்டுவிட்டார். இன்னும் சொல்லப்போனால், இராமபிரானது பிறப்பிடத்தை - அயோத்யாவை - அந்த அயோக்கிய சந்திரவம்சிகள் ஆட்சி செய்யும் கோரக் காட்சியை நாங்கள் இன்னமும் கண்டு அவதிப்படும் கொடிய பேறு வாய்த்திருக்கிறதே? இதைவிடப் பெரிய அவமானம் வேறென்ன வேண்டும்?"

இதைச் சிவன் உட்கொண்டு தகுந்த முறையில் பதில் கூறுமுன், அடுத்த பிரஹாரின் மணியடிக்க, சட்டென்று சில மந்திரங்களை ஜபித்து, அனைவரும் புதிய நேரக்கிரமத்தை உரிய முறையில் வரவேற்றனர். சிவன் உடனடியாக ஜன்னலை நோக்கினார். எதையோ எதிர்நோக்கும் ஆவல் அவர் முகத்தில் பளிச்சிட்டது.

இதைக் கவனித்த தக்ஷர், புன்முறுவல் பூத்தார். "இப்போது மதிய உணவிற்குச் செல்லலாம் என்றெண்ணுகிறேன். தங்களுக்கு வேறு அவசர வேலைகள் இருப்பின், நாளை சந்திக்கலாம், பிரபு."

சக்ரவர்த்தியின் எண்ண ஓட்டத்தை துல்லியமாக புரிந்துகொண்ட பர்வதேஸ்வரர், தக்ஷரை முறைத்தார்.

"அதுவும் நல்லதுதான், அரசே," சிவன் மென்னகை புரிந்தார். "என் முகம் அவ்வளவு தூரம் காட்டிக்குடுக்குதா?"

''ஆம். ஆனால் - உங்களைப் பொறுத்தவரை அது ஒரு வரம், மெலூஹாவில் மிக உயர்வாகக் கருதப்படும் சொத்து எது தெரியுமா? நேர்மைதான். நீங்கள் இப்போதே செல்லலாம். நாம் நாளை காலை சந்திக்கலாம் அல்லவா?''''

தக்ஷரிடம் தன் ஆழ்ந்த நன்றியைத் தெரிவித்த சிவன், நந்தியுடன் அங்கிருந்து சென்றார்.

தோட்ட வேலியைச் சிவன் பதற்றம் கலந்த ஆவலுடன் அணுகினார் என்றுதான் சொல்ல வேண்டும். வேலிக்கு மறுபுறம் டோல் வாத்தியத்தின் சீரான மெட்டு கேட்ட அடுத்த கணம், மதிய உணவுக்கு நந்தியை விருந்தினர் மாளிகைக்கு அனுப்பிவிட்டார். இப்போது தனிமைதான் தேவை. உள்ளுக்குள் பொங்கிப் பிரவகித்த உவகை பெருமூச்சாய் எழ, சப்தமில்லாமல் வேலியைத் தாண்டி அடிமேலடி வைத்து வந்து நின்ற போது - சதி. குருஜி மற்றும் க்ருத்திகாவின் ஜாக்கிரதையான மேற்பார்வையில், நடனமாடிக்கொண்டிருந்தாள்.

''உங்களை மீண்டும் சந்தித்ததில் மெத்த மகிழ்ச்சி, சிவா,'' மரியாதையுடன் குருஜி எழுந்து வணக்கம் செலுத்தினார்.

''அது என்னோட பாக்கியம், குருஜி,'' சிவன் மிகப்பணிவுடன் குனிந்து அவர் பாதம் தொட்டு வணங்கினார்.

சற்று தூரத்தில், தரையில் பார்வையைப் பதித்தவாறு சதி அமைதியாக நின்றாள்.

''நீங்க ஆடினீங்களே, ஒரு ஆட்டம்,'' க்ருத்திகா ஆர்வத்துடன் முன்னே வந்தாள். ''மனசுல இன்னமும் அப்படியே நிக்குது!''

சிவன் முகம் குப்பென்று சிவந்தது. ''ஆ, அவ்வள வொண்ணும் பிரமாதமில்லை.''

''இன்னும் அதிகம் புகழ்ந்து தள்ளணும்னு எதிர்பார்க்கறீங்களோ?'' என்றாள் க்ருத்திகா கேலியாக.

சிவன் சதியின் பக்கம் திரும்பினார். ''போன தடவை விட்ட எடத்துலேர்ந்து தொடரலாம்னு நெனைக்கறேன். உங்களுக்குப் பாடம்லாம் சொல்லிக்குடுக்கணும்னு இல்லை. நீங்க ஆடறதைப் பாக்கணும்னு தோணிச்சு, அவ்ளோதான்.''

முன்னே தனக்குள் குமிழியிட்ட இனம்புரியாத தர்மசங்கடம் இப்போதும் தனக்குள் படர்வதைச் சதி உணர்ந்தாள். சிவனிடம் பேசும்போது மட்டும் ஏன் ஏதோ சட்டத்தை மீறும் பதற்றம் ஏற்படுகின்றது? நாகரீகமாக, தன் பெண்மைக்குப் பங்கம் ஏற்படாமல் நடந்துகொள்ளும் வரையில், அந்நிய ஆண்களுடன் அவள் பேச எந்தத் தடையும் இல்லை. இப்போது மட்டும் ஏன் இந்தக் குற்ற உணர்வு?

''என்னால முடிஞ்ச அளவு முயற்சி பண்றேன்,'' சதி நாசூக்காகச் சொன்னாள். ''இன்னும் நல்லா ஆடறது எப்படின்னு உங்க கருத்துக்களை நான் வரவேற்கறேன். உங்க ஆட்டத் திறமை மேல எனக்கு ரொம்ப மதிப்பு உண்டு.''

மதிப்பா? மதிப்பெல்லாம் எதுக்கு? காதலிக்கலாமே?!

மையமாகப் புன்னகைத்த சிவனுக்கு, மேற்கொண்டு பேசுவது இந்த சந்தர்ப்பத்தில் உசிதமல்ல என்று புரிந்தது.

சதி ஆழ மூச்சை இழுத்துவிட்டு, அங்கவஸ்திரத்தை இடையைச் சுற்றிக் கட்டிக்கொண்டு, நடராஜர் நிலையில் நின்றாள். பூமித்தாய், தனக்குள் சேமித்து வைத்திருந்த சக்தியை சதிக்குள் செலுத்துவதை உணர்ந்த சிவன், புன்னகை புரிந்தார்.

பூமியிலிருந்து சக்தி உள்ளுக்குள் புதுவெள்ளம்போல் பாய, சதி நடனமாடத் தொடங்கினாள்.

உண்மையிலேயே அவள் நடனத்தில் முன்னேற்றம் தெரிந்தது. உணர்ச்சிகள் அவளுக்குள் ஜாஜ்வல்யமான ஒளிக்கிரணங்களாய்ப் பாய்ந்தன. நடனத்தில் அடிப்படையாகவே அவளுக்கு நல்ல தேர்ச்சியுண்டு; இப்போது உத்வேகத்துடன் அவள் ஆடத் துவங்க, அது வெறும் அசைவாக இல்லாமல், உள்ளத்து உணர்வு உடல்மொழியாக உருவெடுத்து, ஒப்புவமையில்லாத நடனமாக ஒளிர்ந்தது. இந்த உலகிலிருந்து பிரிந்து, மிதந்து வேறெங்கோ செல்லும் உணர்வு சிவன் மீது மீண்டும் படர்ந்தது. சதியோ, நாட்டியத்தின் மூலம் அவர் மீது ஒரு மாயப்போர்வையை போர்த்தி, காந்தம்போல தன்பால் இழுத்துக் கொண்டிருந்தாள். ஒரு சில நொடிகள் - சில நொடிகள்தான் - அவள் நினைந்து நினைந்து உருகி ஆடிப்பாடும் ஆண்மகன் தானேயென்ற ஆனந்தக் கற்பனையில் ஆழ்ந்தார். இந்த முறை, சதி நடனமாடி முடித்து நின்றபோது, பார்வையாளர்கள் உடனடியாகக் கரவொலி செய்து ஆர்ப்பரித்தனர்.

''நீ இதுவரை ஆடியதில் இதுதான் மிகப் பிரமாதம்,'' குருஜி பெருமிதத்துடன் கூறினார்.

''நன்றி குருஜி,'' சதி குனிந்து வணங்கினாள். பிறகு, ஆவலுடன் சிவனைப் பார்த்தாள்.

''அற்புதம்,'' என்றார் சிவன். ''ரொம்பப் பிரமாதம். உங்களுக்குள்ள திறமையிருக்குன்னு நான்தான் அன்னிக்கே சொன்னேனே?''

''தாக்குதலைச் சொல்ற எடத்துல கொஞ்சம் எடறிட்டேனோன்னு உறுத்தல்,'' என்றாள் சதி குறைகூறும் பாவனையில்.

''அதையெல்லாம் ஏன் பெரிசுபடுத்தணும்?'' சிவன் சமாதானப்படுத்தினார். ''ரொம்ப சின்ன தப்பு அது. உங்க முழங்கையை ஒரு குறிப்பிட்ட மாதிரி வெச்சுக்கணும்; அங்கதான் தவறிட்டீங்க. அதனால் உங்க அடுத்த அடவு பெசகாப்போச்சு.'' சட்டென்று எழுந்தார். ''வாங்க, நானே காட்டறேன்.''

சதியினருகில் சென்று முழங்கையைத் தொட்டு அவர் திருப்ப முயல, அவள் தீச்சுட்டது போல் 'விருட்'டென்று பின்வாங்கினாள். குருஜியும் க்ருத்திகாவும் அதிர்ந்து போய் மூச்சுவாங்க நின்றனர். பெரிய தவறு ஏதோ நிகழ்ந்துவிட்டது என்பதை சிவன் உணர்ந்தார்.

''மன்னிக்கணும்,'' என்றார் நிஜமான வருத்தத்துடன். ''உங்க முழங்கை எங்க இருக்கணும்னுதான் காட்டணும்னு நெனைச்சேன்.''

உறைந்து போயிருந்த சதி, சிவனை இன்னமும் வெறித்தபடி நின்றாள்.

முதலில் தன்னுணர்வை வரவழைத்துக்கொண்டு, சிவன் தன்னைச் சுத்தப்படுத்திக்கொள்ள வேண்டும் என்பதை உணர்ந்தவர் குருஜிதான். ''உங்கள் பண்டிதரிடம் செல்லுங்கள், சிவா,'' என்றார். ''சுத்திகரணம் செய்து கொள்ளவேண்டும் என்று கூறுங்கள். அதுவும், இன்றைய பொழுது முடிவதற்குள்.''

''ஏன்? சுத்திகரணம்னா? நான் ஏன் அதையெல்லாம் பண்ணிக்கணும்?''

''தயவுசெய்து சுத்திகரணம் செஞ்சுக்குங்க, சிவா,'' சதியின் கண்களில் கண்ணீர் கரைகட்டி நின்றது. ''உங்களுக்கு ஏதாவது ஆச்சுன்னா, என்னால என்னை மன்னிச்சுக்கவே முடியாது.''

''எனக்கு ஒண்ணும் ஆகாதுங்க. உங்களைத் தவறித் தொட்டதுனால ஏதாவது விதியை மீறிட்டேனான்னு தெரியலை - ஆனா, இன்னொரு முறை அப்படிச் செய்யமாட்டேன். இதையெல்லாம் பெரிசுபடுத்த வேணாம்.''

''இது பெரிய விஷயம்தான்!'' சதி அலறினாள்.

வரையறையில்லாது வெடித்த அவளது சீற்றம் சிவனை வாயடைக்கச் செய்துவிட்டது.

இவ்வளவு சின்ன விஷயத்தை ஏன் இப்படி பூதாகாரமா ஊதி ஊதி பெரிசுபடுத்தறாங்க?

சதியின் அருகில் வந்த க்ருத்திகா, ஜாக்கிரதையாக அவளைத் தொடாமல் காதருகில் கிசுகிசுத்தாள். ''நாம் வீட்டுக்குத் திரும்பணும், தேவி.''

''இல்ல, வேண்டாம்,'' சிவன் கெஞ்சினார். ''நான் உங்களைத் தொடமாட்டேன். சத்தியம்.''

கண்களில் ஏக்கமும், கையாலாகாத துக்கமும் தளும்ப, சதி திரும்பி நடந்தாள்; பின்னோடு குருஜியும் க்ருத்திகாவும் தொடர்ந்தனர். வேலியருகில் வந்தவள், அவர்புறம் திரும்பி மீண்டும் வேண்டினாள். ''தயவு செஞ்சு இராத்திரிக்குள்ள சுத்திகரணம் செஞ்சுக்குங்க. தயவு செஞ்சு.''

சிவனின் முகத்தில் போட்டியிட்ட குழப்பத்தையும், பிடிவாதத்தையும் கண்ணுற்ற குருஜி, தன் பங்குக்கு உபதேசித்தார். ''அவள் பேச்சைக் கேளுங்கள், சிவா. உங்கள் நன்மைக்குத்தான் சொல்கிறாள்.''

— ⸺ —

''என்ன எழவு பைத்தியக்காரத்தனம் இது!''

வாய் மூடி அவள் சொன்னதைக் கஷ்டப்பட்டு ஏற்றுக்கொள்ளும் முயற்சி சட்டென்று செயலிழக்க, அடக்கப்பட்ட ஆத்திரம் பீறிட்டது. அரச மாளிகையில், சிவன் தன்னறையில் தனியாகப் படுத்திருந்தார். சுத்திகரணம் செய்துகொள்ளவில்லை. அது என்னவென்று தெரிந்து கொள்ளும் முயற்சியைக்கூட அவர் எடுக்கவில்லை.

சதியைத் தொட்டதுக்கு நான் ஏன் சுத்திகரணம் செஞ்சுக்கணும்? என் வாழ்நாள் முழுக்க அவளை விதம்விதமா தொடணும்ங்கிறதுதான் என் ஆசை. ஒவ்வொரு நாளும் சுத்திகரணம் பண்ணிக்கணுமா? என்ன மூடத்தனம்?

சட்டென்று தோன்றிய ஒரு எண்ணம் மிகுந்த கவலையளித்தது.

ஒரு வேளை - என்னாலதானோ? ஜாதிக் குறியீடு இல்லைங்கறதால - மட்டமான காட்டுமிராண்டிங்கிறதால நான்தான் அவளைத் தொடக்கூடாதோ?

"இல்ல, இருக்க முடியாது," சிவன் தனக்குள் முணுமுணுத்துக்கொண்டார். "சதி அப்படியெல்லாம் நெனைக்கமாட்டா. நல்லவ."

இருந்தாலும், அதுதான் உண்மையோ என்னவோ? ஆனா - நான்தான் நீலகண்டர்னு தெரிஞ்சா, ஒரு வேளை...

7

இராமபிரான் நிறைவேற்றாப் பணி

"இன்று காலை முதல் கவனம் பிசகிக் காணப்படுகிறீர்கள், பெருமானே,'' சற்று கவலையுடன் ஆரம்பித்தார் தக்ஷர். ''உடம்புக்கு ஏதாவது ...?''

''ஹ்ம்ம்?'' சிவன் நிமிர்ந்து பார்த்தார். ''மன்னிக்கணும், சக்ரவர்த்தி. என்னன்னு தெரியலை - மனசு வேறெங்கியோ இருந்துச்சு. அதான் கவனிக்கலை.''

தக்ஷர் கனகாலாவைக் கவலையுடன் நோக்கினார். நேற்றைய இரவு உணவின்போது சதியும் இதே துக்கம் தோய்ந்த முகத்துடன் காணப்பட்டது நினைவுக்கு வந்தது. அவரது கேள்விகளுக்கு அவளும் பதிலளிக்கவில்லை.

''அப்படியானால் ... பிறகு சந்திக்க விரும்புகிறீர்களா?'' என்றார் தக்ஷர்.

''என்ன? இல்லல்ல, சக்ரவர்த்தி. மன்னிக்கணும். எனக்காக எதையும் தள்ளிப்போட வேணாம்,'' அவசரமாக மறுத்தார் சிவன். ''தாராளமாத் தொடரலாம்.''

''உங்களுக்குச் சம்மதமென்றால் ...'' தக்ஷர் அவர் மீது அக்கறைப் பார்வை செலுத்திவிட்டு, ''இராமபிரான்

சமூகத்தில் ஏற்படுத்திய மாற்றங்களைக் குறித்து அளவளாவிக்கொண்டிருந்தோம்.''

''ஆமா.'' சிவன் தலையைக் குலுக்கிக்கொண்டார். சதி தன்னிடம் இறுதியாகக் கோரிய வரத்தையும், அவள் வேதனையுடன் வேண்டி நின்ற காட்சியையும் மனதிலிருந்து பிடிவாதமாகப் பிடுங்கி எறியத்தான்.

''மயிகா திட்டம் அற்புதமாகச் செயலாற்றியது; எங்கள் சமூகத்திற்கு வரப்பிரசாதமாக, அசகாய வளர்ச்சிக்கு உறுதுணையாக இருந்தது என்பது மறுக்கமுடியாத உண்மை. என்றுமே நாங்கள் மிக வளமான தேசந்தான் - ஆனால், கடந்த ஆயிரத்து இருநூறு வருடங்களில், உலகின் மற்ற அனைத்து நாடுகளையும் மெலூஹா செல்வத்திலும் செல்வாக்கிலும் மிஞ்சி விட்டது என்பதுதான் நிஜம். இங்கு குற்றங்கள் இல்லை; மக்கள் மிக மகிழ்ச்சியுடன் வாழ்கிறார்கள். இன்ன பிறப்பில் உள்ளவர்கள் இதைத்தான் செய்ய வேண்டும் என்ற சமூகக் கட்டாயங்களிலிருந்து விடுபட்டு, அவரவர்க்குப் பிடித்த தொழிலைச் செய்கிறார்கள். எந்த நாட்டினருடனும் நாங்கள் தேவையற்று வலுச்சண்டைக்குச் செல்வதில்லை; யுத்தங்களில் ஈடுபடுவதில்லை. சொல்வானேன்? எங்கள் சமூகத்திற்கு ஈடு இணை எங்கும் இந்த உலகில் இல்லை.''

'உண்மதான்.'' சிவனும் மெல்லப் பேச்சில் கலந்துகொண்டார். ''இணையில்லாததுங்கிற நிலைமை சாத்தியமில்லங்கிறதுதான் என் எண்ணம். அது ஒரு பயணமே தவிர, அடையக்கூடிய இடமில்ல. ஆனா, உங்க சமூகத்தைப் பொறுத்தவரை, அந்த உசந்த எடத்துக்குக் கிட்டக்க வந்திட்டீங்கங்கிறதை ஒப்புக்கறேன்.''

''கிட்டத்திலா?'' பர்வதேஸ்வரரின் குரலில் உஷ்ணம் தெறித்தது. ''நாங்கள் எல்லாவகையிலும் உயர்ந்தவர்கள் அல்ல என்றா சொல்கிறீர்கள்?''

''உயர்ந்தவங்கதானா? உண்மையச் சொல்லுங்க, பர்வதேஸ்வரரே,'' சிவன் பணிவுடன் வேண்டுகோள் விடுத்தார். ''உங்க சமூகத்துல இம்மியளவும் குறைபாடே இல்லியா? எல்லா விஷயமும் இராமபிரான் நெனைச்சபடிதான் இங்க நடந்துக்கிட்டு வருதா?''

பர்வதேஸ்வரர் மௌனமானார். சிவனின் கேள்வி பிடிக்கவில்லையென்றாலும், அதிலிருந்த நிஜம், பதில் சொல்ல முடியாமல் வாயைக் கட்டிப்போட்டது.

''பிரபுவின் வாக்கு உண்மைதானே?'' என்றார் தக்ஷர். ''மாற்றங்களுக்கு எப்போதும் இடமுண்டே?''

''ஆனாலும்,'' சிவன் தொடர்ந்தார். ''உங்க சமூகத்தோட உயர்வை நான் மதிக்காம இல்ல. எல்லாமே இங்க ரொம்ப அற்புதமா நடக்கிற மாதிரிதான் தெரியுது. நெலமை இப்படி இருக்கறப்ப, ஒண்ணே ஒண்ணுதான் புரியலை: நீங்களும் உங்களச் சேந்தவங்களும் எதிர்காலத்த நெனைச்சு இவ்வளவு கலவரப்பட என்ன காரணம்? உங்க பிரச்சனைதான் என்ன? அதத் தீர்க்க ஒரு நீலகண்டர் ஏன் வரணும்? நூலிழைல நரகம்ங்கிற அளவுக்கு இங்க எந்த விபரீதமும் நடக்கப்போற மாதிரி எனக்குத் தோணலியே? நின்னா குத்தம், நடந்தா அபராதம், எந்த நிமிஷமும் எதுவும் நாசமாப் போகலாம்கிறது எங்க ஜனத்துக்கு வேணும்னா பொருந்தும். எந்த எடத்துல பிரச்சனை தொடங்குதுன்னு புள்ளிகுத்த முடியாத அளவுக்கு இருந்தது எங்க தேசம். மெலூஹா அப்படியில்லியே?''

''எங்களால் சமாளிக்க முடியாத பிரச்சனைகள் அணிவகுத்து நிற்பதுதான் ஒரு நீலகண்டருக்கான அவசியத்தை இப்பொழுது ஏற்படுத்தியிருக்கிறது, பிரபு. அடுத்தவர் விஷயங்களில் மூக்கை நுழைப்பதில்லை; நாங்கள் உண்டு; எங்கள் வேலை உண்டு என்றிருக்கிறோம். பிற தேசங்களுடன் வர்த்தகத் தொடர்பு உண்டேயொழிய, அவர்கள் வாழ்வில் புகுந்து நெறிப்படுத்தும் எண்ணம் துளியுமில்லை. மெலூஹாவின் எல்லை நகரங்களைத் தாண்டி அனுமதியின்றி வர அயல்நாட்டார்க்கு உரிமை இல்லை. மற்றவர்களும் இந்த முறைகளைப் பின்பற்றி, எங்களை எங்கள் போக்கில் வாழ அனுமதிப்பதுதானே நியாயம்?''

''அவங்க அப்படிச் செய்யறதில்லைங்கறீங்களா, அரசே?''

''செய்வதில்லை.''

''ஏன்?''

''ஒரே வார்த்தையில் சொல்லிவிடலாம், பிரபு,'' என்றார் தக்ஷர். ''பொறாமை. எங்கள் சமூகத்தின் உயர்வை எண்ணி எண்ணி பெருமூச்செறிகிறார்கள். நாங்கள் குடும்ப அமைப்பைக் காப்பாற்றும் விதம் அவர்களை வயிறெரியச் செய்கிறது - அவர்களுக்கிடையில் ஒற்றுமையும், அன்பும் அறவே இல்லையல்லவா? மெலூஹாவில் ஆதரவற்றோர் என்று எவரும் கிடையாது இங்கு எல்லோருக்கும் வேண்டியன செய்து தரப்படும் என்பதை அவர்களால் ஒப்புக்கொள்ளவும் முடியவில்லை, புரிந்துக்கொள்ளவும் முடியவில்லை. அவர்கள் மிக மோசமான நிலையில்

இருப்பதால், எங்களையும் இறக்க முயல்கிறார்கள்.''

''புரியுது. ஏறக்குறைய இதே கஷ்டத்தை எங்க பூர்வகுடிகளும் கைலாச மலையில அனுபவிச்சாங்க. மானசரோவர் ஏரியோட கரைகளும், அதனால அந்தப் பகுதியோட உசத்தியான விளைநிலங்கள் எல்லாம் எங்க அதிகாரத்துக்கு உட்பட்டு இருந்துச்சு. இதனால நாங்க சந்திச்ச பொறாமையும் பொகைச்சலும் கொஞ்சநஞ்சமில்ல. இருந்தாலும் ... ஒரு வேளை, நாங்களே மனசு வந்து எங்க செல்வத்தை மத்தவங்களோட பகிர்ந்துகிட்டிருந்தா, தேவையில்லாத போரையும் ரத்தக்களறியையும் தவிர்த்திருக்கலாமோன்னு அப்பப்ப தோணும்.''

''எங்கள் செல்வச்செழிப்பை வேண்டுவோருடன் நாங்கள் பகிர்ந்துகொள்ளாமல் இல்லையே, பிரபு? இருப்பினும், அவர்களது காழ்ப்புணர்ச்சி குறையவில்லை. சோமரஸம்தான் எங்கள் உயர்வுகளுக்குக் காரணம் என்பதை சந்திரவம்சிகள் சுலபத்தில் உணர்ந்துகொண்டனர். நகைப்புக்குரிய விஷயம் என்னவென்றால் - அதை உற்பத்தி செய்யும் ரகசியம் அவர்களுக்கும் தெரியும். ஆனால், எங்களைப் போல் மிகுதியாகத் தயாரிக்கும் உத்தி மட்டும் இல்லை. இதனாலேயே அதன் அற்புதமான நலன்களையும் அவர்களால் அனுபவிக்க முடியவில்லை.''

''குறுக்க பேசறதுக்கு மன்னிக்கணும், அரசே - இந்த சோமரஸம் எங்க தயாராகுது?''

''மந்தர மலையென்னும் மிக இரகசியமான இடத்தில். அங்கு தயார் செய்யப்படும் சோமரஸப்பொடி, மெலூஹ சாம்ராஜ்யம் முழுவதும் விநியோகிக்கப்படுகிறது. நாடு முழுவதும் தேர்ந்தெடுக்கப்பட்ட சில கோயில்களில், இதற்கென பயிற்சி பெற்ற அந்தணர்கள், பொடியையும், வேறு சில விஷயங்களையும் தண்ணீரில் கலந்து மக்களுக்களிப்பது வழக்கம்.''

''நல்லது.''

''எங்களிடம் இருக்குமளவு சந்திரவம்சிகளிடம் சோமரஸம் இல்லை; அவர்களால் எங்கள் உயர்வையும், சக்தியையும் எட்ட முடியவில்லை. பொறாமையால் வெந்துகொண்டிருந்தவர்கள், சோமரஸத்தையும், அதன் பயனாக எங்களையும் ஒழித்துக்கட்ட ஒரு பயங்கரத் திட்டம் தீட்டினார்கள். சோமரஸம் தயார் செய்வதில் மிக முக்கிய அம்சம், சரஸ்வதி நதி நீர். வேறெந்த நீரும் பயன் தருவதில்லை.''

''உண்மையாவா? ஏன் அப்படி?''

''தெரியவில்லை, பிரபு. எங்கள் விஞ்ஞானிகளிடம் இதற்குப் பதில் இல்லை. சரஸ்வதியின் நீர் மட்டுமே பயன்படும் என்பதென்னவோ நிஜம். இதனால்தான் சந்திரவம்சிகள் அந்நதியையே கொன்றுவிடத் தீர்மானித்தார்கள்.''

''என்னது?'' சிவன் மிகுந்த அதிசயமடைந்தார். ''நதியைக் கொல்றதா?''

''ஆம், பிரபு.'' சந்திரவம்சிகளின் துரோகச் செயலை நினைத்து தக்ஷரின் கண்கள், சிறு குழந்தையைப்போல் அகன்று, கனலைக் கக்கின. ''ஸட்லெஜ், யமுனா என்று வடக்கேயுள்ள இருபெரும் நதிகள் சேர்ந்து உருவான நதி, சரஸ்வதி. முன்காலங்களில், இந்த நதிகள் நடந்த பாதை எங்கள் இரு வம்சத்தாருக்கும் பொதுவாக அமைந்திருந்தன. இரு சாராருமே சோமரஸம் தயாரிக்க நீர் பயன்படுத்திக்கொள்வது வழக்கமாயிருந்தது.''

''சரஸ்வதியக் கொல்ல எப்படி முயற்சி பண்ணாங்க, சக்ரவர்த்தி?''

''யமுனையின் பாதையைத் திருப்பிவிட்டார்கள். தெற்கே பாய்வதற்கு பதிலாக, அது கிழக்கே ஓடி, அவர்களது கங்கையைச் சென்று சேர்ந்துவிட்டது.''

''அப்படில்லாம் கூட செய்ய முடியுமா?'' சிவனின் கண்களில் ஆச்சர்யம். ''ஒரு நதியோட போக்கையே மாத்தறதுன்னா ...?''

''தாராளமாகச் செய்யலாம்,'' பர்வதேஸ்வரர் புகுந்து சொன்னார்.

''எங்களுக்கு மிக ஆத்திரமூட்டிய செயல் அது,'' என்றார் தக்ஷர். ''இருந்தாலும், கோபம் தவிர்த்து, அவர்களது சூழ்ச்சியை உணர்ந்து திருத்திக்கொள்ள ஒரு சந்தர்ப்பம் கொடுத்தோம்.''

''அப்பறம்?''

''சந்திரவம்சிகளிடம் போய் நன்னடத்தையை எதிர்பார்க்க முடியுமா, பெருமானே?'' தக்ஷர் குரலில் ஏராள அருவருப்பு. '' 'இது பற்றி எதுவுமே தெரியாது' என்று சத்தியம் செய்தார்கள். ஏதோ லேசான நிலநடுக்கத்தால் சரஸ்வதி தானே பாதை திரும்பிவிட்டதாகக் கதை கட்டினார்கள். அதை விடக் கேவலம் என்ன தெரியுமா? தானாகவே நதி திசைமாறிவிட்டதால், கடவுளின் கட்டளையாக இதை

மெலுஹர்கள் ஏற்றுக்கொண்டு, அதற்குக் கீழ்ப்படிந்து நடக்கவேண்டுமென்று வேறு சாதிக்க ஆரம்பித்துவிட்டனர்!''

''கேட்க வேண்டுமா? நாங்கள் மறுத்துவிட்டோம்,'' என்றார் பர்வதேஸ்வரர். ''மேலும், அரசர் பிரம்மநாயகர் - அதாவது, மன்னரின் தந்தையாரின் உத்தரவின் பேரில், ஸ்வத்வீபத்தைத் தாக்கினோம்.''

''சந்திரவம்சிகளோட நாடா?''

''ஆம், சிவா,'' என்றார் பர்வதேஸ்வரர். ''அந்த யுத்தத்தில் மாபெரும் வெற்றியும் அடைந்தோம். சந்திரவம்சிப்படைகள் தோற்றுத் தெறிகெட்டுச் சிதறின. மகாராஜா பிரம்மநாயகர் மிகப் பெருந்தன்மையுடன் நாட்டை அவர்களிடமே திருப்பிக்கொடுத்து, அவர்களிஷ்டப்படியே ஆண்டு கொள்ளவும் அனுமதியளித்தார். போர்ச்சேதங்களுக்குப் பொறுப்பேற்றுக்கொள்ளவோ, ஏன், ஆண்டுதோறும் கப்பம் கட்டும்படிக் கூட வற்புறுத்தவில்லை. சரணடைய நாங்கள் விதித்தது ஒரு நிபந்தனை மட்டுமே: யமுனையின் பாதையைப் பழையபடி மாற்றிவிடவேண்டும். அதன்படியே திசை திருப்பி, சரஸ்வதியுடன் இணையுமாறு செய்துவிட்டோம்.''

''பர்வதேஸ்வரரே, இந்தப் போர்ல நீங்க கலந்துக்கிட்டீங்களா?''

''ஆம்,'' பதிலளித்தவரின் நெஞ்சம் பூரித்து விரிந்தது. ''அப்போது நான் சாதாரண வீரன். என்றாலும், கலந்துகொண்டு போரிட்டேன் என்பது உண்மை.''

''அப்ப வேறென்னதாங்க பிரச்சனை?'' சிவன் தக்ஷரிடம் திரும்பினார். ''உங்க எதிரிகளப் போர்ல ஜெயிச்சாச்சு. அவங்க படைய சின்னாபின்னப்படுத்தியாச்சு. இன்னும் எப்படி சரஸ்வதி செத்துக்கிட்டிருக்கான்னு சொல்றீங்க?''

''அவர்கள் - அந்த சந்திரவம்சிகள் - வேறேதோ பயங்கரத் திட்டம் தீட்டிக் கொண்டிருக்கிறார்கள் என்று ஊகிக்கிறோம், பிரபு. என்னவென்பதுதான் புரியவில்லை. போர் முடிந்தபிறகு, எங்கள் இரு நாடுகளுக்குமிடையே உள்ள நிலப்பரப்பை யாருக்கும் உரிமையில்லாமல் அறிவித்துவிட்டோம். இதில் யமுனை முன்னாளில் சென்ற பாதையும் அடக்கம். நாளடைவில் அது வனமடர்ந்தும் போய்விட்டது. உடன்படிக்கையின்படி, நாங்கள் அந்தப் பக்கம் தலைவைத்துப் படுப்பதில்லை. ஆனால், அவர்கள் அப்படியல்லவென்று சந்தேகிக்கிறோம்.''

''நல்லாத் தெரியுமா, அரசே? அந்தப் பக்கம்லாம் போய்ப்

பாத்தீங்களா? சந்திரவம்சிகள் சார்பா உங்க சாம்ராஜ்யத்துல இருக்குற தூதர்கிட்ட இது விஷயமா விசாரிச்சீங்களா?''

''நாங்கள் பொய் சொல்கிறோம் என்கிறீர்களா?'' பர்வதேஸ்வரர் கொதித்தார். ''சூர்யவம்சிகள் ஒருபோதும் புனைந்துரைப்பதில்லை!''

''பர்வதேஸ்வரரே!'' தக்ஷர் சற்று ஆத்திரத்துடனே அவரைக் கையமர்த்தினார். ''பிரபு அப்படியேதும் கூறவில்லை.''

''நான் சொல்றதக் கொஞ்சம் கேளுங்க,'' சிவன் பர்வதேஸ்வரரிடம் பொறுமையைக் கையாண்டார். ''எங்க நாட்டுல ஓயாம சண்டைல எறங்க வேண்டி வந்த அனுபவத்த வெச்சு சொல்றேன்: போர்ங்கிறது எப்பவும் கடைசி பட்சமா இருக்குறது நல்லது. பிரச்சனையைத் தீர்க்க வேற ஏதாவது வழி இருந்துச்சுன்னா, அதப் பயன்படுத்துறதுல தப்பில்லியே? யாரோ ஒரு இளம் வீரனோட உயிர் தப்புமில்லையா? அவங்கம்மாவும் நம்மள வாழ்த்துவாங்க.''

''அடடா, என்ன அற்புதச் சிந்தனை! யுத்தம் என்பதே தேவையில்லையாம்,'' பர்வதேஸ்வரர் தனக்குள் முணுமுணுத்துக்கொண்டார். ''நமக்கு வந்து வாய்த்திருக்கும் நீலகண்டர் எப்பேர்ப்பட்டவர்!''

''என்னதான் சொல்ல விழைகிறீர்கள், பர்வதேஸ்வரரே?'' என்றாள் கனகாலா பட்டென்று. ''முன்னமேயே கூறியிருக்கிறேன் - என் எதிரே நீலகண்டரை அவமதிப்பது நல்லதல்ல!''

''உமது அதிகாரத்திற்குப் பணிய வேண்டிய அவசியம் எனக்கில்லை,'' பர்வதேஸ்வரர் உறுமினார்.

''நிறுத்துங்கள்!'' தக்ஷர் சிவனிடம் திரும்பினார். ''மன்னிக்க வேண்டும், பிரபு. நீங்கள் கூறுவது முற்றும் உண்மை - காரணமில்லாது, எடுத்த எடுப்பில் போர் தொடுப்பது நியாயமல்லதான். ஆகையினாலேதான் இந்த நிமிடம்வரை யுத்தம் செய்யும் எண்ணத்தை தவிர்த்து வந்திருக்கிறேன். ஆனால், கையில் இருக்கும் ஆதாரத்தையும் நீங்கள் இப்போது சற்று கவனிக்க வேண்டும்: சென்ற ஐம்பது வருடங்களாக, சரஸ்வதியின் நீர்வரத்து குறைந்துகொண்டுதான் வந்திருக்கிறது என்பது மறுப்பதற்கில்லை.''

''அதிலும், கடந்த சில வருடங்கள் மிகக் கொடுமை, கொடுமை,'' பல மெலூஹர்களைப் போல், சரஸ்வதியைப் பெற்ற தாயாக எண்ணிப் பூஜித்து வந்த கனகாலாவின்

கண்களில், அந்த புண்ணிய நதியின் நலிவால் கண்ணீர் துளிர்த்தது. "இப்போதெல்லாம் நதி கடல் சென்றுகூட சேர்வதில்லை. ராஜஸ்தானத்திற்கு தெற்கில் உள்ள கழிமுகத்தோடு நின்றுவிடுகிறது.''

"சரஸ்வதியின் நீரில்லாது சோமரஸம் தயாரிக்க முடியாது,'' தக்ஷர் தொடர்ந்தார். "இது சந்திர வம்சிகளுக்கு நன்கு தெரியும். அதனாலேயே நதியை அழிக்க முயல்கிறார்கள்.''

"ஸ்வத்வீபத்தோட தூதர் என்ன சொல்றார்? அவர்கிட்ட கேட்டீங்களா?''

"ஸ்வத்வீபத்துடன் எங்களுக்கு எவ்வித அரசியல் தொடர்பும் இல்லை, பிரபு,'' என்றார் தக்ஷர்.

"நெஜமாவா? மத்த நாடுகளோட தூதர்களை இங்க அனுமதிக்கிறதுதான் உங்க ஆட்சியோட சிறப்பான அம்சங்கள்ள ஒண்ணுன்னு நெனைச்சுட்டிருந்தேன். அயல்நாட்டுக்காரங்களையும், அவங்க பழக்கவழக்கங்களையும் கொஞ்சம் புரிஞ்சுக்க சந்தர்ப்பம் கெடைக்கும்; அவசரப்பட்டு போர்லயும் குதிக்காம இருக்கலாம். ஏன், மெஸப்பொட்டேமியாலேர்ந்து ரெண்டு நாளுக்கு முந்தி கூட ஒரு தூதுக்குழு வந்து சேர்ந்ததாக் கேள்விப்பட்டேன். அப்றம் ஸ்வத்வீபத்துக்கு என்ன தடை?''

"நீங்கள் அறிந்தது அவ்வளவுதான், பிரபு. நம்பிக்கைக்குரியவர்களல்ல, அவர்கள். சூர்வம்சத்தின் உயரிய வாழ்க்கை முறையைப் பின்பற்றும் எவரும் மனமுவந்து சந்திரவம்சிகளுடன் பேசி, தங்களை மாசுபடுத்திக்கொள்ள மாட்டார்கள்.''

சிவன் புருவத்தைச் சுருக்கினாரேயொழிய பதிலேதும் சொல்லவில்லை.

"அவர்கள் எவ்வளவு தரம் தாழ்ந்துவிட்டார்கள் என்று உங்களுக்குத் தெரிய வாய்ப்பில்லை, பிரபு. கடந்த சில வருடங்களாக அந்த ஈனப்பிறவிகள், எங்கள் மீது தீவிரவாதத் தாக்குதல் நடத்த, அந்தச் சபிக்கப்பட்ட நாகர்களைக்கூட துணையாக்கிக் கொள்ளத் தொடங்கிவிட்டார்கள்!'' கனகாலாவின் முகத்தில் அருவருப்பு தேங்கி நின்றது.

"தீவிரவாதத் தாக்குதலா?''

"ஆம், பிரபு,'' தக்ஷர் தலையசைத்தார். "சந்தித்த தோல்விகளின் பயனாக சில பல வருடங்கள் வாயை

மூடிக்கொண்டு அடங்கியிருந்தார்கள். எங்களை நேருக்கு நேர் பொருது ஜெயிக்க முடியாதென்பது, சென்ற யுத்தத்தில் நாங்கள் அடைந்த பிரம்மாண்ட வெற்றியினால் அவர்களுக்கு வெட்ட வெளிச்சமாகிவிட்டது. ஆகையினால், இவர்களைப்போல் இழிபிறப்புள்ளவர்கள் மட்டுமே கையாளக்கூடிய தாக்குதல் முறைகளை - தீவிரவாதத்தையே மேற்கொள்ளத் தொடங்கிவிட்டார்கள்.''

''புரியல. அப்படி என்னதான் செஞ்சிட்டாங்க?''

''எங்கள் தேசத்தின் இராணுவப் பகுதிகளல்லாத பொது இடங்களுக்கு, சிறு சிறு குழுக்களாகக் கொலை யாளிகளை தேர்ந்தெடுத்து அனுப்புகிறார்கள். அந்தணர்கள், வைஸ்யர்கள், சூத்திரகள் போன்று யுத்தப்பயிற்சியற்றோரைக் குறி வைப்பதே அவர்களது குறிக்கோள். கோயில்கள், பொதுக் குளியலிடங்கள் - இவை போன்றவற்றைத் தாக்குவதை வழக்கமாக வைத்திருக்கிறார்கள். இங்கெல்லாம் இராணுவப் பாதுகாப்பு குறைவு. அதே சமயம், நடக்கும் தீவிரவாதத் தாக்குதல்களினால் பீதியும் பயமும் பரவுவதுடன், சாம்ராஜ்யம் நிலைகுலைந்து போகவும் வாய்ப்பு அதிகம்.''

''சே, என்ன அக்கிரமம்!'' அருவருப்புடன் சிவன் முகம் சுளித்தார். ''எங்க எதிரிகளான பக்ரதிகள், வெறும் காட்டுமிராண்டி வம்சம். ஆனா, அவங்ககூட இவ்வளவு கேவலமாப் போய்டல.''

''ஆம்,'' ஆமோதித்தார் பர்வதேஸ்வரர். ''மனிதர்களைப் போலவா போர் செய்கிறார்கள், இந்த சந்திரவம்சிகள்? கோழைகளின் முறைகளையல்லவா கையாள்கிறார்கள்?''

''அப்பறம் என்ன யோசனை? பேசாம அவங்க நாட்டு மேல படையெடுக்க வேண்டியதுதானே? ஒரு வழியா முடிச்சுத் தீத்துறலாம்.''

''செய்யலாம்தான். எங்களுக்கு ஆட்சேபமில்லை,'' என்றார் தக்ஷர். ''ஆனால் ... அவர்களை வெல்ல முடியுமா என்றுதான் தெரியவில்லை.''

தனது படையின் மீது வீசப்பட்ட இந்த அவமானத்தை நினைத்து தனக்குள்ளாகவே கனன்று கொண்டிருந்த பர்வதேஸ்வரரை சிவன் ஒரு கணம் பார்த்துவிட்டு, தக்ஷரின் பக்கம் திரும்பினார். ''நல்ல பயிற்சியடஞ்ச, தெறமையான இராணுவப்படை உங்ககிட்ட இருக்கு. கண்டிப்பா நீங்க ஜெயிக்கமுடியும்னுதான் நெனைக்கறேன். நீங்க என்ன இப்படிச் சொல்லிட்டீங்க?''

"இரு காரணங்கள், பிரபு: எண்ணிக்கையில், நாங்கள் குறைந்தவர்கள். நூறு ஆண்டுகளுக்கு முன்பே அதுதான் நிலைமை - ஆனால், அப்போது இவ்வளவு பெரிய வேறுபாடு இருக்கவில்லை. இன்று, எங்கள் கணக்குப்படி அவர்களது மக்கள் தொகை ஏறக்குறைய எட்டு கோடி. எங்களதோ வெறும் எண்பது லட்சம். எங்களுடையதை விடப் பல மடங்கு பெரிய படையை அவர்களால் திரட்டி அனுப்ப முடியும் - ஆள் பலத்தைக் கொண்டே, எங்கள் அதிநவீன தொழில்நுட்பத்தை வீழ்த்திவிட முடியும்."

"அது எப்படிங்க? ஏன் இவ்வளவு கொறைச்சலா இருக்கு? எறநூறு வருஷத்துக்கு மேல ஆயுசு உங்களுக்கு! நியாயமாப் பாத்தா, உங்க மக்கள்தொகைதானே ஜாஸ்தியா இருக்கணும்?"

"சமூகவியல் காரணங்கள், பிரபு," என்றார் தக்ஷர். "எங்கள் தேசம் மிக வளமானது. கடமைக்காக அல்லாமல், விருப்பத்தின் பொருட்டே குழந்தைப்பேற்றை அடைகிறோம். ஒன்று, இரண்டு என்று குறைவாகவே எங்கள் மக்களும் மயிகாவிலிருந்து குழந்தைகளை தத்தெடுக்கிறார்கள். இருக்கும் பிள்ளைகளைப் பேணி வளர்த்தாலே போதும் என்பது அவர்கள் எண்ணம். மயிகாவிலும், இப்போதெல்லாம் குழந்தை பெற்றுக்கொள்ளும் தாய்மார் குறைந்துவிட்டனர். ஸ்வத்வீபத்தில் அப்படி இல்லை - அங்கே வதவதவென்று பிறக்கும் பல குழந்தைகள், குடும்பத்திற்குப் பொருளீட்டும் அடிமைப் பொருட்களாகவே பார்க்கப்படுகிறார்கள். எந்த வளமும் இல்லாத அந்த நாடு, குழந்தைச் செல்வத்தில் மட்டும் நிறைந்து காணப்படுவதற்கு இதுதான் காரணம்."

"போர் வேண்டாம்னு நீங்க நெனைக்க இன்னொரு காரணம்?"

"வேண்டுமென்றே நாங்கள் எடுத்த முடிவுதான், பிரபு. யுத்தமுறைகளுக்கும், கோட்பாடுகளுக்கும் கட்டுப்பட்டுப் போர் புரிவது எங்கள் வழக்கம். சந்திரவம்சிகள் அப்படியல்ல. நியாயதர்மம் பார்க்காத அவர்கள், எங்களிடம் உள்ள இந்த குறைபாட்டை தங்களுக்குச் சாதகமாகப் பயன்படுத்திக்கொள்வார்கள் என்று அஞ்சுகிறேன்."

"அதென்னது? யுத்த-முறைக்-கோட்பாடா?"

"ஆம். ஒரு உதாரணம் கூறுகிறேன்: நிராயுதபாணிகளை நாங்கள் தாக்குவதில்லை. பல ஆயுதங்கள் தரித்து போர் புரியும் ஒரு குதிரை வீரன், வெறும் ஈட்டி மட்டும் தாங்கி நிற்கும் காலாட்படை வீரனை ஒரு நாளும் தாக்க மாட்டான்.

வாள்போர் புரியும் வீரர்கள், ஒரு போதும் எதிரியின் இடுப்பிற்குக் கீழ் தாக்கமாட்டார்கள்; அது போர் தர்மத்திற்குப் புறம்பானது. சந்திரவம்சிகள் இம்மாதிரி எந்த நியாயத்தையும் கடைபிடிப்பதில்லை; வெற்றி கிட்டுமென்றால், அவர்கள் யாரையும், எதையும் தாக்கத் தயங்கமட்டார்கள்.''

''மன்னிக்கவும், அரசே,'' பர்வதேஸ்வரர் குறுக்கிட்டார். ''இம்மாதிரியான கோட்பாடுகள்தான் அவர்களை நம்மிடமிருந்து வித்தியாசப்படுத்துகின்றன. ஒரு மனிதனின் உண்மையான குணம், நல்லவை நடக்கும்போது சோதிக்கப் படுவதில்லை என்று இராமபிரான் கூறியிருக்கிறார் அல்லவா? கஷ்டம் நேரும்போதுதான் அவன் எவ்விதம் தர்மத்தைக் காப்பாற்றுகிறான் என்பது தெரிய வரும்.''

''நம்மைப்போல் தர்மநியாயக் கோட்பாடுகள்படி வாழ்வோரிடமிருந்தா நாம் எதிர்ப்பைச் சந்திக்கிறோம்?'' என்றார் தக்ஷர். ''நம் வாழ்க்கைமுறையே அல்லவா சோதனைக்குள்ளாக்கியிருக்கிறது; தாக்கப்படுகிறது? எவ்விதமாகவாவது எதிர்ப்பை நாம் தெரிவிக்காவிடின், அவர்களிடம் தோற்பது நிச்சயம்.''

''மீண்டும் மன்னிக்க வேண்டுகிறேன், அரசே,'' என்றார் பர்வதேஸ்வரர். ''திருப்பித் தாக்கக் கூடாதென்பது என் கருத்தல்ல. அதற்குத்தான் நானும் துடித்துக்கொண்டிருக்கிறேன். சந்திரவம்சிகளின் மீது போர் தொடுக்கப் பலமுறை அனுமதி வேண்டி மன்றாடியிருக்கிறேன். ஆனால், நம் யுத்த தர்மங்களையும், கோட்பாடுகளையும் மீறிப் போர் புரிந்தால், நம் 'வாழ்க்கைமுறை' அழிந்ததாகவேதான் அர்த்தம். நம்மை எதிர்க்காமலேயே சந்திரவம்சிகள் வென்று விடுவார்கள்!''

பிரஹார் மணி கணீரென்று ஒலிக்க, பேச்சு பட்டென்று நின்று, அனைவரும் பிரார்த்தனையில் ஆழ்ந்தனர். சிவனின் பார்வை ஜன்னல் பக்கம் சென்றது. சதி இன்று நடனம் ஆட வருவாளா?

தக்ஷர் சிவனிடம் ஆர்வத்துடன் திரும்பினார். ''விடைபெற விரும்புகிறீர்களா, பிரபு?''

''இல்ல, சக்ரவர்த்தி,'' சிவன், மனதின் வலியையும் குழப்பத்தையும் மறைத்துக்கொண்டார். ''யாரும் என்னை இப்ப எங்கியும் எதிர்பாக்கலைங்கிறதுதான் நெஜம்.''

தக்ஷரின் இதயத்தில் துளிர்விட்ட நம்பிகையையும் ஆர்வத்தையும், இந்த வார்த்தைகள் முற்றுமாக அழித்தன. அவரது புன்னகையையும்தான்.

''உங்களுக்கு ஆட்சேபணை எதுவுமில்லன்னா, நாம

அமீஷ்

பேச்சத் தொடரலாமா? மத்தியான சாப்பாட்டைக் கொஞ்சம் தள்ளிப்போட்டாலும் பரவாயில்ல.''

தக்ஷர் தனது ஏமாற்றத்தைச் சமாளித்துக்கொண்டு புன்னகை புரிந்தார். ''அதற்கென்ன? தாராளமாகப் பேசுவோம்.''

''இதுவரைக்கும் நீங்க சொன்னதுலேர்ந்து, நெறைய தெரிஞ்சுக்கிட்டேன், அரசே. சந்திரவம்சிகளை இந்த நிமிஷமே தாக்க வேணாம்னு நீங்க முடிவெடுத்திருந்தாலும், வேற என்னவோ திட்டம் வெச்சிருக்கீங்கன்னு தெரியுது. அதுல என் நீலக்கழுத்துக்கு என்னவோ விசித்திரப் பங்கு இருக்குன்னு நெனைக்கறேன்.''

''உண்மைதான், பிரபு. ஒரு சாம்ராஜ்யத்தின் அதிபதி என்ற முறையில், யாரோ ஒரு சிலரின் ஆணவத்திற்கோ, அவர்களிடும் கூச்சல்களுக்கோ நான் கட்டுப்பட்டவனாக முடியாது; அதை நான் விரும்பவுமில்லை. அதனால்எந்தப் பிரச்சனையும் தீராது. ஸ்வத்வீபத்தின் மக்களை நான் களங்கப்படுத்தவில்லை; அயோக்கியர்கள் என்று முத்திரை குத்தவில்லை. மாறாக, அவர்களை ஆள்வோரும், அதன் விளைவாக அவர்கள் பின்பற்றும் வாழ்க்கை முறையும்தான் அவர்களைக் கயவர்களாக மாற்றியிருக்கின்றன. ஸ்வத்வீபர்களை நாம் அவர்களிடமிருந்தே காப்பாற்றுவது தான் நியாயம்.''

''என்னது? ஸ்வத்வீபர்களைக் காப்பாத்தறதா?'' சிவனின் குரலில் உண்மையான ஆச்சரியம்.

''ஆம், பிரபு. அவர்கள் வாழ்வையே சூறையாடியிருக்கும் பயங்கரக் கோட்பாடுகளைத் தீக்கிரையாக்க வேண்டும். உள்ளத்தைச் சுத்தமாக்க வேண்டும். அயோக்கிய அரசர்க ளிடமிருந்து தப்புவிக்க வேண்டும். பண்பற்ற, முறையற்ற வாழ்க்கைமுறையிலிருந்து அவர்களை மீட்க வேண்டும். உயர்பண்புகளை மட்டுமே துணைகொண்ட சூர்யவம்ச வாழ்வியலை அவர்களுக்குக் கற்பித்தால் மட்டுமே சந்திரவம்சிகளைக் கரைசேர்க்க முடியும். மனம் திறந்து அவர்கள் எங்கள் கோட்பாடுகளை ஏற்றுக்கொண்டு வாழத் தொடங்கிவிட்டால், எங்களுக்குள் சண்டையும் சச்சரவும் ஏன்? சகோதரர்களாக இருந்துவிட்டுப்போவோம். இதுதான் என் தந்தை, அரசர் பிரம்மநாயகர், செய்ய விரும்பியது. இதுவே இராமபிரான் நிறைவேற்ற எண்ணி, முடிக்காத உன்னதப்பணி.''

''ரொம்பப் பெரிய காரியம்தான்,'' என்றார் சிவன்.

''உங்க தாராள மனசையும், பரோபகார உணர்ச்சியையும் பாராட்டறேன். ஆனா - இது எப்பேர்ப்பட்ட காரியம்? போர்ல அவங்கள ஜெயிக்க வீரர்கள் வேணும்; ஈனமான வாழ்க்கைலேர்ந்து கரைசேக்க சமூக சேவகர்களும் வேணும்.''

''ஒப்புக்கொள்கிறேன். ஸ்வத்வீபத்துடன் யுத்தம் புரியத்தான் வேண்டுமா என்று கேள்வியெழுப்பும் பலர் முன், அதைவிடப் பல மடங்கு கடினமான காரியத்தை, ஸ்வத்வீபத்தின் மீட்புப் பணியை வைக்கப்போகிறேன். அதனால்தான் - பிரபு, அதனால்தான் இம்மாதிரி ஒரு விஷயத்தை நீலகண்டர் இல்லாது நான் தொடங்க விரும்பவில்லை.''

ஏறக்குறை முன்பொரு ஜன்மம் என்று கூறக்கூடிய நாட்களில், சிவனின் மாமன் கூறிய வார்த்தைகள் இப்போது ஏனோ நினைவிற்கு வந்தன: ***இந்த மலைகளைத் தாண்டித்தான் உன் விதி இருக்கிறது. அதன் குரலை நீ கேட்பதோ, புறமுதுகிட்டு ஓடுவதோ, உன் கையில்தான் இருக்கிறது.***

தக்ஷர் மீண்டும் பேசத் தொடங்க, சிவன் காது கொடுத்துக் கேட்கலானார்.

''இப்போது நாங்கள் சந்திக்கும் இந்தப் பிரச்சனை களெல்லாம், என்றோ ஆரூடமாகக் கூறப்பட்டவையே,'' தொடர்ந்தார் தக்ஷர். ''எப்பேர்ப்பட்ட வாழ்க்கைமுறையும் ஒரு குறிப்பிட்ட காலம் வரையில்தான் சரியாகக் கடைப்பிடிக்கப்படும் என்று இராமபிரானே கூறியிருக்கிறார். இதுதான் இயற்கையின் நியதி; மீறுவது இயலாத காரியம். ஆனால், எங்கள் நிமித்தங்கள் வேறொன்றும் கூறியிருக்கின்றன: தாங்க முடியாத கஷ்டங்கள் ஒன்றின் மேல் ஒன்றாக வந்து குவியும் போது, நீலகண்டர் அவதரிப்பார்; தீய சந்திரவம்சிகளை ஒழித்துவிட்டு, உலகில் மீண்டும் தர்மத்தைத் தழைத்தோங்கச் செய்வார். பிரபு - நீங்கள்தான் நீலகண்டர். நீரே எங்களை உய்விக்க வந்தவர்; இராமபிரானின் நிறைவேறாப் பணியை முடிக்க அவதரித்தவர். சந்திரவம்சிகளுக்கெதிரான எங்கள் யுத்தத்தை நீங்கள்தான் முன்னின்று நடத்த வேண்டும்; ஸ்வத்வீபத்தின் மக்களை நல்வழிக்குக் கொண்டு வர வேண்டும். இல்லாது போனால், இந்த அற்புத சாம்ராஜ்யம், உலகில் நிகரில்லாத மெலூஹ சமூகம், ஓயாத போர்களால் சர்வநாசம் அடையும். எங்களுக்கு உதவுவீர்களா, பிரபு? எங்களை வழி நடத்துவீர்களா?''

''நானா?'' சிவனின் முகத்தில் குழப்பம் படர்ந்தது. ''புரியல. நான் என்ன செய்யமுடியும்னு எதிர்பாக்கறீங்க?''

''தெரியாது, பிரபு. எங்கள் இலட்சியத்தை நாங்கள் அறிவோம்; நீங்கள் எங்கள் தலைவர் என்பதையும் உணர்கிறோம். எங்கள் பாதை உங்கள் பொறுப்பு.''

எட்டு கோடி பேரோட வாழ்க்கைமுறையையே அழிக்கிற பொறுப்பை என் ஒருத்தன்கிட்ட குடுக்கறாங்களா? இவங்களுக்கு என்ன பைத்தியமா?

''உங்க நிலைமை எனக்குப் புரியுது. உங்க மக்கள் சந்திக்கிற பிரச்சனைகளும்தான்,'' சிவன் நிறுத்தி, நிதானமாகப் பேசினார். ''ஆனா, ஒரே ஒரு மனுஷனால என்ன பெரிசா சாதிக்க முடியும்னு புரியத்தான் இல்ல.''

''அந்த ஒரு மனிதன் நீங்களாக இருக்கும் பட்சத்தில், பிரபு ...'' தக்ஷரின் ஈரம் பாய்ந்த கண்கள் விரிந்து பக்தியையும் நம்பிக்கையையும் சொரிந்தன. ''... இந்தப் பிரபஞ்சத்தையே மாற்றி அமைக்க முடியும்.''

''எனக்கு அப்படி நிச்சயமாத் தோணலை,'' சிவன் சோகையாகப் புன்னகை புரிந்தார். ''நான் இருக்கறதால என்ன பெரிய வித்தியாசம் வந்துற முடியும்? என்னால அற்புதங்கள்லாம் நிகழ்த்த முடியாது. ஒரு வெரலச் சொடுக்கினா, வானத்துலேர்ந்து சந்திரவம்சிகள் மேல இடி விழற மாதிரியெல்லாம் எதுவும் செய்ய முடியாது.''

''உங்கள் இருப்புதான் எங்களிடமுள்ள மிகப்பெரிய அற்புதம், பிரபு. எங்கள் சாம்ராஜ்யம் முழுவதும் பயணம் செய்யுமாறு உங்களை அழைக்கிறேன். மக்களின் மீது உங்கள் நீலக்கழுத்து ஏற்படுத்தும் மாற்றத்தை நேரடியாகப் பாருங்கள். போரில் ஜெயிக்க முடியும் என்ற நம்பிக்கை அவர்களுக்கு வந்துவிட்டால், ஜெயித்தே விடுவார்கள்!''

''நீங்கள் நீலகண்டர், பிரபு,'' என்றாள் கனகாலா. ''நீல கண்டத்தையுடையவரிடத்தில் எங்கள் மக்களுக்கு மிகுந்த நம்பிக்கை உண்டு. உங்களையும் நம்புவார்கள். எங்களுக்கு உதவுவீர்களா?''

மறுபடியும் ஓடப் போறியா?

''அது எப்படி என் கழுத்தை வெச்சு நான்தான் நீலகண்டர்னு அடிச்சு சொல்றீங்க?'' சிவன் கேட்டார். ''இதே நீலக்கழுத்தோட மெலூஹாவிலேயே நெறைய பேர் இருக்கலாமே? அவங்களைக் கண்டுபிடிச்சிட்டா?''

''இல்லை, பிரபு,'' என்றார் தக்ஷர். ''நீலகண்டர்

மெலூஹாவின் அமரர்கள்

மெலூஹராக இருக்க முடியாது. அந்நிய தேசத்தவராகத்தான் இருத்தல் வேண்டும். சப்த-சிந்துவைச் சேர்ந்தவராக இருக்க முடியாது. சோமரஸத்தைப் பருகியவுடன், அவரது தொண்டை நீலநிறமாக மாறிவிட வேண்டும்.''

சிவன் பதில் கூறவில்லை. உண்மை சட்டென்று புலப்பட்டதால், அதிர்ச்சி கலந்த ஆச்சர்யத்தில் உறைந்து போயிருந்தார்.

ஸ்ரீநகர். அவர் வந்திறங்கிய முதல் இரவு. சோமரஸம். இதனால்தான் உடம்பு உடனே சரியாப்போச்சு. முன்னவிட ஆரோக்கியமும் பலமும் ஜாஸ்தியாகியிருக்கு.

தக்ஷரும் கனகாலாவும் மூச்சுவிடக்கூட மறந்து, சிவனது முடிவை எதிர்நோக்கி அவரையே பார்த்துக்கொண்டிருந்தனர். சரியான முடிவை எதிர்பார்த்துப் பிரார்த்தித்துக்கொண்டிருந்தனர்.

ஆனா எனக்கு மட்டும் ஏன்? எல்லா குணாக்களுக்கும் தான் சோமரஸம் தந்தாங்களே? மாமா சொன்னதெல்லாம் உண்மைதானா? நிஜமாவே ஏதோ ஒரு தெய்வீக சக்தி எனக்கு இருக்கா? அதுதான் என் விதியையே மாத்தியெழுதப் போகுதா?

பர்வதேஸ்வரர் கண்களைச் சுருக்கியபடி சிவனை வெறித்தார்.

நான் இதுக்கெல்லாம் தகுதியில்லாதவன். ஆனா - ஒரு வேளை இதுதான் எனக்கான சரியான சந்தர்ப்பமோ? இதுவரைக்கும் செஞ்ச தவறுகளையெல்லாம் சீர் செய்ய ஒரு வாய்ப்போ?

அதுக்கு முன்னாடி ...

''அரசே,'' குரலில் கவனமாக வரவழைக்கப்பட்ட பணிவுடன் சிவன் தொடங்கினார். ''பதில் சொல்றத்துக்கு முன்னாடி - ஒரே ஒரு கேள்வி கேக்கலாமா?''

''கண்டிப்பாக, பிரபு.''

''எந்த நட்பையும் தக்க வெச்சுக்க நேர்மை முக்கியங்கிறதை ஒத்துக்குவீங்கனு நெனைக்கறேன். நண்பர்கள் மனசு புண்பட்டாலும், நெஜத்தைச் சொல்றதுதான் நியாயம். இல்லையா?''

சிவன் என்ன சொல்ல வருகிறார் என்பதை ஊகிக்க முடியாதவராய், தக்ஷர் தலையசைத்தார். ''நிச்சயம்.''

''தனிப்பட்ட நபர்களுக்கிடையேயான நட்பென்ன, ஒரு

நல்ல சமூகத்திற்கான அடித்தளமே நேர்மைதான் என்றுகூட சொல்லலாம்,'' இடைமறித்தார் பர்வதேஸ்வரர்.

''முழுமையா ஒப்புக்கறேன்,'' என்றார் சிவன். ''ஆனா - மெலூஹா என்கிட்ட நேர்மையா நடந்துக்கலியே.''

மௌனம்.

பணிவான, ஆனால் உறுதியான குரலில் சிவன் தொடர்ந்தார். ''மெலூஹாவுலருந்து மொதமொதல்ல எங்களுக்கு அழைப்பு வந்த போது, உங்களுக்கு அயல் தேசத்துலேர்ந்து வேலையாளுங்க அதிகம் தேவை; அதுக்குத்தான் எங்கள அழைக்கறீங்கன்னு நெனைச்சோம். எங்க நாடு இருந்த நெலைமைல, அங்க இருந்து என்னத்தச் செய்யன்னு, நானும் இங்க வர்றத நெனைச்சு சந்தோஷப்பட்டேன். நீலகண்டரைத்தான் நீங்க இவ்வளவு தீவிரமா, திட்டம் போட்டு நாடு நாடாத் தேடியிருக்கீங்கன்னு இப்பதான் புரியுது.'' நந்தியிடம் திரும்பினார். ''இங்க வந்தவுடனே, சோமரஸம்னு ஒரு மருந்து தருவாங்கன்னு எங்களுக்குத் தெரியாது. அதைச் சாப்பிட்டா, இப்படிப்பட்ட விளைவுகள் ஏற்படும்னும் தெரியாது.''

நந்தி தலைகுனிந்தார். அவரது பிரபுவின் கோபம் நியாயம்தான்.

''சக்ரவர்த்தி,'' சிவன் தக்ஷரை நோக்கித் தொடர்ந்தார். ''காஷ்மீரத்துல, நாங்க இங்க வந்து சேர்ந்த முத நாள் இராத்திரி, எனக்கே தெரியாம எனக்கு சோமரஸம் கொடுக்கப்பட்டிருக்கணும்னு உங்களுக்குப் புரியுதில்லையா?''

''அம்மாதிரிச் செய்தமைக்கு நாங்கள் மிகவும் வருந்துகிறோம்,'' தக்ஷர் கைகளைக் குவித்து, கண்களைத் தாழ்த்தினார். ''அதை நினைக்கும்போதெல்லாம் மனம் அவமானத்தில் சுருங்குகிறது. என்றாலும் - வேறு வழி தெரியவில்லை. நிலைமை எங்களை மீறிச் சென்றுவிட்டது. மேலும், சோமரஸம் அருந்துவதால் உடலில் தீய விளைவுகள் ஏற்படுவதில்லை; மாறாக, அபரிமிதமான சக்தியும் ஆரோக்கியமும் கூடும்.''

''தெரியும். உடல் ஆரோக்கியத்துக்கு நானும் எதிரியில்லை,'' சிவன் குரலில் லேசான ஏளனம். ''எங்க ஜனம் அத்தன பேருக்கும் சோமரஸம் குடுக்கப்பட்டுதுன்னு உங்களுக்குத் தெரியுமா? அதனால அவங்க நெலைமை ரொம்ப மோசமாச்சுன்னு தெரியுமா? அது சோமரஸத்துனாலயும் இருக்கலாம்.''

''அதனால் எந்தவித நீண்ட கால பாதிப்பும் ஏற்படாது, பிரபு,'' கனகாலா மன்னிப்புக்கோரும் பாவனையில் பேசினாள். ''சிலரது உடலமைப்பே ஒரு சில நோய்கள் தொற்றிக்கொள்ளும் வகையில் அமைந்திருக்கும். சோமரஸம் உடலில் புகுந்தவுடன், இந்த நோய்கள் சட்டென்று வெளிக் கிளம்பும்; ஆயினும், ஒரு முறை வந்து தேறிய பின், மீண்டும் வாழ்நாளில் ஏற்படாது. இறப்பு வரை நோயற்ற வாழ்வுதான். உங்கள் மக்கள் முன்னை விடச் சிறந்த ஆரோக்கியத்துடன் வாழ்வார்கள்.''

''இருக்கலாம்,'' என்றார் சிவன். ''ஆனா, விஷயம் அதில்ல. நானும் என் ஜனங்களும் ஆரோக்கியமா இருக்கோம்ங்கிறது நெஜமா இருக்கலாம் - ஆனா, இராமபிரான் தேசத்துல இந்த மாதிரி ஏமாத்து வேலையை நான் எதிர்பாக்கலை. கைலாச மலைலேயே முழு உண்மையையும் நீங்க சொல்லி யிருக்கணும். எல்லாத்தையும் தெரிஞ்சுக்கிட்டு ஒரு முடிவுக்கு வர்ற உரிமையை எங்களுக்குக் குடுத்திருக்கணும்; எங்க *சார்பா நீங்க* முடிவெடுத்திருக்கக் கூடாது. எப்படியும் நாங்க மெலூஹா வந்திருப்போம். ஆனா, அது நாங்க சுயமா எடுத்த முடிவா இருந்திருக்கும்.''

''உண்மையை முழுவதுமாகத் தங்களுக்குத் தெரிவிக்காததற்கு எங்களை மன்னிக்க வேண்டுகிறோம்,'' தக்ஷர் குற்ற உணர்வுடன் ஒப்புக்கொண்டார். ''இது எங்கள் வழக்கமல்ல. மெலூஹாவின் நேர்மை குறித்து எங்களுக்குப் பெருமிதம் அதிகம். ஆனால், வேறு வழி தெரியவில்லை. தங்கள் மக்களுக்கு எந்தக் குறைவும் ஏற்படாது; அவர்கள் எல்லாவகைப் பிணியிலிருந்தும் விடுதலை பெற்றுவிட்டார்கள். நீண்ட நாள், மிக ஆரோக்கியமாக வாழ்வார்கள்.''

''சிவா,'' நீண்ட நேரமாகப் பேசாதிருந்த பர்வதேஸ்வரர், நீலகண்டரைத் தேடத் தொடங்கிய நாளிலிருந்து மனதின் அடியாழத்தில் புதைந்திருந்த நினைவுகளால் உந்தப்பட்டு, வாய்திறந்தார். ''நடந்தவற்றுக்கெல்லாம் தாழ்மையுடன் மன்னிப்புக் கேட்டுக்கொள்கிறோம். உங்கள் கோபம் நியாயமானதே. பொய்யும் புனைந்துரையும் எங்கள் வழியல்ல. நாங்கள் செய்ததும் சரியல்ல. இராமபிரான் இதை ஒரு நாளும் ஒப்புக்கொண்டிருக்கமாட்டார். கீழ்த்தரமான மக்களே இம்மாதிரியான அற்பச் செயல்களைப் புரிவார்கள். எந்த வாதமும் எங்கள் செயலை நியாயப்படுத்துவதாகாது. எங்களை மன்னிக்கும்படி மிகத் தாழ்மையுடன் வேண்டிக்கொள்கிறேன்.''

சிவன் லேசாகப் புருவத்தை உயர்த்தினார். *இப்ப பேசினவங்கள்ள பர்வதேஸ்வரர் ஒருத்தர்தான், நிலமையச் சமாளிக்காம குற்றத்தை ஒப்புக்கிட்டு மன்னிப்புக் கேக்கறார். இராமபிரானின் உண்மையான பக்தர் இவர்தான்.*

சிவன் புன்னகைத்தார்.

தக்ஷர் நீண்ட, நிம்மதி பெருமூச்சுவிட்டார்.

சிவன் தக்ஷரை நோக்கித் திரும்பினார். ''போனதெல்லாம் போகட்டும், சக்ரவர்த்தி. முன்னமே சொன்ன மாதிரி, இவ்வளவு உசத்தியான உங்க தேசத்துலயும், முன்னேத்த வேண்டிய விஷயங்கள் சிலது இருக்குங்கறதுல சந்தேகமில்ல. ஆனாலும், நான் பார்த்த சமூகங்கள்ள உயர்ந்தது இதுதான். இதுக்காக போர் செய்யறதுல எனக்கு எந்த தயக்கமும் இல்ல. ஆனா, சில நிபந்தனைகள் இருக்கு.''

''சொல்லுங்கள், பிரபு,'' தக்ஷர் குரலில் உற்சாகம் கொப்பளித்தது.

''இப்ப இருக்குற நிலைமைல, நீங்கள் எதிர்பாக்கற எல்லாத்தையும் கண்டிப்பா நிறைவேத்துவேன்னு உறுதியாச் சொல்லலை; முடியாதுன்னும் மறுக்கலை. என்னால முடிஞ்ச வரைக்கும் செய்யறேன்னுதான் சொல்றேன். எதை, எப்படிச் செய்யணும்னு தீர்மானிக்கிறதுக்கு முன்னாடி - உங்களையும், உங்க சமூகத்தையும் இன்னும் நல்லா புரிஞ்சுக்கணும்னு எனக்குத் தோணுது. இனிமே என்கிட்டேர்ந்து எதையும் நீங்க மூடி மறைக்கவோ, ஏமாத்தவோ மாட்டீங்கன்னு நம்பறேன்.''

''அப்படியே, பிரபு.''

''அடுத்தது - உங்களுக்கு இன்னமும் அயல்தேசத்து லேர்ந்து ஆட்படை தேவைப்படுது. ஆனா, மெலூஹாவைப் பத்தின உண்மையை நீங்க அவங்ககிட்ட எடுத்துச் சொல்லணும்; அவங்க இங்க குடிபெயர்றதா, வேண்டாமாங்கிற முடிவை அவங்களே எடுக்க அனுமதிக்கணும். இல்லன்னா, அழைக்கவே கூடாது. சரிதானே?''

''உத்தரவு, பிரபு.'' தக்ஷர் கனகாலாவை நோக்கித் தலையசைத்துவிட்டு. ''உடனடியாக அதைச் செயல் படுத்துவோம்.''

''அதுவுமில்லாம, இனிமே நான் காஷ்மீரம் போகப்போறதில்லன்னு நிச்சயமாத் தோணுது. என் மக்களான குணாக்களை தேவகிரிக்கு வரவழைக்கமுடியுமா? அவங்க

என்னோட இருந்தா நல்லா இருக்கும்னு நெனைக்கறேன்.''

தக்ஷர் கனகாலவை நோக்கி ஒரு அவசரப் பார்வை வீசி விட்டு, ''அவர்களை தேவகிரி அழைத்து வர உடனடியாக ஆவன செய்யப்படும், பிரபு.''

''இன்னும், இந்த சோமரஸம் தயாராகும் எடத்தை நேர்ல பாக்க விரும்பறேன். தேவர்களின் அமுத பானத்தைப் பத்தி நேரடியாத் தெரிஞ்சுக்க விரும்பறேன். அது ரொம்ப முக்கியம்னு தோணுது.''

''தாராளமாக, பிரபு,'' தக்ஷரின் முகத்தில் ஒரு வழியாக, படபடப்பான புன்னகை ஒன்று தோன்றியது. ''நாளையே கனகாலா உங்களை அழைத்துச் செல்வார். நானும், என் குடும்பத்தாருடன் பிரம்மதேவர் கோயில் பூஜைக்கு அங்கு வருவேன். ஒரு வேளை, நாம் அங்கே சந்திக்கக்கூடும்.''

''நல்ல விஷயம்தான்,'' சிவன் புன்னகைத்தார். பிறகு, நீண்ட மூச்சை இழுத்துவிட்டு, ''கடைசியா... நீலகண்டரோட வரவு பத்தி உங்க மக்களுக்குச் சொல்ல விரும்பறீங்க, இல்லையா?''

தக்ஷரும் கனகாலாவும் சற்றுத் தயக்கத்துடன் தலையசைத்தனர்.

''இப்போதைக்கு அதைச் செய்ய வேணாம்னு கேட்டுக்கறேன்.''

அவர்களது முகங்கள் சட்டென்று வாடின. நந்தியின் கண்கள் தரையைவிட்டு எழவில்லை. நடந்துகொண்டிருந்த பேச்சுவார்த்தையை அவர் காது கொடுத்துக் கேட்டதாகவே தெரியவில்லை; அவரது பிரபுவிடம் உண்மையை மறைக்க நேர்ந்தது அவ்வளவாக அவர் உள்ளத்தைத் துளைத்துக்கொண்டிருந்தது.

''ஒரு கவலைதான். நான்தான் நீலகண்டர்னு வெளிய பரவிட்டா, என் ஒவ்வொரு வார்த்தையும், செய்கையும் அளவுக்கதிகமா, தேவைக்கு மீறி கவனிக்கப்படும்; விவாதிக்கப்படும்,'' சிவன் விவரித்தார். ''மன்னிக்கணும் - அதச் சமாளிக்கிற அளவுக்கு உங்க சமூகத்தைப் பத்தியோ, மக்களைப் பத்தியோ, எனக்கு இப்ப அதிகம் தெரியாது.''

''புரிகிறது.'' வரவழைக்கப்பட்ட அரைப் புன்னகையுடன் தக்ஷர் சிவனை நோக்கினார். ''வாக்களிக்கிறேன். எனது பிரத்யேக அதிகாரிகள், குடும்ப அங்கத்தினர், மற்றும் நீங்களே அனுமதிப்போர் மட்டுமே நீலகண்டரைப் பற்றி அறியலாம். வேறொருவரும் இல்லை.''

"ரொம்ப நன்றி, அரசே. மறுபடியும் சொல்றேன்: நான் சாதாரணக் காட்டுவாசி; ஏதோ நீங்க குடுத்த விசித்திர மருந்தச் சாப்பிட்டு என் தொண்டை நீலமா மாறிப்போச்சு. மத்தபடி, நீங்க சந்திக்கற பிரச்சனைகளையெல்லாம் எப்படி என் ஒருத்தனால தீர்க்க முடியும்னு எனக்கு நெஜமா புரியத்தான் இல்ல."

"நானும் மீண்டும் அடித்துச் சொல்கிறேன், பிரபு," தக்ஷர், வெள்ளந்தியாய்ச் சிரித்தார். "நீங்கள்தான் அந்த மனிதர் என்றால் - இந்தப் பிரபஞ்சத்தையே மாற்றியமைக்க முடியும்!"

8

தேவர்களின் பானம்

அரசு விருந்தினர் மாளிகையை நோக்கிச் சிவன் விடுவிடுவெனச் செல்ல, திடீரெனத் தடுமாறும் கால்களும், அவமானத்தில் கவிழ்ந்த தலையுமாக, நந்தி அவரைப் பின்தொடர்ந்தார்.

''தனியாவே சாப்ட்டுக்கறேன்,'' தோள்வழியே சிவன் சொல்ல, ''என்னை மன்னித்து விடுங்கள், பிரபு,'' என்று மட்டுமே அவரால் முணுமுணுக்க முடிந்தது.

திரும்பிய சிவன் நந்தியை ஏற இறங்கப் பார்த்தார்.

''நீங்கள் சொன்னதெல்லாம் சரிதான். எங்கள் பிரச்சனைகளுடன் போராடவும், நீலகண்டரை எப்படியாவது கண்டுபிடிக்கும் முயற்சியிலுமே மூழ்கிவிட்ட நாங்கள், புதிதாய் வந்தடையும் அயல்தேசத்தாரை அவை எவ்வளவு பாதிக்கும் என்பதை உணரவில்லை; அது குறித்து யோசிக்கவில்லை. உண்மையை நான் மறைத்து விட்டேன், பிரபு.. உங்களிடமே பொய்யுரைத்துவிட்டேன்.''

சிவன் பதில் கூறவில்லை. நந்தியின் கண்களையே துளையிடுவது போல் உற்றுப் பார்த்தார்.

''மன்னியுங்கள், பிரபு. தவறிழைத்து விட்டேன்; தங்களுக்கு அநீதி செய்துவிட்டேன். தாங்கள் என்ன தண்டனையளித்தாலும் ஏற்கத் தயாராக இருக்கிறேன்.''

அமீஷ்

சிவன் முகத்தில் லேசான புன்னகை அரும்பியது. மன்னிக்கும் பாவனையில் நந்தியில் தோளை வாத்சல்யத்துடன் தட்டினார். என்றாலும், கண்களில் ஒரு கட்டளை பொலிந்தது. *இனிமே பொய் வேண்டாம், நண்பரே.*

நந்தி தலையசைத்தார். "நிச்சயமாக இல்லை, பிரபு," முணுமுணுத்தார். "மன்னியுங்கள்."

"மறந்துருங்க," சிவனின் புன்னகை விரிந்தது. "நடந்தது நடந்து போச்சு."

தொடர்ந்து நடந்தனர். சட்டென்று சிவன் தலையைக் குலுக்கிக் கொண்டு சிரித்தார். "விசித்திரமான ஜனங்கப்பா!"

"என்ன சொல்கிறீர்கள், பிரபு?" நந்தி வினவினார்.

"பெருசா ஒண்ணுமில்ல. உங்க சமூகத்தோட சில அதிசயங்களை நெனைச்சுப் பார்த்தேன்."

"அவை என்ன, பிரபு?" சிவன் தன்னிடம் கோபம் துறந்து பேசிய உற்சாகம், நந்திக்கு.

"நீலக்கழுத்து இருந்தாப் போதும்; அசாத்தியமான காரியங்களெல்லாம் சாதிக்கலாம்னு உங்க சமூகத்துல சில பேர் நம்பறாங்க. அவ்வளவு ஏன்? திடீர்னு, என் பெயரே புனிதமான விஷயம்னு அதை வாயால கூட சொல்ல மாட்டேங்கறாங்க."

நந்தி லேசாகப் புன்னகைத்தார்.

"இன்னொரு பக்கம்," சிவன் தொடர்ந்தார். "என்னை மாதிரி ஒருத்தன் தேவையே இல்லன்னும் சில பேர் நெனைக்கறாங்க. என் கை பட்டாலே அசிங்கம்னு நெனைச்சு நான் சுத்திகரணம் பண்ணிக்கணும்னு கூட நெனைக்கறாங்க!"

"என்ன! நீங்கள் ஏன் சுத்திகரணம் செய்துகொள்ள வேண்டும், பிரபு?" நந்தி சற்று கவலையுடன் வினவினார்.

"அதாவது …" சிவன் யோசனையுடன், வார்த்தைகளை அளந்தார். "ஒருத்தங்க மேல என் கை லேசா பட்ருச்சு. அதுக்கு நான் சுத்திகரணம் பண்ணிக்கணும்னு சொன்னாங்க."

"யார்? யாரைத் தொட்டீர்கள்? விகர்மாவையா?" நந்தியின் குரலில் கலவரம் தொனித்தது. "அவர்களின் ஸ்பரிசம் பட்டால் மட்டுமே நாம் சுத்திகரணம் செய்துகொள்ள வேண்டும்."

சிவனின் முகம் சட்டென்று மாறியது. மனக்கண்ணிலிருந்து

மெலூஹாவின் அமரர்கள்

ஏதோ திரை விலகியது போலிருந்தது. நேற்றைய நிகழ்ச்சி களின் உண்மையான அர்த்தம் இப்போதுதான் பளிச் சென்று புரிந்தது. அவர் கரம் பட்டவுடன், அவள் சட்டென்று பின்வாங்கியது. குரு மற்றும் க்ருத்திகாவின் அதிர்ச்சி.

''விருந்தினர் மாளிகைக்குப் போங்க, நந்தி,'' சிவன் தோட்டத்தை நோக்கித் திரும்பினார். ''உங்களை அங்க சந்திக்கறேன்.''

''என்ன நடந்தது பிரபு?'' நந்தி சிவனின் நடைக்கு ஈடுகொடுக்க பிரயத்தனப்பட்டார். ''சுத்திகரணம் செய்து கொண்டீர்கள்தானே?''

''விருந்தினர் மாளிகைக்குப் போங்க,'' சிவனின் நடையில் வேகம் கூடியது.

ஏறக்குறைய ஒரு மணி நேரம் சிவன் காத்திருந்தும், பயனில்லை; சதி வரவில்லை. அங்கிருந்த மேடையின் மீது அமர்ந்தவர், எப்பேர்ப்பட்ட தவறான எண்ணத்திற்கு இடங்கொடுத்துவிட்டோம் என்று தன்னைத் தானே கடிந்துகொண்டார்.

நான் தொட்டா சதி அருவருப்புடைவான்னு எப்படி என்னால நினைக்க முடிஞ்சது? நான் நிச்சயம் வடிகட்டின முட்டாள்தான்!

தன் வாழ்க்கையைப் புரட்டிய அந்த அதிசய நிகழ்ச்சியை மீண்டும் மீண்டும் மனத்திற்குள் ஓட்டிப்பார்த்து, ஒவ்வொரு பரிமாணத்தையும் அணு அணுவாக ஆராய்ந்தார்.

''உங்களுக்கு ஏதாவது ஆச்சுன்னா, என்னால என்னை மன்னிச்சுக்கவே முடியாது.''

இந்த வார்த்தைக்கெல்லாம் என்ன அர்த்தம்? அவளுக்கு எம்மேல ஈர்ப்பு இருக்கா? இல்ல, யாருக்கும் தன்னால கெடுதல் ஏற்பட்டுறக்கூடாதுன்னு நெனைக்கற ஒரு பொண்ணோட நல்ல மனசுதானா? அதுவுமில்லாம, ஏன் அவ தன்னைப் பத்தி இவ்வளவு மட்டமா நெனைச்சு க்கணும்? இந்த விகர்மாங்கிற விஷயமே வெறும் பேத்தல்!

இனி சதி வர வாய்ப்பில்லை, தான் காத்திருப்பதிலும் பயனில்லை என்பதை உணர்ந்து சிவன் எழுந்தார். அமர்ந்திருந்த மேடையை பலம் கொண்டமட்டும் ஒரு முறை உதைத்தார். மரத்துப்போயிருந்த கால் கட்டை விரலில் மீண்டும் உணர்வு திரும்பியிருக்க, 'விண், விண்'ணென்ற

வலி மட்டுமே மிஞ்சியது. உரக்கச் சபித்தபடி, விருந்தினர் மாளிகையை நோக்கித் திரும்பினார். வழியில், நடன மேடையின் மீது ஏதோ விழுந்து கிடப்பது தெரிய, குனிந்து எடுத்தார். மணிச்சரம். அவளது வலக்கரத்தில் அதைப் பார்த்த நினைவு வந்தது. அறுந்து விழுந்தது போலவும் தெரியவில்லை.

வேணும்னே இங்க போட்ருப்பாளோ?

அதையெடுத்து முகர்ந்து பார்த்தார். மஞ்சள் வெயில் படர்ந்த மாலை வேளையில் குளிர்ந்திருந்த, தெய்வீகம் நிறைந்த ஏரியின் வாசம் கமழ்ந்தது. மெல்ல அதை உதட்டோரம் கொண்டுவந்து, மென்மையாக முத்தமிட்டார். முகத்தில் புன்னகை தவழ, அதைத் தன் இடையிலிருந்த சுருக்குப் பைக்குள் வைத்துக் கட்டினார். மந்தர மலையிலிருந்து திரும்பியவுடன் அவளை மீண்டும் சந்திக்கலாம். சந்தித்தே ஆக வேண்டும். தேவைப்பட்டால், இந்த உலகின் எல்லை வரையில் அவளைத் துரத்திச் செல்ல வேண்டும். அவசியமானால், இந்த மனித வர்க்கம் முழுவதையும் அவள் பொருட்டுப் பகைத்துக்கொள்ளலாம்; போர் செய்யலாம். சிவனின் வாழ்க்கை சதியின்றி முழுமையடையாது. இது அவரது உள்ளத்திற்கு மட்டுமல்ல, ஆன்மாவிற்கும் தெரிந்தே இருந்தது.

''இன்னும் எவ்வளவு தூரம், பிரதம மந்திரியாரே?'' ஒரு குழந்தையின் ஆர்வத்துடன் நந்தி படபடத்தார்.

தேவபானமாகிய சோமரஸம் தயாராகும் மந்தர மலை என்னும் மாயாலோகத்திற்குச் செல்வதென்பது மெலூஹர்களுக்கே எளிதில் கிடைக்காத அபூர்வ பாக்கியம். இந்த இடம்தான் அவர்களது சாம்ராஜ்யத்தின் ஆதாரம் என்பது பல சூர்யவம்சிகளின் ஆழமான, அசைக்கமுடியாத நம்பிக்கை. மந்தர மலை நிலைத்து நிற்கும்வரை, சோமரஸத்திற்கும் ஆபத்தில்லை.

''நாம் தேவகிரியை விட்டுக் கிளம்பி ஒரு மணி நேரம்தான் ஆகிறது, தளபதி,'' கனகாலா புன்னகைத்தாள். ''மந்தர மலை செல்ல ஒரு முழு நாள் ஆகும்.''

''வண்டியின் ஜன்னல்கள் திரைச்சீலைகளால் முழுவதுமாக மூடப்பட்டிருக்கின்றன அல்லவா? சூரியனின் பாதையையும், கடந்துவிட்ட பொழுதையும் கணிக்க முடியவில்லை. அதனால் கேட்டேன்.''

''உங்களுக்கு நேர் பின்னால் பிரஹார் விளக்கு இருக்கிறது, தளபதி. திரைச்சீலைகள் உங்கள் பாதுகாப்பிற்குத்தான்.''

சிவன் கனகாலாவை நோக்கிப் புன்னகைத்தார். திரைச்சீலைகள் தங்களுக்காக இல்லை; மந்தர மலையின் பொருட்டே என்பது அவருக்குப் புரிந்திருந்தது. அதன் இருப்பிடம் பெரும் இரகசியம். வெகு சிலருக்கு மட்டுமே தெரிந்த விஷயம். மந்தர மலை செல்லும் பாதையையும், அதில் பயணிப்போரையும் காக்கும் பொறுப்பு, அரிஷ்டநேமி என்று அழைக்கப்பட்ட அதியுன்னத காவல்படை ஒன்றுக்கு மட்டுமே. மலையில் பணி புரியும் விஞ்ஞானிகள், அரிஷ்டநேமிகள் மற்றும் அரசரால் பரிந்துரைக்கப்பட்டோர் தவிர்த்து, வேறெவருக்கும் அங்கு செல்லவோ, பாதையை அறியவோ அனுமதியில்லை. சந்திரவம்சித் தீவிரவாதிகள் எப்படியாவது மோப்பம் பிடித்து வந்து மந்தர மலையைத் தாக்கினால், மெலூஹா அழிந்தது.

''கனகாலா, அங்க நம்மளைச் சந்திக்கப் போறது யார்?'' என்றார் சிவன்.

''ப்ரஹஸ்பதி, பிரபு. அவர்தான் நம் சாம்ராஜ்யத்தின் பிரதம விஞ்ஞானி. நாடு முழுவதும் விநியோகிக்கப்படும் சோமரஸத்தைத் தயாரிக்கும் விஞ்ஞானிகள் அனைவருக்கும் தலைவர். மற்ற துறைகளிலும் அவர்கள் ஆராய்ச்சியில் ஈடுபடுவது வழக்கம். நம் வருகை குறித்து அவருக்குப் பறவைத் தூது அனுப்பப்பட்டுவிட்டது. நாளைக் காலை அவரைச் சந்திப்போம்.''

சிவன் புன்னகையுடன் தலையசைத்தார். ''நன்றி.''

நந்தி மறுபடி பிரஹார் விளக்கைக் கவனிக்க, சிவன் தன்னைப் புத்தகத்திற்குள் மீண்டும் ஆழ்த்திக்கொண்டார். பல்லாயிரம் ஆண்டுகளுக்கு முன் தேவர்களுக்கும் அசுரர்களுக்குமிடையே நிகழ்ந்த கடும் போரைப் பற்றி விரிவாக விளக்கும் நூல். நன்மைக்கும், தீமைக்கும் ஆதிகாலத்திலிருந்து இடைவெளியில்லாமல் தொடர்ந்து வரும், காலவரையறையற்ற யுத்தம். இறுதியில், தெய்வங்களுக்கெல்லாம் மேலான தெய்வமான மகாதேவர் ருத்ர பகவானின் உதவி கொண்டு தேவர்கள் அசுரர்களை வென்று, உலகில் தர்மத்தை நிலைநாட்டினர்.

''இரவு நன்கு நித்திரை செய்தீர்களல்லவா, பிரபு?'' சிவனையும் நந்தியையும் ப்ரஹஸ்பதியின் அறை வாயிலில் சந்தித்த கனகாலா வினவினாள்.

முதல் பிரஹாரின் கடைசி மணி நேரம் அப்போதுதான் தொடங்கியிருந்தது. மந்தர மலையில், நாட்கள் அதிவிரைவில் ஆரம்பிப்பது வழக்கம்.

''நல்லா,'' பதிலிறுத்தார் சிவன். ''ஆனா, இராத்திரி முழுக்க ஒரு விசித்திரமான சத்தம் தொடர்ந்து ஒரு நியதிக்குக் கட்டுப்பட்டாப்ல கேட்டுக்கிட்டே இருந்தது.''

கனகாலா புன்னகைத்தாளேயொழியப் புதிரை அவிழ்க்க வில்லை. மரியாதை நிமித்தம் ஒரு முறை குனிந்துவிட்டு, ப்ரஹஸ்பதியின் அலுவலறைக்குச் செல்லும் கதவைத் திறந்தாள். அவளும் நந்தியும் பின் தொடர, சிவன் உள்ளே நுழைந்தார்.

விசாலமான அந்த அறை முழுதும் இருந்த வெவ்வேறு உயரத்தினாலான மேஜைகளின் மேல், என்னென்னவோ விசித்திரக் கருவிகள் பல, மிக ஒழுங்காக அடுக்கப் பட்டிருந்தன. ஆய்வு மேற்கொள்ளப்பட்டதுபோல் தெரிந்த சில கருவிகளுக்கருகில் ஓலை நறுக்குகள். சுவர்கள், மெல்லிய நீல நிறம் போர்த்தியிருந்தன. ஒரு மூலையிலிருந்த பெரிய ஜன்னல் வழியே, மலையடிவாரத்தில் படர்ந்திருந்த கானகம், அற்புதக்காட்சியாகக் கண்ணையும் கருத்தையும் கவர்ந்தது. அறையின் மத்தியில் எளிமையான, உயரம் குறைந்த ஆசனங்கள் பல சதுரமாக அமர்த்தப்பட்டிருந்தன. ஆடம்பரம் தவிர்த்து எளிமையை மட்டுமே கொண்டாடும் அந்த சமூகத்தைப் போலவே, படாடோபமற்று விளங்கியது அந்த அறை.

நடுவில், கைகளை நமஸ்தே, என்று குவித்தபடி நின்றிருந்தார் ப்ரஹஸ்பதி. சிவனை விடச் சற்றே உயரக் குறைவாக இருந்தவரின் தீர்க்கமான, அறிவொளி வீசிய பார்வையும், கோதுமை நிறச் சருமமும், அளவான தாடியும் முகத்திற்குத் தனிக் களையை அளித்தன. சாந்தமான பாவமும், சோட்டி தவிர்த்து சிகையற்ற சிரசும், அந்தணப் பிறப்பிற்கான படிப்பையெடுத்துணர்த்தின. சற்றுப் பருமனான உடல் வாகு. அகன்ற தோள்களும், விரிந்த மார்பும், சரியான பயிற்சி பெற்றிருந்தால், கட்டுமஸ்தான தேகத்தை அளித்திருக்கும். ப்ரஹஸ்பதியின் உடலோ, அவரது அறிவைப் பாதுகாக்கும் கோயிலாக மட்டுமே இருந்ததால், ஆயுதம் தாங்கும் வீர க்ஷத்ரிய உடற்கட்டை அவர் அடைந்திருக்கவில்லை. வழக்கமாய்ப் பலர் அணியும் தூய வெள்ளை வேட்டியை இடுப்பிலும், அங்கவஸ்திரம் ஒன்றை தோள்களின் மீது தளர்வாகவும் போர்த்திருந்தார். இடது தோளிருந்து சரிந்து வலது இடுப்பில் வந்து முடியப்பட்டிருந்த ஜணாவு ஒன்றும் அணிகலனாகயிருந்தது.

''எப்படியிருக்கிறீர்கள், கனகாலா?'' ப்ரஹஸ்பதி வினவினார். ''பார்த்துப் பல நாட்களாகிவிட்டனவே.''

''உண்மை, ப்ரஹஸ்பதி,'' நமஸ்தே என்று குனிந்து வணங்கினாள் கனகாலா.

ப்ரஹஸ்பதியின் தோளில் காணப்பட்ட இரண்டாவது வங்கியில் அன்னப் பறவை பொறிக்கப்பட்டிருந்ததை சிவன் கவனித்தார். அந்தணருக்குரியவற்றில், மிக உயர்ந்த, சுலபத்தில் யாரும் அடையமுடியாத வகுப்பு.

''இவர்தான் சிவபெருமான்,'' கனகாலா, சிவனைச் சுட்டிக்காட்டி அறிமுகம் செய்தாள்.

''வெறும் 'சிவன்' போதும்,'' புன்னகைத்தபடி அவர் வணக்கத்தில் கரம் குவித்தார்.

'''சிவன்' என்றே வைத்துக்கொள்வோம்,'' ப்ரஹஸ்பதி நந்தியை நோக்கித் திரும்பினார். ''இவர் யார்?''

''தளபதி நந்தி,'' என்றாள் கனகாலா. ''பிரபு சிவனின் உதவியாளர்.''

''உங்களைச் சந்தித்ததில் மிக்க மகிழ்ச்சி, தளபதி,'' ப்ரஹஸ்பதி மீண்டும் சிவன் பக்கம் திரும்பினார். ''நீங்கள் தவறாக எண்ணாவிட்டால், சிவா - உங்கள் கழுத்தைப் பார்க்க முடியுமா?''

சிவன் தலையசைத்துவிட்டு, கழுத்தை மூடிக் கட்டியிருந்த துணியை அகற்றினார். சற்று முன்னே வந்து அதை உற்றுப் பார்த்த ப்ரஹஸ்பதியின் முகத்தில் புன்னகை மறைந்தது. பளீரென்ற நீல வண்ணத்தைக் கண்ணுற்றவர், பேச்சற்று நின்றார். சில நிமிடங்களுக்குப் பிறகு, மெல்ல சுதாரித்துக்கொண்டு, கனகாலா பக்கம் திரும்பினார். ''இது நிச்சயம் சூழ்ச்சியில்லை. வண்ணம் உள்ளே, உடலிலிருந்தே தோன்றியிருக்கிறது. எப்படி சாத்தியம்? அப்படியானால்...''

''ஆம்,'' இதயத்தின் ஆழத்தில் பொங்கிய மகிழ்ச்சி, கனகாலாவின் மெல்லிய குரலில் விகசித்தது. ''நீலகண்டர் வந்துவிட்டார். நம்மைக் காக்க வந்துவிட்டார்.''

''அதெல்லாம் எதுவும் எனக்குத் தெரியாது,'' சிவன் தர்மசங்கடத்துடன் துணியை மீண்டும் கழுத்தைச் சுற்றிக் கட்டிக்கொண்டார். ''ஆனா, முடிஞ்சவரை உங்க அற்புதமான நாட்டுக்கு உதவி செய்வேன். அதுக்குத்தான் உங்ககிட்ட வந்திருக்கேன். ஏனோ, சோமரஸம் எப்படி வேலை செய்யுதுன்னு தெரிஞ்சுக்க வேண்டியது அவசியம்னு தோணுது.''

ப்ரஹஸ்பதி இன்னும் அதிசயத்தில் ஆழ்ந்தவராகவே காணப்பட்டார். சிவனையே அவரது கண்கள் நோக்கினாலும், கவனம் வேறெங்கோ சஞ்சரித்தது. உண்மையான நீலகண்டரின் வரவால் ஏற்படப்போகும் சாத்தியக்கூறுகளை அவர் வரையறுத்துக் கொண்டிருந்ததாகப்பட்டது.

''ப்ரஹஸ்பதி ...'' கனகாலா, பிரதம விஞ்ஞானியை நிகழ்காலத்திற்கு வரவழைக்க முயன்றாள்.

''ஹ்ம்?''

''இந்த சோமரஸம் எப்படி வேலை செய்யுதுன்னு சொல்ல முடியுமா, ப்ரஹஸ்பதி?'' என்றார் சிவன் மறுபடியும்.

''தாராளமாக.'' ப்ரஹஸ்பதியின் கவனம் மீண்டும், அவர் முன்னே நின்றவர்கள் மீது பதிந்தது. நந்தியைக் கவனித்தவர், ''தளபதியின் முன்னிலையில் இவற்றையெல்லாம் பேசுவதில் பிரச்சனையேதும் இல்லையே?'' என்றார்.

''மெலூஹாவுக்கு நான் வந்த நாள்ளருந்து நந்தி என் நண்பர்,'' என்றார் சிவன். ''அவர் இங்க இருக்குறதுல எந்தத் தப்புமில்லன்னு நம்பறேன்.''

தன் பிரபு தன் மீது இன்னமும் வைத்திருந்த அசைக்க முடியாத நம்பிக்கையை எண்ணி நந்தியின் உடல் புல்லரித்தது. மரணமே நேர்ந்தாலும், எக்காரணத்தைக் கொண்டும் இனி அவரிடம் பொய்யுரைப்பதில்லை என்று மீண்டும் உறுதியெடுத்துக்கொண்டார்.

''உங்கள் விருப்பம், சிவா,'' ப்ரஹஸ்பதி வாத்சல்யத்துடன் புன்னகைத்தார்.

சிவன்தான் நீலகண்டர் என்று தெரிந்தும் கூட, ப்ரஹஸ்பதி தன் விஷயத்தில் திடீரென்று பணிவையோ, அபரிமிதத் தன்னடக்கத்தையோ மேற்கொண்டுவிடவில்லை என்பதை சிவன் கண்டார். பர்வதேஸ்வரரைப்போல், இவரும் 'பிரபு,' என்காமல், பெயர் சொல்லியே அழைத்தார். ஒரே வித்தியாசம்: பர்வதேஸ்வரரின் பார்வையில் எப்போதும் சந்தேகமும் முறைப்பும்தான். ப்ரஹஸ்பதியின் நடவடிக்கைகளிலோ, சுபாவத்திற்கே உரிய நல்லிணக்கமும், தன் இருப்பைக் குறித்த நிச்சயமும் புலனாயின.

''நன்றி,'' சிவன் புன்னகைத்தார். ''இப்ப சோமரஸத்தைப் பத்திச் சொல்ல முடியுமா?''

அரச பரிவாரம் மந்தர மலைப்பாதையின் மீது மெல்ல ஊர்ந்தது. முன்சென்ற நூற்றியறுபது குதிரைப்படைக் காவல் வீரர்கள் நான்கு நான்காகத் தங்களைப் பிரித்துக்கொண்டு ராஜ குடும்பத்தாரின் ஐந்து தேர்களுக்கு முன் சென்றனர்; அதே போன்று, நூற்றியறுபது வீரர்கள் பின்னே காவலாய் வந்தனர். நாற்பது வீரர்கள் கொண்ட இரு குழுக்கள் இடம்வலமாகப் பிரிந்து தேர்களைச் சூழ்ந்து வந்தன. இவை தவிர, ஒவ்வொரு தேரின் பக்கங்களையும் சுற்றியிருந்த மேடைகளில் தலா பத்து வீரர்களும், பணிப்பெண்களும் அமர்ந்து பயணம் செய்தனர். இந்த வீரர்களே புகழ்மிக்க அரிஷ்டநேமிக் காவலர்கள் - மிக பயங்கரமானவர்கள்; இந்தியாவிலேயே அதியுன்னதப் படைவீரர்களென்றும் பெயர் பெற்றவர்கள்.

ஐந்து தேர்களும் மரத்தால் ஆனவை; எந்தப் பக்கச் சுவரிலும் ஜன்னல்களோ, வேறுவகைத் துவாரங்களோ இல்லை. கூரையில் மட்டுமே, மேல்நோக்கிய வண்ணம் நீளமான துவாரங்கள்; முன்புறம், காற்றும் வெளிச்சமும் சுலபத்தில் புகுமாறு கம்பிகள் - இவை, பயணிக்கும்போது தாக்குதல் நேர்ந்தால் உடனடியாக மூடிவிடக்கூடியவை. அனைத்துத் தேர்களும் அச்சில் வார்த்தாற்போல் ஒரே மாதிரியான உயரம், அமைப்புடன் விளங்கியதால், அரச குடும்பத்தார் எவற்றில் இருந்தனர் என்பதைச் சொல்ல முடியாமல் இருந்தது. இருப்பினும், ஒருவருக்கு திவ்யதிருஷ்டி, அதாவது அகப்பார்வை ஒளி வீசும் பட்சத்தில், ஊனக் கண்களை மீறிக் கூர்ந்து கவனித்திருந்தால், முதல், மூன்றாவது மற்றும் நான்காவது தேர்கள் காலியாக இருப்பதை கண்டுகொண்டிருப்பார். இரண்டாவதில் மட்டுமே ராஜ குடும்பத்தினர் வீற்றிருந்தனர்: தக்ஷர், மனைவி வீரிணி, மற்றும் மகள் சதி. கடைசித் தேரில் பர்வதேஸ்வரரும், அவரது இராணுவத் தளபதிகள் சிலரும் பயணம் செய்தனர்.

''அப்பா, இந்த பூஜைக்கெல்லாம் எதுக்கு என்னை இழுக்கறீங்கன்னு புரியலை,'' என்றாள் சதி. ''இதுக்கெல்லாம் வர்றதுக்குக்கூட எனக்கு அனுமதியில்ல.''

''பல முறை உனக்குக் கூறியிருக்கிறேன்,'' தக்ஷர் ஆதுரத்துடன் சதியின் கையைத் தட்டிக்கொடுத்தார். ''உன் முகத்தைப் பார்க்காமல் எனக்கு எந்தப் பூஜையும் முழுமையடைவதில்லை. அந்த உருப்படாத சட்டங்களைப் பற்றி எனக்கு என்ன கவலை?''

''அப்பா!'' சதி கூச்சத்துடன் சிரித்துவிட்டு, குற்றம் கூறும் பாவனையில் லேசாகத் தலையை அசைத்தாள். தன் தந்தை நாட்டின் சட்டங்களை அவமதிப்பது தவறு என்பது அவளுக்குத் தெரியும்.

சதியின் தாய் வீரிணி, கணவனை நோக்கித் தர்மசங்கடத்துடன் புன்னகைத்தாள். மகளைச் சட்டென்று கண்ணால் அளந்துவிட்டு, கொண்டுவந்திருந்த புத்தகத்திற்குள் மூழ்கினாள்.

அரச பரிவாரத்திலிருந்து சிறிது தூரத்தில், அடர்ந்த காட்டுக்குள், ஐம்பது பேர் கொண்ட சிறிய படை ஒன்று, மிக அமைதியாக நகர்ந்தது. அதன் வீரர்கள் மெல்லிய தோல்கவச ங்களை மார்பைச் சுற்றி அணிந்திருந்தனர்; காட்டுப் பாதையில் இலகுவாக நடக்க வேண்டி, வேட்டிகளை இராணுவ முறையில் இழுத்துக் கட்டியிருந்தனர். அனைவரும் நீள வாட்கள் இரண்டும், நீள்கத்தி ஒன்றும் வைத்திருந்தனர். இவை தவிர, கடினமான உலோகம் மற்றும் தோலாலான கேடயம் முதுகில் தளர்வாகக் கட்டியிருந்தது. காலணிகளில் மூன்று சிறிய கத்திகள் சொருகிவைத்துக்கொள்ளும் வகையில் இடைவெளிகள் வைத்துத் தைக்கப்பட்டிருந்தன.

படையின் முன்னணியில் இரு வீரர்கள் சென்றனர். ஒருவன் அழகானவன்; இளைஞன்; முகத்தில் போரினால் ஏற்பட்ட வடுக்களைத் தாங்கியவன். அணிந்திருந்த கபில நிறத் தலைப்பாகை, அவனைத் தளபதி என்று இனம் காட்டியது. தோல் கவசம் சற்றுத் தளர்வாகக் கட்டப்பட்டிருந்ததில், அவன் அணிந்திருந்த தங்கச் சங்கிலியும், அதனுடன் சேர்த்த பதக்கமும் வெளியில் அசட்டையாகத் தொங்கின. பதக்கத்தில் ஒரு அழகிய பிறைச்சந்திர வடிவம் - சந்திரவம்சிகளின் அடையாளம் - மிகுந்த வேலைப்பாடுடன் பொறிக்கப்பட்டிருந்தது.

அவனுக்கருகில் நடந்தவன் ஜாம்பவானைத் தோற்கடிக்கும் உயரமும் பருமனும் பெற்று, தலை முதல் கால் வரை மறைத்த அங்கியணிந்திருந்தான். தலையின் மேல்பகுதியை அங்கியோடு தைக்கப்பட்டிருந்த துணி மறைக்க, கறுப்பு முகமூடியும் அணிந்திருந்தான். உறுதியான, சற்று சதைப்பற்றான கைகளையும், பாதாம் பருப்பையொத்த விழிகளையும் தவிர்த்து வேறெதுவும் புலப்படவில்லை. வலது கையில், சர்ப்ப வடிவிலான 'ஓம்' பொறிக்கப்பட்ட தோல் ஆபரணம் அணிந்திருந்தான். தளபதியை நோக்கித் திரும்பாமல், பேசினான். ''விஷ்வத்யும்னா, அடையாளம் வெளியே தெரிகிறது. மறைத்து, கவசத்தை இறுக்கிக்கொள்.''

தர்மசங்கடமடைந்த விஷ்வத்யும்னன் சட்டென்று சங்கிலியை உள்ளே தள்ளிவிட்டு, தோளின் இருபக்கம் தொங்கிய கயிறுகளை முடிந்துகொண்டு கவசத்தை இறுக்கினான். ''மன்னிக்கவும், பிரபு,'' என்றான். ''சற்று முன்னே சென்று, இது மந்தர மலை செல்லும் பாதைதான் என்று உறுதி செய்துகொள்வோமா? அப்போதுதானே நமக்கு வந்த செய்தி உண்மையென்பது தெரியும்? பிறகு வந்து அவளைக் கடத்திச் செல்லலாம். அவர்களிடம் இப்போது வீரர்கள் அதிகம். நம்மால் இப்போது எதுவும் செய்ய முடியாது.''

''தாக்குதல் நடத்த நான் உத்தரவிட்டேனா, விஷ்வத்யும்னா?'' முகமூடி நிதானமாகக் கேட்டான். ''நம்மிடம் இருக்கும் வீர்ரகள் எண்ணிக்கை குறித்த கவலை இப்போது ஏன்? நாம் மந்தர மலையை நோக்கித்தான் நகர்ந்து கொண்டிருக்கிறோம். சில மணி நேரத் தாமதத்தினால் வானம் இடிந்து விழுந்துவிடாது. இப்போதைக்கு, தொடர்ந்து செல்வோம்.''

விஷ்வத்யும்னன் மிடறு விழுங்கினான். பிரபுவை எதிர்த்துக் கேள்வி கேட்பதைப்போல் அவனுக்கு ஏற்காதது ஒன்றுமில்லை. என்ன இருந்தாலும், தங்கள் பக்க நியாயத்தை உணர்ந்து, அதற்குச் செவி சாய்க்கும் அபூர்வ சூர்யவம்சியை இனம் கண்டுகொண்டது அவர்தானே? மெலூஹாவின் ஆதாரத்தையே அழித்துத் தரைமட்டமாக்க இந்த ஒரு விஷயம் போதாதா? ''இருந்தாலும், பிரபு, காலம் தாழ்த்துவது அரசியாருக்குப் பிடிக்காது என்பது உங்களுக்கே தெரியும்,'' மெல்லிய குரலில் பேசினான். ''இலக்கைத் தவறவிட்டுக் கொண்டிருக்கிறோம் என்று நம் வீரர்களிடையே சலசலப்பு பரவி வருகிறது.''

முகமூடி சட்டென்று திரும்பினான். உடலில் ஒவ்வொரு அசைவிலும் ஆத்திரம் தெறித்தாலும், அவனது குரலில் அமைதி விரவியிருந்தது. ''எந்த இலக்கையும் நான் இழக்கவில்லை. திரும்பிச் செல்ல வேண்டுமென்று உனக்குத் தோன்றினால், தாராளமாகச் செய். உனக்குக் கிடைக்க வேண்டிய பணம் வந்து சேரும். தனியாகத்தான் இந்தக் காரியத்தை நிறைவேற்ற வேண்டுமென்றால், அப்படியே செய்வேன்.''

அபூர்வமான இந்த உணர்ச்சி வெளிப்பாட்டை எதிர் பார்க்காத விஷ்வத்யும்னன், சட்டென்று பின்வாங்கினான். ''இல்லை, பிரபு. அப்படிச் சொல்லவில்லை. மன்னியுங்கள். நீங்களாக என்னை விடுவிக்கும்வரை நான்

செல்லமாட்டேன். நீங்கள் சொல்வது சரி. இத்தனை நூற்றாண்டுகள் காத்திருந்த நமக்கு இன்னும் சில மணி நேரங்களால் எதுவும் நேர்ந்துவிடப்போவதில்லை.''

அரச பரிவாரத்தைப் பின்பற்றி அந்தப் படை மௌனமாக முன்னேறியது.

''கருத்தாக்க வடிவில் அணுகினோமென்றால், சோமரஸம் மிக மிக எளிமையாகத்தான் வேலை செய்கிறது,'' என்றார் ப்ரஹஸ்பதி. ''வெறும் நிழலிலிருந்து அதை நிஜமாக்கும் முயற்சிதான் மிகக் கடினமானது; ஏறக்குறைய செயல்படுத்தவே முடியாத விஷயம். அங்குதான் பிரம்மதேவரின் அறிவு தீட்சண்யம் புலனாகிறது. ஜெய் ஸ்ரீ பிரம்மா!''

''ஜெய் ஸ்ரீ பிரம்மா,'' சிவன், கனகாலா மற்றும் நந்தி ஓதினர்.

''முதுமை என்னும் இயற்கை நியதியை இந்த மருந்து எப்படி அதிசய முறையில் செயலிழக்க வைக்கிறது என்பதை நாம் காணுமுன், நாம் உயிருடன் இருப்பதற்கான காரணியைப் பற்றித் தெரிந்துகொள்ள வேண்டும்,'' தொடர்ந்தார் ப்ரஹஸ்பதி. ''நம்மையெல்லாம் இயக்கும் விஷயம் ஒன்று இருக்கிறது. அது இன்றி நாம் உயிர் வாழ முடியாது.''

மேற்கொண்டு என்ன கூறப்போகிறார் என்று ஆவலோடு சிவன் ப்ரஹஸ்பதியை வைத்த கண் வாங்காது பார்த்தார்.

''அதுதான் எல்லாவற்றுக்கும் ஆதாரம்,'' ப்ரஹஸ்பதி விவரித்தார். ''நாம் நிற்பது, நடப்பது, பேசுவது, நினைப்பது - ஏன், உயிருடன் இருப்பதற்கான மூலப்பொருளே அதுதான்.''

''எங்க மக்கள்கிட்டகூட இந்த மாதிரி ஒரு தத்துவம் உண்டு,'' என்றார் சிவன். ''என்ன, நாங்க இதை 'சக்தி'ன்னு சொல்லுவோம்.''

''சக்தி?'' ப்ரஹஸ்பதி அதிசயத்துடன் கேட்டார். ''என்ன அதிசயம். பல நூற்றாண்டுகளுக்கு முன் அந்தப் பெயர் வழக்கில் இருந்தது. இந்திய மக்கள் அனைவருக்கும் முன்னோடியான பாண்டியர்களைப் பற்றி உங்களுக்குத் தெரியுமா? அவர்கள் பயன்படுத்திய பெயர் இது. உங்கள் மக்களின் பூர்வீகம் தெரியுமா? அவர்களின் வம்சாவளி?''

''அவ்வளவாத் தெரியாது - ஆனா, எங்க ஜனத்துல ஒரு வயசான அம்மா உண்டு. எங்க பூர்வீகம் பத்தி தனக்குத் தெரியாதது இல்லைன்னு சொல்லுவாங்க. அவங்க தேவகிரி வந்தா, கேக்கணுமோ, என்னவோ?''

''மிக நல்ல யோசனை,'' புன்னகைத்தார் ப்ரஹஸ்பதி. ''சரி, விஷயத்திற்கு வருவோம். இந்த ஆதாரம் - எரிபொருள் - இல்லாமல் நம்மால் எதையும் இயக்க முடியாதென்பதை அறிவோமல்லவா? இது எங்கிருந்து வருகிறது?''

''உண்ணும் உணவிலிருந்தோ?'' நந்தி சற்று கூச்சத்துடன் கேட்டார். பெரிய மனிதர்கள் முன்னிலையில் பயத்தை உதறிப் பேசும் தைரியம் அவருக்கு இப்போது சற்று வந்திருந்தது.

''மிகச் சரி. நம் உணவிலிருக்கும் சக்தியை, உடல் இயங்குவதற்குப் பயன்படுத்திக்கொள்கிறது. இதனால்தான், எதையும் உட்கொள்ளாமலிருந்தால், பலவீனமாக உணர்கிறோம். ஆனால், சாப்பிடுவதால் மட்டும் நாம் சக்தி பெறுவதில்லை. உடலிலிருக்கும் ஏதோவொன்று உணவிலிருந்து அந்தச் சக்தியை இழுத்து, நாம் பயன்படுத்தும் வகையில் அதை மாற்றித் தர வேண்டும்.''

''நிச்சயமா,'' என்றார் சிவன்.

''உண்ணும் உணவை எரிசக்தியாக மாற்றுவது, நாம் சுவாசிக்கும் காற்று,'' ப்ரஹஸ்பதி தொடர்ந்தார். ''காற்றில் பல்வேறு வாயுக்கள் உள்ளன. அவற்றில் ஒன்றுதான் பிராணவாயு. ஆக்ஸிஜென் என்று நாங்கள் அழைப்பது வழக்கம். இதுதான் நாம் உண்ணும் உணவுடன் கலந்து, அதைச் சக்தியாக மாற்றித் தருகிறது. ஆக்ஸிஜென் இல்லாவிட்டால், சக்தியின்றி, இறந்துவிடுவோம்.''

''ஆனா - இது நாம எப்படி உயிர் வாழறோம்னு விளக்கற வழிமுறை,'' என்றார் சிவன். ''இதுக்கும் மருந்துக்கும் என்ன சம்பந்தம்? அது நம்ம முதுமையைத்தானே தாக்கணும்? வலுவிழந்து, வயசாகி சாகறதைத் தடுக்கணும்?''

ப்ரஹஸ்பதி மீண்டும் புன்னகைத்தார். ''நான் இப்போது கூறியவற்றுக்கும், நாம் முதுமையடைவதற்கும் சம்பந்தம் இருக்கத்தான் செய்கிறது. இயற்கைக்கும் நகைச்சுவை உணர்வு அதிகம் என்று எனக்குத் தோன்றும் - ஏன் தெரியுமா? நாம் உயிர் வாழ ஆதாரமாக இருக்கும் விஷயம்தான் இறுதியில் நாம் மூப்படைந்து இறக்கவும் காரணமாகிறது. ஆக்ஸிஜென் நம் உணவுடன் கலந்து சக்தியளிக்கும் அதே சமயத்தில், சில வீரிய உயிரணுக்களையும் உடலில்

செலுத்துகிறது. இவற்றின் பெயர் ஆக்ஸிடெண்ட். மிகுந்த நச்சுத்தன்மை கொண்டவை. பழங்கள் உண்ணும்போது கவனித்திருப்பீர்கள்; அவற்றைப் பல நாள் வெளியே வைத்துவிட்டால், அழுகிப்போகும். அளவுக்கதிகமான ஆக்ஸிஜென் கலப்பால், பழத்தில் ஆக்ஸிடெண்ட்கள் உருவாகி, அழுகுவதற்குக் காரணமாகின்றன. இதனால்தான் உலோகங்களும் துருப்பிடிக்கின்றன; அதுவும், சமீபத்தில் கண்டுபிடிக்கப்பட்டிருக்கும் இரும்பு, இதனால் மிகுந்த பாதிப்படைகின்றது. இதுவேதான் நம் உடலுக்குள்ளும் நடைபெறுகின்றது. நம் உணவுடன் கலந்து சக்தியளிக்கும் ஆக்ஸிஜெனே, ஆக்ஸிடெண்ட் என்பவற்றை உடலுக்குள் செலுத்துகின்றது. உள்ளிருந்து நமக்கும் துருப்பிடிக்கின்றது. இதனாலேயே மூப்படைந்து, இறுதியில் இறக்கிறோம்.''

''அக்னி பகவானே!'' அதிர்ந்தார் நந்தி. ''நம்மைக் காக்கும் விஷயம்தான் நம்மை இறுதியில் கொல்லவும் செய்கிறதா?''

''ஆம்,'' என்றார் ப்ரஹஸ்பதி. ''யோசித்துப் பாருங்கள். வெளியுலகிலிருந்து வாழ்க்கைக்குத் தேவையான அனைத்து விஷயங்களையும் உடல் தனக்குள் சேமித்துக்கொள்கிறது. சில நாட்கள் வரை உணவு கிடைக்காதென்றால், தேவைக்கேற்பச் சேர்த்து வைக்கிறது. தண்ணீரில்லாவிட்டால், நாம் செத்துவிடாமல், சில நாளுக்கான நீர்ச்சத்தைச் சேர்த்துத் தன்னைக் காத்துக்கொள்கிறது. இவையெல்லாம் ஒரு காரண காரியத்தோடுதான் நடக்கின்றன, இல்லையா? அத்தியாவசியமான சத்துக்களை, சில சமயம் உடல் அதிகப்படியாகச் சேர்த்து, அவை கிடைக்காது போகும் சமயங்களுக்கெனக் காப்பாற்றி வைத்துக்கொள்ளும்.''

''நிச்சயமா,'' ஆமோதித்தார் சிவன்.

''விசித்திரம் என்னவென்றால், வாழ்வதற்கே ஆதாரமான பிராணவாயுவை, உடல் சில நிமிடங்களுக்கு மேல் சேர்த்து வைத்துக்கொள்வதில்லை. ஏன்? புரியவில்லை. ஒரு வேளை, என்னதான் சக்தியளித்தாலும், அடிப்படையில் ஆக்ஸிஜென் விஷம்தான் என்பதை உடல் அறிந்திருக்கிறதோ என்னவோ? அப்படியானால், அதைச் சேமிப்பது ஆபத்தல்லவா?''

''அப்ப பிரம்மதேவர் என்ன செஞ்சார்?'' என்றார் சிவன்.

''பலவகை ஆய்வுகளை மேற்கொண்ட பிரம்மா, இறுதியில் கண்டுபிடித்த பானம்தான் சோமரஸம். இதை உட்கொண்டால், உடலிலிருக்கும் ஆக்ஸிடெண்ட்

என்னும் நச்சுப்பொருளுடன் ஊடாடி, அதைப் பிரித்து, இரத்தத்தில் கலக்கவிடாமல், வியர்வை, சிறுநீர் மூலமாக வெளியேற்றிவிடும். இதனால், உடலில் விஷம் எதுவும் தங்குவதில்லை.''

''அதனாலதான் முதல் முறை சோமரஸம் குடிக்கிறவங்களோட வியர்வை விஷத்தன்மையோட இருக்கா?''

''ஆம். அதுவும் முதல் முறை, நச்சுத்தன்மை மிக அதிகமாகவே இருக்கும். என்றாலும், இதையும் சொல்லியாக வேண்டும். சோமரஸம் அருந்துபவரின் வியர்வை, சிறுநீர் ஆகியவை பல வருடம் கடந்தும் நச்சுத்தன்மை கொண்டவை. அவற்றை உடலிலிருந்து சுத்தமாக வெளியேற்றுவது மட்டுமன்றி, மற்றவருக்கும் ஆபத்து ஏற்படாவண்ணம் கவனித்துக்கொள்ள வேண்டும்.''

''அதான் மெலூஹாவுல எல்லாரும் சுத்தத்துக்கு இவ்வளவு மெனக்கெடறாங்களோ?''

''ஆம். மிகச் சிறிய வயதிலிருந்து மெலூஹர்களுக்கு இரு விஷயங்கள் குறித்து பால பாடம் புகட்டப்படுகின்றது: நீர், மற்றும் சுகாதாரம். சோமரஸம் உட்கொள்வதால் உருவாகும் நச்சுப்பொருட்களை மிகச் சிறப்பாகச் சுத்தப்படுத்துவது தண்ணீர்தான். பானை பானையாகத் தண்ணீர் குடிக்கும்படி மெலூஹர்களுக்கு ஆரம்பத்திலேயே கற்றுத் தரப்படுகிறது. அதோடு, எதையெல்லாம் கழுவிச் சுத்தமாக்க முடியுமோ, அவற்றையெல்லாம் அவசியம் செய்தேயாக வேண்டும்! மெலூஹர்கள் ஒரு நாளுக்குக் குறைந்தது இரு முறையாவது குளிப்பது வழக்கம். இதற்கெனப் பிரத்யேகமாய் அறைகள் ஒதுக்கப்பட்டுள்ளன. அவற்றிலிருந்து வெளியேறும் கழிவுகள் பாதாளச் சாக்கடைக்குழாய் மூலமாக நகரிலிருந்து வெளியேற்றப்படுகின்றன.''

''உண்மையிலேயே சுகாதாரத்தின் உச்சம்தான்.'' காஷ்மீரத்தில் அவர் வந்திறங்கிய முதல் நாளையும், ஆயுர்வதியின் சினமேறிய வார்த்தைகளையும் நினைவு கூர்ந்த சிவன், புன்னகைத்தார். ''சோமரஸம் எப்படித் தயாராகுது?''

''அதிலும் சிரமங்கள் இல்லாமலில்லை. சோமரஸத்தை உருவாக்கத் தேவையான சில பொருட்கள் சுலபத்தில் கிடைப்பதில்லை. உதாரணத்திற்கு, சஞ்சீவனி மரத்தையே எடுத்துக்கொள்ளுங்கள். இதை வளர்க்க சாம்ராஜ்யம் முழுவதும் பல பிரம்மாண்டமான தோட்டங்கள்

உள்ளன. சோமரஸம் தயாரிக்க நாங்கள் பயன்படுத்தும் வழிமுறைகள் ஏராளமான சூட்டைக் கிளப்புகின்றன. இதனாலேயே, கலவை சேதமாகாமல் குளிர்விக்க அதிக அளவில் தண்ணீரைப் பயன்படுத்த வேண்டியிருக்கிறது. அது மட்டுமல்ல: அரைபட்ட சஞ்சீவனி மரத்துண்டுகளை சரஸ்வதி நதி நீரோடு கலந்த பிறகு தான் அடுத்த கட்டத்திற்குக் கொண்டு செல்ல முடியும். வேறு இடங்களிலிருந்து எடுத்து வரும் நீர் பலனளிப்பதில்லை.''

''இதுதான் நான் கேட்ட விசித்திர சத்தமா? மரம் அரைபடுறது?''

''அதுவேதான். இந்த மலையின் அடிவாரத்தில் உள்ள ஒரு பெரிய குகையில், மரத்தை நதி நீருடன் சேர்த்து கலக்கும் மிகப்பெரிய இயந்திரங்களைப் பொருத்தியுள்ளோம். நுணுக்கமாக அமைக்கப்பட்டுள்ள பல கால்வாய்கள் மூலமாக சரஸ்வதி நீரை வரவழைத்து, குகையில் உள்ள ஒரு பெரிய குளத்தில் சேர்த்து வருகிறோம். சாகர் என்று இதைச் செல்லமாக அழைப்பது வழக்கம்.''

''சாகர்? அதாவது, கடல்? தண்ணி வந்து சேர்ற குளத்தையா அப்டிச் சொல்றீங்க?'' முடிவேயில்லாமல், கண்ணுக்கெட்டிய தூரம் வரை ஒரே தண்ணீர் மயமாக இருக்கும் சாகர் பற்றி சிவன் எத்தனையோ அற்புதக் கதைகளைக் கேள்விப்பட்டதுண்டு.

''கொஞ்சம் அதிகப்படியாகத் தோன்றலாம்,'' ப்ரஹஸ்பதி புன்னகையுடன் ஒப்புக்கொண்டார். ''ஆனால், குளத்தை நேரில் பார்த்தால், நாங்கள் சொல்வதில் அதிகத் தவறில்லை என்பதை ஒப்புக்கொள்வீர்கள்!''

''இங்க இருக்குற எல்லாத்தையும் சுத்திப் பாக்கணும்னு எனக்கும் ஆசைதான். நேத்து இராத்திரி நாங்க வந்து சேர்ந்தப்பவே ரொம்ப நேரம் ஆகிப்போச்சு. அதனால இன்னும் மலையை முழுசாப் பாக்கலை.''

''மதிய உணவிற்குப் பிறகு நானே உங்களை அழைத்துச் செல்கிறேன்,'' என்றார் ப்ரஹஸ்பதி.

சிவன் முகத்தில் புன்னகை விரிந்தது. எதையோ சொல்ல வாயெடுத்தவர், கனகாலா மற்றும் நந்தியைப் பார்த்துவிட்டு, சரியான சமயத்தில் நிறுத்திக்கொண்டார்.

அவரது தயக்கம் ப்ரஹஸ்பதியின் கண்களுக்குத் தப்பவில்லை. கனகாலா, நந்தி முன்னிலையில், சிவன் வினாயெழுப்ப விரும்பவில்லை என்பதை உணர்ந்தவராக,

மெலூஹாவின் அமரர்கள்

"சிவன் என்னிடம் ஏதோ கேட்க விரும்புவதாகத் தெரிகிறது. நீங்களிருவரும் சற்று வெளியே நிற்கலாமே?" என்றார்.

நந்தி தொடர, கனகாலா உடனடியாக நமஸ்தே என்று வணங்கிவிட்டு, அறையைவிட்டு வெளியேறியதிலிருந்து, ப்ரஹஸ்பதியின் செல்வாக்கு புலனாகியது. அவர்கள் மறைந்தவுடன், அவர் சிவனை நோக்கித் திரும்பினார்.

"நீங்கள் உண்மையில் கேட்க நினைத்த வினாவை இப்போது தொடுக்கலாமே?"

9

காதலும், பின்விளைவுகளும்

"அவங்களை வெச்சுக்கிட்டுக் கேள்வி கேக்க எனக்கு இஷ்டமில்லை. இதுலெல்லாம் அவங்களுக்குக் கொஞ்சம் அதிகப்படி நம்பிக்கை,'' சிவன் முகத்தில் சிரிப்பு மலர்ந்தது. அவருக்கு ப்ரஹஸ்பதியைப் பிடித்துப் போய்விட்டது. தன்னை அவர் சமமாக நடத்தியது மனதுக்கு இதமாக இருந்தது; சந்தோஷத்தை அளித்தது.

''புரிகிறது, நண்பரே,'' ப்ரஹஸ்பதி தலையசைத்தார். ''என்ன கேட்க விரும்புகிறீர்கள்?''

''ஏன்?'' என்றார் சிவன். ''எனக்கு மட்டும் ஏன் சோமரஸத்துனால இந்த பாதிப்பு? எனக்கு நீலக்கழுத்து வேணா இருக்கலாம் - ஆனா, இதனால எப்படி நான் சூர்யவம்சிகளைக் காப்பாத்தறவனா மாறப்போறேன்னு தெரியலை. சக்ரவர்த்தி என்னென்னா, நான்தான் இராமபிரான் விட்டுட்டுப்போனதையெல்லாம் நிறைவேத்தப் போறேன்; சந்திரவம்சிகளை ஒழிக்கப்போறேன்னு சொல்றார்.''

''அப்படியா கூறினார்?'' ப்ரஹஸ்பதியின் கண்கள் ஆச்சர்யத்தால் விரிந்தன. ''சக்ரவர்த்தி சில சமயம் ஆர்வக்கோளாறில் அதிகப்படியாக வார்த்தைகளைக்

கொட்டிவிடுவது வழக்கம். அவர் சொன்னவையனைத்தும் உண்மை என்று கொண்டுவிட முடியாது. நீலகண்டர், சூர்யவம்சிகளைக் காப்பாற்றுவார் என்று எங்கள் புராணங்கள் சொல்லவில்லை. உண்மையில், அவை இரு விஷயங்களை அறுதியிடுகின்றன: ஒன்று, நீலகண்டர் சப்த-சிந்துவைச் சேர்ந்தவராக இருக்கமாட்டார். இரண்டாவது, தீய சக்திகளை ஒழிப்பார். சந்திரவம்சிகள்தான் தீயவர்கள் என்று மெலூஹர்கள் நினைப்பதால், அவர்களை அதம் செய்யப்போகிறார் என்பது பலரின் நம்பிக்கை. இது நடந்துவிட்டால், சூர்யவம்சிகள் காப்பாற்றப்படுவார்கள் என்று அர்த்தமில்லை! சந்திரவம்சிகளை வீழ்த்துவதைத் தவிர்த்து, தீர்க்க வேண்டிய பிரச்சனைகள் இன்னும் எத்தனையோ.''

''அப்படியென்ன பிரச்சனை? நாகர்கள் மாதிரியா?''

ப்ரஹஸ்பதி சற்றுத் தயங்கினார். ''நிறையவே இருக்கின்றன,'' என்றார், ஜாக்கிரதையாக. ''நாங்களும் அவற்றைத் தீர்க்கக் கடும் முயற்சியெடுத்துக் கொண்டுதான் இருக்கிறோம். உங்கள் கேள்விக்கே மீண்டும் வருவோம் - உங்களுக்கு மட்டும் ஏன் சோமரஸத்தால் இப்படிப்பட்ட பாதிப்பு?''

''அதானே? என் தொண்டை மட்டும் ஏன் நீலமா மாறிப்போச்சு? உடம்பு முதுமையடையாம தடுக்கறது இருக்கட்டும்; நகர்ந்திருந்த என் தோள் எலும்பையும், உணர்ச்சியில்லாம போன கால் கட்டை வெரலையுமே குணப்படுத்திருச்சே?''

''என்ன?'' ப்ரஹஸ்பதி நம்பமுடியாமல் பார்த்தார். ''இருக்கவே முடியாது! முதுமையையும், நோய்களையும் சோமரஸம் தடுக்குமேயொழிய, எற்கனவே பட்ட காயங்களைக் குணப்படுத்துவதில்லை.''

''எனக்குப் பண்ணிச்சே.''

ப்ரஹஸ்பதி சற்று நேரம் யோசனையில் ஆழ்ந்தார். ''சில பரிசோதனைகளை மேற்கொண்ட பிறகுதான் எந்த முடிவுக்கும் வர முடியும். இப்போதைக்கு, ஒன்று மட்டுமே தோன்றுகிறது நீங்கள் இமாலயத்தைத் தாண்டியுள்ள மலைப்பகுதிகளிலிருந்து வருகிறீர்களல்லவா?''

சிவன் தலையசைத்தார்.

''தரை மட்டத்திலிருந்து உயரமான பகுதிகளுக்குச் செல்லச் செல்ல, காற்றின் தன்மை மெல்லியதாக மாறிவிடும்,''

தொடர்ந்தார் ப்ரஹஸ்பதி. ''அதில் ஆக்ஸிஜென் குறைவாக இருப்பது வழக்கம். அங்கேயே வாழும் உங்களைப் போன்றவர்கள், குறைவான ஆக்ஸிஜெனை சுவாசித்துப் பழகிவிட்டபடியால், ஆக்ஸிடெண்ட் நச்சுப்பொருட்கள் அதிகச் சேதமும் ஏற்படுத்தியிருக்காது. ஆகையால், சோமரஸத்திலுள்ள விஷமுறிவுத் தன்மை உங்கள் உடலின் ஆரோக்கியத்தைக் கூட்டியுள்ளது.''

''இருக்கலாம்,'' சிவன் ஒப்புக்கொண்டார். ''அப்படின்னா, எங்க மக்கள் அத்தனை பேரோட கழுத்தும் நீலமாகியிருக்கணுமே?''

''இதுவும் யோசிக்க வேண்டிய விஷயம்தான்,'' ப்ரஹஸ்பதி தலையசைத்தார். ''ஒன்று தெரிந்துகொள்ள விரும்புகிறேன்: உங்கள் மக்கள் அனைவருக்குமே முன்பிருந்த காயங்களும், வியாதிகளும் குணமாயினவா?''

''ஆமா. எல்லாம் சரியாப்போச்சு.''

''அப்படியானால், நீங்கள் அதுவரை சுவாசித்த மெல்லிய காற்றில்தான் விஷயம் இருந்திருக்க வேண்டும். உங்கள் மக்கள் அனைவருக்கும் கழுத்து நீலமாகவில்லையென்பதால், அது ஒரு காரணி மட்டுமே. பல ஆய்வுகள் மேற்கொள்ளலாம். உங்கள் கழுத்து நீலமாக விஞ்ஞான ரீதியாகக் காரணம் இருக்கிறது என்பது நிச்சயம்.''

சிவன் வீசிய கூரிய பார்வை, ப்ரஹஸ்பதி பேசியதன் உட்பொருளை அவர் கண்டுகொண்டுவிட்டார் என்பதை உணர்த்தியது. ''நீலகண்டர் புராணத்துலயெல்லாம் உங்களுக்கு நம்பிக்கை கெடையாது. இல்லை?''

ப்ரஹஸ்பதி தர்மசங்கடத்துடன் புன்னகைத்தார். அவருக்குச் சிவனைப் பிடித்துப்போய்விட்டது; அவமானப்படுத்தும் வகையில் எதையும் கூற விஞ்ஞானிக்கு இஷ்டமில்லை. அதே சமயம், பொய்யுரைக்கவும் தயாராக இல்லை. ''எனக்கு விஞ்ஞானத்தின் மீது நம்பிக்கை இருக்கிறது. அது எல்லாவற்றுக்கும் காரண காரியத்துடன் பதில் தரும். மாயாஜாலம் போல் எதேனும் அரங்கேறினால்கூட, அதற்கு விஞ்ஞானரீதியான காரணம் இருக்கத்தான் வேண்டும்; அது இன்னும் கண்டறியப்படவில்லை என்பதுதான் நிஜம்.''

''அப்படின்னா, ஏன் மெலூஹர்கள் எல்லாத்துக்கும் விஞ்ஞானரீதியான பதிலைத் தேடலை?''

''தெரியவில்லை,'' ப்ரஹஸ்பதி யோசனையுடன் கூறினார். ''விஞ்ஞானம் என்பது பாரபட்சமற்ற, ஈரமென்பதே இல்லாத

எஜமானன். அனைத்துக்கும் சரியான விடையளிக்கும் - ஆனால், நீலகண்டரைப்போல், பிரச்சனைகளை நமக்காகத் தீர்க்காது. நம் போர்களை நாமே சந்திக்கும் ஆற்றலையும், உபகரணங்களையும் மட்டுமே அளிக்கும். இதில் பலருக்குச் சம்மதமில்லை. பிரச்சனைகளைத் தாங்களே தீர்த்துக்கொள்ள முயலாமல், வானிலிருந்து இறங்கிவரும் தேவதூதருக்காகக் காத்திருக்கத் தயாராயிருக்கிறார்கள்."

"மெலூஹாவுல நீலகண்டர் என்ன செய்ய வேண்டி வரும்னு சொல்றீங்க?"

ப்ரஹஸ்பதி சிவனை அனுதாபத்துடன் நோக்கினார். "நான் என்ன நினைக்கிறேன், தெரியுமா? யாரோ ஒருவர் வந்து துயரம் தீர்க்கக் காத்திராமல், தன்னைத் தாக்கும் அரக்கர்களைத் தானே விழ்த்துவதுதான் உண்மையான சூர்யவம்சிக்கு அழகு. தன் முழு பலத்தையும் அறிவுத்திறனையும் பயன்படுத்தி வாழ்க்கையை ஜெயிப்பது, அவனது கடமை. நீலகண்டர் என்று ஒருவர் வந்து சேர்ந்தால், தீய சக்திகள் அழிய வேண்டிய காலம் கிட்டிவிட்டது என்று அர்த்தம்; ஆகையால், அவனது முயற்சியும் இரட்டிப்பாக வேண்டும்."

சிவன் தலையசைத்தார்.

"பிறர் மிகத் தீவிரமாக நம்பிக்கை வைத்திருக்கும்போது, இவ்வளவு பிரம்மாண்டமான காரியத்தை - அதுவும் மனதுக்கு ஏற்காத ஒன்றை - எப்படிச் செய்து முடிக்கப்போகிறோம் என்று ஐயுறுகிறீர்களோ?" என்றார் ப்ரஹஸ்பதி.

"அதப் பத்தியெல்லாம் நான் கவலப்படல," என்றார் சிவன். "அற்புதமான நாடு இது - இவங்களுக்கு என்னால முடிஞ்சத செய்யத் தயாரா இருக்கேன். ஆனா, உங்க ஜனங்களுக்கு ஆபத்து வரும்போது, அவங்களை என்னால காப்பாத்த முடியலைன்னா? அவங்க எதிர்பாக்கறதையெல்லாம் நிறைவேத்தமுடியும்கிற நம்பிக்கை எனக்கே இல்லாத போது, அவங்ககிட்ட எப்படி நான் வாக்குக் குடுக்க முடியும்?"

ப்ரஹஸ்பதி புன்னகைத்தார். தன்னையும், தன்னால் நிறைவேற்றக்கூடியவை குறித்து இவ்வளவு தீவிரமாகச் சிந்திப்பவன், நிச்சயம் மரியாதைக்குரியவன் என்பது அவரது தனிப்பட்ட நம்பிக்கை.

"உங்களைப் பார்த்தால் நல்லவராகத் தெரிகிறது, சிவா. வரும் நாட்களில் இதுபோன்ற பிரச்சனைகளை நீங்கள் அதிகம் சந்திக்க நேரலாம். ஜாக்கிரதை, நண்பரே.

இந்த நீலக்கழுத்தும், அது உருவாக்கும் கண்மண் தெரியாத பக்தியும், உங்கள் முடிவுகளை அளவுக்கு மீறிய அழுத்தத்திற்கு உட்படுத்தும்; அதன் பின்விளைவுகள் இந்த சாம்ராஜ்யம் முழுவதும் அதிர்வலைகளைப் பரப்பும். நினைவிருக்கட்டும்: ஒரு மனிதன் வரலாற்று நாயகனாக ஒளி வீசுவது சரித்திர ஆசிரியர்கள் கையில்தான் இருக்கிறதேயொழிய, ஆரூடக்காரர்களிடத்திலல்ல.''

தன் பிரச்சனைகளை ஓரளவுக்காவது புரிந்துகொண்ட ஒருவரைக் கண்டுபிடித்த மகிழ்ச்சியில், சிவன் புன்னகை புரிந்தார். அதை விட முக்கியம்: சந்தர்ப்பத்திற்குத் தகுந்தவாறு அவர் கொஞ்சமாவது அறிவுரை கூற *முன்வந்ததுதான்.*

சூரியன் சாய்ந்து நேரமாகிவிட்டது. மதியம் முழுதும் ப்ரஹஸ்பதியுடன் மந்தர மலையை ஆனந்தமாகச் சுற்றிப் பார்த்த களைப்பில், சிவன் படுக்கையில் சாய்ந்தபடி ஒரு புத்தகத்தில் ஆழ்ந்திருந்தார். அருகிலிருந்த மேஜை மீது அப்போதுதான் பயன்படுத்தப்பட்டிருந்த புகைக்குழாய் ஒன்று கிடந்தது.

'*அசுரர்களுக்கெதிரான தர்ம யுத்தம்,*' என்று பெயர் சூட்டப்பட்டிருந்த அந்த நூலின் சில அம்சங்கள் அவரைச் சங்கடப்படுத்தின. கொடூர பயங்கர பூதங்களே அசுரர்கள்; கொடுங்கோன்மையே அவர்களது குணம். பரம்பரை எதிரிகளான தேவர்களை அவர்கள் வெறுத்து உமிழ்ந்தது அதிசயமல்ல. தேவர்களின் பிரதான நகரங்கள் பலவற்றை அடிக்கடி தாக்கி, அவர்களை அசுர வாழ்க்கை முறையை மேற்கொள்ளும்படி வற்புறுத்துவதும் அவர்களது குறிக்கோள். சிவனுக்கு இது பெரிய அதிசயத்தை அளிக்கவில்லை. ஆனால், வெற்றியடையும் பொருட்டு தேவர்களே சில சமயம் அதர்மத்தைக் கையாண்டதை அவர் எதிர்பார்க்கவில்லை. தனிப்பட்ட முறையில் ருத்ர பகவான் மிக நல்லவராக தோன்றினாலும், காரியம் நிறைவேறும் பொருட்டு தேவர்கள் அவ்வப்போது அபரிமிதமாகவே தர்மத்தை மீறியதை அவர் கண்டுகொண்டதாகத் தெரியவில்லை.

விருந்தினர் மாளிகைக்கு வெளியே ஏதோ அமர்க்களம். முதல் மாடி ஜன்னல் வெளியே எட்டிப் பார்த்த சிவன், அரச பரிவாரம் வந்து சேர்ந்துவிட்டதைக் கண்டார். கீழே அரிஷ்டநேமிக் காவலர்கள், ராஜ மரியாதை செலுத்தும் பொருட்டு அணிவகுத்து நின்றனர். இரண்டாவது

வண்டியிலிருந்து சிலர் மறுபக்கம் இறங்குவதுபோல் தோன்றியது. அரச குடும்பத்தைச் சேர்ந்தவர்களாகவே இருந்தாலும், அரிஷ்டநேமி இவர்களிடத்தில் எந்தப் பணிவும் மரியாதையும் காட்டவில்லை. 'பெயருக்காவது எல்லோரையும் சமமாக நடத்துவது முக்கியம்' என்று மெலூஹர்களை ஆட்டிப்படைத்த சித்தாந்தமே காரணம் போலும்.

ஆனால், ஐந்தாவது வண்டியிலிருந்து பர்வதேஸ்வரர் இறங்கிய மறுகணம், அரிஷ்டநேமியிடையே பரவிய பதற்றத்தையும், அவசரத்தையும் கண்டபோது, அது சரியல்லவென்று தோன்றியது. தளபதிகளில் மூத்தவர் சட்டென்று பர்வதேஸ்வரர் முன்வந்து, மெலூஹ இராணுவ முறைப்படி வணக்கம் செலுத்தினார்: உடலை விறைத்துக்கொண்டு, பாதங்களை ஒன்றாகச் சேர்த்து, வலது கைவிரல்களை முஷ்டியாக இறுக்கி இடது மார்பின் மீது பட்டென்று அறைந்துகொண்டார். மெலூஹ இராணுவத்தின் பிரதம சேனாதிபதிக்குச் செலுத்தப்படும் அதிகபட்ச மரியாதையாக, குனிந்து, பணிவான வணக்கத்தைத் தெரிவித்தார். அவருக்குப் பின் நின்ற வீரர்களும் அப்படியே செய்ய, அதே முறையைப் பின்பற்றிய பர்வதேஸ்வரர், மரியாதையை ஏற்றுக்கொண்டதற்கு அறிகுறியாகச் சற்றே சிரம் தாழ்த்தினார். மேற்பார்வையிடும் பொருட்டு வீரர்களை நோக்கி அவர் செல்ல, இரண்டடி பின்னால், தளபதி மிகப் பணிவுடன் தொடர்ந்தார்.

இந்த மரியாதையெல்லாம் பர்வதேஸ்வரர் வகித்த பதவிக்காக அல்ல; அவர் பொருட்டேதான் என்று சிவனுக்குத் தோன்றியது. என்னதான் முறைப்பாக, தோழமையற்று அவர் நடந்துகொண்டாலும், பெரும் வீரர்; கொடுத்த வாக்கைக் காப்பாற்றும் நேர்மையாளர்; போர்க்காலத்தில் மிகச் சிறந்த சேனாதிபதி என்று பட்டம் பெற்றிருந்தார். அவர் கடந்தபோது, அரிஷ்டநேமிக் காவல் படையைச் சேர்ந்த வீரன் ஒவ்வொருவனின் கண்ணிலும் துளிர்த்த மரியாதையைக் கண்டபோது, பர்வதேஸ்வரர் அடைந்திருந்த புகழின் வன்மை புரிந்தது.

சற்று நேரத்திலேயே சிவனின் அறைக்கதவு லேசாகத் தட்டப்பட்டது. வந்தது யார் என்று ஓரளவு புரிய, லேசான பெருமூச்சுடன் எழுந்து திறந்தார்.

தக்ஷர் முகத்தில் ஸ்திரமாகப் பதிந்துவிட்ட புன்னகை, அறையை வியாபித்த புரியாத மரியுவானா வாடையை முகர்ந்தவுடன் மறைந்தது. சக்ரவர்த்திக்கு வலப்பக்கத்தில்

நின்றிருந்த கனகாலாவிற்கும் ஏதும் புரியவில்லை.

"என்ன நாற்றம் இது?" தனக்கு இடப்பக்கம் இருந்த ப்ரஹஸ்பதியைக் கேட்டார் தக்ஷர். "பிரபுவின் அறையை மாற்ற வேண்டியிருக்குமென்று எண்ணுகிறேன். இத்துணை உபாதைகளுக்கு அவரை உட்படுத்த வேண்டிய கட்டாயம் என்ன?"

"சிவனுக்கு இதனால் ஒன்றும் பாதகமில்லையென்பது என் கருத்து, மன்னா," என்றார் ப்ரஹஸ்பதி.

"என்கூடவே வர்ற வாடை இது, அரசே," என்றார் சிவன். "எனக்குப் பிடிச்சிருக்கு."

தக்ஷர் குழம்பித்தான் போனார். முகத்தில் சட்டென்று தோன்றிய அருவருப்பை அவரால் மறைக்க முடியவில்லை. இருந்தாலும், எப்படியோ, மீண்டும் சகஜ நிலைக்குத் திரும்பினார். பிரபுவுக்கு இந்த வாடை இஷ்டமென்றால், வேறென்ன செய்வது? "இடையூறுக்கு மன்னிக்க வேண்டும், பிரபு," தக்ஷரின் புன்னகை மீண்டும் வந்து ஒட்டிக்கொண்டது. "நானும் என் குடும்பத்தாரும் விருந்தினர் மாளிகைக்கு வந்துவிட்டோம் என்று கூறவே வந்தேன்."

"தகவலுக்கு ரொம்ப நன்றி, அரசே," சிவன் தக்ஷரை நோக்கி நமஸ்தே என்று கரம் குவித்தார்.

"நாளைக் காலை உணவை உங்களுடன் பகிர்ந்துகொள்ளும் வாய்ப்பு கிடைத்தால், பாக்கியம் செய்தவர்களாவோம், பிரபு."

"அது என் பாக்கியம், அரசே."

"நன்று, மிக நன்று," அகமும் முகமும் மலர்ந்த தக்ஷர், பின், வெகு நேரமாக தன் மனதை அரித்துக்கொண்டிருந்த கேள்வியை முன்வைத்தார். "சோமரஸத்தைப் பற்றி என்ன நினைக்கிறீர்கள், பிரபு? உண்மையிலேயே தேவர்களின் பானமல்லவா, அது?"

"ஆமா. அதிசயமான விஷயம்தான்."

"எங்கள் சமூகத்தின் அடிநாதமே அதுதான்," தக்ஷர் தொடர்ந்தார். "ஒரு முறை எங்கள் நாட்டைச் சுற்றிப் பார்த்தீர்களானால், எங்கள் வாழ்க்கை முறையின் உயர்வை நீங்களே உணர்வீர்கள். அதை எப்படியாவது காப்பாற்றிவிடவேண்டும் என்று உங்களுக்கே தோன்றிவிடும்."

"ஏற்கனவே நான் அப்படித்தான் நினைக்கிறேன், அரசே. இது அற்புதமான நாடு; மக்களை நல்லா வாழ வெக்கற

நாடு. இந்த சமுதாயத்தக் காப்பாத்தணும்கிறதுல எனக்கு எந்த சந்தேகமும் இல்ல. ஆனா, என்னால பெருசா என்ன சாதிச்சிட முடியும்கிறதுதான் எனக்குப் புரியல. உங்களுது எவ்வளவோ முன்னேறின சமூகம். நானோ சாதாரணக் காட்டுவாசி.''

''நம்பிக்கை என்பது மிகச் சக்தி வாய்ந்த ஆயுதம், பிரபு,'' தக்ஷர் கைகூப்பினார். ''எங்களுக்கு உங்கள் மீதிருக்கும் அதே நம்பிக்கை, உங்களுக்கு உங்கள் மீதே இருந்தால் போதும். இன்னும் சில நாட்கள் இங்கே இருந்து, மக்கள் உங்கள் மீது கொண்டிருக்கும் நம்பிக்கையைக் கண்டால், நீங்கள் சாதிக்கக்கூடியது எவ்வளவு என்று உங்களுக்கே புரியும்.''

தக்ஷரின் குழந்தைத்தனமான பக்திக்கெதிராக வாதம் எடுபடாது என்றுணர்ந்த சிவன், அதைக் கைவிட்டார்.

சமயத்தில் உதவிக்கு வந்து சேர்ந்த ப்ரஹஸ்பதி, சிவனை நோக்கி லேசாகக் கண்ணடித்தார். ''அரசே, சிவன் களைத்திருப்பது போல் தெரிகிறது. இன்று பல காரியங்கள்; நீண்ட நாள் வேறு. அவர் ஓய்வெடுக்கட்டும். நாளை சந்திக்கலாமே?''

தக்ஷர் புன்னகைத்தார். ''அதுவும் சரிதான், ப்ரஹஸ்பதி. தொந்தரவிற்கு மன்னிக்கவும், பிரபு. நாளைக் காலை உணவின்போது சந்திப்போம். நல்லிரவு.''

''நல்லிரவு,'' என்றார் சிவன். பதிலுக்கு.

தக்ஷர் சற்றுப் பதற்றத்துடன் பிரஹார் விளக்கைப் பார்க்க, சதி மேஜையினருகே அமைதியாக அமர்ந்திருந்தாள். சக்ரவர்த்திக்கு இடப்பக்கத்தில் கனகாலா, ப்ரஹஸ்பதி மற்றும் பர்வதேஸ்வரர் இடம் பெற்றிருந்தனர். வலது நாற்காலி காலியாக இருந்தது. 'நீலகண்டருக்காக,' என்றெண்ணிக்கொண்டாள் சதி. அடுத்தது, அவளது இருக்கை. அவளுக்கு வலப்புறத்தில் தாய் வீரிணி. எங்கே யாரை மிகச் சரியாக அமர்த்துவதென்று தக்ஷர் நெடுநேரம் தலையைப் பிய்த்துக்கொண்டு யோசித்ததன் பலன்.

ஏற்பாடுகளனைத்தையும் சதி கவனித்தாள். காலை உணவின் போது மெலூஹர்கள் சாதாரணமாய் பயன்படுத்தும் தாழ்வான மேஜைகளும், தரைத் திண்டுகளுமின்றி, விருந்தினர் பொருட்டு, உயர மேஜை

மற்றும் நாற்காலிகள். அனைவருக்கும் பிடித்தமான, சுத்தமான வாழை இலைகளுக்குப் பதிலாகத் தங்கத் தாலங்கள். பருகும் பானத்தின் சுவையை அதிகரிக்கும் குல்ஹட், அதாவது மண் குவளைகளுக்குப் பதில் வேலைப்பாடு செய்யப்பட்ட வெள்ளிக்கிண்ணங்கள். தன் அருமைத் தந்தை எதையும் விட்டு வைக்கவில்லை என்று தோன்றியது. இதற்கு முன் இதேபோல் பல நீலகண்டர்களின் வரவை எதிர்பார்த்து, அவர்கள் மீது அவர் அளவுக்கதிகமான நம்பிக்கை வைத்ததும் நினைவுக்கு வந்தது. வந்தவர்கள் யாரும் அற்புதங்கள் நிகழ்த்தவில்லை; பொய்யும் பித்தலாட்டமும் நிறைந்த மோசடிக்காரர்கள். இம்முறையாவது அவர் ஏமாற்ற மடையாமல் இருக்க வேண்டுமே என்று ஏங்கினாள்.

சிவன், மற்றும் நந்தியின் வருகையை பணியாள் ஒருவன் அறிவித்தான். நமஸ்தே என்று தக்ஷர் பணிவுடன் கை கூப்பியவாறு எழ, சக்ரவர்த்தியின் அதீத பணிவைப் பார்த்து பர்வதேஸ்வரர் ஏளனத்துடன் கண்களை உருட்டினார். அதே சமயம், கைபட்டுக் கீழே உருண்டோடிவிட்ட கோப்பை ஒன்றை எடுக்க சதி குனிந்தாள்.

''பிரபு,'' தக்ஷர் மேஜையைச் சுற்றி நின்றவர்களைச் சுட்டிக்காட்டினார். ''கனகாலா, ப்ரஹஸ்பதி மற்றும் பர்வதேஸ்வரரை உங்களுக்கு முன்னமேயே தெரியும். வலது கோடியில் இருப்பது என் மனைவி, வீரிணி.''

சிவன் ஒரு மரியாதைப் புன்னகையுடன் அரசியை நோக்கி நமஸ்தே என்று கரங்களைக் குவித்து, குனிந்து வணங்கினார்.

''அவருக்கருகில் நிற்பது,'' விழுந்துவிட்ட கோப்பையை எடுத்துக்கொண்டு சதி எழ, தக்ஷர் முகத்தில் புன்னகை மலர்ந்தது. ''என் மகள், இளவரசி சதி.''

வாழ்வின் பயனே தன்னை நேருக்கு நேர் நோக்க, சிவனுக்குச் சட்டென்று மூச்சே நின்றுவிட்டது. இதயம் படபடவென்று அடித்துக்கொண்டது. உலகிலேயே அவரது மனதை மயக்கும் சக்தி கொண்ட ஒரே வாசம் - மாலை மயங்கும் நேரத்தில் ஏரியின் தெய்வீக மணம் - கமழ்வது போல் தோன்றியது. ஸ்தம்பித்துப் போய் நின்றார்.

தர்மசங்கடமான மௌனம், அறையை வியாபித்தது.

அதைக் கலைத்தது ஒரே ஒரு சப்தம்: சதியின் உணர்வற்ற கைகளிலிருந்து மீண்டும் நழுவி விழுந்துவிட்ட கோப்பை. 'கணா'ரென்று அது எழுப்பிய ஒலி, அவளது நிலைகுத்திய

பார்வையைச் சற்றே அசைக்க முயன்றது. மனதின் சக்தியனைத்தையும் திரட்டி, முகத்தில் தோன்றிய அதிர்ச்சியை மறைக்கப் பிரயத்தனம் செய்தாள். சிவனுடன் அப்போதுதான் அதிவேக நடனம் புரிந்தது போல் மேல் மூச்சு வாங்கியது. ஆனால் - அதில்தான் அவளது அந்தராத்மா இப்போது ஈடுபட்டிருந்தது என்பது அவளுக்குத் தெரிந்திருக்கவில்லை.

இருவரும் பிரமை பிடித்தது போல் அசையாமல் நிற்க, இயற்றிய நாடகத்தை தனியொருவனாக வெற்றிகரமாக நிகழ்த்திவிட்ட தேர்ந்த இயக்குனரைப்போல, தக்ஷரின் முகத்தில் சந்தோஷம் தாண்டவமாடியது.

சிவனுக்கு நேர் பின்னால் நின்ற நந்திக்கு, சதியின் முகத்தில் பிரதிபலித்த ஒவ்வொரும் உணர்வும் நன்கு தெரிந்தது. சட்டென்று, மனத்திரை விலகியது.

நடன ஒத்திகைகள். விகர்மா ஸ்பரிசம். சுத்திகரணம். அவரது பிரபுவின் மன வேதனை. உள்ளத்தில் ஒரு பக்கம் நந்திக்குள் அச்சம் பரவினாலும், இன்னொருபுறம், மனம் சமாதானமும் அடைந்தது. இதுதான் அவரது பிரபுவின் தேவையென்றால், அதை எப்படியாவது நிறைவேற்றுவது என்று உறுதி பூண்டார். எதிர்பாராத இந்த சந்திப்பையும், இதனால் ஏற்படக்கூடிய விளைவுகளையும் கணக்கிட்ட ப்ரஹஸ்பதி, அவர்களிருவரையும் பார்த்தவாறு மௌனத்தில் ஆழ்ந்தார். நடந்த எல்லாவற்றையும் கவனித்துக் கொண்டிருந்த பர்வதேஸ்வரர் முகத்தில் அருவருப்பு மட்டுமே. தவறு; பெருந்தவறு. கேவலம். எல்லாவற்றுக்கும் மேல் - சட்டப்படிக் குற்றம்.

''பிரபு,'' தக்ஷர் தனக்கு வலப்புறம் இருந்த காலி இருக்கையைக் காட்டினார், ''அமருங்கள். காலை உணவைத் தொடங்கலாம்.''

சிவன் அசையவில்லை. காதில் எதுவும் விழுந்ததாகவும் தோன்றவில்லை. சதியின் ஆழமான மூச்சுக்காற்றின் சப்தம் மட்டுமே எதிரொலித்த மாய உலகில் உறைந்து போயிருந்தார். அந்த அற்புதத் தாளகதிக்கு தம்மையிழந்து, ஆனந்தத்தின் உச்சத்தில் ஏழேழு ஜன்மத்திற்கும் நாட்டியமாடலாம் போலிருந்தது.

''பிரபு,'' தக்ஷர் சற்றுக் குரலை உயர்த்தினார்.

வேறு உலகிலிருந்து அப்போதுதான் மீண்டு வந்தது போல் சிவன், குழப்பத்துடன் தக்ஷரை நோக்கினார்.

''தயவு கூர்ந்து இருக்கையில் அமருங்கள், பிரபு,'' என்றார் தக்ஷர்.

''சரி, கண்டிப்பா, அரசே,'' சிவன் கூச்சத்துடன் கண்களை விலக்கிக்கொண்டார்.

பதார்த்தங்கள் கொண்டுவரப்பட்டன. மெலூஹர்கள் காலை வேளைகளில் மிக விரும்பும் உணவு: அரிசியும் வேறு சில தானியங்களும் ஊற வைத்து, மாவாய் அரைத்து, சிறு குழாய் வடிவமாக வாழை இலைகளில் வேக வைப்பர். பிறகு, வாழை இலையோடு அவை பரிமாறப்படும் தொட்டுக்கொள்ள ருசியான பருப்புக்குழம்பு. இட்லி என்று பெயர்.

''நீங்கதான் நீலகண்டரா?'' அதிர்ச்சியிலிருந்து இன்னும் மீளாத சதி மெல்லிய குரலில் கேட்டாள். மூச்சு வாங்குவது சற்று மட்டுப்பட்டிருந்தது.

''அப்படித்தான் சொல்றாங்க,'' சிவன் குறும்பு ததும்பப் புன்னகைத்தார். ''பெரிய விஷயமில்ல?''

சதியின் புருவங்கள் லேசான இகழ்ச்சியுடன் மேலேறின. முகமூடி மீண்டும் வந்து இதயத்தை மறைத்தது. ''நான் ஏன் இதைப் பெருசா நினைக்கணும்?''

என்னது?!

''பிரபு,'' என்றார் தக்ஷர்.

''சொல்லுங்க, அரசே,'' சிவன் தக்ஷர்புறம் திரும்பினார்.

''ஒரு யோசனை,'' என்றார் தக்ஷர். ''பூஜை இன்று சாயங்காலம் முடிவடைந்துவிட்டாலும், இன்னும் இரு நாட்கள் நான் இங்கு தங்கி ப்ரஹஸ்பதியுடன் சில விஷயங்கள் குறித்து விவாதிக்க வேண்டும். ஆனால், வீரிணியும் சதியும் இங்கே பொழுது போகாமல் தவிக்க வேண்டிய அவசியமில்லை.''

''மிக்க நன்றி, அரசே,'' ப்ரஹஸ்பதி கேலியாகப் புன்னகைத்தார். ''மந்தர மலை விவகாரங்களில் ராஜ குடும்பத்திற்கு இருக்கும் அளப்பரிய ஆர்வத்தை வெளிச்சம் போட்டுக்காட்டி, எனக்கு நிறைவளித்துவிட்டீர்கள்.''

மேஜை முழுதும் குபீரென்ற சிரிப்பு எழ, அதைத் தவறாக எடுத்துக்கொள்ளாத தக்ஷரும் கலந்துகொண்டார்.

''நான் சொன்னதன் அர்த்தம் உமக்கு நன்கு தெரியும், ப்ரஹஸ்பதி,'' தக்ஷர் தலையசைத்துவிட்டு, சிவனை நோக்கினார். ''நாளைக் காலை நீங்கள்

தேவகிரி புறப்படுகிறீர்கள் என்று கேள்விப்பட்டேன். உண்மைதானே? வீரிணியும் சதியும் உங்களுடன் வந்தால் நலம். நாங்களெல்லோரும் இரு நாட்களுக்குப் பிறகு வந்து சேர்ந்துகொள்கிறோம்.''

சதி கலவரத்துடன் நிமிர்ந்தாள். ஏனோ, இந்தத் திட்டத்தை ஒப்புக்கொள்வது சரியல்லவென்று உள்ளுக்குள் ஒரு குரல் கூறியது. இன்னொருபுறம், தான் பயப்படக் காரணமேயில்லை என்றும் தோன்றியது. விகர்மாவாகக் கழித்துவிட்ட இந்த எண்பத்தைந்து வருடங்களில், ஒரு முறை கூட அவள் சட்டத்தை மீறியதில்லை. எது சரி, எது தவறு என்பதைப் பிரித்துணர்ந்துகொள்ளும் ஆற்றலும், சுயக்கட்டுப்பாடும் அவளுக்கு இருந்தது.

இப்படியான விசித்திரக் கட்டுப்பாடுகள் ஏதும் சிவனுக்கு இல்லை. ''ரொம்ப நல்ல யோசனை, அரசே,'' அடங்காத சந்தோஷத்துடன் இசைந்தார். ''இராணிமார்களோட நானும் நந்தியும் பயணம் செய்யறோம்.''

''மிக்க நல்லது,'' தக்ஷர் முகத்தில் நிம்மதி படர்ந்தது. ''பர்வதேஸ்வரரே, அரிஷ்டநேமிக் காவலர்களை இரு பிரிவாக்கி ராஜ குடும்பத்தார் காவலுக்கு அனுப்பி விடுவீர், இல்லையா?''

''அது அவ்வளவு உசிதமல்ல, சக்ரவர்த்தி,'' என்றார் பர்வதேஸ்வரர். ''அரிஷ்டநேமிப் படையின் பெரும்பகுதி தேவகிரியில் தளவாடப் பரிமாற்றத்தின் பொருட்டு பின்தங்கிவிட்டது. தவிர, மந்தர மலையில் இருக்கும் படையை எக்காரணம் கொண்டும் பிரிக்க இயலாது. இரு வண்டிகளுக்குப் போதுமான காவலர்களும் நம்மிடம் இருக்கிறார்களா தெரியவில்லை. நாளை மறுநாள் நாமெல்லோரும் சேர்ந்தே பயணம் செய்வோமே?''

''இதில் என்ன பிரச்சனை என்று எனக்குத் தெரியவில்லை,'' என்றார் தக்ஷர். ''ஒவ்வொரு அரிஷ்டநேமி வீரனும் ஐம்பது எதிரிகளுக்குச் சமம் என்று நீங்கள்தானே அடிக்கடி சொல்வீர்கள்? நல்லது. நீலகண்டப் பெருமான், வீரிணி, சதி, மூவரும் நாளைக் காலை பிரயாணப்படுவார்கள். அனைத்து ஏற்பாடுகளையும் செய்துவிடுங்கள்.''

பர்வதேஸ்வரர் கவலையுடன் தனக்குள் மூழ்கிவிட, சதியும் சிவனும் மீண்டும் ஒருவருக்கொருவர் கிசுகிசுத்துக்கொள்ளத் தொடங்கினர்.

''சுத்திகரணம் செஞ்சுக்கிட்டீங்கதானே?'' முகத்தைத் தீவிரமாக்கிக் கொண்டு சதி கேட்டாள்.

''ஆமா.'' என்றார் சிவன். பொய்யில்லை; தேவகிரியில் தங்கிய கடைசி நாளிரவு அவர் சுத்திகரணம் செய்துகொண்டது நிஜம். அது தேவையென்பதால் அல்ல; அடுத்த முறை சந்தித்தால், சதி கேட்க வாய்ப்புண்டு என்று அவருக்குத் தெரியும். அவளிடம் அவர் பொய் சொல்ல விரும்பமில்லை.

''ஆனா, இந்த சுத்திகரணம்லாம் வெறும் பேத்தல்னுதான் நெனைக்கறேன்,'' சிவன் கிசுகிசுத்தார். ''விகர்மா விவகாரம் மொத்தமுமே தேவையில்லாத பித்தலாட்டம். மெலூஹாவுல நடக்கற ரொம்ப சில அநீதிகள்ள இதுவும் ஒண்ணுன்னு நான் நம்பறேன். இதை மாத்தியே ஆகணும்.''

சதி சட்டென்று சிவனை நிமிர்ந்து பார்த்தாள். முகம் உணர்ச்சியற்றுக் கல் போலிருந்தது. அவளது ஆழ்மனத்தை அறியும் பொருட்டு சிவன் அவளது கண்களை ஊடுருவினார். குட்டிச் சுவற்றில் முட்டிக்கொள்வது போல் இருந்தது. எதுவும் புலப்படவில்லை.

மறுநாள் இரண்டாம் பிரஹாரம் தொடங்கும்போதுதான், சிவன், வீரிணி மற்றும் சதி, நந்தி ஆகியோர், நூறு அரிஷ்டநேமிகளின் துணையுடன் தேவகிரிக்குப் புறப்பட்டனர். தக்ஷர், கனகாலா மற்றும் பர்வதேஸ்வரர், விருந்தினர் மாளிகைக்கு வெளியே வந்து அவர்களை வழியனுப்பி வைத்தனர். முன்னமேயே தொடங்கப்பட்டிருந்த சில ஆய்வுகளை மேற்பார்வையிட வேண்டியிருந்த காரணத்தால், ப்ரஹஸ்பதி அங்கில்லை.

சக்ரவர்த்தி பயணம் செய்யும் எந்தப் பரிவாரத்திலும் குறைந்தது நான்கு ஊர்திகளாவது வேண்டும்; ஆகையால், அன்று கிளம்பியவர்கள் எல்லோரும் ஒரே வண்டியில் அமர வேண்டியிருந்தது. மொத்தம் ஐந்து வண்டிகளேயிருந்தபடியால், இந்தக் குழு தேவகிரி செல்ல ஒரு ஊர்தி மட்டுமே மிச்சம். உடன் செல்ல வேறு வண்டிகளில்லாது ராஜ குடும்பம் தனித்துச் செல்வது பர்வதேஸ்வரருக்கு மிகுந்த மனக்கிலேசத்தை அளித்தாலும், இவையெதுவும் தக்ஷரின் கட்டளைக்கெதிராக எடுபடவில்லை.

ஊர்திக்குள், சொகுசான இருக்கையில் அமர்ந்திருந்த சதி, சிவன் மீண்டும் கழுத்தைச் சுற்றித் துணி கட்டிக்கொண்டிருப்பதைக் கவனித்தாள். ''ஏன் எப்பவும் கழுத்தை மறைச்சுக்கறீங்க?''

''யார் கண்ல பட்டாலும் தேவையில்லாத கவனத்தை ஈர்க்குது. சங்கடமா இருக்கு,'' என்றார் சிவன். ''அதான் ...''

''மனசை நீங்க தயார்ப்படுத்திக்கணும். இந்த நீலக்கழுத்து மறைஞ்சு போகப்போறதில்லை.''

''உண்மைதான்,'' சிவன் புன்னகைத்தார். ''ஆனா, அது பழகறவரைக்கும், இந்தக் கழுத்துப்பட்டை தான் என் கவசம்.''

அரச பரிவாரம் நகர்ந்து செல்ல, பர்வதேஸ்வரரும் கனகாலாவும் தக்ஷரருகே வந்து சேர்ந்தனர்.

''எவனோ ஒருவனிடத்தில் ஏன் உங்களுக்கு இத்தனை பணிவு, சக்ரவர்த்தி?'' என்றார் பர்வதேஸ்வரர். ''இவ்வளவு மரியாதை அவனுக்குத் தகுமா? சரியான போர்ப் பயிற்சி கூட இல்லாதவன் எப்படி நமக்கு வெற்றியைக் கொணர்ந்து வரப்போகிறான்? இந்த நீலகண்டர் விவகாரமே நம் சமூகத்திற்கு முற்றிலும் எதிரானது. மெலூஹாவை பொறுத்தவரை, ஒரு மனிதனுக்கு ஒரு பணி தரப்பட வேண்டுமென்றால், அதற்கு அவன் அடிப்படையான ஆற்றலும், மிகச்சரியான பயிற்சியும் பெற்றிருக்க வேண்டும்.''

''நாம் இப்போது போரின் இடையே வாழ்ந்து கொண்டிருக்கிறோம், பர்வதேஸ்வரரே,'' என்றார் தக்ஷர். ''போர் என்று அறிவிக்கப்படாமல் இருக்கலாம் - ஆயினும், அதைச் சந்தித்துக்கொண்டே இருக்கிறோம் என்பதுதான் நிஜம். வாரம் விட்டு வாரம் ஒரு தீவிரவாதத் தாக்குதலை எதிர் கொள்கிறோம். இந்தக் கோழைச் சந்திரவம்சிகள் நம்மை நேருக்கு நேர் தாக்கும் திராணியற்றவர்கள். நம் படைகளோ, அவர்களது நாட்டின் மீது வெளிப்படையாகப் போர்தொடுக்குமளவு பெரியவை அல்ல. நம் யுத்த தர்மங்கள் இப்போது ஜெயிப்பதில்லை. இப்போது நமக்குத் தேவை, ஒரு அற்புதம். தானாகவே, கண்முன் வந்து நிற்கும் அதிசயம். அது எப்போது நடக்கும், தெரியுமா? சட்டங்களையும், மிகத்தீவிரமாகச் செயல்படுத்தப்படும் திட்டங்களையும் துறந்து, நாம் நம்பிக்கை கொள்ளும்போதுதான். எனக்கு நீலகண்டரிடத்தில் நம்பிக்கை இருக்கிறது. என் மக்களுக்கும்தான்.''

''ஆனால், சிவனுக்குத் தன்னிடத்திலேயே நம்பிக்கை இல்லை. நம்மைக் காக்கும் எண்ணமேயில்லாதவனை நாம் எப்படி வானிலிருந்து இறங்கி வந்த தேவனாகக் கருத முடியும்?''

''சதி அதை மாற்றிவிடுவாள்.''

''தங்கள் மகளையேவா பகடைக்காயாக்கப் போகிறீர்கள்?'' பர்வதேஸ்வரரின் குரலில் கலவரம். ''கேவலம் காமத்தின் பொருட்டு நம்மைக் காப்பாற்றும் காவலன் நமக்குத் தேவைதானா?''

''காமம் அல்ல!''

வெடித்த தக்ஷரின் பதில், பர்வதேஸ்வரரையும், கனகாலாவையும் வாயடைக்க வைத்தது.

''என்னை என்ன மாதிரித் தகப்பன் என்று நினைத்தீர்கள்?'' வினவினார் தக்ஷர். ''என் மகளை அம்மாதிரிப் பயன்படுத்துவேனா? ஒரு வேளை, நம் பிரபுவுடன் அவள் சந்தோஷமாக வாழலாமல்லவா? இதுவரை சதி அனுபவித்த கஷ்டங்கள் போதாதா? அவள் மகிழ்ச்சியாக இருக்க வேண்டுமென்று நான் விரும்புகிறேன். அதன் விளைவாக நாடும் நலமடைந்தால், தவறென்ன?''

எதையோ சொல்ல வாயெடுத்த பர்வதேஸ்வரர், மூடிக்கொண்டார்.

''சந்திரவம்சிகளின் கொள்கைகளை ஆணி வேரிலிருந்து பிடுங்கி ஒழிக்க வேண்டியது அவசியம்,'' தக்ஷர் தொடர்ந்தார். ''நம் வாழ்க்கை முறையையே ஸ்வத்வீப மக்களுக்கு அளித்தால் மட்டுமே அது சாத்தியம். ஸ்வத்வீபத்தின் சாதாராண மக்கள் இதை இரு கரம் நீட்டி வரவேற்பார்கள் - ஆனால், அவர்களை ஆட்டிப்படைக்கும் சந்திரவம்சி மன்னர்கள், எப்பாடுபட்டேனும் அதை நடக்கவொட்டாமல் செய்ய முயல்வது திண்ணம். நம்மை வேண்டுமானால் அவர்கள் தடுக்க நினைக்கலாம் - ஆனால், நீலகண்டரே முன்நின்று நடத்திச் செல்வோரை அசைக்க முடியாது. நீலகண்டருடன் சதியும் சேர்ந்துவிட்டால், சந்திரவம்சிகளை எதிர்த்துப் போர் செய்ய அவர் மறுக்க வாய்ப்பேயில்லை.''

''ஆனால், மன்னா - உங்கள் மகளை அவர் விரும்பும் ஒரே காரணத்தால், நம் பக்கம் சேர்ந்துவிடுவாரா?'' என்றாள் கனகாலா.

''விஷயத்தை நீங்கள் சரியாகப் புரிந்துகொள்ளவில்லை. நம் நியாயங்களைப் புரிந்துகொண்டு அவர் நம்மைச் சேர வேண்டிய அவசியம் இல்லை,'' என்றார் தக்ஷர். ''எல்லாம் அவருக்கு முன்னமேயே நன்கு புரிந்துவிட்டது. நம்முடைய நாகரீகம் மகத்தானது. பூரணம்டையாது இருக்கலாம் - ஆனால் அற்புதமானது. அதில் சந்தேகமில்லை. குருடனுக்குக்கூட

மெலூஹாவின் அமரர்கள்

அது வெட்ட வெளிச்சம். இப்போது நீலகண்டருக்குத் தேவை, தன்னம்பிக்கை; நாம் நிச்சயம் ஜெயிப்போம் என்ற உறுதி. சதியுடன் நெருங்கிப் பழகும்போது, அவருக்குள் அது மலரும்.''

''அது எப்படி, அரசே?'' புருவத்தைச் சற்றுச் சுருக்கியபடி வினவினார் பர்வதேஸ்வரர்.

''ஒரு மனிதனை உந்தித்தள்ளும் மிக மகத்தான சக்தி எது தெரியுமா?'' என்றார் தக்ஷர்.

கனகாலாவும் பர்வதேஸ்வரரும் அவரை பிரமிப்புடன் வெறித்தனர்.

''அவன் மிக விரும்பும் ஒருவரின் மதிப்பைப் பெறப் போராடுவதுதான்,'' தக்ஷர் விளக்கினார். ''என்னையே எடுத்துக்கொள்ளுங்கள். என் தந்தைதான் என் வாழ்வில் மிக முக்கியமானவர். அவர் என்னைப்பற்றி உயர்வாக எண்ண வேண்டும் என்பதுதான் இன்றுவரை என் ஒவ்வொரு செயலுக்கும் ஆதாரம். அவர் இறந்த பின்னும்கூட, அதுதான் என் வாழ்க்கையை முடுக்கும் சக்தி. இந்தியா முழுதும் சூர்யவம்சிகளின் அற்புதமான வாழ்வியலைப் பரப்பிய மன்னன் நானாக இருக்க வேண்டுமென்ற ஆவலை - என் விதியை - நான் நிறைவேற்றுவதற்கான உந்துசக்தி அதுதான். அதேபோல், சதி தன்னைப் பற்றி உயர்வாக எண்ணவேண்டும் என்ற ஆவல் நீலகண்டருக்குள் ஆழமாக வேரூன்றினால், அவரும் தன் பிறவிப் பயனை நிறைவேற்ற தானாகவே முன்வருவார்; அதை வெற்றிகரமாய்ச் செயல்படுத்துவார்.''

இது எதுவும் பர்வதேஸ்வரருக்கு இரசிக்கவில்லை யென்பதை அவரது நெறிந்த புருவங்கள் காட்டினாலும், மௌனம் சாதித்தார்.

''சதி வேறொன்றை விரும்பினால் என்ன செய்வது?'' என்றாள் கனகாலா. ''எப்போதும் தன்னுடனே இருக்கும் கணவன் வேண்டும் என்று அவள் எண்ணலாமல்லவா?''

''என் மகளை எனக்குத் தெரியும்,'' தக்ஷர் அடித்துக் கூறினார். ''என்ன செய்தால் அவள் மனதில் இடம் பெறலாம் என்றும் தெரியும்.''

''இதுவும் சுவாரசியமாகத்தான் இருக்கிறது, அரசே,'' புன்னகைத்தாள் கனகாலா. ''ஒரு ஆர்வத்தில் கேட்கிறேன்: ஒரு பெண்ணை முடுக்கும் மிக மகத்தான உந்துசக்தி எது என்று நினைக்கிறீர்கள்?''

தக்ஷர் வாய்விட்டுச் சிரித்தார். ''என்னை எதற்குக்

அமீஷ்

கேட்கிறீர்கள்? உங்களுக்குத் தெரியாதோ?''

''என் வாழ்க்கையைப் பொறுத்தவரை, மாமியார் கண்விழிக்குமுன் வீட்டை விட்டுக் கிளம்பிவிட வேண்டுமென்பதுதான்!''

தக்ஷர், கனகாலா இருவரும் ஆரவாரத்துடன் சிரித்தனர்.

பர்வதேஸ்வரருக்கு இதுவும் இரசித்ததாகத் தெரியவில்லை. ''மன்னிக்க வேண்டும் - தங்கள் மாமியார் குறித்து நீங்கள் இப்படிப் பேசுவது உசிதமல்ல.''

''அட, ஏன் இவ்வளவு விறைப்பும் முறைப்பும்? என்றாள் கனகாலா. ''எப்போதும் எல்லாவற்றையுமே பெரிதுபடுத்துகிறீர்கள்.''

''ஒரு பெண்ணின் வாழ்வையே வளப்படுத்தும் மகத்தான சக்தி எது தெரியுமா?'' தக்ஷர் முகத்தில் புன்னகை பொலிந்தது. ''அவள் தனக்காகவே மதிக்கப்பட்டு, மரியாதை செய்யப்பட்டு, அன்பு செலுத்தப்படுவதுதான்.''

கனகாலா புன்னகையுடன் தலையசைத்தாள். உண்மையில் சக்ரவர்த்திக்கு மனித மனம் புரிந்துதான் இருந்தது.

10

மீண்டும் முகமூடி

மந்தர மலையின் அடியாழத்திலிருந்து மிகத் தேர்ந்த முறையில் குடையப்பட்ட அந்த பாதையினின்று வெளிவந்த அரச பரிவாரம், வீரிணி கேட்டுக்கொண்டதற்கிணங்க, நின்றது. சதி, சிவன், வீரிணி மற்றும் நந்தி இறங்கி, மண்டியிட்டு, மலைக்கு நன்றி செலுத்தி, தொடர்ந்து அதன் அருள் கிடைக்கவேண்டுமென்றும் பிரார்த்தித்துக் கொண்டனர். பயங்கரமான தாடியும் மீசையும் வைத்திருந்த அறுபது வயது அரிஷ்டநேமிக் காவலர் பாப்ரவ்யா, கண்ணையும் காதையும் தீட்டிக்கொண்டு அனைத்தையும் கவனித்தவாறு அருகிலேயே நின்றார்.

சற்று நேரம் கழித்து, மிகப் பிரயாசையுடன் பொறுமையைக் கைக்கொண்டவராய், வீரிணியை நெருங்கினார். ''தேவி? ஊர்திக்குள் அமரலாமே?''

நிமிர்ந்து பார்த்த வீரிணி, சட்டென்று தலையசைத்துவிட்டு, எழுந்தாள். சதி, சிவன் மற்றும் நந்தி அவளைத் தொடர்ந்தனர்.

''**அ**வள்தான்.'' விஷ்வத்யும்னன் தொலைநோக்கியை கீழே வைத்துவிட்டு, தலைவனை நோக்கித் திரும்பினான்.

அந்தச் சிறிய படை, அரச பரிவாரத்திலிருந்து ஜாக்கிரதையான தொலைவிலிருந்தது. சுலபத்தில் யாரும் கடக்க முடியாத அடர்ந்த கானகம் அவர்களுக்கு இயற்கை அரணாகவும் அமைந்திருந்தது.

"ஆம்." முகமூடியணிந்தவனின் கண்கள், சிவனின் திரண்ட தோள்களையும், வலிமையான உடற்கட்டையும் அளந்தன. இவன்தான் சில வாரங்களுக்கு முன் தன்னுடன் பிரம்மா கோயிலில் சண்டையிட்டவன் என்பதைப் புரிந்துகொள்ளத் தொலைநோக்கி தேவையாயிருக்கவில்லை. "அந்த மனிதன் யார்?"

"தெரியவில்லை, பிரபு."

"அவன் மீது ஒரு கண் வைத்துக்கொள். சென்ற முறை தாக்குதலை முறியடித்தது அவன்தான்."

சென்ற முறையடைந்த தோல்விக்குக் காரணம், திட்டமே சரியாகத் தீட்டப்படாததுதான் என்று சொல்ல வாயெடுத்த விஷ்வத்யும்னன், மூடிக்கொண்டான். இந்த ஜாதியற்ற மனிதனுக்கு அதில் எந்தப் பங்கும் இல்லை. சமீபகாலமாகத் தன் பிரபு எடுக்கும் ஏறுக்கு மாறான முடிவுகள் அவனுக்குப் புரியவில்லை. இதுபோல் நடந்துகொள்ளும் வழக்கமுடையவர் அல்ல, அவர். ஒரு வேளை, இலக்குக்கு மிகச் சமீபத்தில் இருப்பதால், அதிகம் குழம்புகிறாரோ?

ஆனால், எதையும் வெளிக்காட்டாமல் மனதுக்குள் புதைத்துக் கொள்ளும் சாதுர்யமும் விஷ்வத்யும்னனுக்கு இருந்தது. "இன்னும் ஒரு மணி நேரம் அவர்களைத் தொடர்ந்துவிட்டு, தாக்குவோமா, பிரபு? பக்கபலமாக வந்து சேரும் அரிஷ்டநேமிகள் நம்மை நெருங்க முடியாது. சட்டென்று ஆக வேண்டியதை முடித்துவிட்டு, நமக்கு வந்த செய்தி சரியானதுதான் என்று அரசியாரிடம் தெரிவித்துவிடலாம்."

"இல்லை. மந்தர மலையிலிருந்து குறைந்தது அரை நாள் தூரத்திற்கு அவர்கள் வரும் வரையில், இன்னும் சில மணி நேரமாவது நாம் காத்திருக்க வேண்டும். அவர்களது புதிய ஊர்திகளில், ஆபத்து நேர்ந்தால் உடனே தெரிவிக்க அவசர உதவிப் பொத்தான்கள் பொருத்தப்பட்டுள்ளன. நம் காரியம் முடியும் வரையில் அவர்களுக்கு உதவி கிட்டாமல் பார்த்துக்கொள்ள வேண்டியது முக்கியம்."

"அப்படியே, பிரபு." தன் தலைவனின் புகழ்மிக்க போர்த்தந்திரமும் சாமர்த்தியமும் இன்னும் கரைந்து போய்விடவில்லை என்பது விஷ்வத்யும்னனுக்குச் சற்று ஆறுதலாக இருந்தது.

''நினைவில் கொள்: காரியத்தைச் சீக்கிரம் முடித்துவிட வேண்டும்,'' என்றான் முகமூடி. ''தாமதமானால், பாதிக்கப்படுவோர் அதிகம்.''

''ஆக்ஞை, பிரபு.''

மூன்றாம் பிரஹார் தொடங்கும்போது, மலையில் பாதி வழியில் அமைக்கப்பட்டிருந்த திறந்தவெளியில் பரிவாரம் மதிய உணவிற்கு நின்றது. அடர்ந்த வனப்பகுதி அவ்விடத்தில் அழிக்கப்பட்டு, வெகுவாகப் பின்னுக்குத் தள்ளப்பட்டிருந்ததால், திடீர்த் தாக்குதல்கள் அங்கு நிகழ வாய்ப்பில்லை. அரசியாரின் பணிப்பெண்கள் நேரம் கடத்தாமல் உணவுப்பொருட்களைப் பிரித்து, திறந்தவெளிக்கு நடுவே நெருப்புமூட்டி சூடாக்கும் முயற்சியில் இறங்கினார்கள். சிவனும் ராஜ குடும்பத்தைச் சேர்ந்தோரும் பரிவாரத்தின் முன்னே, தேவகிரியிருந்த திசையை நோக்கியபடி அமர்ந்திருக்க, கடைப்பகுதியில், சற்று மேடான இடத்தில் நின்றவாறு பாப்ரவ்யா சுற்றுப்புறத்தை கழுகுக் கண்களால் பார்வையிட்டார். இவர்கள் தவிர, அரிஷ்டநேமியில் பாதிப்பேர் காவலிருக்க, மற்றவர்கள் உணவுண்ணத் தயாரானார்கள்.

இரண்டாம் முறையாகச் சிவன் ஒரு கவளம் சோற்றை வாயருகே கொண்டு சென்றபோதுதான், அது அவர் காதுக்கு எட்டியது.

எங்கோ, கீழே செல்லும் பாதையில், சிறு கிளை முறியும் சப்தம்.

சட்டென்று நிறுத்திவிட்டு, உற்றுக் கவனித்தார். மேற்கொண்டு ஏதுமில்லை. அருகாமையில், யாரோ எதிரிகள். தவறாகக் கால் வைத்துவிட்டதால் இப்போது அமைதி காப்பது உள்ளுணர்வுக்குப் புரிந்தது. சதிக்கும் இது கேட்டிருக்குமோ? அவள்புறம் திரும்பினார். சதி, பாதையை உன்னிப்பாகக் கவனித்துக் கொண்டிருந்தாள். கிளையின் மீது பதிந்திருந்த பாதம், சற்றுப் பின்வாங்கிய 'க்ரச்' ஒலி லேசாக கேட்டது. காதைத் தீட்டிக் கொண்டிருந்தாலொழிய, அது யார் கவனத்தையும் கவர்ந்திருக்காது.

உடனடியாகத் தட்டை வைத்துவிட்டு, வாளை எடுத்த சிவன், கேடயத்தை முதுகில் பொருத்திக்கொண்டார். அவர் செய்கையைப் பார்த்த பாப்ரவ்யா, தானும் வாளை உருவிக்கொண்டதல்லாமல், வீரர்களையும்

ஆயத்தமாகும்படி சட்டென்று மௌனமாகச் செய்கை செய்தார். சில மணித்துளிகளுக்குள் அரிஷ்டநேமிக் காவல் படை போருக்குத் தயாராக நின்றது. சதியும் நந்தியும்கூட வாட்களை உருவிக்கொண்டு யுத்தம் புரியும் பாவனையில் நின்றனர்.

வீரிணியின் பக்கம் திரும்பாமல், சதி மெல்லிய குரலில் பேசினாள். ''அம்மா, தயவு செஞ்சு வண்டிக்குள்ள உட்கார்ந்து கதவை உள்பக்கம் தாள் போட்டுக்குங்க. பணிப்பெண்களையும் கூட வெச்சுக்குங்க. அதுக்கு முன்னாடி, வண்டியிலேர்ந்து குதிரைகளை அவுத்துவிடச் சொல்லிடுங்க. நாம பயந்து பின்வாங்கலை - ஆனா, அவங்க உங்களைக் கடத்தவும் வழி பண்ணித் தரக்கூடாது.''

பணிப்பெண்கள் உடனடியாக வண்டிகளை ஆயத்தம் செய்ய முனைய, வீரிணி மகளைக் கெஞ்சினாள். ''என்னுடன் வந்துவிடு, சதி ...''

''இல்லம்மா. இங்கதான் இருக்கப்போறேன். கிளம்பு. நேரமாகுது.''

வீரிணி சட்டென்று வண்டிக்குள் புகுந்துகொள்ள, பின்னோடு வந்த பணிப்பெண்கள் உட்பக்கம் தாழிட்டுக்கொண்டனர்.

சற்று தூரத்தில், பாப்ரவ்யா தன் உதவியாளனிடம் கிசுகிசுத்தார். ''இந்தக் கோழைகள் என்ன செய்வார்கள் என்று எனக்குத் தெரியாதோ? இவர்கள் போர் செய்யும் முறையைத்தான் தெற்கு எல்லையில் பார்த்திருக்கிறேனே? முதலில் தற்கொலைப் படை ஒன்றை அனுப்பி, பின்வாங்குவதுபோல் நடித்து, நம்மை அவர்களது எல்லைக்குள் கவர்ந்திழுக்க முயல்வார்கள். நம்மில் எவ்வளவு பேர் வீழ்கிறார்கள் என்பது எனக்கு முக்கியமில்லை; அந்தக் கேடுகெட்ட அயோக்கியர்களை வெட்டி, ஒவ்வொருவனையும் பூண்டோடு அழித்துவிட்டுத்தான் மறு வேலை. அரிஷ்டநேமியைப் பகைத்துக்கொண்டுவிட்டார்கள். பலனை அனுபவித்தே தீர்வார்கள்.''

இன்னொருபுறம், சிவன் சதியின் பக்கம் திரும்பி, மெல்லிய குரலில் பேசினார். ''பெருசா யாரையோ பிடிக்கத்தான் இந்தத் திட்டம்னு நினைக்கறேன். கண்டிப்பா அரச குடும்பத்தைச் சேர்ந்தவங்களாத்தான் இருக்க முடியும். நீங்களும் வண்டிக்குள்ள போய் உக்காந்துக்கறீங்களா?''

சதியின் கண்கள் சிவனை ஆச்சர்யத்துடன் ஏறிட்டன. ஒரே ஒரு கணம் அவள் முகத்தில் வலி படர்ந்தது. சட்டென்று

அது மறைந்து, பிடிவாதம் இறுகியது. ''நான் சண்டைல கலந்துக்கத்தான் போறேன் ...''

இவளுக்கு என்ன பைத்தியமா? அப்புடியென்ன தப்பா சொல்லிட்டேன்? நல்ல யோசனைதானே? எதிரிகள் எதை உத்தேசிச்சு வர்றாங்களோ, அது அவங்களுக்குக் கிடைக்காமத் தடுத்துட்டா, மறைச்சு வெச்சிட்டா, போர் செய்யற உத்வேகம் அவங்களுக்குக் குறையும்.

இந்த எண்ணங்களையெல்லாம் ஒதுக்கிவைத்துவிட்டு, சிவன் பாதையின் மீது கவனத்தைப் பதித்தார். பரிவாரத்தைச் சேர்ந்த மற்றோரும், எதிரிகளின் அசைவை எதிர்பார்த்துக் காதைத் தீட்டி வைத்துக்கொண்டனர். திடீர்த் தாக்குதலுக்கு எல்லோரும் தயார். இப்போது காய் நகர்த்த வேண்டியது, எதிரிகள்தான்.

மணித்துளிகள் கடந்தன. எதுவும் நடக்கவில்லை. ஒருவேளை, எல்லாம் மனப்பிரமையோ?

இல்லையில்லை; அதோ, சங்கின் ஓங்காரம் - அதுவும் மந்தர மலைப் பக்கமிருந்து!

சிவன் திரும்பினாலும், இருந்த இடத்திலிருந்து அசையவில்லை. சங்கை ஒலித்தவர் யாரென்று தெரியவில்லை - ஆனால், பாதையில் வெகுவேகமாய் முன்னேறிக்கொண்டிருந்தனர்.

கர்ணகடூரமான அந்த சப்தத்தைச் சிவனால் இனம் கண்டுகொள்ள முடியவில்லை. ஆனால், தெற்கு எல்லையில் போர் புரிந்து அனுபவம் பெற்றிருந்த அரிஷ்டநேமி வீரர்களுக்கு அந்தப் பிரச்சனை இருக்கவில்லை. அவர்கள் காதைத் துளைத்தது, நாகத்வனி என்ற சங்கின் ஓங்காரம். நாகர்களின் தாக்குதலைத் தெரிவிக்கும் ஒலி!

யுத்தத்தில் இறங்கத் துடித்துக்கொண்டிருந்தாலும், போர்ச்சம்பிரதாயங்களை பாப்ரவ்யா மறந்து ஒதுக்கி விடவில்லை. அருகிலிருந்த வீரன் ஒருவனைப் பார்த்து கையசைக்க, அவன் ஒரு வண்டியிடம் அவசரமாகச் சென்று, அதனடியில் பொருத்தப்பட்டிருந்த சிகப்பு நிறப்பெட்டியை உருவினான். ஒரு உதை விட்டவுடன் அது திறந்துகொள்ள, பக்கவாட்டில் இருந்த பொத்தானை அமுக்கினான். சட்டென்று அதிலிருந்து புகைபோக்கி ஒன்று தடதடவென்று ஏறக்குறைய இருபத்தைந்து அடிக்கு மேலே நீண்டது. சுற்றியிருந்த மரங்களினால் மறைக்கப்படாமலிருக்கும் வகையில் அமைந்திருந்த அந்தக் குழாய், தூரத்தில் தேவகிரி மற்றும் மந்தர மலையிலிருந்து சுலபமாகப்

பார்க்கக்கூடிய உயரத்தை எட்டியது. எரிந்துகொண்டிருந்த நெருப்பிலிருந்து ஒரு சுளுந்தை எடுத்த வீரன், பெட்டியின் வலப்பக்கத்தில் இருந்த நான்கு துவாரங்களில் கடைசியைத் தேர்ந்தெடுத்து, அதில் செருகினான். அதிகபட்ச ஆபத்தைக் குறிக்கும் சிகப்பு நிறப் புகை, குபுகுபுவென்று புகைபோக்கியிலிருந்து கிளம்பிப் பரவியது. உதவி வந்து சேர ஆறு மணி நேரம் ஆகும்; குதிரைகளை அதி வேகமாக்கினால், நான்கு மணி நேரம். அவ்வளவு நேரம் காத்திருக்கும் உத்தேசம் பாப்ரவ்யாவுக்கு இல்லை. அதற்கு முன்பே சந்திரவம்சிகளையும் நாகர்களையும் ஒருவன் விடாமல் ஒழித்துக்கட்டுவதென்று முடிவு செய்தார்.

மந்தர மலை செல்லும் பாதையிலிருந்துதான் முதல் தாக்குதல் தொடங்கியது. பத்து சந்திரவம்சி வீரர்கள் சேர்ந்த சிறிய படையொன்று அரிஷ்டநேமியுடன் சண்டையில் இறங்கியது. அவர்களில் ஒருவன் நாகர்களின் சங்கை பலம்கொண்ட மட்டும் ஊத, இன்னொருவன், விழிகளுக்குச் சிறிய இடைவெளி தவிர்த்து தலை மற்றும் முகத்தை மூடியிருந்தான். இவன்தான் நாகனாய் இருக்க வேண்டும்!

சிவன் அசையவில்லை. பரிவாரத்தின் இறுதியில் சண்டை வலுத்திருந்ததைக் காண முடிந்தது. சந்திரவம்சிகளில் பத்தே பேர்தான் இருந்தார்களாகையால், அரிஷ்டநேமிக்கு உதவி தேவையிருக்கவில்லை. சதியையும் நந்தியையும் 'அங்கேயே நில்லுங்கள்' என்று சிவன் சைகை செய்தார். இந்தத் தாக்குதலில் ஏதோ சூழ்ச்சியிருக்கிறது என்று சந்தேகித்த சதியும் ஒப்புக்கொண்டு, இருந்த இடத்திலேயே நின்றாள்.

சண்டை அதி தீவிரமாக நடந்தது. எண்ணிக்கையில் குறைவாக இருந்த சந்திரவம்சி வீரர்கள் மிகுந்த வீரத்துடன் போரிட்டாலும், அரிஷ்டநேமியின் தாக்குதலைச் சமாளிக்க முடியாமல் திணறினார்கள். பாப்ரவ்யா எதிர்பார்த்தது போலவே, சட்டென்று பின்வாங்கி ஓட ஆரம்பித்தனர்.

''துரத்துங்கள்,'' பாப்ரவ்யா கூவினார். ''ஒருவர் விடாமல் கொன்று போடுங்கள்!''

பின்வாங்கிக்கொண்டிருந்த சந்திரவம்சிகளை அவர் தொடர, பின்னோடு துரத்திக்கொண்டு அரிஷ்டநேமிக் காவல் படை சென்றது. இந்தப்புறமிருந்து சிவனின் எச்சரிக்கை அநேகர் காதில் விழவில்லை. ''வேண்டாம்! இங்கியே இருங்க! தொரத்திக்கிட்டுப் போகாதீங்க ...''

அவரது அவசர ஆணையைக் கேட்டு ஒரு சிலர் திரும்பினாலும், முக்கால்வாசிப் பேர் எதிரிகளைத் தொடர்ந்து

எப்போதோ போயாகிவிட்டது. சதி, சிவன் மற்றும் நந்தியுடன் திறந்தவெளியில் இப்போது வெறும் இருபத்தைந்து வீரர்கள் மட்டுமே மிச்சம். தேவகிரி செல்லும் சாலையை - கிளை முறிந்த சப்தம் கேட்ட திசை - நோக்கிச் சிவன் திரும்பினார். பின்னர், மீதமிருந்த அரிஷ்டநேமிக் காவலர்களை நோக்கி, தன் முதுகுப்புறம் கை காட்டினார். ''உண்மையான தாக்குதல் இந்தப் பக்கத்துலேர்ந்துதான் வரும்,'' குரல் நிதானமாக, திடமாக ஒலித்தது. ''நாலு நாலா, இறுக்கமான குழுக்களாக உங்களப் பிரிச்சுக்கிட்டு, இந்தத் திசையப் பார்த்து நில்லுங்க. இளவரசியை நடுவுல நிறுத்திக்குங்க. அஞ்சு அல்லது பத்து நிமிஷம் நாம அவங்களை எதிர்த்துப் போராட வேண்டியிருக்கும். அந்தப் பக்கம் எதிர்த்துச் சண்ட போட எந்த சந்திரவம்சியும் இல்லைங்கிறது புரிஞ்சவுடனே, மத்த அரிஷ்டநேமி இங்க வந்து சேருவாங்க.''

அரிஷ்டநேமி வீரர்கள் சிவனைப் பார்த்துத் தலையசைத்தனர். எல்லோருமே பல யுத்தங்களைச் சந்தித்து இறுகிப்போனவர்கள்; நன்கு யோசித்து, நிதானமாகக் கட்டளையிட்டு மற்றவர்களை வழிப்படுத்தும் தலைவர்களிடத்தில்தான் அவர்களுக்கு மிக்க மரியாதை. சிவன் சொன்னபடியே குழுக்களாகப் பிரித்துக்கொண்டு காத்திருந்தனர்.

உண்மையான தாக்குதல், அப்போது தொடங்கியது.

சுற்றியிருந்த அடர்ந்த மரங்களிலிருந்து, முகமூடியணிந்த ஒருவனின் தலைமையில் நாற்பது சந்திரவம்சி வீரர்கள், அரச பரிவாரத்தை நோக்கி மெல்ல நடந்து வந்தனர். எண்ணிக்கையில் இப்போது குறைந்திருந்த அரிஷ்டநேமி, எதிரிகள் தம்மை நோக்கி வரக் காத்து நின்றனர்.

''இளவரசியை எங்களிடம் ஒப்படைத்துவிட்டு, விலகி ஓடுங்கள்,'' என்றான் முகமூடி. ''தேவையில்லாமல் இரத்தம் சிந்துவதில் எங்களுக்கு விருப்பமில்லை.''

பிரம்மா கோயில்ல பாத்த அதே கோமாளி. பேத்தலான உடை - ஆனா நல்லாவே சண்ட போடறான்.

''எங்களுக்கும் இரத்தம் சிந்தறதுல சம்மதம் இல்ல,'' என்றார் சிவன். ''மரியாதையா திரும்பிப் போயிட்டீங்கன்னா, உங்களக் கொல்லாம விட்டுறுவோம்.''

''அடேய் காட்டுமிராண்டி, உண்மையில் சாவை நேருக்கு நேர் நோக்கிக்கொண்டிருப்பவன் நீதான்!'' முகமூடியின் ஒவ்வொரு அசைவிலும் ஆத்திரம் தெறித்தாலும், குரல், அசாதாரண அமைதியுடன் வெளி வந்தது. அவனுக்கருகில்,

கபில நிறத் தலைப்பாகையணிந்த தளபதி முகமூடியை பொறுமையின்றிப் பார்த்ததை சிவன் கவனித்தார். தாக்குதலைச் சீக்கிரம் நடத்திவிட்டுக் கிளம்பிவிட வேண்டும் என்று அவன் பரபரத்ததாகத் தோன்றியது.

ஆகா ... வீரர்களுக்குள்ள வேத்துமையோ?

''என் கண்ணுக்குத் தெரியிற ஒரே மூஞ்சி திருவிழாவுல மாட்டிக்கிற வெளையாட்டு முகமூடிதான். அதையும் சீக்கிரமே பிச்சு எடுத்து உன் தொண்டைக்குழிக்குள்ள தள்ளப்போறேன். அதோட இன்னொண்ணு: உங்க அழகான போர்த் தந்திரத்தையெல்லாம் வெட்ட வெளிச்சமாக்க வேண்டாம்னு உன் மடத் தளபதிகிட்ட சொல்லு, என்ன?''

முகமூடி இதற்கு அசரவில்லை. விஷ்வத்யும்னனைத் திரும்பிப் பார்க்கவுமில்லை.

கிழிஞ்சது. இந்தாளை அவ்வளவு சுலபத்துல கவுக்க முடியாது போலருக்கே.

''அடேய் காட்டுமிராண்டி, இதுதான் என் கடைசி எச்சரிக்கை,'' என்றான் முகமூடி. ''இந்தக் கணமே அவளைக் கொடுத்துவிட்டுப்போ.''

சட்டென்று எதையோ நினைவுகூர்ந்தவளாய், சதி ஊர்தியை நோக்கித் திரும்பினாள். ''அம்மா, முன்பக்கக் கம்பிகள்கிட்ட புதுசா ஒரு அவசர உதவிச் சங்கு பொருத்தியிருக்காங்க. அதை ஊதுங்க!''

உடனே, ஊர்தியிலிருந்து உதவிச் சங்கின் ஓங்காரம், பாதையெங்கும் அலறியது. பாப்ரவ்யாவுக்கும், அவரது வீரர்களுக்கும் அழைப்பு சென்றுவிட்டது. கைக்கெட்டிய சந்தர்ப்பம் வாய்க்கெட்டாமல் நழுவிவிட்டதை உணர்ந்த முகமூடி, சபித்துக்கொண்டான். காரியத்தை முடிக்க இனி அதிக நேரமில்லை; வேறு உபாயங்களுக்கும் சமயமில்லை; மற்ற சூர்யவம்சிகள் சீக்கிரம் வந்துவிடுவார்கள். ''தாக்குங்கள்!''

அரிஷ்டநேமி இருந்த இடத்தில் நின்றனர்.

''அப்படியே இருங்க,'' என்றார் சிவன். ''அவங்களுக்காகக் காத்திருங்க. இப்ப நமக்கு வேண்டியது நேரம்தான். இளவரசி பத்திரமா இருக்கறதுதான் முக்கியம். நம் நண்பர்கள் சீக்கிரம் வந்துருவாங்க.''

சந்திரவம்சிகள் அருகில் நெருங்க, சட்டென்று சதி தன்னைச் சுற்றி நின்ற காவல் படையை உடைத்துக்கோண்டு ஓடிச் சென்று, முகமூடியைத் தாக்கினாள். அவளது செயல்

மெலூஹாவின் அமரர்கள்

சந்திரவம்சிகள் முன்னேறுவதைத் தடுத்தது; அதுவரை பொறுமை காத்த அரிஷ்டநேமியும், வேறு வழியின்றி, புலிகளைபோல் எதிரிகளின் மீது சீறிப் பாய்ந்தனர்.

தீவிரமாகச் சண்டையிட்டுக்கொண்டு விஷ்வத்யும்னன் சதியை நெருங்க, சிவன் சட்டென்று சுற்றி வளைத்து அவளுக்கு வலப்பக்கம் வந்தார். அவரைப் புறந்தள்ள வாளை வீசினான் - ஆனால், அவரது வேகத்திற்கு அவனால் ஈடுகொடுக்க முடியவில்லை. வெகு சுலபமாக அவர் அவனது கையைத் தட்டிவிட்டு, கேடயத்தால் ஒரு தள்ளு தள்ளினார். இன்னொரு புறம், சதியின் இடப்பக்கம் வந்து சாய்ந்துகொண்டிருந்த சந்திரவம்சிகளை நந்தி அவசரமாகக் குறுக்கே புகுந்து தடுத்தார்.

தன் பங்குக்கு, சதி முகமூடியுடன் ஆவேசமாக வாட்போரில் ஈடுபட்டிருந்தாள். அவனோ, தன்னைக் காத்துக்கொள்வதிலேயே தீவிரம் காட்டினான். அவளை உயிருடன், காயங்களற்றுக் கைப்பற்றுவதே அவன் எண்ணம்.

தடுமாறி விழுந்த விஷ்வத்யும்னன் திரும்பும் போது, பாதுகாப்பற்ற அவனது தோளில் சிவனின் வாள் சீற்றத்துடன் இறங்கியது. வலியில் முகம் சுளித்தாலும், விஷ்வயும்னன் கேடயத்தைத் தூக்கிக் காத்துக்கொள்ள முயன்றான். அதே நொடியில், அவன் வாள் சிவனின் மார்பை நோக்கி நீண்டது. சிவனும் தனது கேடயத்தை உயர்த்தினார் - ஆனால், அதற்குள் விஷ்வத்யும்னன் அவரது மார்பைப் பதம் பார்த்துவிட்டான். பின்னால் ஒரு அடி வைத்து, வலப்பக்கம் திரும்பிய சிவன் தடாலென்று தன் வாளைக் கீழிறக்க, விஷ்வத்யும்னன் சரியான சமயத்தில் தன் கேடயத்தால் அதைத் தடுத்துவிட்டாலும், சிவனின் நவீனப் போர்முறை அவனை ஆச்சர்யத்தில் ஆழ்த்தியது. தடுமாறிக்கொண்டு பின்னடைந்தான். இவன் சாமான்யப்பட்டவன் இல்லை. அற்புதமான வாட்பயிற்சியுடையவன். சிவனை வெற்றி கொள்வது மிகக் கடினமென்பதை உணர்ந்தான்.

இடுப்புக்குக் கீழ் தாக்கக் கூடாது என்ற போர் தர்மத்தை மீறித் தன் தொடையைக் காயப்படுத்திய சந்திரவம்சியை நந்தி வீழ்த்திவிட்டு, இரத்தம் சொட்டச்சொட்ட, இடப்பக்கமிருந்து தாக்கிய இன்னொருவனுடன் ஆவேசமாக யுத்தத்தில் ஈடுபட்டார். அவனோ, அடிபட்ட காலைக் கேடயத்தால் அடித்து, அவர் தடுமாறி விழுந்தவுடன், வெற்றியடைந்துவிட்டதாகக் களிப்படைந்தான். தலைக்கு மேலே இரு கைகளையும் தூக்கிக்கொண்டு வாளை

அவர் தலை மீது இறக்கத் தொடங்கியவன், சட்டென்று யாரோ முதுகில் நெட்டித் தள்ளியதுபோல் முன்பக்கம் சாய்ந்தான். அவன் விழுந்தபோது, முதுகில் கத்தி ஒன்று ஆழப் பதிந்திருந்ததை நந்தி கவனித்தார். நிமிர்ந்தபோது, கத்தியை வீசிய சிவனின் இடக்கை, தொடர்ந்து நகர்வதைக் கவனித்தார். வலக்கையால் வாளை உயர்த்தி விஷ்வத்யும்னனின் வெறித்தனமான வீச்சைத் தடுத்த சிவன், நந்தி தடுமாறியபடி எழ, கையை பின்புறம் நீட்டி, கேடயத்தை மீண்டும் முன்னே கொண்டுவந்தார்.

தனக்கு அதிக நேரமில்லையென்பது முகமூடிக்குப் புரிந்தது. அதி சீக்கிரத்தில் மற்ற அரிஷ்டநேமி வந்து சேர்ந்துவிடுவர். சதிக்குப் பின்னால் சென்று, தலையில் ஒரு போடு போட்டு குண்டுக்கட்டாகத் தூக்கிக்கொண்டு போய்விடலாம் என்று எண்ணியவனுக்கு, ஏமாற்றம். அவன் திட்டத்திற்கு இடம்கொடுக்காத சதி, மின்னல் வேகத்தில் இடப்பக்கம் திரும்பி அவன் முன் நின்றாள். இடக்கையால் தன் அங்கவஸ்திரத்தின் மடிப்புகளிலிருந்து ஒரு கத்தியை உருவியவள். முகமூடியின் சதை குலுங்கும் வயிற்றைக் கிழிக்க முயன்றாள். அவனது அங்கியை அது துளைத்தாலும், உள்ளேயிருந்த கவசத்தைப் பிளக்க முடியவில்லை.

அதே நிமிடம், 'ஓ'வென்ற இரைச்சலுடன், பாப்ரவ்யாவும் அவரைச் சேர்ந்த அரிஷ்டநேமியும் சமுத்திரம் போல அவர்கள்மீது மோதினார்கள். அவர்களது எண்ணிக்கை அதிகரித்துவிட்டதைக் கண்ட முகமூடி, தன் வீரர்களைப் பின்வாங்கும்படிக் கட்டளையிட்டான். மீண்டும் பாப்ரவ்யா சந்திரவம்சிகளைத் தொடர்ந்து செல்லாமல் சிவன் தடுத்துவிட்டார். ''விட்ருங்க, வீரரே,'' என்றார். ''அவங்களை எதிர்க்க இன்னும் பல சந்தர்ப்பங்கள் கிடைக்கும். இராஜ குடும்பத்தக் காப்பாத்தறதுதான் இப்ப முக்கியம்.''

எதிரிகளுடன் மிக வீரமாய்ச் சண்டையிட்ட இந்த அயல்தேசத்தானை பாப்ரவ்யா ஏறிட்டார். அவரது கண்களில் தோன்றிய மரியாதை, சிவனின் தீரச்செயலின் பொருட்டுதானேயொழிய, நீலக்கழுத்தினால் அல்ல; அதைப்பற்றி அவருக்கு எதுவும் தெரியக்கூடத் தெரியாது. பணிவாகத் தலையசைத்தார். ''அயல்நாட்டானே, நீ சொல்வதும் சரிதான்.''

சட்டென்று அரிஷ்டநேமியை இறுக்கமான வளையமாக்கி, காயம்பட்டவர்களை வட்டத்திற்குள் கொண்டுவந்தார். இறந்தவர்களை யாரும் தொடவில்லை.

மூன்று அரிஷ்டநேமியும், ஒன்பது சந்திரவம்சிகளும் உயிரிழந்துவிட்டனர்; அவர்களது உடல்கள் திறந்தவெளியில் கிடந்தன. படுகாயம்பட்ட கடைசி வீரன், தப்பிக்கும் வழியின்றி, தன்னையே மாய்த்துக்கொண்டவன். எதிரிகளின் கையில் உயிருடன் சிக்கி, இரகசியங்களை விட்டுக்கொடுக்கும் நிலைமையை விட, கடவுளைச் சந்திப்பதே மேல் என்ற எண்ணம். தன் வீரர்களைத் தாழ்வாய் நிற்க வைத்து, வெளியிலிருந்து வரும் அம்புகளிடமிருந்து காக்க கேடயங்களையும் உயர்த்திப் பிடிக்குமாறு பாப்ரவ்யா கட்டளையிட்டார். உதவி வந்து சேரும் வரையில் எல்லோரும் அங்கேயே காத்திருந்தனர்.

''**க**டவுளே,'' கவலையால் பீடிக்கப்பட்ட தக்ஷர் மகளைக் கட்டிக்கொண்டு கூவினார்.

இரண்டாவது பிரஹாரின் நான்காவது மணியடித்தபோது, ஐந்நூறு வீரர்கள் வந்து சேர்ந்துவிட்டனர். வழியிலிருந்த ஆபத்துக்களைக் குறித்து பர்வதேஸ்வரர் எவ்வளவோ எடுத்துக் கூறியும் கேளாமல், தக்ஷர், ப்ரஹஸ்பதி மற்றும் கனகாலா, உடன் வந்திருந்தனர்.

சதியைத் தன் அணைப்பிலிருந்து விடுவித்த தக்ஷர் கண்களில் நீர் துளிர்த்தது. ''காயங்கள் எதுவும் இல்லையே?'' என்றார் மெல்லிய குரலில்.

''எனக்கு ஒண்ணுமில்லப்பா,'' என்றாள் சதி கூச்சத்துடன். ''அங்க இங்க சில வெட்டு. பெரிசா எதுவுமில்ல.''

''எவ்வளவு தைரியமாகப் போரிட்டாள், தெரியுமா?'' வீரிணி முகத்தில் பெருமை தாண்டவமாடியது.

''அம்மாங்கிறதால அப்படிச் சொல்றாங்க,'' சதியின் முகத்தில் மீண்டும் தீவிரம் குடிகொண்டது. சிவனை நோக்கித் திரும்பி, ''உண்மையச் சொல்லணும்னா, சிவன்தான் இன்னைய பொழுதைக் காப்பாத்தினார். சந்திரவம்சிகளோட உண்மையான திட்டத்தைக் கண்டுபிடிச்சு, எல்லாரையும் சரியான சமயத்தில ஒண்ணு திரட்டினது அவர்தான். அவராலதான் எதிரிகளை விரட்டியடிச்சோம்.''

''ஆ, அதிகமாப் புகழறாங்க,'' என்றார் சிவன்.

அப்பாடி. ஒரு வழியா அவ மனசுல மரியாதை வந்தாச்சு!

''இல்லை பெருமானே; அவள் மிகையாக எதையும் கூறிவிடவில்லை,'' தக்ஷர் கண்களில் நன்றி

அமீஷ்

வெளிப்படையாகத் தெரிந்தது. ''உங்களுக்கேயுரிய வசீகரச் சக்தி வேலை செய்யத் தொடங்கிவிட்டது. நாம் ஒரு தீவிரவாதத் தாக்குதலையே முறியடித்துவிட்டோம். எங்களுக்கு இது எவ்வளவு பெரிய விஷயம் என்பதை நீங்கள் அறிய மாட்டீர்கள்!''

''இது தீவிரவாதத் தாக்குதல் இல்லை, அரசே,'' என்றார் சிவன். ''இளவரசியைக் கடத்த நடந்த முயற்சி.''

''கடத்தலா?'' என்றார் தக்ஷர்.

''அவங்களை உயிரோட, எந்தக் காயமும் படாம கொண்டு போகணும்னுதான் அந்த முகமூடி விரும்பினான்.''

''என்ன?'' தக்ஷர் அலறினார். ''எந்த முகமூடி? யார்?!''

''நாகன், அரசே,'' அழாக்குறையாக வந்த தக்ஷரின் பதில் சிவனை ஆச்சர்யத்தில் ஆழ்த்தியது. ''அவன் சண்டை போடுறதை நான் பாத்திருக்கேன். அற்புதமான வீரன். கொஞ்சம் மெதுவா நகர்றான் - ஆனாலும், நல்ல திறமைசாலி. சதியோட சண்டை போட்ட மொத்த நேரமும், முடிஞ்சவரை அவங்களைக் காயப்படுத்தாம இருக்க முயற்சி செஞ்சான்.''

தக்ஷரின் முகம் வெளிறியது. வீரிணி கணவனை நோக்கிச் செலுத்திய விசித்திரப் பார்வையில், பயமும் ஆத்திரமும் போட்டியிட்டன. அவர்களது முகங்களைப் பார்த்த சிவன், ஏதோ கவனிக்கக்கூடாத குடும்பச் சண்டைக்குள் தலையிட்டுவிட்டதுபோல் தர்மசங்கடமடைந்தார்.

''அப்பா,'' சதி கவலையுடன் வினவினாள். ''உங்களுக்கு ஒண்ணுமில்லையே?''

தக்ஷர் மௌனித்திருக்க, சிவன் சதியை நோக்கித் திரும்பினார். ''நீங்க தனியாப் பேசறதே நல்லதுன்னு நெனைக்கறேன். தப்பா எடுத்துக்கலைன்னா, நந்தியும் மத்தவங்களும் எப்படியிருக்காங்கன்னு போய்ப் பாத்திட்டு வந்துர்றேன்.''

— ✸ ⵙ ⵍ ⵏ ✾ —

போர் புரிந்த வீரர்களிடையே நடந்து, காயம் பட்டோரையும், அவர்களுக்குச் சரிவர மருத்துவ உதவி கிடைக்கின்றதா என்றும் மேற்பார்வை செய்தவாறு நடந்தார் பர்வதேஸ்வரர். நந்தியைக் காக்கும் பொருட்டு, சிவனால் முதுகில் குத்துப்பட்டு இறந்து கிடந்த சந்திரவம்சி வீரனைப் பார்த்து, வாயடைத்து - பிறகு ஆத்திரத்தில் கத்தத்

தொடங்கினார். ''இவன் - இவன் முதுகில் குத்தப்பட்டு இறந்திருக்கிறான்!''

''ஆம், பிரபு,'' பாப்ரவ்யா தலைகுனிந்தார்.

''யார் இதைச் செய்தது? போர் தர்மத்தை இப்படி ஈனமுறையில் மீறியது எவன்?''

''அந்த அயல்நாட்டான் என்று எண்ணுகிறேன், பிரபு. ஆனால், சந்திரவம்சியால் தாக்கப்பட்ட தளபதி நந்தியைக் காக்கும் பொருட்டே அதைச் செய்தான் என்று கேள்விப்பட்டேன். சம்பந்தப்பட்ட சந்திரவம்சியும் யுத்த தர்மத்தை மீறி அவரை இடுப்பிற்குக் கீழ் தாக்கினான்.''

பர்வதேஸ்வரர் திரும்பி, பாப்ரவ்யாவை நோக்கி வீசிய நெருப்புப் பார்வையில் பின்னவர் பயந்து பின்வாங்கினார். ''விதிகள் விதிகள்தான்,'' என்று உறுமினார். ''எதிரி அவற்றைக் காப்பாற்றாவிட்டாலும் நாம் அவற்றைக் கடைப்பிடித்தேயாக வேண்டும்.''

''ஆம், பிரபு.''

''செல்லுங்கள். இறந்தவர்கள் அனைவருக்கும் சரியான முறையில் ஈமக்கிரியை நடத்த ஆவன செய்யுங்கள். சந்திரவம்சிகள் உட்பட.''

''பிரபு?'' பாப்ரவ்யா ஆச்சர்யத்துடன் நிமிர்ந்தார். ''ஆனால் - அவர்கள் தீவிரவாதிகளாயிற்றே?''

''அவர்கள் தீவிரவாதிகளாயிருந்திருக்கலாம்,'' பர்வதேஸ்வரர் சீறினார். ''ஆனால் நாம் சூர்யவம்சத்தைச் சேர்ந்தவர்கள். அதிலும் இராமபிரானை வழிபடுபவர்கள். நம் எதிரிகளிடத்திலும்கூட மரியாதைப் பண்புகளைக் காப்பாற்றக் கடமைப்பட்டவர்கள். சந்திரவம்சிகளுக்கு உரிய மரியாதையுடன் ஈமக் கிரியைகள் செய்யப்படும். புரிகிறதா?''

''கட்டளை, பிரபு.''

நந்தியின் அருகில், காயம்பட்டுப் படுத்திருந்த அரிஷ்டநேமி, அவரை ஏறிட்டான். ''அந்த அயல் நாட்டானைப் போய் 'பிரபு' என்கிறீர்களே? ஏன்?''

நந்தி, மற்றும் அடிபட்டுக் கிடந்த வீரர்களுடன், சிவன் ஏறக்குறைய அரைமணி நேரம் செலவழித்துவிட்டு, அப்போதுதான் விடைபெற்றுச் சென்றிருந்தார். எல்லோரும்

அப்போது அமர்ந்திருந்த விதத்தைப் பார்த்தால், சற்று முன்தான் தீவிரப் போரில் ஈடுபட்டிருந்தனர் என்று சொல்ல முடியாது. பலரின் பேச்சில் உற்சாகம் கொப்பளித்தது; வேறு சிலர், போர் தொடங்குவதற்கு முன் பாதிப்பேர் சந்திரவம்சிகளின் தந்திரத்திற்கு ஏமாந்து ஓடிச்சென்றது குறித்து பரிகாசம் செய்துகொண்டிருந்தனர். மரணம் நேருக்கு நேர் நோக்கும்போதும் நகைப்பவனே, அவர்களைப் பொறுத்தவரை மிக உத்தமமான க்ஷத்ரியன்.

''அவர்தான் என் பிரபு,'' நந்தி உள்ளதை உள்ளபடி சொன்னார்.

''ஆனால் அவன் - அவர் வேற்றுதேசத்தவர். அதிலும் ஜாதிக்குறியீடு இல்லாதவர்,'' அரிஷ்டநேமி சுட்டிக்காட்டினான். ''திறமையான வீரர்தான்; மறுக்க வில்லை. இருப்பினும், மெலூஹாவில் இல்லாத வீரர்களா? இவர் மட்டும் எந்தவிதத்தில் உயர்வு? அதிலும், இராஜ குடும்பத்துடன் இவ்வளவு நெருக்கமாகப் பழகுவதன் காரணம் என்ன?''

''இவற்றுக்கெல்லாம் என்னால் பதில் கூற முடியாது, நண்பரே. நேரம் வரும்போது உங்களுக்கே புரியும்.''

அரிஷ்டநேமி அவரைக் குறுகுறுப்புடன் பார்த்துவிட்டு, பிறகு தலையசைத்துச் சிரித்துக்கொண்டான். அவன் காவல் படையைச் சேர்ந்தவன். இந்த நிமிடம், இந்தப் பொழுது மட்டுமே அவனுக்கு சாஸ்வதம். அதைத் தாண்டிய அரிய, பெரிய விஷயங்கள் குறித்து அவன் யோசிப்பதில்லை. ''அது எப்படியோ? நீங்கள் அற்புதமான வீரர் என்பதைச் சொல்ல எனக்கு நல்ல நேரம், காலம் எதுவும் தேவையில்லை, நண்பரே. காயம்பட்டிருந்தும் நீங்கள் தொடர்ந்து போரிட்டதைக் கண்டேன். சரணடைவதென்றால் என்னவென்றே தெரியாது, உமக்கு. நீர் எமது ப்ராதா என்றானால், மிகுந்த மகிழ்ச்சியடைவேன்.''

ஒரு அரிஷ்டநேமியிடமிருந்து இப்படிப்பட்ட வார்த்தை வருவது பெரிய விஷயம். மெலூஹ இராணுவத்தில், ப்ராதா என்றொரு கோட்பாடு உண்டு: ஒவ்வொரு வீரனுக்கும், அவனுக்குச் சமமான போர்த் திறமையும் ஆற்றலும் உள்ள இன்னொரு வீரனைத் தோழன் போல அளித்துவிடுவது. தளபதிப் பதவியை எட்டும் வரையில் இது வழக்கில் உண்டு. ப்ராதா என்று இரு வீரர்கள் ஆனபிறகு, அவர்கள் ஏறக்குறைய சகோதரர்களே; சேர்ந்து போரிடுவார்கள்; ஒருவரையொருவர் காத்துக்கொள்வார்கள். ஒருவருக்காக ஒருவர் வலிந்து

உலகையே எதிர்த்துக்கொள்வார்கள்; எக்காரணத்தைக் கொண்டும் ஒரே பெண்ணை விரும்பமாட்டார்கள்; எவ்வளவு கசப்பாக இருந்தாலும், பொய்யுரைக்க மாட்டார்கள்.

மெலூஹ சாம்ராஜ்யத்தின் மிக உன்னத வீரர்கள், அரிஷ்டநேமி. அந்த அற்புதப் படையை சேர்ந்த ஒருவன், அதே படையைச் சேர்ந்த வீரனுக்குத்தான் ப்ராதா அந்தஸ்த்தைக் கொடுக்க முன் வருவான். இந்த அரிஷ்டநேமிக்கு தான் ஒரு நாளும் ப்ராதாவாக முடியாதென்பது நந்திக்கு நன்கு தெரியும். அவர், தன் பிரபுவுடன் இருக்கக் கடமைப்பட்டவர். என்றாலும், இப்படி ஒரு வாய்ப்பு அளிக்கப்பட்டதை நினைத்தே அவர் கண்களில் கண்ணீர் துளிர்த்தது.

''அடடா, மேலெல்லாம் விழுந்து அழுது புரள வேண்டாம்,'' கண்களில் விஷமம் ததும்ப அந்த வீரன் மூக்கைச் சுருக்கிக்கொண்டான்.

ஆரவாரச் சிரிப்புடன் நந்தி அந்த வீரனின் கையைத் தட்டிக்கொடுத்தார். ''உமது பெயர் என்ன, நண்பரே?''

''கௌஸ்தவ்,'' என்றான் அரிஷ்டநேமி. ''என்றேனும் ஒரு நாள், சந்திரவம்சிகளின் பிரதான இராணுவப்படையையே நாமிருவரும் சேர்ந்து தாக்குவோம், நண்பரே. இராமபிரானின் அருளால், அத்தனை அயோக்கியர்களையும் பூண்டோடு ஒழிப்போம்!''

''அக்னி பகவான் மேல் ஆணை!''

''**அ**ந்த நாகனின் மனதை நீங்கள் புரிந்துகொண்ட விதம் ரொம்ப சுவாரசியம்.'' சிவனின் நெஞ்சில் பட்டிருந்த காயம் சுத்தம் செய்யப்பட்டு, மருந்து பூசப்படுவதை, ப்ரஹஸ்பதி பார்த்துக்கொண்டிருந்தார்.

மற்ற வீரர்கள் அனைவருக்கும் மருத்துவம் செய்யப்பட்ட பிறகுதான் தனக்கு என்பதில் சிவன் பிடிவாதமாக இருந்தார்.

''அது எப்படின்னெல்லாம் என்னால சரியா சொல்ல முடியாது,'' என்றார் சிவன். ''எனக்கென்னவோ அவன் யோசிக்கிற விதத்தைப் புரிஞ்சிக்கிறது அவ்வளவு கஷ்டமா இல்லை.''

''என்னால் சொல்ல முடியும்!''

''நிஜமாவா? எப்படி?''

''சாதாரண மனிதர்கள் நாவால் உச்சரிக்கக்கூட அருகதையற்ற, உலகின் சகலத்தையும் தெரிந்து கொள்ளும் வல்லமை படைத்த 'நீ' என்னும் தலைவனுக்கு, இது ஒரு கஷ்டமா?'' மந்திரவாதி போல் ப்ரஹஸ்பதி கைகளை ஆட்டிக்கொண்டு கண்களை விரித்தார்.

கலகலவென்று அவர்கள் சிரிக்கத் தொடங்க, உற்சாக மிகுதியில் சிவன் பின்னோக்கிச் சாய்ந்தார். மருந்திட்டுக் கொண்டிருந்த இராணுவ வைத்தியர் அவரை முறைக்க, சிரிப்பை அடக்கிக்கொண்டு, மீண்டும் அமைதியானார். ஆயுர்வேத மருந்தைக் காயத்தின்மீது தடவி, வேப்ப இலையால் மூடிய வைத்தியர், பருத்தித் துணியால் அதை இழுத்துக் கட்டினார்.

''ஒரு நாள் விட்டு ஒரு நாள் இதை மாற்ற வேண்டும், அயல்நாட்டாரே,'' வைத்தியர் கட்டைச் சுட்டிக்காண்பித்தார். ''தேவகிரியில் இருக்கும் ராஜ வைத்தியர் இதைச் செய்வார். ஒரு வாரத்திற்குக் காயத்தில் தண்ணீர்படாமல் பார்த்துக்கொள்ளும். மேலும், அதே காலத்திற்கு நீர் சோமரஸமும் அருந்த வேண்டியதில்லை. குளிக்க முடியாதல்லவா?''

''அட, அவருக்குச் சோமரஸமெல்லாம் தேவையில்லை,'' கிண்டலடித்தார் ப்ரஹஸ்பதி. ''அது செய்ய வேண்டிய கொடுமையையெல்லாம் செய்தாகிவிட்டது.''

அடக்க முடியாத சிரிப்புடன் அவர்கள் மீண்டும் குலுங்க, வைத்தியர் மிகையான அலுப்புடன் தலையசைத்தவாறு அங்கிருந்து நகர்ந்தார்.

''உண்மையாகத்தான் கேட்கிறேன்,'' என்றார் ப்ரஹஸ்பதி. ''அவர்கள் ஏன் உங்களைத் தாக்க வேண்டும்? நீங்கள் யாருக்கும் எந்தத் தீங்கும் செய்யவில்லையே?''

''அவங்க என்னைத் தாக்க வரல. சதிக்காக வந்தாங்கன்னு நெனைக்கறேன்.''

''சதியா? ஏன்? இது இன்னும் பெரிய குழப்பமாகவல்லவா இருக்கிறது?''

''சதிதான்னும் சரியா சொல்ல முடியாது,'' என்றார் சிவன். ''அரச குடும்பம்தான் அவங்களோட இலக்குன்னு சொல்றது இன்னும் பொருந்தும். அதுலயும், சக்ரவர்த்தியைத்தான் உத்தேசிச்சு வந்திருப்பாங்க. அவர் இல்லைங்கிறதால், அவருக்கு அடுத்த முக்கியமான இலக்கா சதியைக் குறி வெச்சிருக்காங்க. அரச குடும்பத்தைச் சேர்ந்த யாரையாவது

கடத்திக்கிட்டுப் போய் பணயக்கைதியாக்கறதுதான் எண்ணம்னு நம்பறேன்.''

ப்ரஹஸ்பதி மௌனம் காத்தார். ஏதோ கவலையில் அவர் ஆழ்ந்துவிட்டதாகத் தெரிந்தது. கைவிரல்களைக் கோர்த்து முகத்தினருகில் கொண்டுவந்து, எதையோ யோசித்தவராகத் தொலைவில் நோக்கினார். சிவன் தன் சுருக்குப் பைக்குள்ளிருந்து புகைக்குழாயை எடுத்து, அதற்குள் காய்ந்த மரியுவானா போதை இலைகளை அடக்கினார். அதைச் சற்று வருத்தத்துடன் ப்ரஹஸ்பதி நோக்கினார்.

''இதற்கு முன் இந்தப் பேச்சை நான் எடுத்ததில்லை, சிவா. என்ன இருந்தாலும், உங்கள் சுதந்திரத்தில் தலையிட முடியுமா? - இனி பேசுவதும் உசிதமாயிருக்காது,'' என்ற பீடிகையுடன் தொடங்கினார் ப்ரஹஸ்பதி. ''ஆனால், உங்களை என் நண்பராகக் கருதுகிறேன். உண்மையைச் சொல்வது என் கடமையென்றும் நினைக்கிறேன்... அதாவது, கரச்சாபாவில் உள்ள சில எகிப்திய வியாபாரிகள் இந்த மரியுவானா இலைகளைப் புகைப்பதைப் பார்த்திருக்கிறேன். உங்களுக்கு இது நல்லதல்ல.''

''தப்பு, நண்பரே,'' சிவன் பெரிதாகப் புன்னகைத்தார். ''இதுதான் உலகத்திலேயே ரொம்ப உன்னதமான பழக்கம்.''

''உங்களுக்குத் தெரிந்திருக்க வாய்ப்பில்லை, சிவா. இதற்குப் பல மோசமான பக்க விளைவுகள் உண்டு. மிகக் கொடுமை - உங்கள் நினைவாற்றலை பாதிக்கும்; நீங்கள் சேமித்து வைத்திருக்கும் அனுபவ அறிவைப் பயன்படுத்த முடியாமல் தடுக்கும்.''

''அதுதாங்க விஷயமே.'' சட்டென்று சிவனின் முகம், அதுவரையில் அவர் பார்த்திராத தீவிரத்தை அடைந்தது. சோகம் படர்ந்த புன்னகையுடன் அவர் ப்ரஹஸ்பதியைப் பார்த்தார். ''அதுலதான் அற்புதமே அடங்கியிருக்கு, நண்பரே. இதப் புகைக்கிற எந்த முட்டாளுக்கும், ஞாபகம் போயிருமோங்கிற பயமே கெடையாது.''

புகைக்குழாயைப் பற்ற வைத்து, நீளமாக உறிஞ்சினார். ''எதுவும் மறக்காம இருக்கப்போகுதேங்கிறதுதான் அவங்க கவலை.''

ப்ரஹஸ்பதி சிவனை ஊடுருவிப் பார்த்தார். இந்தக் கொடுமையான பழக்கத்திற்கு விரும்பி அடிமையாகும் அளவிற்கு சிவனுக்கு என்ன பயங்கர அனுபவம் ஏற்பட்டிருக்கும்?

11

வந்தார் நீலகண்டர்

அன்றிரவு தற்காலிகமாகத் திறந்தவெளியில் தங்கிய அரச பரிவாரம், மறுநாள் காலை, தேவகிரி நோக்கிக் கிளம்பியது. இரவுக்கிரவே பயணிப்பது யாருக்கும் உசிதமாகப்படவில்லை. நந்தி உட்பட, காயம்பட்டோர் முதல் மூன்று மற்றும் ஐந்தாவது வண்டிகளில் படுத்தபடி பயணம் செய்தனர். அரச குடும்பத்தாரும், சிவனும் நான்காவது வண்டியில் அமர்ந்திருந்தனர். நேற்றைய போரில் பங்கு பெற்றிருந்த வீரர்கள் அனைவருக்கும், சற்று வசதியாக, குதிரைகளின் மீது வரும் பாக்கியம் அளிக்கப்பட்டது. வீழ்ந்துவிட்ட மூன்று அரிஷ்டநேமிக்குத் துக்கம் காக்கும் பொருட்டு, ப்ரஹஸ்பதியும் கனகாலாவும் மற்ற வீரர்களுடன் கால்நடையாக வந்தனர். இறந்தோரின் சாம்பல் அடைத்த மூன்று தாழிகளை மரப் பல்லக்கில் அலுங்காமல் வைத்து, பர்வதேஸ்வரர், பாப்ரவ்யா மற்றும் இரு வீரர்கள் சர்வமரியாதையுடன் தூக்கி வந்தனர். மூன்றும் அந்தந்த குடும்பங்களிடம் சம்பிரதாயமாக ஒப்படைக்கப்பட்டு, சாம்பல், சரஸ்வதி நதியில் கலக்கப்படும். சிவன், சதி மற்றும் நந்தியும் நடந்தே வர விரும்பினாலும், வைத்தியர் அதை அனுமதிக்கவில்லை.

மெலூஹாவின் அமரர்கள்

தன் வீரர்கள் நிகழ்த்திய வீரச் செயல்களால் இறும்பூதெய்தியிருந்த பர்வதேஸ்வரரோ, தன் 'பிள்ளைகளு'டன் பீடு நடை போட்டார். தேவேந்திரனின் பட்டறையில் கூர்தீட்டப்பட்ட இந்தப் போர்வாட்களுடன் தோளோடு தோள் நின்று போரிடும் சந்தர்ப்பம் கிட்டவில்லையே என்று தன்னைச் சபித்துக்கொண்டார்; சதியை, தன் மகள் போன்றவளைக் காப்பாற்றும் பேறு கிடைக்கவில்லையே என்று நொந்துகொண்டார். இந்தக் கோழைச் சந்திரவம்சிகளை ஒட்டுமொத்தமாக அழிக்கும் சந்தர்ப்பம் தனக்கு வாய்க்க வேண்டும் என்று தீவிரமாக வேண்டிக்கொண்டார். அத்துடன், தன் அடுத்த ஆறு மாதச் சம்பளத்தை வீழ்ந்த வீரர்களின் குடும்பங்களுக்கு யாரும் அறியாமல் கொடுத்துவிடுவதென்றும் மனதிற்குள் உறுதியெடுத்துக் கொண்டார்.

"இவ்வளவு ஈனச்செயல் புரியுமளவு தரமிறங்குவான் என்று நான் எதிர்பார்க்கவில்லை!" தக்ஷர் சட்டென்று அருவருப்புடன் சபித்தார்.

வண்டிக்குள் சௌகர்யமாகப் படுத்து உறங்கிக் கொண்டிருந்த சிவனும் சதியும் சட்டென்று விழித்தார்கள். தான் படித்துக்கொண்டிருந்த புத்தகத்திலிருந்து நிமிர்ந்த வீரிணி, கண்களைச் சுருக்கிக்கொண்டு கணவன் மீது பார்வையைச் செலுத்தினாள்.

"யார், அரசே?" சிவன் தூக்கத்தால் கரகரத்த குரலில் கேட்டார்.

"திலீபன். மனித குலத்தைச் சீரழிக்க வந்த காலன்!" தன்னை மீறி எழுந்த மனக்கசப்பை தக்ஷரால் மறைக்க முடியவில்லை.

கணவனையே வெறித்துக்கொண்டிருந்த வீரிணி, மெல்லக் கை நீட்டி சதியின் கரத்தைப் பற்றினாள். உதட்டருகில் கொண்டு வந்து இதமாக முத்தமிட்டாள். இன்னொரு கையால் சதியின் கரத்தை பாதுகாக்கும் விதமாகப் பற்றினாள். சதியோ, கீற்றாய் முகத்தில் தோன்றிய புன்னகையுடன், தாயின் தோள் மீது களைப்புடன் சாய்ந்துகொண்டாள்.

"திலீபன் யார், அரசே?" என்றார் சிவன்.

"ஸ்வத்வீபத்தின் சக்ரவர்த்தி," என்றார் தக்ஷர். "சதி என் கண்ணின் மணி என்பது உலகறிந்த விஷயம். என்னை அவர்களிஷ்டப்படி ஆட்டி வைக்க அவளைக் கடத்த முயற்சி செய்திருக்கிறார்கள்!"

சிவன் அனுதாபத்துடன் தக்ஷரை நோக்கினார். சந்திரவம்சிகளின் சமீபத்திய துரோகச் செயல் தக்ஷரின் ஆத்திரத்தை எவ்வளவு தூரம் தூண்டியிருக்கும் என்பதை அவரால் புரிந்துகொள்ள முடிந்தது.

''அதுவும், போயும் போயும் நாகர்களுடன் கூட்டு வைத்துக்கொள்ளுமளவுக்கா இறங்குவது?'' தக்ஷர் கொதித்தார். ''தங்கள் எண்ணம் ஈடேற இந்தச் சந்திரவம்சிகள் எதுவும் செய்வார்கள் என்பதையல்லவா இது நிரூபிக்கிறது?''

''நாகர்களை அவங்க பயன்படுத்தினாங்கன்னு அவ்வளவு நிச்சயமா என்னால சொல்ல முடியலை, அரசே,'' என்றார் சிவன் மெதுவாக. ''நாகன்தான் இந்தக் கூட்டத்துக்குத் தலைவன்னு தோணிச்சு.''

தார்மீகக் கோபத்தில் திளைத்துக்கொண்டிருந்த தக்ஷருக்கு, சிவனின் வார்த்தைகளில் பொதிந்திருந்த பொருள் புரியவில்லை. ''அந்த நாகன் இந்தச் சிறிய படைக்கு வேண்டுமானால் தளபதியாக இருந்திருக்கலாம், பிரபு, ஆனால், சந்திரவம்சிகளின் ஒட்டுமொத்த அதிகாரத்திற்கு அவன் கட்டுப்பட்டிருப்பான் என்பதில் எனக்கு எள்ளளவும் சந்தேகமில்லை. எந்த நாகனும் தலைவனாக முடியாது. முற்பிறவியில் செய்த பயங்கரக் குற்றங்களுக்குத் தண்டனையாகத்தான் இந்த ஜென்மத்தில் கொடுமையான் உடல் ஊனங்களும் வியாதிகளும் பீடிக்கப்பட்டுப் பிறக்கிறார்கள். எந்த நாகனும் தன் முகத்தை வெளியுலகிற்குக் காண்பிக்கமாட்டான். பயமும் அவமான உணர்ச்சியும் அவர்களுக்கு அதிகம். ஆனால், அறிவாளிகள். வித்தைகள் பல கற்றவர்கள். அவர்களைக் கண்டால் அனைத்து மெலூஹர்களுக்கும், ஏன், அநேக ஸ்வத்வீபர்களுக்குமே சிம்ம சொப்பனம்தான். ஆனால், அத்தகையவர்களுடன், கோர சொரூபம் படைத்த இந்த அரக்கர்களுடனே கூட்டு வைத்துக்கொள்ளச் சந்திரவம்சிகள் துணிந்துவிட்டனர். நாகர்களுடன் சேர்ந்து தங்கள் ஆன்மாவையே மாசுபடுத்திக் கொள்ளுமளவுக்கு இறங்கிவிட்டதிலிருந்து, எங்கள்மீது அவர்களுக்கிருக்கும் வெறுப்பைப் புரிந்து கொள்ளலாம்.''

சிவன், சதி மற்றும் வீரிணி தக்ஷரின் புலம்பலை மௌனமாகக் கேட்டுக்கொண்டனர்.

''அவர்கள் எவ்வளவு கேவலமான புழுபூச்சிகள் என்று இப்போதாவது புரிகிறதா, பிரபு?'' தக்ஷர் சிவனைக் கேட்டார். ''தர்ம நியாயம் எதுவுமற்றவர்கள். எங்களில்

ஒருவருக்கு அவர்கள் பத்து பேர். உங்கள் உதவி நிச்சயம் தேவை, பெருமானே - என் மக்களுக்கு மட்டுமல்ல, குடும்பத்திற்கும்தான். ஆபத்து எங்களை எப்போதும் சூழ்ந்திருக்கிறது.''

''என்னால முடிஞ்ச உதவிய செய்யறேன், சக்ரவர்த்தி,'' என்றார் சிவன். ''ஆனா, நான் சேனாதிபதி இல்லை. என்னால சந்திரவம்சிகளை எதிர்த்து எந்தப் படையையும் நடத்த முடியாது. நான் காட்டுவாசிகளோட சாதாரணத் தலைவன். ஒரே ஒருத்தன் என்ன பெருசா சாதிச்சிட முடியும்னு எதிர்பாக்கறீங்க?''

''குறைந்த பட்சம் தங்கள் வரவை என் அரசவை மற்றும் மக்களிடம் அறிவிக்கவாவது அனுமதியுங்கள், பிரபு,'' தக்ஷர் வற்புறுத்தினார். ''சில வாரங்கள் இந்த சாம்ராஜ்யத்தில் பயணம் செய்து பாருங்கள். எங்கள் மக்கள் எவ்வளவு உற்சாகமடைகிறார்கள் என்பதை உணர்வீர்கள். ஏன், நேற்றைய நிகழ்வையே எடுத்துக்கொள்ளுங்களேன் - தங்கள் சமயோசிதத்தால் ஒரு தீவிரவாதத் தாக்குதலையே முறியடித்துவிட்டோமே! பெருமானே, தயவு கூர்ந்து தங்கள் வரவை வெளியுலகிற்கு அறிவிக்க அனுமதியளிக்க வேண்டும். அவ்வளவுதான் என் கோரிக்கை.''

தக்ஷரின் ஆவல் ததும்பிய முகத்தை சிவன் கலவரத்துடன் ஏறிட்டார். சதியும் வீரிணியும் - குறிப்பாக, சதி - தன்னைக் கூர்ந்து கவனிப்பதை உணர்ந்தார்.

இதெல்லாம் என்னை எங்க கொண்டு போய் விடப்போகுதோ?

''சரி,'' வேறு வழியில்லாமல் ஒப்புக்கொண்டார்.

சட்டென்று உள்ளே படர்ந்த நன்றியுணர்ச்சியின் மிகுதியால் தக்ஷர் எழுந்து சிவனை இறுக்கியணைத்துக்கொண்டார்.

''நன்றி, மிக்க நன்றி, பெருமானே,'' வார்த்தைகள் தக்ஷரிடமிருந்து மடை திறந்த வெள்ளமாகப் பெருக, லேசாக மூச்சை இழுத்துப் பிடித்துக்கொண்டு சிவன் அவரது அணைப்பிலிருந்து தன்னை விடுவித்துக்கொண்டார். ''நாளையே தங்கள் வருகையை அரசவையில் அறிவித்துவிடுகிறேன். இன்னும் மூன்றே வாரங்களில் தாங்கள் மெலூஹ சாம்ராஜ்யத்திற்குள் திக்விஜயத்தை - அதாவது, பயணத்தைத் - தொடங்கலாம். நானே முன்னின்று அதற்கான அனைத்து ஏற்பாடுகளையும் செய்துவிடுகிறேன். ஒரு தனிப் படையே தங்கள் பாதுகாப்பிற்கு அளிக்கப்படும். பர்வதேஸ்வரரும் சதியும் துணை வருவார்கள்.''

"இல்லை!" வீரிணியின் குரல் இவ்வளவு கடுமையடைந்து சதி கேட்டதேயில்லை. "சதி எங்கும் செல்லப்போவதில்லை. நம் மகளை வலிந்து நீங்கள் ஆபத்தில் தள்ள நான் ஒருக்காலும் அனுமதிக்கமாட்டேன். என்னுடன் அவள் தேவகிரியில் இருப்பாள்."

"பிதற்றாதே, வீரிணி," தக்ஷர் சாந்தமாகப் பேசினார். "நீலகண்டப் பெருமான் அருகிலேயே இருக்கும் வரையில் சதிக்கு என்ன நேர்ந்துவிடும்? அவருடன் இருக்கும்போதுதான் அவளுக்குப் பாதுகாப்பு அதிகம்."

"அவள் எங்கும் செல்லப்போவதில்லை. இது உறுதி!" கணவனை முறைத்தபடி, வீரிணி சதியின் கரத்தைக் கெட்டியாகப் பிடித்துக்கொண்டாள்.

தக்ஷர் வீரிணியைப் புறக்கணித்துவிட்டு, சிவனிடம் திரும்பினார். "கவலை வேண்டாம், பெருமானே. அனைத்து ஏற்பாடுகளுக்கும் நான் பொறுப்பு. பர்வதேஸ்வரரும் சதியும் உங்களுடன் வருவார்கள். என்ன, சதியை நீங்கள் அவ்வப்போது கட்டுக்குள் வைக்க வேண்டி வரும்."

சிவன் புருவத்தைச் சுருக்கினார், சதியும்தான்.

தக்ஷர் புன்னகைத்தார். "என் அருமை மகளுக்குத் தைரியம் சற்று அதிகம். இதைக் கேளுங்கள்; சிறுமியாக இருந்த போது, ஒரு முறை, கிழவி ஒருத்தியை வெறி நாய்கள் கடித்துக் குதறாமலிருக்கும் பொருட்டு சிறு கத்தியுடன் போராட்டத்தில் இறங்கிவிட்டாள். ஏறக்குறைய குற்றுயிரும் குலையுயிருமாக அவளைக் கொண்டு வந்து சேர்த்தார்களென்றால் பார்த்துக்கொள்ளுங்கள். என் வாழ்வின் மிக மோசமான நாட்களில் அது ஒன்று. யோசிக்காமல் காரியத்தில் இறங்கும் அந்தக் குணம்தான் வீரிணியையும் கலவரப்படுத்துகிறது போலும்."

சிவன் சதியை நோக்கினார். அவள் முகம் உணர்ச்சியற்று இருந்தது.

"அதனால்தான்," தொடர்ந்தார் தக்ஷர். "அவளை நீங்கள் கட்டுக்குள் வைத்திருப்பது அவசியம் என்கிறேன். பின்னால் எந்தப் பிரச்சனையும் வரக்கூடாதல்லவா?"

சிவன் சதியை மீண்டும் நோக்கினார். ஏற்கனவே உள்ளத்தில் நிறைந்திருந்த காதலுடன் இப்போது ஏராளமான மரியாதையும் சேர்ந்துகொண்டது.

என்னால முடியாததை அவ செஞ்சிட்டா.

மெலூஹாவின் அமரர்கள்

மறுநாள், மெலூஹ அரசவையில், சிவன் தக்ஷரின் அருகில் அமர்த்தப்பட்டார். அவையின் அழகும் கம்பீரமும் அவரை வாயடைக்க வைத்துவிட்டது.

பொதுப் பயன்பாட்டிற்கான மாளிகையென்பதால், மெலூஹர்கள் வழக்கமாய்க் கடைப்பிடிக்கும் எளிமை, இங்கில்லை. மிகப்பெரிய பொதுக்குளியலறைக்கு அருகில் கட்டப்பட்டிருந்த மாளிகையின் கீழ்த்தளம் சூளைச் செங்கற்களால் ஆனதென்றாலும், தரையும், அதற்கு மேற்பட்ட அனைத்தும் தேக்கு மரத்தால் இழைக்கப் பட்டிருந்தன. தரைத்தள மேடையிலிருந்த துவாரங்களில் மிகப்பெரும் மரத்தூண்கள் சாதுர்யமாக நிறுவப்பட்டு, அவற்றில் அப்ஸர, தேவ மற்றும் ரிஷிகளின் உருவங்கள் மிகப் பிரமாதமாய்ச் செதுக்கப்பட்டிருந்தன. ஸ்வர்ணம் மற்றும் வெள்ளியாலான அலங்காரச் சின்னங்கள் பதித்து தகதகத்த மரக்கூரை, தூண்களுக்கு மேல் பொலிந்தது. புனித நீலம், மற்றும் இராஜ குடும்பத்தின் வண்ணமான சிவப்பும் கொண்ட தோரணங்கள் மேலிருந்து படபடத்தன. இராமபிரானின் வாழ்வின் வெவ்வேறு பகுதிகளைக் குறிக்கும் சம்பவங்கள் ஆங்காங்கு ஓவியமாய்ச் சுவற்றை அலங்கரித்தன.

ஆனால், அரசவைக் கட்டுமானத்தை அணு அணுவாக ரசிக்க சிவனுக்கு அப்போது நேரமில்லை. தக்ஷருக்குத் தன்னிடம் உள்ள ஏராளமான எதிர்பார்ப்புகள் அவரது பேச்சில் அப்பட்டமாகிவிடும். இது அவருக்கு மிகுந்த தர்மசங்கடத்தை அளித்தது.

''நீங்களனைவரும் நேற்றே கேள்விப்பட்டது போல்,'' தக்ஷர் பேசத் தொடங்கினார். ''ஒரு கடுமையான தீவிரவாதத் தாக்குதலை நாங்கள் சந்திக்க நேர்ந்தது. மந்தர மலையிலிருந்து தேவகிரி செல்லும் பாதையில், சந்திர வம்சிகள் இராஜ குடும்பத்தைத் தாக்க முயற்சித்தனர்.''

அவையில் சரசரவென்று ஆத்திரமும், பயங்கரமும் நிறைந்த முணுமுணுப்புகள் எழுந்தன. மந்தர மலை செல்லும் பாதை சந்திரவம்சிகளுக்கு எப்படி தெரிந்தது என்பதே பலரைக் கவலையிலாழ்த்திய கேள்வி. நடந்தது தீவிரவாதத் தாக்குதல் அல்ல, கடத்தல் முயற்சி என்பதை சிவன் மீண்டும் மீண்டும் தனக்குள் வலியுறுத்திக் கொண்டார்.

தொடர்ந்து பேசிய தக்ஷரின் ஓங்காரக் குரல், அவையில் பரவிய முணுமுணுப்புகளை மொத்தமாக மூழ்கடித்தது.

''சந்திரவம்சிகளின் இந்தத் துரோகச் செயல், மிகத் தந்திரமாகச் செயலாற்றப்பட்டது.''

அரசவைக் கட்டுமானப் பணியை ஏற்றிருந்த நிபுணர்கள், தங்கள் திறமை மொத்தத்தையும் காட்டியிருந்தார்கள் என்பதை ஒப்புக்கொள்ளத்தான் வேண்டும்: மேடையிலிருந்து சக்ரவர்த்தி பேசியதனைத்தும், அவை முழுவதும் துல்லியமாக எதிரொலித்தன. ''ஆனால் - நாம் அவர்களைத் தோற்கடித்துவிட்டோம் - பல வருடங்களுக்குப் பின், முதன் முறையாக, கோழைத்தனத்தின் உச்சமான ஒரு தீவிரவாதத் தாக்குதலை முறியடித்துவிட்டோம்.''

'ஓ'வென்ற வெற்றிக்கூச்சல் அவையை நிறைத்தது. இதற்கு முன்பு, மெலூஹர்கள் சந்திரவம்சிகளின் நேரடியான இராணுவத் தாக்குதல்களை எதிர்த்து வென்றதுண்டு - ஆனால், மறைந்திருந்து பாயும் தீவிரவாதிகளைச் சமாளிக்கும் வழியறியாமல் திகைத்து, பயந்தனர். இராணுவப் பாதுகாப்போ, பாசறையோ இல்லாத பொதுவிடங்களில் சட்டென்று எதிர்பாராத விதமாகத் தாக்கிவிட்டு, சூர்யவம்சி வீரர்கள் வந்து சேருமுன் தப்பி ஓடுவதுதான் தீவிரவாதிகளின் வழக்கம்.

அமைதி வேண்டி தக்ஷர் கையை உயர்த்தினார். ''இது எப்படி சாத்தியமானது தெரியுமா? உண்மை வெளிச்சத்திற்கு வரும் காலம் வந்துவிட்டது! தர்மம் ஜெயிக்கும் உன்னத நேரம் வந்துவிட்டது! மனித குலத்தின் தந்தை மனுவின் தூதர் நம்மிடையே வந்து வழிநடத்திச் சென்றதால், எதிரிகளை வெல்ல முடிந்தது! உலகில் தர்மம் அநீதியை வீழ்த்தும் சமயம் நெருங்கிவிட்டதால், நாமும் தீய சக்திகளை வெற்றி கொண்டுவிட்டோம்!''

முணுமுணுப்புக்கள் இப்போது முன்னை விட அதிகமாக எழுந்தன. நீலகண்டர் உண்மையில் வந்தேவிட்டாரா? ஏற்கனவே இம்மாதிரிப் பல வதந்திகள் எல்லோர் காதிலும் விழுந்திருந்தனவென்றாலும், யாரும் அவற்றை நம்பவில்லை. இதற்கு முன் பல போலியான அறிவிப்புகளுடன் நீலகண்டர்கள் எழுந்தருளியிருந்ததுதான் காரணம்.

தக்ஷர் கையுயர்த்தினார்; அவையோர் ஆர்வத்தின் உச்சத்திற்கே செல்லும் வரையில் பொறுத்தார். ''ஆம்! வதந்திகள் அனைத்தும் உண்மை!'' பெருமிதக் கூச்சலிட்டார். ''நம்மை உய்விக்க வந்துவிட்டார்! நீலகண்டர் உண்மையில் வந்துவிட்டார்!''

கழுத்துப்பட்டியின்றி, அவையில் குழுமியிருந்தோரின்

காட்சிப்பொருளாக மாறிவிட்ட சிவனின் முகம் சுருங்கிற்று. மெலூஹாவின் உயர்குடிகள் அவரை மொய்த்துக்கொண்டனர்; அவர்கள் சரமாரியாகத் தொடுத்த கேள்விகள் காதில் ஓயாது ரீங்கரித்தன.

''எத்தனையோ வதந்திகளைக் கேள்விப்பட்டோம், பிரபு,. ஆனால், அவை உண்மையாக இருக்கக்கூடும் என்ற சந்தேகம் கூட வரவில்லை.''

''இனி பயப்பட என்ன இருக்கிறது? தீய சக்திகள் அதி விரைவில் அழியும் காலம் வந்துவிட்டது, பிரபு!''

''தங்கள் பூர்வீகம் எது, பிரபு?''

''கைலாய மலையா? அது எங்கிருக்கிறது, பிரபு? அங்கு புனித யாத்திரை செல்லலாம் என்றிருக்கிறேன். போகலாமா?''

தன் மேல் சரமாரியாக வந்துவிழுந்த கேள்விகளும், மக்களின் கண்மண் தெரியாத குருட்டு நம்பிக்கையும் சிவனை வெகுவாகச் சங்கடப்படுத்தின. சந்தர்ப்பம் வாய்த்தவுடன், தக்ஷரிடம் அனுமதி பெற்று, அவையைவிட்டு வெளியேறினார்.

சில மணி நேரங்கள் கழித்து, மீண்டும் தன் அறையின் அமைதியை ரசித்து அனுபவித்தவாறு, நடந்தவற்றை சிவன் எண்ணமிட்டுக்கொண்டிருந்தார். கழுத்தில், பட்டி மீண்டும் அமர்ந்திருந்தது.

''புனித ஏரியே! உண்மையிலேயே என்னால இந்த ஜனங்களை கஷ்டத்துலேர்ந்து மீட்க முடியுமா?''

சற்று தூரத்தில் அமர்ந்து பொறுமை காத்துக்கொண்டிருந்த நந்தி திரும்பினார். ''என்ன சொன்னீர்கள், பிரபு?''

''உங்க மக்கள் என்மேல வெச்சிருக்கிற நம்பிக்கையப் பாத்தா, கொஞ்சம் கவலையா இருக்கு,'' நந்திக்குக் கேட்கும் வகையில் சிவன் உரக்கப் பேசினார். ''ஒத்தைக்கு ஒத்தை சண்டைன்னு வந்தா, ஜனங்களைக் காப்பாத்த ஏதோ என்னால முடிஞ்சதை செய்யலாம். ஆனா, நான் தலைவன் இல்லை. அதுலயும், 'தீய சக்திகளை ஒழிக்க வந்தவர்'லாம் கண்டிப்பா இல்ல.''

''தங்களால் யாரை எதிர்த்தும் வெற்றி காண முடியும் என்ற நம்பிக்கை எனக்கிருக்கிறது, பெருமானே. தேவகிரி செல்லும் சாலையில் எதிரிகளைத் துவம்சம் செய்தீர்களல்லவா?''

''அதெல்லாம் உணமையான வெற்றி கிடையாது,'' சிவன் உதட்டைச் சுழித்தார். ''வந்ததே சின்ன படை; அதுவும் கொல்ல முயற்சிக்கலை; கடத்தத்தான் வந்தாங்க. இதை விடப் பெரிய, நல்லா ஒருங்கிணைஞ்ச படைய, கொல்ற எண்ணத்தோட வர்றவங்கள நாம் சந்திக்க வேண்டி வந்தா, நிலைமை வேற மாதிரி இருக்கும். பயங்கரமான, எதையும் செய்யத் தயங்காத குரூர விரோதிகள் மெலூஹாவுக்கு நிறைய இருக்காங்கன்னு தோணுது. யாரோ ஒருத்தர்கிட்ட பொறுப்பை ஒப்படைச்சு, அவரே எல்லாத்தையும் செய்யணும்னு எதிர்பாக்கறது சரின்னு படலை. மாறும் காலத்துக்கேற்ப உங்க மக்களும் மாறித்தான் ஆகணும். இவ்வளவு கொடூரமாத் தாக்கத் தயங்காத ஒரு எதிரியோட மோதும்போது, குழந்தைத்தனமான நம்பிக்கைகள் உங்களைக் காப்பாத்தாது. சமூகத்தையே புதுசா மாத்தியமைக்கணும். நான் ஒண்ணும் அற்புதங்களச் சாதிக்கக்கூடிய கடவுள் இல்ல.''

''நீங்கள் சொல்வதத்தனையும் மிகச் சரி, பிரபு,'' வாழ்நாளில் எது குறித்தும் அதிகம் யோசித்து மூளையைக் குழப்பிக்கொள்ளாத, எளிய, அதிர்ஷ்டக்காரப் பிறவிகளில் ஒருவரான நந்தி, ஆணித்தரமாக ஆமோதித்தார். ''புதிய அமைப்பு ஒன்று தேவைதான். அது என்ன, எப்படி உருவாக்க வேண்டும் என்பதொன்றும் எனக்குத் தெரியாது. ஆனால், ஒன்று மட்டும் நன்கு புரிகிறது. ஆயிரம் வருடங்களுக்கு முன், இதே போன்ற குழப்பங்களையும் கலவரங்களையும் நாங்கள் சந்தித்தபோது, இராமபிரான் எங்களைத் தடுத்தாட்கொண்டார்; மிகச்சரியான முறையில் வழிநடத்தினார். அதே போல், நீங்களும் எங்களை மேன்மேலும் உயர்வு நோக்கி அழைத்துச் செல்வீர்கள் என்ற நம்பிக்கை எனக்கிருக்கிறது.''

''நந்தி, நான் இராமபிரான் இல்ல!''

எப்படி இந்த முட்டாளால என்னைப்போய் இராமரோட - உலகத்திலேயே ரொம்ப உசந்த மனிதரோட, மரியாதைப் புருஷோத்தமன்னு எல்லாரும் புகழற ஒருத்தரோட ஒப்பிட முடியுது?

''இராமபிரானை விட நீங்கள் உத்தமமானவர், பெருமானே,'' என்றார் நந்தி.

''இந்தப் பேத்தலை மொதல்ல நிறுத்துங்க! அவரை விட உயர்ந்தவன்கிறதை விடுங்க; எதை வெச்சு என்னை அவரோட ஒப்பிடக்கூட உங்களால முடியுது? நான் என்ன செஞ்சிட்டேன்?''

''வருங்காலத்தில் நீங்கள் சாதிக்கப்போகும் அருஞ்செயல்கள், உங்களை அவரைவிட உயரத்தில் நிச்சயம் வைக்கும், பிரபு.''

''வாய மூடுங்க!''

சாம்ராஜ்யம் முழுதும் சிவன் சுற்றுப்பயணம் மேற்கொள்வதற்கான சகல ஏற்பாடுகளும் அமர்க்களமாக நடந்துகொண்டிருந்தன. எல்லாவற்றுக்கும் இடையில், ஒவ்வொரு மதியமும் சதியுடன் நடன வகுப்புகள் மேற்கொள்ள அவர் நேரம் ஒதுக்கத் தவறவில்லை. அவர்களுக்கிடையே அமைதியான, ஆத்மார்த்தமான நட்பு உருவாகத் தொடங்கிவிட்டாலும், ஒருவித மரியாதையைத் தவிர, அதற்கு மேற்பட்டு எதுவும் சிவன் மீது சதிக்கு எற்படாதது - அல்லது அவற்றை அவள் காட்டிக்கொள்ளாதது - அவரை மிகவும் வாட்டியது.

இந்தப்புறம், சிவனின் மக்கள் தேவகிரிக்கு அழைத்து வரப்பட்டு, அவர்களுக்கு சௌகர்யமான வீடுகளும், பொருத்தமான வேலைவாய்ப்பும் வழங்கப்பட்டன. பத்ரா மட்டும் மற்ற குணாக்களோடல்லாமல், சிவனுடன் பயணம் செய்யப் பணிக்கப்பட்டான்.

''வீரபத்ரா! இந்தப் பேர் உனக்கு எப்ப கெடச்சுது?'' காஷ்மீரத்திலிருந்து கிளம்பிய பிறகு முதல் முறையாக பத்ராவைச் சந்தித்த சிவன், கேட்டார்.

''பேத்தலான காரணம்தான்,'' முன்பு பத்ராவுக்கிருந்த லேசான கூன், அதிசய சோமரஸத்தின் புண்ணியத்தில் இப்போது போயேவிட்டது. ''இங்க வர்ற வழியில, பரிவாரத் தலைவரை ஒரு புலிகிட்டருந்து காப்பாத்தினேன். அவர்தான் என்னை 'வீர்'னாக்கி, பேருக்கு முன்னால கோத்தும்விட்டாரு.''

''ஒத்தையாளாவா ஒரு புலியைக் கொன்னே?'' சிவனின் குரலில் அளவு கடந்த மரியாதை.

பத்ரா கொஞ்சம் தர்மசங்கடத்துடன் தலையாட்டினான்.

''அப்ப, வீரபத்ராங்கிற பேரு உனக்குப் பொருத்தம் தான்!''

''ஆமாமா!'' புன்னகைத்த பத்ரா, சட்டென்று தீவிரமானான். ''எல்லாஞ் சரி - ஆனா, இந்த 'தீய சக்திகளைத் தீக்கிரையாக்குபவர்' ... பட்டமெல்லாம் உனக்கு சரின்னு

படுதா? எப்பவோ நடந்து முடிஞ்சு போன விஷயத்தை மனசுல வெச்சுக்கிட்டா எல்லாத்துக்கும் தலையாட்ற?''

''இப்போதைக்கு நடக்கறபடி நடக்கட்டும்னு விட்டுட்டேன், நண்பா. என்னவோ தெரியலை - எல்லா கவலையையும் மீறி, இந்த மக்களுக்கு என்னால உதவமுடியும்னு தோணுது. இந்த மெலூஹர்களுக்கு மொத்தமா பித்துப் பிடிச்சுப் போச்சுங்கிறதுல சந்தேகமே இல்ல. அவங்க எதிர்பாக்கறதையெல்லாம் செய்ய முடியாது - ஆனா, ஏதோ கொஞ்சம் முடியும். அதனால அவங்க வாழ்க்கை மேம்பட்டா, என் கடந்தகாலத்தை ஏத்துக்குற பக்குவம் எனக்குக் கெடைக்கும்னு நம்பறேன்.''

''உனக்கு சம்மதம்னா, சரிதான். நீ எங்க போனாலும், பின்னாடியே வருவேன்.''

''பின்னாடி வேணாம். சேர்ந்து வா!''

வீரபத்ரா சிரித்துவிட்டு, சிவனை அணைத்துக்கொண்டான். ''நீ இல்லாம ரொம்ப கஷ்டமா இருந்துச்சு.''

''எனக்கும்தான்.''

''மத்தியானத்துக்குப்புறம், தோட்டத்துல சந்திப்போம், அருமையான மரியுவானா ஒரு பெரிய கத்தையே இருக்கு.''

''கண்டிப்பா!''

சிவனுடன் பிரயாணம் மேற்கொள்ள ப்ரஹஸ்பதியும் அனுமதி பெற்றுவிட்டார். மிக முக்கியமான ஒரு ஆய்வுக்குத் தேவையான சில அபூர்வ இரசாயனப்பொருட்கள் ஒரு மெஸபொட்டேமியக் கப்பலில் ஏற்றப்பட்டு, கரச்சாபா துறைமுகத்தில் வந்திறங்கப்போவதாக செய்தி வந்திருந்தது. அவரும், அவரைச் சேர்ந்தவர்களும் எப்படியும் அங்கு சென்று அவற்றைப் பெற்றுக்கொள்ள வேண்டியது அவசியம்; சிவனுடன் செல்லும் பிரயாணத்தின் போதே அதையும் முடித்துவிடலாம் என்பது அவர் எண்ணம். நீலகண்டப் பெருமானுக்கு எவ்வித ஆட்சேபமுமில்லாத பட்சத்தில், அனுமதியளிப்பதில் தனக்கும் பிரச்சனையில்லை யென்று தக்ஷர் கூறிவிட, விஷயம் தெரிந்தபோது, சிவன் அதை உற்சாகத்துடன் வரவேற்றார்.

அரசவையில் நீலகண்டர் குறித்த ஆதாரபூர்வ அறிக்கை வெளியிடப்பட்ட மூன்றாவது வாரம், மெலூஹாவில் சிவனின் சுற்றுப்பயணம் தொடங்கும் நாள் வந்தது. அன்று காலையே, தக்ஷர் சிவனின் அறைக்குள் பிரவேசித்தார்.

''ஒரு வார்த்தை சொல்லியனுப்பியிருந்தா நானே

வந்திருப்பேனே, சக்ரவர்த்தி,'' சிவன் நமஸ்தே என்றபடி வரவேற்றார். ''நீங்க இவ்வளவு சிரமமெடுத்துக்கிட்டு வந்திருக்க வேணாம்.''

''நேரில் வருவதை பாக்கியமாகக் கருதுகிறேன், பிரபு,'' புன்னகைத்த தக்ஷர், குனிந்து வணங்கினார். ''உங்கள் பரிவாரத்துடன் பயணம் செய்யப்போகும் வைத்தியரை அறிமுகப்படுத்தலாம் என்று அழைத்து வந்தேன். காஷ்மீரத்திலிருந்து நேற்றிரவுதான் வந்து சேர்ந்தார்.''

தக்ஷர் நகர்ந்துகொள்ள, உடன் வந்த அதிகாரி வைத்தியரை உள்ளே அழைத்துவந்தார்.

''ஆயுர்வதி!'' சிவனின் முகத்தில் சட்டென்று புன்னகை மலர்ந்தது. ''உங்கள மறுபடி பாத்ததுல எவ்வளவு சந்தோஷம், தெரியுமா?''

''எனக்கும்தான், பெருமானே,'' சிரித்தபடி ஆயுர்வதி குனிந்து சிவனின் பாதங்களைத் தொட முற்பட்டாள்.

சட்டென்று சிவன் இரண்டடி பின்வாங்கினார். ''முன்னாலேயே சொல்லியிருக்கேன்,'' என்றார். ''உயிர் குடுக்கறவங்க நீங்க. என் காலில் விழுந்து என்னைச் சங்கடப்படுத்தாதீங்க.''

''நீங்களும் நீலகண்டர், பிரபு. தீய சக்திகளைத் தீக்கிரையாக்க அவதரித்தவர்,'' ஆயுர்வதி மிக உருக்கமாகக் கூறினாள். ''உங்கள் அருள் எனக்குக் கிட்டும் பாக்கியத்தை ஏன் மறுக்க விரும்புகிறீர்கள்?''

அலுப்புடன் சிவன் தலையசைத்து, ஆயுர்வதி தன் பாதங்களைத் தொட அனுமதித்தார். அவள் வணங்கியபோது, தலையை மெல்லத் தொட்டு ஆசிர்வதித்தார்.

சில மணி நேரத்தில் சிவன், சதி, பர்வதேஸ்வரர், ப்ரஹஸ்பதி, ஆயுர்வதி, க்ருத்திகா, நந்தி மற்றும் வீரபத்ரா பயணத்தைத் தொடங்கினர். பாதுகாப்பிற்கும், பணிவிடைக்குமாக, ஆயிரத்து ஐந்நூறு வீரர்கள் கொண்ட படையும், இருபத்தைந்து பணிப்பெண்கள் மற்றும் ஐம்பது பணியாளர்கள் கொண்ட குழுவும் உடன் சென்றன. பீஸ் நதியின் கரை மீதிருந்த கோட்த்வார் நகரம் வரையில் சாலை வழியாகவும், அங்கிருந்து கரச்சாபா துறைமுகம் வரை படகில் செல்ல முடிவெடுக்கப்பட்டது. அங்கிருந்து கிழக்கு முகமாக லோத்தல் நகருக்கும், பிறகு, மீண்டும் உள்நாடு வந்து, சாலை மார்க்கமாக வடக்கு நோக்கி, சரஸ்வதி நதியின் கழிமுகத்திற்கும், அங்கிருந்து தேவகிரி சென்று சேர்வதாகவும் திட்டம்.

12

மெலூஹாவில் பிரயாணம்

''மனுங்கிறவர் யாரு?'' என்றார் சிவன். ''அவர்தான் 'தந்தை'ன்னு பல பேர் சொல்லிக் கேள்விப்பட்டிருக்கேன்.''

தேவகிரியிலிருந்து கோட்த்வார் செல்லும் அகன்ற சாலையில் அவர்கள் பரிவாரம் பயணம் செய்து கொண்டிருந்தது. மந்தர மலைப் பயணத்தைப் போல், இப்போதும் ஏழு ஊர்திகள் ஒன்றன்பின் ஒன்றாகச் சென்றன. அவற்றில் ஐந்து வெறுமையாக இருக்க, இரண்டாவதில் சிவன், சதி, ப்ரஹஸ்பதி மற்றும் க்ருத்திகா பயணித்தனர். பர்வதேஸ்வரரோ, ஆயுர்வதி மற்றும் படைத் தளபதிகளுடன் ஐந்தாவது வண்டியில் வந்தார். மெலூஹ சேனாதிபதியின் இருப்பால், நாட்டின் அனைத்து சட்டம், விதிகளைப் பிசகில்லாமல் காப்பாற்றுவது அவசியமாயிற்று. இதனாலேயே, குறைவான அந்தஸ்துடைய நந்தி வண்டிக்குள் அமர அனுமதியில்லாது, குதிரைப்படையுடன் பிரயாணம் செய்தார். அவரது சிறிய படையில் வீரபத்ராவுக்கும் இடமளிக்கப்பட்டிருந்தது. அவரவர் தளபதிகளின் தலைமையில், படைகள் பரிவாரத்திற்கு முன், பின் மற்றும் பக்கவாட்டில் எந்த நிமிடமும் தாக்குதலை எதிர்கொள்ளத் தயாராக நகர்ந்தன.

''பெருமான் மனு என்பவர் -'' ப்ரஹஸ்பதியும் சதியும்

மெலூஹாவின் அமரர்கள்

ஏறக்குறைய ஒரே சமயத்தில் பேசத் துவங்கி, சட்டென்று நிறுத்திக்கொண்டனர்.

"நீங்களே சொல்லுங்க, ப்ரஹஸ்பதிஜி," ஒதுங்கிக் கொண்டாள் சதி.

"வேண்டாம், வேண்டாம்," ப்ரஹஸ்பதி புன்னகையுடன் மறுத்தார். "தாங்களே கூறலாமே?"

யாருடைய குரல் நீலகண்டருக்கு உவப்பாக இருக்கும் என்று அவருக்கு நன்கு புரிந்திருந்தது.

"சே, சே, முடியாது, ப்ரஹஸ்பதிஜி. உங்கள மீறி நான் எப்படிப் பேச முடியும்? அது மரியாதையா இருக்காது."

"யாராவது பதில் சொல்லப்போறீங்களா?" கேட்டார் சிவன். "இல்லை, இப்படியே மரியாதையா மாத்தி மாத்தி விட்டுக்கொடுத்துக்கிட்டே இருக்கப்போறீங்களா?"

"சரி, சரி," ப்ரஹஸ்பதி சிரித்தார். "ஜாக்கிரதை - முழுவதும் நீலமாக மாறிவிடப்போகிறீர்கள்."

"அப்படிப்போடுங்க, ப்ரஹஸ்பதி," புன்னகைத்தார் சிவன். "இப்படியே போனீங்கன்னா கூட்டிக்குறைச்சு ஒரு நூறு வருஷத்தில உங்க ஹாஸ்யத்தை யாராவது ரசிக்க சின்னதா ஒரு வாய்ப்பு இருக்கு."

இருவரும் மீண்டும் சிரிக்க, மரியாதையற்ற அந்தப் பேச்சும், அதில் தொனித்த அன்னியோன்யமும் சதியைத் திகைக்க வைத்தன. ஆனால், சகலரின் பெருமதிப்புக்குரிய, மெலூஹாவின் பிரதம விஞ்ஞானியான ப்ரஹஸ்பதியே இதை வரவேற்றால், சதி அதை எதிர்ப்பதில் அர்த்தமில்லை. மேலும், சிவனை அவள் அதட்ட முடியாதல்லவா? என்ன இருந்தாலும், தன்னைக் காப்பாற்றியவர். ஒரு முறையல்ல, இரு முறை. அவரை மறுத்துப் பேச அவளுக்குள் இயற்கையாகப் பொதிந்திருந்த நற்பண்புகள் அனுமதிக்கவில்லை.

"மனுவைத் 'தந்தை' என்று நீங்கள் கூறியது உண்மைதான்," என்றார் ப்ரஹஸ்பதி. "நம் நாகரீகத்திற்கே உருவம் கொடுத்தவர் என்று இந்திய மக்கள் அனைவராலும் ஏற்றப்படுபவர் அவர்."

"ஸ்வத்வீபத்துல இருக்குறவங்களையும் சேர்த்தா?" சிவன் நம்ப முடியாமல் கேட்டார்.

"அப்படித்தான் நம்புகிறோம். அது எப்படியிருந்தாலும், மனுப்பிரபு ஏறக்குறைய எட்டரை ஆயிரம் ஆண்டுகளுக்கு முன் வாழ்ந்தவர். தென்னிந்தியாவைச் சேர்ந்த இளவரசர்

என்று சொல்வதுண்டு. அதாவது, நர்மதை நதி தீரத்தைத் தாண்டி, பூமி முடிந்து பெருங்கடல் தோன்றும் பகுதி. அந்த நிலப்பரப்பிற்கு சங்கத்தமிழ் என்று பெயர்.''

''சங்கத்தமிழ்?''

''ஆம். அப்போது உலகில் செல்வத்திலும் செல்வாக்கிலும் மிகச் சிறந்து விளங்கிய நாடு அது ஒன்று மட்டுமே. மனுப்பிரபு தோன்றிய பாண்டிய வம்சம், எத்தனையோ தலைமுறைகளாய் ஆட்சி செய்து வளப்படுத்திய பூமி. ஆனால், மனு விட்டுச்சென்ற நூல்களையும் பதிவுகளையும் வைத்துப் பார்த்தால், அவர் காலத்தில் பல மன்னர்கள் தத்தம் பண்புகளையும், தர்மத்தையும் இழந்து, தரமிறங்கி குற்றங்கள் பல புரியத் தொடங்கிவிட்டனர் என்று தெரிகிறது. மக்களையும் அவர்களுக்காற்ற வேண்டிய கடமைகளையும் மறந்து. உயிரை உய்விக்கும் பக்தியையும் துறந்து, செல்வச்செருக்கிலும் ஆணவத்திலும் மிதக்கத் துவங்கி விட்டனர். அப்போதுதான் மிகப்பெரும் பயங்கரம் ஒன்று நடந்தது: கடல் பெருஞ்சீற்றம் கொண்டு பொங்கி வந்து, அவர்கள் நாகரீகத்தையே அழித்துச் சென்றுவிட்டது.''

''கடவுளே!'' சிவன் கூவினார்.

''இது நடக்குமென்று முன்னமே மனுப்பிரபு அறிந்திருந்தார்; எதிர்கொள்ள ஆவன செய்துமிருந்தார். தன் நாடும் நாகரீகமும் தரம்தாழ்ந்து பண்பிழந்து, தெய்வங்களின் தீராத கோபத்திற்கு ஆளாகிவிட்டதாக நம்பினார். வரப்போகும் இயற்கை உற்பாதத்தை எதிர்பார்த்து, அவரைப் பின்பற்றியோரை அழைத்துக்கொண்டு, பல கப்பல்களில், மேற்கே, உயரமான நிலப்பரப்பிற்கு குடிபெயர்ந்தார். இன்றைய மெலூஹாவில், மேற்கு மலைகளினுள்ளே இருக்கும் மெஹ்ராகர்ஹ் என்ற இடத்தில் முதன்முதலில் இறங்கினார். பண்பாட்டிற்கும் நாகரீகத்திற்கும் பெயர் போன சமூகம் ஒன்றை அமைப்பதையே தன் வாழ்நாளின் குறிக்கோளாகக் கொண்டிருந்ததால், அரச பதவியையும், அணிபணி ஆபரணங்களையும் துறந்து, கோயில் அர்ச்சகராக மாறினார். இன்னும் சொல்லப்போனால், இப்போது கோயில்களில் பூஜை செய்வோரை நாம் மரியாதையாகப் பண்டிதர் என்றழைக்கிறோமல்லவா? மனுப்பிரபுவின் வம்சத்தார் பெயரான 'பாண்டியா'விலிருந்து மருவியது அது.''

''சுவாரசியமா இருக்கு. மனுப்பிரபுவோட வெளியேறின அந்தச் சின்னக் குழு எப்படி இன்னிக்கு நாம பாக்கற வலிமையுள்ள இந்தியாவா வளர்ந்துச்சு?''

''மெஹ்ராகர்ஹுக்கு அவர்கள் வந்து சேர்ந்த முதல் சில வருடங்கள், மிகக் கடுமையாகத்தான் இருந்தன. வருடத்திற்கு வருடம், மழைக்காலங்களில், வெள்ளமும், கடல் சீற்றமும் அதிகரித்துக்கொண்டே சென்றன. ஆனால், ஆண்டுகள் பல கழிந்ததாலும், மனுப்பிரபு செய்த பிரார்த்தனைகளின் சக்தியாலும், தெய்வங்கள் மனமிரங்கின. நீர்வரத்து அதிகரிப்பது நின்றது. ஆனாலும், கடல்நீர் பழைய நிலைக்குச் செல்லவேயில்லை.''

''அப்படீன்னா, தென்னிந்தியாவோட கடைக்கோடியில இன்னமும் பழைய சங்கத்தமிழ் நகரங்கள் கடலுக்கடியில இருக்குன்னு சொல்றீங்க?''

''அப்படித்தான் நம்புகிறோம்,'' என்றார் ப்ரஹஸ்பதி. ''கடல்நீர் நிலப்பகுதிகளில் புகுவது நின்றதும், மனுப்பிரபுவும் அவரது மக்களும் மலைகளினின்று இறங்கினர். சிறிய ஊற்றாக முன்பு சலசலத்துக்கொண்டிருந்த இண்டஸ் நதி இப்போது பிரம்மாண்ட பிரவாகமாய்ப் பாய்ந்து கொண்டிருப்பதைக் கண்டு பிரமித்தனர். வட இந்தியாவின் வேறு பல சிறு ஆறுகளும் இப்பொழுது பெருத்து, அதன் பயனாக ஆறு மிகப்பெரும் நதிகள் உருவாகியிருந்தன: இண்டஸ், சரஸ்வதி, யமுனா, கங்கா, ஸரயூ, மற்றும் பிரம்மபுத்ரா. தெய்வங்களுக்கு நம்மீதிருந்த கோபத்தின் பயனாக, பூமியில் வெப்பம் மிக அதிகரித்து அதன் பலனாக நதிகள் ஓடத் தொடங்கிவிட்டதாக மனுப்பிரபு கூறினார். வெப்பம் ஏறியதால், இமாலயத்தில் கல் போல் கெட்டிப்பட்டிருந்த பனிமலைகள் உருகி வழிந்து, நதிகள் உருவாகக் காரணமாயிருந்தன.''

''ஹ்ம்ம்...''

''இவற்றின் கரைகளில் கிராமங்களும், அவற்றின் சுவட்டில் நகரங்களும் உருவாயின. சங்கத்தமிழின் அழிவால், சப்த-சிந்து என்றழைக்கப்படும் நம் தேசம் உருவான வரலாறு இதுதான்.''

''ஏழா? வட இந்தியாவுல ஆறு நதிகள் உருவானதா இல்ல சொன்னீங்க?''

''உண்மைதான். ஏழாவது நதி ஏற்கனவே இருந்தது. அதுதான் நர்மதை; நமது தெற்கு எல்லையாக அமைந்து விட்டது. தன் வழித்தோன்றல்கள் யாரும் நர்மதைக்குத் தெற்கே ஒரு போதும் செல்லக்கூடாது; சென்றால், திரும்பக் கூடாது என்பது மனுவின் கடுமையான கட்டளை. சந்திரவம்சிகள் கூட இந்த விதியை மீறுவதில்லை என்று நம்புகிறோம்.''

''மனுப்பிரபுவோட மத்த கட்டளைகள் என்னென்ன?''

''பல இருக்கின்றன. அத்தனையும் மனுஸ்ம்ரிதி என்னும் மிகப்பெரிய நூலில் வரையறுக்கப்பட்டுள்ளன. கேட்க விரும்புகிறீர்களா?''

''ஆசையாத்தான் இருக்கு,'' சிவன் புன்னகைத்தார். ''அப்றம் பாத்துக்கலாம்.''

''தங்கள் அனுமதியுடன், பிரபுக்களே,'' இடைமறித்தாள் க்ருத்திகா. ''மனுப்பிரபு மனித குலத்தை உய்விக்கப் பிறப்பித்த கோட்பாடுகளை, மதிய உணவின் போது ஆய்வு செய்வோமா?''

பீஸ் நதிக்கரையோரமாக, நீலகண்டரின் பரிவாரம் பிரயாணம் மேற்கொண்டிருந்த சாலையிலிருந்து சற்று தூரத்தில், தோராயமாக நாற்பது பேர் கொண்ட சிறிய படையொன்று நகர்ந்தது. இருவருக்கு ஒன்றாய் அவ்வீரர்கள் தலையில் சிறிய பரிசலைச் சுமந்தபடி நடந்தனர். இது அந்த பிராந்தியத்திற்கேயுரிய சிறப்பு. ஒருவரால் சுலபத்தில் தலையில் சுமந்து கொண்டு பயணம் செய்யக்கூடிய, மூங்கில், பிரம்பு மற்றும் கயிற்றினாலான, சிறிய, மெல்லிய பரிசல்களைத் தயாரிப்பதில் அப்பகுதி மக்கள் வல்லுனர்கள். ஒரு பரிசலில் இருவர் அமர்ந்து பாதுகாப்பாக, சீரான வேகத்துடன் நதியில் பயணிக்கலாம்.

படைக்கு முன், கபிலநிறத் தலைப்பாகையணிந்த ஓர் இளைஞன், விழுப்புண் ஒன்றைப் போரில் அடைந்த பெருமிதத்துடன், ஏறு நடை நடந்தான். அவனுக்குச் சற்று முன், முகமூடியணிந்த ஒருவன், தலை குனிந்தவாறு, கண்களைச் சுருக்கிக்கொண்டு, இனம் காண முடியாத யோசனையில் ஆழ்ந்தபடி, மெல்ல மெல்ல நடைபோட்டான். வேகமாக மூச்சை இழுத்துவிட்டு, முகமூடி மறைத்த நெற்றியை சற்று அலுப்புடன் தேய்த்துக்கொண்டான். வலது மணிக்கட்டில் தொங்கிய தோல் கங்கணத்தில், 'ஓம்' என்ற சொல் சர்ப்ப வடிவில் நூல்வேலை செய்யப்பட்டிருந்தது.

''விஷ்வத்யும்னா,'' என்றான் முகமூடி. ''நதியை இங்கே கடப்போம். மக்கள் அதிகமிருக்கும் பகுதிகளில், யாரும் கண்டுபிடிக்க முடியாத வகையில் நதியிலிருந்து நகர்ந்து, வேறு பாதைகளில் பயணிப்போம். இரண்டு மாதங்களுக்குள் நாம் கரச்சாபாவில் இருக்க வேண்டும்.''

''கரச்சாபாவா, பிரபு?'' விஷ்வத்யும்னன் ஆச்சர்யத்துடன் வினவினான். ''லோத்தல் நகருக்கு வெளியே அரசியாரை இரகசியமாகச் சந்திக்கப்போவதாக அல்லவா எண்ணிக்கொண்டிருந்தேன்?''

''இல்லை,'' என்றான் முகமூடி. ''கரச்சாபாவுக்கு வெளியேதான்.''

''கட்டளை, பிரபு.'' பின்னால், கோட்த்வார் செல்லும் பாதை இருந்த திசையை நோக்கினான் விஷ்வத்யும்னன். இளவரசியைக் கடத்த இன்னும் ஒரே ஒரு முயற்சியாவது செய்யத் தன் பிரபு விரும்புவது அவனுக்குத் தெரியும். ஆனால், இப்போது இருக்கும் பரிவாரத்தின் படை பலத்தை உத்தேசித்து, அதைக் கைவிடுவதே சாலச் சிறந்தது என்பதையும் அவன் அறிவான். எது எப்படியிருந்தாலும், அவர்கள் மேற்கொண்டிருந்த பிரதான காரியத்தை நிறைவேற்றுவதிலேயே காலதாமதம் ஆகிவிட்டது. அரசியாரை வேறு அவசரமாகச் சந்திக்க வேண்டும்.

பின்னால் வந்த வீரர்களில் ஒருவனிடம் விஷ்வத்யும்னன் திரும்பினான். ''ஸ்ரிக்தா, உன் பரிசலை நதியில் இறக்கி, கோலை என்னிடம் கொடு. நம் பிரயாணத்தின் இப்பகுதியில் நானே பிரபுவை அழைத்துச் செல்கிறேன்.''

கட்டளையை ஸ்ரிக்தா உடனே நிறைவேற்றினான். அப்படையில் விஷ்வத்யும்னனும் முகமூடியுமே முதலில் நதியில் இறங்கினர். மற்ற வீரர்கள் பரிசலை நீரில் இறக்குவதற்கு முன், விஷ்வத்யும்னன் தன் பரிசலைச் செலுத்தத் துவங்கிவிட்டான்.

சற்று தூரத்தில், ஒரு படகில் இரு பெண்கள் சாவதானமாக மனம் போன போக்கில் சாய்ந்திருந்ததை முகமூடி கவனித்தான். ஒருத்தி பக்கவாட்டிலிருந்து நீரை வாரி அரையும் குறையுமாகத் தோழி மீது தெளிக்க, அவளோ நனையாமல் தப்பிக்க முயன்றுகொண்டிருந்தாள். அவர்களது சிறுபிள்ளைத்தனமான விளையாட்டால் படகு இப்படியும் அப்படியும் ஆடியது. மறுகரையிலிருந்து நதிக்குள் வழுக்கிக்கொண்டு மூழ்கிய முதலையை இருவரும் கவனிக்கவில்லை. ருசியான உணவு வாய்க்கெட்டும் தூரத்தில் இருப்பதை உணர்ந்ததுபோல் முதலை வெகு விரைவாக பெண்களிருந்த படகை நோக்கி நீந்தியது.

''பின்னால் பாருங்கள்!'' கூவிய முகமூடி, பரிசலை வேகமாகச் செலுத்துமாறு விஷ்வத்யும்னனுக்குக் கட்டளையிட்டான்.

அம்ஷ்

அவன் கத்தியதன் பொருள் பெண்களுக்கு விளங்கவில்லை. அடையாளம் தெரியாத இரு ஆடவர்கள் தங்களை நோக்கி வேகமாகப் பரிசலில் வருவதையும், அதில் ஆஜானுபாகுவாய் ஒருவன் தலை முதல் கால் வரை அங்கியால் தன்னை மறைத்துக்கொண்டு, முகமூடி வேறு அணிந்திருப்பதையும் மட்டுமே கண்டனர். கைகளால் விசித்திரமான சைகைகள் புரிந்துகொண்டிருந்தான்; பின்னால், பல வீரர்கள் வேறு பரிசல்களைத் தள்ளிக்கொண்டு நதியில் இறங்கிக் கொண்டிருந்தனர். அது போதும்: இவர்கள் நிச்சயம் ஏதோ தீய எண்ணத்துடன் தங்களைச் கவரவே வந்து கொண்டிருந்தனர்; எப்படியாவது தப்பிக்க வேண்டும்! கலவரத்துடன் பெண்கள் உடனடியாக படகைச் செலுத்தத் தொடங்கினர்.

அதுவும், முதலையின் பாதையில்.

''வேண்டாம்!'' முகமூடி அலறினான்.

விஷ்வத்யும்னனிடமிருந்து கோலைப் பிடுங்கிக்கொண்டு, பலம் பொருந்திய கரங்களால் வெகு வேகமாகத் துடுப்பு போட்டான். பரிசல் சீறிக்கொண்டு, நிமிடத்திற்கு நிமிடம் பெண்களை நெருங்கினாலும் - போதவில்லை. முதலை படகை நெருங்கியவுடன், மளுக்கென்று நீருக்குள் மூழ்கி, படகின் மீது பாய்ந்தது. 'தடா'லென்று அது மோதிய வேகத்தில் படகு பேயாட்டம் ஆடிக் கவிழ, பெண்களிருவரும் பீஸ் நதிக்குள் தலைகுப்புற விழுந்தார்கள்.

திகில் நிரம்பிய அலறல்கள் திசையெங்கும் பரவின. பெண்கள் எப்படியாவது மேலே எழும்ப முயற்சிக்க, தன் பாய்ச்சலில் மிக முன்னதாகச் சென்று விட்ட முதலை, திரும்பி அவர்களைக் குறிவைத்து நீந்தியது. இந்தச் சில விநாடிகள் அந்தப் பெண்கள் விஷயத்தில் போதுமானதாக இருந்தன: காப்பாற்ற வந்த பரிசல் முதலைக்கும் அவர்களுக்கும் இடையில் நறுவிசாக நுழைந்தது. முகமூடி விஷ்வத்யும்னனை நோக்கினான். ''பெண்களைக் காப்பாற்று.''

இளைஞன் பதில் கூறுமுன், தன் அங்கியைக் கழற்றியெறிந்துவிட்டு, முகமூடி நீருக்குள் பாய்ந்தான். பற்களுக்கிடையில் கத்தியை இறுக்கிக்கொண்டு, முதலையை நோக்கி விரைவாக நீந்தினான். வெள்ளத்தில் போராடி, மயங்கிவிட்ட ஒரு பெண்ணை பரிசலுக்குள் ஏற்றிக்கொண்ட விஷ்வத்யும்னன், 'பயப்படாதே, வருகிறேன்,'' என்று இன்னொருத்திக்கு வாக்களித்தான். சட்டென்று வெகு வேகமாகப் பரிசலைக் கரை நோக்கிச் செலுத்தினான்.

வழியில், விரைந்து துடுப்புப் போட்டுக்கொண்டிருந்த வீரர்களைப் பார்த்துக் கூவினான்: ''வேகம், வேகம்! பிரபுவுக்கு ஆபத்து!''

மற்றவர்கள் உடனடியாக முகமூடி நதிக்குள் பாய்ந்த இடத்தை நோக்கி நகர, அங்கோ, நீருக்கடியில் நிகழ்ந்த குரூர போராட்டத்தின் விளைவாக நதி செந்நீராகிக் கொண்டிருந்தது. **நதிகளையும், கடலையும் காக்கும் கடவுளான வருண பகவானுக்குப்** பல பக்தி நிறைந்த கோரிக்கைகள் பறந்தன: இந்த இரத்தம் எங்கள் பிரபுவுடையதாக இருக்கக்கூடாது!

இறுதியில் ஒரு வீரன் வாள் சகிதம் நதிக்குள் குதிக்க யத்தனிக்க, சட்டென்று குருதியால் முழுக்காட்டப்பட்ட முகமூடியணிந்த உருவம் மேலெழுந்தது. இரத்தம், முதலையினுடையதுதான். ஏறக்குறைய நினைவிழக்கும் தறுவாயிலிருந்த இன்னொரு பெண்ணை நோக்கி அவன் வேகமாக நீந்தி, அவள் தலை நீருக்கடியில் மூழ்குவதற்கு முன் சட்டென்று பிடித்து நிமிர்த்தினான். இதற்குள், இரு சந்திரவம்சி வீரர்கள் பரிசலிலிருந்து நதிக்குள் பாய்ந்தனர்.

''பிரபு, தயவுகூர்ந்து பரிசலில் ஏறிக்கொள்ளுங்கள்,'' என்றான் ஒருவன். ''நாங்கள் கரைக்கு நீந்திச் சென்று விடுகிறோம்.''

''முதலில் அந்தப் பெண்ணைக் காப்பாற்றுங்கள்,'' என்றான் முகமூடி.

வீரர்கள் மயங்கிவிட்டிருந்த பெண்ணை பரிசலில் இழுத்துப்போட, அவனும் ஜாக்கிரதையாக ஏறிக்கொண்டு, கரையை நோக்கிக் கோலைச் செலுத்தினான். அவர்கள் வந்து சேர்வதற்குள், மற்றொரு பெண்ணுக்கு விஷ்வத்யும்னன் நினைவு தெளிய வைத்துவிட்டான். நடந்து முடிந்தவற்றால் அவள் சற்றுக் கலங்கித்தான் போயிருந்தாள்.

''உனக்கு ஒன்றுமில்லையே?'' என்றான் அவன்.

அவள் அவனைத் தாண்டி எதையோ பார்த்துவிட்டு - 'ஓ'வென்று அலறினாள். அவனும் திரும்ப, பின்னால், உயிரற்றவள் போல் கிடந்த இன்னொரு பெண்ணைத் தூக்கிக் கொண்டு முகமூடி ஏறி வந்து கொண்டிருந்தான். நல்ல ஆகிருதி பொருந்திய அவனது உடலோடு அங்கி ஒட்டியிருந்தது. முதலையின் இரத்தத்தில் ஏறக்குறைய குளித்திருந்த அவனைக் கண்ட அந்த பெண்ணின் பிறழ்ந்த மனதுக்கு, தோழியின் குருதிதான் அது என்றே விபரீதமாகத் தோன்றியது.

''அடேய், மிருகப் பதரே!'' கூக்குரலிட்டாள். ''என்ன செய்தாய் அவளை?''

நாகன் சட்டென்று நிமிர்ந்து பார்த்தான். அவனது கண்களில் லேசான ஆச்சர்யம் தென்பட்டாலும், எதையும் பேச யத்தனிக்கவில்லை. மெல்ல கைகளிலிருந்த பெண்ணைத் தரையில் இறக்க, அணிந்திருந்த முகமூடி கழன்று தொங்கியது. விஷ்வத்யும்னனுக்கருகில் அமர்ந்திருந்த பெண் திகிலுடன் அவனை வெறித்தாள்.

"நாகன்!" என்று அலறினாள்.

என்ன, ஏதென்று விஷ்வத்யும்னன் சுதாரித்துக் கொள்ளுமுன், சட்டென்று எழுந்து, அலறியவாறு ஓடத்தொடங்கினாள். "காப்பாற்றுங்கள்! நாகன் என் தோழியைத் தின்றுகொண்டிருக்கிறான் - காப்பாற்றுங்கள்!"

அவள் மீது சோகம் மிகுந்த பார்வை ஒன்றைச் செலுத்திய நாகன், சட்டென்று தன்னை மீறி எழுந்த துக்கத்தை மனக்கதவுகளின் பின் தள்ளி இழுத்து மூடிவிட்டு, தலையசைத்துக்கொண்டான். பல ஆண்டுகளாக ஒரு முறை கூடக் காணாத தன் பிரபுவின் முகத்தை விஷ்வத்யும்னன் முதன்முதலாகப் பார்த்தான். உடனடியாகக் கண்களைத் தாழ்த்திக்கொண்டான். என்றாலும், அந்த ஒரு சில வினாடிகளில் - சாதாரணமாய் உணர்ச்சியற்றிருக்கும் தன் பிரபுவின் கண்களில் இப்போது அபூர்வமாகப் பளிச்சிட்ட, உயிரை உருக்கும் சோகத்தை, வலியை - அலட்சியம் செய்ய முடியவில்லை.

ஆத்திரம் தலைக்கேற, அப்போதுதான் காப்பாற்றிய பெண்ணின் தலையை ஒரே சீவில் சிவிவிட விஷ்வத்யும்னன் வாளை உருவினான்.

"கூடாது, விஷ்வத்யும்னா," முகமூடியை மீண்டும் அணிந்தவாறு நாகன் கட்டளையிட்டான். மற்ற வீரர்களிடன் திரும்பினான். "அவளுக்கு நினைவு தெளிய வையுங்கள்."

"பிரபு, இவளது தோழி கண்டிப்பாக பிறரை அழைத்துக்கொண்டு இங்கு வந்து சேர்வாள்," விஷ்வத்யும்னன் வாதாடிப் பார்த்தான். "இவளை இப்படியே விட்டுவிட்டுக் கிளம்பிவிடுவோம்."

"இல்லை."

"பிரபு, யாரும் எந்த நிமிடமும் வந்துவிடலாம். நாம் தப்பித்தே ஆக வேண்டும்."

"இவளைக் காப்பாற்றிய பிறகுதான்," நாகன் தன் வழக்கமான, உறுதியான குரலில் கூறினான்.

விருந்தினர் மாளிகையொன்றில் நந்தி, வீரபத்ரா உட்பட தற்காலிகமாக இறங்கிய அரச பரிவாரத்தினர், திறந்தவெளி முற்றத்தில் உற்சாகமாக மதிய உணவருந்திக்கொண்டிருந்தனர். படையில் பாதியும் உணவுட்கொள்ள அமர்ந்திருந்தது; இந்தக் கடுமையான வெய்யிலில் நாள் முழுவதும் நிற்காமல் ஒரே கதியில் நடந்து செல்ல அவர்களுக்குச் சக்தி தேவை. உணவு சம்பந்தமான ஏற்பாடுகளை - அதிலும் சதி விஷயத்தில் - மேற்பார்வை செய்ய பர்வதேஸ்வரர் வந்திருந்தார். விருந்தில் அவர் கலந்துகொள்ளவில்லை. வீரர்களுடன் பின்னர் சாப்பிட்டுக் கொள்வதாகச் சொல்லிச் சென்றுவிட்டார்.

திடீரென்று வெளிச்சுற்றில் காவல் புரிந்துகொண்டிருந்த வீரர்களிடையே ஏதோ அமர்க்களம். சிவனின் கவனம் திரும்பியது. ப்ரஹஸ்பதி, நந்தி மற்றும் வீரபத்ராவை இருந்த இடத்திலேயே அமர்ந்திருக்கும்படி சைகை செய்தவர், விஷயம் என்னவென்று பார்க்கச் சென்றார். சத்தங்களைக் கேட்ட பர்வதேஸ்வரரும் அதை நோக்கிச் சென்றார்.

''காப்பாற்றுங்கள்!'' அலறினாள் அந்தப் பெண். ''நாகன் அவளை உயிருடன் தின்று கொண்டிருக்கிறான்!''

''மன்னிக்க வேண்டும்,'' என்றார் தளபதி. ''எக்காரணம் கொண்டும் விருந்தினர் மாளிகையை விட்டு நாங்கள் விலகக்கூடாதென்று எங்களுக்கு மிக கடுமையான உத்தரவு.''

''என்ன ஆயிற்று?'' என்றார் பர்வதேஸ்வரர்.

திடுக்கிட்டுத் திரும்பிய தளபதி, சட்டென்று தாழ்மையாகக் குனிந்து வணங்கினார். ''பிரபு, தன் தோழியை ஒரு நாகன் தாக்கிவிட்டதாக இந்தப் பெண் கூறுகிறாள். உதவி கேட்கிறாள்.''

அவளைக் கூர்ந்து நோக்கிய பர்வதேஸ்வரர், தயங்கினார். நாகனையும் அவனைச் சேர்ந்தவர்களையும் துரத்தியடித்துக் கொன்றுவிட அவரது கைகள் பரபரத்தன. ஆனால், அவருக்கிடப்பட்ட கட்டளைகள் மிகத் தெளிவானவை: நீலகண்டரையும், சதியையும் ஒரு கணமும் விட்டு விலகக் கூடாது. அவர்களைக் காப்பது மட்டுமே அந்தப் படையின் ஒரே தலையாய கடமை. ஆனால் - அவர் ஒரு க்ஷத்ரியர்; உதவி கேட்டு காலில் விழுவோரையும், வலிவிழந்தோரையும் காப்பதுதானே ஒரு சிறந்த வீரனின் கடன்? அதைச் செய்யவிடாமல் தன்னைத் தடுத்த இந்த அற்ப விதிமுறைகளை நினைத்து பர்வதேஸ்வரர் பற்களைக் கடித்தார். எதையோ சொல்ல

அவர் வாயெடுக்க, சிவன் அங்கு வந்து சேர்ந்தார்.

''என்னாச்சு?'' என்றார்.

''பெருமானே,'' நீலகண்டரின் முன்னே நிற்கும் பாக்கியம் தனக்கு எதிர்பாராமல் கிடைத்ததில் திக்குமுக்காடிப் போய்த் தளபதி திகைத்து நின்றார். ''தன் தோழியை நாகன் தாக்கிவிட்டதாக இந்தப் பெண் கூறுகிறாள்,'' பதற்றத்தில் அவருக்கு மூச்சு வாங்கியது. ''இது சூழ்ச்சியாக இருக்குமோ என்று அஞ்சுகிறோம். மந்தர மலையின் மீது சந்திரவம்சிகள் நடத்திய தாக்குதல் பற்றி நாங்கள் கேள்விப்பட்டிருக்கிறோம்.''

சிவன் மனதிற்குள் ஒரு குரல் அலறியது. *திரும்பிப் போ! அவளக் காப்பாத்து!*

ஒரே வீச்சில் தன் வாளை சரக்கென்று இலகுவாக உருவியவர், அந்தப் பெண்ணின் பக்கம் திரும்பினார். ''உன் தோழிகிட்ட அழைச்சுக்கிட்டுப் போ.''

பர்வதேஸ்வரர் சிவனின் மீது வீசிய பார்வையில் - மிக லேசாகத்தான், என்றாலும் - மரியாதை எட்டிப் பார்த்தது. சட்டென்று தன் வாளையும் உருவிக்கொண்டவர், தளபதியிடம் திரும்பினார். ''எங்கள் படையுடன் வாருங்கள், தளபதி வ்ராகா. எதிர்பாராத் தாக்குதல்களைச் சமாளிக்கத் தயாராக இருங்கள். நம் இளவரசியின் பாதுகாப்புதான் நமக்கு இப்போது மிக முக்கியம்.''

வெகு விரைவாக அந்தப் பெண் வழிகாட்டிச் செல்ல - நிச்சயம் இந்தப் பக்கங்களைச் சேர்ந்தவள்தான் - சிவனும் பர்வதேஸ்வரரும் அவளைத் தொடர்ந்தனர்; பொறுக்கியெடுத்த முப்பது வீரர்களுடன், தளபதி பின் சென்றார். ஓட்டமாக ஓடி, ஏறக்குறைய முப்பது நிமிடங்களில் நதிக்கரைக்கு அவர்கள் வந்து சேர்ந்த போது, தரையில் ஒரு பெண் மலங்க விழித்தவாறு அமர்ந்திருந்ததைப் பார்த்தனர். மேலும் கீழும் மூச்சிரைக்க, அவள் எங்கோ, தூரத்தில், கற்பனை வடிவம் எதையோ கண்ட அதிர்ச்சியில் உறைந்துபோயிருந்தாள். உடை முழுதும் இரத்தம் - ஆனால், காயம் ஏதும் தெரியவில்லை. நதியிலிருந்து கரை வந்து, பிறகு மீண்டும் நீரில் இறங்கிய பல பாதத்தடங்கள் பளிச்சென்று தெரிந்தன.

கரையில் அமர்ந்திருந்த பெண்ணை சந்தேகத்துடன் பார்த்த தளபதி, தன் வீரர்களிடம் திரும்பினார். ''சேனாதிபதி மற்றும் நீலகண்டரைச் சுற்றி வளையம் ஏற்படுத்திக்கொள்ளுங்கள். இது சூதாக இருக்கலாம்.''

''அவளை உயிருடன் தின்று கொண்டிருந்தான் என்று சொல்கிறேனே?'' அந்த பெண் அலறினாள். தன் தோழி எந்த காயமும் இன்றித் தரையில் அமர்ந்திருப்பதை அவளால் சிறிதும் நம்ப முடியவில்லை.

''இல்ல,'' சிவன் நிதானமாகச் சொன்னார். நதியில் மிதந்து கொண்டிருந்த முதலையின் உயிரற்ற உடலை அவர் சுட்டிக்காட்ட, ஒரு காக்காய்க் உட்டம் அதன் மீது அமர்ந்து சதையைப் பிய்த்துத் தின்னக் காச்மூச்சென்று சண்டையிட்டுக்கொண்டிருந்தது. ''யாரோ அவளை அந்த முதலைகிட்ட இருந்து காப்பாத்தியிருக்காங்க.''

''அது யாராயிருப்பினும், படகில் நதியைக் கடந்து சென்றுவிட்டனர், பெருமானே,'' தளபதி நதியை ஒட்டிப் அழுத்தமாகப் பதிந்திருந்த காலடிச் சுவடுகளைச் சுட்டிக் காண்பித்தார்.

''ஒரு நாகன் ஏன் யாரோ ஒரு பொண்ணைக் காப்பாத்த தன் உயிரையே பணயம் வெக்கணும்?'' சிவன் கேட்டார்.

பர்வதேஸ்வரரும் அதிசயத்தில் ஆழ்ந்திருந்தார். இதுவரை அவர்கள் சந்தித்த இரத்தவெறி பிடித்த நாகர்கள் எங்கே? இவன் எங்கே?

''பிரபுக்களே,'' தளபதி, சிவன், பர்வதேஸ்வரர் இருவரையும் நோக்கினார். ''இந்தப் பெண் எந்த ஆபத்திலுமிருப்பதாகத் தெரியவில்லை. நாம் எல்லோரும் இங்கே இருப்பது நல்லதல்ல. நீங்கள் அனுமதித்தால், பெண்களிருவரையும் அவர்களது கிராமத்தின் சேர்ப்பித்துவிட்டு, கோட்த்வாரத்தில் நம் பரிவாரத்துடன் வந்து சேர்ந்துகொள்கிறேன். நீங்கள் விருந்தினர் மாளிகைக்கு செல்லலாம்.''

''சரி,'' என்றார் பர்வதேஸ்வரர். ''எதற்கும், உங்களுடன் நான்கு வீரர்களையும் அழைத்துச் செல்லுங்கள்.''

நடந்தவற்றால் திகைத்துப் போனவர்களாய், சிவனும் பர்வதேஸ்வரரும் அங்கிருந்து நகர்ந்தனர்.

அந்தி சாய்ந்து வெகு நேரம் கழித்து, சிவன், ப்ரஹஸ்பதி, நந்தி மற்றும் வீரபத்ரா திறந்தவெளியில் மூட்டப்பட்டிருந்த நெருப்பைச் சுற்றி அமைதியாக அமர்ந்திருந்தனர். சதி இருந்த திசையைச் சிவன் பார்க்க, அவளோ, விருந்தினர் மாளிகையின் தாழ்வாரத்தில் உட்கார்ந்து, ஆயுர்வதி, க்ருத்திகா ஆகியோருடன் தீவிரப் பேச்சில் ஆழ்ந்திருந்தாள்.

பர்வதேஸ்வரர் வழக்கம் போல் படை வீரர்களிடையே நடமாடிக்கொண்டு, பரிவாரத்தின் பாதுகாப்பையும், தன் ‘பிள்ளை’களின் சௌகர்யத்தையும் மேற்பார்வையிட்டுக் கொண்டிருந்தார்.

‘‘தயார்,’’ வீரபத்ரா புகைக்குழாயை நீலகண்டரிடம் கொடுத்தான்.

சிவன் அதை வாங்கி, உதட்டோடு வைத்து ஆழமாக உறிஞ்சினார். இறுகியிருந்த நரம்புகள் சட்டென்று தளர்ந்தன. மனம் இன்னும் சற்று இளக வேண்டி, குழாயைக் கொஞ்ச நேரம் புகைத்த பிறகே, தன் நண்பரிடம் அதை விட்டுக்கொடுத்தார். வீரபத்ரா அதை ப்ரஹஸ்பதி மற்றும் நந்தியிடம் நீட்ட, அவர்கள் மறுத்தனர். சதியின் மீது சிவன் அவ்வப்போது வீசிய இரகசிய பார்வைகளைக் கவனித்த ப்ரஹஸ்பதி, புன்னகையுடன் தலையசைத்தார்.

‘‘என்ன?’’ ப்ரஹஸ்பதியைப் பார்த்தார் சிவன்.

‘‘உங்கள் ஏக்கம் எனக்குப் புரிகிறது,’’ ப்ரஹஸ்பதி கிசுகிசுத்தார். ‘‘ஆனால், அது கிட்டுவது கடினம். நடக்கவே வாய்ப்பில்லை என்றுகூட சொல்லலாம்.’’

‘‘விலைமதிப்புள்ள விஷயம் எல்லாமே அப்டித்தானே?’’

ப்ரஹஸ்பதி புன்னகையுடன் சிவனின் கையைத் தட்டிக்கொடுத்தார்.

தன் நண்பனுக்கு இப்போது என்ன தேவையென்று வீரபத்ராவுக்கு நன்கு தெரிந்தது: பாட்டும் நடனமும்தான். அவர் மனதுக்கு எப்போதும் இதமும் சந்தோஷமும் கொடுக்கக்கூடியவை, அவை. ‘‘இந்த நாசமாப்போற நாட்டுல யாரும் ஆடிப்பாடவே மாட்டாங்களா?’’

‘‘காவலர் வீரபத்ரா,’’ கடைநிலை வீரன் ஒருவனைக் கண்டிக்கும் பாவத்தில் இருந்தது தளபதி நந்தியின் குரல். ‘‘முதலில் ஒன்றைப் புரிந்துகொள்ளும்: இது நாசமாய்ப் போகிற நாடில்லை. உலகின் மிக உயர்ந்த தேசம்.’’

பயந்து நடுங்குவது போல் வீரபத்ரா கைகளைச் சேர்த்து கேலியாகக் கும்பிட்டான்.

‘‘இரண்டாவதாக,’’ நந்தி தொடர்ந்தார். ‘‘நடனத்திற்குரிய சந்தர்ப்பங்களில் மட்டுமே நாங்கள் ஆடுவது வழக்கம் - ஹோலி, அல்லது வேறு விழாக்களின் போது.’’

‘‘காரணம்னு எதுவுமில்லாம நம்ம சந்தோஷத்துக்காக ஆடுறதுலதான விஷயமே இருக்கு, தளபதி?’’ என்றான் வீரபத்ரா.

''ஒப்புக்கறேன்,'' வழிமொழிந்தார் சிவன்.

நந்தி உடனடியாக மௌனமானார்.

சட்டென்று, எந்தப் பூர்வாங்கமும் இல்லாமல், மலைகளில், தங்கள் பகுதியில் பரவலாக வழங்கி வரும் நாட்டுப்புறப் பாடல் ஒன்றை வீரபத்ரா குரலெடுத்துப் பாடத் தொடங்கினான். சிவன் புன்னகை புரிந்தார்; அது அவருக்கு மிகப் பிடித்தமான ஒன்று. மனதைக் கவர்ந்த அந்த பாடலைப் பாடிக்கொண்டே, மெல்ல மெல்ல எழுந்த வீரபத்ராவுடன் சிவனும் எழுந்தார். மரியுவானாவும் நடனமும் சேர்ந்து அவரது மனதை வெகுவாக இளக்கியிருந்தன.

முதலில் அவரை அதிர்ச்சியுடன் பார்த்த ப்ரஹஸ்பதியின் முகம், உடனேயே மலர்ந்தது. ஆறு-தாள கதியொன்றுக்கு அவர்கள் திரும்பத் திரும்ப வரிசை தப்பாமல் மெல்ல ஆடுவதைக் கவனித்தார். குனிந்து ப்ரஹஸ்பதியையும் நந்தியையும் ஆட்டத்திற்குள் சிவன் இழுக்க, அவர்கள் கொஞ்சம் தடுமாற்றத்துடன், கைகால்களை அசைக்கத் துவங்கினர். கொஞ்ச நேரம்தான். கூடிய சீக்கிரத்தில் கூச்ச மெல்லாம் விலகியோட, ப்ரஹஸ்பதி உற்சாகத்துடன் நடனத்தில் கலந்துகொண்டார். நெருப்பைச் சுற்றி எல்லோரும் ஆடிப் பாடிக் களிக்க, அந்தச் சப்தம் திறந்தவெளியெங்கும் பரவியது.

சட்டென்று நடனக்குழுவிலிருந்து விலகிய சிவன், சதியை நோக்கிச் சென்றார். ''என்னோட ஆடுங்க.''

அதிர்ந்து போன சதி, மறுத்துத் தலையசைத்தாள்.

''என்ன இது? நானும் உங்க குருவும் பார்க்க நீங்க ஆடலாம்னா, இங்க ஆடறதுல என்ன தப்பு?''

''அது - அது ஒரு வித்தையைக் கத்துக்கறதுக்காக!'' என்றாள் சதி.

''அது அப்ப. எப்பவுமே நடனம் ஏதோ காரணத்துக்காகத்தான் இருக்கணுமா?''

''நான் அப்படிச் சொல்லலை.''

''உங்க இஷ்டம்.'' சிவன் கையாலாகாத ஆத்திரத்துடன் கையசைத்தார். ''ஆயுர்வதி, நீங்க வாங்க!''

திகைத்துப் போன ஆயுர்வதி செய்வதறியாது நிற்க, அவளை மேற்கொண்டு யோசிக்க விடாது சிவன் கைகளைப் பிடித்து நடன வட்டத்திற்குள் இழுத்துச் சென்றார். வீரபத்ரா க்ருத்திகாவை அழைத்துக்கொண்டு வந்தான். அத்தனை பேரும் நெருப்பைச் சுற்றி ஆரவாரத்துடன் ஆடிப் பாடிக்

களிக்க, நிசப்தமான அந்த இரவு, பகல் போல ஜொலித்தது. சட்டென்று எழுந்த சதி, சிவனின் முதுகைச் சினத்துடன் வெறித்துவிட்டு, மாளிகைக்குள் ஓடினாள். தாழ்வாரத்தின் வெறுமையைச் சட்டென்று கவனித்த சிவனுக்குக் கோபம் அதிகரித்தது.

நாசமாப் போச்சு!

மீண்டும் நடனத்தில் கலந்துகொண்டவரின் மனம் இன்னதென்று சொல்ல முடியாத வலியிலும், மகிழ்ச்சியிலும் மாறி மாறித் தத்தளித்தது. தாழ்வாரத்தை மீண்டும் பார்த்தார். யாரும் இல்லை.

அந்தத் திரைக்குப் பின்னால யாரு?

அடுத்த நடனத்திற்குள் வீரபத்ரா அவரை இழுக்க, சிவனின் கவனம் விலகச் சிறிது நேரம் பிடித்தது. மறுபடியும் மாளிகையின் தாழ்வாரத்தைப் பார்த்தார். திரைச்சீலைக்குப் பின்னால், மங்கலாக ஒரு உருவம். சதிதான். அவரைப் பார்த்துக்கொண்டிருந்தாள். அவரை மட்டும்.

ஆஹா!

அலையலையாக ஆச்சர்யமும் மகிழ்ச்சியும் பந்தாட, சிவன் உற்சாகமாக மீண்டும் நடனத்தில் கலந்து கொண்டு, தன் திறன் அத்தனையும் காட்டினார். எப்படியாவது அவளைத் திக்குமுக்காடச் செய்துவிட வேண்டும்!

13

அசுத்தமுற்றோர் ஆசி

நீலகண்டரை வரவேற்க கோட்த்வார் முழுதும் விழாக்கோலம் பூண்டு ஜகஜ்ஜோதியாய்க் காட்சியளித்தது. தீபாவளிப் பண்டிகை போல், கோட்டையைச் சுற்றித் தீப்பந்தங்கள் ஏற்றப்பட்டு ஜொலி ஜொலித்தன. சூர்யவம்சிகளின் சின்னமான சூரியன் பொறிக்கப்பட்ட சிவப்பு மற்றும் நீலத் தோரணங்கள், கோட்டை மதில் சுவர்களில் அலங்காரமாகத் தொங்கவிடப்பட்டிருந்தன. அரசு வழக்கத்திற்கு விரோதமாக, ஆளுனரே கோட்டைக்கு வெளியே வந்து, நீலகண்டரை வரவேற்கத் தயாராக நின்றார். அரசவையில் கோட்த்வாரின் மேல்வர்க்கத்தைச் சந்தித்த பிறகு, நீலகண்டர் கலந்துகொள்ளப்போகும் பொதுநிகழ்ச்சி யொன்றுக்கும் விஸ்தாரமான ஏற்பாடுகள் நடந்தன. இந்த மாபெரும் நிகழ்வையொட்டி, ஏறக்குறைய நகரின் மொத்த மக்கள் தொகையான அறுபத்தைந்தாயிரமும் வந்து குவிந்திருந்தது. இப்பேர்ப்பட்ட ஜன சமுத்திரம் வந்து அலை மோதும் என்ற எதிர்பார்ப்பில், நகர மேடைக்குப் புறம்பாக. சகலரும் சுலபத்தில் குழுமக்கூடிய வகையில் ஏற்பாடுகள் செய்யப்பட்டிருந்தன.

அங்கு சிவன் பேசியதைக் கேட்ட கோட்த்வார மக்கள், தங்கள் பிரச்சனைகளனைத்தும் ஒரே வீச்சில் தீர்ந்தேவிட்டதென்ற முடிவுக்கு வந்தனர். தன் வரவு,

மக்களை எவ்வளவு பரவசப்படுத்துகிறதென்பதை சிவனே நேருக்கு நேர் காணும் சந்தர்ப்பம் அப்போதுதான் வாய்த்தது. என்னதான் மிக ஜாக்கிரதையாக அவர் வார்த்தைகளைத் தேர்ந்தெடுத்தாலும், மெலூஹாவுக்குத் தன்னால் முடிந்த உதவி புரிவதாகச் சொன்னாலும், மக்கள் என்னவோ அவரவருக்குத் தகுந்த முறையில் அர்த்தம் கற்பித்துக் கொள்ளவே செய்தனர்.

''அந்த நாசக்கார சந்திரவம்சிகள் ஒரு வழியாக ஒழிந்தனர்,'' என்றான் ஒருவன்.

''இனி எதைப் பற்றியும் கவலைப்படத் தேவையில்லை,'' வழிமொழிந்தாள் ஒரு பெண். ''நீலகண்டர் எல்லாவற்றையும் பார்த்துக் கொள்வார்.''

மேடையில், ப்ரஹஸ்பதி மற்றும் சதியுடன் அமர்ந்து பொதுமக்களின் இந்த எண்ண ஓட்டத்தைக் கவனித்த பர்வதேஸ்வரர், மிகுந்த மனக்கிலேசம் அடைந்தார். ''நம் சமூகமே சட்டம் ஒழுங்கை அடிப்படையாகக் கொண்டது; எதையும், யாரையும் கண்மூடித்தனமாகப் பின்பற்றக்கூடாது என்ற கொள்கையின்படி அமைந்தது,'' அருகிலிருந்த பிரதம விஞ்ஞானியிடம் புலம்பினார். ''நம் பிரச்சனைகளை நாமேதான் தீர்த்துக்கொள்ள வேண்டும்; தனியொரு மனிதனை எதற்காகவும் எப்போதும் எதிர்பார்ப்பது முறையல்ல. இவர்கள் எல்லோரும் இப்படிக் குழுமிக் குருட்டுத்தனமாக நம்பிக்கை செலுத்துமளவு இவன் என்ன சாதித்துவிட்டான்?''

''பர்வதேஸ்வரரே,'' மெலூஹ சேனாதிபதியின் மீது ப்ரஹஸ்பதி கொண்டிருந்த மரியாதை, பணிவான குரலாய்ப் பரிணமித்தது. ''சிவன் நல்லவர் என்றே நான் நினைக்கிறேன். உண்மையிலேயே தன்னாலானதைச் செய்ய விரும்பும் அளவுக்கு இவர்கள் மீது அவருக்கு அன்பிருக்கிறது என்றும் நம்புகிறேன். இந்த நல்லெண்ணம், பின்னால் பல நல்ல காரியங்களைச் சாதிக்க நிச்சயம் அடித்தளமாக அமையும், அல்லவா?''

இதில் பர்வதேஸ்வரருக்கு முழுமையான உடன்பாடில்லை. நீலகண்டரைப் பற்றிய பழங்கதைகளையும், புராணங்களையும் அவர் என்றுமே நம்பியதில்லை. வாழ்க்கையில் முன்னேற ஒவ்வொரு ஆணும் பெண்ணும் படிப்பும், பயிற்சியும் பெற்று, உரிய தகுதிகளைத் தகுந்த முறையில், கடின உழைப்பால் மட்டுமே அடைந்து ஜெயிக்க வேண்டும். வெற்றியும் அபிமானமும் கேவலம், திடீரென்று நீலமாய் மாறும்

கழுத்தால், தங்கத்தட்டில் அளிக்கப்படக்கூடாது என்பது அவரது கொள்கை. "இருக்கலாம். ஆனால், உயர்வான எண்ணங்கள் மட்டுமே போதாது; தகுதியும், ஆற்றலும் அவசியம். நாம் இங்கே என்ன செய்துகொண்டிருக்கிறோம்? பயிற்சியற்ற ஒருவனை மேடையேற்றி, தேவதூதனாக்கிக் கும்பிட்டுக்கொண்டிருக்கிறோம். அவன் நம்மைப் படுதோல்விக்கு இட்டுச் சென்றால், என்ன செய்வது? அறிவையோ, ஆற்றலையோ, ஏன், அனுபவத்தை வைத்தா இவனை நாம் ஏற்றுகிறோம்? வெறும் குருட்டு நம்பிக்கையைத்தானே?"

"சில சமயம், அது தான் இமாலயப் பிரச்சனைகளைச் சந்திக்க உதவுகிறது. எப்போதுமே பகுத்தறிவையே நம்ப முடியாதல்லவா? இயற்கையை மீறிய அதிசயச் செயல்களும் நமக்குத் தேவைப்படலாம்."

"நீங்களா அதிசயங்களைப் பற்றிப் பேசுவது? அதுவும் ஒரு விஞ்ஞானி?"

"விஞ்ஞானபூர்வமான அதிசயங்களும் நடக்க வாய்ப்புகள் இருக்கின்றனவே?" ப்ரஹஸ்பதி புன்னகைத்தார்.

இதற்குள், சிவன் மேடையை விட்டு இறங்கும் காட்சி பர்வதேஸ்வரரின் கவனத்தைத் திசை திருப்பியது. ஜனக்கூட்டம் ஒன்று, அவரது கைகளைப் பற்றும் உத்தேசத்துடன் முன்னோக்கிப் பாய, நந்தி மற்றும் வீரபத்ரா தலைமையிலான படை அவர்களைக் கட்டுப்படுத்தப் பாடுபட்டது. சிவனின் தரிசனம் பெற விரும்பிய பார்வையில்லாத கிழவர் ஒருவர் இந்தக் களேபரத்தில் அகப்பட்டுக்கொண்டு நசுங்கிவிடுவார் போலத் தோன்றியது.

"நந்தி, அவரை முன்னாடி வர விடுங்க," என்றார் சிவன்.

மக்களைக் கட்டுப்படுத்தி வைத்திருந்த கயிற்றை நந்தியும் வீரபத்ராவும் இறக்கினர்.

கூட்டத்திலிருந்து அப்போது இன்னொரு குரல் ஒலித்தது. "நான் அவரு மகன். அவருக்கு என் உதவி தேவை."

"அவரையும் உள்ள விடுங்க," என்றார் சிவன்.

மகன் பாய்ந்து உள்ளே வந்து தந்தையின் கைகளைப் பற்றிக்கொண்டான். அதுவரை மகனின் அண்மையின்றி தொலைந்து போனது போல தவித்த கிழவரின் முகத்தில், அவனது கை பட்டதும், புன்னகை மலர்ந்தது. சிவனுக்கருகில் நடத்திச் செல்லப்பட்டவரின் காதுக்குள் மகன் கூறினான்.

''அப்பா, நீலகண்டர் உங்க எதிர்லதான் நிக்கறார். உணர முடியுதா?''

கிழவரின் பார்வையற்ற கண்களிலிருந்து கண்ணீர் தாரை தாரையாகப் பொழிந்தது. யோசிக்காமல் சட்டென்று குனிந்து சிவனின் பாதங்களை அவர் தொட முற்பட, மகன் கிறீச்சிட்டவாறு அவரைப் பின்னுக்கிழுத்தான். ''அப்பா!''

மிருதுவான அவனது குரலில் திடீரென்று நுழைந்த கடுமையைக் கேட்ட சிவன், அதிர்ந்தார். ''என்ன ஆச்சு?''

''மன்னிக்கணும், பெருமானே,'' என்றான் மகன். ''அவர் வேணும்னுட்டு செய்யலை. ஏதோ தெரியாம - உங்களப் பார்த்த அதிர்ச்சியில அப்படி நடந்துக்கிட்டாரு.''

''என்னை மன்னிச்சிருங்க, பிரபு,'' கண்ணீர் பிரவாகமெடுக்கத் தழதழத்தார் கிழவர்.

''எதுக்கு?'' என்றார் சிவன்.

''அவர் விகர்மா, பிரபு,'' என்றான் மகன். ''இருவது வருஷத்துக்கு முந்தி வியாதி வந்து பார்வை போனதிலிருந்து அப்படித்தான். அவர் உங்களைத் தொட முயற்சி செஞ்சிருக்கக் கூடாது.''

அருகில் நின்று எல்லாவற்றையும் கேட்டுக்கொண்டிருந்த சதியின் மனம், கிழவர்பால் அனுதாபத்தால் உருகியது. ஒரு சிறு தொடுகையே மற்றவர்களால் அசுத்தத்தின் உச்சமாகக் கருதப்படுவது எவ்வளவு குரூரமான அனுபவம் என்பதை அவள் நன்கு அறிவாள். ஆனால் - கிழவர் செய்ய முயன்றதும் சட்டப்படிக் குற்றம்தான்.

''மன்னிச்சுருங்க, பிரபு,'' என்றார் கிழவர். ''நான் செய்த குற்றத்தை மனசுல வெச்சுக்கிட்டு, எங்க நாட்டைக் கைவிட்டுறாதீங்க. பரமாத்மா உருவாக்கிய நாடுகள்ள மிக உயர்ந்தது இதுதான். இதை அந்த தீய சந்திரவம்சிகள் கிட்டருந்து காப்பாத்துங்க. எங்களைக் காப்பாத்துங்க, பிரபு.''

கையெடுத்துக் கும்பிட்டவாறு கிழவர் அழத்துவங்க, அவரது கோரிக்கையும், தன்மான உணர்ச்சியும் சிவனை ஆட்டி வைத்துவிட்டன.

தன்னை இவ்வளவு மோசமா நடத்தற நாட்டு மேல இவருக்கு எவ்வளவு அன்பு?

ஏன்? இவ்வளவு நடந்தும் கூட அவருக்குத் தன் நாட்டு மேல வெறுப்பு வரலியே?

மெலூஹாவின் அமரர்கள்

விதி தன் கொடூர விளையாட்டை இந்தக் கிழவர் விஷயத்தில் எவ்வளவு மோசமாக ஆடிவிட்டது என்பதை உணர்ந்த சிவனின் கண்களில் கண்ணீர் துளிர்த்தது.

இந்தப் பைத்தியக்காரத்தனத்தை நான் நிறுத்தியே ஆகணும்.

ஓரடி முன்னே வைத்த சிவன் சட்டென்று குனிந்தார். பக்கத்தில் நின்ற மகன் வாயடைத்து நிற்க, விகர்மா கிழவரின் பாதங்களைத் தொட்டார். ஒரு கணம் ஏதும் புரியாமல், வயோதிகர் திகைத்து நின்றார். பிறகு, நடந்தது புரிய, அதிர்ச்சியில் கைகளால் வாய் பொத்தி சிலையாக நின்றுவிட்டார்.

சிவன் நிமிர்ந்தார். ''ஆசீர்வாதம் பண்ணுங்கய்யா. உங்களை மாதிரி நாட்டுப்பற்று உள்ள ஒருத்தருக்காகப் போர் செஞ்சு ஜெயிக்கிற சக்தி எனக்கு வேணும்.''

கல் போல் சமைந்த நின்ற கிழவருக்கு, அதிர்ச்சியில் கண்ணீர் காய்ந்து போயிற்று. நிலைகுலைந்து விழ இருந்தவரை சிவன் தாங்கிக்கொண்டார். ''விஜயீபவ,'' வயோதிகர் தன் சக்தியனைத்தையும் திரட்டி முணுமுணுத்தார். வெற்றி உனதாகட்டும்.

சிவன் அவரை விடுவிக்கவும், துவண்டு விழுந்த தந்தையை மகன் அணைத்துக் கொள்ளவும் சரியாக இருந்தது. நீலகண்டரின் செயலால், கூடியிருந்த கூட்டம் உறைந்து நின்றது. ஒரு விகர்மாவை நீலகண்டர் வலியச் சென்று தொடுவது இருக்கட்டும்; அவரிடம் ஆசி வேறல்லவா கேட்டு வாங்கிக் கொண்டிருந்தார்?

சிவன் திரும்பிப் பார்த்தார். பர்வதேஸ்வரரின் சினம் தாண்டவமாடும் முகம் புலப்பட்டது. காரணமில்லாமலா? சிவன் சட்டத்தையே அல்லவா மீறிவிட்டார்? அதுவும், வலியச் சென்று, பொதுமக்களின் நடுவில்.

அருகில் சதி, கல் போல் நின்றிருந்தாள். முகம், பாவம், தோரணை - எதிலும் உணர்ச்சியில்லை.

என்னதான் நினைக்கறா, இவ?

சிவன் தன் அறையில் தனியாக இருக்கும் சந்தர்ப்பம் பார்த்து ப்ரஹஸ்பதியும் சதியும் நுழைந்தனர். தனக்கு மிகப் பிடித்த இருவரின் வருகையால் மலர்ந்த சிவனின் முகம்,

சதியின் வார்த்தைகளால் களையிழந்தது. ''நீங்க சுத்திகரணம் செஞ்சுக்கணும்.''

அவளைத் தீர்க்கமாகப் பார்த்தார். ''மாட்டேன்.''

''மாட்டேனா? மாட்டேன்னா எப்படி?''

''மாட்டேன்னுதான் அர்த்தம். இல்லை. நஹின். நாகோ,'' காஷ்மீரம் மற்றும் கோட்த்வாரத்தில் 'இல்லை' என்பதற்கு வழக்கிலிருந்த சொற்களையும் சேர்த்தே இறைத்தார் சிவன்.

''சிவா,'' ப்ரஹஸ்பதி மிகுந்த பிரயாசையுடன் குரலைக் கட்டுக்குள் வைத்திருந்தார். ''இது சாதாரண விஷயம் அல்ல. சதி கூறுவதே சரி. நகரத்தின் ஆளுநரும் தங்கள் பாதுகாப்பு குறித்துக் கவலையில் ஆழ்ந்துள்ளார். ஒரு பண்டிதரையும் வரழைத்து, வெளியே நிறுத்தி வைத்துள்ளார். சுத்திகரணத்தை நீங்கள் முடித்துக்கொள்வது நல்லது.''

''அதான் இஷ்டமில்லைன்னு சொல்லிட்டேன்ல?''

''சிவா,'' சதியின் குரல் சாதாரணமடைந்தது. ''உங்க மேல எனக்கு மரியாதை ஜாஸ்தி. உங்க வீரம், அறிவுத்திறன், ஆற்றல், எல்லாத்தையும் மதிக்கிறேன். ஆனா, நீங்க சட்டத்துக்கு அப்பாற்பட்டவர் இல்ல. ஒரு விகர்மாவைத் தொட்டுட்டீங்க. சுத்திகரணம் செஞ்சுக்கணும். அதுதான் சட்டம்.''

''ஒரு பார்வையில்லாத கிழவரைத் தொடுறது குற்றம்னு உங்க சட்டம் சொன்னா - அந்த சட்டமே தப்பு!''

தெறித்த சிவனின் பதிலால் சதி அயர்ந்துவிட்டாள்.

''நான் சொல்வதைக் கேளுங்கள், சிவா,'' ப்ரஹஸ்பதி வாதத்தில் இறங்கினார். ''சுத்திகரணம் செய்துகொள்ளாமல் இருப்பது உங்களுக்கு ஊறு விளைவிக்கும். இன்னும் எவ்வளவோ அரும்பெரும் காரியமாற்ற அவதரித்தவர் நீங்கள். இந்தியாவின் முன்னேற்றத்திற்கு, அதன் எதிர்காலத்திற்கு நீங்கள் இன்றியமையாதவர். வெற்றுப் பிடிவாதத்தின் பொருட்டு தங்களை ஆபத்திற்குள்ளாக்கிக் கொள்ள வேண்டாம்.''

''வறட்டுப் பிடிவாதமில்லை. அது எப்படிங்க அது, இவ்வளவு மோசமா நடத்தப்பட்டும், சமூகத்துலேர்ந்து விலக்கப்பட்டும், நாட்டு மேல இவ்வளவு பற்று வெச்சிருக்கிற ஒரு வயசானவரைத் தொட்டா அது என்னைப் பாதிக்கும்னு அடிச்சு சொல்றீங்க?''

''அவர் மிக நல்லவராகவே இருந்தாலும், பூர்வ ஜென்மத்தில் அவர் செய்த பாவங்கள் உங்கள் வாழ்வை

மாசுபடுத்தும்," என்றார் ப்ரஹஸ்பதி.

"ஆக்கட்டும்! அதனால அவரை அமுக்கிகிட்டிருக்கிற சுமையோட பாரம் குறைஞ்சா, அதை நான் பெரிய பாக்கியமா நெனைப்பேன்."

"என்ன சொல்றீங்க, சிவா?" என்றாள் சதி. "யாரோ ஒருத்தருடைய பாவத்தையெல்லாம் நீங்க எதுக்கு சுமக்கணும்?"

"முதல்ல ஒண்ணு சொல்றேன்: இந்தப் பூர்வ ஜென்ம பாவத்துக்கான தண்டனைங்கிறதெல்லாம் வெறு பேத்தல்; எனக்கு இதுல நம்பிக்கையே இல்லை. அவருக்கு வந்தது வெறும் வியாதி, அவ்வளவுதான். ரெண்டாவது - யாருடைய பாவத்தையோ நான் தூக்கிச் சுமந்தா, மத்தவங்களுக்கு என்ன வந்துச்சு? அவங்க ஏன் கவலப்படணும்?"

"உங்கள் மீது எங்களுக்கு அக்கறை இருப்பதால்!" வெடித்தார் ப்ரஹஸ்பதி.

"என்ன சதி இது," என்றார் சிவன். "இந்த அபத்தத்தையெல்லாம் நீங்களும் நம்பறீங்களா என்ன?"

"இது ஒண்ணும் அபத்தமில்ல."

"நெஜமாச் சொல்லுங்க: இந்த விஷயத்துல உங்க சார்பா நான் நடந்துக்கறது பிடிக்கலை? சமூகம் உங்க மேல திணிச்சிருக்கிற இந்த அநீதியிலேந்து விடுபடணும்னு நீங்க விரும்பலை?"

"ஆக, நான்தான் எல்லாத்துக்கும் காரணமா?" சதி வெகுண்டெழுந்தாள். "இது அத்தனையும் என்னாலதானா?"

"இல்ல," சட்டென்று சொன்னார் சிவன். பிறகு, தொடர்ந்தார். "சரி, ஒத்துக்கறேன் - உங்களுக்காகவும்தான். இது, விகர்மாக்கள் சம்பந்தப்பட்டது. தேவையில்லாம அவங்க சொமக்கற பாவங்களப் பத்தினது. தீண்டத்தகாதவர்கள் மாதிரி அவங்க நடத்தப்படறதை நிறுத்தணும்னு நினைக்கறேன். காப்பாத்தணும்னு விரும்பறேன்."

"எனக்கு உங்க பாதுகாப்பு தேவையில்ல!" சதி அலறினாள். **"என்னை யாரும் காப்பாத்த முடியாது!"** விருட்டென்று அறையைவிட்டு வெளியேறினாள்.

அவள் கிளம்பிப்போவதை சிவன் ஆத்திரத்துடன் வெறித்தார். "என்ன எழவுதாங்க இவ பிரச்சனை?"

"அவளது கூற்றில் தவறில்லை," என்றார் ப்ரஹஸ்பதி. "இதிலெல்லாம் நீங்கள் தலையிடாமல் இருப்பது நல்லது."

''இந்த விகர்மா விவகாரத்துல நீங்களும் அவளுக்கு ஒத்து ஊதறீங்களா? மனசத் தொட்டுச் சொல்லுங்க, ப்ரஹஸ்பதி - இது எவ்வளவு பெரிய அநியாயம்னு உங்களுக்குத் தோணவேயில்லை?''

''நான் அதைப் பற்றியா பேசினேன்? சதியைப் பற்றியல்லவா?''

சிவன் ப்ரஹஸ்பதியை வைத்த கண் வாங்காமல் வெறித்தார். அவரது உடல், பொருள், ஆவி, அனைத்தும் சதியைச் தொடர்ந்து போகச் சொல்லி வற்புறுத்தின; அவளில்லாது வாழ்க்கைக்கு அர்த்தமேயில்லை என்று இதயத்தின் ஒவ்வொரு துடிப்பும் இடித்துக் கூறியது. அவளின்றி அவரது ஆன்மா முழுமையடையாதென்று உள்ளத்தினுள்ளே ஒவ்வொரு அணுவும் வலியுறுத்தியது.

''இதில் நீங்கள் தலையிடாமல் இருப்பது நல்லது, நண்பரே,'' என்றார் ப்ரஹஸ்பதி மீண்டும்.

நதிக்கரையின் மீது கம்பீரமாக அமைந்திருந்த கோட்த்வார் நகரைவிட்டு, அழகிய, பெரிய கப்பல் ஒன்றில் நீலகண்டரின் பரிவாரம், பிரயாணம் கிளம்பியது. மெலூஹர்களின் பாதுக்காப்பு ஏற்பாடுகளுக்கேற்ப, எந்தக் கப்பலில் யார் பயணம் செய்கிறார்கள் என்று அறிய முடியாதபடி, எதிர்பாரா தாக்குதல்களைத் தவிர்க்கும் வண்ணம், முன்னும் பின்னுமாக அதே போல் அலங்கரிக்கப்பட்ட இரு கப்பல்கள் சென்றன. அரசு பரிவாரம் மொத்தமும் இரண்டாவது கப்பலில் வர, மூன்றிலும் காவல் வீரர்கள் நிரம்பியிருந்தனர். இவை தவிர, கப்பல் பரிவாரத்தின் இரு மருங்கிலும் தலா ஐந்து கத்திப் படகுகள் நீரை சரக்கென்று கிழித்தபடி, எதிரிகள் நெருங்காவண்ணம் பாதுகாப்புப் பணியில் ஈடுபட்டிருந்தன.

''மழைக்காலமாக இல்லாத பட்சத்தில், நதியில் பிரயாணம் செய்வதே சாலச் சிறந்தது, பிரபு,'' என்றாள் ஆயுர்வதி. ''எல்லா நகரங்களையும் இணைக்கும் சிறப்பான சாலைகள் இங்கே இருந்தாலும், வேகத்திற்கும் பாதுகாப்பிற்கும் நதிகளை மிஞ்ச எதுவுமில்லை.''

சிவன் ஆயுர்வதியை நோக்கி மேலோட்டமாகப் புன்னகை புரிந்தார். சாவதானப் பேச்சுவார்த்தையில் ஈடுபடும் மனநிலையில் அவர் அப்போது இல்லை. சுத்திகரணம்

விஷயமாக சதியுடன் கோட்த்வாரத்தில் வாக்குவாதத்தில் இறங்கிய தினத்துக்குப் பிறகு, அவள் அவருடன் ஒரு வார்த்தை கூடப் பேசவில்லை.

நதிக்கரையின் ஓரமிருந்த பல நகரங்களில் அரசுப் பரிவாரம் நின்றது; ஒவ்வோரிடத்திலும் ஏறக்குறைய ஒரே மாதிரியான வரவேற்புதான்: நீலகண்டரின் தரிசனம் அங்குள்ள மக்களுக்குக் கிடைத்த மறுகணம், உற்சாகம் கரை புரண்டோடும். மெலூஹாவில் இம்மாதிரியான மனநிலை சற்று அதிசயம்தான் - ஆனால், இப்பேர்ப்பட்ட நீலகண்டர்கள் தினமும் வருவதில்லையே?

''ஏன்?'' பல நாட்கள் குமுறிய இதயத்தின் கூக்குரலைக் கட்டுப்படுத்த முடியாமல், இறுதியில், சிவன் ப்ரஹஸ்பதியைக் கேட்டார்.

''என்ன ஏன்?''

சிவன் எரிச்சலுடன் கண்களைச் சுருக்கினார். ''எதைப் பத்திக் கேக்கறேன்னு உங்களுக்கு நல்லாத் தெரியும், ப்ரஹஸ்பதி.''

''அவளே விகர்மாவாக இருக்கக் கடமைப்பட்டவள் என்று நம்புகிறாள்,'' துக்கத்தின் சாயை படர்ந்த புன்னகையுடன் ப்ரஹஸ்பதி பதிலளித்தார்.

''ஏன்?''

''அவள் விகர்மாவாக மாறிய சூழ்நிலையே ஒரு காரணமாக இருக்கலாம்.''

''அது எப்படி நடந்துச்சு?''

''அவளுக்கு மணமாகியிருந்த போது.''

''என்னது? சதிக்கு கல்யாணமாயிருந்துச்சா?''

''ஆம். சற்றேறக்குறைய தொண்ணூறு வருடங்களுக்கு முன். சாம்ராஜ்யத்தின் உயர்குலக் குடும்பம் ஒன்றுடன் கைகோர்க்கப்பட்ட அரசியல் திருமணம். கணவன் பெயர் சந்தந்த்வஜன். கர்ப்பம் தரித்தபோது பிள்ளைப் பேற்றுக்கு மயிகா சென்றாள். அப்போது மாரிக்காலம். துரதிர்ஷ்டவசமாக, குழந்தை இறந்தே பிறந்தது.''

''கடவுளே!'' சதியின் மனவேதனையை எண்ணிச் சிவனுக்கு அணு அணுவாக வலித்தது.

''அது மட்டுமா? நிலைமை இன்னும் மோசமானது. அதே நாள், சுகப்பிரசவம் ஆக வேண்டும் என்று பிரார்த்தனை செய்ய நர்மதை நதி தீரத்துக்குச் சென்ற அவளது கணவன்,

விபத்தில் நீரில் மூழ்கி மரணமடைந்தான். அந்த நாள் - அன்று மட்டும் நடந்த சம்பவங்கள் கொடிய சாபம் போல் அவள் தலையிலிறங்கி, வாழ்வை நாசமாக்கிவிட்டன."

அதிர்ந்து போன சிவன், பேச நா எழாமல் ப்ரஹஸ்பதியை வெறித்தார்.

"விதவைக் கோலம் பூண்ட அதே நாள், அவள் விகர்மாவாக அறிவிக்கப்பட்டாள்."

"ஆனா - புருஷன் இறந்ததுக்கு அவ எப்படி பொறுப்பாக முடியும்?" வாதம் செய்தார் சிவன். "பைத்தியக்காரத்தனமா இல்ல இருக்கு?"

"கணவன் இறந்ததால் அவள் விகர்மாவாகவில்லை; இறந்த குழந்தையைப் பெற்றதால் அந்நிலையை அடைந்தாள்."

"அதுக்கும் அவ எப்படிக் காரணமாக முடியும்? அது எப்படி வேணுமானாலும் நடந்திருக்கலாம். அவளைக் கவனிச்சுக்கிட்ட வைத்தியர்கள் கோட்டை விட்டிருக்கலாமே?"

"அம்மாதிரித் தவறுகள் மெலூஹாவில் சாத்தியமில்லை, சிவா," ப்ரஹஸ்பதி மிக நிதானமாகக் கூறினார். "இறந்த குழந்தையைப் பெற்றெடுப்பதுபோலக் கொடிய பாவம் இங்கில்லை. விகர்மாவாக அறிவிக்கப்பட இதை விடப் பெரிய காரணமும் தேவையில்லை. நாகர் குழந்தையைப் பெற்றெடுப்பது மட்டுமே இதை விட மாபெரும் குற்றம். நல்ல வேளையாக, அப்படியேதும் நிகழவில்லை. அந்தக் கொடுமை நடந்திருந்தால், சமூகத்தைவிட்டே ஒட்டுமொத்தமாக ஒதுக்கியிருப்பார்கள்."

"இதை மாத்தியே ஆகணும். இந்த விகர்மா விதியைப் போல அநியாயமானது வேறெதுவுமில்ல."

ப்ரஹஸ்பதி தன் நண்பனைக் கூர்ந்து நோக்கினார். "நீங்கள் விகர்மாக்களைக் காப்பது வேண்டுமானால் நடக்கலாம் - ஆனால், காப்பாற்றப்பட விரும்பாத பெண்ணை எப்படி கைதூக்கிவிடுவீர்கள்? அவளுக்கு இந்த தண்டனை வேண்டியதுதான் என்று அவளேயல்லவா நம்புகிறாள்?"

"ஏன்? இதுவரை மெலூஹாவுல எந்தப் பொண்ணுக்கும் குழந்தை செத்துப் பொறந்ததேயில்லியா? நம்ப மாட்டேன். அவளுக்கு முன்ன பல பேர் இருந்திருக்கணும். இனிமேலும் பலர் இருக்கலாம்."

"இறந்த குழந்தையைப் பெற்றெடுத்த முதல் அரச

குலப்பெண் அவள்தான். இதன் பொருட்டு, சக்ரவர்த்தி மிகுந்த தர்மசங்கடமடைந்தார். வழி வழியாக வந்த அரச வம்சத்தைக் குறித்த பலவிதமான கேள்விகளை எழ அது இடமளித்துவிட்டதல்லவா?''

''அதெப்படி? சதி அவருக்குப் பொறந்தவ இல்லையே? மயிகாவிலிருந்துதான வந்திருப்பா?''

''அதுதான் இல்லை, நண்பரே. மேல்வர்க்கத்தின் விஷயத்தில் மட்டும் அந்த விதி இருநூற்றைம்பது வருடங்களுக்கு தளர்த்தப்பட்டது. நாட்டின் முன்னேற்றத்தை மனதில் கொண்டு, அவர்களது இரத்த வாரிசுகளை அவர்களே வளர்த்து ஆளாக்கும் உரிமை சில உயர் குடும்பங்களுக்கு வழங்கப்பட்டது. ஒரு குறிப்பிட்ட அலுவல்-நிலை மற்றும் குலத்திற்கு மேற்பட்ட அந்தண, க்ஷத்ரிய மற்றும் வைஸ்யர்களில் தொண்ணூறு சதவிகிதம் பேர் மாற்றம் வேண்டி வாக்களிக்கும் பட்சத்தில், எந்த சட்டத்தையும் மெலூஹாவில் திருத்தியமைக்கலாம். இவ்வாறான அபூர்வ ஒற்றுமை சில சமயங்களில் மக்களிடையே நிகழாமல் இருந்ததில்லை. இதுவும் அப்படியே. இந்த விதியை எதிர்த்தது ஒரே ஒருவர் மட்டுமே.''

''யாரு?''

''பிரபு சத்யத்வஜர் - பர்வதேஸ்வரரின் பாட்டனார். இந்த சட்டம் வழக்கில் வந்த பிறகு, குழந்தைகளே பெற்றுக்கொள்வதில்லை என்று அவர்கள் குடும்பத்தில் ஏகமனதாகத் தீர்மானமே செய்துவிட்டனர். இன்று வரையில் பர்வதேஸ்வரர் அந்த சத்தியத்தைக் காப்பாற்றி வருகிறார்.''

''தாங்களே குழந்தை பெத்து வளக்கலாம்னு சட்டத்தை மாத்த முடிஞ்சா,'' சிவனின் மூளை தீவிரமாக வேலை செய்தது. ''விகர்மா சட்டத்தையும் மாத்த முடியாதா?''

''அந்தச் சட்டத்தினால் பாதிக்கப்படும் உயர்குலக் குடும்பங்கள் மிகக் குறைவு, பிரபு. இதுதான் மிகக் கசப்பான உண்மை.''

''ஆனா - இராமபிரானின் தத்துவங்களுக்கும், கொள்கை களுக்கும் இது கொஞ்சம்கூட ஒத்துப்போகலையே?''

''இராமபிரானின் கொள்கைப்படி, விகர்மா தத்துவமும் சரியானதே. அதைத் தட்டிக்கேட்க வேண்டும் என்று உங்களுக்குத் தோன்றவில்லையா?''

சிவன் ப்ரஹஸ்பதியை மௌனமாகப் பார்த்துவிட்டு, வெளியே பாய்ந்த நதியை நோக்கினார்.

''இராமபிரான் விட்டுச்சென்ற கொள்கைகளை ஆராய்வதோ, கேள்வி கேட்பதோ தவறில்லை, நண்பரே,'' என்றார் ப்ரஹஸ்பதி. ''தன் கருத்துக்களைவிட உயர்ந்தவற்றை உற்றுப்பார்த்து, ஒப்புக்கொள்ளும் மாண்பைப் படைத்தவர் அவர். விஷயம், நீங்கள் ஏன் இந்த சட்டத்தை மாற்ற விரும்புகிறீர்கள் என்பதில் புதைந்திருக்கிறது. உண்மையிலேயே இது அநியாயம் என்று எண்ணுகிறீர்களா? அல்லது, சதியின் மீது கொண்ட அன்பினால், அவளை அடையக் குறுக்கே நிற்கும் தடங்கலை நீக்க விரும்புகிறீர்களா?''

''விகர்மா சட்டம் உண்மையிலேயே பெரிய அநீதின்னுதான் நான் நெனைக்கறேன். அதப்பத்தி நான் தெரிஞ்சுக்கிட்ட மொதல் நிமிஷத்துலேர்ந்து, அதுதான் என் கருத்து. சதியைப் பத்தின உண்மை தெரிஞ்சுக்கிறதுக்கு முன்னாடியே, அப்படித்தான் நெனைச்சேன்.''

''சதி அப்படி நினைக்கவில்லையே.''

''அவ நல்லவ. அவளுக்கு இந்த மாதிரி நடக்கிறது நியாயமில்ல.''

''நல்லவள் மட்டுமா? நான் சந்தித்த பெண்களிலேயே மிக உத்தமமானவள் அவள்தான். அழகி. நேர்மையானவள்; நியாயத்திற்குக் கட்டுப்பட்டவள். தைரியசாலி; புத்திசாலி - ஒரு ஆண்மகன் பெண்ணிடத்தில் விரும்பக்கூடிய, அடைய நினைக்கும் அனைத்து நற்குணங்களும் நிரம்பப் பெற்றவள். ஆனால், நீங்களும் சாதாரண ஆண் அல்லவே - நீலகண்டர்.''

சிவன் திரும்பி, சுற்றுச்சுவரின் மீது கைகளை ஊன்றினார். கப்பல் நதியில் மெல்ல மிதந்து செல்ல, தூரத்தில், கரைக்கப்பால் தெரிந்த அடர்ந்த காடு, பச்சைப்பசேலென்று விரிந்தது. மெல்லிய காற்று ஜிலுஜிலுவென்று வீசி, கற்றை கற்றையாக நீண்டு சிவனின் தோளில் புரண்ட கூந்தலைச் சிலுப்பியது.

''முன்னமேயே சொல்லியிருக்கிறேன், நண்பரே,'' என்றார் ப்ரஹஸ்பதி. ''உங்களுக்கு வாய்த்திருக்கும் நீலக்கழுத்து இருக்கிறதே - அது நீங்கள் எடுக்கும் அத்தனை முடிவுகளையும் பாதிக்கும். இதனாலேயே, எதையும் செய்யுமுன் நீங்கள் பல முறை ஆழ்ந்து யோசிக்க வேண்டியது அவசியமாகிறது.''

இரவு மிக முதிர்ந்திருந்தது. இண்டஸ் நதிக்கரையில் அமைந்திருந்த சட்கென்கர்ஹ் நகரிலிருந்து அரசுக் கப்பல்கள் அப்போதுதான் நகர்ந்திருந்தன. நீலகண்டரின் தரிசனம் கிடைத்த நகர மக்கள், வழக்கம்போல் நிலைகொள்ளாத மகிழ்ச்சியில் திக்குமுக்காடிப் பொங்கிப் பாய்வதைப் பார்ப்பது வாடிக்கையாகிவிட்டது. அவர்களையும், அவர்களது வாழ்வியலையும் உய்விக்க வேண்டியவர் வந்தேவிட்டார்.

உய்விக்க வந்தவரோ, தனக்கேயுரித்தான நரகம் ஒன்றில் ஓயாது உழன்றுகொண்டிருந்தார். கடந்த சில வாரங்களாக, சதி அவரிடமிருந்து மிக ஒதுங்கி நின்றாள். அளவில்லாத வலி அவர் இதயத்தில் நிரந்தரமாகக் குடிகொண்டுவிட்டது; தாங்க முடியாத தனிமை ஓயாது வாட்டியது.

அரச பரிவாரம் அடுத்து அடைந்த நகரம், மோஹனின் மேடை என்று பரவலாகப் புகழ் பெற்ற மோஹன் ஜோ தாரோ. பல ஆயிரம் வருடங்களுக்கு முன் அங்கு சிறப்பாக வாழ்ந்து மறைந்த பண்டிதர் மற்றும் ஞானியான பிரபு மோஹனின் பெயரால், இண்டஸ் நதிக்கரையில் விளங்கியது அந்நகரம். மோஹன் ஜோ தாரோவின் மக்களைச் சந்தித்த பிறகு, பிரபு மோஹனின் கோயிலையும் தரிசிக்க வேண்டும் என்ற அவாவை சிவன் வெளியிட, பிரதான நகர மேடையிலிருந்து விலகி, நதிக்கரையில் தென்புறமாக அமைந்திருந்த அந்தத் திருத்தலத்திற்கு நீலகண்ட பெருமானை மிகுந்த ஆரவாரப் பரிவாரங்களுடன் ஒரு பெரும் ஊர்வலத்தின் நடுநாயகமாக அழைத்துச் செல்ல ஆளுநர் முன்வந்தார்.

இதற்குச் சிவன் ஒப்பவில்லை; தனியாகச் செல்லவே விருப்பம் தெரிவித்தார். ஏனோ, அந்தக் கோயில் அவரை மிகக் கவர்ந்தது. தன் இதயத்தை அலைக்கழித்த சூறைக்காற்றை அமைதிப்படுத்த அங்கு வழி கிடைக்குமோ என்று தோன்றியது.

பிரபு மோஹனை ஒத்து, கோயிலும் எளிமையே உருவாக இருந்தது. அப்பேர்ப்பட்ட முனிவர் அவதரித்த இடத்தைச் சுட்டிக்காட்டியது, ஒரு சிறிய கட்டிடம்தான். அந்தக் கோயிலின் மகத்துவத்தை உண்மையில் உணர்த்தும் விதமாய் அமைந்திருந்தது, அரணாகக் காத்த சுற்றுச்சுவர். இன்னும், நான்கு திசைகளுக்கும் கம்பீர வணக்கம் செலுத்துவதுபோல் அதில் அமைந்திருந்த பிரம்மாண்டமான கதவுகள், கோயிலின் பெருமையைப் பறைசாற்றின. சிவனின் கட்டளையையேற்று நந்தியும்

அமீஷ்

வீரபத்ராவும் வெளியே படை வீரர்களுடன் காத்து நின்றனர்.

கழுத்தைச் சுற்றிப் பட்டி மீண்டும் பாதுகாப்பாக அமர்ந்திருக்க, நெடுநாளாக அனுபவிக்காத அதிசய மனநிம்மதியுடன், சிவன் கோயில் படிகளேறினார். வாயிலில் தொங்கிய மணியை அடித்துவிட்டு, அருகிலிருந்த தூண் ஓரமாக அமர்ந்து, கண்மூடி தியானத்தில் ஆழ்ந்தார்.

சட்டென்று, எங்கோ, எப்போதோ கேட்ட குரலொன்று காதருகில் ஒலித்தது. ''எப்படியிருக்கிறாய், நண்பா?''

14

மோஹன் ஜோ தாரோப் பண்டிதர்

கண்களைத் திறந்த சிவனுக்கெதிரில், எப்போதோ, வேறோர் ஜென்மத்தில் பிரம்மா கோயிலில் சந்தித்த பண்டிதரையே அச்சில் வார்த்தது போல ஒருவர் நின்றார். அதே நீண்ட வெண்தாடி; அலையலையாகப் புரண்ட வெண்கூந்தல். காவி நிற வேட்டி; அங்கவஸ்திரம். முதுமையால் சுருங்கியிருந்த முகத்தில், அமைதியும் வரவேற்பும் இரண்டறக் கலந்த புன்னகை. உருவ அமைப்பில் இவர் மட்டும் பிரம்மா கோயில் பண்டிதரைவிடச் சற்று உயரமாக இல்லாவிட்டால், அவரேதான் இவர் என்று சிவன் எண்ணியிருப்பார்.

''எப்படியிருக்கிறாய், நண்பா?'' மீண்டும் கேட்ட பண்டிதர், அமர்ந்தார்.

''நலம், பண்டிட்ஜி,'' வடநாட்டில் மரியாதையைக் குறிக்கும் 'ஜி' என்ற சொல்லையும் சேர்த்தே, அவரைச் சிவன் வரவேற்றார். இன்ன காரணம் என்று அறுதியிட முடியாவிட்டாலும், இந்த இடைஞ்சலும் மனதுக்கு இதமளித்தது. இந்தப் பண்டிதரை இங்கு சந்திக்கவேண்டும் என்ற விதியிருந்ததாலேயே, கோயிலும் தன்னைக் கவர்ந்து இழுத்ததோ என்றுகூடத் தோன்றியது. ''மெலூஹாவுல எல்லாப் பண்டிதர்களும் ஒரே மாதிரிதான் இருப்பாங்களோ?''

அவர் மென்மையாகப் புன்னகைத்தார். ''இல்லை. நாங்கள் மட்டும்தான்.''

''இந்த 'நாங்க'ங்கிறது யார், பண்டிட்ஜி?''

''அடுத்த முறை எங்களில் ஒருவரை நீ சந்திக்கும்போது தெரிவிப்போம்,'' மர்ம முடிச்சு போட்டார் பண்டிதர். ''இது சத்தியம்.''

''இப்ப முடியாதா?''

''இந்த சமயத்தில், நாங்கள் யார் என்பது முக்கியமல்ல,'' பண்டிதர் புன்னகைத்தார். ''எதன் பொருட்டோ நீ மனசஞ்சலமடைந்திருக்கிறாய் என்பது தெளிவாகத் தெரிகிறது. அதைப் பற்றிப் பேச விரும்புகிறாயா?''

சிவன் மூச்சை ஆழமாக இழுத்துவிட்டார். இந்த மனிதரை நம்பலாம் என்று உள்ளுக்குள் பொறி தட்டியது.

''மெலூஹாவுக்காக நான் செய்ய வேண்டிய - ஒரு காரியம் இருக்கு.''

''தெரியும். என்ன, நீலகண்டரின் பணியை வெறும் 'காரியம்' என்று நான் குறைத்துக் கூறமாட்டேன். அவரது கடன், அதைவிட மிகப்பெரிது.'' சிவனின் கழுத்தைச் சுட்டிக் காட்டினார் பண்டிதர். ''சுடர் விட்டுப் பிரகாசிக்கும் தெய்வீக சக்தியை, கேவலம் ஒரு கழுத்துப் பட்டி மறைத்துவிட முடியுமா?''

அவரை நிமிர்ந்து பார்த்த சிவனின் புன்னகை வறண்டிருந்தது. ''மெலூஹ சமூகமும் அற்புதமாத்தான் தெரியுது. தீய சக்திகள்கிட்டேருந்து அதைக் காப்பாத்த என்னால முடிஞ்ச எல்லாத்தையும் செய்ய விரும்பறேன்.''

''வேறென்ன பிரச்சனை?''

''இவ்வளவு உயர்வான ஒரு சமூகத்துலகூட ரொம்ப அநியாயமான சில விதிமுறைகள் இருக்குறதைப் பாக்கறேன். மெலூஹாவோட மத்த அற்புதக் கொள்கைகளோட மதிப்பை இதெல்லாம் குறைக்கிறது மட்டுமில்ல; எந்த விதத்திலும் ஒத்துப்போகவுமில்லை.''

''எந்த விதிமுறைகளைக் குறிப்பிடுகிறாய்?'' பண்டிதர் கேட்டார்.

''உதாரணத்துக்கு, இந்த விகர்மாக்களை அவங்க நடத்தற விதத்தையே எடுத்துக்குங்களேன்.''

''அதில் அநியாயம் எங்கு வந்தது?''

''இவங்க போன ஜென்மத்துல பாவம் செஞ்சாங்கங்கிறதுக்கு என்ன ஆதாரம்? அதனாலதான் இந்த ஜென்மத்துல கஷ்டப்படுறாங்கங்கிறது என்ன நிச்சயம்? வெறும் துரதிர்ஷடமா இருக்கலாம். இயற்கையோட கோர விளையாட்டாவும் இருக்கலாம்.''

''உண்மை. இருக்கலாம்தான். ஆனால், இந்த விகர்மாக்கள் விவகாரம் அவர்கள் மட்டுமே சம்பந்தப்பட்டது என்று நினைக்கிறாயா?''

''இல்லியா?''

''இல்லை,'' விளக்கத் துவங்கினார் பண்டிதர். ''மெலூஹ வாழ்வியல் ஆட்டம் காணாமல் இருக்க வேண்டுமானால், விகர்மாக்கள் தங்கள் தலைவிதியை ஏற்றுக்கொண்டு வாழ்வது மிக மிக அவசியம்.''

சிவன் புருவத்தைச் சுருக்கினார்.

''ஒரு சமூகம் வெற்றிப் பாதையில் அடியெடுத்து வைக்க வேண்டுமானால், வளைந்து கொடுக்கும் வழிமுறைகளும், ஒரு வித ஸ்திரத்தன்மையும் கைகோர்க்க வேண்டியது அவசியம். வளைய வேண்டியது ஏன்? இங்கு வாழும் ஒவ்வொரு மனிதனுக்கும் வெவ்வேறு ஆசைகள்; திறமைகள். மிகப் பராக்கிரமசாலியான வீரனுக்கு, வர்த்தகத்தில் அபூர்வத் திறனுடைய மகன் பிறக்கக்கூடும். தன் தந்தையின் தொழிலிலிருந்து, தன் திறமைக்கு வாய்ப்பளிக்கும் வேறொன்றுக்கு அவன் மாற இந்தச் சமூகம் அனுமதிக்க வேண்டும். அது வளைந்து கொடுக்க வேண்டியது அங்கே அவசியமாகிறது அப்போதுதான் மாற்றங்கள் உருவாகும்; சமூகத்தின் அனைத்து அங்கத்தினர்களும் தமக்குள் புதைந்து கிடக்கும் ஆற்றலை உணர்ந்து, வெளிக்கொணர்ந்து வாழ்க்கையில் வெற்றியடைய முடியும். ஒவ்வொரு மனிதனும் தன் ஆற்றல் முழுவதையும் பயன்படுத்தி முன்னேறினால், சமூகமே முன்னேறியதாக ஆகும்.''

''ஒத்துக்கறேன்.''

ஆனா, இதுக்கும் விகர்மாவுக்கும் என்ன சம்பந்தம்?

''விரைவில் மிக முக்கியக் கேள்விக்கு வந்து சேர்கிறேன்; சற்றுப் பொறு,'' என்றார் பண்டிதர். ''இப்படி வளைந்து கொடுத்து சகலருக்கும் வாய்ப்பளிப்பதுதான், ஒரு சமூகம் அற்புத முன்னேற்றமடைய வழியென்றால் - அதைச் செயலில் கொண்டுவர உருவானதுதான் மயிகா. பிறக்கும் எந்தக் குழந்தைக்கும் தன் தாய் தந்தையரின் தொழில் தெரியாது. இயற்கை அளித்த ஆற்றலைப் பயன்படுத்தி

எதையும் செய்ய அவனுக்கோ, அவளுக்கோ, சுதந்திரம் கிடைக்கிறது.''

''இதையும் ஒத்துக்கறேன். மயிகா முறைல எவ்வளவு நியாயமிருக்குங்கிறதை நெனைச்சுப் பார்த்தாலே, அதிசயத்துல மூச்சு முட்டுது. ஒரு மனுஷன் தன் வாழ்க்கைல அடையற வெற்றிக்கோ, தோல்விக்கோ அவன் மட்டும்தான் காரணம்; வேற யாரும் இல்ல. இது சமூகம் வளைஞ்சு கொடுக்கற விஷயம். ஸ்திரத்தன்மை பத்தி சொன்னீங்களே?''

''தான் விரும்பும் தொழிலைத் தேர்ந்தெடுக்கும் சுதந்திரத்தை ஒரு மனிதனுக்கு அளிப்பது ஸ்திரத்தன்மைதான், நண்பா. தினம் தினம் உயிருக்குப் போராடவேண்டிய அவசியம் இல்லாமல், நிம்மதியாக வாழ வகை செய்யும் சமூகத்தில் மட்டுமே மக்களால் அவரவர் கனவுகளை நனவாக்கும் முயற்சியில் இறங்க முடியும். இந்த ஸ்திரத்தன்மையும், பாதுகாப்பும் இல்லாத இடத்தில், அற்புதமான கலைஞர்களோ, நிபுணர்களோ, ஞானிகளோ, வியாபாரிகளோ உருவாக முடியாது. எப்போதும் உயிரைக் காப்பாற்றிக்கொள்ள போராடும், அல்லது தப்பித்து ஓடும், மனிதன், மிருகத்திற்குச் சமம். கனவு காணவும், உயர்ந்த இலட்சியங்களைப் பின்பற்றவும் அவனுக்கு எங்கிருந்து நேரமும் காலமும் வாய்க்கப்போகிறது? சமூகம் என்றொரு அமைப்பு உருவாகும் முன், நாமனைவரும் இப்படித்தான் இருந்தோம். நாகரீகம் என்பது மிக மிக நொய்மையானது; ஒரு சில வருடங்கள் கலாச்சார சீரழிவு நேர்ந்து, சமூகம் எந்த வரையறைக்கும் கட்டுப்படாமல் களேபரமானாலே போதும் - மனித குணங்கள் மறைந்து, நாம் மிருகமாகிவிடுவோம். அடிப்படையில் நமக்குள் உறங்கிக்கிடக்கும் கீழான சுபாவம் மேலெழுந்துவிடும். நீதி, நேர்மை, சட்டதிட்டங்களுக்குட்பட்ட உயர்ந்த பிறவிகள் நாம் என்ற எண்ணம் அடியோடு அழிந்துவிடும்.''

''புரியுது. எங்க நாட்டுல வாழ்ந்த பூர்வகுடிகள் ஏறக்குறைய மிருகங்கள் போலத்தான். வாழ்க்கையை நல்லா வாழணும்கிற குறைஞ்சபட்ச ஆசைகூட அவங்களுக்கு இல்ல!''

''நல்ல வாழ்வொன்று இருக்கிறது என்ற தெளிவுகூட அவர்களிடத்தில் இல்லை, நீலகண்டா. ஓயாது, ஒழியாது சண்டை சச்சரவுகளில் ஈடுபடுவதன் மோசமான பின்விளைவு இது: மனித வாழ்வின் உன்னதமான விஷயங்களை நாம் மறந்துவிடுகிறோம். இதனாலேயே, சதா காலமும்

மெலூஹாவின் அமரர்கள்

உயிர் வாழும் போராட்டத்திற்குள் இறங்க வேண்டிய அவசியமில்லாத, ஸ்திரத்தன்மையுள்ள சமூகம் உருவாக வேண்டியது முக்கியமாகிறது.''

"சரி - ஆனா, எல்லோரும் தங்களோட ஆசைகளை நிறைவேத்திக்கிறதும், வாழ்க்கையில ஜெயிக்கிறதும் எப்படி சமூகத்தை ஆட்டம் காண வைக்கும்? எல்லாரும் சந்தோஷமா இல்ல இருக்கணும்? அதனால மொத்த சமூகமும் இன்னும் ஸ்திரமா இருக்கணுமே?''

"உண்மை - ஆனால், ஓரளவிற்குத்தான். வாழ்க்கை மேம்படும்போது, மனிதர்கள் மகிழ்ச்சியடைவது இயற்கை. ஆனால், இரு சமயங்களில், மாற்றம் சீரழிவை விளைவிக்க வாய்ப்பிருக்கிறது: ஒன்று, அயலார் விதிக்கும் கட்டுப்பாடுகளால் கட்டுண்டு, புரிந்துகொள்ள முடியாத சூழ்நிலையில் மாட்டிக்கொள்ளும்போது. மரணத்தைக் காட்டிலும் அதிக பயத்தை விளைவிக்கும் விஷயம் இது. மாற்றம் என்பது அதீத வேகத்துடன் வந்து சூழும்போது, மக்கள் அதை பலம் கொண்ட மட்டும் எதிர்ப்பார்கள்.''

"மத்தவங்களால மேல திணிக்கப்படும் மாற்றத்தை ஏத்துக்கறது கஷ்டம்தான்.''

"அதுவும் அதிவேகமாக ஆட்கொண்டால், சமூகத்தில் நிலவும் பாதுகாப்புணர்வை அழித்துவிடும். இராமபிரான் இயற்றிய வாழ்க்கை முறையின் அடித்தளமே இதுதான். சமூகத்தின் மாற்றங்கள் மிக நிதானமாக நிகழ்ந்தால் மட்டுமே ஸ்திரத்தன்மை பாதுகாக்கப்படும். அதே சமயம், அதன் அங்கத்தினர்கள் தத்தம் இலட்சியங்களைத் தொடரத் தேவையான சுதந்திரமும் அளிக்கப்படவேண்டும். இரண்டிற்குமிடையே, அற்புத நடுநிலைமையை அவர் உருவாக்கினார்.''

"ரெண்டு விஷயம் சொன்னீங்க ...''

"ஆம். தங்கள் சக்திக்கு அப்பாற்பட்ட சில விஷயங்களால், மக்கள் தங்கள் வாழ்க்கையை மேம்படுத்திக்கொள்ள முடியாது போவதுதான் அது. மிகத் திறமையான வீரன் ஒருவன், வியாதியால் பீடிக்கப்பட்டு கண் மற்றும் கைகளின் இயக்கத்தை இழக்கிறான் என்று வைத்துக்கொள். இப்போதும் அவன் வீரனே - ஆனால், ஆற்றலனைத்தையும் பயன்படுத்த முடியாத நிலையிலிருக்கிறான். தனக்கு நேர்ந்ததை அநீதியின் உச்சமாக எண்ணி அவன் மறுக வாய்ப்பு அதிகம். தனக்கு வைத்தியம் செய்த மருத்துவரையோ, ஏன், சமூகத்தையேகூட அவன் குற்றம் சாட்டலாம். இந்த நிலையில் இருக்கும் பலர்,

அச்சமூகத்தின் நலனுக்கே கேடு விளைவிக்கக்கூடும்.''

சிவன் புருவத்தைச் சுருக்கினார். பண்டிதரின் அப்பழுக்கற்ற வாதம் அவருக்கு ஏற்கவில்லைதான். என்றாலும், வேறொரு நினைவு குறுக்கிட்டது: தங்கள் குடிகளின் பரம வைரிகளான பக்ரதிக்களுடன் சமாதான உடன்படிக்கை செய்துகொள்ளத் தன் மாமன் அனுப்பிய தூது ஏன் மறுக்கப்பட்டது என்று சிவனுக்கு நன்கு தெரியும்: முதுமையும் வியாதியும் பீடித்து ஷீணித்த நிலையிலும், 'குணாக்களையே ஜெயிக்கக்கூடிய வீரன்' என்ற பழைய பெருமையையே எண்ணி உருகிக்கொண்டு, அவர்களை உண்மையிலேயே போரில் வெல்ல முடியும் என்று பக்ரதித் தலைவன் பிடிவாதமாக நம்பியதுதான் காரணம்.

''அவர்களுக்குள் குமுறிக்கொண்டிருக்கும் மன வேதனையும், ஆத்திரமும் சமூகத்தின் அமைதியைக் கெடுக்கும் விதமாக, ஏன், சண்டை சச்சரவுகளில் கூட முடியலாம்,'' என்றார் பண்டிதர். ''இராமபிரானுக்கு இது புரிந்தே இருந்தது. இதனாலேயே விகர்மா தத்துவம் வழக்கில் வந்தது. இந்த ஜென்மத்தில் அவனுக்கு நிகழும் அநியாயங்களுக்குக் காரணம், முற்பிறவியில் செய்த வினையின் பயன் என்று அவனை நம்ப வைத்துவிட்டால், வேறு வழியின்றி, மனதைச் சமாதானம் செய்துகொண்டு வாழப் பழகிவிடுவான்; தன் கோபத்தை சமூகத்தின் மீது காட்டாமலும் இருப்பான்.''

''விகர்மாக்களை சமூகத்தை விட்டே ஒதுக்கி வைக்கிறது நல்லதுன்னும் நான் நெனைக்கலை. அவங்களுக்குள்ள ஏற்கனவே இருக்குற ஆத்திரத்தை இன்னும் கிளறிவிடற மாதிரியில்ல ஆகும்?''

''ஒதுக்கப்பட்டால்தானே? அவர்களது செலவுகளனைத் திற்கும் அரசாங்கம் சிறப்புச் சலுகை அளிக்கின்றது. தத்தம் குடும்பத்தாருடன் அவர்கள் தாராளமாய்ப் பழகலாம்; அவரவர் தொழில்களிலோ, மற்ற விஷயங்களிலோ வெற்றியடைய எல்லா வாய்ப்புகளும் அளிக்கப்படுகின்றன. தங்களைக் காத்துக்கொள்ளப் போரும் செய்யலாம். ஆனால் - மற்றவர் மீது ஆதிக்கம் செலுத்தும் அதிகாரம் இல்லை. ஆயிரம் வருடங்களாக இந்த முறை இங்கு மிக வெற்றிகரமாகச் செயலாற்றப்பட்டு வந்திருக்கின்றது. இராமபிரான் இந்த சாம்ராஜ்யத்தை உருவாக்கும் முன்பு வரையில் இந்தியாவில் வெடித்த கலகங்கள் எத்துணை என்று உனக்குத் தெரியுமா? ஆனால், அவ்வாறு செய்தோரில் அநேகம்பேர் மக்களின் வாழ்வை மேம்படுத்தும் உயர்வான எண்ணத்துடன் அதில்

ஈடுபடவில்லை. வாழ்க்கையில் அதிருப்தியுற்ற மனிதர்களின் தலைமையை ஏற்றுக்கொண்டவர்கள். அதாவது, விகர்மாவைப் போன்றோர். இப்படிப்பட்ட கலகங்களினால் மக்களுக்கு நேர்ந்த இடையூறுகளும், கலவரமும் கொஞ்ச நஞ்சமில்லை; சச்சரவு குறைந்து மீண்டும் அமைதி நிலவப் பல வருட காலம் ஆயிற்று.''

''அதாவது, வாழ்க்கைல திருப்தி இல்லாதவங்க பேசாம விகர்மாவா வாழத் தங்களைத் தயார்ப்படுத்திக்கிறது நல்லதுங்கறீங்க,'' என்றார் சிவன். ''ஏன்?''

''சமூகத்தின் நன்மைக்காக.''

அதிர்ந்து போய் அவரை ஏறிட்டார் சிவன். தன் காதில் விழும் சொற்களை அவரால் நம்பத்தான் முடியவில்லை; தனக்கு முன் வைக்கப்பட்ட வாதங்களைச் சகிக்கவும் கூடவில்லை. ''சொல்றேனேன்னு தப்பா நெனைக்காதீங்க - ஆனா, இது ரொம்ப அநியாயம். மெலூஹாவோட மக்கள் தொகைல கிட்டத்தட்ட நூத்துக்கு அஞ்சு பேர் விகர்மான்னு கேள்விப்பட்டிருக்கேன். இத்தனை பேரையும் சமூகத்துலேர்ந்து ஒதுக்கியே வைக்கப்போறீங்களா? இதைக் கண்டிப்பா மாத்தியே ஆகணும்.''

''நீ நீலகண்டன். நீ நினைத்தால் மாற்றலாம். ஒன்றே ஒன்றை மட்டும் நினைவில் கொள்: ஒரு தேசத்தில் எப்போதும் எல்லாமும் மிகச் சரியாக நடைபெறப்போவதில்லை. இராமபிரானின் காலத்தில் வாழ்ந்த மந்தரை என்னும் பெண்ணின் செயலால் தொடர்ச்சியாக விளைந்த சம்பவங்கள், கோடிக்கணக்கான உயிர்களைப் பலி வாங்கின. ஏற்கனவே உடல் ஊனத்தால் அவதியுற்றிருந்த அவளை, மிகுந்த அரசியல் செல்வாக்குடன் பவனி வந்த அரசியின் மீது ஆதிக்கம் செலுத்தும் நிலையில் விதி தூக்கி வைத்தது. மனம் பிறழ்ந்த ஒருத்தியின் மோசமான கர்மவினை, பலரது வாழ்க்கையைச் சூன்யமாக்கியது. முன்பே அவளை விகர்மா என்று அறிவித்து சமூகத்தைவிட்டு வெளியேற்றியிருந்தால், இவ்வளவு கேடு விளைந்திருக்காதோ என்னவோ? இந்தக் கேள்விகளுக்கெல்லாம் சுலபமான விடைகளில்லை. என்றாலும் - நீ சொல்வதும் சரியென்று தோன்றுகிறது. இப்போது விகர்மாக்கள் அதிகரித்துவிட்டதால், அதுவே கலகம் நேர ஒரு காரணமாக மாறலாம். இதற்கு விடை எனக்குத் தெரியுமா என்று கேட்கிறாயா? இல்லை. ஆனால், நீ அறிந்துகொள்ளக் கூடும்.''

சிவன் முகத்தைத் திருப்பிக்கொண்டார். விகர்மா சட்டம்

மிக அநியாயமானது என்று உள்ளத்தினுள்ளே தோன்றியதை அவரால் மறுக்க முடியவில்லை.

''ஓ நீலகண்டரே, உமது கவலை அனைத்து விகர்மாக்களையும் பற்றியா?'' என்றார் பண்டிதர். ''அல்லது ஒரே ஒருவர் குறித்தா?''

— —

''உள்ளே பெருமான் என்ன செய்துகொண்டிருக்கிறார்?'' என்றார் நந்தி. ''நேரம் கடந்துகொண்டிருக்கிறது.''

''தெரியலை,'' என்றான் வீரபத்ரா. ''சிவன் என்ன செஞ்சாலும் அதக் கேள்வி கேக்காம ஏத்துக்கறதுதான் என் வழக்கம்.''

''பெருமானைப் பெயர் சொல்லி அழைக்கிறாயே?''

''பின்ன? அதான அவரு பேரு?''

சாதாரணமாக வந்த பதிலைக் கேட்ட நந்தி புன்னகைத்துவிட்டு, மீண்டும் கோயிலை நோக்கினார்.

''ஒண்ணு கேட்டா சொல்வீங்களா?'' வீரபத்ரா நந்தியை நெருங்கினான். ''க்ருத்திகா - அவளுக்கு ஏதாவது நிச்சயமாகியிருக்கா?''

''நிச்சயம் என்றால்?''

''அதாவது,'' தொடர்ந்தான் வீரபத்ரா. ''பேசி, பழகி... நெருங்க முடியாதா?''

''நெருங்க முடியாதா என்றால்?''

''என்ன சொல்ல வர்றேன்னுதான் புரியுதில்ல?'' வீரபத்ராவின் முகம் தக்காளிப்பழம் போல் சிவந்தது.

''அவள் ஒரு விதவை,'' என்றார் நந்தி. ''கணவன் இறந்து பதினைந்து வருடங்களாகின்றன.''

''அடப்பாவமே!''

''உண்மைதான்,'' ஒப்புக்கொண்ட நந்தி, வீரபத்ராவைப் பார்த்துப் புன்னகைத்தார். ''ஆனால், இப்போது அவள் யாருக்கும் நிச்சயிக்கப்படவில்லை.''

— —

''தேவி, நான் ஒண்ணு சொல்லலாமா?'' என்றாள் க்ருத்திகா.

விருந்தினர் மாளிகையின் அறை ஜன்னல் வழியே

வெளியே நோக்கிக் கொண்டிருந்த சதி, க்ருத்திகாவைப் பார்த்து, ஆச்சர்யத்தில் புருவம் சுருக்கினாள். ''மனசுல பட்டதை வெளிப்படையா பேசக்கூடாதுன்னு நான் எப்ப சொல்லியிருக்கேன்? உண்மையான சூர்யவம்சிகள் எப்பவும் அவங்க நெனைக்கிறதைப் பேசத் தயங்கறதேயில்ல.''

''அதாவது,'' என்றாள் க்ருத்திகா. ''சில சமயம் நாம - நாம உணர்ச்சிவசப்படுறதுல தப்பே இல்ல.''

சதியின் முகம் மேலும் சுருங்கியது.

சொல்ல வேண்டியதைச் சொல்வதற்குள் தைரியமிழக்க விரும்பாத க்ருத்திகா, அவசரமாகப் பேசினாள். ''அவர் நீலகண்டர்ங்கிறதை விடுங்க, தேவி. ஒரு ஆண்கிற முறைல, இவரைவிட உயர்ந்தவரை நான் பார்த்ததில்ல. அறிவாளி. தைரியசாலி. அன்பானவர். சிரிக்கச் சிரிக்கப் பேசுறார்; உங்க மேல உயிரா இருக்கார். நீங்க நடந்த தடத்த பூஜை செய்யவே தயாரா இருக்கார். அது அவ்வளவு மோசமா, என்ன?''

சதி க்ருத்திகாவை முறைத்தாள். ஆனால் - எதைக் குறித்து ஆத்திரப்படுவது? தன் தோழியின் வெளிப்படையான பேச்சுக்காகவா? அல்லது, இதயத்திற்குள் எழும் உணர்ச்சிகள் இவ்வளவு அப்பட்டமாக வெளியில் தெரிகின்றனவே, அதற்காகவா?

''ஒரு வேளை,'' தொடர்ந்தாள் க்ருத்திகா. ''ஒரே ஒரு தடவை சட்டத்தை மீறினா... ஒரு வேளை... உங்க வாழ்க்கைலியும் சந்தோஷம் வரலாம், இல்லையா?''

''நான் ஒரு சூர்யவம்சி,'' சதியின் குரல் அதல பாதாளத்திலிருந்து ஒலித்தது. ''சட்டத்தை மதிச்சு வாழறது மட்டும்தான் இப்ப எனக்கு மிஞ்சியிருக்கு. சந்தோஷத்துக்கும் எனக்கும் என்ன சம்பந்தம்? இனிமே இந்தப் பேச்சு வேண்டாம். ஜாக்கிரதை!''

''ஒரு விகர்மா இருக்குறது உண்மைதான்,'' ஒப்புக்கொண்டார் சிவன். ''ஆனா, அந்த சட்டம் அதர்மமானதுன்னு நான் நெனைக்க அது காரணமில்ல.''

''புரிகிறது,'' என்றார் பண்டிதர். ''ஆனால், இப்போது உன் மனதை அலைக்கழிப்பது அந்த விகர்மாவுக்கும் உனக்குமிடையே நிலவும் உறவுதான். அவளை அடையும் ஒரே காரணத்திற்காக விகர்மா சட்டத்தை மாற்றுவதாக - அந்த மாற்றம் எவ்வளவு நியாயமாக இருந்தாலும் -

அவள் எண்ணக்கூடாது என்று நினைக்கிறாய். சதி அப்படி நினைக்கும் பட்சத்தில், அவள் உனக்குக் கிடைக்கமாட்டாள் என்று உனக்கு நன்கு தெரியும்.''

''அவ பேர் உங்களுக்கு எப்படித் தெரியும்?'' அதிர்ந்து போனவராய்க் கேட்டார் சிவன்.

''பல விஷயங்களை நாங்கள் அறிவோம், நண்பா.''

''அவ இல்லாம என் வாழ்க்கைக்கே அர்த்தமில்ல.''

''அதுவும் தெரியும்,'' பண்டிதர் புன்னகைத்தார். ''ஒரு வேளை - என்னால் உனக்கு உதவக்கூடும்.''

சிவன் புருவத்தைச் சுருக்கினார். இதை அவர் எதிர்பார்கவில்லை.

''நீ செலுத்தும் அன்பை அவளும் உன்மீது செலுத்த வேண்டும் என்று விரும்புகிறாய். ஆனால் - அவளை உன்னால் புரிந்துகொள்ளவே முடியாதபோது, அது எப்படி சாத்தியம்?''

''அவள நல்லாத்தான் தெரிஞ்சு வெச்சிருக்கேன். நான்தான் அவளை நேசிக்கறேனே?''

''நேசிக்கிறாய் என்பது உண்மை - ஆனால், புரிந்துகொள்ளவில்லை. அவள் எதை விரும்புகிறாள் என்பது உனக்கு இன்னமும் தெரியவில்லை.''

சிவன் மௌனித்தார். பண்டிதர் சொல்வது நிஜம்; சதியின் மனதில் என்ன இருக்கிறது என்பது புரியத்தான் இல்லை. ஒரே குழப்பமாய் இருந்தது.

''அவளது எண்ண ஓட்டத்தைப் புரிந்துகொள்ள ஒரு வழியிருக்கிறது,'' தொடர்ந்தார் பண்டிதர். ''அதற்கு நீ, முதலில் பரிவர்த்தனை என்னும் தத்துவத்தைப் புரிந்துகொள்ள வேண்டும்.''

''என்னது?'' சிவன் விழித்தார்.

''மென்மையாக நெய்யப்பட்ட நம் சமூகம் என்னும் ஆடைக்கே அதுதான் ஆதாரம்.''

''தப்பா நெனைக்காதீங்க - ஆனா, இதுக்கும் சதிக்கும் என்ன சம்பதம்?''

''என்மீது சற்று நம்பிக்கை வைத்துக் கேள், நீலகண்டா,'' என்றார் பண்டிதர். ''ஒன்றாகச் சேர்த்து நெய்யப்படும் பருத்தி நூற்கள்தான் துணியாகவும், பிறகு நாம் அணியும் ஆடையாகவும் உருவாகின்றன என்பது தெரியுமல்லவா?''

''ஆமா,'' என்றார் சிவன்.

''அதேபோல், நம் சமூகத்தை, கலாச்சாரத்தை உருவாக்கு பவை, பரிவர்த்தனைகள் என்னும் மிக மென்மையான நூற்கள்தான். மனிதன் என்று எடுத்துக்கொண்டால், அவை அவன் குணாதிசயத்தையே நூற்க வழிவகுக்கின்றன.''

சிவன் தலையசைத்தார்.

''ஒரு துணியின் வன்மையைத் தெரிந்துகொள்ள வேண்டுமென்றால், அது நெய்யப்பட்டிருக்கும் விதத்தைக் கவனிக்கவேண்டும். ஒரு மனிதனின் உண்மையான குணத்தை அறிய விரும்புகிறாயா? சுற்றியிருப்போரிடத்தில் அவனது நடவடிக்கையை - அதாவது அவன் நிகழ்த்தும் பரிவர்த்தனைகளை கவனிப்பதே உத்தமம்.

''எல்லாம் சரி,'' பண்டிதரின் வார்த்தைகளை உள்வாங்கியவராகச் சிவன் தலையாட்டினார். ''இந்தப் பரிவர்த்தனைங்கிறது ...''

''சொல்கிறேன்,'' என்றார் பண்டிதர். ''பரிவர்த்தனை என்பது இரு மனிதர்களிடையே நடக்கும் இடைவினை. இது வர்த்தகமாக இருக்கலாம் - ஒரு சூத்ர விவசாயி, வைஸ்யரிடம் தானியம் கொடுத்து பணம் வாங்குவது போல். அல்லது, வியாபாரம் தாண்டிய விஷயமாகவும் இருக்க வாய்ப்புண்டு: ஒரு க்ஷத்ரியன், சமூகத்தைக் காக்கும் பொறுப்பை ஏற்றுக்கொண்டு, அதற்குப் பதிலாக அதிகாரம் பெறுவது போல.''

சிவன் தலையசைத்தார். ''கொடுக்கல்-வாங்கல்.''

''அதுவேதான். இந்த சித்தாந்தத்தின்படி பார்த்தால், ஒருவரிடமிருந்து நீ ஒன்றைப் பெற வேண்டுமென்றால், அவர் விரும்புவதை நீ முதலில் கொடுப்பதுதான் முறை.''

''அவளுக்கு என்ன வேணும்னு நெனைக்கறீங்க?'' என்றார் சிவன்.

''சதி நடந்துகொள்ளும் விதத்தை, அவளது பரிவர்த்தனைகளைப் புரிந்துகொள்ள முயற்சி செய். அவளுக்கு என்ன வேண்டுமென்று நீ எண்ணுகிறாய்?''

''தெரியலை. ரொம்ப கொழப்பறா.''

''இல்லை. அவள் குழப்பவில்லை. அவள் நடத்தை ஒரு குறிப்பிட்ட முறையையே பின்பற்றி வருகிறது. யோசித்துப் பார். நம் வரலாற்றில் மிகவும் பேசப்பட்ட விகர்மா அவள்தான். சதி நினைத்தால், அந்த நிலையை எதிர்த்துப் போராடலாம். அதற்குரிய மனத்திண்மை அவளுக்கு நிச்சயம் உண்டு; போராட்டத்திலிருந்து அவள்

பின்வாங்கியதே இல்லை. ஆனால் - அவள் விகர்மா சட்டத்தை மீறவில்லை. அதே சமயம், அதே நிலையில் உள்ள மற்றவர்களைப் போல், சமூகத்தை முற்றும் துறந்து, யார் கண்ணிலும் படாமலும் இல்லை. தனக்கென்று விதிக்கப்பட்ட சட்டங்களை மதித்தே வாழ்கிறாள்; அவை குறித்து அழுது புலம்புவதில்லை. வாழ்க்கை அவளை எவ்வளவு கீழே தள்ளினாலும், துரதிர்ஷடத்திற்குள்ளாக்கினாலும், தன்மானத்துடன், சுயமரியாதையுடன் வாழ்கிறாள். ஏன்?''

''அவ நல்லவங்கிறதாலயா?''

''மிக நிச்சயமாக. ஆனால், அது மட்டுமல்ல. நினைவிற்கொள்: பரிவர்த்தனை என்றால், ஒன்றைக் கொடுத்து இன்னொன்றைப் பெற வேண்டும். தன்னைக் கட்டுப்படுத்தும் சட்டதிட்டங்களை, மற்றவர்களைக் குற்ற உணர்வில் ஆழ்த்தாத வகையில் அவள் அனுசரித்து வருகிறாள். அது மட்டுமில்லாது, தனக்கு இயற்கை அளித்துள்ள ஆற்றலைச் சமூகத்தின் நன்மைக்காகப் பயன்படுத்துகிறாள். இவ்வாறு தான் வாழும் இடத்திற்கும், தன் மக்களுக்கும் சேவை செய்யும், பரிவர்த்தனை புரியும் ஒருத்தி, பதிலுக்குச் சமூகத்திடமிருந்து என்ன எதிர்பார்ப்பாள் என்று நினைக்கிறாய்?''

''மரியாதை,'' என்றார் சிவன்.

''அதுவேதான்!'' முகமலர்ந்தார் பண்டிதர். ''இப்படிப்பட்ட ஒருத்தியைப் *பாதுகாக்க* முயற்சித்தால் எப்படியிருக்கும்?''

''அவமரியாதை செய்யற மாதிரி இருக்கும்.''

''அப்படித்தான்! பலவீனமானவர்கள் என்று நீ கருதுபவர்களைக் காக்க விழைவது உன் சுபாவம். ஆனால், சதி விஷயத்தில் அந்த உணர்வை நீ கட்டுப்படுத்திக் கொள்ள வேண்டும். அவளை மரியாதையுடன் நடத்து. உன்மீது தவிர்க்க முடியாத ஈர்ப்பு அவளுக்கு ஏற்படும். அவளைச் சுற்றியிருக்கும் பலருக்கு அவள் மீது அன்பு இருக்கிறது. அவர்களிடமிருந்து பல விஷயங்கள் அவளுக்குக் கிடைக்கின்றன. அவள் மிக மிக விரும்பும் ஒன்றே ஒன்றைத் தவிர - மரியாதை.''

சிவன் பண்டிதரை நன்றியறிதலுடன் ஏறிட்டார். அவரது கேள்விக்கு விடை கிடைத்துவிட்டது.

மரியாதை.

மெலூஹாவின் அமரர்கள்

இண்டஸ் நதி மேற்குக் கடலில் சென்று சேருமிடத்தில் அமைந்திருந்த கரச்சாபா நகருக்கு நீலகண்டரின் பரிவாரம் வந்து சேர இரண்டு வாரங்கள் பிடித்தன.

பழங்காலத்தில் நிர்மாணிக்கப்பட்ட ஒற்றை மேடையைத் தாண்டி என்றோ வரம்புமீறி வளர்ந்துவிட்டதால், ஐம்பது வருடங்களுக்கு முன், இன்னும் பிரம்மாண்டமாக அமைக்கப்பட்ட த்விதிய, அதாவது இரண்டாவது மேடையின் மீது கரச்சாபா பொன்னாபரணமாய்ப் பிரகாசித்தது. கரச்சாபாவின் உயர்குலத்தோர் இங்குதான் வசித்தனர். இந்நகரின் ஆளுநர், சற்று கட்டை குட்டையான, ஜூலேஷ்வரர் என்று பெயர் பெற்ற வைஸ்யர். நீலகண்டரை நகருக்கு வெளியே வந்து வரவேற்பதுதான் வழக்கம் என்பதை காற்றுவாக்கில் எப்படியோ அறிந்துகொண்டவர், அதே முறையைத் தானும் பின்பற்றி, நகரவாயிலில் காத்து நின்றார்.

ஒரு லட்சம் மக்கள் தொகையைக்கொண்ட எல்லை நகரமான கரச்சாபா, அடிப்படையில், ஒரு வர்த்தக மையமே. ஏறக்குறைய நூறு வருடங்களுக்கு முன், சக்ரவர்த்தி தக்ஷரின் தந்தை பிரம்மநாயகர், அந்நகரின் ஆளுநராக ஒரு வைஸ்யரை அமர்த்தியது அவரது தீர்க்க தரிசனத்திற்கு அடையாளமாக அமைந்தது. அதற்குத் தக்கவாறு மிகத் திறமையாக கரச்சாபாவை முன்னேற்றிய ஜூலேஷ்வரர், ஏறக்குறைய நகரத்தைத் தங்கத்திலேயே வர்ஷித்துவிட்டார் என்றே சொல்ல வேண்டும். இதுவரை வந்த ஆளுநர்களில் மிகுந்த அறிவாளி, ஆற்றல் மிக்கவர்; மெலூஹாவின் வர்த்தகத் தலைநகராக, சாம்ராஜ்யத்தின் கிழக்குப் பகுதியில் இதுகாறும் கோலோச்சிய லோத்தலின் புகழையும் மங்கச் செய்து, வர்த்தகம், வாணிபத்தில் கரச்சாபாவுக்கு நிகரில்லை என்னும் பெயரைப் பெற்றுத் தந்தவர். அதோடு, மெஸப்பொட்டேமியா, எகிப்து போன்ற அயல்நாடுகளினின்று மக்கள் தங்குதடையின்றி அந்நகருக்குள் வர முடியும்; ஆனால், மேற்கொண்டு சாம்ராஜ்யத்திற்குள் பயணம் செய்ய பிரத்யேக அரசாங்க அனுமதி தேவை.

கரச்சாபாவில் வந்திறங்கிய முதல் நாளே, மேற்குக் கடலைத் தரிசிக்க ஜூலேஷ்வரர் சிவனை அழைத்துச் சென்றார். வாழ்நாளில் இவ்வாறு பரந்து விரிந்த நீர்ப்பரப்பைப் பார்த்தறியாத சிவன், அதை வெகுவாக இரசித்து மகிழ்ந்தார். பல மணி நேரத்தை அங்கு சுவாரசியமாக செலவழித்தவரிடம், ஜூலேஷ்வரர்

மிகுந்த பெருமிதத்துடன், கரச்சாபா துறைமுகத்தில் தயாராகும் வகை வகையான மரக்கலன்களைக் குறித்து விஸ்தாரமாக விவரித்தார். மெஸப்பொட்டேமிய வர்த்தகர்களிடமிருந்து தான் எதிர்பார்த்துக்கொண்டிருந்த பொருட்கள் வந்துவிட்டனவா என்று பார்க்க ப்ரஹஸ்பதியும் அவர்களுடன் பயணித்தார்.

அன்று சிவனுக்கென ஏற்பாடு செய்யப்பட்டிருந்த அரசாங்க விருந்தில், ஜூலேஷ்வரர் அடுத்த நாள் அட்டவணை குறித்து அளவளாவினார். வருண பகவான் மற்றும் அஸ்வினி குமாரர்களின் ஆசியுடன், நீலகண்டர் வரவின் பொருட்டு, தான் ஒரு பிரம்மாண்டமான ***யாகம்*** செய்ய இருப்பதாக அறிவித்தார். எத்தனையோ காலத்திற்கு முன், மெலூஹாவிலிருந்து, மெஸப்பொட்டேமியா போன்ற தூர தூர தேசங்களுக்கு கடலில் வழி கண்டுபிடித்துச் சென்ற பெருமையை அடைந்தவர்கள் அஸ்வினி குமாரர்கள். கடல் வாணிபம் மிக முக்கியமாகக் கருதப்படும் இந்நகரில், அவர்களது வரைபடம், குறிப்பு மற்றும் கதைகள் பலருக்கு இன்றியமையாத பாடமாக, அளவிட முடியாத உந்துசக்தியாக விளங்கின.

இரவு உணவுக்குப் பின், சதியும் க்ருத்திகாவும் தங்கியிருந்த அறைகளுக்குச் சிவன் சென்றார்.

''கேக்கணும்னு நெனைச்சேன்,'' சதி இப்போதெல்லாம் தன்னுடன் இயல்பாகப் பேசுவதில்லை என்பதால், சிவனின் குரலில் தயக்கம் தெரிந்தது. ''நாளைக்கு யாகத்துக்கு வருவீங்களா?''

''மன்னிக்கணும், பெருமானே,'' சதி பணிவுடன் பதிலளித்தாள். ''நான் வர்றது கொஞ்சம் கஷ்டம்தான். என்னை மாதிரியானவங்கல்லாம் யாகங்களுக்கு வர அனுமதியில்ல.''

நீலகண்டருடன் இருக்கும் பட்சத்தில், யாருக்கும் அவளைக் கேள்வி கேட்க உரிமையில்லை என்று சொல்ல வாயெடுத்த சிவன், அந்த எண்ணத்தைக் கைவிட்டார். ''நாளைக்கு நாட்டியம் வேணா பயிற்சி செய்யலாமா? கடைசியா நாம எப்ப ஆடினோம்னு எனக்கு மறந்தே போச்சு.''

''நல்ல யோசனைதான். உங்ககிட்ட பாடம் கேட்டு ரொம்ப நாளாச்சு,'' என்றாள் சதி.

சிவன் அவளைப் பார்த்து சோகமாகத் தலையசைத்தார். அவர்களுக்கிடையில் அசைக்க முடியாமல் எழும்பி நின்ற

மெலூஹாவின் அமரர்கள்

பனி மலை தாங்கொணாத் துயராய் அவரை வாட்டியது. விடைபெற்றுக்கொண்டு, புறப்பட்டார்.

சதியைப் பார்த்த க்ருத்திகா, யாரும் அறியா வண்ணம், மறுப்பது போல் தலையசைத்தாள்.

15

அக்னிப்பரீட்சை

தன்னைச் சுற்றிக் கம்பளிப் போர்வையை இறுக்கிக்கொண்ட அந்தச் சிறுவன், ஆட்டுப்பாதையில் சிதறிக்கிடந்த கூரிய கற்களில் கால் வைக்காமல் வேகமாக நடந்தான். ஏறக்குறைய பாதை மீதே பயங்கரமாய்க் கவிந்திருந்த அடர்ந்த மரங்களைத் தாண்டி, அவனால் அதிகம் பார்க்க முடியவில்லை.

ரொம்ப நேரமாச்சுன்னா... அதோ, அந்த செடிகொடிங்களுக்குப் பின்னால பயங்கரமான இராட்சசங்க இருக்காங்க - மேல பாஞ்சு கொன்னுடுவாங்க! கிராமம் இன்னும் சிலமணி தொலைவுலதான். சூரியன் மலைவாசல்ல வேகமா சாஞ்சுக்கிட்டிருக்கான். இராட்சசங்களுக்கு இருட்டுன்னா ரொம்பப் இஷ்டமாம். ரொம்பப் பிடிவாதம் பிடிச்சா, அம்மாவும் பாட்டியும் அடிக்கடி சொல்லி மெரட்டுவாங்க. கூட பெரியவங்க யாராச்சும் இருந்தா நல்லாருக்கும். பெரியவங்களை இராட்சசங்க தொந்தரவு பண்ணாதில்ல?

யாரோ மூச்சை இழுத்து இழுத்து வாங்கும் சப்தம். அவன் இதயம் விட்டுவிட்டுத் துடித்தது. சட்டென்று இடையில் செருகியிருக்கும் சிறிய கத்தியை உருவிக்கொண்டான்.

பின்னாலருந்து எதுனாச்சும் தாக்கினாலும் தாக்கும். அவனோட நண்பர்கள் இந்த மாதிரி காட்டு இராட்சசங்களப்

பத்தி நெறைய சொல்லியிருக்காங்க. கோழைங்க. எப்பவும் முதுகுக்குப் பின்னருந்துதான் தாக்குமாம்.

எங்கிருந்து சப்தம் வருகிறது என்பதைக் கணிக்க சற்று நேரம் நின்றான். விசித்திரமான ஒலி அது. ஒரே சீராக விட்டுவிட்டு ஒலித்தது. எங்கோ, எப்போதோ கேட்டது போல் இருந்தது. மூச்சு வாங்கும் சப்தத்துடன் இப்போது ஒன்னொரு ஒலி. ஒரு ஆணின் முரட்டுக் குரல்.

இது ஒண்ணும் இராட்சசன் இல்ல!

சிறுவனுக்குக் கிளுகிளுத்தது.

இதப் பத்தி நண்பர்கள்ளாம் நெறையச் சொல்லியிருக்காங்க. ஆனா நான் பாத்ததேயில்ல. அடிச்சது பார் அதிர்ஷ்டம்!

கத்தி இடையில் தொங்க, மெல்ல செடிகொடிகளுக் கிடையில் ஊர்ந்தான். அதிக தூரம் இல்லை; சப்தம் வந்த இடம் கிட்டத்தில்தான் இருந்தது. ஒரு சிறிய திறந்தவெளி. மரம் ஒன்றின் பின்னால் நின்று மெல்ல எட்டிப் பார்த்தான்.

யாரோ ரெண்டு பேர். ரொம்ப அவசரம் போலருக்கு - சரியாக் கூட துணிய அவுக்கலை. அந்தாளு ஒடம்பெல்லாம் கருகருன்னு முடி - கரடி மாதிரி. இந்தப் பக்கத்துலேர்ந்து பார்த்தா முதுகு மட்டும்தான் தெரியுது.

பெண்ணின் முன்பக்கமென்னவோ, அவனுக்கு நேருக்கு நேர், பளிச்சென்று தெரிந்தது.

என்ன அழகு! நீளத் தலமுடி, அப்படியே அலையலையா வந்து விழுது. மேலாடை கொஞ்சம் கிழிஞ்சிருக்காப்புல. ஒரு பக்க முலை மட்டும் - நல்ல செழிப்பா, கிண்ணுனு ... மேலல்லாம் இரத்தகாயம். ரொம்ப மொரட்டுத்தனமா கூடியிருப்பாங்களோ? பாவாடை கிழிஞ்சு தொங்குது - காலெல்லாம் எவ்ளோ வழவழப்பா, நீளமா இருக்கு!

வரம்பு மீறிய சந்தோஷத்தில் அவனுக்குப் படபடத்தது.

பத்ராவுக்கு மட்டும் இதெல்லாம் தெரிஞ்சா ...!

பார்த்து இரசித்துக் கொண்டிருக்கும்போதே, மனதின் அடியில் முணுமுணுவென்று என்னவோ நிரடியது.

என்னவோ இங்க சரியில்லை. அந்தாளு ரொம்ப வேகமாத்தான் இருக்கான். ஆனா, அந்தப் பொம்பளை? கட்டை மாறிக் கெடக்கா. சவத்தைப் போல. கையெல்லாம் உசிரில்லாம பக்கத்துல கிடக்கு. வாயை இறுக்க மூடியிருக்கா. அந்தாளு காதுல காதல் இரகசியம்லாம் சொல்லலை. கன்னத்துல என்ன தண்ணி? சந்தோஷத்துலயா

வழியுது? ஒரு வேளை... பலவந்தமா? அதெப்புடி? அந்தாளு கத்தி பக்கத்துலயே கெடக்கே. அவ அதை தாராளமா எடுத்து அவன் விலாவுல குத்தலாம்.

இல்லல்ல.

மனதிற்குள் தீர்மானமாக சொல்லிக்கொண்டான். மனசாட்சியை அடக்க முயன்றான்.

வாய மூடு. பாத்து அனுபவி.

அப்போதுதான், வாழ்நாள் முழுவதும் அவனை விடாது துரத்தப்போகும் அந்தச் சம்பவம் நிகழ்ந்தது.

அந்தப் பெண்ணின் பார்வை சட்டென்று அவன் மீது விழுந்தது.

''காப்பாத்து!'' அலறினாள். ''தயவு செஞ்சு காப்பாத்து!''

சிறுவன் பயத்தில் பின்வாங்கினான். அவசரத்தில் கத்தி கீழே விழுந்தது. கரடி போன்ற அந்த மனிதன், வந்தது யார் என்று திரும்பிப் பார்க்க, சட்டென்று கத்தியைப் பொறுக்கிக் கொண்டு, குளிரில் உறைந்து வலியெடுத்த கட்டை விரலையும் மறந்து, பறந்தான். அந்த மனிதன் துரத்திக்கொண்டு வந்துவிட்டால்? பயத்தில் நெஞ்சு அடித்துக்கொண்டது. அவனது மூச்சுக்காற்று கிட்டத்தில் கேட்பது போன்ற பிரமை.

ஆட்டுப்பாதைக்கு வந்து, கிராமம் நோக்கி ஓடினான். இன்னமும் அந்த மூச்சுக்காற்று கேட்டது. அருகே... அருகே ... அருகே! விருட்டென்று இடப்பக்கம் திரும்பிய சிறுவன், கத்தியை உயர்த்தி வீசினான்.

யாரும் இல்லை. மூச்சுக் காற்று இல்லை. ஆபத்தில் உதவி கோரிய அவளது தீனக் குரல் மட்டும்.

''காப்பாத்து! தயவு செஞ்சு காப்பாத்து!''

அந்த சிறுவன் திரும்பிப் பார்த்தான். அவள்தான் - பரிதாபமாக...

போ! போய் அவளக் காப்பாத்து! மனசாட்சி விரட்டியது.

ஒரே ஒரு நொடி தயங்கினான். பின், திரும்பி கிராமத்தைப் பார்க்க ஓடினான்.

இல்ல! திரும்பிப் போ! அவளக் காப்பாத்து!

திடுக்கிட்ட சிவன் எழுந்து உட்கார்ந்தார். நெஞ்சு படபடவென்று அடித்துக்கொண்டிருந்தது. தன்னை மீறி திரும்பிப் பார்த்தார். அந்தப் பெண்ணைக் காப்பாற்ற முடியுமா? தன்னையே காப்பாற்றிக்கொள்ள முடியுமா?

ஓயாமல் அலறும் மனசாட்சியின் வாயை மூட முடியுமா? இல்லை. நடக்காத காரியம். அந்தப் பெண்ணின் திகில் நிறைந்த முகம் இன்னமும் மனக்கண்ணில் பளிச்சென்று விரிந்தது.

தாங்க முடியாமல் கண்களை இறுக்க மூடிக்கொண்டார். ஆனால் - இதயத்தில் பசுமரத்தாணி போல் பதிந்துவிட்ட உருவத்தை எப்படி அழிப்பது?

கால்களை மடித்து, முன்னுக்குக் கொண்டுவந்து, அவற்றின் மீது தலை சாய்த்துக்கொண்டார். அவரால் அப்போது செய்ய முடிந்தது ஒன்றே. கண்ணீர் வடித்தார்.

த்விதிய மேடைக்கு மத்தியில் இருந்த சதுரத்தின் மீது, யாக மேடை அமைக்கப்பட்டிருந்தது. மெலூஹாவின் இறுக்கமான சம்பிரதாயங்களைக் கரச்சாபாவில் மிகத் தீவிரமாய்க் கடைப்பிடிப்பதில்லை போலும். அவர்களது ஆடம்பரமற்ற எளிமை இங்கு அவ்வளவாகக் காணப்படவில்லை ஒன்றுடன் ஒன்று போட்டிபோடும் பலவித வர்ணங்களால், அந்த எல்லை நகரம் பிரமாதமாக அலங்கரிக்கப்பட்டிருந்தது. மேடை, தங்க வர்ணத்தில் ஜொலித்தது. கண்ணைப் பறிக்கும் வண்ண மலர்கள் அலங்கரித்த கம்பங்கள், ஷாமியானா எனப்படும் துணியாலான விதானத்தைத் தூக்கி நிறுத்தின. சூர்யவம்சிக் குறியீடுகளைக் கொண்ட சிவப்பு மற்றும் நீலத் தோரணங்கள், பெருமிதமாகக் காற்றில் படபடத்தன. எங்கும், எதிலும், படாடோபம்; ஆடம்பரம்.

மேடையின் முன்பக்கம் வந்து சிவனை வரவேற்ற ஜூலேஷ்வரர், யாகமேடையின் பிரதான ஆசனத்தை மிகுந்த மரியாதையுடன் அவருக்களித்தார். ஆளுநர் மீண்டும் மீண்டும் வருந்திக் கேட்டுக்கொண்டதற்கிணங்க, யாகம் நடக்கும் பொழுதிற்கு மட்டும் சிவன் தன் கழுத்துப் பட்டியை நீக்கியிருந்தார். பர்வதேஸ்வரரும் ப்ரஹஸ்பதியும் நீலகண்டருக்கு வலப்பக்கம் அமர்ந்திருக்க, ஜூலேஷ்வரரும் ஆயுர்வதியும் இடப்புறம் இருந்தனர். வழக்கில் இல்லையென்றாலும், சிவனின் விருப்பத்தை நிறைவேற்றும் பொருட்டு, பெருமானுக்குப் பின் அமர நந்தி மற்றும் வீரபத்ராவிற்கு ஜூலேஷ்வரர் அனுமதியளித்திருந்தார். மெலூஹாவின் கடுமையான விதிகளை முழுவதுமாக மீற முடியாவிட்டாலும், பரந்த மனப்பான்மை கொண்ட

தன் எல்லை நகருக்கேற்றபடி, சமய சந்தர்ப்பம் பார்த்து சிலவற்றைக் கொஞ்சம் வளைத்துக்கொள்ளலாம் என்பது ஜலேஷ்வரரின் அபிப்ராயம். அவரது இந்தப் பரந்த நோக்கின் காரணமாகவே, தூர தேசங்களிலிருந்து அனைத்து மரபினரும் கரச்சாபாவில் ஒன்று கூடுவதும், விதம்விதமான பொருள், சகாயம், மனப்போக்கு என்று சுலபத்தில் பரிமாறிக்கொள்வதும் சாத்தியமாயிற்று.

மேடையிலிருந்த மையச் சதுரத்தை எதிர்நோக்கும் சதியின் உப்பரிகையை சிவன் நிமிர்ந்து பார்த்தார். யாகத்தின் போது மேடையேற சதிக்கு அனுமதியில்லை யென்றாலும், தூரத்திலுள்ள மாளிகையிலிருந்து, அவள் எல்லாவற்றையும் தாராளமாகக் கவனிக்கலாம். உப்பரிகைத் திரைச்சீலைக்குப் பின் மறைந்து நின்று, அவளும் க்ருத்திகாவும் கீழே நோக்குவதைப் பார்த்தார்.

இம்மாதிரிச் சந்தர்ப்பங்களில் கடைப்பிடிக்கும் சம்பிரதாயத்திற்குட்பட்டு, பண்டிதர் எழுந்தார். ''யாகம் பொருட்டு யாருக்கேனும் ஆட்சேபம் இருந்தால், இப்போதே அவர்கள் அதைத் தெரிவிக்க வேண்டியது. இல்லையேல், இனியெப்போதும் மௌனம் காக்க வேண்டியது.''

ஒப்புக்கு எழுப்பப்படும் இந்தக் கேள்விக்கு யாரும் பதில் கூறுவது வழக்கமில்லையாததால், ''நான் ஆட்சேபிக்கிறேன்!'' என்று ஒரு குரல் உரக்க எழுந்தவுடன், ஒட்டுமொத்தமாக எல்லோரும் 'கடவுளே' என்று அலுத்துக்கொண்டனர்.

ஆட்சேபம் தெரிவித்தவரை யாரும் தேடவோ, குரலை அடையாளம் காணவோ அவசியம் இருக்கவில்லை - சாம்ராஜ்யத்தின் மிகக் கட்டுப்பாடான வடமேற்குப் பிராந்தியத்திலிருந்து குடிபெயர்ந்திருந்த தாரகன். கரச்சாபாவுக்கு வந்தது முதல், கலாச்சாரச் சீர்கேடடைந்த அந்த புராதன நகரின் மானம் மரியாதையைக் காத்து, புனிதத்தைப் போற்றும் பணியைச் சிரமேற்கொண்டு செய்துகொண்டிருந்தான்.

எதிர்ப்புக் குரல் யாருடையது என்றறிய, சிவன் கழுத்தை நீட்டினார். பின்னால், பூஜை மேடையின் ஓரமாய், சதியின் உப்பரிகைக்கு மிக அருகில் நின்றிருந்த தாரகனைக் கண்டார். மாமிச மலை போன்ற ஆகிருதி; பிதுங்கி வழியும் வயிறு; சுரங்க வேலையினால் இறுகியிருந்த தடிமனான கரங்கள். வெண்மையான தோல்; சதா சண்டை சச்சரவுகளில் ஈடுபட்டதால் ஏகப்பட்ட வெட்டுக்காயங்களையுடைய, வெதும்பிய முகம். பலிஷ்டன்தான். இராணுவத்தில்

கடைநிலை ஊழியனாகப் பணியாற்றிய க்ஷத்ரியன் என்பது, கங்கணங்களைப் பார்க்காமலேயே தெரிந்தது.

ஜூலேஷ்வரர் எரிச்சலுடன் அவனை ஏறிட்டார். ''இப்போது எதைக் குறித்து ஆட்சேபம்? இம்முறைதான் நாங்கள் சந்திரவம்சிகளின் வெண்மை நிறத்தைத் தோரணங்களில் பயன்படுத்தவில்லையே? அல்லது, ஒரு வேளை - வேதங்களில் குறிப்பிட்டுள்ள வெப்ப நிலையில் நாங்கள் யாக நீரைச் கொதிக்க வைக்கவில்லையோ?''

கூடியிருந்தோரிடத்தில் நமட்டுச் சிரிப்பு பரவியது. பர்வதேஸ்வரர் ஆளுநரை முறைத்தார். வேதங்களையே எகத்தாளம் செய்வது முறையல்ல என்று அவர் எச்சரிக்க யத்தனிக்கையில், தாரகனே மீண்டும் பேசினான். ''யாகம் நடக்கும் மேடையில் விகர்மாக்கள் இடம்பெறக்கூடாதென்பதுதான் நம் சட்டம்.''

''உண்மை,'' ஜூலேஷ்வரர் ஆமோதித்தார். ''நீ விகர்மாவாய் அறிவிக்கப்படாத பட்சத்தில், எனக்குத் தெரிந்து இங்கு எந்த சட்டமும் மீறப்படவில்லை.''

''மீறப்படுகிறது!''

அவையில் குழப்பமான குரல்கள் எழுந்தன. ஜூலேஷ்வரர் கையுயர்த்தி அமைதி கோரினார். ''இங்கே விகர்மாக்கள் யாரும் இல்லை, தாரகா. தயவு செய்து உட்கார்.''

''இளவரசி சதி இங்கே இருப்பது யாகத்திற்கு இழுக்கு. அசுத்தம்.''

சட்டென்று சிவனும் பர்வதேஸ்வரரும் தாரகனை வெறித்தனர். அவையோரைப் போல், இதைக் கேட்ட ஜூலேஷ்வரரும் சமைந்து போயிருந்தார். ''தாரகா!'' குரல் கத்தி போல் வெட்டியது. ''உன் நிலை மறந்து பேசுகிறாய். இளவரசி சதி, யாகம் நடக்கும் மேடையில் இல்லை; விதிகளுக்குக் கட்டுப்பட்டு, விருந்தினர் மாளிகையிலேயே தங்கியுள்ளார். சாட்டையால் உன்னை விளாசும் முன், உட்கார்.''

''என்ன குற்றத்திற்காக எனக்குச் சாட்டையடி கொடுக்கப்போகிறீர், ஆளுநர் அவர்களே?'' தாரகன் கத்தினான். ''மெலூஹாவின் சட்டம் மீறப்படாமல் காப்பது குற்றமல்லவே?''

''இங்கேதான் எந்தச் சட்டமும் மீறப்படவில்லையே?''

''பொய். யாகம் நடத்தப்படும் மேடையின் மீது எந்த

விகர்மாவும் இருக்கக்கூடாது; நம் சட்டத்தின் மிகச் சரியான விளக்கம் இதுதான். இந்த யாகம் நடப்பது த்விதிய மேடையில்தானே? அதே மேடையில் இளவரசியும் இருப்பது, யாகத்தை இழிவுபடுத்துவதாகத்தானே அர்த்தம்?''

சட்டத்தை வார்த்தை வார்த்தையாகப் பிரித்தெடுத்து ஆராய்ந்தால், தாரகன் சொல்வது சரியே. ஆனால், *யாகம், பூஜை போன்ற சுபகாரியங்கள் நடக்கும்* மேடை மீது விகர்மாக்கள் இருக்கக்கூடாது என்றே இந்த விதியைப் பல மெலூஹர்கள் அர்த்தம் செய்துகொள்வது வழக்கம். கரச்சாபாவோ, பல மெலூஹ நகரங்களைப் போல், பிரம்மாண்டமான மேடை மீது நிர்மாணிக்கப்பட்டிருந்ததால், சட்டத்தை அட்சர சுத்தமாகக் காப்பாற்றும் பட்சத்தில், சதி *த்விதிய மேடையிலேயே* எங்கும் இருக்கக் கூடாது; யாகம் சிறப்பாக, சட்டதிட்டங்களுக்குட்பட்டு நடக்க வேண்டுமானால், நகரின் வேறொரு மேடைக்கோ, அல்லது நகருக்கு வெளியேயோ அவள் செல்ல வேண்டியிருக்கும்.

தாரகனின் ஆட்சேபம் வார்த்தையளவில் நிஜமே என்பது புரிய, ஜூலேஷ்வரர் ஒரு நொடி செய்வதறியாது உட்கார்ந்திருந்தார். பிறகு, தனக்கே பலவீனமாய்த் தோன்றிய வாதத்தை எதிர்வைத்தார். ''இது என்ன, தாரகா? சட்டத்தின் வார்த்தைகளை நீ அளவுக்கதிகமாக ஆராய்கிறாய். இவ்வளவு நுணுக்கமாக நாம் அதை அணுகத் தேவையில்லை என்பது என் கருத்து. நான் ...''

''இல்லை, ஶ்ரீ ஜூலேஷ்வரரே,'' உரத்த குரல் ஒன்று கூடியிருந்தோர் மத்தியிலிருந்து எழுந்தது.

பேசுவது யார் என்று எல்லோரும் திரும்பிப் பார்க்க, திரைச்சீலையின் பின்னிருந்து, சதி நகர்ந்து வந்து உப்பரிகையில் நின்றாள். ''இடைமறித்ததற்கு என்னை மன்னிக்க வேண்டும், ஆளுநரே,'' சதி பணிவாக வணங்கினாள். ''நம் சட்டம் குறித்துத் தாரகரின் கூற்று மிகச் சரி. யாகத்தைக் குலைத்ததற்கு மிகுந்த வருத்தம் தெரிவித்துக்கொள்கிறேன். நானும், என் பரிவாரமும் உடனடியாக நகரத்தை விட்டு வெளியேறுகிறோம். மூன்றாம் பிரஹார் தொடங்கும்போது யாகம் முடிவடைந்திருக்குமாகையால், அப்போது திரும்புவோம்.''

சிவனின் கைகள் முஷ்டியாக இறுகின. தாரகனின் கழுத்தைத் திருகிக் கொன்றுபோட்டால் என்ன என்று கிளம்பிய ஆத்திரத்தை மிகுந்த பிரயத்தனம் செய்து

அடக்கிக்கொண்டார். வெகு சில நிமிடங்களில், க்ருத்திகா மற்றும் ஐந்து வீரர்கள் சகிதம் சதி மாளிகையை விட்டு வெளியேறினாள். நந்தி, வீரபத்ரா இருவரையும் சிவன் ஏறிட, நகருக்கு வெளியே சதியைப் பாதுகாக்கும் பொருட்டு அவர்களும் செல்ல வேண்டுமென்ற அவரது விருப்பத்தை உணர்ந்து, எழுந்தனர்.

''இவையெல்லாம் உனக்கே தெரிந்திருக்க வேண்டாம்?'' தாரகன் ஏளனத்துடன் சதியை ஏற இறங்கப் பார்த்தான். ''என்ன இளவரசியம்மா நீ? சட்டத்தை மதிக்கத் தெரியாதவள்?''

முகத்தில் பொலிந்த நிதானத்துடன், சதி அவனை ஏறிட்டாள். வீண் வாதத்தில் இறங்க மனமின்றி, வீரர்கள் குதிரைகளைத் தயார் செய்யப் பொறுமையுடன் காத்திருந்தாள்.

''நீலகண்டரின் பரிவாரத்தில் விகர்மாப் பெண்களுக்கு என்ன வேலை?'' சினம் தோய்ந்த வார்த்தைகள் தாரகனிடமிருந்து சீறிப் பாய்ந்தன. ''பயணம் முழுவதையுமல்லவா இவள் மாசுபடுத்துகிறாள்?''

''போதும்!'' சிவன் இடைமறித்தார். ''யாருக்கும் அவமரியாதையில்லாம இளவரசி சதி கௌம்பறாங்க இல்ல? உன் பேச்சை இப்ப நிறுத்திக்கலாம்.''

''மாட்டேன்!'' தாரகன் க்றீச்சிட்டான். ''என்ன தலைவன்யா நீர்? இராமபிரான் ஏற்படுத்திய விதிகளையே மறுக்கும் அளவுக்கு உயர்ந்துவிட்டீரோ?''

''தாரகா!'' ஜூலேஷ்வரர் அலறினார். 'நம் சட்டங்களை மறுக்கவும் எதிர்க்கவும் நீலகண்டப் பெருமானுக்கு அனைத்து உரிமையும் உள்ளது. உயிர் மீது ஆசையிருந்தால், அவரை எதிர்த்துப் பேச வேண்டாம்.''

''நான் மெலூஹன்!'' பதிலுக்குத் தாரகனும் கத்தினான். ''சட்டத்தை மீறும் எவரையும் தட்டிக்கேட்கும் உரிமை எனக்கிருக்கிறது. ஒரு *தோபி*, சாதாரணத் துணி வெளுக்கும் தொழிலாளி, இராமபிரானையே தட்டிக் கேட்டான். எப்பேர்ப்பட்ட மாமனிதராய் அவர் இருந்திருந்தால், அவன் பேச்சை மதித்துக் கட்டிய மனைவியைத் துறந்திருப்பார்! நீலகண்டருக்கு நான் ஒன்று சொல்லிக்கொள்ள விரும்புகிறேன்: இராமபிரானைப் பின்பற்றி, இனியாவது மூளையைப் பயன்படுத்தி எதையும் தீர்மானம் செய்வது உசிதம்.''

''நிறுத்து, தாரகா!'' சதி கத்தினாள்.

தாரகனின் வார்த்தைகளால் அவை மொத்தமும் ஸ்தம்பித்துப் போயிருந்தது. ஆனால் சதி? அவனது பேச்சில் ஏதோ ஒன்று அவளுக்குள் ஒரு தளையைப் பட்டென்று அறுத்தது. எத்தனை வருடங்கள், எத்தனையெத்தனை அவமானங்கள்! எல்லாவற்றையும் அமைதியாய், கம்பீரமாய் எதிர்கொண்டிருக்கிறாள். ஆனால், இவன் சிவனைப் பார்த்துக் கொக்கரிக்கிறான். தன் சிவனை எதிர்த்துப் பேசுகிறான்! ஆம், அந்த உண்மையைத் தன்வரையிலாவது ஒப்புக்கொள்ளத்தான் வேண்டும். தன் சிவன்.

சதிக்கு உணர்வு திரும்பியது. ''நான் *அக்னிப்பரீட்சை யைக்* கோருகிறேன்,'' என்றாள்.

கூடியிருந்தோர் முகங்களில் ஈயாடவில்லை. இந்த வார்த்தைகள் உண்மைதானா? நம் காதுகள் நம்மை மோசம் செய்துவிடவில்லையே? *அக்னிப் பரீட்சை!*

நிமிடத்திற்கு நிமிடம், நிலைமை மோசமாகிக் கொண்டிருந்தது. ஒரு போராளிக்கு, தன்னை வரம்பு மீறிக் கொடுமைப்படுத்தும் ஒருவனுடன், சாகும் வரை போர் செய்யும் உரிமையை அளிப்பதே அக்னிப்பரீட்சை. அக்னி, அதாவது நெருப்பாலான வளையத்திற்குள் நடக்கும் யுத்தமாகையால், அந்தப் பெயர். வளையத்திலிருந்து தப்புவது துர்லபம். யுத்தம் புரிவோரில் யாரேனும் ஒருவர் சாக வேண்டும், அல்லது மன்னிப்புக் கோரி சரணடைய வேண்டும். இம்மாதிரியான விஷயங்கள் இப்போதெல்லாம் மிக அபூர்வம். அதிலும், ஒரு பெண் அதைக் கோருவது - ஏறக்குறைய யாருமே கேள்விப்படாத விஷயம்.

''இதற்கெல்லாம் அவசியமேயில்லை, தேவி,'' ஜூலேஷ்வரர் கெஞ்சினார். மக்களைப்போல், இளவரசி சதி தன் நகரத்தில் கொல்லப்படுவதை நினைத்துப் பதறினார். ஆஜானுபாகுவாய், கட்டுமஸ்தாய் இருந்த தாரகன் நிச்சயம் அவளை வீழ்த்திவிடுவான். சக்ரவர்த்தியின் ஆத்திரத்தையோ, சொல்லிமுடியாது. தாரகனை நோக்கித் திரும்பினார். ''இந்தக் கோரிக்கையை நீ ஏற்கக்கூடாது.''

''கோழையென்று பெயர் வாங்கச் சொல்கிறீரோ?''

''உன் தைரியத்தைப் பறைசாற்றுவதுதான் உன் எண்ணமோ?'' பர்வதேஸ்வரர் முதல் முறையாகப் பேசினார். ''அப்படியானால், என்னுடன் மோது, வா. சதியின் சார்பாக நானே போர் செய்யத் தயார்.''

''என் சார்பாய்ப் போரிட யாரையேனும் தேர்ந்தெடுப்பது

என் உரிமை மட்டுமே, *பித்ரதுல்யா,*'' *'தந்தையைப் போன்றவர்'* என்று சதி பர்வதேஸ்வரரை வாஞ்சையுடன் குறிப்பிட்டாள். தாரகனை நோக்கித் திரும்பினாள். ''யாரையும் நான் அழைப்பதாக இல்லை. என்னுடன்தான் நீ போரிட வேண்டும்.''

''தாரகா - இதில் நீ இறங்கக் கூடாது,'' இம்முறை ப்ரஹஸ்பதி குறுக்கே பாய்ந்தார்.

''தாரகா, நீ கலந்துக்கலைன்னா, அதுக்கு ஒரே ஒரு காரணம்தான் இருக்க முடியும்,'' என்றார் சிவன். ''செத்துருவோம்கிற பயம்.''

அவையோர் அனைவரும், சிவனை நோக்கி ஏக காலத்தில் திரும்பினார்கள். அவரது வார்த்தைகளால், அளவற்ற திகைப்பில் ஆழ்ந்தனர். சிவனோ, சதியையே பார்த்தார். ''கரச்சாபா மக்களுக்கு ஒண்ணு சொல்ல விரும்பறேன். இளவரசி சண்டை போட்டு நான் பாத்திருக்கேன். அவங்களால யாரை வேணும்னாலும் ஜெயிக்க முடியும். தெய்வங்களையே தோற்கடிக்க முடியும்.''

திகைத்துப்போன சதி, சிவனை வைத்த கண் வாங்காமல் பார்த்தாள்.

''அறைகூவலை நான் ஏற்கிறேன்,'' தாரகன் உறுமினான்.

தாரகனை நோக்கித் தலையசைத்த சதி, தன் வெள்ளைப் புரவியின் மீது தாவியேறினாள். புறப்படத் தயாராய் சதுரத்தின் எல்லைக்கு வந்து, லகானை இழுத்துப் பிடித்து நின்றவள், மீண்டுமொரு முறை சிவனின் மீது பார்வையைப் பதித்தாள். முகத்தில் புன்னகை அரும்பியது. புரவியைத் திருப்பி, ஓட்டிச் சென்றாள்.

மூன்றாவது பிரஹாரின் தொடக்கத்தில், சிவனும் ப்ரஹஸ்பதியும் ஏறக்குறைய திருட்டுத்தனமாக வர்ஜிஷ் க்ரஹம் - அதாவது - உடற்பயிற்சிக் கூடத்திற்குள் - நுழைந்தனர். தாரகன், அங்கு இரு வீரர்களுடன் பயிற்சி செய்துகொண்டிருந்தான்.

அன்றைய யாகம் சிறப்பாக நடைபெறவில்லை. இளவரசி நாளை இறக்கப்போகிறாள் என்ற திகிலே எல்லார் மனதிலும் மேலோங்கியிருக்க, அதில் மகிழ்ச்சியுடன் பங்குபெற யாருக்குத்தான் மனம் வரும்? என்றாலும், யாகம் என்று

ஒன்றைத் தொடங்கிவிட்டால், தொடர்ந்து நடைபெற்றேயாக வேண்டும்; இல்லையேல், தெய்வங்களின் ஆத்திரத்திற்கு ஆளாக நேரிடும் என்பதால், பெயருக்கு எல்லோரும் அதில் கலந்துகொண்டு, ஆகவேண்டியதைச் செய்துவிட்டு, யாகம் முடிந்ததாக அறிவித்துவிட்டார்கள்.

தாரகனின் அடி ஒவ்வொன்றும் இடி போல் இறங்கக்கூடியது; எதிராளியை ஒரே வீச்சில் சுருண்டு விழவைக்கும் என்று ஊருக்குள் மிகப் பிரசித்தம். இப்போது அவனோடு போரிட்ட இரு அப்பாவிகளின் மீது அடிகள் சரமாரியாக விழுந்து நொறுக்குவதை பீதியுடன் வெறித்த ப்ரஹஸ்பதி, சட்டென்று ஒரு தீர்மானத்திற்கு வந்தார். ''இன்றிரவு இவனைத் தீர்த்துக்கட்டிவிடுகிறேன். நாளை அவள் சாகாமல் காப்பாற்றிவிடலாம்.''

தன் காதுகளையே நம்ப முடியாமல் சிவன் மெலூஹாவின் பிரதம விஞ்ஞானியை ஏறிட்டார். ''ப்ரஹஸ்பதி? என்ன சொல்றீங்க நீங்க?''

''சதியைப் போன்ற அற்புதப் பெண்ணுக்கு இந்த கதி நேர்வது மிக அநியாயம். அவள் பொருட்டு என் உயிரையும் மானத்தையும் தியாகம் செய்ய நான் தயார்.''

''நீங்க அந்தணராச்சே? யாரையும் கொல்ல முடியாது.''

''உங்களுக்காக அதையும் செய்வேன்,'' உணர்ச்சி வேகத்தில் தன்னிலையிழந்த ப்ரஹஸ்பதியின் குரல் தழுதழுத்தது. ''நீங்கள் அவளை இழந்துவிடக்கூடாது, நண்பரே.''

விஞ்ஞானியை நெருங்கிய சிவன், அவரை ஆரத் தழுவிக்கொண்டார். ''எனக்காக உங்களை நீங்க கறைபடுத்திக்கிறதும் நியாயமில்ல, நண்பரே. இவ்வளவு பெரிய தியாகத்துக்கு நான் தகுதியில்ல.''

ப்ரஹஸ்பதி சிவனைப் பற்றிக்கொண்டார்.

சிவன் ஓரடி பின்னால் நகர்ந்தார். ''எப்படியிருந்தாலும், உங்க தியாகத்துக்கு அவசியமிருக்காது,'' மெல்லிய குரலில் சொன்னார். ''நாளைக்குச் சூரியன் கிழக்குல உதிக்கிறது நிச்சயம்னா - சதி, தாரகனை ஜெயிக்கிறதும் நிச்சயம்தான்.''

மூன்றாவது பிரஹார் தொடங்கிய சில மணி நேரங்களில், சதி விருந்தினர் மாளிகைக்குத் திரும்பினாள். நேரே தன்னறை செல்லாமல், நந்தியையும் வீரபத்ராவையும்

நடுமுற்றத்திற்கு வரவழைத்து, வாளை உருவி இருவருடனும் பயிற்சியைத் தொடங்கினாள்.

சற்று நேரம் கழித்து, மனமுடைந்து போனவராய், பர்வதேஸ்வரர் அங்கு வந்து சேர்ந்தார். சதியுடன் பேசுவது இதுவே கடைசி முறையாக இருக்குமோ என்ற பயம் அவர் முகத்தில் விரவியிருந்தது. அவளோ, பயிற்சியை உடனே நிறுத்தி, வாளை உறையிலிட்டு, கைகளை மிகப் பணிவுடன் குவித்தாள். ''பித்ரதுல்யா,'' என்றாள் மிக மெல்லிய குரலில்.

வாட்டமடைந்த முகத்துடன் அவர் அவளை நெருங்கினார். சதியால் நிச்சயமாகச் சொல்ல முடியவில்லையென்றாலும் - அழுதாரா என்ன? கம்பீரம் பொருந்திய அவர் கண்களில் கண்ணீரின் சாயலைக்கூட அவள் கண்டதில்லை.

''குழந்தாய்,'' பர்வதேஸ்வரர் தழுதழுத்தார்.

''எனக்குச் சரின்னு பட்டதத்தான் நான் செய்யறேன்,'' என்றாள் சதி. ''நிம்மதியா இருக்கு.''

பதில் சொல்ல அவருக்கு நா எழவில்லை. ஒரே ஒரு நொடி, தாரகனை இரவோடு இரவாகக் கொன்றுவிட்டால் என்ன என்று எண்ணினார். முடியாது. அது சட்டப்படிக் குற்றம்.

சிவனும் ப்ரஹஸ்பதியும் அப்போது உள்ளே நுழைந்தனர். பர்வதேஸ்வரரின் முகத்தில் முதன்முதலாய், பலவீன ரேகைகள் படர்ந்திருப்பதைச் சிவன் கண்டார். அவர் மனம் படும்பாடு புரிந்தாலும், அதனால் சதியின் மனநிலை பாதிக்கப்படுவதை ஏற்க முடியவில்லை.

''தாமதமா வந்ததுக்கு மன்னிக்கணும்,'' சிவன் குரலில் உற்சாகம் கொப்பளித்தது.

எல்லோரும் அவரைத் திரும்பிப் பார்த்தனர்.

''ப்ரஹஸ்பதியும் நானும் வருண பகவான் கோயிலுக்குப் போயிருந்தோம். தாரகனுக்காக வேண்டிக்கிட்டோம்ல,'' சிவன் விவரித்தார். ''இந்த உலகத்திலிருந்து அடுத்ததுக்கு அவன் உருப்படியா போய்ச் சேர வேணாமா?''

சதி 'குபீ'ரென்று சிரிக்க, முற்றத்தில் நின்ற மற்றவர்களும் அவளுடன் சேர்ந்துகொண்டனர்.

''இந்த பயிற்சிக்கு நீ லாயக்கில்லை, பத்ரா. ரொம்ப வேகமா நகர்ற,'' என்றார் சிவன். ''நந்தி, நீங்க சண்ட போடுங்க. அப்படியே, உங்க அசைவுகளைக் கொஞ்சம் கட்டுப்படுத்திக்குங்க.''

சதியிடம் திரும்பினார். ''தாரகன் பயிற்சி செய்யறதைக் கவனிச்சேன். நல்ல பலமாத்தான் அடிக்கிறான்,'' என்று தொடர்ந்தார். ''ஆனா, எவ்வளவு பலமா அடிக்கிறானோ, அவ்வளவுக்கவ்வளவு வேகம் கொறையுது. அவனோட பலவீனத்தை நீங்க பலமா பயன்படுத்திக்கணும். உங்களோட வேகத்தை அவனுக்கெதிரா உபயோகப்படுத்துங்க.''

உன்னிப்பாகக் கவனித்த சதி, ஒவ்வொரு வார்த்தையையும் உள்வாங்கிக் கொண்டாள். நந்தியுடன் மீண்டும் பயிற்சியைத் தொடர்ந்தவள், அவரது மெதுவான அசைவுகளுக்கேற்றாற்போல் தன்னுடைய வேகத்தை அதிகரித்தாள். உயிர் வாங்கும் வாள் வீச்சு ஒன்றையும் சாதுர்யமாகப் பிரயோகித்தாள்.

சட்டென்று, சிவனுக்கு ஒரு உத்தி தோன்றியது. நந்தியை நிறுத்தும்படி பணித்துவிட்டு, சதியைப் பார்த்தார். ''போர் செய்யும் ஆயுதத்தைத் தேர்ந்தெடுக்கற உரிமை உங்களுக்கு உண்டா?''

''உண்டு. நான்தானே அறைகூவலைக் கொடுத்தேன்?''

''அப்ப கத்தியைத் தேர்ந்தெடுத்துக்குங்க. அவன் வீச்சை அது கட்டுப்படுத்தும். அதே சமயம் நீங்க டக்குன்னு உள்ள பூந்து வெளிய வந்துறலாம்.''

''பிரமாதம்!'' பர்வதேஸ்வரர் பாராட்ட, ப்ரஹஸ்பதியும் தலையசைத்தார்.

சதி ஒப்புக்கொள்ள, ஏறக்குறைய அடுத்த நிமிடம், இரு கத்திகளுடன் வீரபத்ரா அங்கு வந்து சேர்ந்தான். ஒன்றை நந்தியிடன் கொடுத்தவன், இன்னொன்றை அவளிடம் நீட்டினான். ''பயிற்சியைத் தொடருங்கள், தேவி.''

வட்டமான அரங்கம் ஒன்றின் நட்ட நடுவே, சதியும் தாரகனும் நின்றிருந்தனர். கரச்சாபாவின் பிரதான ரங்கபூமி இதுவல்ல என்றாலும், பிரம்மாண்டமாகத்தான் இருந்தது. நகருக்கு அதிக அளவில் குடிபெயர்ந்த மெஸப்பொட்டேமியர் பெரிதும் விரும்பிய இசைக் கச்சேரிகளுக்காக, பிரதான அரங்கிற்கு அருகில் நிர்மாணிக்கப்பட்ட இது, அக்னிப்பரீட்சைக்கென்றே அளவெடுத்து உருவாக்கப்பட்டது போல விளங்கியது. போராளிகள் சண்டையிடவே ஏகப்பட்ட தூரம் கடக்க வேண்டிய அளவு பெரிதுமல்ல; மிகக் கிட்டத்தில் நின்று

போரிடுவதால், யுத்தம் வெகு சீக்கிரம் முடியுமளவு சிறியதும் இல்லை. ஏறக்குறைய இருபதாயிரம் பேர் அமர்ந்து களிக்க வசதியிருக்க, கரச்சாபாவில் ஐந்நூறு வருடங்களாய் நடக்காத ஒரு அபூர்வ நிகழ்ச்சியைக் காண ஜனக்கூட்டம் அலைமோதிக்கொண்டு வந்தது.

ஒவ்வொருவரின் நாவிலும் அமைதியான பிரார்த்தனை உதித்தது. தந்தை மனுவே, உமக்கு நமஸ்காரம். எப்படியாவது, ஏதேனும் அற்புதம் நிகழ்த்தி, இளவரசி சதியை ஜெயிக்க வைத்து விடும். குறைந்த பட்சம், வாழவாவது விடும்.

சதியும் தாரகனும் ஒருவருக்கொருவர் வணக்கம் செலுத்திவிட்டு, யுத்த நெறிகளுக்குட்பட்டு சண்டை யிடுவதாக, காலம் காலமாய் வழக்கிலிருக்கும் சத்தியப் பிரமாணம் ஒன்றை எடுத்துக்கொண்டனர். பிரதான இருக்கைகளுக்கு மேல் அமைந்திருந்த வருண பகவானின் உருவச்சிலையருகே நின்று, கடல் மற்றும் நீர்நிலைகளின் கடவுளின் அருளை வேண்டி வணங்கினர். வருண பகவானின் கீழிருந்த பிரதான ஆசனத்தை சிவனுக்கு ஜௌலேஷ்வரர் விட்டுக் கொடுத்துவிட்டார். அவரே சிவனுக்கு இடப்பக்கம் அமர்ந்திருந்தார். ஆளுநருக்கு இடப்பக்கம், ஆயுர்வதியும் க்ருத்திகாவும் இடம் பெற்றிருந்தனர். ப்ரஹஸ்பதி மற்றும் பர்வதேஸ்வரர் சிவனுக்கு வலப்பக்கம் வீற்றிருந்தனர். நந்தியும் வீரபத்ராவும் வழக்கம்போல், பெருமானுக்குப் பின்னிருந்தனர். முந்தைய தினம் தக்ஷருக்கு யுத்தம் குறித்துப் பறவைத் தூது அனுப்பப்பட்டிருந்தாலும், பதில் வரத் தாமதமாகும்.

ஒரு வழியாக, ஜௌலேஷ்வரர் எழுந்து நின்றார். அக்னிப்ரீட்சையைக் குறித்த பதற்றம் உடலுக்குள் பரவி வாட்டினாலும், முகபாவத்தில் எதுவும் புலப்படவில்லை. சம்பிரதாயப்படி, கையை முஷ்டியாக முறுக்கிக்கொண்டு, மார்பில் ஓங்கி அறைந்தார். குரல் ஓங்காரமாய் ஒலித்தது. ''சத்தியம்! தர்மம்! மானம்!''

அரங்கம் முழுவதும் பல ஆயிரம் குரல்கள், மெலூஹாவின் அறைகூவலை எதிரொலித்தன. ''சத்தியம்! தர்மம்! மானம்!''

சதியும் தாரகனும் கூடக் கூவினர்: ''சத்தியம்! தர்மம்! மானம்!''

அரங்கக் காவலனை நோக்கி ஜௌலேஷ்வரர் சைகை செய்ய, சம்பிரதாயப்படி அவன் அங்கிருந்த அகல் விளக்கில் ஜீவ ஜோதியை ஏற்றினான். விளக்கிலிருந்து

எண்ணெய் வழிந்து, குறுகிய கால்வாய் ஒன்றுக்குள் ஓட, மைய வளையம் முழுவதும் 'குப்'பென்று தீ பரவியது. பரீட்சைக்குரிய அக்னி வளையம் தயார்.

ஜூலேஷ்வரர் சிவன்புறம் திரும்பினார். ''பெருமானே - யுத்தம் துவங்க உத்தரவு பிறப்பிக்க வேண்டும்.''

சிவன் சதியை நோக்கி நம்பிக்கை மிகுந்த புன்னகை ஒன்றை வீசினார். பிறகு, அரங்கத்தைப் பார்த்தார். ''அக்னி பகவானின் எல்லையற்ற கருணையால்,'' கர்ஜித்தார். ''சத்தியமே என்றும் வெல்லும்!''

யுத்தம் புரிவோர், உடனடியாகக் கத்தியை உருவிக் கொண்டனர். தனக்குச் சாதகமான போர் உத்திகளையே கையாள்வது தாரகனின் நோக்கமாகையால், கத்தியைத் தன் மார்புக்கு நேரே வைத்துக் காத்திருந்தான். போரிட்டபடி அருகே வரும் சதியைச் சட்டென்று தாக்க, இதுதான் மிகச் சரியான முறை. ஆகவே, அவளது போர்த்தந்திரத்தை கணிக்கும் பொருட்டு, அதிகம் நகராது நின்றான்.

சதியோ, யுத்த சம்பிரதாயங்கள் அனைத்தையும் கைவிட்டு, முதுகுக்குப் பின் கத்தியை மறைத்துக்கொண்டாள். கைக்குக் கை அதை மாற்றிய வண்ணம், தாரகன் சட்டென்று தன்னைத் தாக்க முடியாத தூரத்தில் தன்னை நிறுத்திக்கொண்டாள். அவள் பாயப் போகும் திசையை அறுதியிட்டுச் சொல்ல முடியாதபடி இருந்தது அவளது செய்கை. தாரகனை முடிந்தவரை குழப்புவதே அவள் எண்ணம் - ஆனால் அவனோ, அவளது ஒவ்வொரு அசைவையும் கழுகு போல் கவனித்துக்கொண்டிருந்தான். அவளது வலது கை இறுகியது. கத்தி அதில்தான் இருக்கவேண்டும்.

சட்டென்று இடப்பக்கம் தாவினாள். தாரகன் இருந்த இடத்தில் நின்றான். சதியின் வலக்கரத்தில்தான் கத்தி இருந்ததாகையால், இந்தத் திசையில் அவள் தாவுவது அவனை திசை திருப்ப மட்டுமே. கத்தியை அவள் பிரயோகிக்க, வலப்புறம் வந்தே தீரவேண்டும். எதிர்பார்த்தது போல், சதி திடீரென்று வலப்பக்கம் திரும்பி, தாரகனின் மார்பை நோக்கித் தன் கத்தியை நீளவாக்கில் வீச - அதற்குத் தயாராய் இருந்தவன், தனது கத்தியை நொடியில் இடக்கைக்கு மாற்றிக்கொண்டு, கொடூரமாய் ஒரு கிழி கிழித்தான். சதியின் மார்பில் வெட்டு விழுந்தது. ஆழம் இல்லையென்றாலும், வலி அதிகம் போல் தோன்றியது. பார்வையாளர்கள் 'கப்'பென்று மூச்சடைத்துப் போனார்கள்.

பின்வாங்கிய சதி, நிதானமடைந்தாள்; பலத்தைத் திரட்டிக்கொண்டாள். மீண்டும் கத்தியை முதுகுக்குப் பின் கொண்டு சென்றவள், கை மாற்றிக்கொண்டே இருந்தாள். தாரகன் அவளது கரங்களைக் கண்கொத்திப் பாம்பாகக் கவனித்தான். கத்தி அவளது இடது கையில் இருந்தது. வலப்புறம்தான் நகரப்போகிறாள்.

நகர்ந்தாள். அவள் சட்டென்று இடப்புறம் திரும்பப் காத்திருந்து, தாரகன் அங்கேயே நின்றான். அவளும் நகர்ந்தபடி, கையை இடப்புறம் வீசினாள். அவளது கரம் அவனை நெருங்குமுன் தாரகன் டக்கென்று அசைந்தான். ஆவேசமாக வலக்கையை பிரயோகித்து, அவளது இடது தோளை ஆழ வெட்டினான். மீண்டும் சதி வேகமாய்ப் பின்வாங்க, கூடியிருந்தோர் அதிர்ச்சியில் முனகினர். சிலர் கண்களை மூடிக்கொண்டனர். அதற்குமேல் பார்க்கும் சக்தி அவர்களுக்கில்லை. இன்னும் பலர் பதற்றத்துடன் பிரார்த்தனை செய்ய ஆரம்பித்தனர். இதுதான் விதியென்றால், தெய்வமே, அதிக காலம் தாழ்த்தாமல், தேவையின்றி நீட்டிக்காமல், வலியையும் வேதனையையும் அதிகமாக்காமல், சீக்கிரம் முடித்துவிடு.

''என்ன காரியம் செய்கிறாள்?'' பதற்றம் நிறைந்த குரலில் ப்ரஹஸ்பதி சிவனைக் கேட்டார். ''ஏனிப்படி யோசிக்காமல் தாக்குகிறாள்?''

பதில் சொல்லத் திரும்பிய சிவன், பர்வதேஸ்வரரைக் கவனிக்க நேர்ந்தது. அந்தப் பெரியவரின் முகத்தில் ஆச்சர்யம் மட்டுமல்ல - ஒரு விதப் பெருமிதப் புன்னகையும் பளிச்சிட்டது. ப்ரஹஸ்பதி போலல்லாது, நடப்பது என்ன என்று அவருக்குப் புரிந்துவிட்டது. யுத்தத்தை மீண்டும் கவனித்த சிவன், ''சூழ்ச்சி செய்யறா,'' என்று கிசுகிசுத்தார்.

மையத்தில், சதி இன்னமும் கத்தியை கைக்குக் கை மாற்றிக்கொண்டிருந்தாள். வலமிருந்து இடம் தாக்கப்போவதாக பாவனை செய்தாளேயொழிய, கத்தியைக் கை மாற்றவில்லை. இடது கையைச் சற்று முறுக்கினாள்; உண்மையில், கத்தி பிடித்திருந்த வலது கையை தளர்வாய் வைத்துக்கொண்டாள்.

தாரகன் சதியை மிகக் கவனமாகப் பார்த்துக் கொண்டிருந்தான். மெல்ல மெல்ல, அதிகம் இரத்தம் சிந்தவைத்தே அவளைக் கொன்றுவிடலாம் என்று நம்பிக்கை வலுத்தது. கத்தி அவளது இடக்கையில் இருந்ததாகக் கணக்கிட்டான். இதோ, எதிர்பார்த்தபடி அவள் முதலில்

வலப்புறம், பிறகு இடப்புறம் நகர்ந்து தாக்கப்போகிறாள். அப்படியேதான் வருகிறாள். அவள் இடக்கரம் தன்னை நோக்கி நீளப்போவதை எதிர்பார்த்து, வலது கையால் அவளை நோக்கி வீசினான். லாகவமாய்ச் சுழன்ற சதி, பின்வாங்கினாள். திகைத்துப் போன தாரகன் சுதாரித்துக் கொள்ளுமுன், சட்டென்று வலப்புறம் தாவி, வலது கையை ஆவேசமாய் அவன் மார்புக்குக் கொண்டுவந்து, சதி கத்தியைப் பாய்ச்சினாள்.

கத்தி தாரகனின் நுரையீரலுக்குள் இறங்கியது. அதன் வேகம் அவனை செயலிழக்கச் செய்தது. வாயிலிருந்து இரத்தம் பீறிட, ஆயுதத்தைப் போட்டுவிட்டுப் பின்னால் தடுமாறினான். கத்தியிலிருந்து கையை எடுக்காத சதி, பிடிவரை செலுத்தி அதை அழுத்தினாள்.

தள்ளாடித் தரையில் விழுந்த தாரகன், அசைவற்றுக் கிடந்தான். அரங்கம் மொத்தமும் ஸ்தம்பித்துப் போயிருந்தது. பழி வாங்கும் அம்மனின் க்ரோதம் பொங்கும் முகத்துடன் சதி ஆவேசமாய் நின்றாள். எண்பத்தைந்து வருடமாய் அடக்கப்பட்ட ஆத்திரம், கட்டுக்களை உடைத்துக்கொண்டு, அந்த ஒரு நொடியில் பொங்கிப் பெருகியது. மெல்ல, அதிக பட்ச இரத்தப்போக்கை ஏற்படுத்தும் வகையில், கத்தியைத் திருகி வெளியே உருவினாள். தாரகனின் வாயிலிருந்து இரத்தம் பயங்கரமாய்ப் பொங்கி வழிந்தது. கத்தியை சட்டென்று கைகளில் இறுக்கிக் கொண்டவள், அவனது இதயத்தை நோக்கி வேகமாய் இறக்கி உயிரைப் பறிக்கத் தயாராய், தலைக்கு மேல் உயர்த்தினாள். சட்டென்று, அவள் முகத்தில் ஆவேசம் மறைந்து, சாந்தம் குடிகொண்டது. உள்ளிருந்து தீய சக்தியனைத்தையும் யாரோ உறிஞ்சி யெடுத்தது போல் மனமும் உடலும் லேசாயின. திரும்பிப் பார்த்தாள். சிவன் - தீமையை அழிக்க வந்தவர் - சிம்மாசனத்தில் அமர்ந்து, லேசான புன்னகையுடன் அவளைப் பார்த்துக்கொண்டிருந்தார்.

தாரகனைத் திரும்பிப் பார்த்தாள். ''உன்னை நான் மன்னிக்கிறேன்,'' என்றாள், மெல்லிய குரலில்.

அரங்கம் கரகோஷத்தில் அதிர்ந்தது. வருண பகவானே இயற்றி, இயக்கிய நாடகம் கூட, இவ்வளவு அற்புதமாக அரங்கேறியிருக்குமாவென்பது சந்தேகம். சூர்யவம்சிகள் மிக மதித்து, போற்றிப் புகழ்ந்த அனைத்து அம்சங்களும் அதில் நிறைந்திருந்தன: யுத்தத்தில் அயராத தைரியம்; வெற்றியில் எதிரியினிடத்திலும் கருணை.

கத்தியை உயரப் பிடித்தாள் சதி. ''ஜெய் ஸ்ரீ ராம்!''

''ஜெய் ஸ்ரீ ராம்!'' அரங்கமே எதிரொலித்தது.

சதி, இம்முறை சிவனை நோக்கித் திரும்பினாள். ''ஜெய் ஸ்ரீ ராம்!'' வெற்றிப் பெருமிதத்துடன் கர்ஜித்தாள்.

''ஜெய் ...'' மேற்கொண்டு வார்த்தை வரவில்லை. சிவனின் தொண்டையில் என்னவோ சிக்கிக் கொண்டு விட்டது போலும்.

முடிக்கலைன்னா பரவாயில்லை. இராமபிரான் இந்த முறை கண்டுக்கமாட்டார்.

காதலித்த பெண்ணரசி தன் கண்களில் திரையிட்ட கண்ணீரைக் காணாதிருக்கும் பொருட்டு, சிவன் முகத்தைத் திருப்பிக்கொண்டார். மீண்டும் சற்று தன்னிலையை அடைந்து அவர் அவளைப் பார்த்தபோது, முகமலர்ந்து, பளீரென்று புன்னகைத்தார்.

சதியோ, சிவனையே வைத்த கண் வாங்காமல் பார்த்தாள். எத்தனையோ காலமாக உள்ளுக்குள் புதைந்திருந்த உணர்ச்சிகள் அனைத்தும் கட்டவிழ்ந்து உடலுக்குள் அலையலையாய்ப் பரவின. சிவனின் முகத்தில் பொலிந்த பெருமிதத்தைக் கண்டபோது, மனம் தட்டாமாலை சுற்றியது.

இதற்கு மேல் தாங்க முடியாத நிலை வந்த போது - சதி கண்களை மூடிக்கொண்டாள்.

(16)

சூரியனும், பூமியும்

அன்றிரவு, சொல்லாமல் கொள்ளாமல், கரச்சாபா ஒரு அவசரக் கொண்டாட்டத்திற்குத் தயாராயிற்று. இளவரசியின் உயிருக்கு ஆபத்தில்லை. சகிக்க முடியாத அந்தத் தாரகன் வீழ்த்தப்பட்டுவிட்டான். ஓயாமல் பிறருக்கு உபதேசம் செய்து தன்னையே பெரிதாக எண்ணிக்கொண்டு திரிந்த அவனை, பெற்ற தாயால் கூடச் சகித்திருக்க முடியாதென்பது பலரது கருத்து. பரந்த நோக்குடைய அந்த நகரில், அவனை மதித்தவர்கள் வெகு சிலர். ஆனாலும், இம்மாதிரி யுத்தங்களுக்கென்று பிரத்யேக விதிமுறைகள் உண்டாகையால், சதி அவனை மன்னித்த மறுகணம், விழுந்து கிடந்தவனை மருத்துவர்கள் சூழ்ந்துகொண்டு, உடனடியாக ஆதுரசாலைக்கு இட்டுச் சென்றனர். ஆறு மணி நேர அறுவை சிகிச்சைக்குப் பிறகு, மிகுந்த போராட்டத்தின் முடிவில், பலரது வருத்தத்திற்கு இடையில், அவனது உயிர் ஒரு வழியாகக் காப்பாற்றப் பட்டது.

''சூரியனையும் பூமியையும் பத்தி ஒரு பாட்டிருக்கே, கேள்விப்பட்டிருக்கீங்களா?'' சதி சிவனைக் கேட்டாள்.

மாளிகையின் உள்ளே, குதூகல ஆரவாரத்துடன் கொண்டாட்டங்கள் நடைபெற்றுக்கொண்டிருக்க, அவர்கள் வெளியே, உப்பரிகையில் நின்றிருந்தனர்.

மெலூஹாவின் அமரர்கள்

"இல்ல," சிவன் மயக்கும் புன்னகை ஒன்றை அவள் மீது செலுத்திவிட்டு, மெல்ல அருகில் வந்தார். "ஏன், நீதான் சொல்லேன்."

"சில சமயம், சூரியனுக்குக் கிட்டத்துல போகணும்னு பூமிக்கு ஆசையா இருக்குமாம்," என்றாள் சதி. "ஆனா, அவளால முடியாதே. அவ்வளவு அற்பமான பிறவி அவ. சூரியனோட ஒளியும், சக்தியும் எப்பேர்ப்பட்டது! பூமி அவரைத் தன்கிட்ட இழுக்க முயற்சி செஞ்சா, அவளே அவரோட அழிவுக்குக் காரணமாகிடுவா."

ஷப்பா. இப்ப என்ன?

"இத நான் ஒத்துக்கவே மாட்டேன்," என்றார் சிவன். "பூமி கிட்டத்துல இருக்குற வரைக்கும்தான் சூரியனோட ஒளி, கிளி எல்லாம். பூமியே இல்லைன்னா, சூரியன் இருந்துதான் என்ன பிரயோஜனம்?"

"சூரியன் இருக்கறது பூமிக்காக மட்டும்தானா? சூரியக் குடும்பத்துல இருக்குற எல்லா கிரஹங்களுக்கும் அதோட அரவணைப்பு வேணுமே?"

"யாருக்காக இருக்கணும்; யாருக்கு அரவணைப்பு தரணும்கிறது சூரியனோட இஷ்டம்தானே?"

"இல்ல," சதி சிவனை துயரத்துடன் ஏறிட்டாள். "அவர் சூரியனா மாறின அடுத்த நொடியே, யாரும் எட்ட முடியாத உயரத்துக்குப் போய்ட்டார்னு அர்த்தம். இனிமே, அவர் எல்லாருக்கும் சொந்தம். உலகத்துக்கே நன்மை செய்யறதுதான் அவரோட பிறவிப்பயன். அவரோட ஒளிதான் சூரிய குடும்பத்தோட வளத்துக்கு, வாழ்க்கைக்கே ஆதாரம். பூமிக்கு புத்தின்னு ஏதாவது கொஞ்ச நஞ்சம் மிச்சமிருந்தா, எல்லாருக்கும் எது நல்லதுங்கற அறிவு இருந்துச்சுன்னா, அவரை நிலைதடுமாற வெக்க மாட்டா."

"அப்ப, சூரியன் என்னதான் செய்யணுமாம்?" சிவனின் முகத்தில் ஆத்திரமும், ஏமாற்றமும் போட்டியிட்டன. "வாழ்நாள் முழுக்க எரிஞ்சே சாகணுமா? இல்ல, தூரத்துலேர்ந்து பூமியப் பாத்துப் பெருமூச்சு விடணுமா?"

"பூமி எங்கேயும் போகப்போறதில்ல. அவளும் சூரியனும் நல்ல, ஆத்மார்த்தமான நண்பர்களா இருக்கலாம். ஆனா, அதுக்கு மேல ஆசப்படறது சட்ட விரோதம். மத்தவங்களுக்கும் நல்லதில்ல."

சீற்றத்துடன் சிவன் சதியிடமிருந்து திரும்பினார். வடக்கே, வெகு தூரத்தில், புனித ஏரி இருந்த திசையைப்

பார்த்து, அதிலிருந்து சற்று மன நிம்மதி தேட முயன்றார். கிடைக்கவில்லை. மேலே, தான் நம்பாத தெய்வங்கள் குடியிருந்த வானத்தை வெறித்தார்.

நாசமாப் போச்சு!

முஷ்டியாக முறுக்கிய கை, உப்பரிகைச் சுவரை ஆவேசமாய் இடிக்க, கீழே, பொலபொலவென்று சில செங்கற்கள் உதிர்ந்தன. கையாலாகாத ஆத்திரத்துடன் சிவன் அங்கிருந்து தரை அதிர நடந்து சென்றார்.

நகரின் கோட்டைச்சுவர்களுக்கு வெளியே, அடர்ந்த காட்டுப் பகுதியில், சில வீரர்கள் காத்திருந்தனர். அவர்களுக்குச் சற்று தூரத்தில், தலையை மறைத்து அங்கியணிந்த இரு உருவங்கள், பெரிய பாறைகளின் மீது அமர்ந்திருந்தன. அருகே, அந்தச் சிறிய படையின் தலைவன் விறைப்பாகக் காவல் புரிந்துகொண்டிருந்தான். அரசியாருக்கு அருகேயே காவல்! இந்த அரிய பாக்கியத்தை அவனாலேயே நம்ப முடியவில்லை.

அங்கியணிந்த உருவங்களில் ஒன்று, காவல் தலைவனை அருகே வரும்படி சைகை செய்தது. 'ஓம்' என்ற குறியீடு பொறிக்கப்பட்ட தோல் கங்கணம் அதன் மணிக்கட்டில் தொங்கியது. ''விஷ்வத்யும்னா - இங்கேதானே அவனைச் சந்திப்பதாக ஏற்பாடு? நிச்சயமாகத் தெரியுமா? ஏறக்குறைய ஒரு மணி நேரத்திற்கு மேல் தாமதமாகிவிட்டது.''

''ஆம், பிரபு,'' விஷ்வத்யும்னன் பதற்றமானான். ''இங்கேயேதான் சந்திக்கும்படி ஏற்பாடு.''

அங்கியணிந்த இன்னொரு உருவம் சற்றே திரும்பிப் பேசியபோது, இரு விஷயங்கள் சட்டென்று புலனாயின: ஒன்று - கட்டளை செய்தே பழகிய குரல். இன்னொன்று - பெண். கேள்வி கேட்காமல் தன் உத்தரவுகள் நிறைவேறிப் பழகியவள். ''நாகர்களின் அரசியையே காக்க வைக்கிறானா அவன்!'' சக முகமூடியிடம் திரும்பினாள். ''அனைத்து ஏற்பாடுகளையும் சிறப்பாகச் செய்து முடித்துவிட்டாயென்று நம்புகிறேன். இந்தச் சபிக்கப்பட்ட பூமிக்கு நான் வந்தது வீண் முயற்சியாகிவிடாதல்லவா?''

இன்னொருவன், பொறுமை காக்கும்படி தன் சதைப்பற்றான கரங்களை அசைத்தான். ''அவசரம் வேண்டாம். தேவி. சூர்யவம்சிகளால் மீளமுடியாத கொடிய

தாக்குதலை நாம் நிகழ்த்தத் தகுந்த கருவியை அளிக்கப் போவதே இந்த மனிதன் தான்.''

''நேற்று, இந்த நகரத்தில், இளவரசிக்கும் யாரோ ஒருவனுக்குமிடையில் அக்னிப்பரீட்சை நடந்ததாம்,'' ஊருக்குள் தீயாய்ப் பரவியிருந்த பேச்சைத் தான் அறிந்து கொண்ட சாமர்த்தியத்தை அரசியிடம் விஷ்வத்யும்னன் காட்டிக்கொள்ள விரும்பினான். ''விவரங்கள் சரியாகத் தெரியவில்லை. நம்மாள் அதில் சம்பந்தப்பட்டிருக்கமாட்டான் என்று நம்புகிறேன்.''

அரசி சட்டென்று அருகிலிருந்த முகமூடியை நோக்கினாள். மீண்டும் விஷ்வத்யும்னனிடம் திரும்பினாள். ''மற்ற வீரர்களுடன் காத்திரும்.''

சொல்லக்கூடாதது எதையோ உளறிவிட்டதை உணர்ந்த விஷ்வத்யும்னன், மேற்கொண்டு பிரபு தன்னைக் கடிந்துகொள்ளுமுன், அங்கிருந்து நகர்ந்தான். ஒரு நல்ல வீரன், தக்க அனுமதியின்றி, முந்திக்கொண்டு பதில் சொல்வதில்லை என்று பயிற்சிப்பள்ளியில் போதிக்கப்படும் பாலபாடம் எவ்வளவு உண்மை என்று உறைத்தது.

''அவள் இங்கே இருக்கிறாளா?'' கட்டுக்கடங்காத ஆத்திரத்துடன் அரசி கேட்டாள்.

இன்னொரு முகமூடி தலையசைத்தான்.

''இதையெல்லாம் மறந்துவிடச் சொல்லியல்லவா உனக்குக் கட்டளையிட்டிருந்தேன்?'' அரசி சற்றுக் கோபத்துடன் வினவினாள். ''இந்தத் தேடலால் எந்த லாபமுமில்லை. குருட்டுத்தனமாய் மந்தர மலையில் நீங்கள் நடத்திய தாக்குதலில், அவர்கள் நம் ஆள்காட்டியை அடையாளம் கண்டுகொண்டிருந்தால் என்ன செய்வது? அதைப் பற்றி யோசித்தாயா?''

மன்னிப்புக்கோரும் பாவனையில் அவளை நிமிர்ந்து பார்த்தான்.

''அவள் பொருட்டுதான் இங்கே வந்தாயா?''

''இல்லை, தேவி,'' முகமூடி மிகுந்த மரியாதையுடன் பதிலளித்தான். ''இங்கே அவனைச் சந்திக்கும்படி ஏற்பாடு.''

அரசி கையை நீட்டி அவனது தோளை ஆதுரத்துடன் தட்டிக்கொடுத்தாள். ''இலக்கைத் தவறவிட்டுவிடாதே, குழந்தாய்,'' என்றாள் மெல்லிய குரலில். ''நாம் மட்டும் இதை நிறைவேற்றிவிட்டால் - நம் வரலாற்றிலேயே மிகப்பெரிய வெற்றியாக அமையும். நீ இப்போது சொன்னாயே, அது

அமீஷ்

போல் - அவர்கள் மீளவே முடியாத இடி ஒன்றை அவர்கள் மீது இறக்க வேண்டும்."

அவன் தலையாட்டினான்.

"ஆனால் ஒன்று," கைகளைத் தன் கருநிற அங்கிக்குள் புதைத்துக்கொண்டாள் அரசி. "அவளையே உன் எண்ணங்கள் ஓயாது சுற்றிச் சுற்றி வருவது, உன் யோசனைத் திறனை பாதிக்கிறது. அவசர முடிவெடுக்கத் தூண்டுகிறது. எக்காரணம் கொண்டும் அவளைத் தொடக்கூடாது என்பது அவனது நிபந்தனை. தெரியுமல்லவா? தொட்டால், இந்தப் பரிவர்த்தனை இதோடு முடிந்தது."

அவன் அவளை அதிசயத்துடன் நோக்கினான். "உங்களுக்கெப்படி ..."

"நான் நாகர்களின் அரசி, குழந்தாய்," அவள் இடைமறித்தாள். "எப்போதும் சதுரங்கத்தில் ஒன்றுக்கு மேற்பட்ட காய்களை நகர்த்துவது என் வழக்கம்."

மந்தர மலை விவகாரத்தில் தான் எடுத்த தவறான முடிவுகளை எண்ணி வெட்கியவன், அவளையே பார்த்துக்கொண்டிருந்தான். அரசியின் அடுத்த வார்த்தைகள் அவன் தர்மசங்கடத்தை அதிகமாக்கின. "இப்போதெல்லாம் விநோதமான தவறுகள் புரிகிறாய், குழந்தாய். நாகர்களில் மிக உயர்ந்தவன் எனப் பெயர் பெறக் கூடியவன் நீ. அதற்குரிய ஆற்றல் உன்னிடம் இருக்கிறது. அதை வீணாக்கிவிடாதே."

"அப்படியே, தேவி."

அரசியின் மனம் லேசானதுபோல் காணப்பட்டது.

"இம்மாதிரி நாம் தனியாக இருக்கும்போது," என்றாள். "நீ என்னை 'மாஸி' என்றழைக்கலாமே? என்ன இருந்தாலும், நான் உன் தாயின் தங்கையல்லவா?"

"உண்மைதான்," முகமூடியின் உதட்டில் தோன்றிய புன்னகை கண்களில் ஒளிர்ந்தது. "உங்கள் இஷ்டம், மாஸி."

— ☥ ⊙ ⊽ ⚥ ⊕ —

அக்னிப்பரீட்சை முடிந்து இரண்டு வாரங்கள் கடந்துவிட்ட நிலையில், சதியின் காயங்கள் முழுதும் ஆறிவிட, அடுத்த நகரத்திற்குச் செல்வது என்று முடிவாயிற்று. விருந்தினர் மாளிகையில், சிவனின் அறையில், பர்வதேஸ்வரர், ப்ரஹஸ்பதி மற்றும் சிவன் அமர்ந்திருந்தனர்.

''முடிவு செய்தாகிவிட்டதல்லவா?'' என்றார் பர்வதேஸ்வரர். ''இன்றிலிருந்து ஒரு வாரம் கழித்து, பயணத்தைத் தொடர அனைத்து ஏற்பாடுகளையும் செய்துவிடுகிறேன். சதியும் முழுவதுமாக உடல் நலம் அடைந்துவிடுவாள்.''

''சரிதான்னு எனக்கு தோணுது.'' சிவன் ஒப்புக்கொண்டார்.

''உங்களுடன் இதற்கு மேல் வரமுடியாத வனாகி விட்டேன்,'' என்றார் ப்ரஹஸ்பதி.

''ஏன்?'' என்றார் பர்வதேஸ்வரர்.

''நான் வரவழைக்க விரும்பிய புதிய இரசாயனப் பொருட்கள் வந்து சேர்ந்துவிட்டன. அவற்றுடன் மந்தர மலை சென்று, புதிய ஆய்வுகளை உடனடியாக மேற்கொண்டுவிடலாம் என்ற எண்ணம். இதில் மட்டும் வெற்றி கண்டுவிட்டால், சோமரஸத் தயாரிப்பில் தண்ணீரின் பங்கை வெகுவாகக் குறைத்துவிடலாம்.''

சிவன் சற்று சோகமாகப் புன்னகைத்தார். ''நீங்க இல்லாம ரொம்ப கஷ்டமா இருக்கப்போகுது, நண்பரே.''

''எனக்கும்தான். ஆனால், நாட்டைவிட்டா போகப் போகிறேன்? சாம்ராஜ்யத்தைச் சுற்றிப்பார்த்து விட்டு, மந்தர மலை வந்து சேருங்கள். எங்கள் ஆய்வுக்கூடங்களுக்கருகே, உள்ளத்திற்குக் களிப்பூட்டும் இயற்கை எழில் மிக்க காடுகளைச் சுற்றிக் காண்பிக்கிறேன்.''

''அதுவும் சரிதான்,'' சிவன் சிரித்தார். ''ஒரு வேளை, உங்க மூளையைக் கசக்கி அற்புத ஆராய்ச்சி பண்ணி என் கழுத்து நீலமானதுக்கும் காரணம் கண்டுபிடிப்பீங்களோ என்னமோ?''

இருவரும் குபீரென்று சிரிக்க, தனிப்பட்ட இந்த ஹாஸ்யத்தைப் புரிந்துகொள்ள முடியாத பர்வதேஸ்வரர் பணிவாக அவர்களைப் பார்த்தவாறு அமர்ந்திருந்தார்.

''ஒரு விஷயம், ப்ரஹஸ்பதி,'' என்றார் அவர். ''அரச பரிவாரத்தினின்று வீரர்களைப் பிரித்து உங்களுடன் அனுப்ப என்னால் இயலாது. ஆளுநர் ஜூலேஷ்வரரிடம் கூறி, உங்கள் பாதுகாப்பிற்குத் தனிப்பட்ட முறையில் வீரர்களை அனுப்பக் கோருகிறேன்.''

''நன்றி, பர்வதேஸ்வரரே. எனக்குப் பயமில்லை. நான் எந்தத் தீவிரவாதியின் கவனத்தைக் கவரப்போகிறேன்?''

''மோஹன் ஜோ தாரோவுக்கு ஐம்பது கிலோமீட்டர்

தொலைவில், நேற்று இன்னொரு தீவிரவாதத் தாக்குதல் நடந்தது,'' என்றார் பர்வதேஸ்வரர். ''கோயில் மொத்தமும் தகர்க்கப்பட்டு, அந்தணர் அனைவரும் கொல்லப்பட்டனர்.''

''இன்னொண்ணா?'' சிவன் சீறினார். ''இந்த மாசத்துல இது மூணாவது தாக்குதல்!''

''ஆம். அதிக தைரியமடைந்து வருகிறார்கள். வழக்கம் போல், நம் வீரர்கள் வந்து உண்மையான போர் என்றால் என்ன என்று காட்டுமுன், ஓட்டம் பிடித்துவிட்டனர்.''

சிவன் கைகளை முஷ்டியாக இறுக்கிக்கொண்டார். இம்மாதிரியான தீவிரவாதத் தாக்குதல்களை எவ்விதம் சமாளிப்பது என்று புரியவில்லை. எங்கிருந்து தாக்குதல் வரப்போகிறது என்பதை அறிய முடியாததால், அவற்றிலிருந்து காத்துக்கொள்வதும் முடியாத காரியமாக இருந்தது. சந்திரவம்சிகளின் தேசமான ஸ்வத்வீபத்தையே தாக்கினால்தான் இதற்கெல்லாம் முற்றுப்புள்ளி வைக்க முடியுமோ?

சிவனின் உள்ளப்போராட்டத்தை உணர்ந்த ப்ரஹஸ்பதி, மௌனம் காத்தார். சுலபத்தில் விடைகாண முடியாத கேள்விகள் இவை என்பது அவருக்கு நன்கு தெரியும்.

''பயணத்திற்கு ஆவன செய்ய என் மக்களுக்கும் தகவலனுப்பிவிடுகிறேன்,'' பர்வதேஸ்வரர் சிவனைப் பார்த்தார். ''இரவு உணவின் போது உங்களைச் சந்திக்கிறேன். சதி இன்று நம்முடன் கலந்து கொள்ள வாய்ப்பிருக்கிறது. நந்திக்கும் வீரபத்ராவுக்கும் அழைப்பு அனுப்பிவிடுகிறேன். அவர்கள் வந்தால் உங்களுக்கும் மகிழ்ச்சியாயிருக்கும்.''

பர்வதேஸ்வரர் இவ்வளவு தூரம் தன் நலன் கருதி யோசித்திருப்பது சிவனுக்கு விசித்திரமாகத்தான் பட்டது. ''ரொம்ப நன்றி, பர்வதேஸ்வரரே. நல்ல மனசு உங்களுக்கு. ஆனா, இன்னிக்கு சாயங்காலம் ஏதோ புல்லாங்குழல் கச்சேரி இருக்காமே? க்ருத்திகா, நந்தி, வீர்பத்ரா மூணு பேரும் அதுக்கு போறாங்கன்னு நெனைக்கறேன். இந்த வீரபத்ரா செஞ்ச காரியத்தப் பாத்தீங்களா? நந்தி பக்கத்துல நின்னா, பட்டிக்கட்டான் மாதிரி தெரியுதாம். புதுசா நகை நட்டெல்லாம் வாங்கியிருக்கான்!''

பர்வதேஸ்வரர் மையமாக புன்னகைத்தார்.

''உங்களோட விருந்துக்கு வர்றதுல எனக்கு ரொம்ப சந்தோஷம்,'' என்றார் சிவன்.

''நன்றி.'' எழுந்த பர்வதேஸ்வரர், சில அடிகள் எடுத்து

மெலூஹாவின் அமரர்கள்

வைத்துவிட்டு, நின்றார். மீண்டும் திரும்பினார். தயக்கத்தை உதறிவிட்டு, "சிவா," என்று முணுமுணுத்தார்.

"என்னங்க?" சிவன் எழுந்தார்.

"இதுவரை நாம் இதைப்பற்றி பேசவில்லை," பர்வதேஸ்வரரின் சங்கடம் வெளிப்படையாகத் தெரிந்தது. "ஆனால் - அக்னிப்பரீட்சையில் சதிக்கு நீங்கள் செய்த உதவிக்கு நன்றி தெரிவிக்க விரும்புகிறேன். உங்கள் தீர்க்க தரிசனமே அன்று அவளுக்கு வெற்றியைக் கொடுத்தது."

"சேச்சே," சிவன் மறுத்தார். "அது அவ வீரத்துனாலதான் சாத்தியமாச்சு."

"நிச்சயமாக," என்றார் பர்வதேஸ்வரர். "ஆனால், அவளுக்குத் தன்னம்பிக்கையை ஊட்டி, அவளது சாதுர்யத்தை, யுத்த தந்திரத்தை வெளிச்சத்திற்குக் கொண்டு வர சந்தர்ப்பமளித்தது நீங்கள்தான். கடமையுணர்வைத் தாண்டி இந்த உலகில் எவர் மீதாவது எனக்கு அன்பு உண்டென்றால், அது சதிதான். அவளுக்கு உதவியதற்கு மிக்க நன்றி."

"பரவாயில்லைங்க," இதற்கு மேல் பேச்சை வளர்த்து பர்வதேஸ்வரரின் சங்கடத்தை அதிகப்படுத்தக் கூடாது என்று சிவனின் உள்ளுணர்வு உணர்த்தியது.

அவரோ, புன்னகையுடன், கைகளைக் குவித்து, பணிவுடன் வணக்கம் செலுத்தினார். நாட்டை ஒட்டு மொத்தமாக ஆட்டி வைக்கும் 'நீலகண்டர்' பைத்தியம் இன்னமும் அவரைப் பீடிக்கவில்லையென்றாலும், சிவனின் மீது அவரையறியாமல் மதிப்பு ஏற்பட்டுவிட்டதென்னவோ நிஜம். சிவனோ, பர்வதேஸ்வரரின் நன்மதிப்பைப் பெறும் மிக நெடிய பாதையில் இப்போதுதான் முதலடியை எடுத்து வைத்திருந்தார்.

சேனாதிபதி திரும்பி, அறையைவிட்டு வெளியேறினார்.

"அப்படி ஒன்றும் மோசமானவர் இல்லை," பர்வதேஸ்வரர் முதுகு மறைவதைப் பார்த்தபடி சொன்னார் ப்ரஹஸ்பதி. "கொஞ்சம் முசுடு என்று சொல்லலாம். ஆனால், நான் பார்த்த சூர்யவம்சிகளுள் மிக நேர்மையானவர். இராமபிரானின் உண்மையான பக்தர் என்றே சொல்லலாம். ஆத்திரத்தில் அவர் அவ்வப்போது உதிர்க்கும் வார்த்தைகளைப் பெரிதாக எடுத்துக்கொள்ள வேண்டாம்."

"எடுத்துக்கலை," என்றார் சிவன். "இன்னும் சொன்னா, அவரை நான் ரொம்பவே மதிக்கிறேன். அவரோட மதிப்பை

நான் அடைய முடிஞ்சா நல்லாருக்கும்.''

சிவனின் பரந்தமனத்திற்கு இன்னொரு எடுத்துக்காட்டாய் அமைந்த இந்தச் சம்பவத்தை எண்ணிப் புன்னகைத்தார் ப்ரஹஸ்பதி. அருகில் வந்து, குனிந்தார். ''நீங்கள் நல்லவர்.''

சிவனும் புன்னகைத்தார்.

''சென்ற முறை நீங்கள் கேட்டபோது, நான் பதில் சொல்லவில்லை,'' தொடர்ந்தார் ப்ரஹஸ்பதி. ''இந்த நீலகண்டர் புராணங்களையெல்லாம் நான் ஒருபோதும் நம்பியதில்லை. இப்போதும் நம்பவில்லை.''

சிவனின் குறுநகை விரிந்தது.

''ஆனால் - உங்கள் மீது நம்பிக்கை இருக்கிறது. இந்த நாட்டில் விரவியிருக்கும், உயிரை உறிஞ்சும் எதிர்மறை எண்ணங்கள் அனைத்தையும் அழித்துத் தூக்கியெறிய ஒருவரால் முடியும் என்றால் - அது நீங்கள்தான். என்னால் முடிந்த அனைத்து முயற்சிகளையும் அதன் பொருட்டு செய்வேன். என்னென்ன விதங்களில் முடியுமோ, அவ்வளவிலும்.''

''என் கூடப் பொறக்காத சகோதரரா நான் உங்களை நெனைக்கறேன், ப்ரஹஸ்பதி. நீங்க என் கூட இருந்தாலே போதும்.''

சிவன் ப்ரஹஸ்பதியை ஆரத் தழுவிக்கொண்டார். அவரது அணைப்பில் கட்டுண்ட ப்ரஹஸ்பதிக்கு, உடலில் புது இரத்தம் பாய்வது போல் சக்தி கூடியது; புத்துணர்ச்சி பரவியது. என்ன நடந்தாலும், எப்படி நடந்தாலும், எடுத்த காரியத்தைக் கைவிடுவதில்லை என்று முடிவெடுத்தார். என்ன வந்தாலும் சரிதான். மெலூஹாவின் பொருட்டு மட்டுமல்ல; தன் நண்பன் சிவனுக்காகவும்தான்.

சதியின் அக்னிப்பரீட்சை முடிந்து சற்றேறக்குறைய மூன்று வாரங்களுக்குப் பிறகு, ஏழு ஊர்திகளைக்கொண்ட பரிவாரம், கரச்சாபாவை விட்டுக் கிளம்பியது. வரிசைக் கிரமப்படி ஒன்றன்பின் ஒன்றாக நகர்ந்தவற்றுள், வழக்கமான ஐந்து வண்டிகளுக்குப் பதில், ஆறு வண்டிகள் எவருமற்று வெற்றாக வந்தன. மூன்றாவதில் சிவன், சதி, பர்வதேஸ்வரர் மற்றும் ஆயுர்வதியுடன் பயணித்தார். சிவனுடன் ஒரே ஊர்தியில் பர்வதேஸ்வரர் பயணம் செய்வது இதுவே முதல் முறை. அவர்களைச் சுற்றிப் பரந்து விரிந்த இயற்கை

எழிலை உள்ளேயிருந்து ரசிக்க முடியவில்லையென்று புலம்பிய க்ருத்திகா, புரவியில் வருவதாகக் கூறினாள். இம்முறையும், நந்தியின் தலைமையிலான காவல் படையின் அங்கமாகத் திகழ்ந்த வீரபத்ரா, அவளருகில் குதிரையில் பயணம் செய்யும் வாய்ப்பைத் தவறவிடாமல், மிகுந்த சந்தோஷத்துடன் பயன்படுத்திக்கொண்டான்.

கரச்சாபாவிலிருந்து சில நாட்களே பயணம் செய்திருந்த நிலையில், சாலையில், எதிர்ப்புறமாய் மிகப்பெரிய ஊர்தி ஒன்று விரைந்து வந்துகொண்டிருப்பதைக் கண்டனர். விசாரிக்க இறங்கிய பர்வதேஸ்வரர் முன், படைத் தலைவர் வ்ராகா வந்து, இராணுவ வணக்கம் செலுத்தினார்.

''என்ன விஷயம்?''

''இவர்கள் கூன்ஜ் கிராமத்தைச் சேர்ந்த அகதிகள், பிரபு,'' என்றார் வ்ராகா. ''தீவிரவாதத் தாக்குதலிலிருந்து தப்பிக்கொண்டிருக்கின்றனர்.''

''தப்பித்துக்கொண்டிருக்கிறார்களா?'' பர்வதேஸ்வரர் திகைப்புடன் கேட்டார். ''அப்படியானால் - தாக்குதல் இன்னமும் நடந்துகொண்டிருக்கிறதா, என்ன?''

''அப்படித்தான் எண்ணுகிறோம், பிரபு,'' வ்ராகாவின் முகத்தில் அனல் வீசியது.

''நாசமாய்ப் போகும் நாய்கள்!'' பர்வதேஸ்வரர் கர்ஜித்தார். இதுவரை, அவருக்கோ, மெலூஹாவுக்கோ, இப்படியொரு வாய்ப்பு - தீவிரவாதத் தாக்குதல் நடக்குமிடத்திற்கு மிக அருகில், சரியான சமயத்தில், ஆயிரத்து ஐந்நூறு பேர் கொண்ட படையுடன் இருக்கும் வாய்ப்பு - அமைந்ததில்லை. ஆனால், அவரது கைகள் கட்டப்பட்டிருந்தன. நீலகண்டரையும், இளவரசியையும் பாதுகாப்பது மட்டுமே அவரது கடமை. வேறெதையும் செய்ய அதிகாரம் இல்லை.

''என்ன பைத்தியக்காரத்தனம் இது!'' தனக்குள் மறுகினார். ''என் க்ஷத்ரிய தர்மத்தை, எனக்கிடப்பட்டிருக்கும் பணியே தடுக்கும் நிலை ஏற்பட்டுவிட்டதே!''

''என்னாச்சு, பர்வதேஸ்வரரே?''

திரும்பியவர், பின்னால் சிவன் நிற்பதைக் கண்டார், சதியும் ஆயுர்வதியும் ஊர்தியிலிருந்து இறங்கிக் கொண்டிருந்தனர். பர்வதேஸ்வரர் பதில் கூறுமுன், அமைதியான அந்தக் காட்டுப் பகுதியைக் கிழித்துக்கொண்டு கோரச் சப்தம் ஒன்று புறப்பட்டது. சிவன் நன்கு அடையாளம் கண்டுகொண்ட

சப்தம். 'பூம்' என்று அகங்காரத்துடன் கிளம்பி, ஊதுவோரின் தீய எண்ணத்தை சந்தேகத்திற்கிடமில்லாமல் பறைசாற்றும் கர்ணகடூர ஒலி. தாக்குதல் தொடங்கிவிட்டதை உணர்த்தும் சங்கு.

நாகர்கள்!

17

கூஞ்ச் போர்

"எங்கிருக்கிறார்கள்?" என்றார் பர்வதேஸ்வரர்.

"என் கிராமத்துல, பிரபு," நாட்டாமை கிலி பிடித்த குரலில் சொன்னான். "இங்கருந்து கொஞ்ச தூரம் தான். குத்துமதிப்பா ஐந்நூறு சந்திரவம்சிங்க; அஞ்சு நாகர்கள். நாங்க வெளியேற முப்பது நிமிஷம் குடுத்தாங்க. ஆனா, கோயில்ல இருக்குற அந்தணர்களை நிறுத்தி வெச்சுக்கிட்டாங்க."

மனதில் புயலாய் ஆத்திரம் வீச, கைகளை முஷ்டியாக இறுக்கிய பர்வதேஸ்வரர், மிகுந்த பிரயத்தனத்துடன் தன்னைக் கட்டுப்படுத்திக்கொண்டார்.

"எங்க பண்டிட்ஜி ரொம்ப நல்லவர், பிரபு," நாட்டாமையின் கண்களில் கண்ணீர் கலகலவென்று கொட்டியது. அவனது தோளை வ்ராகா ஆதுரத்துடன் பற்றினார். அது அவனைச் சமாதானப்படுத்தியதாகத் தெரியவில்லை. மாறாய், அந்தணர்கள் என்ன ஆனார்களோ என்ற பயம் அவன் குற்ற உணர்வை அதிகரித்தது.

"எங்க பண்டிட்ஜி, மத்த அந்தணர்கள் கூட நின்னு சண்டை போடணும்னுதான் நெனைச்சோம்," அவன் விக்கினான். "கோயில்ல பூச போடறவங்க. கத்தியெடுக்கவே தெரியாது அவங்களுக்கு. இந்தக் கூட்டத்தை எப்படி சமாளிப்பாங்க?"

கோபம் தலைக்கேற வ்ராகா அவன் தோளை விட்டார்.

''ஆனா, பண்டிட்ஜிதான் புடிவாதமா எங்களப் போகச் சொல்லிட்டார். பொண்டாட்டி, கொழந்தைங்களைக் கூட்டிக்கிட்டுப் போயிருங்கன்னார். பிரம்மதேவர் என் தலைல என்ன எழுதியிருக்காரோ, அதும்படி நடக்கட்டும்னு சொன்னார். உண்மைல, உசுரோட தப்பிக்க வேண்டியது அவங்கதான்.''

பர்வதேஸ்வரரின் நகங்கள் தோலில் அழுந்தின, முதுகெலும்பற்ற கோழைகள் - கத்தியெடுத்துப் போரிடக்கூடிய க்ஷத்ரியர்களை விட்டுவிட்டு, நிராயுத பாணியான, ஆதரவற்ற பிராமணர்களைத் தாக்கும் இழிபிறவிகள். எதுவும் செய்ய முடியாத நிலையில் தன்னைக் கட்டிப்போட்டுவிட்ட விதியை நினைத்து பர்வதேஸ்வரர் மறுகினார். சட்டத்தை மீறினால்தான் என்ன என்றுகூட ஒரு கணம் அவருக்குத் தோன்றியது. இல்லை - அது முடியாத காரியம்.

''இந்த பைத்தியக்காரத்தனத்தை நிறுத்தியே ஆகணும்!''

தன் எண்ண ஓட்டத்தை அப்படியே பிரதிபலிப்பது யார் என்று பர்வதேஸ்வரர் நிமிர்ந்து பார்த்தார். சிவனின் முகத்தைக் கண்டவருக்குத் தூக்கிவாரிப் போட்டது. நீலகண்டரின் கண்களில் ஜொலித்த ஆக்ரோஷம், வானுலக தேவர்களையே ஸ்தம்பிக்க வைத்திருக்கும்.

''நாம நல்லவங்க,'' சீறினார். ''பயந்துக்கிட்டு ஓடறதுக்கு நாம என்ன கோழிக்குஞ்சா? தீவிரவாதிங்க இல்ல நம்மைக் கண்டு நடுங்கணும்? சூர்யவம்சிகளோட கோவத்தை நெனைச்சு அவங்கதானே பயந்து சாகணும்?''

நாட்டாமையின் பின்னால் நின்றுகொண்டிருந்த ஒரு கிராமத்தான் கத்தினான். ''தீவிரவாதிங்களை நாம எப்படி ஜெயிக்க முடியும்? முடியவே முடியாது! பண்டிட்ஜிக்கும் அது நல்லாத் தெரியும். அதான் எங்களை ஓடச் சொல்லிட்டாரு.''

''நம்மகிட்டதான் ஆயிரத்து ஐந்நூறு வீரர்கள் இருக்காங்களே?'' இந்தக் கோழைத்தனத்தைக் கண்டு எரிச்சலடைந்தார் சிவன். ''நீங்க வேற ஐந்நூறு பேர் இருக்கீங்க. நாலுக்கு ஒண்ணுன்னு நாம அவங்களை விட அதிகமா இருக்கோம். அடிச்சு நொறுக்கிடலாம். இந்தப் பாடத்தை அவங்க வாழ்நாள்ள மறக்க மாட்டாங்க.''

''அவங்ககிட்ட நாகர்கள் இருக்காங்க!'' நாட்டாமை

வாதிட்டான். ''மாயமந்திரம்லாம் தெரிஞ்ச, இரத்தவெறி பிடிச்ச அரக்கர்கள்! அவ்வளவு கொடுமையானவங்களை நாம எப்படி எதிர்த்து ஜெயிக்க முடியும்?''

மூடநம்பிக்கையை, இன்னொரு மிக வலிமையான நம்பிக்கையால் மட்டுமே முறியடிக்க முடியும் என்பதை சிவனின் உள்ளுணர்வு உணர்த்தியது. ஊர்தியின் படிகளில் ஏறிய சிவன், நிமிர்ந்து நின்றார். கிராமத்து மக்கள் அவரை அதிசயத்துடன் பார்த்தனர். தன் கழுத்தைக் கட்டியிருந்த பட்டியைக் கழற்றி எறிந்தார். இனி அவருக்கு அது தேவையில்லை.

''நான்தான் நீலகண்டர்!''

தீய சக்திகளை அழிக்க வந்தவரை வீரர்கள், பார்த்தது பார்த்தபடி பிரமித்து நின்றனர். தன் பிறவிப்பயனை, வாழ்வின் அர்த்தத்தைப் புரிந்து, அதை அவர் ஏற்றுக்கொண்டதை எண்ணிக் குதூகலித்தனர். புராணமாகவும் ஆரூடமாகவும் மட்டுமே நீலகண்டரைப் பற்றிக் கேள்விப்பட்டிருந்தோர், உயிரும் உடலும் பெற்று தங்களெதிரில் வந்து நின்றவரை, திகைத்துப் போய் வெறித்தனர்.

''இந்த தீவிரவாதிகளை எதிர்த்து நான் போராடப் போறேன்,'' சிவன் கர்ஜித்தார். ''நான் ஒண்ணும் பயந்து ஓடலன்னு அவங்களுக்குக் காமிக்கப் போறேன். நாம உணர்ற வலியை அவங்களும் உணரணும். அவங்க கையச் சொடுக்கினா, மெலூஹா நாய் மாதிரி உருண்டு படுக்காதுன்னு அவங்களுக்குப் புரிய வெக்கப்போறேன்.''

எங்கிருந்தோ ஒரு சக்தி, சிவனுக்கெதிரில் துவண்டு நின்ற கூட்டத்திற்குள் புது வெள்ளம் போல் பாய்ந்து, குனிந்து வளைந்து நின்ற முதுகெலும்பை நிமிர்த்தியது; நம்பிக்கையிழந்த இதயங்களுக்கு உயிரூட்டியது.

''என்னோட யார் வர்றீங்க?''

''நான் வர்றேன்!'' சிவனின் வார்த்தைகள், மனதை இறுக்கி, மூச்சு முட்டச் செய்த பர்வதேஸ்வரரின் தளைகளை முற்றுமாக அறுத்து எறிந்தன.

''நானும்தான்,'' சதி, நந்தி, வீரபத்ரா மற்றும் வ்ராகா எதிரொலித்தனர்.

''நானும்!'' அங்கிருந்த ஒவ்வொரு உயிரும் வாக்களித்தது.

அதுவரை பயந்து நடுங்கிக் கொண்டிருந்த கிராம மக்களும் வீரர்களும், சட்டென்று ஒரு நொடியில், தைரியம் கொண்டு,

தர்மம் துணை நிற்கும் படையாக உருவெடுத்தார்கள். வீரர்கள் வாட்களை உருவினர். கிராமத்தார், பரிவாரத்துடன் வந்துகொண்டிருந்த ஆயுதங்களில் கைக்குக் கிடைத்தவற்றை அள்ளிக்கொண்டனர்.

''கூஞ்சுக்குப் போறோம்!'' கர்ஜனை புரிந்தவாறு சிவன் குதிரையேறி விரைந்தார்.

ஊர்தியிலிருந்து குதிரைகளை அவிழ்த்து, பர்வதேஸ்வரரும் சதியும் ஆளுக்கொன்றாய் ஏறிக்கொண்டு, சிவனைத் தொடர்ந்தனர். நாகர்களின் சங்கொலியையும் மூழ்கடிக்கும் யுத்த கர்ஜனையுடன் சூர்யவம்சி வீரர்கள் அவர்கள் பின் விரைந்தனர்.

கூஞ்சுக்குள் நுழைந்தபோது, அங்கு நடந்தேறிய அக்கிரமங்களின் முழு வீச்சும் புரிந்தது. கிராமத்தின் பிற பகுதிகளை விட்டுவிட்டு, ஒரே ஒரு இடத்தை, சூர்யவம்சிகள் மிகப் போற்றிப் பாதுகாத்த விஷயத்தை அழிப்பதில்தான் அதிக கவனம் செலுத்தியிருந்தனர்: கோயில். தலையிழந்த முண்டங்களாக, அந்தணர்களின் உடல்கள் ஆங்காங்கு சிதறிக்கிடந்தன. மொத்தமாகச் சேர்த்து வைத்து மரண தண்டனை நிறைவேற்றப்பட்டது புரிந்தது. கோயிலை இடித்து நொறுக்கி, தீக்கிரையாக்கிவிட்டனர்.

கட்டுக்கடங்காத ஆத்திரத்துடன், சூர்யவம்சிகள் வெறி பிடித்த காளைகளைப் போல் பாய்ந்தனர்.

திகைத்து நின்ற சந்திரவம்சிகளுக்கு, இந்தத் தாக்குதலைச் சந்திக்கச் சிறிதும் திராணியில்லை. என்ன, ஏது என்று யோசிக்குமுன் கணக்கில் அடங்காத சூர்யவம்சி வீரர்கள் மேலே வந்து மோதினார்கள். இதிலிருந்து மீள்வது கடினம் என்று புரிய, சந்திரவம்சிகள் அவசரமாகப் பின்வாங்க முயன்றனர். புறமுதுகிட்டு அவர்கள் ஓடத் தயாராகும் போது - தக்க சமயத்தில், ஐந்து நாகர்கள் அவர்களைச் சுற்றி வந்து ஒன்று திரட்டினார்கள். பலமடங்கு பெரிதான படையை, தர்மமும் நியாயமும் துணை நின்ற சூர்யவம்சிகளை எதிர்த்து நின்ற போதும், நாகர்களின் வீரமும், தைரியமும் காணக்கிடைக்காத அதிசயமாக விளங்கியது.

அமானுஷ்ய சக்தி ஒன்று உடலுக்குள் புகுந்தது போல் சண்டையிட்டார் பர்வதேஸ்வரர். இதுவரை மெலூஹாவின் பிரதம சேனாதிபதி போர் செய்து பார்த்திராத சிவன், அவரது சக்தியையும் வீரத்தையும் கண்டு அதிசயப்பட்டார். சிவனைப் போல், நாகர்களை ஜெயிப்பதே வெற்றியின் இரகசியம் என்பதை பர்வதேஸ்வரர் உணர்ந்தேயிருந்தார்.

மெலூஹாவின் அமரர்கள்

அவர்கள் உயிரோடிருக்கும் வரை, சூர்யவம்சிகள் மனதில் திகிலும், சந்திரவம்சிகள் உள்ளத்தில் தைரியமும் பொங்கிக்கொண்டுதான் இருக்கும். ஆகவே, வெறித்தனமாய் அவர்களில் ஒருவனைத் தாக்குவதில் இறங்கினார்.

தன் கேடயத்தை லாகவமாய்ப் பிரயோகித்தபடி அவரை எதிர்கொண்டான், அந்த நாகன். பர்வதேஸ்வரரின் தோள் வாகாய் அகப்பட, தன் வாளை அதன் மீது இறக்க முயற்சித்தான். தெரிந்தே பர்வதேஸ்வரர் தன் விலாவை இலக்காக்கிப் போரிட்டதை என்னவோ அவன் அறியவில்லை. அவனது வாளிலிருந்து தப்பிக்க பக்கவாட்டில் திரும்பியவர், கேடயம் முதுகில் சரக்கென்று உட்கார, அதே நொடியில், பின்னால் கட்டியிருந்த கத்தியை உருவிக்கொண்டார். பாதுகாப்பிழந்த நாகனின் வலது தோளில் அதைப் பாய்ச்சினார். அவனது அலறலிலிருந்து, குறி தப்பவில்லை என்று தெரிந்தது.

காயம்பட்ட நாகன் ஆத்திரத்தில் கர்ஜித்தான். பர்வதேஸ்வரர் மிகுந்த அதிசயத்துடன் பார்த்துக் கொண்டிருக்கும் போதே, வாள்கரத்தை - இன்னமும் கத்தி ஆழப் பதிந்திருந்த கரத்தை - வலி மிகுந்த ஓலத்துடன் அவர் மீது இறக்கினான். வலுவிழந்த அந்தத் தாக்குதலை, தன் கேடயத்தால் சமாளிப்பதில் பர்வதேஸ்வரருக்கு அதிக சிரமம் இருக்கவில்லை. சட்டென்று அவர் வாளை வீச, நாகனோ, அதை மிக விரைவாகத் தவிர்த்தான். லாகவமாக இடப்பக்கம் திரும்பிய பர்வதேஸ்வரர், தன் கேடயத்தைக் கத்தி பதிந்த அவன் தோள் மீது அழுத்த, அது நாகனின் தோள்பட்டை எலும்பை உடைத்துக்கொண்டு உள்ளிறங்கியது. வலியில் சீறியவாறு நாகன் தள்ளாடினான். பர்வதேஸ்வரருக்கு இது போதுமானதாக இருந்தது. வாளை மிக வேகமாக முன்னே கொண்டுவந்தவர், சற்றும் யோசிக்காமல் நாகனின் நெஞ்சில் செருகினார். அவன் விறைத்து நின்றான். பர்வதேஸ்வரர் வாளை இன்னும் ஆழச் செலுத்த, உயிர் உடலிலிருந்து விலகியது. அசைவற்று தரையில் விழுந்தான்.

மெலூஹர்கள் பலரைப் போல், பர்வதேஸ்வரருக்கும், நாகர்களைப் பற்றி அடங்கா ஆவல் உண்டு. மண்டியிட்டு, அவன் முகத்தை மறைத்த முகமூடியைப் பிய்த்து எறிந்தார். உள்ளே... என்ன கோர உருவம் இது. மூக்கு, எலும்பேதான். நீண்டு, பறவையினுடையதைப்போல் கூர்மையாக இருந்தது. மிகப் பெரிய காதுகள்; அசிங்கமான வடிவில், மிகச் சிறுத்த வாய். மனித உருவெடுத்த கழுகு போல் இருந்தான். திறமையான வீரனைப் போரில் ஜெயிக்கும் சூர்யவம்சி களின் மரபின்படி, பர்வதேஸ்வரர் முணுமுணுத்தார். "வீரரே!

அடுத்த உலகிற்கு உமது பயணம் நன்கு அமையட்டும்.''

ஒன்று வீழ்ந்தது; இன்னும் நான்கு மிச்சம் என்றெண்ணியவாறு எழுந்தார். இல்லை - இரண்டு போய், மூன்றுதான் மிச்சம். தூரத்தில், ஜாம்பவான் போல் நின்ற ஒரு நாகனை சிவன் சாய்ப்பதைக் கண்டார். இருவரும் ஒருவரையொருவர் பார்த்து, தலையசைத்தனர். சிவன் பர்வதேஸ்வரரின் முதுகைச் சுட்டிக் காட்டினார். திரும்பிய சேனாதிபதி, ஐந்து சூர்யவம்சிகளை ஒரு நாகன் ஆக்ரோஷமாக எதிர்ப்பதைப் பார்த்து, மீண்டும் சிவனை நோக்கித் தலையசைத்தார். சிவன் மற்றொரு நாகனைத் தாக்க முற்பட, பர்வதேஸ்வரர் தனக்குரியவனை எதிர்நோக்கினார்.

அப்போதுதான் சூர்யவம்சி வீரனொருவனை வீழ்த்திய நாகனை நோக்கி, போர்க்களத்தினூடே விரைந்தார் சிவன். அவனை நெருங்கும் சமயத்தில், தன்னைக் காத்துக்கொள்ளக் கேடயத்தை உயர்த்திக்கொண்டு, தரையிலிருந்து உயரே எழும்பிப் பாய்ந்தார். இம்மாதிரி சந்தர்ப்பங்களில், தாக்குதல் மேலிருந்துதான் வருவது வழக்கமாகையால், சிவனிடமும் அதை எதிர்பார்த்தபடி, நாகன் தன் கேடயத்தை உயர்த்தினான். சிவனோ, பக்கவாட்டிலிருந்து தன் வாளை வீசி, நாகனின் கவசத்தில் சிக்காமல், கையைக் கிழித்தார். வலியில் அலறிய நாகன், பின்வாங்கினான். நினைத்ததைவிட சிவன் இன்னும் ஆபத்தான எதிரி என்பதை உணர்ந்து, தன் கேடயத்தை மீண்டும் உயர்த்திக்கொண்டான்.

அஞ்சாத அந்த வீரனுடன் தீவிரமாகப் போரில் இறங்கிய சிவன், சற்று தூரத்தில் நின்ற இன்னொரு நாகனைக் கவனிக்கவில்லை. தன் படை வெகு நிச்சயமாய்ப் பின்னுக்குத் தள்ளப்படுவதை இந்த நாகன் உணர்ந்தான். இன்னும் சற்று நேரம்தான் - நாகர்களும் சந்திரவம்சிகளும் பின்வாங்க நேரிடும். முதல்முறையாக, தோற்கப்போகும் படை ஒன்றை நடத்திய அபகீர்த்தி, தனக்கு நேரப்போகிறது. அதற்குக் காரணம், எதிர்த்தாக்குதல் நடத்திய சிவன்தான். எடுத்த காரியம் ஜெயிக்க வேண்டுமென்றால், முதலில் இவனை ஒழிக்க வேண்டும். நாகன், தன் வில்லை வளைத்தான்.

வரப்போகும் ஆபத்தை உணராத சிவனோ, போரிட்டுக்கொண்டிருந்த நாகனின் வயிற்றில் தன் வாளை லேசாகப் பாய்ச்சியிருந்தார். நாகன் சற்றே பின்னுக்கு நகர்ந்தாலும், விடாமல் போர் புரிந்து, கேடயத்தால் சிவனை முடிந்தவரை தாக்கினான். சிவனை வெட்டி வீழ்த்த எவ்வளவோ முயன்றும், அவரது கேடயம் அதைத்

மெலூஹாவின் அமரர்கள்

தடுத்தது; அவனது முயற்சிகள் வீணாயின. நாகனின் தாக்குதல்களைத் தடுத்துக்கொண்டே மெல்ல முன்னேறிய சிவன், அவன் வயிற்றில் பாய்ந்திருந்த தன் வாளை மேலும் மேலும் அழுத்தினார். சில நொடிகளில் அவன் உயிர், போராட்டத்தைத் துறந்து, உடலை விட்டுப் பிரிந்தது. இரத்தம் சிதற, தரையில் இறந்து விழுந்தான். சிவன் அவனை அதிசயத்துடன் பார்த்தார்.

இவங்க கெட்டவங்களா இருக்கலாம் - ஆனா, தைரியசாலிகள்தான். சந்தேகமே இல்ல.

இடப்பக்கம் திரும்பிய போது, பர்வதேஸ்வரர் தன்னை எதிர்த்த நாகனைக் கொன்றுவிட்டதைப் பார்த்தார். மீண்டும் மெல்லத் திரும்பினார். கடைசி நாகன் எங்கே?

ஒரு குரல் - காரண காரியம் தாண்டி, உயிருக்குயிராய் அவர் விரும்பத் துவங்கிவிட்ட ஒருவரின் குரல் - அப்போது உரத்து ஒலித்தது.

"சி-வா."

வலப்பக்கம் திரும்பினார். சதி அவரை நோக்கி ஓடிவந்து கொண்டிருந்தாள். யாரேனும் அவளைத் துரத்துகிறார்களா என்ன? இல்லை. புருவத்தைச் சுருக்கினார். அவர் யோசிக்கும் முன்பு, சட்டென்று முன்னே தாவினாள். மிகச் சாதுர்யமாய் கணக்கிடப்பட்ட, பக்குவமான பாய்ச்சல்.

தூரத்தில், அவர்களின் மிகப் பிரசித்தமான அம்பை, விஷம் தோய்ந்த அக்னிபாணத்தை நாகன் செலுத்தியிருந்தான். அதன் நுனியில் இருந்த கொடிய நஞ்சு, செலுத்தப்பட்டவரின் உடலை உள்ளிருந்து எரித்து உருக்கும்; மிக மெல்ல மெல்ல முன்னேறும் மரணத்தின் வலி, ஜென்ம ஜென்மங்களுக்கும் உயிரைத் துரத்தும். சிவனின் கழுத்தை நோக்கி அது பாய்ந்தது. மிக வேகமாக, குறி சிறிதும் தவறாமல் முன்னேறியது. ஆனால் - அதன் பாதையை ஒருவர் குறுக்கே விழுந்து தடுக்கக்கூடும் என்பதை நாகன் எதிர்பார்க்கவில்லை.

உயரே பாயும் வேகத்தில், சிவனுக்கு முன்னால், சதி தன்னுடலை லாகவமாய்த் திருப்பினாள். அம்பு ஆக்ரோஷத்துடன் அவள் நெஞ்சில் மோதியது. வந்த வேகத்தில், அவளைப் பின்னே தள்ளியது. சிவனுக்கு இடப்பக்கம் துவண்டு விழுந்தாள். உயிரற்ற சடலம் போல் கிடந்தவளை சிவன் அதிர்ந்து போய் வெறித்தார்.

அவர் இதயம் சிதறியது.

அமீஷ்

ஒவ்வொரு அணுவிலும் ஆத்திரம் பொங்க, தீய சக்திகளை அழிக்க வந்தவர் உலகமே கிடுகிடுக்கும்படி கர்ஜித்தார். மதம் பிடித்த யானையின் கோப வெறியுடன் நாகனை நோக்கி வாளை உயர்த்தியவாறு பாய்ந்தார். ஆக்ரோஷத்தின் மொத்த உருவமாய்த் தன்னை நோக்கி வரும் நீலகண்டரைப் பார்த்து, நாகன் ஒரு கணம் திகைத்து நின்றான். என்றாலும், சுதாரித்துக்கொண்டு, இன்னொரு பாணத்தைத் தொடுத்தான். வாளால் அதை ஒரே வீச்சில் தட்டிவிட்ட சிவன், வேகத்தைக் குறைக்கவில்லை; தன் பாதையிலிருந்தும் விலகவில்லை. பதற்றமடைந்த நாகன், இன்னொரு அம்பைத் தொடுத்தான். இதையும் சிவன் லாகவமாக வாளால் தட்டிவிட்டார்; வேகத்தையும் கூட்டினார். அடுத்த அம்பை நாகன் எய்வதற்குள் - காலம் கடந்துவிட்டது. சிம்ம கர்ஜனையுடன் நாகனுக்கருகில் வானில் தாவிய சிவன், ஒரே ஆக்ரோஷமான வீச்சில் அவன் தலையைச் சீவியெறிந்தார். சிரம் துண்டாகிப் பறக்க, இன்னமும் இதயம் இரத்தம் செலுத்த முயன்ற முண்டமான அந்த உடல், குருதி பொங்கும் கழுத்துடன் தரையில் சாய்ந்தது.

நீலகண்டரின் ஆத்திரம் இன்னமும் அடங்கவில்லை. 'ஓ'வென்ற கூச்சலுடன், விழுந்த நாகனின் உடலை கண்டதுண்டமாக வெட்டி, சதைக்கோளமாக்கினார். அறிவுரைகளோ, இதமான வார்த்தைகளோ, சாந்தோபதேசமோ தடுக்கும் நிலையில் அவர் இல்லை. ஒன்றே ஒன்றைத் தவிர. மிக மெல்லிய குரல் ஒன்று - யுத்த களேபரத்தில் அமுங்கி, காயத்தின் வலி நிறைந்த மென்மையான கிசுகிசுப்பாய் வெளிவந்த குரல். யாருக்கும் கேட்காத குரல். ஆனால், அவர் செவியை எட்டியது.

"சிவா ..."

சற்று தூரத்தில் தரையில் கிடந்த சதி, லேசாகத் தலையைத் தூக்கித் தன்னைப் பார்ப்பதைக் கண்டார்.

"சதி!"

காற்றைப் போல் அவளிடம் பறந்தார். "பர்வதேஸ்வரரே!" அலறினார். "ஆயுர்வதியக் கூப்பிடுங்க! சதி விழுந்துட்டா!"

காயம்பட்டுக் கிடந்த சதியை ஆயுர்வதி முன்னமேயே பார்த்துவிட்டாள். சந்திரவம்சிகள் தறிகெட்டுப் பின்வாங்கிக்கொண்டிருந்தனர். ஆயுர்வதி சதியை நோக்கி ஓட, சிவனின் குரல் கேட்டு பர்வதேஸ்வரரும் விரைந்து வந்தார். முதலில் சதியை அடைந்தது சிவன்தான்.

அசைவற்றுக் கிடந்தாள் - ஆனால் உயிர் இருந்தது. அம்பு இடதுபக்க நுரையீரலைக் கிழித்துவிட்டதால், உள்ளே இரத்தம் புகுந்து, மூச்சுவிட சிரமப்பட்டாள். அம்பு பாய்ந்த வேகத்தில் வாய் முழுவதும் இரத்தம் கொப்பளித்தபடியால, பேச முடியவில்லை. என்றாலும், சிவனையே வைத்த கண் வாங்காது பார்த்தாள். முகத்தில் விசித்திரமான, அமைதிப் புன்னகை ஒன்று விரிந்தது. வாய் திறந்து எதையோ சொல்ல முயன்றாள். அவளைக் கைகளில் ஏந்திக்கொள்ள வேண்டும் என்று ஒவ்வொரு அணுவும் துடித்தாலும், தன்னையும், கண்களில் வழியக் காத்திருந்த கண்ணீரையும் மிகுந்த பிரயத்தனத்துடன் சிவன் அடக்கிக் கொள்ள முயன்றார்.

''பிரம்மதேவா!'' அம்பைக் கண்டவுடன் தன்னை யறியாமல் பதறிய ஆயுர்வதி, சதியருகில் அமர்ந்தாள். ''மஸ்த்ரக்! த்ருவினி - உடனே ஒரு கட்டிலைக் கொண்டு வாருங்கள். ம், போங்கள்!''

சிவன் அருகாமையில் தொடர, பர்வதேஸ்வரர், ஆயுர்வதி, மஸ்த்ரக் மற்றும் த்ருவினி, சதியை அருகிலிருந்த கிராமத்து வீடுகளுள் ஒன்றுக்குத் தூக்கிச் சென்றனர். இதற்குள் ஆயுர்வதியின் மற்ற உதவியாளர்கள், குடிசையைச் சுத்தம் செய்து, அறுவை சிகிச்சைக்கான ஏற்பாடுகளில் முனைந்தனர்.

குடிசையருகில், ஆயுர்வதி கையுயர்த்தி, சிவனை நிறுத்தினாள். ''வெளியே காத்திருங்கள், பிரபு.''

அவளைத் தொடர்ந்து குடிசைக்குள் செல்லத் துடித்த சிவனை, தோள் தொட்டு தடுத்தார் பர்வதேஸ்வரர். ''உலகின் மிகச் சிறந்த மருத்துவர்களில் ஆயுர்வதி ஒருவர், சிவா. அவர் தன் வேலையைச் செய்யட்டும்.''

சிவன், மிகுந்த பிரயாசையுடன் தன்னைக் கட்டுக்குள் வைத்திருந்த பர்வதேஸ்வரரை வெறித்தார். ஆனால், சிவனை ஆட்டி வைத்த திகிலே சேனாதிபதியின் உள்ளத்திலும் நிறைத்திருந்ததை, கண்கள் காட்டிக்கொடுத்து விட்டன. அக்னிப்பரீட்சையின் போதிருந்ததை விட, இப்போதுதான் அவர் அதிகக் கலவரமடைந்திருப்பதாகத் தோன்றியது. சட்டென்று, சிவனுக்கு ஏதோ பொறி தட்டியது. அருகில் கிடந்த நாகனின் உடலருகே விரைந்தவர், குனிந்து, மணிக்கட்டை ஆராய்ந்தார். ஏதும் கிடைக்காமல், இன்னொரு நாகன் சடலத்தினருகே சென்றார்.

இதற்குள், தன் கடமைகளை நினைவுகூர்ந்து, ஓரளவு சுதாரித்துக்கொண்ட பர்வதேஸ்வரர், வ்ராகாவை அழைத்தார்.

அமீஷ்

"சிறைப்பிடிக்கப்பட்டோரைக் காவலில் வையுங்கள். சந்திரவம்சிகள் உடபட, காயம்பட்டோர் அனைவருக்கும் மருத்துவம் பார்க்க ஏற்பாடு செய்யுங்கள்."

"காயம்பட்ட சந்திரவம்சிகள் கையோடு வைத்திருந்த விஷத்தை விழுங்கிவிட்டனர், பிரபு," என்றார் வ்ராகா. "உயிருடன் அவர்கள் ஒருபோதும் சிக்கிக்கொள்வதில்லை என்பது நீங்கள் அறிந்ததே."

பர்வதேஸ்வரர், வ்ராகாவை நோக்கி ஆழப்பார்வை ஒன்றைச் செலுத்தினார். **இம்மாதிரி தேவையில்லாத விஷயங்களைத் தெரிவித்து காலவிரயம் செய்யாமல், ஆக வேண்டியதைப் பார்.**

"அப்படியே, பிரபு," வ்ராகா அந்த மௌனக் கட்டளைக்குக் கீழ்ப்படிந்தார்.

"எதிர்பாரா தாக்குதலைச் சமாளிக்க வீரர்களை வளையமாக நிறுத்தி வையுங்கள்," பின்னாலிருந்த குடிசைக்குள் இருந்த சதியிடம் பர்வதேஸ்வரரின் கவனம் மீண்டும் சென்றுவிட்டது. "அப்புறம் ..."

அவரது தயக்கம் வ்ராகாவை ஆச்சர்யப்படுத்தியது. பர்வதேஸ்வரர் யாருக்காகவும், எதற்கும் யோசித்து அவர் பார்த்ததேயில்லை. என்றாலும், இப்போது வாய் திறப்பது உசிதமல்ல என்று அறிந்து, பர்வதேஸ்வரர் வாக்கியத்தை முடிக்கக் காத்திருந்தார்.

"அப்புறம் ..." பர்வதேஸ்வரர் தொடர்ந்தார். "கோயிலில் தூதுப் பறவைகள் சில இன்னும் உயிருடன் கிடைக்கக்கூடும். சிவப்பு நிறக் கடிதம் ஒன்றைக் கட்டி, தேவகிரி அனுப்பிவிடுங்கள். சக்ரவர்த்திக்குச் செய்தி. இளவரசி சதி மோசமாகத் தாக்கப்பட்டாள். காயம்பட்டிருக்கிறாள்."

நம்பமுடியாமல் வ்ராகா அவரை ஏறிட்டார். இந்த விஷயம் அவர் அறியாதது. இருப்பினும், தொடர்ந்து மௌனம் காத்தார்.

"சக்ரவர்த்தியிடம் இன்னொன்றும் சொல்ல வேண்டும்," பர்வதேஸ்வரர் தொடர்ந்தார். "சதி அக்னிபாணத்தினால் தாக்கப்பட்டாள்."

"இந்திர தேவா!" அடக்க முடியாமல் அதிர்ச்சிக் கூக்குரல் வ்ராகாவிடமிருந்து எழுந்தது.

"நீர் செல்லலாம், படைத்தலைவரே!" பர்வதேஸ்வரர் ஆணையிட்டார்.

வ்ராகா பலவீனமாய் வணங்கினார். "அப்படியே, பிரபு."

இதற்குள், இறந்த நாகர்கள் நால்வரின் சடலங்களைச் சிவன் ஆராய்ந்திருந்தார். சர்ப்பக் குறியீடுள்ள கங்கணம் எவர் கையிலும் இல்லை. கடைசி நாகனை நெருங்கினார். இவன்தான் சதியைத் தாக்கியவன். சிவன் கண்ட துண்டமாக வெட்டிப் போட்டவன். மீண்டும் அவன் மார்பை ஆத்திரத்துடன் ஒரு உதை விட்ட சிவன், வலது கையைக் கண்டுபிடிக்க முயன்றார். எங்கோ சிதறி விழுந்திருந்த அதைத் தேடியெடுக்க சற்று நேரம் பிடித்தது. ஒரு வழியாக அதைக் கண்டுபிடித்து, மூடியிருந்த அங்கியை விலக்கிப் பார்த்தார். தோல் கங்கணம் இல்லை. அவனில்லை.

மீண்டும் குடிசைக்கு வந்த போது, பர்வதேஸ்வரர் ஒரு சிறிய முக்காலியில் வெளியே அமர்ந்திருப்பதைக் கண்டார். வாயிலின் அருகில், அடக்க முடியாமல் அழுதபடி நின்றாள் க்ருத்திகா. அவளை மெல்ல அணைத்தபடி, வீரபத்ரா சமாதானம் செய்ய முயன்றான். அதிர்ச்சியில் உறைந்த முகத்துடன், அருகில் நின்றார் நந்தி. சிவனை நிமிர்ந்து பார்த்த பர்வதேஸ்வரர், சோகையான புன்னகையுடன், தன்னருகில் இருந்த வெற்று முக்காலி ஒன்றைச் சுட்டிக்காட்டினார். தன்வயமிழக்காதிருக்க மிகுந்த பிரயத்தனம் செய்துகொண்டிருந்தார் என்பது நன்கு புரிந்தது. மெல்ல முக்காலியில் சரிந்து உட்கார்ந்த சிவன், ஆயுர்வதி வெளியே வரக் காத்திருக்கலானார்.

''அம்பை நீக்கிவிட்டோம், பிரபு,'' என்றாள் ஆயுர்வதி.

நினைவின்றி குடிசைக்குள் படுத்திருந்த சதியை சிவனும் பர்வதேஸ்வரரும் கண்ணுற்றனர். உள்ளே வர வேறு யாருக்கும் அனுமதியில்லை. வெளியார் வரவால் கிருமித் தொற்றுக்கான வாய்ப்பு அதிகமாவதை ஆயுர்வதி விரும்பவில்லை. இம்மாதிரி விஷயங்களில் இம்மியும் அசைந்து கொடுக்காத அந்த மருத்துவரை யாருக்கும் எதிர்க்கத் துணிவும் இல்லை. காயம்பட்டிருந்த சூர்யவம்சி வீரர்களுக்கு சிகிச்சையளித்துக்கொண்டிருந்த வைத்தியர்களுக்கு உதவ மஸ்த்ரக் மற்றும் த்ருவினி ஏற்கனவே சென்றுவிட்டனர்.

கட்டிலின் வலப்பக்கம், சதியின் உடலுறுப்புக்களை விலக்கி, உள்ளே பாய்ந்திருந்த அம்பை நீக்கப் பயன்பட்ட இரத்தம் தோய்ந்த குறடுகள் சிவன் கண்ணில்பட்டன. இனி அவை எதற்கும் பயன்பட மாட்டா - அக்னிபாணத்தின் விஷம் ஏறிவிட்டதால், எந்த இரசாயனப்பொருளும், வெப்பமும்

அவற்றை சுத்திகரிக்க முடியாது. குறடுகளுக்கருகில், கொடூரமான அந்த அம்பு, வேப்ப இலைகளில் சுற்றப்பட்டுக் கிடந்தது. இன்னும் ஒரு நாள் அப்படியே இருக்கும். பிறகு, யாருக்கும் ஆபத்தில்லாத வகையில், ஆழமான, ஈரமற்ற குழி ஒன்றுக்குள் புதைக்கப்பட்டுவிடும்.

மனதில் புயலாய்க் கொந்தளித்த கேள்வியைக் கேட்க வாயெழாமல், பனித்த கண்களுடன் சிவன் ஆயுர்வதியை நோக்கினார்.

''உங்களிடம் உண்மையை மறைக்க விருப்பமில்லை, பெருமானே,'' உயிரை உலுக்கும் இம்மாதிரியான கடுமையான சந்தர்ப்பங்களில் உணர்ச்சிகளை நிர்தாட்சண்யமாக விலக்க ஆயுர்வதி பழகியிருந்தாள். ''ஒன்றும் சொல்லிக்கொள்ளும்படி இல்லை. உடலின் மிக முக்கிய பாகத்தில் இம்மாதிரி அக்னிபாணத்தால் தாக்கப்பட்டு, யாரும் பிழைத்ததாக சரித்திரமே இல்லை. சிறிது நேரத்தில் விஷம் கடுமையான ஜுரத்தை உருவாக்கும். உடலின் ஒவ்வொரு அங்கமும் கொஞ்சம் கொஞ்சமாகச் செயலிழக்கத் துவங்கும்.''

ஒரு விதக் கையாலாகாத்தனத்துடன் சதியைப் பார்த்த சிவனின் கண்கள், ஆயுர்வதியைக் கெஞ்சின. அவளோ, மிகப் பிரயத்தனம் செய்து கண்ணீரை அடக்க முயன்றுகொண்டிருந்தாள். முகம் துயரத்தை வெளிச்சமிட்டுக் காட்டியது. ஆனால் - இப்போது தன்வயமிழப்பது முடியாத காரியம். அடுத்த சில மணி நேரங்களில் இன்னும் பல உயிர்களைக் காப்பாற்றியாக வேண்டும்.

''மன்னியுங்கள், பிரபு,'' என்றாள் ஆயுர்வதி. ''இதற்கு உண்மையில் மருந்தில்லை. இறுதி நேரம் வரும்போது - வலி, வேதனையைச் சற்றுக் குறைக்க ஏதேனும் மருந்துகள் தரலாம். அவ்வளவே.''

சிவன் அவளை முறைத்தார். ''நாம ஒண்ணும் அவளைக் கைவிடப் போறதில்லை! புரிஞ்சுதா?''

அவரது கண்களைச் சந்திக்க முடியாமல், ஆயுர்வதியின் சிரம் தரை நோக்கித் தாழ்ந்தது.

''ஜுரம் ஏறாமப் பாத்துக்கிட்டா, உடம்பு மோசமாகாதில்ல? எதுவும் செயலிழக்காம காப்பாத்தலாமில்லியா?'' எங்கோ, உள்ளே, சிவனுக்கு நம்பிக்கை மிகச் சிறிதாக ஊற்றெடுத்தது.

ஆயுர்வதி நிமிர்ந்தாள். ''முடியும், பிரபு. ஆனால் - நடக்கிற காரியமில்லை. அக்னிபாணத்தினால் ஏற்படும் ஜுரம் அதிகமாகாமல் பார்த்துக்கொள்ள முடிந்தாலும்,

முழுவதும் தணிக்க முடியாது. அப்படியே முயற்சித்தாலும், மருந்துகளை நிறுத்தியவுடன், முன்னைவிட அதிக வீர்யத்துடன் தகிக்கும்.''

''அப்படீன்னா, ஜுரத்தை என்னென்னிக்கும் ஏறாம பாத்துக்கலாம்!'' சிவன் கூவினார். ''வாழ்நாள் முழுக்க அவகூட இருக்க நான் தயார். ஜுரம் ஏறாது. ஏறக்கூடாது.''

எதையோ சொல்ல வாயெடுத்த ஆயுர்வதி, மௌனமானாள். இன்னும் சில மணி நேரத்தில் எப்படியும் சிவனைச் சந்திக்கத்தான் வேண்டும். அப்போது பார்த்துக்கொள்ளலாம். சதியைக் காப்பாற்ற முடியாதென்பது அவளுக்கு நன்கு தெரியும். இங்கோ, நடக்காத, பயனற்ற வாதத்தில் நேரம் கழிந்துகொண்டிருக்கிறது. நேரம். மற்றவர்களை, உயிரோடிருப்பவர்களைக் காக்க பயன்படக்கூடிய நேரம்.

''அப்படியே, பிரபு,'' ஜுரம் அதிகரிக்காமல் இருப்பதற்குரிய மருந்துகளை ஆயுர்வதி சதிக்கு அளித்தாள். ''இன்னும் சில மணி நேரங்களுக்கு இவை ஜுரம் ஏறாமல் பார்த்துக்கொள்ளும்.''

பின்னால் நின்ற பர்வதேஸ்வரரை ஒரு கணம் பார்த்தாள். ஜுரம் ஏறாமல் வைத்துக்கொள்வது சதியின் வேதனையை அதிகரிப்பதாகும் என்பது அவருக்குத் தெரியும். ஆனால், சிவனைப் போல், அவர் முகத்திலும் சிறிது நம்பிக்கை ஒளிர்ந்தது.

ஆயுர்வதி இப்போது சிவன்புறம் திரும்பினாள். ''உங்களுக்கும் காயம்பட்டிருக்கிறது, பிரபு. சிகிச்சையளித்து விட்டே செல்கிறேனே?''

சதியைவிட்டு இம்மியும் சிவனின் கண்கள் நகரவில்லை. ''நான் நல்லாத்தான் இருக்கேன்.''

''இல்லை, பிரபு,'' ஆயுர்வதி ஆணித்தரமாகச் சொன்னாள். ''ஆழமாகக் காயம்பட்டிருக்கின்றது. கிருமித்தொற்று ஏற்பட்டால், உயிருக்கே ஆபத்தாய் முடியும்.''

சிவன் பதிலளிக்கவில்லை. சதியையே பார்த்தவாறு, 'போ' என்னும் பாவனையில் அசுவாரஸ்யத்துடன் கையசைத்தார்.

''சிவா!'' ஆயுர்வதி பட்டென்று உரத்த குரலில் சொன்னாள். சிவன் அவளைப் பார்த்தார். ''உங்களுக்கே உடல் நலமில்லையென்றால், சதியை எவ்விதம் கவனித்துக் கொள்வீர்கள்?''

அவளது ஆவேசப் பேச்சிற்குப் பலன் இல்லாமலில்லை. இருந்த இடத்திலிருந்து சிவன் நகரவில்லையென்றாலும், ஆயுர்வதி தன் காயங்களுக்குக் கட்டுப் போட அனுமதித்தார். பிறகு, பர்வதேஸ்வரரின் காயங்களுக்கும் விரைவாய் மருந்திட்ட ஆயுர்வதி, அங்கிருந்து அகன்றாள்.

குடிசையில் ஒளிவிட்ட பிரஹார் விளக்கை சிவன் வெறித்தார். ஆயுர்வதி அம்பை நீக்கி மூன்று மணி நேரமாகிவிட்டது. இன்னும் சில காலம் கூஞ்சில் தங்க வேண்டும் என்றாகிவிட்டபடியால், பாசறை அமைக்கவும், காயம்பட்டோருக்கு அளிக்கப்படும் சிகிச்சையை மேற்பார்வையிடவும், பர்வதேஸ்வரர் வெளியேறினார். இதுவே அவர் வழி. தன்னால் சமாளிக்கமுடியாத சந்தர்ப்பங்களில், கடந்துபோனதை நினைத்துத் தேவையில்லாமல் வருந்துவது அவர் வழக்கமல்ல. தன் கையை மீறிய சமயங்களில், வேலையில் தன்னை மூழ்கடித்துக்கொண்டு அதை மறக்க விழைவதே அவர் குணம்.

சிவன் வேறு இனம். ஏதும் செய்ய முடியாத சந்தர்ப்பம் எதுவாயினும், தன்னால் ஆனது எதுவுமில்லை என்ற நிலை வந்தாலும் அதிலிருந்து பின்வாங்காமல் இருப்பது என்று எத்தனையோ வருடங்களுக்கு முன் முடிவெடுத்தவர், அதுவே அவரது வழி. சதியைவிட்டு அவர் ஓரங்குலம் கூட அகலவில்லை. எல்லையில்லா பொறுமையுடன், அவள் விழிக்க, அருகிலேயே பழியாய்க் கிடந்தார். அவள் நலம்பெற ஓயாது வேண்டினார். நம்பினார். ஓயாது... ஒழியாது ...

''சிவா ...'' மிக மெல்லிய குரல் ஒன்று, மௌனத்தைக் கலைத்தது.

சிவன் சதியின் முகத்தைப் பார்த்தார். விழிகள் கீற்றாய்த் திறந்திருந்தன. ஏறக்குறைய கண்ணுக்கே தெரியாத வகையில் கை அசைந்தது. அவளைத் தொடாத வகையில், நாற்காலியை அருகில் இழுத்துக்கொண்டார்.

''மன்னிச்சுரு,'' அழுதார். ''இந்த சண்டைல நான் எறங்கியிருக்கவே கூடாது.''

''இல்ல, இல்ல,'' சதி முணுமுணுத்தாள். ''நீங்க செஞ்சது சரிதான். மெலூஹாவுக்கு நீங்க வந்ததே எங்களை வழிநடத்தி, தீய சக்தியை ஒழிக்கத்தான். உங்க கடமையத்தான் செஞ்சீங்க.''

துக்கம் முழுவதுமாய் மூழ்கடிக்க, சிவன் சதியை வெறித்தார், அவளோ, இறுதி நிமிடங்கள் நெருங்கிவிட்ட நிலையில், கண்களை அகல விரித்து விழிகொள்ளாமல் அவரைப் பார்க்க முயன்றாள். எல்லா வண்ணக் கனவுகளுக்கும் மரணமே முற்றுப்புள்ளி - ஆனால், என்னே உயிரின் விசித்திரம்! முடிவு நெருங்கிவிட்டதை அறியும்போதுதான், என்னென்னவோ காரணங்களுக்காக அணையிடப்பட்ட உணர்வுகள், அவற்றை உடைத்துக்கொண்டு, தைரியமாய் வெளிவருகின்றன.

''போக வேண்டிய நேரம் வந்தாச்சு, சிவா,'' சதி கிசுகிசுத்தாள். ''ஒண்ணே ஒண்ணு சொல்லணும் - இந்த சில மாசங்கள்தான் என் வாழ்க்கையிலேயே நான் ரொம்ப சந்தோஷமா இருந்தேன்.''

கண்கள் பனிக்க சிவன் சதியைப் பார்த்தார். கைகள் தாமே உயிர் பெற்று அவளை நோக்கி நகர்ந்தன. தக்க சமயத்தில் தன்னைக் கட்டுப்படுத்திக்கொண்டார்.

''நீங்க மட்டும் என் வாழ்க்கைல முன்னாடியே வந்திருந்தா எவ்வளவு நல்லாருந்திருக்கும்,'' மனதிற்குள் பூட்டி வைத்திருந்த இரகசியத்தை, தனக்குத்தானேகூட ஒப்புக்கொள்ளாத உண்மையை, சதி வெளியிட்டாள். ''என் வாழ்க்கையே வேற மாதிரி இருந்திருக்கும்.''

மிகுந்த பிரயத்தனத்துடன், விழிகளினின்று வழியத் துடித்த கண்ணீரை, வீழ்த்த முயன்ற துயரை, சிவன் அடக்க விழைந்தார்.

''முன்னாடியே சொல்லியிருக்கலாம்,'' சதி முணுமுணுத்தாள். ''மொத முறையா சொல்றதே கடைசி முறையாவும் போச்சு.''

பேச நாவெழாமல் சிவன் அவளைப் பார்த்தார்.

சதி அவரது கண்களை ஊடுருவதுபோல் பார்த்தாள். ''நான் உங்களைக் காதலிக்கிறேன்.'' மிக மென்மையாய்.

அணை உடைந்தது. சிவனின் கன்னங்களில் கண்ணீர் ஆறாய்ப் பெருகி ஓடியது.

''இன்னும் நூறு வருஷமாவது இந்த வார்த்தைகளைத் திரும்பத் திரும்ப சொல்லத்தான் போற,'' விம்மினார். ''நீ எங்கியும் போகப்போறதில்ல. விடமாட்டேன். யமனோட கூட நான் போராடத்தயார். நீ எங்கியும் போக மாட்டே.''

துயரப்புன்னகையுடன் சதி, சிவனின் கையில் தன்னுடையதைப் பதித்தாள். கரம் அனலாய்ச் சுட்டது. ஜுரம் தன் வேலையைக் காட்டத் துவங்கிவிட்டது.

18

சதியும் அக்னிபாணமும்

''எதுவும் செய்ய வாய்ப்பில்லை, பிரபு,'' ஆயுர்வதியின் முகத்தில் சங்கடம் வெளிப் படையாகத் தெரிந்தது.

சதியின் காதில் விழாத தூரத்தில் - அவர்களறிந்தவரை - குடிசையின் ஒரு மூலையில் அவளும் சிவனும் நின்றிருந்தனர். கண்ணீரைக் கட்டுப்படுத்த முயன்றவாறு பர்வதேஸ்வரரும் அருகிலிருந்தார்.

''என்ன இப்படி சொல்லிட்டீங்க, ஆயுர்வதி,'' சிவன் பரபரத்தார். ''இந்த நாட்டுலயே சிறந்த வைத்தியர் நீங்க. ஜுரம் தணிய நாம காத்திருந்தா பத்தாதா?''

''இந்த ஜுரம் தணியாது,'' ஆயுர்வதி வாதிட முயன்றாள். ''அக்னிபாணத்தின் விஷத்தை முறிக்கவே முடியாது. ஜுரத்தை இவ்வாறு குறைப்பது, சதியின் வேதனையை அதிகரிக்கும். மருந்தை நிறுத்திய அடுத்த கணம், ஜுரம் முன்னைவிட வேகமாய்த் தகிக்கும்.''

''விட்ருங்க, சிவா,'' கட்டிலிலிருந்து மெல்லிய குரல் கேட்டது. சதியை எல்லோரும் திரும்பிப் பார்த்தனர். தீர்வற்ற ஒரு விஷயத்தை முழுமையாய் ஏற்றுக்கொண்ட நிம்மதி அவள் முகத்தில் விரவியிருந்தது; மென்மையான புன்னகை தோன்றியது. ''எனக்கு எந்த வருத்தமும் இல்ல. நான் சொல்லவேண்டியதையெல்லாம் சொல்லிட்டேன்.

நிம்மதியாயிருக்கு. நேரம் வந்தாச்சு.''

''விட்ராத, சதி,'' சிவன் கெஞ்சினார். ''இன்னும் எதுவும் ஆகலை. நாம் வழி கண்டுபிடிப்போம், கண்டுபிடிப்பேன். கொஞ்சம் எனக்காகப் பொறுத்துக்க.''

சதி வாதம் செய்வதைக் கைவிட்டாள். தன் மரணத்தை சிவன் தன் போக்கிலேயேதான் ஏற்றுக்கொள்ள வேண்டும்; அமைதியடைய வேண்டும். தன்னைக் காப்பாற்ற அனைத்து முயற்சிகளையும் எடுத்தாலொழிய அவரது மனம் நிம்மதியடையாது என்று அவளுக்குத் தெரியும்.

''ஜூரம் ஏறுறாப்புல தெரியுது,'' என்றாள். ''மருந்தைக் குடுங்க.''

ஆயுர்வதி சதியை வருத்தம் கலந்த சங்கடத்துடன் பார்த்தாள். இதனால் எந்தப்பயனும் இல்லை என்று அவள் கற்றறிந்த மருத்துவம் இடித்துரைத்தது. இவ்வாறு மருந்துகளை உட்கொள்வது, அவளது வேதனையை நீட்டிப்பது போல் ஆகும். சதி, ஆயுர்வதியைத் தீவிரமாய்ப் பார்த்தாள். விடைபெற இது தருணமல்ல. அதுவும், சிவனே தன்னைக் கெஞ்சிய பிறகு.

''மருந்தைக் குடுங்க, ஆயுர்வதிஜி,'' என்றாள், மீண்டும். ''தெரிஞ்சுதான் கேக்கறேன்.''

ஆயுர்வதி அவள் கோரிக்கையை நிறைவேற்றினாள். சதியின் கண்களை ஊடுருவி, கலவரம், துக்கம், இவற்றின் தடயங்களைத் தேடினாள். ஏதும் இல்லை. மென்மையான புன்னகையுடன் சிவன் மற்றும் பர்வதேஸ்வரரை நோக்கி நடந்தாள்.

''இப்படிப் பண்ணா என்ன?'' என்றார் சிவன் சட்டென. ''சோமரஸத்தை அவளுக்குக் குடுத்தா?''

''அதில் என்ன பயன், பிரபு?'' ஆயுர்வதி ஆச்சர்யத்துடன் கேட்டாள். ''ஆக்ஸிடெண்ட் என்னும் நச்சுப்பொருட்களை உடலிலிருந்து நீக்கி, ஆயுளை நீட்டிப்பதை மட்டுமே சோமரஸம் செய்யும். காயங்களை ஆற்றுவதில்லை.''

''இதப்பாருங்க ஆயுர்வதி - சோமரஸத்தோட செயல்பாடுகள் பத்தி யாருக்கும் முழுசாத் தெரியாதுன்னுதான் நெனைக்கறேன். உங்களுக்கும் அது தெரியும். என் வாழ்நாள் முழுக்கக் கால்கட்டை வெரல்ல உணர்ச்சியில்லாம அவதிப்பட்டேன். அதைச் சோமரஸம் குணமாக்கிடுச்சுன்னு உங்களுக்குத் தெரியுமா? நகர்ந்திருந்த தோள்பட்டை எலும்பைக்கூட சரி பண்ணிடுச்சு.''

''என்ன?'' பர்வதேஸ்வரர் திகைத்தார். ''இருக்கவே முடியாது. உடற்கோளாறுகளை சோமரஸம் ஒரு போதும் குணப்படுத்துவதில்லை.''

''எனக்குப் பண்ணிச்சு.''

''நீங்கள் சற்று வித்தியாசமானவர் என்பதால்கூட இருக்கலாம், பிரபு,'' என்றாள் ஆயுர்வதி. ''நீங்கள் நீலகண்டர்.''

''நான் ஒண்ணும் வானத்துலேர்ந்து எறங்கி வரலை, ஆயுர்வதி. உங்களை மாதிரி, சதி மாதிரி, நானும் மனுஷன்தான். முயற்சி செஞ்சுதான் பார்ப்போமே?''

இதற்குமேல் பர்வதேஸ்வரரிடம் வாதிக்க அவசியம் இருக்கவில்லை. தடாலென்று குடிசையை விட்டு வெளியேறியவர் கண்களில், முக்காலியில் உட்கார்ந்திருந்த வ்ராகா பட்டார். சட்டென்று எழுந்து சேனாதிபதிக்கு வணக்கம் தெரிவித்தார் வ்ராகா.

''கோயில்தான் இந்தப் பகுதிக்கான சோமரஸத்தின் பிரதான உற்பத்தி மையம், வ்ராகா. பொடி இன்னமும் அங்கே இருக்க வாய்ப்புண்டு,'' என்றார் பர்வதேஸ்வரர். ''இப்போதே அது வேண்டும்.''

''பத்து நிமிடங்களில் உங்கள் கையில் இருக்கும், பிரபு,'' வாக்களித்த வ்ராகா, தன் வீரர்களிடம் பாய்ந்தார்.

''காத்திருப்பதைத் தவிர வேறேதும் செய்வதற்கு இல்லை,'' என்றாள் ஆயுர்வதி. வழக்கத்தை விடச் சற்று அதிக அளவில் சோமரஸம் செலுத்தப்பட்ட சதி உறக்கத்தில் இருந்தாள். ''களைத்திருக்கிறீர், பர்வதேஸ்வரரே. உமக்கும் காயங்கள் ஆற வேண்டும். தயவு செய்து தூங்குங்கள்.''

''எனக்குத் தூக்கம் தேவையில்லை,'' பர்வதேஸ்வரர் பிடிவாதமாகச் சொன்னார். ''நானும் என் வீரர்களும் பாதுகாப்பின் பொருட்டு வெளிவட்டத்தில் நிற்போம். சந்திரவம்சிகளை நம்ப முடியுமா? நடு இரவில் மீண்டும் இரகசியமாகத் தாக்கினால்?''

இந்த க்ஷத்ரியர்கள் தங்கள் வீரத்தைக் காட்ட வேறு இடமா இல்லை? எங்கு வந்து ஆண்பிள்ளை என்று சட்டம் செய்வது என்ற விவஸ்தையும் இல்லை. ஆயுர்வதிக்கு எரிச்சல் வந்தது. வியாதிகளைத் தீர்த்துக்கொள்வதில் மட்டும் எங்கிருந்துதான் இந்த வறட்டுக் கௌரவமும், பிடிவாதமும் வந்து சேர்கின்றனவோ? பர்வதேஸ்வரரை முறைத்தாள்.

''ஓய்வெடுக்கச் செல்கிறீர்களா, பிரபு?'' சிவனாவது கேட்கக்கூடும் என்று அவர் பக்கம் திரும்பினாள். ''நீங்கள் செய்ய இனி ஏதுமில்லை காத்திருக்க வேண்டியதுதான். உங்களுக்கும் ஓய்வு தேவை.''

சிவன் மறுப்பாய்த் தலையசைத்தார். இந்தச் சமயத்தில் சதியின் அருகிலிருந்து செல்லவாவது? முரட்டுக் குதிரைகளால்கூட அவரை அப்புறப்படுத்த முடியாது!

''இங்கேயே ஒரு படுக்கையை விரித்துவிடலாம்,'' ஆயுர்வதி தொடர்ந்தாள். ''நீங்கள் ஓய்வெடுத்துகொண்டது போலவும் இருக்கும்; சதியின் மீதும் ஒரு கண் வைத்த மாதிரியும் இருக்கும்.''

''நன்றி - ஆனா, நான் தூங்கறதா இல்ல,'' ஆயுர்வதியை ஒரே கணம் பார்த்த சிவன், மீண்டும் சதியிடம் திரும்பினார். ''இங்கதான் இருக்கப்போறேன். நீங்க வேணா தூங்கலாம். ஏதாவது மாற்றம் தெரிஞ்சா, நானே எழுப்பறேன்.''

ஆயுர்வதி அவரை முறைத்தாள். ''தங்கள் இஷ்டம், பிரபு,'' என்றாள் மெல்லிய குரலில்.

களைத்துப் போய், தன் குடிசைக்குச் சென்றாள். நாளை செய்ய வேண்டியவை எத்தனையோ. அவற்றுக்கெல்லாம் சக்தி வேண்டும். காயத்திற்கு சிகிச்சை பெற்றோர் நன்கு தேறி வருகிறார்களா என்று பார்க்க வேண்டும். இந்த விஷயத்தில் முதல் இருபத்து நான்கு மணி நேரம் மிக முக்கியம். இரவில் அவசர சிகிச்சை தேவைப்படும் பட்சத்தில், ஆயுர்வதி தன்னிடம் பணிபுரிந்த மருத்துவர்களைக் குழுக்களைப் பிரித்து, ஒன்றன் பின் ஒன்றாய்க் காவல் காக்கப் பணித்திருந்தாள்.

''நான் வீரர்களுடன் இருக்கிறேன், சிவா,'' என்றார் பர்வதேஸ்வரர். ''என் தனிப்பட்ட பரிவாரத்துடன் நந்தியும் வீரபத்ராவும் வெளியே காவல் இருப்பார்கள்.''

உண்மையில் அவர் சொல்ல வந்தது என்னவென்று சிவனுக்கு நன்கு தெரியும்.

''ஏதாவது மாற்றம் தெரிஞ்சா, அவசியம் உங்களைக் கூப்பிடுறேன்,'' சிவனை அவரை ஏறிட்டார்.

சோகையாய்ப் புன்னகைத்த பர்வதேஸ்வரர், சிவனை நோக்கித் தலையசைத்துவிட்டு, உணர்ச்சிகள் கட்டு மீறித் தன்னைத் தர்மசங்கடத்தில் ஆழ்த்துமுன், அவசரமாக வெளியேறினார்.

பர்வதேஸ்வரர், அமைதியாக, தனியாக அமர்ந்திருந்தார். மரியாதை கருதி, அவரது வீரர்கள் சற்று தூரத்தில் காவல் புரிந்தனர். தங்கள் சேனாதிபதி தனிமையை விரும்பக் காரணம் அவர்களுக்குத் தெரிந்தே இருந்தது. அவரோ, சதி பற்றிய நினைவுகளில் மூழ்கியிருந்தார். இப்பேர்ப்பட்ட பெண்ணுக்குக் கடவுள் ஏன் இவ்வளவு துன்பங்களை அளிக்கிறார்? சதியின் இளவயது அவருக்கு நன்கு நினைவிருந்தது. மகள் போல் கருதத் தகுதியுடையவள் இவள் என்று அவர் முடிவெடுத்த தினம் கூடத்தான்.

அந்த நாள் - இரத்த சம்பந்தமுள்ள மக்கள் வேண்டாம் என்று எடுத்த முடிவைக் குறித்து வருந்திய நாள். சதியைப் போன்ற ஒருத்தியை மகளாகப் பெற வேண்டாம் என்று எந்தக் குருட்டுத் தகப்பன் நினைப்பான்?

ஏறக்குறைய நூறு வருடங்களுக்கு முன், சோம்பல் மிக்க ஒரு மதியம். பதினாறு வயது இளம்பெண்ணான சதி அன்றுதான் குருகுலத்திலிருந்து திரும்பியிருந்தாள். மனம் முழுக்க பக்தி, உற்சாகம், ஊக்கம்; இராமபிரானின் கொள்கைகளில் அசைக்க முடியாத நம்பிக்கை. பிரம்மநாயகர்தான் அப்போது மெலூஹாவை ஆண்டுகொண்டிருந்தார். அவரது மகன், இளவரசர் தக்ஷர், மனைவி, மகள் என்று குடும்பஸ்தராக இருக்கவே பிரியப்பட்டு, சந்தோஷமாகக் கழித்த நாட்கள். க்ஷத்ரியர்களின் உயரிய போர் முறைகளைக் கற்றுத் தேர்வதில் தக்ஷர் எந்த நாட்டமும் காட்டவில்லை. தந்தைக்கடுத்து பட்டமேற்க வேண்டியவர் என்ற முறையில், நாடாள்வதிலும் அதிக அக்கறை செலுத்தவில்லை.

அன்று, தேவகிரிக்கு அருகில், சரஸ்வதி நதிக்கரையில் ஆனந்தமாய்க் குடும்பத்துடன் பொழுதுபோக்க தக்ஷர் விஜயம் செய்திருந்தார். அவரது மெய்க்காப்பாளர் என்ற முறையில், தன் கடமை குறித்த கவலை பர்வதேஸ்வரருக்கு அதிகம். இளவரசருக்கு ஆபத்தென்றால் காப்பாற்றும் நெருக்கத்தில், அதே சமயம், குடும்பத்துடன் அவர் களிக்கத் தொந்தரவும் இல்லாத தூரத்தில் அமர்ந்திருந்தார். நதிக்கரையிலிருந்து பார்த்தால் தெரியும்படி, சதி காட்டுக்குள் நடமாடிக்கொண்டிருந்தாள்.

சட்டென்று, அவளது அலறல் அமைதியைக் கிழித்தது. தக்ஷர், வீரிணி, பர்வதேஸ்வரர், மூவரும் திடுக்கிட்டு நிமிர்ந்தனர். நதியின் கரைக்கு ஓடி எட்டிப்பார்த்தவர்கள், சதி, கோரமான காட்டு நாய்க் கூட்டம் ஒன்றை விரட்டியடிக்க முயன்று கொண்டிருந்ததைக் கண்டனர். படுகாயம்பட்டுக்

கிடந்த ஒரு பெண்ணைக் காக்கப் போராடிக்கொண்டிருந்தாள். காட்டு மிருகங்களிடமிருந்து காத்துக்கொள்ள ஆயுதமின்றி நதிக்கரையில் நடமாடுவது உசிதமல்ல என்று அறியாத, ஜாதிக்குறியீடு இல்லாத, வெள்ளைத் தோலுடைய புலம்பெயர்ந்த பெண் என்று இங்கிருந்தே தெரிந்தது. பாயும் வேங்கையையே அடித்து வீழ்த்தும் வெறி நாய்க் கூட்டத்திடம் அகப்பட்டுக்கொண்டிருக்கிறாள்.

''சதி!'' தக்ஷர் திகிலில் அலறினார்.

வாளை உருவியபடி, நதியோரமாய் மகளைக் காக்க ஓடினார். பின்னோடு, வாள் சகிதம் பர்வதேஸ்வரரும் விரைந்தார். நொடிப்பொழுதில் இருவரும் போரில் இறங்கினர். நாய்க் கூட்டத்திற்குள் ஆக்ரோஷமாய்ப் புகுந்து பர்வதேஸ்வரர் மிக லாகவமாய் மிருகங்களை வெட்டி வீழ்த்த, துணை கிடைத்த உற்சாகத்துடன் சதி நான்கு நாய்களை ஏக காலத்தில் எதிர்கொண்டாள். ஆயுதப் பயிற்சி சரிவர இல்லையென்றாலும், ஆபத்திலிருக்கும் குழந்தையைக் காப்பாற்றும் தந்தையின் சீற்றத்துடன் தக்ஷர் சண்டையிட்டார். ஆயினும், மூவரில் அவரே பலவீனமானவர் என்பதை மிருகங்கள் உணர்ந்தன. ஒரே சமயத்தில் ஆறு வெறி நாய்கள் தக்ஷர் மீது பாய்ந்தன.

ஆவேசத்துடன் அவர் தன் முன் வந்த நாயின் உடலில் வாளைச் செலுத்தினார். பெருந்தவறு. நாய் இறந்து விழுந்தாலும், வாள் அதன் உடலில் சிக்கிக்கொண்டது. மற்ற நாய்களுக்கு இது போதுமே? ஒன்று பக்கவாட்டில் புயல் போல் பாய்ந்து, தக்ஷரின் வலது முன்னங்கையை கூரிய பற்களால் பதம் பார்த்தது. வலியில் அலறியவர், வாளை விடாமல் கையை விடுவித்துக்கொள்ள முயன்றார். இன்னொன்று அவரது இடது காலைக் கடித்து, சிறிது சதையைப் பிய்த்து எடுத்துவிட்டது. தன் பிரபு ஆபத்திலிருப்பதைக் கண்ட பர்வதேஸ்வரர், சிம்மகர்ஜனையுடன் தக்ஷரின் கையைப் பிடுங்கிய நாயை வெட்டினார். அதன் உடல் இரண்டாகப் பிளந்து விழுந்தது. அதே வேகத்தில் சுழன்றவர், தக்ஷரின் காலைக் கவ்விய நாயையும் முன்பக்கமிருந்து தாக்கினார். தக்ஷர் தன் காலைத் தாக்கிய நாயை நோக்கி வாளை வீச, அவரைக் காக்கும் பொருட்டு இடப்பக்கம் நகர்ந்தாள் சதி. மூன்று பேரும் சரமாரியாக நிகழ்த்திய தாக்குதலால் மிருகங்கள் எண்ணிக்கையில் குறைய, மிச்சமிருந்தவை ஊளையிட்டவாறு பின்வாங்கின.

''தக்ஷா!'' வீறிட்ட வீரிணி, தரையில் சாய்ந்த

கணவனைத் தாங்கினாள். உடலில் ஆங்காங்கே, குறிப்பாகத் தொடையில் படுகாயம்பட்டு, மிக வேகமாய் இரத்தமிழந்துகொண்டிருந்தார். நாயின் கூரிய கடைவாய்ப் பல், முக்கிய இரத்தநாளம் ஒன்றைக் கிழித்திருக்க வேண்டும். அவசர உதவி வேண்டி பர்வதேஸ்வரர் சங்கூதினார். அருகாமையிலிருந்த படகுத்துறைக் காவலதிகாரிகளின் காதில் அந்த ஒலி விழுந்தது. கூடிய சீக்கிரம், வீரர்களும், மருத்துவர்களும் வந்து குழுமிவிடுவர். இரத்தப்போக்கை நிறுத்த தக்ஷரின் தொடையைச் சுற்றித் தன் அங்கவஸ்திரத்தை பர்வதேஸ்வரர் இறுக்கிக் கட்டினார். பிறகு, காயம்பட்டிருந்த அந்த அயல் தேசத்துப் பெண்ணை, அரச பரிவாரத்திற்கருகில் அமர்த்தினார்.

''அப்பா, உங்களுக்கொண்ணுமில்லியே?'' சதி தந்தையின் கைகளைப் பிடித்தவாறு மெல்லிய குரலில் கேட்டாள்.

''நாசமாய்ப் போகிறவளே!'' தக்ஷர் சபித்தார். ''என்ன காரியம் செய்தாய்?''

தந்தை இனிமையாக மட்டுமே பேசிக் கேட்டிருந்த சதி, வாயடைத்துப் போனாள்.

''பெரிய வீராங்கனை என்று நினைப்போ, உனக்கு?'' கட்டுக்கடங்கா ஆத்திரத்துடன் தக்ஷர் மகளைக் கடிந்துகொண்டார். ''உனக்கு ஏதேனும் நேர்ந்திருந்தால், என் கதி என்ன? என்ன செய்வேன்? எங்கே போவேன்? யாருக்காக உன் உயிரைப் பணயம் வைத்தாய்? அந்தப் பெண் இருந்தால் என்ன, இறந்தால் என்ன?''

புகழை எதிர்பார்த்திருந்த சதி, இந்தப் பேச்சைத் தாங்க முடியாமல் சிரம் தாழ்ந்து நின்றாள்.

விரைவில் படகுத்துறைக் காவலர்களும், மருத்துவர்களும் வந்து சேர்ந்தனர்; தேர்ந்த முறையில், மிக விரைவாய் தக்ஷரின் இரத்தப்போக்கைக் கட்டுப்படுத்தினர். சதி மற்றும் பர்வதேஸ்வரரின் சிறிய காயங்களுக்கு சிகிச்சை அளித்துவிட்டு, தக்ஷரைக் கட்டிலில் ஏற்றிக்கொண்டு சென்றனர். அவரது காயங்களுக்கு அரச மருத்துவரின் பிரத்யேக சிகிச்சை தேவை.

தந்தை கொண்டு செல்லப்படுவதைப் பார்த்தபடி, சமைந்து நின்றாள் சதி. குற்ற உணர்ச்சி வாட்டியது. அப்படி என்ன செய்துவிட்டாள்? ஆபத்திலிருந்த பெண்ணைக் காப்பாற்ற முயன்றது தவறா? வலிவுடையோர் எளியோரைக் காப்பது இராமபிரானின் ஆதாரத் தத்துவங்களில் ஒன்றல்லவா?

தோளை யாரோ மென்மையாகத் தொட, திரும்பினாள்.

வழக்கமாய்த் தீவிரமான முகத்துடன் காணப்படும் அப்பாவின் மெய்க்காப்பாளர் பர்வதேஸ்வரரின் முகத்தில் இன்றென்னவோ, அபூர்வமாய்ப் புன்னகை தவழ்ந்தது.

''உன்னைப் பார்த்துப் பெருமையடைகிறேன், குழந்தாய்,'' மெல்லச் சொன்னார். ''இராமபிரானை உண்மையாகப் பின்பற்றுபவள் நீ.''

சதியின் கண்களில் சட்டென்று கன்னீர் பெருக்கெடுத்தது. முகத்தைத் திருப்பிக்கொண்டாள். தன்னிலையை ஒருவாறு அடைந்தவள், பின்னாளில் பித்ரதுல்யா என்று தான் அழைக்கப்போகும் மனிதரை நோக்கிச் சோகையாகப் புன்னகைத்தாள். மெல்லத் தலையசைத்தாள்.

எங்கோ பறவை கூக்குரலிட்டது. திடுக்கிட்டு நிகழ்காலத்தை அடைந்து, வீரர்கள் வளையத்தைச் சுற்றிப் பார்த்த பர்வதேஸ்வரரின் கண்கள் பனித்திருந்தன. கைகட்டிப் பிரார்த்தனை செய்தார். ''உள்ளார்ந்த அன்போடு உங்களைப் பின்பற்றுபவள், இராமபிரானே. அவளைக் கைவிட்டுவிடாதீர்கள்.''

கால நேர வர்த்தமானங்கள் சிவனுக்கு மறந்துவிட்டன. காயம்பட்டு, இன்னும் ஆபத்தான நிலையில் பலர் இருக்க, பிரஹார் விளக்குகளை மாற்ற யார் வருவார்கள்? ஜன்னலுக்கு வெளியே, வானில் விடியல் வெளிச்சமிட ஆரம்பித்திருந்தது. உடல், பட்ட காயங்களினின்று ஆசுவாசம் தேடிக் கதறிற்று. ஆனால், அவர் அசையவில்லை. அமைதியாக சதியருகே நாற்காலியில் அமர்ந்து, தொந்தரவில்லாத வகையில், பிடிவாதமாக அமைதி காத்தார். சதி அவரது கையை இறுகப் பற்றியிருந்தாள். நெருப்பாய் அவள் உடல் தகித்துக்கொண்டிருந்தாலும், சிவன் தன் கைகளை அகற்றவில்லை. வெப்பத்தால் அவரது உள்ளங்கைகள் வியர்த்து வழிந்தன.

ஏக்கத்துடன் அவளைப் பார்த்தார். ''ஒண்ணு, நீ இங்க இருக்கணும் - இல்ல, உன்னோட, நானும் இந்த உலகத்தை விட்டுப் போயிரணும்,'' என்றார், மென்மையாக. ''முடிவு உன்னோடது.''

என்னவோ அசைந்தது. கீழே பார்த்தார். சதியின் கை மிக லேசாக நகர்ந்தது. பிணைந்திருந்த உள்ளங்கைகளுக்கிடையே வியர்வை வழிந்து கோடாக ஓடியது. யாருடைய வியர்வை என்றுதான் சொல்ல முடியவில்லை.

என்னோடதா, சதியோடதா?

சட்டென்று சிவன் இன்னொரு கை நீட்டி அவளது நெற்றியில் பதித்தார். முன்னைவிட அதிகமாக தகித்தது. ஆனால் - நெற்றியில் மிகச் சிறிய வியர்வை முத்துகள் துளிர்த்திருந்தன.

உற்சாகம் புது ஊற்றாக சிவனின் உடலில் பாய்ந்தது.

''**பி**ரம்மதேவா!'' தாள முடியாத அதிசயத்துடன் ஆயுர்வதி முணுமுணுத்தாள். ''இம்மாதிரி எதையும் இதற்கு முன் நான் கண்டதேயில்லை.''

படுக்கையருகில் அவள் நின்றுகொண்டிருந்தாள். இன்னமும் தூங்கிக்கொண்டிருந்த சதியின் உடல், படுத்திருந்த படுக்கை, அணிந்திருந்த துணிமணிகள் அனைத்தும் வியர்வை வெள்ளத்தில் நனைந்திருந்தன. முகம் முழுதும் நம்பிக்கை வெளிச்சமிட, பர்வதேஸ்வரர் அருகில் நின்றார்.

''அக்னிபாணத்தினால் ஏற்படும் ஜுரம் தணிவதே இல்லை,'' ஆயுர்வதி இன்னமும் திகைப்பிலிருந்து விடுபடவில்லை. ''நிச்சயம் இது பேரதிசயம்தான்.''

பிறவிப்பயனைக் கண்டுணர்ந்து, இவ்வுலகில் மீண்டும் வாழக் காரணம் அறிந்துகொண்ட ஒருவனின் ஆனந்தம் சிவனின் கண்களில் மின்னியது. ''புனித ஏரியின் அருளால சோமரஸம் வாழ்க!''

சதியின் கை சிவனுடையதைக் கெட்டியாகப் பிடித்துக் கொண்டிருப்பதைக் கண்டாலும், பர்வதேஸ்வரர் வாய் திறக்கவில்லை. சட்டமீறலை எவ்வகையிலும் அனுமதிக்காத அவரது மனம்கூட, கரைகாணா சந்தோஷத்தில் மூழ்கி, அதைக் கண்டுகொள்ள மறுத்தது.

''பிரபு,'' ஆயுர்வதி மெல்லிய குரலில் கூறினாள். ''சீக்கிரம் அவளைக் குளிப்பாட்ட வேண்டும். இந்த வியர்வையை உடனே அகற்றுவது அவசியம். அதே சமயம், காயங்களில் நீர் படக்கூடாதாகையால், என் செவிலியர் அவளைத் துடைத்துச் சுத்தம் செய்துவிடுவார்கள்.''

அவள் என்ன சொல்ல வருகிறாள் என்று புரியாமல் சிவன் தலையசைத்தார்.

''வந்து, பெருமானே,'' ஆயுர்வதி இழுத்தாள். ''நீங்கள் அறையை விட்டுச் செல்ல வேண்டும்.''

''ஓ. சரி,'' என்றார் சிவன்.

அவர் எழ, ஆயுர்வதி மீண்டும் சொன்னாள். ''பிரபு, உங்கள் கைகளையும் கழுவ வேண்டியிருக்கும்.''

சிவன் குனிந்து, சதியின் வியர்வையைப் பார்த்தார். நிமிர்ந்து, ஆயுர்வதியை நோக்கினார். ''உடனே செய்யறேன்.''

''இது உலகம் காணாத அதிசயம், சதி,'' ஆயுர்வதியின் முகமே புன்னகையில் விரிந்திருந்தது. ''இதுவரை அக்னிபாணத்திலிருந்து யாரும் தப்பியதேயில்லை! உண்மையைச் சொல்லிவிடுகிறேனே - நான் நம்பிக்கையிழந்துவிட்டேன். பெருமானின் அளவு கடந்த நம்பிக்கைதான் உன்னை உயிருடன் வைத்திருந்தது.''

சோமரஸத்தால் உருவான நச்சுத்தன்மையுள்ள வியர்வை முற்றுமாக அகற்றப்பட்ட, சுத்தமான விரிப்புகள் கொண்ட புதிய படுக்கை ஒன்றில், புதிதாய்ச் சலவை செய்த துணிகளணிந்து படுத்திருந்த சதி, மென்னகை புரிந்தாள்.

''அதெல்லாம் ஒண்ணுமில்லீங்க,'' என்றார் சிவன் கூச்சத்துடன். ''நான் ஒண்ணுமே பண்ணலை. சதியோட தைரியம்தான் அவளக் காப்பாத்திச்சு.''

''இல்ல சிவா. நானில்ல. நீங்கதான்.'' இம்முறை, எந்தத் தயக்கமுமின்றி சதி சிவனின் கைகளைப் பற்றினாள். ''எத்தனையோ விதத்துல என்னைக் காப்பாத்திட்டீங்க. இதுக்கெல்லாம் எப்படி நன்றி செலுத்தப்போறேன்னுகூட தெரியலை.''

''நன்றி செலுத்தணும்னு சொல்லாம இருந்தாலே போதும்.''

சதியின் புன்னகை விரிந்தது, சிவனின் கரத்தை இறுக்கிக்கொண்டாள். அவர்களிடையே மிளிர்ந்த காதலைக் கண்ணுற்ற பர்வதேஸ்வரரின் முகத்தில், மீண்டும் இருள் குடிகொண்டுவிட்டது.

''சரி,'' 'இத்துடன் இன்றைய நிகழ்ச்சி முடிவடைந்தது', என்பது போல் ஆயுர்வதி பட்டென்று கைதட்டினாள். ''உங்களுடனெல்லாம் உட்கார்ந்து பல மணி நேரம் அளவளாவ வேண்டும் என்ற ஆசையிருந்தாலும், செய்ய வேண்டிய காரியங்கள் நிரம்ப இருப்பதால், விடைபெற வேண்டிய கட்டாயத்திலிருக்கிறேன்.''

''என்ன பெரிய வேலை?'' என்றார் சிவன் விளையாட்டாக. ''அற்புதமான மருத்துவர் நீங்க. பிரமாதமான குழுவையும் அமைச்சிருக்கீங்க. அத்தனை பேரையும் காப்பாத்தியாச்சு. உங்களுக்குச் செய்யிறதுக்கு இனி ஒண்ணுமேயில்ல.''

''நிச்சயம் இருக்கிறது, பெருமானே,'' ஆயுர்வதி புன்னகைத்தாள். ''அக்னிபாணத்தின் கொடிய விஷத்தையே முறியடிக்கும் சோமரஸம் பற்றி ஒரு அறிக்கை தயார் செய்ய வேண்டும். தேவகிரி சென்றவுடன் முதல் காரியமாக மருத்துவக் கூட்டமைப்பின் முன்னிலையில் அதைச் சமர்ப்பிப்பேன். இது மிகப்பெரும் கண்டுபிடிப்பு. காயங்களை ஆற்றும் சோமரஸத்தின் இந்தச் சக்தியை முழுவதுமாய் ஆராய வேண்டும். பெரிய காரியம். செய்ய வேண்டியது நிறைய இருக்கிறது!''

சிவன் வாஞ்சையுடன் ஆயுர்வதியை நோக்கிப் புன்னகைத்தார்.

''நன்றி, ஆயுர்வதிஜி,'' சதி மெல்லிய குரலில் கூறினாள். ''எத்தனையோ ஆயிரக்கணக்கானவங்கள மாதிரி, நானும் உங்களுக்குக் கடமைப்பட்டிருக்கேன்.''

''அப்படியெல்லாம் ஏதும் இல்லை, சதி. நான் என் கடமையை நிறைவேற்றினேன். அவ்வளவே.''

பணிவாக நமஸ்தே என்று வணங்கிவிட்டு, அறையை விட்டு அகன்றாள்.

''அதாவது, நானும் ...'' தர்மசங்கடத்துடன் முணுமுணுத்த பர்வதேஸ்வரர், வெளியேறினார்.

குடிசைக்கு வெளியே ஆயுர்வதி தனக்காகக் காத்திருப்பதைக் கண்டு, ஆச்சர்யப்பட்டார். காவல் புரிந்த வீரர்களிடமிருந்து அவள் சற்று விலகி நின்றதிலிருந்து, அவர்கள் காதில் விழாத வண்ணம் எதையோ பேச விரும்புவதை உணர்ந்தார்.

''என்ன விஷயம், ஆயுர்வதி?'' என்றார்.

''உங்கள் சஞ்சலத்திற்கான காரணம் புரிந்துவிட்டது, பர்வதேஸ்வரரே.''

''அப்படியானால், தள்ளி நின்று எப்படி உங்களால் இதையெல்லாம் வேடிக்கை பார்க்க முடிகிறது? இது சரியல்ல. இது குறித்துப் பேச இதுவல்ல சமயம் என்பதையும் அறிவேன். ஆனால், தகுந்த சந்தர்ப்பத்தில் ஆட்சேபம் தெரிவிக்கத் தயங்கமாட்டேன்.''

''கூடாது.''

''என்ன சொல்கிறீர்கள்?'' பர்வதேஸ்வரர் அதிர்ந்தார். ''நீங்கள் இவ்வாறு பேசலாமா? புரட்சியின் போது ஒரு அந்தணர் கூட பங்குபெறாத, கறை படியா அபூர்வ குலம் உங்களுடையது. சட்டத்தை ஒரு போதும் புறக்கணிக்கக்கூடாதென்பது இராமபிரானின் கட்டளை. தானே அவற்றுக்கு அப்பாற்பட்டவரல்ல என்பதை அவர் பல முறை நிரூபித்துக்காட்டினார். சிவன் நல்லவர். மறுக்கவில்லை. ஆனால், அவரும் சட்டத்திற்கு அப்பாற்பட்டவர் அல்ல. யாருமே இல்லை. அப்படி நேருமாயின், நம் சமூகமே தகர்ந்து போய்விடும். மற்றவரெல்லோரையும் விட, உங்களுக்கல்லவா இது நன்கு புரிந்திருக்க வேண்டும்?''

''எனக்குத் தெரிந்தது ஒன்றே ஒன்றுதான்,'' என்றாள் ஆயுர்வதி தீர்மானமாக. ''ஒரு விஷயம் சரியென்று நீலகண்டர் நினைத்தால், அது அப்படித்தான்.''

அறிமுகமேயில்லாத ஒருவரைப் புதிதாகப் பார்ப்பது போல் பர்வதேஸ்வரர் ஆயுர்வதியை ஏறிட்டார். இவளா அவர் மிக மதித்த பெண்மணி? சட்டத்தை ஒரு போதும் மீறாத, மீறும் எண்ணம் கூட ஏற்படாதவள்? பர்வதேஸ்வரருக்கு சிவனைப் பிடித்துதான் இருந்தது. ஆனால், கண்மூடித்தனமான பக்தியாக அது இன்னும் உருவெடுக்கவில்லை. இராமபிரான் நிறைவேற்றாது விட்டுச் சென்ற பணியை செய்யக்கூடியவர் சிவன் என்ற நம்பிக்கை இன்னும் வரவில்லை. அவரைப் பொறுத்தவரை, அந்தத் தெய்வப் பணியை செய்யத் தகுதியானவர், இராமபிரான் மட்டுமே.

''எது எப்படியிருந்தாலும்,'' என்றாள் ஆயுர்வதி. ''இப்போது நான் செல்ல வேண்டும். ஒரு விஷயம் குறித்து நான் தீவிரமாக யோசிக்கவேண்டியுள்ளது.''

''நெஜமாவா?'' என்றார் சிவன். ''அப்ப, சக்ரவர்த்திக் கடுத்து அவரோட மூத்த மகன் தான் பட்டத்துக்கு வரணும்னு எந்த சட்டமும் இல்லியா?''

''இல்லை,'' சதி புன்னகைத்தாள்.

சென்ற வாரத்தில், அதி முக்கியமான, அர்த்தமற்ற எத்தனையெத்தனையோ விஷயங்களைச் சதியும் சிவனும் மணிக்கணக்காக அலசி ஆராய்ந்திருந்தனர். வெகு விரைவில் குணமடைந்து வந்தாலும், சதி இன்னமும் படுக்கையிலேயே தான் பொழுதைக் கழிக்க வேண்டியிருந்தது. காயம்பட்டோர் உடல்நிலை தேறும் வரை கூஞ்சிலேயே தங்குவது; லோத்தல்

செல்ல வேண்டாம் என்றும் முடிவாயிற்று. பரிவாரம் கிளம்பத் தயாராகும்போது, நேரே தேவகிரி செல்வதே உத்தமம் என்று சிவனும் பர்வதேஸ்வரரும் தீர்மானித்தனர்.

முதுகு வலியைத் தணிக்க படுக்கையில் சதி சற்று நகர்ந்தாள். அப்படியும், இறுக்கியிருந்த சிவனின் கையை விடவில்லை. சற்று முன்னே நகர்ந்த சிவன், அவள் முகத்தில் வந்து விழுந்திருந்த கற்றை முடியை லேசாக விலக்கினார். வாஞ்சையுடன் அவரைப் பார்த்தவள், தொடர்ந்தாள். ''ஏன்னா, இருநூத்தம்பது வருஷத்துக்கு முன்ன வரைக்கும், அரசரோட பசங்க, அவருக்குப் பொறந்தவங்க இல்ல. மயிகாவுலேர்ந்து தேர்ந்தெடுக்கப்பட்டாங்க. அதனால, மூத்த குழந்தை எதுன்னு தெரிஞ்சுக்கறதுல ரொம்ப அர்த்தம் இல்ல. முதல்ல தத்தெடுத்த குழந்தைன்னு வேணும்னா தீர்மானிக்கலாம்.''

''அதுவும் சரிதான்.''

''அது மட்டுமில்ல. மொதல்ல தத்தெடுத்த குழந்தைதான் பட்டத்துக்கு வரணும்கிறதும் அவசியமில்ல. சமூகம் அமைதியா, ஸ்திரமா இருக்கணும்னு இராமபிரான் கொண்டு வந்த சட்டங்கள்ள இதுவும் ஒண்ணு. ஏன்னா, பழைய காலத்துல நெறைய ராஜ குடும்பங்கள் உண்டு. எல்லாருக்கும் சின்னச் சின்னதா ராஜ்யங்களும் உண்டு.''

''புரியுது,'' அவளது பேச்சில் மட்டுமல்லாது, அழகாகக் குழிந்த கன்னங்களிலும் சிவனின் கவனம் லயித்திருந்தது. ''இருக்குற ராஜாக்கள்ள யாராவது ஒருத்தர் மொத்தமா ஆளணும்கிற ஆசைல, எப்பவும் அடிச்சுக்கிட்டே இருந்திருப்பாங்க.''

''அதானே,'' இராமபிரானின் காலத்திற்கு முன் ஆண்ட அரசர்களின் முட்டாள்தனத்தை எண்ணி சதி புன்னகையுடன் தலையசைத்துக்கொண்டாள்.

''எல்லா எடத்துலயும் அப்படித்தான்,'' தன் தேசத்தின் அரசியல் நிலவரம் சிவனுக்கு நினைவு வந்தது.

''இந்த மாதிரி ராஜாக்கள் அடிக்கடி போர் செஞ்சதால, தேவையில்லாமல் யுத்தம் வந்து, அதிகம் அவதிப்பட்டது சாதாரண மக்கள்தான்,'' சதி தொடர்ந்தாள். ''இவங்க ஆணவமா நடந்துக்கிட்டு அலட்டல் பண்றதுக்காக மக்கள் கஷ்டப்படுறது அநியாயம்னு இராமபிரான் நெனைச்சார். இதுக்காக, ஒரு குறிப்பிட்ட உயர்குடியச் சேர்ந்த க்ஷத்ரியர், பிராமணர்கள வெச்சு, ஒரு ஆளும் குழு - அதாவது ராஜ்ய சபா - உருவாக்கினார். சக்ரவர்த்தி இறந்தாலோ,

மெலூஹாவின் அமரர்கள்

சந்நியாஸம் வாங்கிக்கிட்டாலோ, இந்தக் குழு ஒண்ணு கூடி, ஒரு குறிப்பிட்ட தலைமைப் பதவிக்கு மேல வகிக்கிற க்ஷத்ரியர்கள்ளேர்ந்து சக்ரவர்த்தியைத் தேர்ந்தெடுப்பாங்க. இந்த முடிவை யாரும் எதிர்க்க முடியாது. தட்டிக்கேக்கவும் கூடாது.''

''முன்னேயே சொல்லியிருக்கேன்; இப்பவும் சொல்றேன்,'' சிவனின் புன்னகை விரிந்தது. ''இராமபிரான் பயங்கர அறிவாளி.''

''ஆமா,'' சதி உற்சாகத்துடன் ஒப்புக்கொண்டாள். ''ஜெய் ஸ்ரீ ராம்.''

''ஜெய் ஸ்ரீ ராம்,'' சிவன் எதிரொலித்தார். ''ஆனா, இதச் சொல்லு: பிரம்மநாயகருக்கு அப்புறம் உங்கப்பா எப்படி சக்ரவர்த்தியானார்? அவரோட அப்பாவுக்கு அவர் மூத்த மகன் தானே?''

''எல்லா சக்ரவர்த்தியையும் போல அவரும் தேர்ந்தெடுக்கப்பட்டார். இன்னும் சொன்னா,'' சதியின் குரலில் பெருமிதம் சொட்டியது. ''மெலூஹாவோட சரித்திரத்துலேயே, சக்ரவர்த்தியோட மகனும் சக்ரவர்த்தியா தேர்ந்தெடுக்கப்பட்டது அதுதான் மொதல் தடவை.''

''ஹ்ம்ம். ஆனா, அதுலயும், உங்கப்பாவுக்கு உங்க தாத்தா உதவியிருப்பாரே?''

''சரியாத் தெரியலை. அப்பா பட்டத்துக்கு வந்திருந்தா, கண்டிப்பா தாத்தாவுக்கு சந்தோஷம்தான். ஆனா, அதே சமயம், அவர் மெலூஹாவோட சட்டங்களைக் காப்பாத்தின பெரிய மனுஷர். ரொம்ப வெளிப்படையா தன் பிள்ளைக்கு உதவியெல்லாம் பண்ணியிருக்க மாட்டார். ப்ருகு பிரபுன்னு ஒருத்தர் - எங்க நாட்டுல ரொம்ப மதிக்கப்பட்ட ரிஷி - அவர்தான் அதிகம் உதவி செஞ்சார்.''

அவளது முகத்தை வாஞ்சையுடன் தடவியவாறு, சிவன் புன்னகைத்தார். அந்தத் தொடுகையில் திளைத்த சதி, தன்னை மறந்து கண்களை மூடிக்கொண்டாள். அவரது கரம், உடலின் மீது படர்ந்து, அவள் கரத்தை மீண்டும் மெல்லப் பற்றியது.

தக்ஷருக்கும் பிரபு ப்ருகுவுக்குமான தொடர்பு குறித்து சிவன் மேற்கொண்டு கேட்க விழையுமுன், கதவு பட்டென்று திறந்தது. களைப்பு முகத்தில் கோடிட, தக்ஷர் ஆவேசமாக உள்ளே நுழைந்தார். பின்னோடு, வீரிணி மற்றும் கனகாலா. தன் கை இருக்குமிடம் தக்ஷர் கண்களில் படுமுன், சிவன் அதைக் பின்னுக்கிழுத்துக்கொண்டார். ஆனாலும், தக்ஷர் அதைக் கவனிக்கத் தவறவில்லை.

அமீஷ்

"அப்பா!" சதி ஆச்சர்யத்துடன் கூவினாள்.

"சதி, குழந்தாய்," அவளது படுக்கைக்கருகில் தக்‌ஷர் மண்டியிட்டார். அவருக்கருகில் மண்டியிட்ட வீரிணி, மகளின் முகத்தை வாஞ்சையுடன் தடவினாள். கண்களில் கண்ணீர் பெருகியது. சற்று தூரத்தில் நின்ற கனகாலா, சிவனை நோக்கிக் கரம் குவித்தாள். முகம் முழுதும் விகசித்த புன்னகையுடன் சிவன் நமஸ்தே என்றார். அரச குடும்பத்திற்குச் சற்று தனிமை தரும் விதமாக, பர்வதேஸ்வரரும் ஆயுர்வதியும் கனகாலாவின் அருகில் நின்றனர். அவர்களுக்குப் பின் நந்தி, வீரபத்ரா மற்றும் க்ருத்திகா. சத்தமில்லாமல் உள்ளே நுழைந்த பணியாள், அரச தம்பதிக்கு இரு நாற்காலிகளை படுக்கையருகே வைத்துவிட்டு, வந்த சுவடு தெரியாமல் மறைந்தான்.

சதியின் கதியை அறிந்த மறுகணம், தக்‌ஷர், வீரிணி, கனகாலா மூவரும் இரண்டாயிரம் வீரர்கள் சகிதம், தேவகிரியை விட்டுக் கிளம்பினர். சரஸ்வதி நதி வழியே பயணம் செய்து, உள்நாடு வந்து, இரவும் பகலும் விரைந்து கூஞ்ச் வந்து சேர்ந்தனர்.

தாயின் கரங்களைப் பற்றியவாறு, தந்தையிடம் திரும்பினாள் சதி. "எனக்கு ஒண்ணுமில்லப்பா." தாயைப் பார்த்தாள். "நெஜம்மா சொல்றேம்மா. எனக்கு இப்ப உடம்பு நல்லாயிருச்சு. இன்னும் ஒரு வாரம் குடுங்க - நாட்டியமே ஆடறேன்!"

தக்‌ஷரும் வீரிணியும் அவளை அன்புடன் நோக்க, முகத்தில் மலர்ந்த புன்னகையை சிவனால் தடுக்க முடியவில்லை.

சதி மீண்டும் தந்தையைப் பார்த்தாள். "உங்களுக்கு ரொம்பத் தொந்தரவு குடுத்துட்டேம்பா. மன்னிச்சுருங்க. எவ்வளவோ முக்கியமான வேலையெல்லாம் விட்டுட்டு இங்க வந்துட்டீங்க."

"தொந்தரவா?" என்றார் தக்‌ஷர். "குழந்தாய் - நீதான் என் உயிர். உன்னால் எனக்கு எப்போதும் மகிழ்ச்சியேயன்றி, வேறில்லை. அதுவும் இந்த சந்தர்ப்பத்தில் - உன்னைப் பற்றி என் உள்ளம் அடைந்த பெருமையை நீ அறியமாட்டாய்."

வீரிணி குனிந்து சதியின் நெற்றியில் மென்மையாக முத்தமிட்டாள்.

"உங்கள் எல்லோரையும் குறித்தே நான் மிகுந்த பெருமையடைகிறேன்," தக்‌ஷர் பர்வதேஸ்வரரையும் ஆயுர்வதியையும் தன் பார்வையில் சேர்த்துக்கொண்டார்.

''பெருமானுக்கு எல்லா வகையிலும் நீங்கள் உதவியாக இருந்ததில் எனக்குப் பெருமகிழ்ச்சி. ஒரு தீவிரவாதத் தாக்குதலையே அல்லவா முறியடித்துவிட்டோம்! நாடு எத்துணை உத்வேகம் அடைந்திருக்கிறது, தெரியுமா?''

சதியின் கரத்தை ஆதுரத்துடன் தட்டிக்கொடுத்தவாறு, தக்ஷர் சிவனை நோக்கினார். ''மிக்க நன்றி, பெருமானே. எங்கள் பொருட்டு போரில் இறங்கியதற்கு நன்றி. நாங்கள் சரியானவரிடத்தில்தான் நம்பிக்கை வைத்தோம் என்பது இப்போது உறுதியாகிவிட்டது.''

இதற்கு என்ன பதில் சொல்வதென்று அறியாத சிவன், சற்று தர்மசங்கடத்துடன் புன்னகைத்துவிட்டு, தலையை லேசாகத் தாழ்த்தி தக்ஷருக்கு வணக்கம் தெரிவித்தார்.

ஆயுர்வதியிடம் தக்ஷர் திரும்பினார். ''இப்போது எப்படியிருக்கிறது? ஏறக்குறைய முழுவதுமாகக் குணமடைந்து விட்டாள் என்று எனக்குச் சொல்லப்பட்டதே?''

''ஆம், சக்ரவர்த்திப் பெருமானே,'' என்றாள் ஆயுர்வதி. ''இன்னும் ஒரு வாரத்தில் எழுந்து நடமாடலாம். மூன்று வாரங்களில், காயத்தின் சான்றாக ஒரே ஒரு விழுப்புண் மட்டுமே மிஞ்சும்.''

''நீங்கள் இந்தத் தலைமுறையின் மிகச் சிறந்த மருத்துவர் மட்டுமல்ல,'' தக்ஷர் பெருமிதத்துடன் உரைத்தார். ''உங்களைப் போன்ற மருத்துவரை இந்த உலகம் இதுவரை கண்டதில்லை என்றே சொல்லலாம்.''

''இல்லவே இல்லை, சக்ரவர்த்தி,'' திகைத்துப்போன ஆயுர்வதி, தீயசக்தி ஏதேனும் இந்த அதீத வாழ்த்துரையைக் கேட்டு ஆக்ரோஷமடையாவண்ணம், காது மடல்களைத் திருகிக்கொண்டாள். ''என்னைவிடப் பெரியோர் உள்ளனர். அதுவும் இந்த விஷயத்தில், அதிசயத்தை நிகழ்த்தியது நானல்ல - நீலகண்டப் பெருமான்.''

மிகுந்த கூச்சத்துடன் ஏறக்குறைய நெளிந்த சிவனை ஒரு முறை பார்த்துவிட்டு, தக்ஷரை நோக்கி ஆயுர்வதி திரும்பினாள். ''இளவரசியை இழந்துவிட்டோம் என்றே எண்ணினேன், அரசே. அக்னிபாணத்தை நீக்கியவுடன் கடும் ஜுரம் தாக்கியது. இப்படிப்பட்ட ஜுரத்தைத் தணிக்க மருந்துகள் ஏதுமில்லையென்பது நீங்கள் அறியாததல்ல. ஆனால், பெருமான் நம்பிகையிழக்க மறுத்துவிட்டார். சோமரஸம் அளிக்க வேண்டுமென்பது அவரது யோசனையே.''

''தங்களுக்கு நான் நன்றி தெரிவிக்க இன்னொரு காரணமும் ஏற்பட்டுவிட்டது,'' தக்ஷர் மிகுந்த

நன்றியறிதலுடன் சிவன்புறம் திரும்பினார். ''என் மகள் என் உயிரில் பாதி. அவளின்றி எனக்கு வாழ்க்கையில்லை.''

''அட, அதெல்லாம் ஒண்ணுமில்லீங்க,'' சிவன் சங்கடத்துடன் பின்வாங்கினார். ''ஆயுர்வதிதான் வைத்தியம்லாம் பண்ணாங்க.''

''அங்கேதான் தங்கள் பணிவு மிளிர்கிறது, பிரபு,'' என்றார் தக்ஷர். ''நீலகண்டராயிருக்க - ஏன், மகாதேவராயிருக்கவே நீங்கள் தகுதியுடையவர்!''

அதிர்ந்து போய் தக்ஷரைப் பார்த்த சிவனின் முகம், மிகத் தீவிரமடைந்தது. இதற்கு முன் மகாதேவராய், கடவுளர்க்கெல்லாம் கடவுளாய் விளங்கியது யாரென்பது அவருக்கு நன்கு தெரியும். தன்னை ருத்ர பகவானுடன் ஒப்பிட்டுக்கொள்ள மனம் இடம் தரவில்லை. இதுவரை தான் செய்த எதுவும் தனக்கு அந்த தகுதியை அளித்துவிட்டதாய் அவர் நம்பவில்லை.

''இல்ல, சக்ரவர்த்தி. என்னை ரொம்பப் புகழறீங்க. நான் மகாதேவர் இல்ல.''

''நீரே மகாதேவர், பிரபு,'' கனகாலாவும் ஆயுர்வதியும் ஏககாலத்தில் கூற, பர்வதேஸ்வரர் மௌனம் சாதித்தார்.

சிவனுக்கு இந்த எண்ணம் மகிழ்ச்சியளிக்காதது புரிய, மேற்கொண்டு அவரைச் சங்கடப்படுத்துவானேன் என்று தக்ஷர் சதியின் பக்கம் திரும்பினார். ''ஒன்றே ஒன்றுதான் எனக்குப் புரியவில்லை. பெருமானின் முன்னே நீ வந்து விழுந்து அம்பைத் தாங்கிக்கொள்ள வேண்டிய அவசியம் என்ன? உனக்குத்தான் இந்த ஆருடங்களில் என்றுமே நம்பிக்கையிருந்ததில்லையே? என்னைப்போலன்றி, நீலகண்டரிடத்தில் உனக்கு பக்தியும் கிடையாது. பின் எதற்காக அவர் பொருட்டு உன் உயிரையே பணயம் வைக்கத் துணிந்தாய்?''

சதியிடம் பதிலில்லை. சங்கடமான புன்னகையுடன், நாணமும் கூச்சமும் போட்டியிட, தலை குனிந்தாள். சிவனை நோக்கித் திரும்பிய தக்ஷர், சதியைப் போல் அவரும் வெட்கிச் சிவந்ததைக் கண்டார். வீரிணி கணவனை உற்றுப் பார்த்தாள். தக்ஷர், சிவனிடம் சென்று பேசக் காத்திருந்தாள். சட்டென்று எழுந்த தக்ஷர், கட்டிலைச் சுற்றிக்கொண்டு சிவனிடத்தில் சென்று, கைகூப்பி நின்றார். ஆச்சர்யமடைந்த சிவனும் எழுந்து, தலைவணங்கினார்.

''வாழ்நாளில் முதல் முறையாக என் மகள் என்னெதிரில் பேச்சற்று அமர்ந்திருக்கிறாள், பிரபு,'' என்றார் தக்ஷர்.

''உங்களைப் பற்றி நான் தெரிந்துகொண்டது ஒன்று உண்டென்றால், அது இதுதான்: அடுத்தவருக்குக் கேள்வி முறையில்லாது வழங்கும் நீங்கள், உங்களுக்கென்று எதையுமே கேட்பதில்லை. அதனால் - முதலடியை நானே எடுத்து வைப்பது அவசியமாகிறது.''

புரியாமல், புருவம் நெறிந்தபடி சிவன் தக்ஷரைப் பார்த்தார்.

''உங்களிடம் நான் பொய்யுரைக்க விரும்பவில்லை, பெருமானே,'' தக்ஷர் தொடர்ந்தார். ''பல வருடங்களுக்கு முன், இறந்த குழந்தையைப் பெற்றெடுத்ததால், சட்டம் என் மகளை விகர்மாவாக்கிவிட்டது. இது பெரிய குற்றமல்ல; குழந்தையின் தகப்பனின் மோசமான கர்மவினையால்கூட நடந்திருக்கலாம். ஆனால் - இந்நாட்டின் சட்டங்கள், இப்பேர்ப்பட்ட இழப்பிற்கு தாய், தந்தை இருவருமே காரணம் என்றே அறுதியிடுகின்றன. இதனால், என் அருமை மகள் விகர்மாவாகக் காலம் கழிக்க நேரிட்டது.''

இந்த அதர்மமான சட்டம் குறித்த சிவனின் மனநிலை அவரது முகத்தில் வெளிப்படையாகவே தெரிந்தது.

''விகர்மாக்கள், மோசமான கர்மவினையைச் சுமப்போர் என்ற நம்பிக்கையுண்டு,'' என்றார் தக்ஷர். ''என் மகள் யாரையேனும் மணம் செய்துகொண்டால், கணவனுக்கும், பின்னால் பிறக்கக்கூடிய குழந்தைகளுக்கும் அவளது துர்வினை பரவும்.''

இன்னதென்று அறிந்துகொள்ள முடியாத முகபாவத்துடன் வீரிணி தன் கணவனை ஏறிட்டாள்.

''என் மகளை நான் அறிவேன், பிரபு,'' தக்ஷர் தொடர்ந்தார். ''என்றும் அவள் தவறு செய்ததில்லை; மனதினாலும் நினைத்ததில்லை. நல்லவள். என்னைப் பொறுத்தவரை, அவளைக் தண்டிக்கும் இந்த சட்டம், நியாயமற்றது. என்ன செய்வது? நான் சக்ரவர்த்தி மட்டும்தானே? சட்டத்தை மாற்றுவது என் கையில் இல்லை.''

பர்வதேஸ்வரர், தக்ஷரின் மீது ஆக்ரோஷப் பார்வை ஒன்றை வீசினார். சட்டத்தை இவ்வளவு குறைவாக மதித்த சக்ரவர்த்தியினிடம் சேவை செய்ய நேர்ந்ததே என்ற ஆதங்கம் முகத்தில் அப்பட்டமாய்த் தெரிந்தது.

''ஆனந்த வாழ்வை அனுபவிக்க முழுத் தகுதியுள்ள என் மகளுக்கு, அதை அளிக்க முடியாதவனாகிவிட்டேனே என்று மனம் தவிக்கிறது,'' தக்ஷர் விம்மினார். ''தினம் தினம் இந்த அற்புதப் பெண் அனுபவிக்கும் நூறு வித சித்திரவதைகளைத்

அமீஷ்

தடுக்க இயலாத அபாக்கியவான், நான். என்னால் முடிந்தது ஒன்றே ஒன்றுதான் - தங்கள் உதவியை நாடுவது.''

பாசமிகுந்த பார்வை ஒன்றைச் சதி தன் தந்தையின்பால் செலுத்தினாள்.

''நீங்கள் நீலகண்டர்,'' தக்ஷர் தொடர்ந்தார். ''ஏன், அதற்கும் மேல். அப்படி நான் அழைப்பதை நீங்கள் விரும்பாவிட்டாலும், நீரே மகாதேவர் என்றுதான் நான் நம்புகிறேன். நீங்கள், சட்டத்திற்கப்பாற்பட்டவர். நீங்கள் நினைத்தால், அதை மாற்றலாம். ஏன், மீறக்கூட செய்யலாம்.''

அதிர்ந்து போய் தக்ஷரை ஏறிட்டார் பர்வதேஸ்வரர். சக்ரவர்த்தியால் சட்டத்தை எப்படி இவ்வளவு சுலபமாய்த் தூக்கியெறிந்து பேச முடிகிறது? உடனே, சிவன் மீது அவர் பார்வை சென்றது. மனம் அதல பாதாளத்துக்குள் விழுந்தது.

முகம் கொள்ளா மகிழ்ச்சியுடன் சிவன் தக்ஷரைப் பார்த்துக்கொண்டிருந்தார். சதி விஷயத்தில், சக்ரவர்த்தியின் சம்மதத்தைப் பெறுவது கடினம்; எப்படியாவது தான்தான் அவரை மசிய வைக்க வேண்டும் என்று எண்ணியதற்கு மாறாய், இப்போது அவரே 'என் பெண்ணை மணந்துகொள்' என்று கேட்பார் போலிருக்கிறதே?

''என் மகளை மணக்க வேண்டும் என்று நீங்கள் முடிவெடுத்துவிட்டால், உலகின் எந்தச் சக்தியாலும் அதைத் தடுக்க முடியாது, பெருமானே,'' தக்ஷர் வாதத்தை எடுத்து வைத்தார். ''ஆனால் - உண்மையிலே உங்களுக்கு இது விருப்பமா? அதுதான் விஷயம்.''

பிரபஞ்சத்தில் கொட்டிக்கிடக்கும் இன்பம் அத்தனையும் அந்த நிமிடம் சிவனுக்குள் புகுந்து ஆனந்தத் தாண்டவம் புரிந்தது. தாங்க முடியாத சந்தோஷம் முகத்தில் பளிச்சிட்டது; புன்னகை விரிந்தது. பேச முயன்றார்; முடியவில்லை. குனிந்து, சதியின் கரத்தைப் பற்றியவர், மெல்ல அதை உதட்டருகே கொண்டு வந்து முத்தமிட்டார். தக்ஷரை நிமிர்ந்து பார்த்தார். ''ஒரு நாளும் இவளை விட்டு நான் பிரிய மாட்டேன். மாட்டவே மாட்டேன்.''

சதி, திகைப்புடன் சிவனையே பார்த்துக்கொண்டிருந்தாள். கடந்த வாரத்தில், உணர்ச்சிகள் கட்டுமீறி காதல்வயப்பட அவள் துணிந்திருந்தாலும் - அதற்கு மேல் எதற்கும் ஆசைப்படவோ, கனவு காணவோ, அவளுக்குத் தைரியமிருக்கவில்லை. ஆனால், இப்போது? நடக்கவே வாய்ப்பில்லை என்று அவள் மறுகியது நடக்கப்போகிறது;

மெலுஹாவின் அமரர்கள்

எண்ணியதெல்லாம் ஈடேறப்போகிறது, அவருக்கு அவள் மனைவியாகத்தான் போகிறாள்.

மகிழ்ச்சிப்பெருக்குடன் தக்ஷர் சிவனை ஆரத் தழுவிக்கொண்டார். ''பெருமானே!'' என்று முணுமுணுத்தார்.

வீரிணியோ, தாளமுடியாமல், விம்மி விம்மி அழுதுகொண்டிருந்தாள். வாழ்நாள் முழுதும் சதியின் மீது மாசுபோல் கவிந்திருந்த அநீதி, மாற்ற முடியாத அதர்மம், ஒரு வழியாக நீக்கப்பட்டுவிட்டது. தக்ஷரை அவள் நிமிர்ந்து பார்த்த பார்வையில், ஏறக்குறைய மன்னிப்பு தெரிந்தது. முன்னே வந்த ஆயுர்வதியும் கனகாலாவும், சக்ரவர்த்தி, அரசியார், சிவன் மற்றும் சதிக்கு வாழ்த்துரைத்தனர். நடந்த பேச்சுவார்த்தையை முழுவதுமாய்க் கேட்டுக்கொண்டிருந்த நந்தி, வீரபத்ரா மற்றும் க்ருத்திகாவும் மகிழ்ச்சியைத் தெரிவித்தனர். இராமபிரானின் கொள்கையை இவ்வளவு பட்டவர்த்தனமாய் மீறிய ஆத்திரத்துடன், பர்வதேஸ்வரர் கதவருகேயே நின்றார்.

ஒரு வழியாகத் தன்னிலையடைந்த சிவன், சதியின் கரத்தைக் கெட்டியாகப் பிடித்தவாறு, தக்ஷரை ஏறிட்டார். ''எல்லாம் சரி, சக்ரவர்த்தி - ஆனா, ஒரே ஒரு நிபந்தனை.''

''சொல்லுங்கள், பிரபு.''

''இந்த விகர்மா சட்டம் ...''

''அதை மாற்ற வேண்டிய அவசியம் இல்லை, பெருமானே,'' என்றார் தக்ஷர். ''நீங்கள் என் மகளை மணம் செய்ய முடிவெடுத்துவிட்டால், சட்டம் அதைத் தடுக்க இயலாது.''

''அப்படியே இருந்தாலும்,'' என்றார் சிவன். ''அந்த சட்டத்தை மாத்தித்தான் ஆகணும்.''

''நிச்சயம், பிரபு,'' தக்ஷர் முகமலர்ந்தார். கனகாலாவிடம் திரும்பினார். ''இப்போதே மக்களுக்கான அறிக்கை ஒன்று, நீலகண்டரின் கையொப்பத்துடன் தயாராகட்டும்: இனி, இறந்த குழந்தையைப் பெற்றெடுக்கும் எந்த உயர்குலப்பெண்ணும் விகர்மா அல்ல.''

''இல்ல, சக்ரவர்த்தி,'' சிவன் குறுக்கிட்டார். ''அப்புடிச் சொல்லலை. அந்த சட்டத்தையே நீக்கணும்கிறேன். இனிமே விகர்மான்னு யாரும் இருக்கக்கூடாது. துரதிர்ஷ்டம் யாருக்கும் வரும். இதுக்குப்போய் அவங்களோட பூர்வ ஜென்மத்தையெல்லாம் குறை சொல்றது அபத்தத்தோட உச்சம்.''

சற்று ஆச்சர்யத்துடன் பர்வதேஸ்வரர் சிவனை உற்றுப் பார்த்தார். இராமபிரானே வடிவமைத்த சட்டங்களில் ஒரு முற்றுப்புள்ளியைக் கூட மாற்றுவதில் அவருக்குச் சம்மதமில்லையென்றாலும், அடிப்படையில், சிவன் அந்த மாபெரும் மன்னரின் ஆதாரக் கொள்கைகளுக்கு - அதாவது, பாரபட்சமின்றி, சட்டம் எல்லோருக்கும், எப்போதும் ஒன்றேதான் என்பதற்குக் - கட்டுப்பட்டே நடந்தார் என்பது அவர் மனதைக் கவராமல் இல்லை.

தக்ஷரோ, சிவனை அதிர்ச்சியுடன் பார்த்தபடி நின்றார். இதை அவர் எதிர்பார்க்கவில்லை. எல்லா மெலூஹர்களையும் போல், அவரும் மூடநம்பிக்கைகளில் மூழ்கியவர். தன் மகளே விகர்மாவாக அறிவிக்கப்பட்டதுதான் அவரது வெறுப்புக்குக் காரணமேயன்றி, அந்தச் சட்டத்தின் நியாய அநியாயங்கள் அவரை அதிகம் பாதித்ததில்லை; அதை மாற்றும் எண்ணமும் இருந்ததில்லை. ஆனால், இப்போது சட்டென்று சுதாரித்துக்கொண்டார். ''நிச்சயம், பிரபு. விகர்மா சட்டம் மொத்தமும் வழக்கொழிந்து விட்டது என்றே அறிக்கை வெளியிடப்படும். நீங்கள் கையொப்பமிட்டுவிட்டால், சட்டமாக வழக்கிலும் வந்துவிடும்.''

''நன்றி, சக்ரவர்த்தி,'' சிவன் புன்னகைத்தார்.

''என் மகளின் வாழ்வில் மகிழ்ச்சி திரும்பிவிட்டது,'' தக்ஷர் ஏறக்குறைய ஆனந்தக் கூத்தாடினார். ''தேவகிரிக்குத் திரும்பியவுடன், இதை நாம் பிரம்மாண்டமாகக் கொண்டாட வேண்டும்,'' என்றார், கனகாலாவிடம். ''இதுவரை உலகம் கண்டறியாதது போன்ற திருமணம்; எல்லோரும் பார்த்து பிரமித்து வாயடைத்துப் போகும் கல்யாண உற்சவமாக அமையவேண்டும். உலகின் மிகச்சிறந்த திருமண ஏற்பாட்டாளர்களை வரவழையுங்கள்; என்ன செலவானாலும் கவலையில்லை.''

சிவனின் ஒப்புதலைக் கோரி தக்ஷர் பார்க்க, அவரோ, சதியின் முகத்தில் ததும்பும் ஆனந்தத்தையும், சிரிக்கும்போது அழகாய்க் குழியும் கன்னங்களிலும் மனதைப் பறிகொடுத்து நின்றிருந்தார். ''எனக்கு வேணுங்கிறதெல்லாம் ஒண்ணே ஒண்ணுதான், சக்ரவர்த்தி - சதியைக் கல்யாணம் செஞ்சுக்கணும்,'' என்றார். ''அது உசத்தியா நடக்குதா, எளிமையா நடக்குதாங்கிறது முக்கியமில்ல. ப்ரஹஸ்பதி, குணாக்கள், நீங்கன்னு எல்லாரும் என்கூட இருந்தா, அதுவே எனக்குப் போதும்.''

''மிக்க நன்று!'' குதூகலித்தார் தக்ஷர்.

19

கனிந்த காதல்

மூன்று வாரப் பயணத்தின் இறுதியில், அரசப் பரிவாரம் தேவகிரி வந்து சேர்ந்த போது, நகரமே களைகட்டியிருந்தது. முன்பே தேவகிரி வந்துவிட்ட கனகாலா, ஆயிரம் வருடமாகக் காணக்கிடைக்காத, நாடே கோலாகலத்துடன் எதிர்பார்க்கும் ஒரு திருமணத்திற்கான அனைத்து ஏற்பாடுகளையும் மிகச் சிறப்பாகச் செய்திருந்தாள். வழக்கம்போல், அனைத்து விஷயங்களிலும் அவளது ஆளுமை மிளிர்ந்தது.

கொண்டாட்டக் குதூகலத்துடன், ஒன்றையொன்று தூக்கியடித்த ஏகப்பட்ட நிகழ்வுகளுடன் ஏறக்குறைய ஏழு நாட்கள் நீண்டது திருமணக் கோலாகலம். ஆடம்பரத்தில் அதிகக் கவனம் செலுத்தாத சூர்யவம்சிக் கோட்பாடுகளின்படி, இது படாடோபத்தின் உச்சம். சாம்பல் நிற நகரச்சுவர்களின் மீது வண்ண மயமான தோரணங்கள் படபடத்து, திருவிழாக் கொண்டாட்டத்திற்கு கட்டியம் கூறின. மெலூஹர்களின் புனித நிறமான நீலத்தில், சாலைகள் புத்தம்புதிதாய்ப் பாவப்பட்டன. இந்தச் சந்தர்ப்பத்தில், அரசாங்கத்தின் சிறப்புச் சலுகைகளை முழுவதுமாகப் பயன்படுத்திக்கொண்ட உணவகங்கள், வருவோர் போவோருக்கெல்லாம் ஏழு நாட்களும் இலவச விருந்தளித்தன. நேற்றுதான் புதிதாய் நிர்மாணித்த நகரம்

போல், வர்ணம் பூசப்பட்டு, தேவகிரி தேவலோகமெனப் பொலிவுபெற்று விளங்கியது.

தூரத்தில், சரஸ்வதி நதியின் ஒரு புறம், பிரம்மாண்டக் கால்வாய் ஒன்று வெட்டப்பட்டது; இதில் நதி நீரின் ஒரு பகுதி திருப்பிவிடப்பட்டது. சில இடங்களில் கால்வாய் வானம் பார்த்தும், வேறிடங்களில் பூமிக்கடியிலும் சென்றது. கால்வாய்க்குள் நீர் நுழையும் இடத்தில், பிரத்யேகக் கருவிகள், சிவப்பு வர்ணத்தைப் புகுத்தின. நீர் கால்வாயினின்று வெளியேறி, நதியைச் சேருமிடத்தில், கருவிகள் தாமே சிவப்பு வர்ணத்தை உறிஞ்சிக்கொண்டன. கால்வாயோ, பழங்காலத்திலிருந்து, அதிர்ஷ்டம் மற்றும் நல்வாழ்வின் அடையாளமாய்த் திகழும் ஸ்வஸ்திக வடிவத்தில், மிக நேர்த்தியாக அமைக்கப்பட்டிருந்தது. சூர்யவம்சிகளின் மனம் கவர்ந்த சிவப்பு வர்ணத்தில், சரஸ்வதி நீராலேயே அமைக்கப்பட்ட அந்த சிவப்பு ஸ்வஸ்திகாவை, நகரின் மூன்று மேடைகளில் எங்கிருந்து வேண்டுமானாலும் மெலூஹர்கள் பார்த்து பக்திப் பரவசமடையலாம். வாயில் கதவுகளுக்கருகில், நகரின் பாதுகாப்பின் பொருட்டு சுவற்றில் பதிக்கப்பட்ட கூர்க்கொம்புகள் ஆங்காங்கு நீக்கப்பட்டு, நெடுந்தொலைவிலிருந்து வரும் பிரயாணிகளுக்குக் கூடத் தெரியும் வகையில், விருந்தாளிகளை வரவேற்க, பிரம்மாண்டமான பல வண்ண ரங்கோலிக் கோலங்கள் வரையப்பட்டன. மதில்சுவற்றிலிருந்த அனைத்துக் கூர்முனைகளையும் எடுத்துவிடவேண்டும் என்ற கனகாலாவின் அவாவை, பாதுகாப்புக் கருதி பர்வதேஸ்வரர் நிறைவேற்ற மறுத்துவிட்டார்.

சாம்ராஜ்யத்தின் மிக உயர்ந்த குடும்பங்கள் பலவற்றுக்குத் திருமண அழைப்பு விடுக்கப்பட்டிருந்தது. உயர்மட்டத்தைச் சேர்ந்த ஆளுநர்களிலிருந்து விஞ்ஞானிகள் வரை; சேனாதிபதிகளிலிருந்து ஓவியர்கள்வரை, ஏன் சந்நியாஸிகள்கூட, இந்த வைபவத்தில் கலந்துகொள்ள தேவகிரி வந்து குழுமினர். மெஸப்பொட்டேமியா மற்றும் எகிப்து நாட்டின் தூதர்களுக்குக்கூட, மெலூஹாவின் தலைநகரில் நடைபெறவுள்ள திருமணத்திற்கு அபூர்வ அரசாங்க அனுமதியளிக்கப்பட்டது. தன் வழி வரும் எந்த வாய்ப்பையும் இழக்க விரும்பாத ஜூலேஷ்வரர், ஆளுநர்களுக்கு அளிக்கப்படும் சலுகைகளைத் திறமையாகப் பயன்படுத்திக்கொண்டு, சில பல வர்த்தக மான்யங்களைப் பெற வழிசெய்துகொண்டார். மந்தர மலையில் மிகக் குறைவான அரிஷ்டநேமிகளைக் காவல் புரியவிட்டு, தன்

பரிவாரம் சகிதம் ப்ரஹஸ்பதியும் வந்து சேர்ந்திருந்தார். மலையில் ஆராய்ச்சிகள் ஏழு நாட்களுக்கு முழுவதுமாய் நிறுத்தப்பட்டது, வரலாற்றில் இதுவே முதல் முறை!

இந்திரன் மற்றும் அக்னி பகவானின் அருள் கோரி முதலிரண்டு நாட்கள் பூஜைகள் நடத்தப்பட்டன. இந்தியாவின் முழுமுதற்கடவுளரான இவர்களின் ஆசியின்றி, எந்தச் சுப காரியமும் தொடங்கப்படுவதில்லை; அப்படியிருக்க, ஆயிரம் ஆண்டுகளில் மிகக் கோலாகலமான திருமணம் விதிவிலக்காகுமா?

இந்தப் பூஜையோ, அவர்களது வீரசொரூபத்தை வழிபடும் விதத்தில் அமைந்திருந்ததற்கான காரண காரியங்களை தக்ஷர் மிகுந்த ஆவலுடன் விளக்கினார். இப்போது மெலூஹர்கள் ஆடிப்பாடிக் கொண்டாடுவது, நீலகண்டருக்கும் அவர்களது இளவரசிக்குமான திருமணத்தை மட்டுமல்ல; கூஞ்சில் முறியடிக்கப்பட்ட தீவிரவாதத் தாக்குதலுக்கும் சேர்த்துத்தான். அவரைப் பொறுத்தவரை, கூஞ்ச் வெற்றி, ஸ்வத்வீபத்தின் ஆழத்தில் எதிரொலித்து, சந்திரவம்சிகளை ஆட்டிப்படைக்கத் தொடங்கியிருக்கும். சூர்யவம்சிகளின் பழிவாங்கும் படலம் இத்துடன் ஆரம்பம்!

பூஜையைத் தொடர்ந்து, சிவன் மற்றும் சதியைப் பிணைத்த திருமணச் சடங்குகள் நடந்தேறின. இதன் பிறகும் கொண்டாட்டங்கள் ஓரளவு தொடர்ந்தாலும், அவற்றிலிருந்து விலக அனுமதி பெற்ற சிவன், சதியையும் ஏறக்குறைய இழுத்துக்கொண்டு வெளியேறினார்.

''ஷப்பா, புனித ஏரியே!'' அவர்களது தனியறைக்குள் வந்து கதவை இழுத்து சாத்தினார். ''முதல் நாளே இப்படி! மத்த எல்லா நாளும் இப்படித்தானா?''

''உங்களுக்கென்ன?'' சதி கேலி செய்தாள். ''நீங்கதான் எப்ப வேணா, இஷ்டப்படி வெளிநடப்பு செய்யறீங்களே?''

''இந்த உருப்படாத சடங்கப்பத்தியெல்லாம் எனக்கென்ன அக்கற?'' தலையில் கட்டியிருந்த திருமணத் தலைப்பாகையைப் பிய்த்து ஒரு மூலையில் எறிந்தார். பிறகு, சதியை உற்றுப் பார்த்தார். மூச்சில் கனமேற, மெல்ல அவளை நோக்கி முன்னேறினார்.

''அதானே,'' சதியின் குரலில் நாடகத்தனம் மிகுந்திருந்தது. ''எது முக்கியமங்கிறதையெல்லாம் நீலகண்டர்தான் முடிவு செய்வார். நீலகண்டர் நெனைச்சா, எத வேணும்னாலும் செய்யலாம்.''

''கண்டிப்பா செய்யலாம்!''

குறும்பு கொப்பளிக்கும் சிரிப்புடன், சதி படுக்கையின் மறுபக்கம் ஓடினாள். அவளை நோக்கிப் பாய்ந்த சிவன், அங்கவஸ்திரத்தை ஒரே வீச்சில் கழற்றியெறிந்தார்.

''கண்டிப்பா செய்யலாம் ...''

''நான் சொல்லச் சொன்னதையெல்லாம் நினைவில் வைத்துக்கொள்,'' நந்தி வீரபத்ராவின் காதில் கிசுகிசுத்தார். ''கவலை வேண்டாம். பெருமான் நிச்சயம் அனுமதியளிப்பார்.''

சதி மெல்லத் தொட்டு எழுப்ப, ''என்னது...'' என்ற அரைகுறையான குழறலுடன் தூக்கத்திலிருந்து சிவன் விழித்தார்.

''எழுந்திருங்க, சிவா,'' என்றாள் சதி மென்மையான குரலில். அலையலையாய் அவள் கூந்தல் அவர் முகத்தில் படர, ஏக்கமும் கெஞ்சலுமாய் அவர் பார்வையைப் புரிந்துகொண்டாள். ''ம்ஹும், ஜாக்கிரதை. வெளிய, கதவுகிட்ட நந்தி, வீரபத்ரா, க்ருத்திகா எல்லாரும் காத்துக்கிட்டிருக்காங்க. முக்கியமா என்னவோ சொல்லணுமாம்.''

''ஹ்ம்ம்?'' அடிக்குரலில் உறுமியவாறு கதவருகில் சென்ற சிவன், அணிவகுத்து நின்ற மூவரையும் முறைத்தார். ''என்ன விஷயம், நந்தி? இந்த வேளைல தொந்தரவு பண்ண அழகா யாரும் அம்புடலையா? நான்தான் கெடச்சேனோ?''

''உங்களைப் போல் இங்கு யாரும் இல்லை, பெருமானே,'' நந்தி தாழக் குனிந்து, மிக்க பணிவுடன் வணக்கம் செலுத்தினார்.

''நந்தி, இப்படியே போனீங்கன்னா, வாழ்நாள்ள உங்களுக்குக் கல்யாணமே ஆகப்போறதில்ல,'' சிவன் கிண்டலடித்தார்.

எல்லோரும் ஆரவாரத்துடன் சிரித்தாலும், வந்த காரியம் குறித்து க்ருத்திகா என்னவோ கவலையாகத்தான் தோன்றினாள்.

''சரி - என்ன விஷயமாத்தான் என்னப் பாக்க வந்தீங்க?'' என்றார் சிவன்.

நந்தி சற்று சுரத்தாகவே வீரபத்ராவை இடிக்க, சிவன் அவனை ஏற இறங்க உற்று நோக்கினார்.

''ஏண்டா, பத்ரா - என்கிட்ட பேச ஏன் உனக்கு இவ்வளவு

தொண தேவப்படுது?''

''சிவா, வந்து...'' பத்ரா பதற்றத்துடன் முணுமுணுத்தான்.

''சொல்லு.''

''அது வந்து, எப்புடின்னா...''

''எது வந்து எப்படி?''

''அதாவது, நீ இப்ப பாத்தீன்னா...''

''பத்ராவத்தான் இப்ப பாத்துக்கிட்டிருக்கேன்.''

''அவரே பயந்து நடுங்கிக்கிட்டிருக்கார், சிவா. நீங்க வேற மோசமாக்காதீங்க,'' இடைபுகுந்த சதி, வீரபத்ராவைப் பார்த்துத் தொடர்ந்தாள். ''தைரியமா பேசுங்க, பத்ரா. நீங்க எந்தத் தப்பும் செய்யல.''

''சிவா ...'' என்று கலவரத்துடன் கிசுகிசுத்த வீரபத்ராவின் முகம் தக்காளிப்பழம் போல் சிவந்திருந்தது. ''உன் அனுமதி வேணும்.''

''குடுத்தாச்சு,'' சிவன் முகத்தில் புன்னகை பரவியது. ''அது எதுக்கா இருந்தாலும் சரிதான்.''

''வந்து, கல்யாணம் பண்ணிக்கலாம்னு இருக்கேன்.''

''பிரமாதம், போ!'' என்றார் சிவன். ''இன்னும் ஒண்ணே ஒண்ணுதான் பாக்கி. உன்னக் கல்யாணம் பண்ணிக்க ஒரு குருட்டுப் பொண்ணை சம்மதிக்க வெக்கணும்!''

''சிவா...'' சதி செல்லமாக சிடுசிடுத்தாள்.

''அதெல்லாம் ஏற்கனவே கண்டுபிடிச்சிட்டேன்,'' மொத்தமாக தைரியத்தை இழப்பதற்குள் வீரபத்ரா முந்திக்கொண்டான். ''அவ ஒண்ணும் குருடும் இல்ல.''

''இல்லியா?'' அதிசயத்துடன் வினவிய சிவனின் புருவங்கள் கிண்டலில் ஏகத்துக்கு மேலேறின. ''உன்னை மாதிரி, தன் கல்யாணத்துக்கு அடுத்தவன்கிட்ட அனுமதி கேக்கறவனை ஏழேழு ஜென்மத்துக்கும் கட்டிக்கிட்டு அழற அளவு கூறுகெட்டவ ஒருத்தி நெஜமாவே கெடைச்சாச்சா?''

கூச்சம், வருத்தம், அறியாமை என்று கலந்துகட்டியாக உணர்ச்சிகள் முகத்தில் போட்டியிட, வீரபத்ரா சிவனைப் பார்த்து விழித்தான்.

''முன்னாடியே சொல்லியிருக்கேன், பத்ரா,'' என்றார் சிவன். ''நம்ம ஜனங்ககிட்ட எனக்குப் பிடிக்காத பழக்கவழக்கங்கள் எத்தனையோ இருக்கு. முக்கியமா, யார் கல்யாணம் பண்ணிக்க முடிவெடுத்தாலும் அவன்

கட்டிக்கப்போறவளைத் தலைவன் பார்த்து சம்மதம் சொல்லணும்கிறது ரொம்ப அதிகம். சின்ன வயசுல இதை நாம் எப்படிக் கிண்டலடிச்சுருக்கோம், ஞாபகம் இல்ல?''

சிவனை ஒரு முறை நிமிர்ந்து பார்த்த வீரபத்ரா, இன்னமும் சமாதானமாகாமல், சட்டென்று தலை தாழ்த்திக்கொண்டான்.

''சரியாப் போச்சு போ! அவளோட நீ சந்தோஷமா வாழ்ந்தா, அதுவே எனக்கு சந்தோஷம்,'' சிவன் பொறுமையிழந்தார். ''அனுமதி குடுத்தாச்சு.''

அதிர்ச்சி கலந்த சந்தோஷத்துடன் சிவனை நிமிர்ந்து பார்த்த வீரபத்ராவை நந்தி மீண்டும் இடித்தார். நீண்ட நேரமாய் மூச்சை இழுத்துப்பிடித்து நின்றிருந்த க்ருத்திகா, ஒரு வழியாக வீரபத்ராவைப் பார்த்து நெடிய நிம்மதிப் பெருமூச்சுவிட்டாள். சதியைத் திரும்பிப் பார்த்து, நன்றி, என்று வாயசைத்தாள்.

அவளை நோக்கி முன்னேறிய சிவன், ஆரத் தழுவிக்கொண்டார். சூர்யவம்சிக் கோட்பாடுகளில் முழுதும் ஊறிப்போன க்ருத்திகா, அன்பின் இந்த வெளிப்பாட்டை சற்றும் எதிர்பாராமல் ஒரு நொடி தயங்கினாலும், நீலகண்டரின் அன்புக்குக் கட்டுப்பட்டு, அவரை அணைத்துக்கொண்டாள்.

''எங்க குலத்திற்கு நல்வரவு,'' சிவன் கிசுகிசுத்தார். ''கொஞ்சம் பித்துக்குளித்தனமா நடந்துக்கிட்டாலும், அடிப்படைல நாங்க நல்லவங்கதான்.''

''உனக்கெப்படித் தெரியும்?'' வீரபத்ரா கேட்டான். ''அவளைக் காதலிக்கறேன்னு நான் உன்கிட்ட சொல்ல வேயில்லியே?''

''நான் ஒண்ணும் குருடில்லையே?' சிவன் சிரித்தார்.

''நன்றி,'' க்ருத்திகா சிவனைப் பார்த்தாள். ''என்னை ஏத்துக்கிட்டதுக்கு.''

''நன்றி சொல்ல வேண்டியது நான்,'' சிவன் ஓரடி பின்னால் நகர்ந்தார். ''பத்ராவைப் பத்தி எனக்குக் கொஞ்சம் கவலை உண்டு. நல்லவன்; நம்பகமானவன். என்ன, பெண்கள் விஷயத்துல கொஞ்சம் அப்பாவி. கல்யாண வாழ்க்கை இவனுக்கு எப்படி ஒத்துவரும்னு கவலப்பட்டேன். இனிமே அதுவும் தேவை இல்ல.''

''நானும் ஒண்ணு சொல்லிக்க விரும்பறேன்,'' என்றாள் க்ருத்திகா. ''நீலகண்டர் புராணத்துலயெல்லாம் நான் நம்பிக்கை வெச்சதேயில்ல. ஆனா - எங்க இளவரசிய மாத்தின மாதிரி உங்களால மெலூஹாவையும் மாத்த முடிஞ்ச

துன்னா - உங்களை மகாதேவர்னே கொண்டாடலாம்!''

''அதுல எனக்கு விருப்பமில்ல, க்ருத்திகா. சதி மேல நான் வெச்சுருக்கிற அன்பு எனக்கு மெலூஹா மேலயும் உண்டு. என்னால் முடிஞ்சதையெல்லாம் இந்த நாட்டுக்கு நான் செய்வேன்.'' வீரபத்ராவை நோக்கித் திரும்பினார். ''வாடா, முண்டம்!''

முன்னே வந்த வீரபத்ரா, சிவனை கட்டியணைத்துக் கொண்டான். ''நன்றி,'' என்று கிசுகிசுத்தான்.

''பைத்தியம் மாதிரி உளறாதே,'' சிவன் புன்னகை புரிந்தார். ''எதுக்குடா நன்றியெல்லாம்?''

வீரபத்ராவின் புன்னகை விரிந்தது.

''இதையும் கேட்டுக்க,'' சிவன் போலியாகச் சீறினார். ''அடுத்த முறை நாம புகைக்குழாயோட உக்காந்திருக்கும் போது, ஒருத்தியக் காதலிக்கிறேன்னு உன் நண்பன்கிட்ட மூச்சுகூட விடாம இத்தன நாள் எப்படிக் கடத்தினேன்னு என்கிட்ட சொல்லியாகணும்!''

எல்லோரும் வாய் விட்டு சிரித்தனர்.

''நல்ல மரியுவானா ஒரு கத்தை கொண்டுவரேன்,'' வீரபத்ரா சிரித்தான். ''பரவாயில்லியா?''

''யோசிச்சு சொல்றேன்!''

— ☩ ☉ ⛎ ✦ ✪ —

சதியையே வைத்த கண் வாங்காது பார்த்தாள் ஆயுர்வதி. ''கொஞ்சம் களைப்பாயிருக்கிறாற்போல் தோன்றவில்லை?''

சடங்குகள் கிரமப்படி நடந்தேறிக்கொண்டிருந்த பூஜை மேடையில், மாப்பிள்ளை மற்றும் மாமனாருக்கு மட்டுமான சடங்கு ஒன்று துவங்க, அதில் பங்குபெறத் தேவையில்லாத சதியும் வீரிணியும், எழுந்து, விலகி வந்தனர். அடுத்த சில நிமிடங்களில் தொடங்க இருக்கும் பூஜைக்கென பண்டிதர்கள் ஆவன செய்துகொண்டிருந்தனர்.

''ஆறு நாட்களாகத் தொடர்ந்து பூஜையும் கொண்டாட்டமும்தானே?'' என்றாள் கனகாலா. ''இராஜ திருமணங்களில் இவை வழக்கம்தான். களைப்பாய்த்தானே இருக்கும்? அதில் ஒன்றும் அதிசயமில்லை.''

''அட, அலுப்பும் களைப்பும் ஆறு நாள் பூஜைகளால் என்று சொல்ல மாட்டேன்,'' குறுக்கே புகுந்தார் ப்ரஹஸ்பதி.

''அது ஏன் அப்படி?'' என்றாள் கனகாலா.

''அப்படித்தான்,'' ப்ரஹஸ்பதியின் முகத்தில் விஷமம் தாண்டவமாடியது. ''களைப்பு ***ஆறு பகல்*** பூஜையினால் அல்ல. ***ஐந்து இரவுகளால்.***''

''என்ன?'' விருட்டென்று கேட்ட ஆயுர்வதியின் முகம், அவர் சொன்னதன் அர்த்தம் புரிய, குப்பென்று சிவந்தது.

வகைதொகையற்ற இந்தப் பேச்சு, கனகாலாவின் அருகில் அமர்ந்திருந்த பர்வதேஸ்வரரின் காதில் விழ, ப்ரஹஸ்பதியை முறைத்தார். பெண்கள் 'களுக்'கென்று சிரிக்க, விஞ்ஞானியோ தொடைதட்டி ஆரவாரித்து மகிழ்ந்தார். சத்தம் கேட்டு எரிச்சலுடன் திரும்பிய குட்டிப் பண்டிதன் ஒருவன், பின்னால் அணியாய் அமர்ந்திருந்த பிராமணர்களின் அந்தஸ்த்தைக் கண்டவுடன், கோபத்தை விழுங்கிக்கொண்டு காரியத்தில் கவனம் செலுத்தினான்.

இந்தக் கட்டுப்பாடுகள் ஏதும் பர்வதேஸ்வரருக்கு இல்லை. ''இந்த மாதிரிப் பேச்சையெல்லாம் கேட்கவேண்டும் என்று என் தலையில் ஏன் எழுதியிருக்கிறதோ!'' சட்டென்று எழுந்து கூட்டத்தின் பின்புறம் சென்றார்.

கனகாலாவும் ஆயுர்வதியுமே இதற்கு சிரித்துவிட்டனர். முக்கிய பண்டிதர் ஒருவர், சடங்கு தொடங்கப்போவதாக சைகை செய்ய, சட்டென்று அமைதியடைந்தனர்.

பண்டிதர்கள் மீண்டும் ஸ்லோகங்களைச் சொல்லத் துவங்க, இடையிடையே, ''ஸ்வாஹா'' என்றவாறு, சிவனும் தக்ஷரும் நெய்யை யாக குண்டத்தில் வார்த்தனர்.

இரு ஸ்வாஹாக்களுக்கிடையில், பேசவும் நிறைய சந்தர்ப்பங்கள் வாய்த்தன. அப்படி அவர்கள் அளவளாவியது, சதி - சதி பற்றி மட்டுமே. பேச்சையும் முகபாவத்தையும் வெளியார் எவரேனும் கவனித்திருந்தால், சதியின் மீது யாருக்கு அன்பு அதிகம் என்பதை அறுதியிட்டிருக்க முடியாது. அவ்வப்போது பண்டிதர் ஸ்லோக உச்சாடனத்தை நிறுத்த, இன்னொரு 'ஸ்வாஹா'வுடன் சிவனும் தக்ஷரும் அக்னிக்கு நெய் வார்த்தனர். சிறிது நெய் தக்ஷரின் மீது தெறித்துவிட, அதைத் துடைக்க சிவன் உடனடியாகப் பக்கத்திலிருந்த துணியை எடுத்தார். தக்ஷரின் கரத்தில் இருந்த வகுப்புக் கங்கணத்தைக் கண்டவர், அதில் பொறித்திருந்த விலங்கைப் பார்த்து ஒரு கணம் ஸ்தம்பித்தார். ஆயினும், அது குறித்து பேச இது சந்தர்ப்பமில்லை; மௌனம் காத்தார். அவரது பார்வை சென்ற திக்கைக் கவனித்த தக்ஷருக்கு விஷயம் புரிந்துவிட்டது.

மெலுஹாவின் அமரர்கள்

"இது என் தேர்வல்ல. எனக்காக, என் தந்தை செய்தது," வாஞ்சையான புன்னகையுடன் தக்ஷர், கைகளில் படர்ந்திருந்த நெய்யைத் துடைத்துக்கொண்டார். குரலில் இம்மியும் தர்மசங்கடம் இல்லையென்றாலும் - உற்றுப் பார்த்தால் கண்களில் தெரிவது என்ன, எதிர்ப்பின் எதிரொலியா?

"அப்படியெல்லாம் இல்ல, சக்ரவர்த்தி," சிவன் கூச்சத்துடன் முணுமுணுத்தார். "வேணும்னு பாக்கலை. மன்னிச்சுருங்க."

"இதற்கு நீங்கள் மன்னிப்புக் கோருவானேன், பிரபு?" என்றார் தக்ஷர். "இதுதான் என் வகுப்பு. எல்லோரும் பார்த்து, இன்னார் என்று என்னை அறிந்துகொள்ளத்தான் கங்கணமாகக் கையில் கட்டியிருக்கிறேன்."

"ஆனா, உங்களுக்கும், நீங்க போட்ருக்குற வகுப்போட விலங்குக்கும் சம்பந்தமில்ல, அரசே," என்றார் சிவன். "அதுல இருக்குறதைவிட நீங்க எவ்வளவோ உயர்ந்தவர்."

"ஆம்," தக்ஷர் புன்னகைத்தார். "கிழவனுக்கு என் பலத்தைக் காட்டிவிட்டேன், இல்லையா? நீலகண்டர் வருகை புரிந்தது என் ஆட்சிக்காலத்தில்தானே? அவருடையதில் அல்லவே? தீவிரவாதிகள் முறியடிக்கப்பட்டது என் ஆட்சியில்; அவராட்சியில் அல்ல. அவரது ஆட்சியில் சந்திரவம்சிகளுக்குப் பாடம் புகட்டப்படவில்லை. என் ஆட்சியில் அதுவும் நடக்கும்."

சற்று ஜாக்கிரதையாகவே சிவன் புன்னகைத்தார். அந்தப் பேச்சில் ஏதோ ஒன்று, மனதின் அடிவாரத்தில் நமநமத்தது. தக்ஷரின் கைகளில் கட்டியிருந்த கங்கணத்தில் பொறித்திருந்த விலங்கை இன்னொரு முறை பார்த்தார். ஆடு. மிகத் தாழ்ந்த க்ஷத்ரியர் குலம். சிலர் அதை க்ஷத்ரிய வகுப்பு என்றுகூட ஒப்புக்கொள்ளாத அளவு கீழானது. பண்டிதர் அப்போது பேச, அக்னி குண்டத்தை நோக்கித் திரும்பினார். கொஞ்சம் நெய்யை எடுத்து, நெருப்பில் வார்த்தார். "ஸ்வாஹா."

— ☨ ⦿ ⋃ ⚘ ⊕ —

பிரம்மநாயகச் சக்ரவர்த்திக்கும், அவரது மகன் தக்ஷருக்கும் இடையேயான உறவைப்பற்றி, இரவு, தங்கள் அறையின் தனிமையில், மெல்லச் சதியிடம் பேச்சுக் கொடுக்க வேண்டுமென்பது சிவனின் எண்ணம். என்ன காரணமோ, தெரியவில்லை - இந்த விஷயத்தில் தான் ஜாக்கிரதையாக அடியெடுத்து வைப்பது உத்தமம் என்று உள்ளுணர்வு எச்சரித்தது.

அமீஷ்

"உங்கப்பாவுக்கும் பிரம்மநாயகப் பிரபுவுக்கும் நடுவுல உறவெல்லாம் எப்படி?"

சிவனின் கூந்தலுடன் விளையாடிக்கொண்டிருந்த சதியின் விரல்கள் நின்றன. மூச்சை இழுத்துவிட்டாள். "அப்பப்ப கொஞ்சம் இழுபறியாத்தான் இருந்தது. ரெண்டு பேரும் ரெண்டு விதம். ஆனா, ப்ருகு பிரபு ..."

யாரோ கதவைத் தட்ட, பேச்சு நின்றது.

"என்ன விஷயம்?" சிவன் உறுமினார்.

"பெருமானே," வாயில் காப்போன் தமன், மிடறு விழுங்கினான். "பிரதம விஞ்ஞானி ப்ரஹஸ்பதிஜி உங்களைச் சந்திக்க விரும்புகிறார். இன்றே சந்திக்க வேண்டுமாம்."

ப்ரஹஸ்பதியைச் சந்திப்பதில் சிவனுக்கு என்றுமே விருப்பம்தான் என்றாலும், தமனுக்குப் பதில் கூறுமுன், சதியை நோக்கி புருவத்தை உயர்த்தினார். ப்ரஹஸ்பதியுடனான தன் நட்பின் மீது சிவன் வைத்திருந்த மரியாதையை நன்கு அறிந்திருந்த சதி, புன்னகையுடன் தலையசைத்தாள்.

"உள்ளே வரச்சொல், தமன்."

"ஆக்ஞை, பிரபு."

"நண்பரே," என்றார் ப்ரஹஸ்பதி. "இந்த நேரத்தில் தொந்தரவு செய்வதற்கு மன்னிக்க வேண்டும்."

"என்கிட்ட எப்பவும், எதுக்காகவும் நீங்க மன்னிப்புக் கேட்கத் தேவையில்லை," என்றார் சிவன்.

"நமஸ்தே, ப்ரஹஸ்பதிஜி," சதி, பிரதம விஞ்ஞானியின் பாதங்களைத் தொட்டு வணங்கினாள்.

"*அகண்ட சௌபாக்யவதி பவ,*" ப்ரஹஸ்பதி ஆசிர்வதித்தார். *மனதிற்கிசைந்த கணவன் எப்போதும் உன் அருகிலேயே இருக்கும் பேற்றை அடைவாயாக.*

"சரி," சிவன் ப்ரஹஸ்பதியைப் பார்த்தார். "இவ்வளவு நேரம் கழிச்சு, தூக்கத்தைக் கெடுத்துக்கிட்டு வர்ற அளவுக்கு என்ன ஆச்சு?"

"முன்னமேயே வந்திருக்கலாம். ஆனால், அப்போது பேச சந்தர்ப்பம் வாய்க்கவில்லை."

"ஆமா," சிவன் சதியைப் பார்த்து புன்னகைத்தார். "ஒவ்வொரு நாளும் ஒண்ணு மாத்தி ஒண்ணு என்னென்னவோ சடங்கு, சம்பிரதாயம்."

"ஆம்," ப்ரஹஸ்பதி தலையசைத்து ஆமோதித்தார்.

''சூர்யவம்சிகளுக்கு எப்போதும் சடங்குகளின் மீது அளவற்ற பிரியம்! அது எப்படியிருந்தாலும், நாளைக் காலை நான் மந்தர மலை கிளம்ப வேண்டியிருப்பதால், உங்களை இப்போது சந்திக்க வேண்டியது அவசியமாகிறது.''

''என்ன?'' சிவன் அதிசயத்துடன் நிமிர்ந்தார். ''ஆறு நாள் சமாளிச்சிட்டீங்க. இன்னும் ஒரு நாள் இருக்க முடியாதா?''

''இருக்க வேண்டும் என்று எனக்கும் ஆசை தான்,'' மன்னிப்புக்கோரும் பாவனையில் ப்ரஹஸ்பதி கண்களைச் சுருக்கினார். ''ஆனால், ஏற்கனவே திட்டமிட்ட ஆய்வொன்று துவங்க இருக்கிறது. ஏற்பாடுகள் அனைத்தும் பல மாதங்களாய் நடைபெற்று வருகின்றன. தேவையான மெஸப்பொட்டேமிய இரசாயனப்பொருட்கள் அனைத்தும் தயார். குறைவான நீருடன் சோமரஸத்தின் ஸ்திரத்தன்மையைச் சோதிக்கப்போகிறோம். ஆய்வு சரியாகத் தொடங்குகின்றதா என்று நான் நேரில் சென்று மேற்பார்வையிட வேண்டும். என் சக விஞ்ஞானிகள் உங்களுக்குத் துணையிருப்பார்கள்!''

''அதானே,'' என்றார் சிவன் நக்கலாக. ''எல்லாத்தையும் அவங்க அலசி ஆராயறதைப் பாத்து ரசிக்கிறதுதானே என் பிறவிப்பயன்.''

ப்ரஹஸ்பதி சிரித்தார். ''கிளம்பும் தருணம் வந்துவிட்டது, சிவா. மன்னிக்க வேண்டும்.''

''இதுக்கு எதுக்கு மன்னிப்பெல்லாம்?'' சிவன் மென்னகை புரிந்தார். ''வாழ்க்கைப் பாதை வேணா நீளமா இருக்கலாம்; மந்தர மலைக்கு போற பாதை சின்னதுதான். என்னை அவ்வளவு சீக்கிரத்துல நீங்க கழட்டிவிட முடியாது.''

உடன்பிறந்தவனைப் போல் தான் எண்ணத்துவங்கிவிட்ட சிவனைப் பார்த்த ப்ரஹஸ்பதியின் கண்களில், பாசம் பொங்கியது. ஓரடி முன்னே வந்து, சிவனை இறுக்க அணைத்துக்கொண்டார். சிவன் சற்று திடுக்கிட்டார். இன்றென்ன, நிலைமை தலைகீழாய் இருக்கிறதே? வழக்கமாய், அணைத்துகொள்வது சிவனாகவும், சற்றுத் தயக்கத்துடன் அதை ஏற்பது ப்ரஹஸ்பதியாகவும் இருக்கும்.

''நீரே என் சகோதரர்,'' ப்ரஹஸ்பதி முணுமுணுத்தார்.

''எனக்கும்தான்,'' என்றார் சிவன்.

லேசாகப் பின்வாங்கினாலும், ப்ரஹஸ்பதி, சிவனின் கைகளை விடவில்லை. ''உங்களுக்காக நான் எங்கும் செல்வேன். பாதாளலோகத்திற்குக் கூட.''

"உங்கள அங்கெல்லாம் நான் கண்டிப்பா கூட்டிக்கிட்டு போறதா இல்ல," தானே பாதாள லோகம் செல்லும் எண்ணம் துளியும் இல்லாத சிவன், சிரித்தார்.

ப்ரஹஸ்பதி மென்மையாகப் புன்னகைத்தார். "விரைவில் உங்களைச் சந்திப்பேன், சிவா."

"அதுல சந்தேகமேயில்ல."

சதியிடம் திரும்பினார் ப்ரஹஸ்பதி. "நீ அடையத்தகுந்த வாழ்வு உனக்குக் கிடைத்ததில் எனக்கு மிக்க மகிழ்ச்சி, அம்மா. நீண்ட நாள், சிறப்பாக வாழவேண்டும்."

"நன்றி, ப்ரஹஸ்பதிஜி."

20

மந்தர மலைத் தாக்குதல்

"எப்படியிருக்கிறாய், நண்பா?"

"என்ன எழவு-! இங்க என்ன பண்ணிக் கிட்டிருக்கேன், நான்?" திடுக்கிட்டார் சிவன்.

மேருவில் இருந்த பிரம்மா கோயிலில் தான் அமர்ந்திருப்பதை சிவன் உணர்ந்தார். பலமாதங்களுக்கு முன், அங்கே தான் சந்தித்த பண்டிதர், இப்போது அவர் முன் உட்கார்ந்திருந்தார்.

"இங்கே என்னை அழைத்ததே நீதான்," பண்டிதர் முகத்தில் புன்னகை மலர்ந்தது.

"என்னது? எப்போ, எப்புடி இங்க வந்து சேர்ந்தேன்?" சிவனுக்கு அதிசயம் தாங்கவில்லை.

"நீ உறங்கியவுடன்," என்றார் பண்டிதர். "இப்போது கனவு கண்டுகொண்டிருக்கிறாய்."

"நாசமாப் போச்சு!"

பண்டிதர் புருவத்தைச் சுருக்கினார். "எப்போதும், எல்லாவற்றுக்கும் அபசகுனமாகவே பேசுகிறாயே, ஏன்?"

"சமய சந்தர்ப்பத்துக்கு ஏத்த மாதிரி சபிக்கிறேன்," சிவன்

சிரித்தார். ''அதுல என்ன பெரிய தப்பு?''

''என்னைக் கேட்டால், உன் நாகரீகக் குறைவையே அது குறிக்கின்றது. உன்னையே ஒரு மாற்று குறைத்துக் காட்டுகிறது என்பது என் எண்ணம்.''

''சேச்சே. நான் என்ன நெனக்கறேன் தெரியுமா? அது பயங்கரத் தன்னம்பிக்கையை, மனசுல நெனைச்சதை வாயால சொல்ல முடியிற தைரியத்தைக் காட்டுது. என் குணத்தையே தூக்கி நிறுத்துது.''

'ஓ'வென்று சிரித்த பண்டிதர், தலையாட்டி மறுத்தார்.

''அது எப்படியோ போவட்டும்,'' என்றார் சிவன். ''வந்ததுதான் வந்தீங்க; உங்களுக்கெல்லாம் என்ன பேருன்னாவது சொல்லுங்க. அடுத்த முறை உங்கள்ள ஒருத்தரைப் பாக்கும்போது சொல்றேன்னாங்களே?''

''எங்களில் ஒருவரை இப்போது நீ சந்திக்கவே இல்லையே? இது வெறும் கனவல்லவா? உனக்கு ஏற்கனவே தெரிந்த விஷயத்தை மட்டும்தான் சொல்ல முடியும்,'' பண்டிதர் மர்மமாகப் புன்னகைத்தார். ''அல்லது, உன் மனதின் அடிவாரத்தில் பதுங்கியிருக்கும் எண்ணத்தை - நீ இன்னமும் கவனம் செலுத்த விரும்பாத ஒன்றை - வெளிச்சம் போட்டுக் காட்ட முடியும்.''

''அதானா விஷயம்? எனக்கு ஏற்கனவே தெரிஞ்சதை மறுபடி கண்டுபிடிச்சு எனக்கே சொல்லப்போறீங்க.''

''அதேதான்,'' பண்டிதரின் மர்மப் புன்னகை மேலும் விரிந்தது.

''ரொம்ப சரி. எந்த விஷயத்தப் பத்தி இப்ப நாம விஸ்தாரமா அலசப்போறோம்?''

அலங்காரமாய் செதுக்கப்பட்டிருந்த கோயில் தூண்கள் வழியே தெரிந்த மரக்கூட்டத்தைச் சுட்டிக் காட்டினார் பண்டிதர். ''அந்த இலையின் நிறம் பற்றித்தான்.''

''எலையோட நிறமா?''

''ஆம்.''

''புனித ஏரியே!'' சிவன் புருவத்தை ஏகமாய்ச் சுருக்கினார். ''எலையோட நெறம்தான் இப்ப ரொம்ப ரொம்ப முக்கியமோ?''

''ஞானம் என்னும் இலக்கை நோக்கி நாம் பயணிக்கும்போது, நல்ல விவாதங்கள், பல சமயம் மிகுந்த திருப்தியளிக்கின்றன,'' என்றார் பண்டிதர். ''அதை விட

முக்கியம் - அடையும் ஞானத்தின் ஆழத்தையும், அதன் உட்குறிப்பையும் மிக நன்கு புரிந்துகொள்ள உதவுகின்றன.''

''உள்ளு ... குறிப்பா?''

''ஆம். ஞானத்திற்கென்று இடம், பொருள், காரண காரியம் அனைத்தும் உண்டு. புரிந்துகொள்ள வேண்டிய வழிமுறைகளும் உள்ளன. ஞானம் உனக்குக் கிடைத்தாலும், பின்புலம் அறியாமல், அது சொல்ல வருவதை உணர்வது கடினம்.''

''எலையோட நெறத்தைப் பத்திப் பேசினா, இதையெல்லாம் நான் புரிஞ்சிக்கலாங்கறீங்க.''

''ஆம்.''

''புனித ஏரியே,'' சிவன் முனகினார். ''அப்ப பேசுவோம், வாங்க.''

''சொல்.'' பண்டிதர் சிரித்தார். ''அந்த இலையின் நிறம் என்ன?''

''நிறமா? பச்சை.''

''அப்படியா?''

''இல்லியா?''

''உனக்கு ஏன் அது பச்சை நிறமாய் தோன்றுகிறது?''

''ஏன்னா,'' சிவனுக்குச் சிரிப்பு வந்தது. ''பச்சையா இருக்கறதால.''

''நான் கேட்டது அதுவல்ல. நம் கண்கள் எப்படிப் பார்க்கின்றன என்பது பற்றி ப்ரஹஸ்பதியின் விஞ்ஞானி ஒருவருடன் நீ பேசிக்கொண்டிருக்கவில்லை?''

''ஓ, ஆமால்ல?'' சிவன் நெற்றியில் அறைந்துகொண்டார். ''ஒரு பொருள் மேல வெளிச்சம் விழுது. அது பட்டுத் தெறிச்சு, நம் பார்வையில படறபோது, கண் அந்த பொருளைப் பாக்குது.''

''அதுவேதான்! இன்னொரு விஞ்ஞானியிடம், சாதாரண, வெண்ணிற சூரிய வெளிச்சத்தின் குணாதிசயம் பற்றியும் விவாதித்துக்கொண்டிருந்தாய்.''

''ஆமா. ஏழு வெவ்வேற வர்ணங்களோட கலவைதான் வெள்ளை நிறம். அதனாலதான் வானவில்லும் ஏழு நெறத்துல இருக்கு. மழைத்துளி மேல சூரிய வெளிச்சம் பட்டுச் செதறுதில்ல?''

''மிகச் சரி. இந்த இரு கேள்விகளுக்கான பதிலையும்

அமீஷ்

இணைத்து, என் கேள்விக்கு இப்போது பதில் சொல். அந்த இலை ஏன் உனக்கு பச்சை வர்ணமாகத் தெரிகிறது?''

புருவம் நெறிய, சிவன் யோசிக்க முயன்றார். ''வெள்ளை நெற சூரிய வெளிச்சம் எலை மேல விழுது. எலை, அதோட குணாதிசயத்துக்குத் தகுந்த மாதிரி, கருநீலம், நீலம், மஞ்சள், சிகப்பு, செந்தூரம்னு எல்லாத்தையும் உறிஞ்சுக்குது, பச்சையை மட்டும் உறிஞ்சாததுனால, அந்த வண்ணம் என் கண்ணுல பிரதிபலிக்குது. அதனால எலை பச்சையா தெரியுது.''

''பிரமாதம்!'' பண்டிதர் முகமலர்ந்தார். ''இப்போது, இலையின் கோணத்திலிருந்து அதன் வர்ணத்தைப் பற்றி யோசி. அது எந்தெந்த நிறங்களை உள்வாங்கிக் கொள்கிறது; எவற்றைப் புறந்தள்ளுகிறது? அதன் நிறம் உண்மையில் பச்சைதானா? அல்லது - பச்சை தவிர்த்து உலகின் அத்தனை நிறங்களுமா?''

தன் எதிரே வைக்கப்பட்ட வாதத்தின் எளிமையைக் கண்டு, பிரமித்தவராய், சிவன் மௌனத்தில் ஆழ்ந்தார்.

''பல நிஜங்கள் இங்கே இருக்கின்றன; வெளிப்படையாய் நாம் காணும் எத்தனையோ விஷயங்களுக்கு, வெவ்வேறு வடிவங்கள்,'' பண்டிதர் தொடர்ந்தார். ''மறுக்க முடியாத உண்மை என்று நாம் நம்பும் ஒரு விஷயம், வேறொரு கோணத்திலிருந்து பார்த்தால், முற்றும் மாறித் தெரிய வாய்ப்பிருக்கிறது. நாம் எந்த அர்த்தத்துடன், பார்வையுடன் ஒரு விஷயத்தை அணுகுகிறோமோ - அதன்படி, நாம் காணும் உலகமும், அதன் நிஜத்தன்மையும் மாறும்.''

சிவன் மெல்ல இலையை நோக்கித் திரும்பினார். பிரகாசமான சூரிய வெளிச்சத்தில் அதன் பச்சை வர்ணம் ஜொலித்தது.

''வேறொரு நிஜத்தைக் காணும் சக்தி உன் கண்களுக்கு உண்டா?'' என்றார் பண்டிதர்.

சிவன் அந்த இலையை உற்றுப் பார்க்க, கொஞ்சம் கொஞ்சமாய் அதன் வடிவம் மாறியது. பளீரிடும் பச்சை சிறிது சிறிதாய் மங்கி, யாரோ ஓட்டை போட்டது போல் வர்ணம் வெளியேறியது. ஏறக்குறைய சாம்பல் நிறத்திற்கு வந்துவிட்டது. பிரமித்துப் போன சிவன், பார்த்தது பார்த்தபடி அமர்ந்திருக்க, சாம்பல் நிறமும் மறைந்து, இலை வர்ணமற்ற தன்மையை அடைந்தது. அதன் வடிவம் மட்டும், மெல்லிய கோடு போல் புலனாயிற்று. பலப்பல வெள்ளை மற்றும் கறுப்பு நிறக் கோடுகள் அதன் உள்ளேயும் வெளியேயும்

மெலூஹாவின் அமரர்கள்

நகர்வது போலிருந்தது. அந்தக்கோடுகள் காலங்காலமாய் நிகழ்த்தும் ஓயாத பயணத்தில், இலை வெறும் தற்காலிக நிறுத்தம் போல்தான் தோன்றியது.

சுற்றியிருக்கும் மற்ற இலைகளும் இம்மாதிரி நிறமிழந்து, வெறும் கோடுகளாய் மாறிவிட்டதை உணரச் சிவனுக்குச் சற்று நேரம் பிடித்தது. கண்களைச் சுழற்றி அவர் பார்த்தபோது, மரம் முழுதும் ஏதோ மாயாஜாலம் போல், கோட்டு வடிவமாய் உருமாறியிருக்க, வெள்ளைக் கறுப்புக் கோடுகள் மிக நளினமாக வளைந்து நெளிந்து உள்ளும் புறமும் நகர்ந்தன. தலையைத் திருப்பி, கண் முன் விரிந்த அற்புதக் காட்சியில் லயித்தார். மரங்களில் ஓடிக்கொண்டிருந்த அணிலிலிருந்து, கோயிலின் தூண்வரை, அனைத்தும், அனைத்தும் வெறும் கோட்டு வடிவமாக உருப்பெற்றிருந்தன. அதே கறுப்பு-வெள்ளைக் கோடுகள் இவற்றுக்குள்ளும் நகர்ந்தன.

இது என்ன மாயாஜாலம் என்று பண்டிதரைக் கேட்க திரும்பியபோது - ஸ்தம்பித்துப் போனார். காரணம்? பண்டிதரும் கோட்டு வடிவமாய் மாறியிருந்தார். அவர் உடலிலிருந்து - என்ன அதிசயம்! - வளைந்த வெள்ளை நிறக்கோடுகள் மட்டுமே மிக மிக வேகமாய் வெளிவந்து கொண்டிருந்தன. கறுப்புக் கோடுகளே இல்லை.

''என்னது ...''

அவரது வார்த்தைகளை, கோட்டு வடிவமாய் மாறிவிட்ட பண்டிதர் நிறுத்தினார், சிவனை நோக்கிச் சுட்டிக் காட்டினார். ''உன்னையே உற்றுப் பார், கர்மஸாதி.''

சிவன் குனிந்து பார்த்துக்கொண்டார். ''நாசமாப் போச்சு!''

அவரது உடலும், நிறமற்ற கோட்டு உருவமாய் மாறிவிட்டிருந்தது. உள்ளே ஏதும் இல்லை. ஆனால் - வளைந்த கரு நிறக்கோடுக்ள், வெள்ளம் போல் குபுகுபுவென்று அவரது உடலுக்குள் பாய்ந்துகொண்டிருந்தன. உற்றுப் பார்த்தார். அவை கோடுகளே அல்ல; மிகக் கருத்த, சிறிய அலைகள். சற்று தூரத்திலிருந்து பார்த்தால் கூட அலையென்று உணர முடியாதபடி, கோடுகள் போல் தெரிந்தன. சிவனின் உடலுக்கருகில் வெள்ளை நிற அலைகளின் நிழல் கூடப் படவில்லை. ''என்ன எழவு நடக்குது இங்க?''

''வெள்ளை நிறத்திலுள்ளவை, ஆக்க சக்தியலைகள்; கரு நிறமானவை, எதிர்மறைச் சக்தியலைகள்,'' என்றது பண்டிதரின் கோட்டுருவம். ''இரண்டும் முக்கியம்;

அவற்றிற்கிடையில் சமன்பாடு அத்தியாவசியம். தவறினால் - அண்டசராசரங்களும் செயலிழுந்து விடும்.''

புரியாமல் சிவன் அவரை நிமிர்ந்து பார்த்தார். ''என்னைச் சுத்தி ஆக்கசக்தியலை எதுவும் இல்லையே, ஏன்? உங்களச் சுத்தி எதிர்மறை அலைகள் ஏனில்ல?''

''நாம் ஒருவரையொருவர் சமன் செய்துகொள்வதால்,'' என்றார் பண்டிதர். ''ஆக்க சக்தியை அளிப்பதுதான் விஷ்ணுவின் கர்மம்.'' அவர் பேசும்போதெல்லாம், வெள்ளை அலைகள் சற்று படபடத்தன. ''எதிர்மறைச் சக்தியை உறிஞ்சிக்கொள்வதுதான் மகாதேவரின் பொறுப்பு. அவற்றைத் தேடிச் செல். மகாதேவராய், உன் பிறவிப்பயனை நீ நிறைவேற்றுவாய்.''

''நான் மகாதேவர் இல்ல. அந்தப் பதவிக்கு தகுந்த மாதிரி நான் இன்னும் எதையும் சாதிக்கலை.''

''அப்படியல்ல, நண்பா. நாம் ஆற்றும் காரியங்களால் பதவிகள் கிட்டுவதில்லை. மகாதேவர் என்ற எண்ணம் உன் மனதில் பதிந்தாலே, அரிய பெருங்காரியங்களைத் தன்னால் இயற்றும் சக்தி உனக்கு ஏற்படும். மற்றவர்கள் நினைப்பதைப் பற்றி என்ன கவலை? உன்னை மகாதேவர் என்று நீ எண்ணிக்கொள்; அதுவாக மாறிவிடுவாய்.''

சிவனின் புருவங்கள் நெறிந்தன.

''நம்பு!'' பண்டிதர் மீண்டும் சொன்னார்.

பூம்! எங்கோ, எதுவோ அதிர்ந்து, அவர்கள் அமர்ந்திருந்த இடத்தில் எதிரொலித்தது. தூரத்தில், வானம் பூமியைச் சந்திக்கும் எல்லைக்கு சிவனின் கண்கள் நகர்ந்தன.

''அது என்ன? வெடிக்கும் சப்தம்?'' என்றது பண்டிதரின் கோட்டு வடிவம்.

எங்கோ, தூரத்தில், சதியின் குரல், பிடிவாதமாய் ஒலித்தது. **''சி–வா ...''**

பூம்! இன்னொரு வெடிச் சப்தம்.

''சி–வா ...''

''உன் மனைவி அழைக்கிறாள் போலிருக்கிறதே, நண்பா.''

சப்தம் எங்கிருந்து வருகிறதென்பதை உணர முடியாமல், பண்டிதரின் வடிவத்தைச் சிவன் அதிசயத்துடன் நோக்கினார்.

''நீ விழிக்கும் சமயம் வந்துவிட்டது,'' என்றது பண்டிதரின் குரல்.

மேலூஹாவின் அமரர்கள்

"சி-வா."

குழறலுடன் தூக்கம் கலைந்த சிவன், சதி தன்னைக் கவலையுடன் பார்ப்பதை உணர்ந்தார். என்ன ஒரு விசித்திரமான கனவு! வாழ்நாளில் இதுவரை காணாத கனவு. அதிலிருந்து பிடிவாதமாய் விடுபடவே அவருக்கு நேரம் பிடித்தது.

"சிவா!"

பூம்!

"என்ன எழவெடுத்த சத்தம் அது?" சிவனுக்கு இப்போது முழுவதுமாய் விழிப்பு வந்துவிட்டது.

"யாரோ தைவி அஸ்திரங்களைப் பயன்படுத்தறாங்க!"

"என்ன? தைவி அஸ்திரம்னா?"

ஸ்தம்பித்துப் போயிருந்த சதி, அவசரமாக விளக்கினாள். "தெய்வாம்சம் உள்ள ஆயுதங்கள்தான்! ஆனா - ருத்ர பகவான் தான் எல்லாத்தையும் அழிச்சிட்டாரே? யாராலயும் அதைப் பயன்படுத்த முடியாது!"

சிவனுக்கு முழுவதுமாய் உணர்வு திரும்பிவிட்டது. உள்ளுணர்வு, தாக்குதலை எதிர்பார்த்துக் கத்திபோல் கூர்மையடைந்தது. "சதி, தயாராகு. கவசத்தைப் போட்டுக்க. ஆயுதங்களை எடுத்துக்க."

அவர் சொன்னதை அவள் உடனே செய்ய, சிவனும் தன் கவசத்தைச் சட்டென்று அணிந்து, கேடயத்தை முதுகில் கட்டி, வாளை இடையில் அணிந்தார். அம்பறாத் தூணியை லாகவமாக முதுகில் ஏற்றியபடி, வில்லைக் கையிலெடுத்தார். சதி தயாராகிவிட்டதைக் கவனித்தவர், கதவை உதைத்துத் திறந்தார். தமனும், எட்டு வீரர்களும், வாட்களை உருவியபடி, நீலகண்டரை எப்பாடுபட்டாவது காப்பாற்றும் உத்தேசத்துடன் ஆவேசத்துடன் நின்றனர்.

"தாங்கள் உள்ளேயிருப்பது உசிதம், பெருமானே," என்றான் தமன். "தாக்க வருவோரை நாங்கள் பார்த்துக் கொள்கிறோம்."

நல்ல எண்ணத்துடனே சொல்லப்பட்டாலும், கண்களைச் சுருக்கியவாறு, சிவன் அவனை உற்றுப் பார்த்தார். உடனடியாக, தமன் ஒரு பக்கமாய் ஒதுங்கிக்கொண்டான். "மன்னியுங்கள், பிரபு. உங்களைத் தொடர்ந்து நாங்கள் வருகிறோம்."

சிவன் பதில் சொல்வதற்குமுன், வெளியே,

நடைபாதையில் அவர்களை நோக்கி விரையும் காலடிச்சத்தங்கள் கேட்டன. சட்டென்று வாளை உருவிக்கொண்ட சிவன், தாக்குதலை எதிர்பார்த்துச் செவிகளைத் தீட்டிக் கொண்டார்.

நாலு பாதச்சுவடு. அரசு மாளிகை நடைபாதைய தாக்க வெறும் ரெண்டு ஆட்களா வர்றாங்க? சரியாப்படலியே.

ஒரு பாதச்சுவடு, சற்று மெதுவாக ஒலித்தது. வரும் தீவிரவாதி நல்ல ஆகிருதியுள்ளவனாயிருக்க வேண்டும். மனவலிமையால், மூச்சைப் பிடித்துக்கொண்டு, பருத்த உடலை வேகமாகச் செலுத்திக் கொண்டிருந்தான்.

"வீரர்களே - ஆயுதங்களை இறக்கலாம்," சிவன் சட்டென்று உத்தரவிட்டார். "வர்றது நண்பர்கள்தான்."

அடுத்த நொடி, வாளை உருவிக்கொண்டு நந்தியும் வீரபத்ராவும் ஓடிவந்தனர்.

"தங்களுக்கு ஒன்றுமில்லையே, பிரபு?" நந்திக்கு மூச்சு வாங்காதது அவரது உடற்பயிற்சிக்குச் சான்று.

"எங்களுக்கு ஒண்ணுமில்ல. உங்களை யாராவது தாக்கினாங்களா?"

"இல்ல," வீரபத்ரா புருவத்தைச் சுருக்கினான். "என்னதான் நடக்குது இங்க?"

"தெரியலை," என்றார் சிவன். "ஆனா, கண்டுபிடிக்கறதா இருக்கோம்."

"க்ருத்திகா எங்க?" என்றாள் சதி.

"அறைல பத்திரமா இருக்கா," என்றான் வீரபத்ரா. "அவளோட அஞ்சு வீரர்கள் இருக்காங்க. அறை உள்பக்கத்துலேர்ந்து தாளிட்டிருக்கு."

தலையசைத்த சதி, சிவனிடத்தில் திரும்பினாள். "இப்ப என்ன செய்யிறது?"

"மொதல்ல, சக்ரவர்த்தியோட கதி என்னன்னு தெரிஞ்சுக்கணும். எல்லாரும் ரெண்டு ரெண்டு பேரா அணிவகுத்து நில்லுங்க. கேடயத்தை உயர்த்திக்குங்க. சதி, என் பக்கத்துல வா. நந்தி, நீங்க நடுவுல. தமன், வீரபத்ரா, ரெண்டு பேரும் கடைசியா வாங்க. தீவர்த்தி ஏதும் ஏத்த வேணாம். எதிரிகளுக்குத்தான் வழி தெரியாது; நமக்கு நல்லாத் தெரியும்."

எந்த நேரமும் திடீரென்று தீவிரவாதிகள் தாக்கலாம் என்பதை உணர்ந்த அந்தச் சிறிய படை, யாரும் அறியா

வண்ணம் மிக வேகமாய் முன்னேறியது. தான் கேட்ட சப்தங்கள் சிவனை பெரிதும் கலக்கப்படுத்தியிருந்தன. அதைவிட, கேட்காத சப்தங்கள் அதிகமாய்க் கலவரப் படுத்தின. அடுத்தடுத்த வெடிச்சப்தங்களைத் தவிர்த்து, அரண்மனையில் எதுவும் கேட்கவில்லை. திகிலடைந்த அலறல்கள் இல்லை. தடதடவென்று ஓடும் காலடிச் சப்தங்கள் இல்லை. ஒன்றுடன் ஒன்று மோதும் வாளின் ஒலிகூட காணோம். ஒன்றுமேயில்லை. தீவிரவாதிகள் ஒன்று, இன்னும் தாக்குதலைத் தொடங்கவேயில்லை. அல்லது, அனைத்தும் முடிந்துவிட்டது - சிவன் தான் தாமதித்துவிட்டார். மூன்றாவது விளக்கம் ஒன்று தோன்ற, புருவங்கள் நெறிந்தன. ஒருவேளை, தீவிரவாதத் தாக்குதல் அரண்மனையிலேயே நடக்கவில்லையோ, என்னவோ? வேறெங்கோ தொலைவில், சதி சொன்ன தைவி அஸ்திரங்களை வைத்து நடக்கிறதோ?

தக்ஷரின் அறைகளை சிவனின் படை அடைந்த போது, வாயில் காப்போர் ஆயுதபாணிகளாக, போருக்குத் தயாராய் விறைப்பாய் நின்றுகொண்டிருப்பதைக் கண்டனர்.

''சக்ரவர்த்தி எங்கே?'' என்றார் சிவன்.

''உள்ளே இருக்கிறார், பிரபு.'' நீலகண்டரின் உருவத்தை அடையாளம் கண்டுகொண்டான் அரசுக் காவல் படைத்தலைவன், ''எங்கே இருக்கிறார்கள், பிரபு? முதல் வெடிச்சப்தம் காதில் விழுந்ததிலிருந்து, தாக்குதலை எந்த நேரமும் எதிர்பார்த்துக்கொண்டிருக்கிறோம்.''

''தெரியலை, படைத்தலைவரே,'' என்றார் சிவன். ''இங்கியே நின்னு வாசலைப் பாத்துக்குங்க. தமன், உன் ஆட்களோட அவருக்கு உதவியா காவலிரு. ஜாக்கிரதை.''

சிவன் சக்ரவர்த்தியின் கதவைத் திறந்தார். ''அரசே?''

''பிரபு? சதிக்கு ஒன்றுமில்லையே?'' என்றார் தக்ஷர்.

சதி, நந்தி மற்றும் வீரபத்ரா சிவனைத் தொடர்ந்து உள்ளே வர, ''ஒண்ணுமில்லை, அரசே,'' என்றார் சிவன். ''அரசி?''

''கொஞ்சம் அரண்டிருக்கிறாள். ஆனால், பாதகமில்லை.''

''என்னங்க நடந்தது?''

''தெரியவில்லை,'' என்றார் தக்ஷர். ''என்ன ஆயிற்று என்று நாம் அறியும் வரையில், நீங்களும் சதியும் இங்கேயே இருக்கலாமே?''

''நீங்க இங்க இருக்கிறது உங்களுக்குப் பாதுகாப்பு, அரசே. உங்களுக்கு எதுவும் ஆகக்கூடாதுங்கிறது முக்கியம். ஆனா, நான் பர்வதேஸ்வரருக்கு உதவி செய்யப்போறேன்.

நடக்கிறது தீவிரவாதத் தாக்குதல்னா, அதை முறியடிக்க நமக்கு ஆள்பலம் தேவை.''

''நீங்களும் செல்ல வேண்டிய அவசியமில்லை, பெருமானே. இது தேவகிரி. தலைநகரின் மீது தீவிரவாதத் தாக்குதல் நடத்துமளவு முட்டாள்கள் எவரேனும் இருந்தால், நம் வீரர்கள் துவம்சம் செய்துவிடுவார்கள்.''

சிவன் பதில் கூறுமுன், கதவு பலமாகத் தட்டப்பட்டது.

''அரசே? உள்ளே வர அனுமதி தேவை.''

பர்வதேஸ்வரர், என்றெண்ணினார் தக்ஷர். எப்போது மரியாதை காப்பாற்றுவது என்றில்லை? இந்த நேரத்தில் போய் அனுமதியெல்லாம் கேட்டுக்கொண்டு...

''வரலாம்!'' உறுமினார். பர்வதேஸ்வரர் உள்ளே நுழைந்தவுடன், வெடித்தார். ''இந்திர பகவான் பெயரால் கேட்கிறேன்: சேனாதிபதி, என்ன நடக்கிறது இங்கே? தேவகிரியின் மீதே தாக்குதலா? எப்படித்தான் துணிந்தார்கள்?''

''சக்ரவர்த்தி,'' சிவன் இடைமறித்தார். நந்தி, வீரபத்ரா சதி, ஆகியோர் இருந்த அறையில் - அதுவும் சதியின் முன்னிலையில் - பர்வதேஸ்வரர் அவமானப் படுத்தப்படக்கூடாது என்பது அவர் எண்ணம். ''என்ன நடக்குதுன்னு மொதல்ல தெரிஞ்சுக்கலாமே?''

''தாக்குதல் தேவகிரியின் மீது அல்ல, அரசே,'' சக்ரவர்த்தியின் ஆத்திரமும் அவசரமும் எரிச்சலைக் கிளப்ப, பர்வதேஸ்வரர் முறைத்தார். ''மந்தரமலைப் பக்கமிருந்து புகை மண்டலம் ஏகமாய்ப் பரவுவதை என் ஒற்றர்கள் பார்த்தார்கள். அங்கேதான் தாக்குதல் என்று அறிகிறேன். என் படைகளுக்கும், அங்கே காவலிருக்கும் அரிஷ்டநேமிக்கும் ஏற்கனவே தகவல் அனுப்பிவிட்டேன். ஒரு மணி நேரத்தில் கிளம்புகிறோம். உங்கள் அனுமதி தேவை.''

''பித்ரதுல்யா, மந்தர மலைலேர்ந்தா இந்தக் கொடூரச் சத்தம்?'' சதி ஆச்சர்யத்துடன் வினவினாள். ''எவ்வளவு மோசமான தாக்குதலா இருந்தா தேவகிரி வரைக்கும் கேக்கும்?''

இருண்ட முகத்துடன் சதியைப் பார்த்த பர்வதேஸ்வரரின் மௌனம், இதயத்தில் நிலைகொண்ட திகிலை நன்கு வெளிப்படுத்தியது. தக்ஷரை நோக்கித் திரும்பினார். ''அரசே?''

சக்ரவர்த்தி ஸ்தம்பித்துப் போய்விட்டதாகக் காணப்

மெலுஹாவின் அமரர்கள்

பட்டது. அல்லது - புருவத்தைச் சுருக்குகிறாரா, என்ன? இந்த வெளிச்சத்தில் சரியாகத் தெரியவில்லை.

"காவலர்களே, தீவர்த்திகளை ஏற்றுங்கள்," பர்வதேஸ்வரர் ஆணை பிறப்பித்தார். "தேவகிரியில் எந்தத் தாக்குதலும் இல்லை!"

தீவர்த்திகள் ஏற்றப்பட்டு, ஒளி வெள்ளம் பரவ, மீண்டும் சக்ரவர்த்தியைப் பார்த்தார். "அனுமதியுண்டா, அரசே?"

தக்ஷர் மெல்லத் தலையசைத்தார்.

திரும்பிய பர்வதேஸ்வரர், அதிர்ந்து போய்க் கல்லாய்ச் சமைந்து நின்ற சிவனைப் பார்த்தார். "என்னாயிற்று, சிவா?"

"நேத்திக்குத்தான் ப்ரஹஸ்பதி மந்தர மலைக்குப் புறப்பட்டுப் போனார்."

"என்ன?" பர்வதேஸ்வரர் திடுக்கிட்டார். நேற்றைய தினம் முழுவதும் கோலாகலத்தில் அமிழ்ந்து போயிருந்ததால், பிரதம விஞ்ஞானி அங்கில்லாததை அவர் கவனித்திருக்கவில்லை. "அக்னி பகவானே!"

சதியை நோக்கித் திரும்பிய சிவன், அவளிடமிருந்து சக்தியை வரவழைத்துக்கொள்ள முயன்றார்.

"அவரை நான் கண்டுபிடிக்கிறேன், சிவா," பர்வதேஸ்வரர் சமாதானம் சொன்னார். "நிச்சயம் உயிருடன்தான் இருக்கவேண்டும். கண்டுபிடிக்க வேண்டியது என் பொறுப்பு."

"நானும் உங்களோட வர்றேன்," என்றார் சிவன்.

"நானும்தான்," என்றாள் சதி.

"என்ன இது?" தீவர்த்தி வெளிச்சத்தில் தக்ஷரின் கலவரமடைந்த முகம் பளிச்சென்று தெரிந்தது. "நீங்கள் இருவரும் செல்ல வேண்டியதில்லை."

புருவங்கள் நெறிந்தவாறு சிவன் தக்ஷரை ஏறிட்டார். "மன்னிக்கணும், அரசே. நான் போய்த்தான் ஆகணும். ப்ரஹஸ்பதிக்கு இப்ப என் உதவி தேவை."

அரசரின் அறையை விட்டு பர்வதேஸ்வரரும் சிவனும் கிளம்ப ஆயத்தமாக, தந்தையின் காலைத் தொட்டு வணங்கினாள் சதி. அவளை ஆசிர்வதிக்கும் சக்தியற்று, தக்ஷர் மதி கலங்கிப் போயிருந்தாலும், கணவனைவிட்டு அதிக நேரம் பிரிந்திருக்க சதி விரும்பவில்லை. சட்டென்று விலகி, தாயின் பாதங்களைத் தொட்டு நமஸ்கரித்தாள்.

''*ஆயுஷ்மான் பவ*,'' என்றாள் வீரிணி.

என்ன விசித்திரம்? நீடுழி வாழ்க என்றல்லவா அம்மா ஆசிர்வதிக்கிறாள்? சதிக்கு வேண்டியது வெற்றிதானேயொழிய, நீண்ட ஆயுளல்லவே?

எது எப்படியிருந்தால் என்ன? வாதம் செய்ய இது நேரமல்ல. திரும்பி, சிவனின் பின்னால் அவள் விரைய, நந்தியும் வீரபத்ராவும் பின் தொடர்ந்தனர்.

21

போருக்கு ஆயத்தம்

முதல் வெடிச்சப்தம் கேட்டதிலிருந்து ஒரு மணி நேரத்திற்குள், மொத்தமாக நின்றுவிட்டன. வெகு சீக்கிரமே, சிவன், பர்வதேஸ்வரர், சதி, நந்தி மற்றும் வீரபத்ரா, ஆயிரத்து ஐந்நூறு வீரர்கள் சகிதம் மந்தர மலை செல்லும் பாதையில் பயணம் தொடங்கினர். தங்கள் தலைவரின் கதி என்னாயிற்றோ என்ற அச்சம் வயிற்றைப் பிசைய, ப்ரஹஸ்பதியின் விஞ்ஞானிகளும் உடன் சென்றனர். ஏறக்குறைய ஒரு நாள் நீடிக்கக்கூடிய பயணத்தை எட்டு மணி நேரத்திற்குள் முடிக்க மிக வேகமாகப் புரவிகளை ஓட்டிச் சென்றனர். இரண்டாவது ப்ரஹாரின் முடிவில், சூரியன் உச்சிக்கு வந்தபோது, கடைசிச் சாலை வளைவில் அவர்கள் திரும்ப - அடர்ந்த வனம் சற்று பின்வாங்கியதால் ஏற்பட்ட திறந்தவெளியின் வழியே, மந்தர மலை காட்சியளித்தது.

மெலூஹ சாம்ராஜ்யத்தின் மையப்பகுதியை, உயிர்நாடியை அப்போது கண்ட வீரர்களின் கண்டங்களிலிருந்து ஆத்திரம் நிறைந்த கூக்குரல் எழுந்து, வானவெளியை நிறைத்தது.

மந்தர மலை சிதைக்கப்பட்டிருந்தது. மத்தியில் பிளக்கப்பட்டு, எரிமலைவாய் போல் ஒரு பெரிய குழி மட்டுமே மிச்சம். யாரோ ஒரு மாபெரும் அசுரன், மலையின் நடுவில் கைவிட்டுக் குடைந்து உள்ளேயிருந்ததையெல்லாம் வழித்தெடுத்தது போல் இருந்தது. பிரம்மாண்ட ஆராய்ச்சிக்

கூடங்களனைத்தும் இடிந்து விழுந்து, அவற்றின் மிச்சங்கள் சமவெளி வரை சிதறிக்கிடந்தன. மலையின் அடிவாரத்தில் இருந்த அரைக்கும் இயந்திரங்கள் மட்டும், ஏதோ நியதிக்குக் கட்டுப்பட்டது போல் இயங்கிக்கொண்டிருக்க, சுற்றியிருந்த அலங்கோலத்திற்கிடையில் அந்தச் சத்தம் நாராசமாய் ஒலித்தது.

''ப்ரஹஸ்பதி!'' மலைக்குள், இன்னும் அழியாமலிருந்த சாலையின் மீது சிவன் மிக வேகமாகக் குதிரையைச் செலுத்தினார்.

''வேண்டாம், சிவா!'' பர்வதேஸ்வரர் கத்தினார். ''இதில் சூதிருக்கலாம்.''

அவரது எச்சரிக்கையைப் பற்றிக் கவலையில்லாமல், சிதிலமடைந்த மலையின் நடுவே சிவன் வெகு வேகமாக முன்னேறினார். பின்னால், பர்வதேஸ்வரர் மற்றும் சதியின் தலைமையிலான பரிவாரம் தங்கள் நீலகண்டரின் வேகத்திற்கு ஈடுகொடுக்கத் திணறியபடி விரைந்தது. உச்சிக்கு வந்தவர்கள், உறைந்து போய் நின்றனர். கட்டிடங்களின் அடிவாரத்திலிருந்து மேற்பகுதிகள் இடிந்து தொங்கிக்கொண்டிருக்க, சில பகுதிகள் நெருப்பின் தாக்கத்தால் இன்னமும் கனன்று கொண்டிருந்தன. மீண்டும் மீண்டும் வெடித்த அஸ்திரங்களால், உடல்கள் எரிந்து, சின்னாபின்னப்படுத்தப்பட்டு, கை எது, கால் எது என்று சொல்ல முடியாத நிலையிலிருந்தன. இறந்தவர்கள் யார் யாரென்று அடையாளம் காட்டுவது கூட முடியாத காரியம்.

நம்பிக்கையின் ரேகை கூட அற்று, குதிரையிலிருந்து தடுமாற்றத்துடன் சிவன் இறங்கினார். இவ்வளவு கடுமையான தாக்குதலிலிருந்து யாரும் பிழைப்பது துர்லபம், ''ப்ரஹஸ்பதி...''

பழி வாங்கும் ஆத்திரம் உள்ளத்தை வியாபிக்க, ஆக்ரோஷத்தின் மறு உருவமாகக் காட்சியளித்தார் பர்வதேஸ்வரர். ''தைவி அஸ்திரங்கள் அந்தத் தீவிரவாதிகளின் கைகளில் எப்படிக் கிடைத்தன?''

இறந்தோர் ஆன்மாக்கள் மறு உலகம் சென்று சேர, ஆங்காங்கே சிதறிக்கிடந்த உடற்பாகங்களைச் சேகரித்து, தனித்தனியே ஈமக்கிரியைகள் செய்யும்படி வீரர்களுக்குக் கட்டளையிடப்பட்டன. இறந்தவர் என்று நம்பப்பட்டோரின் பெயர்கள் அறிக்கையில் இடம்பெறத் துவங்கிவிட்டன. முதல்

பெயர், மெலூஹாவின் பிரதம விஞ்ஞானி, ப்ரஹஸ்பதி: சரயுபாரி அந்தணர், அன்னப்பறவை வகுப்பு. மற்றவர்கள் அநேகமாய், மந்தர மலையில் பாதுகாப்புப் பணியில் ஈடுபட்டிருந்த அரிஷ்டநேமிக்கள். நீலகண்டரின் திருமணத்தை முன்னிட்டு, மலையில் பணிபுரிந்த பலர் தேவகிரி சென்றிருந்ததால், இறந்தோர் எண்ணிக்கை குறைவாயிருந்தது மிகச்சிறிய ஆறுதலே. ஆன்மீக விஷயங்களில் கரைகண்ட, காஷ்மீரத்தில் வாழ்ந்த உயர்ந்த சந்நியாஸிகளிடத்தில் அறிக்கையை அனுப்ப ஆயத்தங்கள் நடந்தன. இறந்தோரின் ஆன்மாக்கள் சாந்தியடைய அச்சந்நியாஸிகளை மந்திர உச்சாடனம் செய்யுமாறு வேண்டிக்கொண்டால், இந்த ஜென்மத்தில் கோர முடிவடைந்தாலும், அதன் தாக்கமும், துக்கமும் அடுத்தடுத்த பிறவிகளில் துரத்தாது என்பது நம்பிக்கை.

''இது சோமரஸத்தின் வேலையாகக்கூட இருக்கலாம், சேனாதிபதி,'' ப்ரஹஸ்பதியின் உதவியாளர்களில் முதன்மை யானவரான பாணினி, வாதத்தை முன்வைத்தார்.

சிவன் சட்டென்று நிமிர்ந்தார்.

''சோமரஸமா?'' நம்ப முடியாமல் கேட்டாள் சதி. ''அதெப்படி?''

''உற்பத்தியின் போது, சோமரஸம் நிலையற்ற தன்மையுடையதாக இருக்கும்,'' பாணினி தொடர்ந்தார். ''சரஸ்வதி நதி நீரை மிக அதிக அளவு பயன்படுத்தித்தான், ஸ்திரத்தன்மையைக் கொண்டு வருவது வழக்கம். குறைந்த அளவில் - இப்பொழுதைவிட மிகக் குறைவாக - நீர் பயன்படுத்தினாலும், சோமரஸம் ஸ்திரமாயிருக்குமா என்பதையே நாங்கள் முக்கியமாக சோதிக்க முயன்று கொண்டிருந்தோம்.''

ப்ரஹஸ்பதி இது பற்றிப் பேசியது சிவனுக்கு நினைவிலிருந்தது. முன்னே நகர்ந்து, பாணினியின் பேச்சைக் கூர்ந்து கேட்கலானார்.

''இதுதான் அவரது கனவு என்று கூட...'' பாணினிக்கு அதற்கு மேல் பேச்சு வரவில்லை. மந்தர மலையில் வாழ்ந்து, பணியாற்றிய எத்தனையோ விஞ்ஞானிகளுக்கும் அறிவாளிகளுக்கும் தந்தை போல் விளங்கிய, தன் தலைமுறையின் மிகச்சிறந்த விஞ்ஞானியென அறியப்பட்ட ப்ரஹஸ்பதி இனி இல்லையென்பதை பாணினியால் சகிக்க முடியவில்லை. உயிரை உருக்கிய மனவலி, தொண்டையை அடைத்தது; வாயைக் கட்டிப்போட்டது. சற்று நேரம்

பொறுத்தால் அகன்றுவிடும் என்ற எண்ணத்தில், கண் மூடி அமர்ந்தார். கொஞ்சம் சுதாரித்துக்கொண்டவர், ''இது ப்ரஹஸ்பதிஜியின் பெருங்கனவுகளில் ஒன்று,'' என்று தொடர்ந்தார். ''இன்று தொடங்க வேண்டிய ஆய்வின் கடைசிக் கட்டத்தை மேற்பார்வையிடத்தான் அவர் வந்தார். திருமணக் கொண்டாட்டங்களை நாங்கள் அனுபவிக்க வேண்டுமென்று, தான் மட்டும் தனியாக வந்தார்.''

பர்வதேஸ்வரர் உறைந்து போயிருந்தார். ''அப்படியானால் - இது விபத்தாயிருக்கக்கூடும் என்றா சொல்கிறீர்கள்?''

''ஆம்,'' என்றார் பாணினி. ''இந்த ஆய்வில் ஆபத்து அதிகம் என்பது எங்களுக்குத் தெரியும். அதனால்தான் ப்ரஹஸ்பதிஜி தனியாக அதைத் தொடங்க எண்ணினாரோ, என்னமோ?''

அறை முழுதும் அதிர்ச்சியில் ஸ்தம்பித்தது. இந்த கோர சம்பவத்திற்கு இப்படியொரு விளக்கம் இருக்கக்கூடும் என்பதை யாரும் எதிர்பார்க்கவில்லை. பாணினியோ, தன்னை மட்டுமே வாட்டிய நரகம் ஒன்றுக்குள் தன்னைப் புதைத்துக்கொண்டார். இன்னமும் சம்பவத்தின் தாக்கத்திலிருந்து மீளாத பர்வதேஸ்வரர், எங்கோ தூரத்தை வெறித்தார். சதியோ, நண்பனின் மரணம் சிவனை எப்படி பாதிக்குமோ என்று பயந்தவளாய், கணவனின் கைகளை இறுகப் பற்றியபடி அமர்ந்திருந்தாள்.

எல்லாம் எதனால்? ஒரு விபத்தால்!

நான்காவது பிரஹாரின் கடைசி மணி நேரம். சிதைந்த மலையின் அடிவாரத்தில் இப்போதைக்கு பாசறை அமைத்து, மறுநாள், ஈமக்கிரியைகள் முடிந்த பிறகு கிளம்புவது என்று முடிவாயிற்று. மந்தர மலை குறித்த செய்தியுடன் இரு குதிரை வீரர்கள் தேவகிரி பறந்துவிட்டனர். மலையுச்சியின் ஓரமாய் அமர்ந்து பர்வதேஸ்வரரும் சதியும் தாழ்ந்த குரலில் பேசிக்கொண்டிருந்தனர். அடிவாரத்தில், அந்தணர்கள் மந்திரங்களை உச்சரித்துக்கொண்டிருக்க, அந்தச் சப்தம் மெல்ல மெல்ல மலையைச் சூழ்ந்து, துக்கத்தின் சாயை படர்ந்த வேற்றுலகம் போலத் தோன்றச் செய்தது. பர்வதேஸ்வரர் மற்றும் சதியிடமிருந்து சற்று தூரத்தில் நின்ற நந்தியும் வீரபத்ராவும், தங்கள் பிரபுவைப் பார்த்தபடி நின்றனர்.

சிவனோ, மந்தர மலையின் இடிபாடுகளுக்கிடையில்

நடந்தவாறு, யோசனையில் தன்னை மறந்திருந்தார். ப்ரஹஸ்பதியின் உடல் பாகம் எதையும் அடையாளம் காண முடியாதது அவரை உருக்குலைத்தது. மந்தர மலையில் இருந்த அனைவரும் உருத்தெரியாமல் சிதைந்திருந்தனர். நண்பனைச் சேர்ந்த ஏதாவது, எங்காவது கிடைக்குமாவென்று சிவன் தேடிய வண்ணம் இருந்தார். ஏதாவது - நண்பனின் நினைவாக ஏதோவொன்று - இனி வரப்போகும் வருடங்களில், சோகம் நிறைந்த ஆண்டுகளில் தனக்கு சாந்தியளிக்கக்கூடிய, துயரத்தில் விம்மியழும் நெஞ்சுக்கு நிம்மதியின் சாயலைத் தரக்கூடிய ஏதோவொன்று. பற்றிக்கொள்ள ஒரு பொருள். நத்தை போல் ஏறக்குறைய ஊர்ந்தவர், தரையை உற்றுப் பார்த்துக்கொண்டே வந்தார். சட்டென்று, கீழே கிடந்த பொருள் ஒன்றின் மீது விழி பாய்ந்தது. அவருக்கு நன்கு தெரிந்த பொருள்.

மெல்லக் குனிந்து, அதைக் கையில் எடுத்தார். தோல் கங்கணம், ஓரங்களில், முடிச்சிடும் கயிறுகள் எரிந்து போயிருந்தன. வெடித்துச் சிதறிய நெருப்புக்கோளங்கள், அதன் மேற்பரப்பைக் கருக்கி, கபில நிறத்தைக் கருப்பாக்கியிருந்தன. ஆனால், என்ன விசித்திரம்! மத்தியில் நூல்வேலை செய்யப்பட்டிருந்த இடம், அழியவில்லை. சிவன் அதைத் தன் கண்களுக்கு மிக அருகில் கொண்டு வந்தார்.

மலைவாயிலில் விழுந்து கொண்டிருந்த சூரியனின் செங்கிரணங்கள், அதில் பொறித்திருந்த 'ஓம்' குறியீட்டில் பட்டு தகதகத்தன. அந்த எழுத்தில், மேலும் கீழுமாய் வளைந்த கோடுகள் இணைந்த இடத்தில் இரு சர்ப்ப முகங்கள் பொறிக்கப்பட்டிருந்தன. கிழக்குப் பக்கம் நீண்ட இன்னொரு வளைவு, சர்ப்பத்தின் கூரிய தலையில் முடிய, முனையிலிருந்த பிளவுபட்ட நாக்கு, கொத்துவது போல் பயங்கரமாக நீண்டது.

இவன்தான்! ப்ரஹஸ்பதியக் கொன்னது இவன்தான்!

தடாலென்று திரும்பிய சிவன் சுற்றுமுற்றும் அவசரமாகப் பார்த்தார். சர்ப்பக் கங்கணத்திற்குரியவனின் உடல் பகுதி எங்கேயாவது கிடக்கிறதா? இல்லை; ஒன்றுமில்லை. சிவனின் மனம் மௌனமாய் அலறியது. அவருக்கும், ப்ரஹஸ்பதியின் ஆன்மாவுக்கு மட்டுமே கேட்கக்கூடிய துயரக்குரல். இன்னமும் லேசாகக் கனன்றுகொண்டிருந்த சர்ப்பக் கங்கணத்தின் வெப்பம் கைகளைப் பொசுக்குமளவு அதை இறுக்கிக்கொண்டார்.

அந்த நிமிடம், மிகக் கோரமான சபதமொன்றை - பழிவாங்கும் சபதம் ஒன்றை - ஏற்றார். அடுத்த ஏழு ஜென்மத்திற்கும் விடாது துரத்தும் கொடிய மரணத்தை அந்த நாகன் அடைவான். அவனும், வன்மம் மிகுந்த அவனது படையும், அங்கம் அங்கமாய், கொஞ்சம் கொஞ்சமாய் கொடிய அழிவைச் சந்திப்பார்கள். இரத்தம் சொட்டச் சொட்ட, சதை பிய்ந்து விழ - அவனுக்கு மரணம் சம்பவிக்கும்.

"சிவா! சிவா!" எங்கோ ஒரு குரல் பிடிவாதமாக அவரை நிகழ்காலத்திற்கு வரவழைத்தது.

எதிரில், சதி. மெல்லக் கையைத் தொட்டாள். அருகில், கவலையுடன் பர்வதேஸ்வரர் நின்றிருந்தார். நந்தியும் வீரபத்ராவும் அருகே இருந்தனர்.

"விட்ருங்க, சிவா," என்றாள் சதி.

சிவன் அவளை நோக்கி வெற்றுப்பார்வை பார்த்தார்.

"விட்ருங்க அதை," என்றாள் சதி, மீண்டும். "உங்க கையைப் பொசுக்கிக்கிட்டிருக்கு, பாருங்க."

சிவன் உள்ளங்கையை விரித்தார். உடனே பாய்ந்து வந்த நந்தி, கங்கணத்தைப் பறித்தார். வெப்பம் கையைத் தாக்க, வலியில் அலறியபடி சட்டென்று அதைக் கீழே போட்டார். எவ்வளவு சூடு! எப்படி பிரபு இத்தனை நேரம் அதைக் கையில் வைத்திருந்தார்?

உடனே குனிந்த சிவன், மீண்டும் அதைக் கையிலெடுத்தார். ஜாக்கிரதையாக, அதிகம் கரிந்துபோகாத, 'ஓம்' குறியீடு இருந்த பக்கமாய்ப் பிடித்தார். பர்வதேஸ்வரரிடம் திரும்பினார். "இது விபத்தில்லை."

"என்ன?" அவர் திடுக்கிட்டார்.

"நெஜமாத்தான் சொல்றீங்களா?" என்றாள் சதி.

அவளை வெறித்த சிவன், கையையுயர்த்தி கங்கணத்தைக் காட்ட, 'ஓம்' என்ற எழுத்து பளிச்சென்று அவள் கண்ணில்பட்டது. அதிர்ந்து போய் சதி மூச்சை இழுத்துப் பிடித்துக்கொண்டாள். பர்வதேஸ்வரர், நந்தி, வீரபத்ரா, மூவரும் அருகே வந்து உற்றுப் பார்த்தனர்.

"நாகன் ..." நந்தி முணுமுணுத்தார்.

"மேருவுல சதியைத் தாக்கின அதே அயோக்கியன்," சிவன் உறுமினார். "மந்தர மலைலேர்ந்து நாம திரும்ப வந்துக்கிட்டு இருக்கும்போது, தாக்கின அதே நாகன். அதே,

பழிகார, அயோக்கியத் தே*** ம**.''

''இதுக்கு அவன் தண்டனை அனுபவிச்சே தீரணும்,'' என்றான் வீரபத்ரா.

சிவன் பர்வதேஸ்வரரை நோக்கித் திரும்பினார். ''நாம இன்னைக்கு இராத்திரி தேவகிரி போறோம். போர் தொடுக்கறோம்.''

பர்வதேஸ்வரர் தலையசைத்தார்.

மந்தர மலையில் உயிரிழந்தோருக்கு அஞ்சலி செலுத்தும் பொருட்டு, மெலூஹ யுத்த மகாசபை, ஐந்து நிமிடம் அமைதி காத்தது. சக்ரவர்த்தி தக்ஷருக்கு வலப்பக்கம், சேனாதிபதி பர்வதேஸ்வரரும், அவருக்குக் கீழ்ப்படிந்த இருபத்தைந்து உயர்-தளபதிகளும் அமர்ந்திருந்தனர். அவருக்கு இடப்பக்கம், நீலகண்டரும், கனகாலாவின் தலைமையிலான, முக்கியப் பொறுப்புக்களிலிருந்த அந்தணர்களும், பதினைந்து மாவட்ட ஆளுநர்களும் வருகை புரிந்திருந்தனர்.

''இந்தச் சபையின் தீர்மானம் தெரிந்ததே,'' தக்ஷர் விவாதத்தைத் தொடங்கி வைத்தார். ''எப்போது தாக்குதல் தொடங்கப்போகிறோம் என்பதுதான் கேள்வி.''

''போர் ஆயத்தங்கள் முடிந்து, நாம் படைகளை நடத்திச் செல்ல அதிக பட்சம் ஒரு மாதத்திற்கு மேல் ஆகாது, சக்ரவர்த்தி,'' என்றார் பர்வதேஸ்வரர். ''மெலூஹாவுக்கும் ஸ்வத்வீபத்துக்கும் இடையில் சாலைகள் கிடையாதென்பது என்று உங்களுக்குத் தெரியும். யாரும் சுலபத்தில் கடக்க முடியாத அடர்ந்த காடுகளைத் தாண்டித்தான் நாம் செல்ல வேண்டியிருக்கும். ஒரு மாதத்திற்குள் நாம் படையெடுத்துவிட்டாலும், கிளம்பிய தினத்திலிருந்து ஸ்வத்வீபம் அடைய மூன்று மாதங்களாவது பிடிக்கும். இப்போது நமக்கு நேரம் மிக முக்கியம்.''

''அப்படியானால், ஏற்பாடுகள் துவங்கட்டும்.''

''அரசே,'' வீர க்ஷத்ரிய மான உணர்ச்சி கரைபுரண்டோடிய அந்தச் சபையில், அந்தணருக்கேயுரித்தான அமைதியான அறிவின் குரலாய் கனகாலா எழுந்தாள். ''மாற்று யோசனை ஒன்று சொல்ல எனக்கு அனுமதியுண்டா?''

''மாற்றா?'' ஆச்சர்யத்துடன் தக்ஷர் வினவினார்.

''தவறாக எண்ண வேண்டாம்,'' என்றாள் கனகாலா.

''மந்தர மலையில் நடந்த கோர சம்பவத்தின் பயனாக நாடே கொதித்துப்போயிருக்கிறது. ஆனால், நாம் பழி வாங்க வேண்டியது குற்றவாளிகளைத்தானேயொழிய, ஸ்வத்வீபம் முழுவதையும் அல்ல. மாபெரும் போர்வாளை எடுத்து நாம் கண்டபடி வெட்டி வீழ்த்தும் முன் - சிறிய கத்தி ஒன்றை வைத்து முயற்சித்தால் என்ன?''

''நீங்கள் சொல்லும் பாதை கோழைகளுக்கானது, கனகாலா,'' என்றார் பர்வதேஸ்வரர்.

''இல்லை, பர்வதேஸ்வரரே. பழி வாங்கும் படலமாக இருப்பினும், மெலூஹ உயிரிழப்பு குறைவாகவே இருக்க வேண்டும் என்பது என் எண்ணம்,'' கனகாலா பணிவாகச் சொன்னாள். ''வேகத்தைவிட விவேகமே சாலச் சிறந்ததல்லவா?''

''இறுதி மூச்சுள்ளவரை என் வீரர்கள் மெலூஹாவைக் காப்பாற்றப் போராடுவார்கள், பிரதம மந்திரியாரே.''

''அதில் சந்தேகமேயில்லை,'' கனகாலா பணிவைக் கைவிடவில்லை. ''மெலூஹாவின் பொருட்டு இரத்தம் சிந்த நீங்களும் தயங்க மாட்டீர்கள் என்பதையும் அறிவேன். என் யோசனை இதுதான்: சக்ரவர்த்தி திலீபரிடத்தில் தூதுவர்களை அனுப்பி, இந்தத் தாக்குதலை நிகழ்த்திய தீவிரவாதிகளை நம்மிடம் ஒப்புக்கொடுக்குமாறு கேட்போம். மறுத்தால், பலம் கொண்ட மட்டும் தாக்கத் தயங்கமாட்டோம் என்றும் தெரிவித்துவிடுவோம்.''

''கேட்பதா?'' பர்வதேஸ்வரர் கண்களில் கோபாக்னி கொழுந்துவிட்டு எரிந்தது. ''அவன் ஏன் நம் பேச்சைக் கேட்க வேண்டும்? எதிர்க்க நமக்குத் திராணியில்லை என்ற பைத்தியக்கார எண்ணத்தினால், அந்த ஸ்வத்வீபர்கள் இதுவரை எத்தனை எத்தனை துரோகச் செயல்களை, வருடக்கணக்காக நிகழ்த்தியிருக்கிறார்கள்? மந்தர மலை கொடூரத்திற்குப் பிறகும் நாம் இப்படி 'சிறிய கத்தி, பெரிய வாள்' என்று பிதற்றிக்கொண்டிருந்தால், அவர்கள் என்ன செய்தாலும், நாம் பதிலுக்குத் தாக்கப்போவதில்லை என்ற ஏளனம்தான் வலுப்பெறும்.''

''இதை நான் மறுக்கிறேன், பர்வதேஸ்வரரே,'' என்றாள் கனகாலா. ''நேரிடையாக நம்முடன் போரில் இறங்கினால், ஜெயிக்க முடியாது என்ற பயத்தினாலேயே இம்மாதிரி கோழைத்தனமாகத் தாக்குகிறார்கள். நம் உயர்ந்த ஆயுதங்களுக்கும், இயந்திரப்பொறிகளுக்கும், போர்த் தந்திரங்களுக்கும் ஈடுகொடுக்க முடியாதென்ற

திகில். முதன்முதலில் சிவபெருமான் இங்கு வந்த போது சொன்னதையே நான் இப்போது நினைவு கூர்கிறேன்: போர் செய்யுமுன், அவர்களிடம் பேசிப் பார்த்தால்தான் என்ன? அவர்கள் சமூகத்தில், தீவிரவாதிகளாய், கீழ்த்தரமான ஒரு பகுதியே வாழ்வதை நாம் சுட்டிக் காட்டலாம்; அதை ஒப்புக்கொள்ளும்படிச் செய்யலாம். பிறகு, அருகருகே சுமுகமாய் வாழக் கூட நாம் வழிவகை எற்படுத்திக்கொள்ள வாய்ப்பிருக்கலாமல்லவா?''

''சிவாவின் மனநிலை பழையபடியேதான் உள்ளது என்று எனக்குத் தோன்றவில்லை,'' நீலகண்டரைச் சுட்டிக்காட்டினார் பர்வதேஸ்வரர். ''அவரும் பழிவாங்கத் தான் துடிக்கிறார்.''

அமைதியாக அமர்ந்திருந்த சிவன் முகத்தில் எந்த உணர்ச்சியுமில்லை. உள்ளே அனலாய்க் கொதித்த கோபத்திற்கு ஒரே ஆதாரம், தணல் போல் மின்னிய கண்கள்தான்.

''பெருமானே,'' மிகுந்த பணிவுடன் சிவனை நோக்கிக் கைகளைக் கூப்பினாள், கனகாலா. ''நான் சொல்ல விழைவதை நீங்களேனும் புரிந்துகொள்வீர்கள் என்று நம்புகிறேன். முடிந்தவரையில் ஆயுதமெடுப்பதைத் தடுப்பதே முறை. ப்ரஹஸ்பதியே இதைத்தான் விரும்பியிருப்பார்.''

பற்றியெரியும் நெருப்பைச் 'சோ'வென்று கொட்டும் பெருமழை அணைப்பது போல், அவளது கடைசி வாக்கியம் சிவனை அமைதிப்படுத்தியது. கனகாலாவிடம் திரும்பியவர், அவளது கண்களை நேராக நோக்கினார். பிறகு, தக்ஷரைப் பார்த்தார். ''கனகாலா சொல்றது சரிதான், சக்ரவர்த்தி. பாவத்தை கழுவிக்க ஸ்வத்வீபர்களுக்கு ஒரு சந்தர்ப்பம் குடுக்கலாம். தூது அனுப்பலாம். சமாதானத்துக்கு ஒரு வாய்ப்பு குடுத்தா, எந்த தப்பும் செய்யாத அப்பாவிகள் அநியாயமா சாகறதைத் தடுக்கலாம். ஆனாலும் - யுத்தத்துக்கான ஏற்பாடுகளை நாம தொடங்கறது உத்தமம்னு நெனைக்கறேன். நம்ம கோரிக்கைய சந்திரவம்சிகள் மறுக்கறதுக்கும் நாம தயாரா இருக்கணும்.''

''மகாதேவரின் கூற்றே இறுதி,'' என்றார் தக்ஷர். ''யுத்த மகாசபையின் முடிவும் இதுவாகவே இருக்கவேண்டும் என்று முன்மொழிகிறேன். ஆமோதிப்போர், கைகளை உயர்த்தலாம்.''

அவையில் அத்தனை கரங்களும் உயர்ந்தன. தாயம் விழுந்தாயிற்று. அமைதிக்கான அனைத்து ஏற்பாடுகளும்

செய்யப்படும். பலனில்லையென்றால் - மெலூஹர்கள் தாக்குதலில் இறங்குவார்கள்.

''**ம**றுபடியும் தோத்துட்டேன், பத்ரா,'' சிவன் விம்மினார். ''ஆபத்துல இருக்குற யாரையும் என்னால காப்பாத்த முடியலை.''

தனது அரண்மனை முற்றத்தில், ஒதுக்குப்புறமான இடத்தில் அவரும் வீரபத்ராவும் அமர்ந்திருந்தனர். துக்கத்தில் மூழ்கியிருந்த சிவனை எப்படியாவது தேற்றும் பொருட்டு, சதி வீரபத்ராவை அழைத்திருந்தாள். சிவன் தனக்குள் ஒடுங்கிப் போயிருந்தார். பேசவில்லை. அரற்றவில்லை. கண்ணீர் சிந்தவில்லை. தான் தோற்ற இடத்தில் கணவனின் பால்ய சிநேகிதனாவது ஜெயிக்கக்கூடும் என்பது சதியின் நம்பிக்கை.

''உன்னை நீயே ஏன் தண்டிச்சுக்கணும், சிவா?'' வீரபத்ரா புகைக்குழாயை நண்பனிடம் நீட்டினான். ''இது எப்படி உன் தப்பாகும்?''

சிவன் அதையெடுத்து, ஆழ உறிஞ்சினார். உடல் முழுவதும் மரியுவானா பரவினால், ஒருவேளை - இல்லை; பலனில்லை. மூக்கை உறிஞ்சியவர், வேதனை தாங்க முடியாமல், குழாயை விட்டெறிந்தார். கண்களில் கண்ணீர் பொங்க, வானத்தைப் பார்த்து சபதம் செய்தார். ''உனக்காக நிச்சயம் பழிக்குப் பழி வாங்குவேன், நண்பா. உலகத்துல நான் செய்யற கடைசி காரியம் இதுதான்னாலும் பரவாயில்லை. வாழ்நாள் முழுக்க, அடுத்த ஜென்மம் எடுக்கணும்னாலும், திரும்ப வந்து பழி வாங்குவேன். இது சத்தியம்!''

சற்று தூரத்தில் கவலை தோய்ந்த முகத்துடன் அமர்ந்திருந்த சதியை வீரபத்ரா பார்த்தான். அவள் எழுந்து, அருகில் வந்தாள். சிவனை இறுக்க அணைத்துக்கொண்டு, களைத்திருந்தவர் தலையைத் தன் மார்பில் சார்த்திக்கொண்டாள். வலியில் துடித்த இதயத்தை சாந்தப்படுத்த முயன்றாள்.

சிவனோ, அவளை அணைத்துக்கொள்ளக்கூட எந்த முயற்சியும் செய்யவில்லை. வெறுமே அமர்ந்திருந்தார். மூச்சு மட்டும் விட்டுவிட்டு வந்தது.

மெலூஹாவின் அமரர்கள்

''பிரபு,'' ஆச்சர்யக்கூக்குரலுடன், வ்ராகா சட்டென்று எழுந்து இராணுவ விறைப்புடன் நின்றார். யுத்த ஆலோசனை மண்டபத்திற்குள் நீலகண்டரின் வரவு அறிவிக்கப்பட, மற்ற இருபத்து நான்கு உயர்-தளபதிகளும் அவ்வாறே, மரியாதையுடன் எழுந்தனர்.

மெல்ல எழுந்த பர்வதேஸ்வரர், ப்ரஹஸ்பதியின் கோர மரணத்தால் இன்னமும் பாதிக்கப்பட்டிருந்த சிவனின் வலியை உணர்ந்தவராய், மென்மையாகப் பேசினார். ''எப்படியிருக்கிறீர்கள், சிவா?''

''பரவாயில்லை. நன்றி.''

''யுத்த தந்திரங்கள் குறித்து விவாதித்துக் கொண்டிருந்தோம்.''

''தெரியும்,'' என்றார் சிவன். ''நானும் கலந்துக்கலாமான்னு கேக்கத்தான் வந்தேன்.''

''தாராளமாக,'' என்றபடி, பர்வதேஸ்வரர் தன் ஆசனத்தை ஒரு பக்கம் நகர்த்தினார். ''முக்கியமாய் நாம் சந்திக்கப்போகும் பிரச்சனை,'' அதுவரை நடந்த விவாதத்தை சிவனுக்கு விரைவாக விளக்க முயன்றார். ''மெலூஹாவிற்கும் ஸ்வத்வீபத்திற்கும் இடையே உள்ள போக்குவரத்துதான்.''

''சாலையெல்லாம் எதுவும் கெடையாதில்ல?''

''இல்லை,'' என்றார் பர்வதேஸ்வரர். ''நூறு வருடங்களுக்கு முன், எங்களிடம் தோல்வியடைந்த பிறகு, இரு நாடுகளுக்கும் இடையே இருந்த போக்குவரத்து வசதிகளனைத்தையும் சந்திரவம்சிகள் ஒழித்துக் கட்டிவிட்டனர். எல்லை நகரங்களைக் காலி செய்துகொண்டு, அவர்களது சாம்ராஜ்யத்தின் உள்ளே நகர்ந்துவிட்டனர். ஒரு காலத்தில் நகரங்களும், சாலைகளும் இருந்த இடமெல்லாம் இப்போது காடு மண்டிவிட்டது. எங்கள் நாட்டிலிருந்து அவர்களுடையதற்கு எந்த நதியும் செல்வதில்லை. வழிகள் அடைபட்டுவிட்டதால், நம் உயரிய, பிரம்மாண்டமான இயந்திரப் பொறிகள் எவற்றையும் ஸ்வத்வீபத்தின் எல்லைக்குக் கொண்டு செல்ல முடியாது.''

''அதுதான அவங்க எண்ணம்?'' என்றார் சிவன். ''தொழில்நுட்பம்தான் உங்களோட பலம். அவங்ககிட்ட மக்கள் தொகை ஜாஸ்தி. அத வெச்சே உங்க பலத்தை ஒண்ணுமில்லாம பண்ணிட்டாங்க.''

''உண்மை. இயந்திரங்கள் மட்டும் இல்லையென்றால், எங்களது ஒரு இலட்சம் வீரர்கள், அவர்களது கோடிக்கணக்கான

வீரர்களால் மொத்தமாகத் திணறடிக்கப்படுவார்கள்.''

''அவங்ககிட்ட கோடிக்கணக்குலயா வீரர்கள் இருக்காங்க?'' சிவன் சற்று திகைத்தார்.

''ஆம், பிரபு,'' என்றார் வ்ராகா. ''துல்லியமாகச் சொல்லமுடியாவிட்டாலும், அவ்வளவு இருக்கும் என்று ஊகிக்கிறோம். ஆனால், அதே சமயம் - தேர்ந்த போர்ப் பயிற்சி பெற்றவர்கள் ஒரு இலட்சம் வீரர்களுக்கு மேல் இருக்க முடியாது. மற்றவர்களெல்லாம், பகுதி நேர வீரர்கள் - அதாவது, சிறு வணிகர்கள், கலைஞர்கள், விவசாயிகள் - வேறு வகையில் ஆதரவற்றோர். வலுக்கட்டாயமாய் இவர்களை இராணுவத்தில் சேர்த்து, பலிகடாவாக்கிவிடுவார்கள்.''

''என்ன கேவலம்,'' என்றார் பர்வதேஸ்வரர். ''போர்வீரர்கள் செய்ய வேண்டிய காரியத்தில், போர்த் தொழிலையே அறியாத சூத்திரர்களையும், வைஸ்யர்களையும் ஈடுபடுத்துவது என்ன நியாயம்? யுத்த தர்மம் தெரியாத க்ஷத்ரியர்கள்.''

சிவன் பர்வதேஸ்வரரைப் பார்த்து, தலையசைத்தார். ''நம்ம இயந்திரங்களைக் கழட்டியெடுத்து, ஸ்வத்வீபத்துக்குக் கொண்டு போய், அங்க மறுபடியும் பூட்ட முடியாதா?''

''செய்யலாம்,'' என்றார் பர்வதேஸ்வரர். ''ஆனால் - ஒரு சிலவற்றுக்கு மட்டுமே அது சாத்தியம். எங்களிடம் இருக்கும் மிக நுட்பமான, மிக அதிகச் சேதம் ஏற்படுத்தக்கூடிய இயந்திரங்களை - உதாரணத்திற்கு, மிக நீண்ட தூரம் செலுத்தும் கவண்கல்லை - தொழிற்சாலைக்கு வெளியே நிர்மாணிக்க இயலாது.''

''என்னது - கவண்கல்லா? அதுவும் ரொம்ப தூரத்துக்கு?''

''ஆம். மிகப்பெரிய பாறாங்கற்களையும், எரியும் நெருப்புக் கோளங்களையும், ஏறக்குறைய ஒரு கிலோமீட்டர் தூரம் வரையில் வீசியெறியக்கூடிய சக்தியுள்ளவை. நம் காலாட்படை மற்றும் குதிரைப்படை தாக்குதலைத் தொடங்குமுன், இவற்றைக்கொண்டு எதிரிப்படையை நசுக்கி, ஏன், துவம்சமே செய்துவிடலாம். முன்காலத்தில் யானைகள் செய்ததை இப்போது இவை செய்கின்றன.''

''அப்ப ஏன் யானைகளைப் பயன்படுத்துறதில்லை?''

''அவை எப்போது, எப்படித் தடம் மாறும் என கணிக்க முடியாது. எவ்வளவுதான் பயிற்சியளித்தாலும், என்ன

நேர்த்தியாய் நடத்தினாலும், யுத்தம் என்று வந்துவிட்டால் அவற்றைக் கட்டுக்குள் வைப்பது கடினம். சென்ற யுத்தத்தில், ஸ்வத்வீபம் தோற்றதே அவர்களது யானைகள் மதம் பிடித்து ஓடியதால்தான்.''

''நெஜமாவா?''

''ஆம். அவர்களது யானைப்பாகர்களை நோக்கி வெடிகளைச் செலுத்தி, போர் முரசங்களை வைத்துக் காதுகிழியும்படி சப்தித்தோம். நாங்கள் நினைத்தது நடந்தது. சந்திரவம்சி யானைகள் மிரண்டு, தங்கள் படைகளினூடே வெறி பிடித்து கண்டபடி ஓடி திமிலோகப்படுத்தின. படைகளின் முதல் அணிகளுக்கு, அதுவும் குறிப்பாக பகுதிநேரமாய் இராணுவத்தில் சேர்ந்தோரிடத்தில் மிகுந்த சேதம். எங்கள் வேலை சுலபமாயிற்று. உள்ளே புகுந்து எல்லாவற்றையும் முடித்துவிட்டோம்.''

''அப்ப, யானையெல்லாம் இல்ல.''

''கூடவே கூடாது,'' என்றார் பர்வதேஸ்வரர்.

''அதாவது, அவங்களோட பயிற்சியில்லாத படைகளை துவம்சம் செஞ்சு, படை பலத்தைக் கொறைச்சு, நம்ம பக்கம் பலம் சேக்கற விதமா, கூட தூக்கிக்கிட்டு போற மாதிரி நமக்கு ஒரு ஆயுதம் தேவை.''

பர்வதேஸ்வரர் தலையசைத்தார். ஜன்னலுக்கு வெளியே சிலுசிலுத்த காற்றிலாடிய மரத்தைப் பார்த்தார் சிவன். இலைகள், பச்சை இலைகள். அவற்றை உற்றுப் பார்த்தார். இலைகள் பச்சை நிறமாகவே இருந்தன.

''ஆங், கண்டுபுடிச்சிட்டேன்,'' சட்டென்று முகம் பிரகாசமாக, பர்வதேஸ்வரரைப் பார்த்தார். ''அம்புகளைப் பயன்படுத்தினா என்ன?''

''அம்பா?'' பர்வதேஸ்வரர் ஆச்சர்யப்பட்டார்.

விற்பயிற்சியென்பது, மிக உயர்ந்த க்ஷத்ரிய குலங்களின் பிரத்யேகப் போர்முறை. இரு வீரர்களுக்கிடையே நடக்கக்கூடியது. ஆனால், அம்மாதிரியான போர்கள், சமமான இரு வீரக்குலங்களிலிருந்து தேர்ந்தெடுக்கப்பட்ட வீரர்களிடையே மட்டுமே சாத்தியம்; அதுதான் முறையானதும்கூட. இதற்கான சாத்தியக்கூறுகள் மிக அபூர்வம் என்பதால், அநேகமாய், இதர வீரர்கள் முன்னிலையில் திறமையை வெளிக்காட்டும் போட்டிகளுக்குள் விற்பயிற்சி குறுகிவிட்டது. வில்லாளிகள் பொதுவாய் மிக உயர்வாய்க் கருதப்பட்டாலும், இப்போது

அவர்களுக்குப் போரில் அதிக வேலையில்லை என்பது நிஜம். ஒரு காலத்தில், மிகக் கொடிய, அற்புதச் சக்திவாய்ந்த தைவி அஸ்திரங்களை அம்புகளின் வாயிலாகத்தான் செலுத்துவது வழக்கம். போர்களில், வில்லுக்கும் அம்புக்கும் நிரம்ப வேலை இருந்தது. ஆனால், ஆயிரக்கணக்கான வருடங்களுக்கு முன், ருத்ர பகவானால் அவை தடை செய்யப்பட்டுவிட்ட பிறகு, வில்லாளிகளுக்குப் போர்களில் அதிகப் பயனில்லாமல் போய்விட்டது.

''இதற்கும் அவர்களது படை வல்லமை குறைவதற்கும் என்ன தொடர்பு, பிரபு?'' என்றார் வ்ராகா. ''நம்மிடையே இருக்கும் மிகச்சிறந்த வில்லாளிகள் கூட, வில்லை உயர்த்தி, அம்பைத் தொடுத்து, எதிரியைக் கொல்லக் குறைந்தது ஐந்து நொடிகளாவது பிடிக்கும். ஒரு நிமிடத்திற்கு பன்னிரண்டு பேருக்கு மேல் கொல்ல முடியாது. மிக உயர்ந்த, ஸ்வர்ண வகுப்பைச் சேர்ந்த க்ஷத்ரிய வில்லாளிகள் நம்மிடம் வெறும் நூறு மட்டுமே. மற்றவர்களுக்குக் பயிற்சி உண்டென்றாலும், மிக நுட்பமாகக் குறி பார்த்து எய்வது முடியாத காரியம். ஒரு நிமிடத்திற்கு நம் எதிரிகளில் ஆயிரத்தி இருநூறு பேருக்கு மேல் வீழ்த்த முடியாது. அதுவும் சந்திரவம்சிகளுக்கு எதிராய் ... நடக்காது.''

''ஒருத்தரையொருத்தர் நேரடியா எதிர்த்து சண்ட போடற விற்போரைப் பத்தி நான் பேசலை,'' என்றார் சிவன். ''எதிரிகளப் பலவீனப்படுத்த - அதிகமா சேதம் விளைவிக் கிறமாதிரி அம்புகளைப் பயன்படுத்தறதப் பத்தித்தான் யோசிச்சிக்கிட்டு இருக்கேன்.'' எதிரே அமர்ந்திருந்தவர்களின் முகத்தில் படர்ந்த குழப்பத்தைக் கண்டுகொள்ளாதவராய், தொடர்ந்தார். ''சொல்றேன். தாழ்வான க்ஷத்ரிய வகுப்புலேர்ந்து, பயிற்சி குடுத்து ஒரு வில்லாளிகள் குழுவைத் தயார் செஞ்சா என்ன?''

''ஆனால் - அவர்களால் நுட்பமாய் குறிபார்த்து எய்ய முடியாதே?'' என்றார் வ்ராகா.

''அதப் பத்திக் கவலையில்லை. இந்த மாதிரி ஐயாயிரம் வீரர்கள் நம்மகிட்ட இருக்காங்கன்னு வெச்சுக்குவோம். ஒரு குறிப்பிட்ட தூரம் வரைக்கும் மட்டும் அம்பு விடத் தெரிஞ்சாக்கூட போதும். அச்சுப் பிசகாம இலக்கை அடிக்கணும்னு கூட அவசியம் இல்ல. குத்துமதிப்பா சந்திரவம்சிகளின் படைகளுக்குள்ள தொடர்ந்து அம்பு விடறதுதான் அவங்க வேலைன்னு வெச்சுக்குவோம். குறி பார்த்து இலக்கை அடிக்க வேணாம்ன்னா, இன்னும் சீக்கிரமா

அம்பைத் தொடுக்கலாம். ரெண்டு மூணு நொடிக்கு ஒரு அம்பு கூட விடலாம்.''

யோசனையில் பொதிந்திருந்த அறிவுக்கூர்மையை உணர்ந்த பர்வதேஸ்வரர், மனதிற்குள் அதை அங்கம் அங்கமாக ஆராய்ந்தார். மற்ற உயர்-தளபதிகளோ, இன்னமும் எண்ணங்களை ஒன்று திரட்ட முயன்றுகொண்டிருந்தனர்.

''நல்லா யோசிச்சுப் பாருங்க,'' என்றார் சிவன். ''ஒண்ணு ரெண்டு நொடிக்கு ஒருமுறை, சந்திரவம்சிகள் மேல ஐயாயிரம் அம்புகளைப் பொழிஞ்சுக்கிட்டே இருக்கும். பத்து நிமிஷம் தொடர்ந்து இதை நம்மளால பண்ண முடிஞ்சா? வரிசையா, நிறுத்தாம, சும்மா, சரமாரியா அம்பு மழை. அவங்க படைல இருக்குற சாதாரண மக்கள் திசை தெரியாம தடுமாறுவாங்க. போன யுத்தத்துல யானைகளால நடந்த அதே சேதம், இந்த முறை அம்புகளால நடக்கும்!''

''பிரமாதம்!'' வ்ராகா கூவினார்.

''இப்படிக்கூட செய்யலாம்,'' பர்வதேஸ்வரர் யோசனையுடன் பேசினார். ''நம் வில்லாளிகளைத் தரையில் மல்லாந்து படுக்க வைத்து, கால்களால் விற்களைப் பிடித்துக்கொள்ளும்படி பயிற்சியளிக்கலாம். இலக்கு கொஞ்சம் அப்படியிப்படி இருந்தாலும் - எதிரிகளிடையில் சேதமென்னவோ, மிக மோசமாய் இருக்கும்.''

''அற்புதம்!'' சிவன் பாராட்டினார். ''அப்படீன்னா, வில்லைக் கூட பெருசா பண்ணலாம். அதிக தூரம் அம்பை விடலாம்.''

''அம்புகளையும் பெரிதாக, நீளமாய், நல்ல தடிமனாக, ஏறக்குறைய சிறிய வேல்களைப் போலவே உருவாக்கலாம்,'' பர்வதேஸ்வரர் தொடர்ந்தார். ''தோல், மரத்தாலான கேடயங்களைக்கூட உடைத்துக்கொண்டு செல்லும் வலிமையுடன் இருக்கும். உலோகக் கவசங்களை அணியும் இராணுவ வீரர்கள் மட்டுமே அதிலிருந்து தப்ப முடியும்.''

''பிரச்சனைக்குப் பதில் கெடைச்சாச்சா?'' என்றார் சிவன்.

''ஆம்,'' பர்வதேஸ்வரர் புன்னகைத்தார். ''குழுக்களை அமைத்துப் பயிற்சியளிக்க ஏற்பாடு செய்யும்,'' என்றார் வ்ராகாவிடம். ''இரண்டு வாரங்களுக்குள், ஐயாயிரம் வீரர்கள் தயாராயிருக்க வேண்டும்.''

''ஆக்ஞை, பிரபு,'' வாக்களித்தார் வ்ராகா.

"என்ன விஷயமாக அழைத்தீர்கள், சிவா?'' உலோகத் தொழிற்சாலைக்குள் பிரவேசித்தார் பர்வதேஸ்வரர். சிவன் கேட்டுக்கொண்டபடி, உடன் வ்ராகாவும் ப்ரஸன்ஜித்தும் வந்திருந்தனர். கடந்த ஒரு வாரமாக வில்லாளிகளுக்குப் பயிற்சியளித்துக்கொண்டிருந்த வ்ராகா அவர்களை விட்டு வரத் தயங்கினாலும் - ஒரு வேளை, நீலகண்டரிடமிருந்து இன்னொரு அற்புதமான யோசனை வந்தாலும் வரலாம் அல்லவா? ஆவல் அவரை உந்தித் தள்ளியது. அவரது எதிர்பார்ப்பு வீண்போகவில்லை.

''யோசனை பண்ணிக்கிட்டு இருந்தேன்,'' என்றார் சிவன். ''அவங்க படைய நடுவுல பிளந்து உடைக்கப் பெரிய உருளைகள் மாதிரி ஏதாவது தேவைப்படும்ல? அவங்க சேனாதிபதி, இராணுவ வீரர்களை நடுவுல தானே நிறுத்தி வெச்சிருப்பார்? அவங்க எதிர்த்து நிக்கற வரைக்கும், நமக்கு வெற்றி நிச்சயமில்ல.''

''உண்மை,'' பர்வதேஸ்வரர் ஆமோதித்தார். ''இன்னும் சொன்னால், நாம் சரமாரியாக அனுப்பும் அம்புகளையும் அவர்கள் இடத்தைவிட்டு நகராமல் எதிர்கொள்வார்கள் என்றுதான் நாம் அனுமானிக்கவேண்டும்.''

''ரொம்பச் சரி,' என்றார் சிவன். ''ஆனா, அந்த மாதிரி உருளைகளையெல்லாம் நாம தூக்கிக்கிட்டு போக முடியாதில்ல?''

''நிச்சயம் முடியாது, பிரபு,'' என்றார் வ்ராகா.

''மனுஷங்களால ஆன உருளைகளைத் தயார் பண்ணா என்ன?''

''மேலே சொல்லுங்கள்,'' பர்வதேஸ்வரர் கூர்ந்து கவனிக்கலானார்.

''இருவதுக்கு இருவதுன்னு ஆட்களைச் சதுரம் சதுரமா நிறுத்தினோம்னு வெச்சுக்குங்க,'' என்றார் சிவன். ''ஒவ்வொருத்தரும் அவங்கவங்க கேடயத்தை, உடம்போட இடது பக்கம் மூடியிருக்கிற மாதிரி வெச்சுக்கிட்டாங்கன்னா, பக்கத்துல வர்ற வீரனோட வலது பக்கத்தைப் பாதுகாத்த மாதிரியும் இருக்கும்.''

''வீரர்கள், கேடயங்களுக்கிடையே உள்ள இடை வெளிகளின் மூலம் வேல்களைச் செலுத்தலாம்'' என்றார் பர்வதேஸ்வரர்.

''அதேதான்,'' என்றார் சிவன். ''பின்னால வர்ற வீரர்கள், கேடயங்களை தலைக்கு மேல தூக்கிப்

பிடிச்சுக்கிட்டா அவங்களுக்கும், முன்ன போற வீரனுக்கும் மேல பாதுகாப்பிருக்கும். ஆமையோடு மாதிரி. கேடயம் வெளியில இருந்து வர்ற தாக்குதலைச் சமாளிக்கும். அதே சமயம், நம்ம வீரர்களால வேலைப் பயன்படுத்தி, எதிரிகளைக் கொல்ல முடியும்.''

''ஆமையோடு சிதறாமல் இருக்க, நம்மிடம் இருக்கும் வீரர்களில் மிகத் தேர்ந்த, அனுபவமிக்க பலவான்களை முன்னால் அனுப்பலாம்,'' என்றான் ப்ரஸன்ஜித்.

''இல்லை,'' பர்வதேஸ்வரர் மறுத்தார். ''அனுபவமிக்க வீரர்களை பின்னும், பக்கவாட்டிலும் நிறுத்துவதுதான் சிறந்தது. இளம் வீரர்கள் கலவரமடைந்து சிதறிப்போகாமல் அவர்கள் பார்த்துக் கொள்வார்கள். சதுரத்தில் வீரர்கள் அனைவரும் சேர்ந்து, ஒன்றாக இருந்தால் மட்டுமே இந்த உத்தி பலிக்கும்.''

''சரிதான்,'' பர்வதேஸ்வரரின் அறிவுக்கூர்மையைக் கண்ட சிவன், புன்னகைத்தார். ''ஆனா, வெறும் வேலுக்குப் பதிலா, இந்த மாதிரி எதையாவது உபயோகப்படுத்தினா?''

தானே வடிவமைத்து, தொழிற்சாலையில் பணிபுரிந்த இராணுவக்குழு அவரது உத்தரவுக்கேற்ப தயார் செய்திருந்த ஆயுதத்தைக் காண்பித்தார். மிக எளிமையான வடிவமைப்பு: அதில் பொதிந்திருந்த சக்தியையும், சூட்சுமத்தையும் பர்வதேஸ்வரர் வியந்தார். உடற்பகுதி, சாதாரண வேல் ஒன்றை ஒத்திருந்தது. ஆனால் தலைப்பகுதி? வழக்கத்தை விடப் பட்டையாக வடிவமைக்கப்பட்டிருந்தது. நடுவே ஒரு கூர்முனை; அதற்கு இடதும் வலமுமாக இரு கூர்முனைகள் வளைந்து நீண்டிருந்தன. இதை வைத்து எதிரியுடன் மோதுவது, ஒரே சமயத்தில் மூன்று ஈட்டிகளுடன் அவனைத் தாக்குவது போலாகும்.

''மிகப் பிரமாதமாய் இருக்கிறதே?'' பர்வதேஸ்வரர் அதிசயித்தார். ''என்னவென்று அழைக்கிறீர்கள்?''

''திரிசூலம்னு பேர் வெச்சிருக்கேன்.''

''ப்ரஸன்ஜித்,'' என்றார் பர்வதேஸ்வரர். ''இந்தக் குழுவை அமைப்பது உன் வேலை. படைகளை நடத்திச் செல்லத் தயாராகும் போது, இம்மாதிரிக் குறைந்தது ஐந்து ஆமையோட்டுச் சதுரங்களாவது நம்மிடம் இருக்க வேண்டும். இதன் பொருட்டு உனக்கு இரண்டாயிரம் வீரர்களை அளிக்கிறேன்.''

இராணுவ வணக்கம் செலுத்தினான் ப்ரஸன்ஜித். ''அப்படியே, பிரபு.''

பர்வதேஸ்வரரின் கண்களில் மரியாதை ஒளிர்ந்தது. சிவனின் யோசனைகள் அனைத்தும் மிகச் சமயோசிதமானவையே. அதிலும், தன்னைத் தாங்கொணாத் துயரம் வாட்டும் போதும் அவர் இம்மாதிரியான யுத்த தந்திரங்களை யோசித்திருக்கிறார் என்றால்... மிகப்பெரிய விஷயமல்லவா? யார் கண்டது? ஒரு வேளை, மற்றவர்கள் சிவனைப் பற்றிச் சொன்னதெல்லாம் நிஜம்தானோ? இவர்தான் இராமபிரான் நிறைவேற்றாது விட்டுச் சென்றவற்றை முடிக்க வந்தவரோ?

தன் நம்பிக்கையில் சிவன் மண்ணையள்ளிப் போடாமல் இருக்க வேண்டுமேயென்று பர்வதேஸ்வரர் கவலைப்பட்டார்.

அரச வம்சத்தார் மக்களைச் சந்திக்கும் அவையில் சிவன், தக்ஷர் மற்றும் பர்வதேஸ்வரர் சகிதம் அமர்ந்திருந்தார். சற்று தூரத்தில், அரிஷ்டநேமிப் படையின் மிகப் பெருமை வாய்ந்த இரு உயர்-தளபதிகள், வித்யுன்மாலி மற்றும் மாயஷ்ரேநிக், உட்கார்ந்திருந்தனர். சிவனுக்கெதிரில் நின்ற மனிதன், ஒரு காலத்தில் மிகுந்த திண்மையும் பெருமிதமும் உள்ளவனாய் இருந்திருக்கவேண்டும்; இப்போதோ, பணிவுடன் கைகளைக் குவித்து, தீனமாய் வேண்டி நின்றான்.

''ஒரே ஒரு வாய்ப்புக் குடுத்து பாருங்க, பெருமானே,'' என்றான் த்ராபகு. ''சட்டம்தான் மாறிப்போச்சே? நாங்களும் சண்டைல கலந்துக்கலாம்தானே? அதுக்குத் தடையில்லையே?''

கோட்த்வாரத்தில் சிவனை ஆசிர்வதித்த பார்வையிழந்த கிழவரின் மகன், த்ராபகு. தந்தையின் விழிகளைப் பறித்த கொடூர வியாதி அவனது மனைவியையும், வயிற்றிலிருந்த குழந்தையையும் கொல்வதற்கு முன்பு வரை, மெலூஹ ராணுவத்தில் உயர்-தளபதியாக இருந்தவன். தந்தையுடன், விகர்மாவாய் அறிவிக்கப்பட்டவன்.

சிவனோ, அவசரப்படுத்தப்படும் மனநிலையில் இல்லை. ''சொல்லுங்க, த்ராபகு. அப்பா எப்படி இருக்கார்?''

''நல்லா இருக்கார், பிரபு. இந்த தர்மயுத்தத்துல உங்க சார்பா நான் கலந்துக்கலைன்னா, என்னைப் புள்ளைன்னுகூட பாக்காம வெட்டி விட்ருவார்.''

சிவன் மென்மையாகப் புன்னகைத்தார். இது தர்மயுத்தம் தான் என்பதில் அவருக்கும் சந்தேகமிருக்கவில்லை. ''ஆனா - உங்களுக்கு ஏதாவது ஆச்சுன்னா, அவர் கதி என்ன?''

''மெலூஹா பாத்துக்கும், பிரபு. ஆனா, உங்களோட மட்டும் நான் போருக்கு வரலைன்னா, அவர் ஆயிரம் தடவ செத்துச் செத்துப் பொழப்பாரு. எங்கப்பா மானத்தைக் காப்பாத்த சண்ட போடாத நான் - என் நாட்டுக்காகப் போராடாத நான் - என்ன மாதிரியான புள்ள?''

இன்னமும் சிவனுக்குத் திருப்தியாகவில்லை. அவையோரின் தர்மசங்கடத்தை அவர் உணர்ந்தேயிருந்தார். விகர்மா சட்டம் தள்ளுபடி செய்யப்பட்டிருந்தாலும், அறைக்குள் நுழைந்த த்ராபகுவை யாரும் தொடாததை அவர் கவனிக்கத் தவறவில்லை.

''பிரபு, நம்மைவிட சந்திரவம்சிங்க படை பலம் ஜாஸ்தி,'' என்றான் த்ராபகு. ''பயிற்சியுள்ள எல்லா வீரர்களும் நமக்கு இப்ப தேவை. விகர்மாவா அறிவிக்கப்பட்டதுலேர்ந்து, கிட்டத்தட்ட ஐயாயிரம் வீரர்கள் சண்டைல கலந்துக்க முடியாத நிலைமைல இருக்காங்க. அவங்களையெல்லாம் என்னால ஒண்ணு தெரட்ட முடியும். நாட்டுக்காகப் போராட, உயிரக் குடுக்க நாங்க தயாரா இருக்கோம்.''

''மெலூஹாவுக்காக நீங்க உயிரவிடறதுல எனக்குச் சம்மதமில்ல, த்ராபகு,'' என்றார் சிவன்.

த்ராபகுவின் முகம் வாடியது. மீண்டும் கோட்த்வார்தான் செல்லப்போகிறோம் என்ற முடிவுக்கு வந்துவிட்டான்.

''ஆனா,'' சிவன் தொடர்ந்தார். ''உயிர வாங்கறதா இருந்தா, ரொம்ப உத்தமம்.''

த்ராபகு நிமிர்ந்து பார்த்தான்.

''உங்க படையை நீங்க தயார் செய்யலாம்,'' சிவன் கட்டளை பிறப்பித்தார். தக்ஷரை நோக்கித் திரும்பினார். ''இதுக்கு விகர்மாப் படைன்னு பேர் வெச்சிரலாம்.''

''என்ன பைத்தியக்காரத்தனம் இது!'' வித்யுன்மாலி முறைத்தான். ''விகர்மாக்களையெல்லாம் எவ்விதம் இராணுவத்தில் சேர்த்துக்கொள்வது?''

வழக்கம்போல், வாள் பயிற்சிக்காக அவனும், மாயஷ்ரேநிக்கும் அவர்களுக்கேயுரிய உடற்பயிற்சி க்கூடத்தில் ஆயத்தம் செய்துகொண்டிருந்தனர்.

"வித்யு..." மாயஷ்ரேநிக் கெஞ்சினான்.

"என்ன, என்ன 'வித்யு'? வீண் வாதம் வேண்டாம். இது தவறென்று உனக்கே தெரியும்."

எதற்கும் எப்போதும் அதிகம் அலட்டிக்கொள்ளாத மாயஷ்ரேநிக், இதிலும் அதிகம் பட்டுக்கொள்ளாமல், தன் நண்பன் ஆத்திரத்தில் பொரிந்துகொட்டுவதை நிதானமாகக் கேட்டுக்கொண்டான்.

"இந்தப் போரில் நான் இறந்தால், என் முன்னோரை எப்படி நோக்குவேன்?" வித்யுன்மாலி புலம்பினான். "க்ஷத்ரியர்கள் மட்டுமே கலந்துகொள்ளக்கூடிய யுத்தத்தில், க்ஷத்ரியர் அல்லாதோரும் சண்டையிட நான் எப்படி அனுமதித்தேன் என்று என்னைக் கேட்க மாட்டார்களா? அவர்களுக்கு என்ன பதில் சொல்வது? எளியோரைப் பாதுகாப்பதல்லவா நம் கடமை? பலவீனமானவர்களைப் பயன்படுத்திப் போர் செய்வது நம் வழியல்ல."

"த்ராபகு பலவீனமானவன் என்று நான் எண்ணவில்லை. சென்ற சந்திரவம்சி யுத்தத்தில் அவன் புரிந்த சாகசங்களை மறந்துவிட்டாயா?"

"அவன் விகர்மா! அதனால், பலவீனமானவன்!"

"இனி விகர்மாக்கள் யாரும் இல்லையென்று சிவபெருமான் உத்தரவிட்டுவிட்டார்."

"எது சரி, எது தவறென்று நீலகண்டருக்கு உண்மையில் தெரியுமாவென்பதே எனக்குச் சந்தேகம்தான்!"

"வித்யு!" மாயஷ்ரேநிக் கத்தினான்.

அதிர்ந்து போன வித்யுன்மாலி, நண்பனை வெறித்தான்.

"ஒரு விஷயத்தை நீலகண்டர் சரியென்று சொன்னால்," மாயஷ்ரேநிக் தொடர்ந்தான். "அது *சரிதான்!*"

22

கொடுங்கோல் சாம்ராஜ்யம்

"யுத்தத்தில் நாம் இந்த வியூகத்தைப் பயன் படுத்துவதே சிறந்தது என எண்ணுகிறேன்," என்றார் பர்வதேஸ்வரர்.

சேனாதிபதியின் பிரத்யேக அலுவலகத்தில், அவரும் வ்ராகாவும் அமர்ந்திருந்தனர். வில் போன்ற வியூகம். நீண்ட, அரை வட்ட வடிவில் வீரர்கள் நிறுத்தப்பட்டிருப்பர். வேகம் குறைந்த ஆமையோட்டுப் படைகள் நடுவேயும், வேகமாய் முன்னேறக்கூடிய காலாட்படைகள் பக்கவாட்டிலும் நிற்க, போர்க்களத்தில் தேவைப்படும் இடங்களுக்குச் சட்டென்று செல்லவும், படையின் அருகே பாதுகாவலின் பொருட்டும், வில்லின் இரு முனைகளில் குதிரைப்படை நிறுத்தப்படும். சற்றே சிறிய படைக்கு இந்த வியூக முறை மிகச் சிறந்தது. பலமளிக்கும்; சமயத்துக்கேற்ப வளைந்தும் கொடுக்கும்.

"நன்றாகத்தான் இருக்கிறது, பிரபு," என்றார் வ்ராகா. "மகாதேவர் என்ன சொல்கிறார்?"

"நம் படைக்கு மிகப் பொருத்தம் என்பதே சிவனின் எண்ணம்."

நீலகண்டரைப் பர்வதேஸ்வரர் பெயர் சொல்லியழைப்பது வ்ராகாவுக்கு ஏற்கத்தான் இல்லை. ஆனால், சேனாதிபதியை மறுத்துப் பேச அவர் யார்? "எனது கருத்தும் அதுவே, பிரபு."

''இடது வளைவை நான் முன்னின்று நடத்துகிறேன்,'' என்றார் பர்வதேஸ்வரர். ''வலது புறத்தை நீங்கள் வழிநடத்துங்கள். இது விஷயமாக சில உத்திகளைப் பற்றிக் கலந்தாலோசிக்கத்தான் உங்களை அழைத்தேன்.''

''யார், நானா?'' வ்ராகா ஆச்சர்யமடைந்தார். ''மகாதேவரல்லவா நடத்திச் செல்வார் என்றெண்ணினேன்?''

''சிவனா? அவர் இந்த யுத்தத்தில் கலந்துகொள்வார் என்று தோன்றவில்லை, வ்ராகா.''

திகைத்து நிமிர்ந்த வ்ராகா, மௌனம் காத்தார்.

''சிவன் நல்லவர்தான். புத்திசாலியும் கூட. அதில் எனக்குச் சந்தேகம் இல்லை,'' விஷயத்தை விளக்க வேண்டிய கட்டாயம் பர்வதேஸ்வரருக்குத் தோன்றியது போலும். ''ஆனால், அவர் மனதை இப்போது முழுவதுமாய் ஆக்கிரமித்துக்கொண்டிருப்பது பழி வாங்கும் உணர்ச்சியேயன்றி, மெலூஹாவிற்கு நீதி பெறுவது அல்ல. அந்தப் பழிகார நாகனைப் பிடித்து இழுத்துக்கொண்டு வந்து அவர் காலடியில் போட்டு, அவருக்கு நாம் தகுந்த தீனியளிப்போம். ஒரே ஒரு நாகனைக் கண்டுபிடிக்க ஒரு மிகப்பெரும் யுத்தத்தில் அவர் தன் உயிரைப் பணயம் வைக்கப்போவதில்லை.''

தன் மேலதிகாரியின் எண்ண ஓட்டத்தில் தனக்குத் துளியும் சம்மதமில்லையென்பது வெளியே தெரியாமலிருக்கும் பொருட்டு, வ்ராகாவின் கண்கள் தாழ்ந்தேயிருந்தன.

''நியாயமாகப் பார்த்தால்,'' பர்வதேஸ்வரர் தொடர்ந்தார். ''நீலக்கழுத்து இருக்கும் ஒரே காரணத்தால், அவர் மீது தேவையில்லாத சுமைகளை ஏற்றுவதும் சரியல்ல. அவர் மீது எனக்கு மிகுந்த மரியாதை உண்டு. ஆனால், போரில் கலந்துகொள்ள வேண்டும் என்ற எதிர்பார்ப்பு இல்லை. அதுவா அவரது விதிப்பயன்?''

ஒரே ஒரு நொடி, வ்ராகா பர்வதேஸ்வரரை நிமிர்ந்து பார்த்தார். எல்லோருக்கும் பட்டவர்த்தனமாய்ப் புரியும் ஒரு விஷயத்தை சேனாதிபதி மறுப்பதன் காரணம் புரியவில்லை. தங்களைக் காக்க இன்னொரு தலைவர் வந்துவிட்டார் என்பதை ஒப்புக்கொள்ள முடியாத அளவா இராமபிரான் மீது பற்று வைத்திருந்தார்? இராமபிரானைத் தவிர வேறு யாரும் வர வாய்ப்பில்லை என்று நம்புகிறாரோ? ''உலகில் சாஸ்வதமானது நான் அல்ல; தர்மம் மட்டுமே,'' என்று சொன்னவரே இராமபிரான் தானே?

''அது மட்டுமல்ல,'' பர்வதேஸ்வரர் மேலும்

சொன்னார். ''அவருக்குத் திருமணமாகிவிட்டது. காதல் வயப்பட்டுவிட்டார். சதி மீண்டும் கணவனை இழக்க அவர் நிச்சயம் விரும்பமாட்டார். ஏன் விரும்பவேண்டும்? அம்மாதிரியான பொறுப்பை அவர் தலை மீது நாம் சுமத்துவதும் நியாயமல்ல.''

மகாதேவர் நமக்காகப் போரிடுவார், சேனாதிபதி. நம்மைக் காப்பார். வார்த்தைகளில் வடித்து, அவரது கோபத்திற்கு ஆளாக விருப்பமில்லாவிட்டாலும், எண்ணங்கள் என்னவோ வ்ராகாவின் மனதில் திரையிடத்தான் செய்தன. ஏன் தெரியுமா? அதுதான் மகாதேவர்களின் கடன்.

ஏறக்குறைய பர்வதேஸ்வரரின் விருப்பமும் அதுவேதான் என்பதை வ்ராகா உணரவில்லை. மகாதேவராக உயர்ந்து, சந்திரவம்சிகளுக்கெதிராய் சிவன் தங்களைப் போரில் வழிநடத்தி, வெற்றி ஈட்டித் தர வேண்டுமென்பது அவரது அவா. ஆனால் - இதுவரை பல மாமனிதர்கள் வந்து சென்றிருந்தாலும், இராமபிரானின் உயரத்தை அடைந்தது யாருமில்லை; இது பல வருட அனுபவம் அவருக்குக் கற்றுத் தந்த பாடம். இளவயதில், சிலர் மீது பர்வதேஸ்வரர் நம்பிக்கை வைத்ததுண்டு; ஆனால், அவை பலித்ததில்லை. சிவன் விஷயத்திலும் அப்படியொரு ஏமாற்றத்திற்குத் தன்னைத் தயார் செய்துகொண்டிருந்தார். சந்திரவம்சிகளுக்கெதிராக சிவன் போர் புரிய மறுக்கும் பட்சத்தில், மாற்றாக யாருமில்லாது போய்விடக்கூடாது என்பதில் கவனமாக இருந்தார்.

ஸ்வத்வீபத்திலிருந்து சக்ரவர்த்தி திலீபன் அனுப்பிய லிகிதத்தை தக்ஷர் படிக்க, யுத்த மகாசபை மௌனம் காத்தது. படித்துக் கொண்டிருக்கும்போதே தக்ஷர் முகம் மாறியதிலிருந்து, லிகிதத்தின் சாராம்சம் எல்லோருக்கும் புரிந்துவிட்டது. ஆத்திரத்தில் முகம் விகாரமடைய, கைகளை முஷ்டியாக்கிக் கொண்டு, தக்ஷர் கண்களை மூடிக்கொண்டார்.

கனகாலாவிடம் லிகிதத்தை அலட்சியமாய் நீட்டியவர், ''படியுங்கள்,'' என்றார் ஏளனத்துடன். ''உரக்கப் படியுங்கள். சந்திரவம்சிகளின் கேவலமான நடத்தையைப் பார்த்து உலகமே அருவருப்படையட்டும்.''

புருவத்தை மிக லேசாகச் சுருக்கிய கனகாலா, அதை வாங்கி, படிக்கத் தொடங்கினாள்.

மெலூஹ சாம்ராஜ்ய இரட்சகர், சூர்யவம்சிக் குலவிளக்கு, சக்ரவர்த்தி தக்ஷருக்கு,

மந்தர மலையில் நடந்த கேவலக் கொடுஞ்செயலுக்கு என் ஆழ்ந்த அனுதாபங்கள். நிராயுதபாணிகளான அந்தணர்களின் மீது இந்தத் தேவையற்ற தாக்குதல், மிகக் கடுமையாகக் கண்டிக்கத்தக்கது. இத்துணை இழிவான செயலில் இந்தியாவின் எந்தக் குடிமகனும் இறங்கியது குறித்து நாம் மிகுந்த வருத்தமடைகிறோம். ஆகையினாலேயே, தங்கள் கடிதம் கிடைக்கப்பெற்று, மிகுந்த ஆச்சர்யமும் துக்கமும் அடைந்தோம். நானோ, என் தலைமைக்குட்பட்டவர்கள் எவரும் இத்தகைய ஈனச்செயலை புரியவில்லை என்று உறுதியளிக்கிறேன். ஆதலால், தங்களிடம் சேர்ப்பிக்கக் கூடிய குற்றவாளிகளும் எவரும் இல்லை என்று வருத்தத்துடன் தெரிவிக்க வேண்டியது அவசியமாகிறது. இக்கடிதத்தில் பொதிந்துள்ள நல்லெண்ணத்தைப் புரிந்துகொண்டு, அவசர முடிவு எதையும் எடுக்காமலிருப்பது சாலச் சிறந்தது. விளைவுகள் உங்களுக்கு ஆபத்தாய் முடியலாம். இந்தக் கொடுஞ்செயல் குறித்து நீங்கள் நடத்தும் விசாரணைகளில் நாங்கள் முழுமையாக ஒத்துழைக்கத் தயார். குற்றவாளிகளைத் தண்டிக்கும் விஷயத்தில், எவ்வித உதவியும் கோரி எங்களை அணுகலாம்.''

ஆழ மூச்சை இழுத்து விட்ட கனகாலா, சந்திரவம்சிகளுக்கேயுரிய இந்த இரட்டைவேடப் பதிலால் தலைக்கேறிய ஆத்திரத்தைக் கஷ்டப்பட்டுக் கட்டுப்படுத்திக்கொண்டாள். ஏற்கனவே தான் எடுத்த முடிவு தவறோ என்றுகூடத் தோன்றியது.

''சக்ரவர்த்தி திலீபரே கையொப்பமிட்டிருக்கிறார்,'' கனகாலா படித்து முடித்தாள்.

''சக்ரவர்த்தி திலீபனல்ல,'' தக்ஷர் உறுமினார். ''கொடுங்கோல் சாம்ராஜ்யம் நடத்தும் தீவிரவாதி திலீபன்!''

''போர்!'' கொதித்துப் போயிருந்த யுத்தசபை, ஒரே குரலில் அலறியது.

சிவனின் முகத்தில் எள்ளும் கொள்ளும் வெடித்தன. தக்ஷர் அவரை ஏறிட, மிக லேசாய் தலையசைத்தார்.

''போர்!'' தக்ஷர் கர்ஜித்தார். ''இரண்டு வாரங்களில் நாம் கிளம்புவோம்!''

மெலூஹாவின் அமரர்கள்

கங்கணம் எப்படியோ உயிர் பெற்றுவிட்டது. பிரம்மாண்டமாய் வளர்ந்து, வளர்ந்து... சிவன் அதனடியில் சிறு பிள்ளையாகத் தெரிகிறார். அதன் ஓரங்கள் தீப்பற்றித் திகுதிகுவென எரிகின்றன. 'ஓம்' என்ற வடிவத்திலிருந்து மூன்று சர்ப்பங்களும், சட்டென்று உயிர் பெற்று, ஒன்றிலிருந்து ஒன்று கழன்று, சிவனை நோக்கி ஊர்கின்றன. நடுவிலிருந்த பாம்பு, இடப்பக்கமிருப்பதை நோக்கித் தலையாட்டுகிறது. ''உன் சகோதரனை இவன் கொன்றான். உன் மனைவியின் உயிரை இன்னொருவன் பறிக்கப் போகிறான்.''

இடமும் வலமும் இருக்கும் சர்ப்பங்கள் முறைக்கின்றன. சிவனுக்கு அடிவயிற்றில் சில்லிடுகிறது.

நடுவிலிருக்கும் சர்ப்பத்தை நோக்கி, விரல் நீட்டுகிறார். ''அவ தலைல நீ ஒரு முடியைத் தொட்டாலும்,'' சீறுகிறார். ''உன் உடம்புலேர்ந்து உயிரப் பிச்சு எடுத்து ...''

''ஆனால் நான்,'' நடுவிலிருக்கும் சர்ப்பம், கண்டு கொள்ளாமல் சாவதானமாய்த் தொடர்கிறது. ''நான் என்ன செய்யப்போகிறேன், தெரியுமா? என்னைக் காப்பாற்றிக்கொண்டு வருகிறேன். உனக்காகத்தான்.''

வார்த்தையில் வடிக்க முடியாத ஆத்திரத்துடன் சிவன் அந்த சர்ப்பத்தை வெறிக்கிறார்.

''உன்னை விழுங்காமல் விடமாட்டேன்,'' சர்ப்பம், வாயைக் கோரமாய்ப் பிளக்கிறது.

சிவனின் கண்கள் சட்டென்று திறந்தன. வியர்த்து வழிந்தது. சுற்றுமுற்றும் பார்த்தார். எதுவும் புலப்படவில்லை. இருள் அப்பிக் கிடந்தது. சதிக்கு ஆபத்தில்லையே? சோதிக்க முயன்றார். அவள் அங்கு இல்லை. ஒரே மூச்சில் எழுந்தார். கனவில் கண்ட அந்த சர்ப்பங்கள் நிஜத்திலும் உருவெடுத்து ... உள்ளுக்குள் பயம் படர்ந்தது.

''சிவா,'' படுக்கையின் ஓரமாய் அமர்ந்திருந்த சதி, அவரைப் பார்த்துக்கொண்டிருந்தாள்.

அவர்கள் தங்கியிருந்த சிறிய இராணுவக் கூடாரத்திற்குள், நாற்காலி போன்ற வசதிகளுக்கெல்லாம் இடமில்லை. ஸ்வத்வீபத்தை நோக்கி நகர்ந்துகொண்டிருந்த மெலூஹப் படையுடன், கடந்த ஒரு மாதமாய்ப் பயணித்துக் கொண்டிருந்தவர்களின் தற்போதைய இல்லம், இதுதான்.

''என்னாச்சு, சதி?'' மங்கிய வெளிச்சத்திற்கு அவரது கண்கள் பழகின. கையில் இறுக்கப் பிடித்திருந்த கங்கணத்தை சுருக்குப் பைக்குள் திணித்தார்.

எப்ப இதை நான் வெளிய எடுத்தேன்?

''சிவா,'' என்றாள் மீண்டும். விஷயம் தெரிந்த இரண்டு வாரமாய், எப்படியாவது அவரிடம் சொல்லிவிட வேண்டுமென்பது சதியின் எண்ணம். சரியான சந்தர்ப்பம்தான் வாய்க்கவில்லை. வாழ்க்கையில் மிக மோசமான பகுதியொன்றைக் கடப்பதில் அல்லல்பட்டுக் கொண்டிருந்த கணவனிடம், இந்தச் சிறிய விஷயத்தைச் சொல்லி சஞ்சலமேற்படுத்துவானேன் என்று சமாதானம் செய்துகொள்ள முயன்றாள். ஆனால் - காலம் கடந்து விட்டது. அவளிடமிருந்துதான் இதை அவர் அறிந்துகொள்ள வேண்டும். இராணுவப் படைத்தளத்தில், இம்மாதிரி இரகசியத்தை நீண்ட காலம் காப்பாற்றுவது கடினம். ''உங்ககிட்ட ஒரு விஷயம் சொல்லணும்.''

''சரி,'' சிவனின் மனம் கனவையே சுற்றிச் சுற்றி வந்தது. ''சொல்லு.''

''இந்தப் போர்ல என்னால கலந்துக்க முடியும்னு தோணலை.''

''என்னது? ஏன்?'' சிவன் திகைத்தார். கோழைத்தனம் என்பது சதியின் அகராதியிலேயே கிடையாது. பிறகு, இது என்ன பேச்சு? அதுவும், ஏறக்குறைய ஒரு மாத காலம் மெலூஹாவையும் ஸ்வத்வீபத்தையும் பிரித்த அடர்ந்த காடுகளைப் படைகள் கடந்தபின்? எதிரி பிராந்தியத்திற்குள் ஏற்கனவே கால் வைத்தாயிற்று. இனி, பின்வாங்குவதென்பது நடக்காத காரியம். ''என்னாச்சு சதி? நீ பேசறமாதிரியே இல்ல?''

''வந்து, சிவா,'' சதி கூச்சத்தில் நெளிந்தாள். பொதுவாக, இம்மாதிரி விஷயங்களை சூர்யவம்சிகள் வெளிப்படையாகப் பேசுவது வழக்கமில்லை. ''காரணம் இருக்கு.''

''காரணமா?'' என்றார் சிவன். ''என்ன காரணம்?''

சட்டென்று, அது என்னவாயிருக்கும் என்பது பொட்டில் அறைந்தாற்போல் விளங்கியது. ''கடவுளே! நெஜமாத்தான் சொல்றியா?''

''ஆமா,'' வெட்கத்துடன் தலைகுனிந்தாள்.

''புனித ஏரியே! நான் அப்பாவாகப் போறேனா?''

சிவனின் முகத்தில் படர்ந்த குதூகலத்தைக் கண்டபோது, முன்னமேயே சொல்லாமல் போய்விட்டோமே என்ற குற்ற உணர்ச்சி சதிக்கு உறுத்தியது.

''ஆஹா!'' அவளை அப்படியே கைகளில்

தூக்கிக்கொண்டு தட்டாமாலை சுற்றினார். ''இந்த மாதிரி நல்ல செய்தி கேட்டு எவ்ளோ நாளாச்சு!''

வாஞ்சையுடன் புன்னகைத்த சதி, களைத்திருந்தாலும், திண்மை நிறைந்த அவரது தோளில் தலையைச் சாய்த்துக்கொண்டாள்.

''இந்த ரெண்டு மாசமா என்னால உனக்கு எந்த உதவியும் இல்ல. எனக்கும் சேர்த்து வெச்சு ஆதரவா இருந்தது ஒருத்திதான்,'' என்றார் சிவன். ''அதனால, நம்ம பொண்ணுக்குக் க்ருத்திகான்னு பேர் வெப்போம்!''

அதிசயத்துடன் சதி அவரை நிமிர்ந்து பார்த்தாள். ஒரு மனிதனின் மீது இன்னும் எவ்வளவுதான் காதல் கொள்ள முடியும்? ஆனால், முடிந்தது. சதியின் முகத்தில் புன்னகை விரிந்தது. ''பையனாவும் இருக்கலாமில்ல?''

''சே, இருக்காது,'' சிவன் சிரித்தார். ''பொண்ணுதான். அவளைச் செல்லம் குடுத்துக் குட்டிச்சுவராக்கறதுதான என் வேலையே?''

சதி கலகலவென்று சிரித்தாள். சிவனும் சேர்ந்துகொண்டார். இந்த இரண்டு மாதங்களில், மனம்விட்டு அவர் சிரித்தது இதுவே முதல் முறை. இதயத்தில் கவிந்திருந்த மாசு மறைய, சதியை அணைத்துக்கொண்டார். ''நான் உன்னைக் காதலிக்கிறேன், சதி,'' என்றார்.

''நானும் உங்களைக் காதலிக்கிறேன்,'' சதி கிசுகிசுத்தாள்.

சதியைப் பத்திரமாய் அடைகாத்த கூடாரத்திற்குள்ளிருந்து, திரைச்சீலையை உயர்த்தியவாறு சிவன் வெளிவந்தார். க்ருத்திகாவும், ஆயுர்வதியும், இன்னமும் அவளுடன்தான் இருந்தார்கள். அவளுக்கென்று பிரத்யேக செவிலிப்படையே இயங்கிவந்தது. சதி, மற்றும் வளர்ந்து வந்த கருவின் உடல்நிலை குறித்து ஆயுர்வதியிடம் சிவன் ஓயாது ஒழியாது கேட்ட கேள்விகளும், பட்ட கவலைகளும் ஏராளம்.

ஏறக்குறைய மூன்று மாத காலமாக, சூர்யவம்சிப் படை மிகுந்த மனவலிவுடன் முன்னேறியிருந்தது.

அவர்களது கணிப்பை மீறி, கடக்க வேண்டிய பாதை மிக கடினமாயிருந்தது. பல வருடம் மனித நடமாட்டமற்ற பகுதிகளை, வனம் அதி தீவிரமாக மீண்டும் ஆக்கிரமித்திருந்தது. கொடிய வனவிலங்குகளும்,

வியாதிகளும் படையை மாற்றி மாற்றித் தாக்கின. இதுவரையிலான இழப்பு மட்டும் இரண்டாயிரம். கொடுமை என்னவென்றால், எதிரிகள் தாக்கி அவர்கள் உயிரிழக்கவில்லை. வனத்தை வெட்டி வீழ்த்தி, ஒற்றர்கள் விடாமுயற்சியுடன் முன்னேறியதன் பலன், ஒரு வழியாக சந்திரவம்சிகளிடம் சூர்யவம்சிகளைக் கொண்டுவந்து சேர்த்தாயிற்று.

தர்மகேதம் என்னும் சமவெளியின்மீது, சந்திரவம்சிகளின் படை தண்டிறங்கியிருந்தது. நல்ல தேர்வு. கோடிக்கணக்கான வீரர்கள் அடங்கிய தங்கள் படையை இப்படியும் அப்படியுமாய் நகர்த்த வாகாய் இடம்கொடுத்த பரந்த நிலப்பரப்பு. அவர்களது கணிசமான படையை எதிரிகளுக்குப் பறைசாற்றவும் இது ஒரு உத்தி. சூர்யவம்சிகளோ, தாக்குதல் நடத்துவதில் காலம் தாழ்த்தினர். பொறுமையிழந்து, யுத்த தந்திரங்களைக் கைவிட்டு, தங்களுக்கு வெற்றி வாய்ப்பு அதிகமில்லாத இடத்திற்கு சந்திரவம்சிகள் பெயரலாம் என்று ஒரு நப்பாசை. ஆனால், அந்த நம்பிக்கை வீணானது; எதிரிகள் நகர்வதாயில்லை. வேறு வழியில்லாது, தற்காப்பு செய்துகொள்ளும் முயற்சியில், தர்மகேதத்தை ஒட்டியிருந்த பள்ளத்தாக்கு ஒன்றுக்கு சூர்யவம்சிகள் நகர்ந்து, பாசறை அமைத்துக்கொண்டனர்.

தெளிந்த வானத்தை சிவன் அண்ணாந்து பார்த்தார். உயரே, அரசுக் கூடாரத்திற்கு மேலே, கருடன் ஒன்று தனியாய்ப் பறந்தது. அதன் கீழே, பயத்தின் சுவடில்லாமல், ஐந்து குருவிகள் வட்டமிட்டன. என்ன விசித்திரம்! குணாக்களின் நிமித்தக்காரனை இப்போது கேட்டால், போருக்கு இது சரியான சமயமல்ல என்பான். கருடனுக்கு பயப்படாத குருவியாவது? தவறு. குருவிகளிடத்தில் இரகசிய பலம் ஏதோ ஒளிந்திருக்கிறது.

யோசிக்காதே. அதப்பத்தியெல்லாம் கவலப்படாதே. எப்படிப் பாத்தாலும், இதுக்கெல்லாம் அர்த்தமேயில்ல.

சுத்தமான இளங்காலைக் காற்றை ஆழ சுவாசித்து அனுபவித்தபடி, வலப்பக்கம், தக்ஷரின் கூடாரத்தை நோக்கிச் சென்றார். எதிரில் நந்தி.

''என்ன விஷயம்?''

''உங்கள் கூடாரத்திற்குத்தான் வந்துகொண்டிருந்தேன், பிரபு. சக்ரவர்த்தி உங்களைச் சந்திக்க விரும்புகிறார். புதிதாக ஒரு பிரச்சனை கிளம்பியிருக்கிறது.''

நேர்த்தியாக, இரசனையுடன் அலங்கரிக்கப்பட்ட

தக்ஷரின் கூடாரத்திற்கு இருவரும் விரைந்தனர். உள்ளே நுழைந்த போது, அவரும் பர்வதேஸ்வரரும் தீவிர விவாதத்திலிருப்பதைக் கண்டனர். சற்று தள்ளி, வ்ராகா, மாயஷ்ரேநிக் மற்றும் த்ராபகு அமர்ந்திருந்தனர். மற்ற இருவரையும் விட்டு, த்ராபகு விலகி உட்கார்ந்திருந்தான்.

''போயிற்று, எல்லாம் போயிற்று,'' தக்ஷர் முனகினார்.

''சக்ரவர்த்தி?'' என்றார் சிவன்.

''பிரபு! வந்துவிட்டீர்களா? நல்லது. நமக்கு இனி சர்வநாசம்தான்.''

''இந்த வார்த்தையெல்லாம் வேணாம், அரசே,'' சிவன் பர்வதேஸ்வரரை நோக்கித் திரும்பினார். ''நீங்க சந்தேகப்பட்டது சரியாப்போச்சு போலருக்கு?''

''ஆம்,'' என்றார் பர்வதேஸ்வரர். ''சற்று நேரத்திற்கு முன் தான் ஒற்றர்கள் திரும்பினார்கள். சந்திரவம்சிகள் இருந்த இடத்தை விட்டு நகராததற்கு காரணமுண்டு. பெரிய வட்டமாக நம்மைச் சுற்றி வளைக்க ஒரு இலட்சம் வீரர்களை அனுப்பியிருக்கிறார்கள். நாளைக் காலைக்குள், அந்தப்படை நம் பள்ளத்தாக்கை அடைந்துவிடும். நமக்கு முன் சந்திரவம்சிகளின் மிகப்பெரிய படை; பின்னால் இந்த ஒரு இலட்சம் வீரர்கள். முழுவதுமாக நம்மை மூழ்கடித்துவிடுவார்கள்.''

''இருபுறமும் சண்டையிடுவது நம்மால் முடியாத காரியம், பிரபு,'' தக்ஷர் ஓலமிட்டார். ''இப்போது என்ன செய்வது?''

''இந்தச் செய்தியோட திரும்பி வந்தது வீரபத்ராவோட ஆட்கள்தானே?'' என்றார் சிவன்.

'ஆமெ'ன்று பர்வதேஸ்வரர் தலையசைத்தார். சிவன் நந்தியிடம் திரும்ப, அவர் வேகமாய் வெளியேறினார். சில நொடிகளில், வீரபத்ரா அவர்கள் முன் நின்றான்.

''சந்திரவம்சிப் படை எந்த வழியா வருது, பத்ரா?'' என்றார் சிவன்.

''கிழக்கு திசை. நம்ம பக்கம் இருக்குற செங்குத்தான மலையோரமா. ஐம்பது கிலோமீட்டர் வடக்கேருந்து உள்ள நுழைவாங்கன்னு நெனைக்கறேன்.''

''பர்வதேஸ்வரர் சொன்னபடி, வரைபடம் தயார் பண்றவரையும் கூட்டிக்கிட்டுதான போனே?''

தலையாட்டிய வீரபத்ரா, மையத்திலிருந்து மேஜையருகே சென்று, வரைபடத்தை அதன் மீது பரப்பினான். சிவனும்

பர்வதேஸ்வரரும் குனிந்து, அதைப் பார்த்தனர். படை நகரும் பாதையை விரலால் சுட்டிக்காட்டினான் வீரபத்ரா. ''இப்படித்தான் வர்றாங்க.''

சூர்யவம்சிப் படையின் பாசறைக்கு நேர் வடக்கே, அவர்கள் தற்காத்துக்கொள்ள மிக உன்னதமான ஓரிடம் அமைந்திருப்பதை சிவன் சட்டெனக் கவனித்தார். நிமிர்ந்தபோது, பர்வதேஸ்வரரும் அதைக் கவனித்துவிட்டதை அறிந்தார்.

''எத்தனை ஆள் தேவைப்படும், சேனாதிபதி?''

''சொல்ல முடியாது. நிலைமை சற்று மோசம்தான். ஆனால் - அந்தக் கணவாய் நமக்கு நன்கு பயன்படும் என்றுதான் தோன்றுகிறது. சற்று பெரிய படை தேவைப்படும். குறைந்தது முப்பதாயிரம் வீரர்கள்.''

''அதிகம் பேரைப் பயன்படுத்தமுடியாது. நாளைக்கே, தெற்குப் பக்கமிருக்குற சந்திரவம்சிகளின் பிரதானப் படையோடவும் நாம அநேகமா மோத வேண்டியிருக்கும். அவங்க தாக்க அதுதான் சரியான சமயம்.''

இறுக்கமான முகத்துடன் பர்வதேஸ்வரர் தலையசைத்தார். இப்போதைக்கு மெலூஹர்கள் பின்வாங்கி, பாதுகாப்பான வேறு இடம் தேர்வு செய்து, மீண்டும் தங்களுக்குச் சாதகமாகப் போர் தொடங்க வழிவகை செய்துகொள்ள வேண்டியதுதான். அந்த எண்ணம் அவருக்கு மகிழ்ச்சியைத் தரவில்லை.

''ஐயாயிரம் வீரர்கள் போதும்னு நெனைக்கறேன், பிரபுக்களே.''

த்ராபகு அருகில் வந்து நின்றதை இருவரும் கவனிக்கவில்லை. சிவன் வரைபடத்தில் சுட்டிக்காட்டிய இடத்தை அவன் பார்த்துக்கொண்டிருந்தான்.

''இங்க பாருங்க,'' அவன் தொடர, சிவனும் பர்வதேஸ்வரரும் உற்று நோக்கினர்.

''மலைகள், கணவாய் கிட்ட வர வர, குறுகிக்கிட்டே வருது. கணவாய் ஐம்பது மீட்டருக்கு மேல அகலமில்ல. அவங்க படை எவ்வளவு பெருசா இருந்தாலும், கணவாய்க்குள்ள ஒரு சமயத்துக்கு சில நூறு பேர்தான் நுழைஞ்சு தாக்க முடியும்.''

''ஆனால் - ஒரு இலட்சம் வீரர்கள் அல்லவா வருகிறார்கள்? ஒன்றன்பின் ஒன்றாய் ஆட்களை அனுப்பிக்கொண்டே இருப்பார்களே, த்ராபகு?'' என்றான்

மாயஷ்ரேநிக். ''இருபுறமும் மலைகள் மிக செங்குத்தாக இருப்பதால், நம் ஏவுகணைகளைக்கூடப் பயன்படுத்த முடியாது. வெற்றிக்கு வாய்ப்பேயில்லை.''

''இதுக்கும் வெற்றிக்கும் சம்பந்தமில்ல,'' என்றான் த்ராபகு. ''நம்ம பிரதான படை போர்ல எறங்க நேரம் வேணும். அது கெடைக்கிற வரைக்கும், ஒரு நாள் பொழுதுக்காவது இவங்களைத் தடுக்கணும். அவ்வளவுதான்.''

''நான் செல்கிறேன்,'' என்றார் பர்வதேஸ்வரர்.

''கூடாது, பிரபு,'' என்றார் வ்ராகா. ''பிரதானத் தாக்குதலுக்கு தாங்கள் இங்கே தேவை.''

சிவனும் பர்வதேஸ்வரரைப் பார்த்தார்.

நானும் இங்கேதான் இருந்தாகணும்.

''என்னாலயும் முடியாது,'' சிவன் தலையசைத்தார்.

அவரை நிமிர்ந்து பார்த்த பர்வதேஸ்வரரின் கண்களில், மிகுந்த ஏமாற்றம். சிவனின் இந்த பதிலுக்குத் தன்னை என்னதான் தயார் செய்திருந்தாலும், எப்படியாவது அவர் தன்னை நிரூபித்துக்கொள்வார் என்று ஒரு சிறிய நப்பாசை இருந்தது. ஆனால் - போரைக் கவனிக்க தக்ஷருக்காக அமைக்கப்படும் உயர்ந்த மேடையின் மீதுதான் சிவனும் வீற்றிருந்து யுத்தத்தைக் கண்டு களிக்கப் போகிறார் போலும்.

''அந்தக் கௌரவத்தை எனக்குக் குடுங்க, பிரபு,'' என்றான் த்ராபகு.

''த்ராபகு...'' மற்றவர்கள் மனதில் நினைப்பதை வார்த்தைகளில் வடிக்க முடியாமல் திணறினான் மாயஷ்ரேநிக்.

வெறும் ஐயாயிரம் வீரர்களுடன், வடக்கேயிருந்த மலைக்கணவாயில் சந்திரவம்சிப் படையுடன் மோதுவது, நிச்சயம் தற்கொலைத் திட்டமேதான்.

''த்ராபகு,'' என்றார் சிவன். ''எனக்கு சரியாத் தெரியலை...''

''எனக்குத் தெரியும், பிரபு,'' மறித்தான் அவன். ''இதுதான் என் பிறவிப்பயன். ஒரு நாள் அவங்களைத் தடுத்து நிறுத்தறேன். இந்திர தேவர் அருள் இருந்தா, ரெண்டு நாள். அதுக்குள்ள, நமக்கு வெற்றியத் தேடிக் குடுத்துருங்க.''

தக்ஷர் சட்டென்று இடைபுகுந்தார். ''பிரமாதம். த்ராபகு, உடனே கிளம்ப ஆவன செய்.''

துடிப்பாக இராணுவ வணக்கம் செலுத்திய த்ராபகு,

வேறு யாரேனும் மறுப்புத் தெரிவிக்குமுன், விரைவாக வெளியேறினான்.

— ⅄ⵀⵡ⯅⊗ —

அடுத்த ஒரு மணி நேரத்திற்குள், விகர்மாப் படை, பாசறையை விட்டு வெளியேறியது. உச்சிவானில் சூரியன் தகிக்க, அவர்கள் விடைபெறுவதை பாசறை மொத்தமும் விழித்திருந்து பார்த்தது. அவர்கள் சந்திக்கப்போகும் போர் எத்தகையது; வெற்றி வாய்ப்பு எவ்வளவு சிறியதென்பது அனைவருக்கும் நன்கு தெரியும். இந்த வீரர்களை இனி உயிருடன் பார்ப்பது துர்லபம். அவர்களோ, முகத்தில் பயத்தின் சாயை கூட இன்றி, உற்சாகமாக அடியெடுத்து வைத்தனர். அடக்க முடியாத அதிசயத்துடன் பாசறை இந்தக் காட்சியைக் கண்டு வியந்தது. எல்லோர் மனதிலும் ஒரே எண்ணம்:

பலவீனமான இந்த விகர்மாக்களுக்கு எங்கிருந்து இவ்வளவு தைரியமும், ஊக்கமும் வந்தன?

படையின் முன்னே, கம்பீரமான முகத்தில் போர்ச்சாயம் பூசியபடி ஏறு நடை போட்டான் த்ராபகு. கவசத்தின் மீது காவி நிற அங்கவஸ்திரம் தரித்திருந்தான். பரமாத்மாவின் வண்ணம். இறுதி ஊர்வலத்தில் அணியும் நிறம். திரும்பப் போவதில்லை என்று உறுதியடைந்துவிட்டான்.

திடீரென்று வித்யுன்மாலி அவன் முன்னால் பாய்ந்து வர, திடுக்கிட்டு நின்றான். த்ராபகுவின் புருவங்கள் நெறிந்தன. அவன் சுதாரித்துக்கொள்வதற்குள், வித்யுன்மாலி, தன் கத்தியை உருவினான். த்ராபகுவும் தன் ஆயுதத்தை எடுக்க முயன்றான். வித்யுன்மாலி முந்திக்கொண்டான். கட்டை விரலைக் கத்தியால் அறுத்துக்கொண்டு, அதைத் த்ராபகுவின் நெற்றிக்குக் கொண்டுவந்தான். மிகப்பெரும் போர்க்களங்களில், தோளோடு தோள் நின்று, சகோதரர்களாகவே போராடும் வீர க்ஷத்ரியர்களின் மரபுப்படி, கட்டை விரலை த்ராபகுவின் நெற்றியில் பதித்தான். அந்த இரத்தத் திலகம், அவனைக் காக்கும்.

''என்னைவிட நீ உயர்ந்தவன், த்ராபகு,'' வித்யுன்மாலி மெல்லிய குரலில் உரைத்தான்.

இந்த அதிசயச் செய்கையால், த்ராபகு திகைத்து நின்றான்.

கைவிரல்களை முஷ்டியாக இறுக்கிக்கொண்டு,

வித்யுன்மாலி வானை நோக்கி உயர்த்தினான். "அடித்து நொறுக்கு, விகர்மா!" கர்ஜித்தான்.

"அடித்து நொறுக்கு, விகர்மா!" அவனது குரல் பல ஆயிரம் சூர்யவம்சிக் கண்டங்களினின்று, மீண்டும் மீண்டும் ஒலித்தது.

எத்தனையோ காலமாக மறுக்கப்பட்டு வந்த மதிப்பும் மரியாதையும், இப்போது கடல்போல் அவர்களைச் சூழ, த்ராபகுவும், அவனைச் சேர்ந்தவர்களும், அந்த அலைகளில் மூழ்கித் திளைத்தனர்.

"அடித்து நொறுக்கு, விகர்மா!"

த்ராபகு தலையசைத்து, திரும்பி, உணர்ச்சி வேகத்தில் தன்னை இழக்குமுன், விரைவாக நகர்ந்தான். அவனது வீரர்கள் பின்தொடர்ந்தனர்.

"அடித்து நொறுக்கு, விகர்மா!"

— ☓ ☉ ⋃ ⚶ ⊕

வழக்கமாய் இந்த மாதங்களில் இருப்பதை விட, இன்றென்னவோ வெய்யில் அதிகப்படியாகக் காய்ந்தது.

முந்தைய இரவு, கணவாய் வழியே நுழைய முயன்ற சந்திரவம்சிப் படை, அங்கே காத்திருந்த மெலூஹர்களை எதிர்பாராமல் சந்திக்க, உடனடியாகப் போர் மூண்டது. இரவு முழுதும் அவர்களை வீரமாய் எதிர்த்து நின்ற விகர்மாப் படையின் புண்ணியத்தில், சூர்யவம்சிகளின் பிரதானப் படைக்கு அத்தியாவசியமான அவகாசம் கொஞ்சம் கிடைத்திருந்தது. இன்றுதான் பிரதான யுத்தம் ஆரம்பமாகவேண்டும். சிவன் தயாராய் இருந்தார்.

மிக நேர்த்தியாய்த் தன்னை அலங்கரித்துக் கொண்டிருந்த சதி, அவரது முகத்தைச் சுற்றி, ஆரத்தித் தாலத்தை ஏழு முறை சுழற்றி, விரலில் கொஞ்சம் குங்குமத்தை ஒற்றியெடுத்து, சிவனின் நெற்றியில் திலகமிட்டாள். "வந்தா வெற்றியோட வாங்க. இல்லைன்னா வரவே வேண்டாம்."

ஒரு புருவத்தை உயர்த்திய சிவன், முகம் சுளித்தார். "என்ன மாதிரியான வாழ்த்து இது?!"

"என்ன? இல்ல, அது வந்து ..." சதி தடுமாறினாள்.

"எல்லாம் தெரியும்," புன்னகையுடன் அவளை அணைத்துக்கொண்டார். "போருக்கு முன்னால சூர்யவம்சிகள் சம்பிரதாயமா சொல்ற வார்த்தை தானே இது?"

அமீஷ்

பனித்த கண்களுடன் அவரை ஏறிட்டாள். வருடக்கணக்காய் அவளுக்குள் கல்வெட்டாய்ப் பதிந்திருந்த சூர்யவம்சிக் கோட்பாடுகளை, சிவன் மீதிருந்த காதல் கொஞ்சம் கொஞ்சமாய் அழிக்கத் தொடங்கிவிட்டது.

"பத்திரமாத் திரும்பி வாங்க. அது போதும்."

"வருவேம்மா," என்றார் சிவன் மென்மையாக. "என்னை அவ்வளவு சுலபத்துல உன்னால வெரட்ட முடியாது."

சதி சோகையாய்ப் புன்னகைத்தாள். "காத்துக் கிட்டிருப்பேன்."

எம்பி நின்று, லேசாக முத்தமிட்டாள். பதிலுக்கு முத்தமிட்ட சிவன், இதயம் குறுக்கிட்டு மனதை மாற்றுமுன், வேகமாய்த் திரும்பினார். கூடாரச்சீலையை விலக்கியவாறு, வெளியே வந்தார். கண்கள், ஏதேனும் நிமித்தங்கள் தென்படுமாவென வானை நோக்கின. ஏதுமில்லை.

ஷப்பா, நல்லது!

தூரத்தில், வறண்ட குளிர்காலக் காற்று, ஒரே சீராக அதிர்ந்த போர் முரசங்களுக்கிணையாக, சமஸ்கிருத ஸ்லோகங்களையும் ஏந்தி வந்தது. இந்த சூர்யவம்சிப் பழக்கம் சிவனுக்குச் சற்று விசித்திரமாகப் பட்டது. ஆனால், அந்தணர்கள், 'அக்னிக்கும் இந்திரனுக்கும் அழைப்பு' விடுக்கும் இந்த வழக்கத்தில் ஏதேனும் விஷயம் இருக்கின்றதோ, என்னமோ? மந்திர உச்சாடனமும், அதிரும் போர் முரசும் ஏதோ செய்தன; தோள்கள் தினவெடுத்தன. உள்ளுக்குள் பொதிந்திருந்த வீரத்தை வெளியே இழுத்தன; நரம்புகள் புடைத்தன; போர் செய்யத் தூண்டின. யுத்தம் தொடங்கிய பிறகு, முரசுகள் இன்னும் வேகமாய் அதிரும். சிவனும் போர் துவங்க மிக ஆவலாய்த்தான் இருந்தார். திரும்பி, தக்ஷரின் கூடாரத்தை நோக்கி நடைபோட்டார்.

"வணக்கம், அரசே," திரைச்சீலையை உயர்த்தியபடி அரச கூடாரத்திற்குள் நுழைந்தபோது, அங்கே, சக்ரவர்த்திக்குத் திட்டங்களை விவரித்தபடி இருந்த சேனாதிபதியைக் கண்டார். "நமஸ்தே, பர்வதேஸ்வரரே."

அவர் புன்னகையுடன் கரம் குவித்தார்.

"த்ராபகு கிட்டருந்து ஏதாவது செய்தி உண்டா?" என்றார் சிவன். "கடைசியா அவங்ககிட்டருந்து எதுவும் வந்து மூணு மணி நேரம் ஆச்சு."

"விகர்மாக்கள் சண்டை ஓய்ந்தபாடில்லை. த்ராபகு இன்னமும் தலைமையேற்று நடத்திக்கொண்டிருக்கிறான்.

மெலூஹாவின் அமரர்கள்

அவனால் நமக்குக் கிடைத்த அவகாசம் இன்றியமையாதது. இராமபிரானின் அருள் அவனுக்குக் கிட்டட்டும்.''

"ஆமா," சிவன் ஒப்புக்கொண்டார். "இராமபிரானோட அருள் நிச்சயமா அவங்களுக்கு வேணும். இன்னைய பொழுது சாயற வரைக்கும் அவன் தாக்கு பிடிச்சாக்கூட போதும்.''

"பெருமானே," கைகளை மிகுந்த பணிவுடன் குவித்த தக்ஷர், தலைவணங்கினார். "இன்றைய பொழுது மங்களகரமாகத் தொடங்கியுள்ளது. இனியும் நல்ல முறையிலேயே தொடரும். இல்லையா?''

"அப்படித்தான் தோணுது," சிவன் புன்னகை புரிந்தார். "த்ராபகுகிட்டேருந்து நல்ல செய்திதான் வந்துருக்கு. ஆனா - இதுக்கு நாலாவது பிரஹார் முடிஞ்சப்புறம் பதில் சொல்றதுதான் பொருத்தம், அரசே.''

"அப்பொழுதும் என் கேள்விக்கு இதுவேதான் பதிலாக இருக்கும், பெருமானே. இன்றைக்கு நான்காவது பிரஹாரின் போது, சக்ரவர்த்தி திலீபன், சங்கிலிகளால் பிணைக்கப்பட்டு, நம்முன்னே, நீதியை எதிர்பார்த்து பரிதாபமாய் நிற்பான்.''

"ஜாக்கிரதை, அரசே," என்றார் சிவன். "கண்திருஷ்டி படற மாதிரி இப்படியெல்லாம் பேசாம இருக்குறது உத்தமம். நாம் இன்னும் யுத்தத்துல ஜெயிச்சாகணுமே?''

"எந்தப் பிரச்சனையும் நேராது. நீலகண்டர் எங்களுடன் நிற்கிறார். நாம் தாக்க வேண்டியதுதான் மிச்சம். வெற்றி நம் வசம்.''

"சந்திரவம்சிகளை எதிர்த்து ஜெயிக்க வெறும் நீலக்கழுத்து மட்டும் போதுமா? வேற சில விஷயங்களும் வேணும்," சிவனின் புன்னகை விரிந்தது. "எதிரிகளை நாம கொறைச்சு மதிப்பிடக்கூடாது.''

"உண்மைதான், பெருமானே. அதே சமயம் - தங்களையும் நான் குறைவாக மதிக்கவில்லை.''

வாதம் செய்வதைச் சிவன் கைவிட்டார். தக்ஷரின் அசைக்க முடியாத நம்பிக்கைகளை எதிர்த்து ஜெயிப்பது நடக்காத காரியமென்பது அவரது அனுபவம்.

"நேரம் வந்துவிட்டது, சக்ரவர்த்தி," என்றார் பர்வதேஸ்வரர். "நான் செல்லலாமா?''

"தாராளமாய், பர்வதேஸ்வரரே. **விஜயீபவ,**" என்ற தக்ஷர், சிவனை நோக்கித் திரும்பினார். "பெருமானே - நம் வசதிக்காக, பின்புறம் இருக்கும் மலை மீது பார்வையாளர்

மேடையொன்றை அமைத்திருக்கிறார்கள்.''

''பார்வையாளர்...'' சிவன் குழம்பினார். ''... மேடையா?''

''ஆம். அங்கிருந்து நாம் யுத்தத்தைக் கவனிப்பதே சாலச் சிறந்ததல்லவா? தங்களுக்கும் அதை வழிநடத்த வசதியாக இருக்கும்.''

ஆச்சர்யத்தில் சிவனின் கண்கள் சுருங்கின. ''அரசே, போர்க்களத்துல, வீரர்களுக்கு மத்தியிலதான் நான் இருக்கணும்.''

புறப்பட யத்தனித்த பர்வதேஸ்வரர், சட்டென்று நின்றார். தன் கணிப்பு தவறாகப்போகிறதா? நெஞ்சுக்குள் திகைப்பும் உவகையும் பொங்கின.

''பெருமானே, இந்தக் கசாப்பு வேலைக்கு நீலகண்டர் அவசியமில்லை,'' தக்ஷர் கவலை தோய்ந்த முகத்துடன் சொன்னார். ''கேவலம் சந்திரவம்சி இரத்தத்தினால் தங்கள் கரங்கள் கறைபட வேண்டாம். அந்த நாகனைப் பர்வதேஸ்வரர் கைது செய்து இழுத்துக்கொண்டு வந்து தங்கள் காலடியில் வீசுவார். யுகம் யுகமாக, தங்கள் கோபத்தை எண்ணியெண்ணி அவன் வம்சமே குலைநடுங்கிச் சாகும்படியான கொடூர தண்டனையை நீங்கள் அப்போது விதிக்கலாம்.''

''இது என்னோட பழிவாங்கற முயற்சியில்ல, அரசே. எனக்கும் இதுக்கும் சம்பந்தமில்ல. இது மெலூஹாவுக்காக நடக்கற போர்; இழைக்கப்பட்ட அநீதியைத் தட்டிக்கேக்கற முயற்சி. என் ஒருத்தனுக்காக ஒரு நாடே போர் செய்யக் கிளம்பணும்னு எதிர்பாக்கறளவுக்கு நான் பெரிய மனுஷனில்ல. இது நன்மைக்கும் தீமைக்கும் இடையே நடக்கிற யுத்தம். ஏதாவது ஒரு பக்கத்தை எல்லாரும் தேர்ந்தெடுத்துதான் ஆகணும். சண்டை போட்டுத்தான் தீரணும். இந்த *தர்மயுத்தத்துல*, ஒதுங்கி நின்னு வேடிக்கை பாக்கறவங்களுக்கு எடமில்ல.''

சிவனை உற்று நோக்கிக் கொண்டிருந்த பர்வதேஸ்வரரின் கண்களில் பெருமிதம் ஒளிவீசியது. ஒதுங்கி நின்று வேடிக்கை *பார்ப்பவர்களுக்கு தர்மயுத்தத்தில் இடமில்லை*. இராமபிரானின் அதே வார்த்தைகள்.

''தாங்கள் மிக முக்கியம், பெருமானே. தங்கள் உயிரைப் பணயம் வைப்பதில் யாருக்கென்ன லாபம்?'' தக்ஷர் கெஞ்சினார். ''தாங்கள் கலந்துகொள்ள வேண்டிய அவசியமில்லாமல், இந்தப் போரை நாம் வெல்லலாம்.

தங்கள் இருப்பல்லவா, எங்களுக்குப் பெரும் உந்து சக்தியாய் இருந்து வந்திருக்கின்றது? தங்கள் பொருட்டு உயிரை இழக்கத் தயாராய் இங்கு எவ்வளவோ பேர் இருக்கிறார்கள்.''

''எனக்காக அவங்க இரத்தம் சிந்தத் தயார்னா, அவங்களுக்காக நானும் அதச் செய்யத் தயாரா இருக்கணுமில்ல?''

அந்த ஒரு நொடியில் - மிகத் திறமையான ஒரு சூர்யவம்சி அடையக்கூடிய மட்டற்ற மகிழ்ச்சியை பர்வதேஸ்வரர் உணர்ந்தார். உள்ளம் துள்ளிக் குதித்தது. தான் உண்மையில் பின்பற்றக்கூடிய ஒரு மாமனிதனைக் கண்டுகொண்ட உற்சாகம். வாழ்நாளெல்லாம் உந்துசக்தியாக விளங்கி, சுற்றியிருந்த் எல்லோரையும் உய்விக்கக்கூடிய ஒருவனைக் கண்டுகொண்டுவிட்ட சந்தோஷம். இராமபிரானைப் போற்றும் நாவால், அதே மூச்சில் பேசக்கூடிய இன்னொருவரையும் கண்டுகொண்டு களிப்பு.

தக்ஷர் கவலையுடன் சிவனை நெருங்கினார். இந்தப் பைத்தியக்காரச் செயலைச் செய்யாமல் நீலகண்டரைக் காக்க வேண்டுமென்றால், மனதிலுள்ளதை ஒளிவுமறைவில்லாமல் சொல்வதைத் தவிர வேறு வழியில்லை. ''பிரபு, நீங்கள் என் மகளின் கணவர்,'' என்றார், மிக மெல்லிய குரலில். ''உங்களுக்கு ஏதேனும் நேர்ந்தால் - இரண்டாவது முறையாக அவள் வாழ்வையே இழப்பாள். அம்மாதிரி அவள் துயரப்படுவதை என்னால் - என்னால் அனுமதிக்க முடியாது.''

''ஒண்ணும் ஆகாது,'' சிவன் நிதானமாய், மெல்லிய குரலில் பதிலளித்தார். ''அவ புருஷன் தர்மயுத்தத்துல பங்கெடுத்துக்கலைன்னாத்தான் சதி ஆயிரம் முறை செத்துச் செத்துப் பொழைப்பா. என் மேல அவளுக்கு மரியாதையே போயிடும். அவ மட்டும் கர்ப்பமா இல்லைன்னா, என்னோட தோளோட தோள் சேர்ந்து சண்டை போட இப்பத் தயாராயிருந்திருப்பா. அது உங்களுக்கே தெரியும்.''

கவலையும் கலவரமுமாய் தக்ஷர் சிவனை ஏறிட்டார்.

''ஒண்ணும் நடக்காது, சக்ரவர்த்தி,'' சிவன் வாஞ்சையுடன் புன்னகைத்தார்.

''தப்பித் தவறி ஏதேனும் நடந்துவிட்டால்?''

''நல்ல காரியத்துக்காக நடந்துச்சுன்னு நெனைச்சுக்கணும். சதி என்னை நெனைச்சு நிச்சயம் பெருமைப்படுவா.''

இன்னமும் தக்ஷர் சிவனை வெறித்தார். கண்களில் வலியும் வேதனையும் போட்டியிட்டன.

''மன்னிக்கணும், சக்ரவர்த்தி,'' சிவன் பணிவாய் நமஸ்தே என்று கரம்குவித்தார். ''நான் கௌம்பணும்.''

ஏதோ ஒரு சக்தி மேலிருந்து உந்தித் தள்ளியது போல், மனம் ஒரு நிலையிலில்லாமல், பர்வதேஸ்வரர் சிவனைத் தொடர்ந்தார். கூடாரத்தை விட்டு வெளியேறிய சிவன், புரவியை நோக்கி நடக்க, பர்வதேஸ்வரரின் குரல் உரத்து ஒலித்தது.

''பிரபு!''

சிவன் நடையை நிறுத்தவில்லை.

''பெருமானே,'' அழுத்தந்திருத்தமாய் வந்தது, பர்வதேஸ்வரரின் உரத்த குரல்.

சட்டென்று நின்ற சிவன், திரும்பி, திகைப்பில் நெறிந்த புருவங்களுடன் பர்வதேஸ்வரரை நோக்கினார். ''மன்னிக்கணும், பர்வதேஸ்வரரே. சக்ரவர்த்தியைத்தான் கூப்பிட்டீங்கன்னு நெனைச்சேன்.''

''இல்லை, பெருமானே,'' என்றார் பர்வதேஸ்வரர். ''தங்களைத்தான் அழைத்தேன்.''

சிவனின் புருவங்கள் இன்னும் சுருங்கின. ''சொல்லுங்க, வீர சேனாதிபதியே - என்ன விஷயம்?''

இராணுவ விறைப்புடன், சிவனிடமிருந்து சற்று தூரத்திலேயே நின்றார் பர்வதேஸ்வரர். மகாதேவரின் பொற்பாதங்களை ஏந்தி, அவரைத் தொட்டிலாய்த் தாலாட்டிய பூமியைக் காலால் மிதிப்பது கூடக் கேவலமல்லவா? பிரமை பிடித்தது போல், மெல்ல விரல்களை முஷ்டியாக்கி, மார்புக்குக் கொண்டு வந்தார். வாழ்நாளில் எந்த மனிதனுக்கும் அளிக்காத மரியாதையை - தினம் தினம், காலைப் பூஜைகளில், இராமபிரானின் திருவுருவச் சிலையின் முன்பு மட்டுமே செலுத்தும் மரியாதையை - சிவனுக்கும் அளித்தார். மிகத் தாழக் குனிந்து, மெலூஹ இராணுவ வணக்கத்தை முழுமையாகச் செலுத்தினார்.

சிவனோ, முகத்தில் ஆச்சர்யமும், கூச்சமும் போட்டியிட, பர்வதேஸ்வரரை வெறித்தபடி நின்றார். சேனாதிபதியின் மீது இயற்கையாய் மரியாதை கொண்டவராகையால், அளவுக்கு மீறிய இந்த பக்தி வெளிப்பாட்டால், மிகுந்த தர்மசங்கடமடைந்தார்.

எழுந்த பர்வதேஸ்வரரின் சிரம், இன்னமும் தாழ்ந்தே

மெலூஹாவின் அமரர்கள்

இருந்தது. "தங்களுடன் இரத்தம் சிந்தும் வாய்ப்புக் கிடைத்ததில் எனக்குப் பெருமையே, பிரபு," என்றார், மிக மெல்லிய குரலில். "மிகுந்த பெருமை." நிமிர்ந்தார்.

புன்னகையுடன் அவர் கரத்தைத் தொட்டார் சிவன். "நம்ம திட்டப்படி எல்லாம் நடந்துச்சுன்னா, ரொம்ப சிந்த வேண்டியிருக்காது, நண்பரே!"

23

தர்மயுத்தம்

சூர்யவம்சிகள் யுத்தத்திற்குத் தேர்ந்தெடுத்தது, வில் வியூகம். வலிமை; அதே சமயம், தேவைக்கேற்ப வளைந்து கொடுக்கும் தன்மையும் கூடியது. சமீபத்தில் உருவான ஆமையோட்டுப் படைகள், நட்ட நடுவே இடம்பெற்றிருந்தன. காலாட்படைகள், வியூகத்தின் இரு புறமும் நிரம்பியிருக்க, குதிரைப்படையோ எல்லைகளில், அவற்றுக்குப் பாதுகாப்பாக, அணிவகுத்து நின்றது. முந்தைய நாள் எதிர்பாராமல் பெய்த மழையால், தேர்களைக் கைவிட வேண்டியிருந்தது. சேற்றில் தேர்ச்சக் கரங்கள் அகப்பட்டுக்கொண்டால், சிக்கல். புதிதாய்த் தேர்வு செய்து, பயிற்சியளிக்கப்பட்ட வில்லாளிகள், பின்னால் நிறுத்தப்பட்டிருந்தனர். பிரத்யேகமாய் அவர்களுக்குத் தயாரிக்கப்பட்ட முதுகு-தாங்கிகள், தரையில் படுத்தவாறு, மிக நுணுக்கமான சில பொறிகளைக் கால்களால் இயக்க வசதி செய்துகொடுத்தன. இரு கால்களுக்கிடையே விற்களைப் பொறுத்தி, நாணை முகவாய் வரை இழுத்து, ஏறக்குறைய சிறிய வேல்களை ஒத்த அம்புகளை சடசடவென விடுவது மிகச் சுலபம். காலாட்படைக்குப் பின்னே நிறுத்திவைக்கப்பட்டிருந்ததால், சந்திரவம்சிகள் கண்ணில் அவர்கள் பட வாய்ப்பில்லை.

சம்பிரதாயமான தற்காப்பு அணிவகுப்பில் அமைந்திருந்த

மெலூஹாவின் அமரர்கள்

சந்திரவம்சிகளைக் கண்ட போது, அவர்களது அபாரப் படை பலம் உடனே புலனாயிற்று. பிரம்மாண்டமான காலாட்படை, ஐயாயிரம் பேர் கொண்ட ஐம்பது சிறிய குழுக்களாய் ஒரே நேர்க்கோட்டில், கண்ணுக்கெட்டிய தூரம் வரை நீண்டுகொண்டே சென்றது. இவற்றைப் போலவே, பின்னால் இன்னும் மூன்று அணிகள் நின்றன. முதல் அணி தொடங்கும் பணியை இவை துவம்சம் செய்து முடித்துவிடும். அவர்களது வியூகமோ, எண்ணிக்கை குறைந்த படையின் மீது தாக்குதல் நடத்த மிக ஏதுவானது; போர் தொடுக்கும் போது, மிகுந்த பலத்தைக் கொடுப்பதுடன், அரண் போல இறுகியும் நிற்கும். சிறிய படைக்குழுக்கள், குதிரைப்படைகள் சுலபமாய் நகர இடம் விட்டு நின்றன. சூர்யவம்சிகளின் வியூகத்தை ஊன்றிக் கவனித்த சந்திரவம்சிகள், தங்கள் குதிரைப்படைகளை பின்பக்கமிருந்து, விலாவிற்கு நகர்த்தியிருந்தனர். சூர்யவம்சி களின் பக்கவாட்டுப் படைகளை மிக வேகமாய்த் தாக்கி, சுலபத்தில் அணிகளைக் கலைத்துவிடலாம். பழங்கால யுத்தக் கையேடுகளை சந்திரவம்சி சேனாதிபதி தலைகீழாய்ப் படித்து, எழுத்துப் பிசகாமல் பின்பற்றிக்கொண்டிருந்தார் என்பது நிச்சயம். சம்பிரதாயமான யுத்த தந்திரங்களைத் தவறாமல் காப்பாற்றும் எதிரிகளுடன் போரிட நேர்ந்தால், இந்த உத்திகள் பிரமாதமாய்ப் பலிக்கும்.

ஆனால், சந்திரவம்சிகள் சந்தித்த எதிரி முற்றிலும் வேறு விதம்.

எங்கிருந்தோ வந்த ஒரு திபேத்திய காட்டுவாசித் தலைவனல்லவா, சூர்யவம்சிப் படைகளைத் தன் போக்கில் மாற்றி, புதிய உத்திகளுடன் வழி நடத்திக்கொண்டிருக்கிறான்?

பிரதான போர்க்களத்தின் எல்லையில் இருந்த சிறிய மலையின் அடிவாரத்திற்கு சிவன் குதிரையில் விரைய, அந்தணர்களின் மந்திர உச்சாடனமும் வேகம் பிடித்தது. அதற்கேற்ப, போர் முரசுகள் 'திண், திண்'ணென்று மிக வேகமாய் அதிர்ந்தன. உற்சாக வெள்ளம் பொங்கிப் பெருகியது. தங்களை விடப் பல மடங்கு பலமான எதிரியை நேருக்கு நேர் சந்திக்கும் பயம் சூர்யவம்சிகளிடம் சிறிதும் தென்படவில்லை. பயம், மனதின் அடியாழத்தில், நிர்தாட்ச ண்யமாகப் புதைக்கப்பட்டுவிட்டது.

அந்தந்த படைக்குரிய தெய்வங்களைப் புகழ்ந்து ஏற்றும் போர்க்குரல்கள், காற்றை நிறைத்தன:

"இந்திர தேவ் கி ஜெய்!"

''அக்னி தேவ் கி ஜெய்!''

''ஜெய் ஷக்தி தேவி கி!''

''வருண் தேவ் கி ஜெய்!''

''ஜெய் பவன் தேவ் கி!''

ஆனால் - அதோ, அந்த மலைச்சரிவில், உயர்ந்த வெள்ளைப் புரவியின் மீது விரைந்து வந்து கொண்டிருந்த, சர்வ லட்சணங்களும் பொருந்திய அந்த பிரகாசமான முகத்தை, பலமும் திண்மையும் கொண்ட ஆகிருதியைக் கண்டவுடன், வீரர்களின் கோஷங்கள் நின்றன.

'ஓ'வென்ற உற்சாகக் கூச்சல், வானையே பிளந்தது; மேக மண்டலங்களில் குடியிருக்கும் தேவர்களையே எழுப்பி, கீழே நடக்கும் அமளியைப் பார்க்கத் தூண்டும்படி எல்லா திசைகளிலும் எதிரொலித்தது.

அதை ஏற்றுக்கொள்ளும் வகையில், நீலகண்டர் கையை உயர்த்தினார். அவரைத் தொடர்ந்து பர்வதேஸ்வரரும், சற்றுப் பின்னால் நந்தியும் வீரபத்ராவும் வந்தனர்.

சிவன் அருகில் வர, மின்னல் வேகத்தில் வ்ராகா குதிரை மீதிருந்து குதித்தார். அவருக்கு இணையான வேகத்துடன் இறங்கிய பர்வதேஸ்வரர், சிவன் அருகில் வருவதற்குள், வ்ராகாவிடத்தில் நின்றார்.

''வலப்புறப் படையை பெருமான் நடத்திச் செல்வார், உயர்-தளபதி,'' என்றார். ''உமக்குச் சம்மதம்தானே?''

''அவரது தலைமையில் போரிடுவது என் பாக்கியம், பிரபு,'' வ்ராகாவின் முகம் பிரகாசமாயிற்று. சட்டென்று, கவசத்தின் ஒருபுறமிருந்த பிடியில் பொருத்தியிருந்த, தரைப்படைத்தலைவரின் அடையாளமான சிறிய தடியை எடுத்து, ஒரு காலை மடித்து மண்டியிட்டு, கையை உயர்த்தி, அதைச் சிவனிடம் சம்பிரதாயமாக நீட்டினார்.

''இதையெல்லாம் என்னிக்கு நிறுத்தப்போறீங்க?'' சிவன் வாய்விட்டுச் சிரித்தார். ''என்னை ரொம்ப சங்கடப்படுத்தறீங்க!''

வ்ராகாவைத் தூக்கியவர், இழுத்து, இறுக்க அணைத்தார். ''நான் உங்க நண்பன். பிரபு இல்ல.''

திடுக்கிட்ட வ்ராகா, உள்ளுக்குள் சட்டென்று பொங்கிய உவகையை, உற்சாகத்தைச் சமாளிக்க முடியாமல், ஓரடி பின்வாங்கினார். ''அப்படியே, பிரபு,'' முணுமுணுத்தார்.

லேசாகத் தலையசைத்தவாறு, சிவன் புன்னகைத்தார்.

வேலைப்பாடமைந்த அந்தச் சிறிய தடியை வ்ராகாவிடமிருந்து பெற்றுக்கொண்டவர், சூர்யவம்சிகள் அதைக் காணுமாறு, உயர்த்திப் பிடித்தார்.

காதைக் கிழிக்கும் அறைகூவல், படை முழுதும் பரவியது.

''மகாதேவ்! மகாதேவ்! மகாதேவ்!''

ஒரே தாவலில், சிவன் குதிரையேறினார். தடியை உயரப் பிடித்தவாறு, படையின் முன்னும் பின்னும் நகர்ந்தார். சூர்யவம்சிகளின் அலறலோ, ஒவ்வொரு முறைக்கும் அதிகரித்தது.

''மகாதேவ்!''

''மகாதேவ்!''

''மகாதேவ்!''

''சூர்யவம்சிகளே!'' கையை உயர்த்தி, சிவன் கூவினார். ''மெலூஹர்களே! கேளுங்கள்!''

கண்முன்னே நடமாடும் தங்கள் கடவுளின் வார்த்தைகளைக் கேட்க, படை மௌனமானது.

''மகாதேவர்னா யாரு?'' சிவன் கர்ஜித்தார்.

அவர் உதிர்த்த ஒவ்வொரு சொல்லையும், அடங்கா ஆவலுடன் கூட்டம் உள்வாங்கிக்கொண்டது.

''சாதாரண மனுஷங்க எல்லா வேலையையும் செய்யும் போது, கொஞ்சம் உயரத்துல உக்காந்துக்கிட்டு, பல் குத்திக்கிட்டு எல்லாத்தையும் வேடிக்கை பாக்கறவரா? இல்ல!''

சில வீரர்கள், காது கேளாத வகையில் பிரார்த்தனை செய்துகொண்டிருந்தனர்.

''மத்தவங்க நல்ல காரியத்துக்காகப் போர் செய்யும்போது, சோம்பேறித்தனமா ஆசிர்வாதம் பண்றதோட அவர் வேலை முடிஞ்சு போச்சா? தீய சக்திகளை ஒழிக்க மத்தவங்க தங்களையே பலி குடுத்துக்கும்போது, தள்ளி நின்னு வேடிக்கை பாத்து, எவ்வளவு பேர் செத்தாங்கன்னு கணக்கு பண்ணிக்கிட்டிருப்பாரா? இல்ல!''

நீலகண்டரின் வாக்கு சூர்யவம்சிகளின் ஆழ்மனதில் படிய - எள் விழுந்தால் கேட்கக்கூடிய மௌனம்.

''ஒருத்தன் நல்ல விஷயத்துக்காகப் பாடுபடும்போது, மகாதேவர் *ஆகறான்*. அம்மாவோட வயித்துல இருக்கும்போதே எந்த மகாதேவரும் உருவாகறதில்ல.

போர்ங்கற உலைல அடி வாங்கும்போது, தீய சக்திகளை ஒழிக்க யுத்தம் செய்யும்போது தான், அவன் மகாதேவரா உருவாகறான்!''

உள்ளுக்குள் சக்தி பிரவாகமாய் ஊற்றெடுக்க, படை ஆழ்ந்த அமைதியுடன் கேட்டது.

''நான் மகாதேவர்தான்!'' சிவன் கர்ஜித்தார்.

சூர்யவம்சிகளிடையே ஆரவாரம். மகாதேவர் - தேவர்களுக்கெல்லாம் தேவர் - அவர்களை வழிநடத்திச் செல்கிறார்! தோற்பதைத் தவிர சந்திரவம்சிகளுக்கு வேறு வழியே இல்லை.

''ஆனா - நான் மட்டும் இல்ல!''

சூர்யவம்சிகள் வாயடைத்து நின்றனர். என்ன சொல்கிறார் மகாதேவர்? அவர் மட்டும் இல்லையென்றால்? சந்திரவம்சி களிடமும் ஒருவர் இருந்தாரா?

''நான் மட்டும் இல்ல! என் முன்னாடி, ஒரு இலட்சம் மகாதேவர்களைப் பாக்கறேன்! நன்மைக்காக உயிரப் பணயம் வெக்கத் தயாரா இருக்குற ஒரு இலட்சம் வீரர்களப் பாக்கறேன்! தீய சக்திகளை ஒழிக்கக் காத்துக்கிட்டு இருக்குற - ஒழிக்கக்கூடிய சக்தியுள்ள ஆயிரக்கணக்கான மக்களப் பாக்கறேன்!''

அவர் சொல்வதன் உண்மையான அர்த்தம் கொஞ்சம் கொஞ்சமாய் விளங்க, சூர்யவம்சிகள் ஸ்தம்பித்துப் போய், நீலகண்டரை வெறித்தனர். என்ன சொல்கிறார் இவர்? மனதால் நினைக்கக்கூட கூசுகிறதே? ஆனாலும் - ஆனாலும் - அவர்களும் கடவுளர்தானோ?

சிவனிடமிருந்து பதில், அவர்கள் மொழியிலேயே வந்தது: *''ஹர் ஏக் ஹே மகாதேவ்!''*

மெலூஹர்கள் அதிர்ச்சியடைந்தனர். எல்லோருமே *மகாதேவர்களா?*

''*ஹர் ஹர் மகாதேவ்!*'' சிவன் கர்ஜித்தார்.

மெலூஹர்களும் கர்ஜனை புரிந்தனர்: *நாமெல்லோரும் மகாதேவர்களே!*

இந்த உலகம் தொடங்கிய நாளிலிருந்து, வானையும், பூமியையும், சகல ஜீவ ராசிகளையும் ஒன்றாய்ப் பிணைத்த ஜீவ சக்தி, அப்போது ஒவ்வொரு சூர்யவம்சியின் உடலிலும் வெள்ளமாய்ப் பாய்ந்தது; நரம்புகளில் ஊடுருவியது. ***நாங்களும் கடவுள்தான்! ஒன்றுக்குப் பத்தாய்ச் சந்திரவம்சி***

கள் இருந்தால்தான் என்ன? நாங்களே கடவுளர்! எங்களில் ஒருவருக்கு நூறு சந்திரவம்சிகள் இருந்தாலும், வெற்றி எங்களுக்குத்தான்! நாங்கள்தான் கடவுள்!

''ஹர் ஹர் மகாதேவ்!'' சூர்யவம்சிப் படை முழக்கமிட்டது.

''ஹர் ஹர் மகாதேவ்!'' சிவன் கூவினார். ''நாம எல்லோரும் கடவுள்தான்! எடுத்த காரியத்த முடிக்கப்போறோம்!''

வாளை உருவியபடி, லகானைப் பிடித்திழுத்தார். ஆக்ரோஷமான கனைப்புடன் பின்னங்கால்களில் எழும்பி நின்ற அவரது குதிரை, சந்திரவம்சிகளை நோக்கி மிக லாகவமாய்ச் சுழன்றது. எதிரிகளைப் பார்த்து, வாள் நீட்டினார். ''தீய சக்திகளை ஒழிப்போம்!''

பெருமானைப் பின்பற்றி, சூர்யவம்சிகள் முழங்கினர்: ஹர் ஹர் மகாதேவ்!

கர்ஜனை வானையெட்டியது: ஹர் ஹர் மகாதேவ்!

இனி, வெற்றி அவர்களுக்கு மட்டுமே: ஹர் ஹர் மகாதேவ்!

இன்றோடு, தீய சக்திகளின் அராஜகம் முழுமையாய் ஒழிந்தது: ஹர் ஹர் மகாதேவ்!

கடவுளர்களாகவே தங்களை எண்ணிக் கொண்ட வீரர்கள் முழக்கமிட, அதை அகமும் முகமும் மலரப் பார்த்துக்கொண்டிருந்த பர்வதேஸ்வரரை நோக்கிச் சிவன் குதிரையைத் தட்டிவிட்டார். அருகே நந்தி, வீரபத்ரா மற்றும் வ்ராகா இருந்தனர்.

''செம பேச்சு,'' வீரபத்ரா சிரித்தான்.

அவனைப் பார்த்துக் கண்ணடித்த சிவன், பர்வதேஸ்வரரின் பக்கம் புரவியைத் திருப்பினார். ''சேனாதிபதி, நம்ம மழைக்கான நேரம் வந்தாச்சில்ல?''

''ஆம், பிரபு,'' தலையசைத்த பர்வதேஸ்வரர், குதிரையைத் திருப்பி, கொடி பிடித்து நின்றவனுக்குக் கட்டளையிட்டார்: ''வில்லாளிகள்.''

உடனே, அவன் சங்கேதமாய், சிவப்பு வர்ணத்தில் கொடூர கரு மின்னல் ஒன்று தைக்கப்பட்டிருந்த கொடியை உயர்த்தினான். அடுத்த நொடி, அதே போன்ற கொடி, அணிவகுத்து நின்ற வீரர்கள் வரிசையில் ஆங்காங்கே தூக்கிப் பிடிக்கப்பட்டது. இதற்காகவே காத்திருந்தது போல, சூர்யவம்சிக் காலாட்படை மண்டியிட்டுக் கவிழ்ந்து உட்கார, சிவன், பர்வதேஸ்வரர், வ்ராகா, நந்தி மற்றும் வீரபத்ரா,

தத்தம் குதிரைகளினின்று உடனடியாக இறங்கி, அவற்றையும் மண்டியிடவைத்தனர்.

அம்புகள், பயங்கர மாரியாகப் பொழியத் தொடங்கின.

சந்திரவம்சிப் படையின் பெரும்பகுதியைத் தாக்கும் வகையில், வில்லாளிகள் அரை வட்ட வடிவாய் நிறுத்தி வைக்கப்பட்டிருந்தனர். ஐயாயிரம் வில் வீரர்கள் சந்திரவம்சி களின் மீது அம்பெய்ய, வானமே கருநிற திரைச்சீலை போர்த்தது போல் மாறியது. இறுகிய குழுக்களாய் பிரிக்கப்பட்டிருந்த சந்திரவம்சிகளோ, செய்தவதறியாது தவித்து, அம்புகளுக்கு இரையானார்கள். வேல் போல் பலம் பெற்றிருந்த அவை, இராணுவப் பயிற்சி பெறாத அவர்களது தோல் கவசங்களையும், மரக் கேடயங்களையும் மிகச் சுலபத்தில் தகர்த்துக்கொண்டு உள்ளே இறங்கின. பயிற்சி பெற்ற படைவீரர்கள் மட்டுமே உலோகக் கேடயங்கள் வைத்திருக்க, வெகு சில நிமிடங்களில், அம்புகளின் தாக்குதலைச் சமாளிக்க முடியாத முதல்கட்ட 'வீரர்களி'ல் பலர் இருந்த இடத்திலேயே செத்து மடிய, மீதமிருந்தோர் மிரண்டு, பின்வாங்கினர். தலைதெறிக்க அவர்கள் ஓடத்துவங்க, பின்னால் இருந்த படைகளின் அணிவகுப்பு சிதறத் தொடங்கியது.

பர்வதேஸ்வரர் சிவனை நோக்கித் திரும்பினார். ''அம்புகளின் தூரத்தை நீட்டிக்கும் நேரம் வந்துவிட்டது, பிரபு.''

சிவன் 'சரி'யென்று தலையசைத்தார். கொடிவீரனைப் பார்த்து பர்வதேஸ்வரர் சைகை செய்ய, அவன் செய்தியைத் தெரிவித்தான். வில்லாளிகள், அம்பு தொடுப்பதை சில நிமிடங்களுக்கு நிறுத்தினார்கள். உருளைகளை வலப்பக்கம் லேசாய் நகர்த்தி, கால்களின் கீழ் அமைந்திருந்த சிறிய மேடைகளின் உயரத்தை ஏற்றினர். அதிக தூரம் எய்யும் வசதியுடன், விற்களில் அம்புகளைப் பொருத்த - சரமாரி மீண்டும் தொடங்கியது. இரண்டாம் கட்ட சந்திரவம்சி வீரர்களை இவை தாக்கின. ஏற்கனவே பின்வாங்கி, தேளின் கொடுக்குபோல் கவிந்து கொண்டிருந்த முதல் வரிசைச் சந்திரவம்சிப் படைகளுடன் இவையும் தாக்க, அவர்களது இரண்டாவது அணி அல்லோலகல்லோலமாகியது.

சந்திரவம்சிகளின் குதிரைப்படை, தாக்குதலுக்குத் தயாராவதை சிவன் கவனித்தார். பர்வதேஸ்வரரிடம் திரும்பினார். ''அவங்க குதிரைப்படை நகர ஆரம்பிச்சிடுச்சு, சேனாதிபதி. பக்கவாட்டுல சுத்தி வளைச்சுக்கிட்டு,

வில்லாளிகளைத் தாக்க முயற்சி பண்ணுவாங்க. நம்ம குதிரை வீரர்கள் அவங்களை நடு வழியில மறிக்கணும்.''

''ஆம், பிரபு,'' என்றார் பர்வதேஸ்வரர். ''இதை நான் முன்னமேயே எதிர்பார்த்திருந்தேன். அதனால்தான், மாயஷ்ரேநிக், மற்றும் வித்யுன்மாலி தலைமையில், குதிரைப்படையை விலாப்பகுதியில் நிறுத்தி வைத்தேன்.''

''பிரமாதம். ஆனா, நம்ம குதிரைப்படை ரொம்பவும் முன்னாடி நகரக்கூடாது - வில்லாளிகள் அம்பு அவங்களையே தாக்கிடும். அதே சமயம், பின்வாங்கவும் கூடாது. அஞ்சு நிமிஷத்துக்காவது இருந்த இடத்திலேயே நிக்கணும்.''

''ஒப்புக்கொள்கிறேன். நம் வில்லாளிகள் வேலையை முடிக்க நேரம் தேவை.''

விரிவான உத்தரவுகளுடன் பர்வதேஸ்வரர் மீண்டும் கொடிவீரனிடம் திரும்பினார். இடமும் வலமுமாய் இரு தூதுவர்கள் விரைய, வெகு சில நிமிடங்களில், மாயஷ்ரேநிக் மற்றும் வித்யுன்மாலி தலைமையில், கிழக்கு மற்றும் மேற்குப் படை அரிஷ்டநேமி, சந்திரவம்சிகளின் மீது இடிபோல் இறங்கத் தலைப்பட்டனர்.

இந்தப்பக்கம், ஏற்கனவே சிதறத் தொடங்கிவிட்ட சந்திரவம்சிகளின் இரண்டாம் அணிப் படைகள், அடாது பெய்த கடும் அம்பு மழையின் தாக்குதலால், கன்னாபின்னாவென்று சிதைய ஆரம்பித்தன. களைத்த உடலையும், இரத்தம் வடியும் கரங்களையும் பற்றிக் கவலையில்லாத வில்லாளிகள், சற்றும் மனம் தளராமல் அம்புகளைப் பொழிந்த வண்ணம் இருந்தனர். சகட்டுமேனிக்குப் பறந்து வந்து விழுந்த அம்புகளினின்று தப்பிக்க இரண்டாவது சந்திரவம்சி அணியும் பதறி ஓடியது.

சிவனின் அடுத்த கட்டளையை எதிர்பார்த்து, ''தூரத்தை அதிகரிக்கவா, பிரபு?'' என்று பர்வதேஸ்வரர் கேட்க, சிவன் தலையசைத்தார்.

போர்க்களத்தின் கிழக்கு மற்றும் மேற்கு எல்லைகளில், இரு அணிகளின் குதிரைப்படைகளும் தீவிரத் தாக்குதலில் ஈடுபட்டிருந்தன. எப்படியாவது சூர்யவம்சி அணியை உடைத்துக்கொண்டு முன்னேற வேண்டுமென்பது சந்திரவம்சிகளுக்கு நன்கு தெரியும்; அவர்களது வில்லாளிகள் இன்னும் சற்று நேரம் அம்பு மாரி பொழிந்தால், போரில் இப்போதே தோற்றது போலத்தான்.

அடிபட்ட புலிகளின் சீற்றத்துடன் சந்திரவம்சிகள்

போரிட்டனர். வாள்வீச்சால், இரத்தம் தெறித்தது; சதை பிய்ந்தது; கவசங்களைத் துளைத்துக்கொண்டு ஈட்டிகள் பாய்ந்தன. கைகால்கள் அறுந்து தொங்கி, குருதி வழிந்தாலும், அரையுயிராய் வீரர்கள் போர் புரியத் தலைப்பட்டனர். செலுத்த யாருமற்ற குதிரைகள், போர் புரிவதே வாழ்க்கைப் பயன் போல் கனைத்தபடி இங்குமங்கும் பாய்ந்தன. தங்கள் சக்தியனைத்தையும் திரட்டி வில்லாளிகளுக்கு அரணாய் நின்ற ஒரு அணியை உடைத்தெறிவதில் சந்திரவம்சிகள் முனைந்திருந்தனர். ஆனால் - என்ன துரதிர்ஷடம்! சூர்யவம்சிகளின் மிக உன்னத உயர்-தளபதிகளைத்தானா அவர்கள் அங்கு சந்திக்க வேண்டும்? மாயஷ்ரேநிக் மற்றும் வித்யுன்மாலி, சமுத்திரம் போல் வந்து மோதிய பிரம்மாண்ட சந்திரவம்சிப்படையை பலம் கொண்ட மட்டும் தடுத்து நிறுத்த முயன்றனர்.

இதற்குள், சந்திரவம்சிப்படையின் மூன்றாம் அணியையும் வில்லாளிகள் தாக்கத் துவங்கியிருந்தனர். அவர்களோ, குருதி வெள்ளத்தில் நீந்துவதிலும், பயந்து நடுங்கி ஓட்டம் பிடிப்பதிலும் கவனமாயிருந்தார்கள். ஒரு சிலர் மட்டும், பற்களைக் கடித்துக்கொண்டு, தைரியமாய்ப் போரிடுவதில் முனைந்தனர். மேலே வந்து விழும் அம்புகளிடமிருந்து கவசங்கள் காப்பாற்றவில்லையென்றாலும், இறந்து கிடந்த கூட்டாளிகளின் உடல்களை முன்னே நிறுத்திக் காத்துக்கொள்ள முயன்றார்கள். எப்படியோ, அணி சிதறாமல் பார்த்துக்கொண்டனர்.

''பிரபு - அம்புகளை நிறுத்திவிட்டு, தாக்குதலைத் தொடங்கலாமா?'' என்றார் பர்வதேஸ்வரர்.

''இல்ல. மூணாவது அணியும் சிதறிப் போகணும். இன்னும் சில நிமிஷங்கள் ஆகட்டும்.''

''அப்படியே, பிரபு. எதற்கும் வில்லாளிகளில் பாதிப் பேரின் விற்களை இன்னமும் உயர்த்தச் சொல்கிறேன். நான்காவது அணியின் முன்பக்கங்களையும் அம்புகள் சென்று தாக்கட்டும். அந்த அணியும் சிதையத் தொடங்கினால், அவர்களது படையின் மத்தியிலேயே குழப்பத்தைக் கிளப்ப ஏதுவாக இருக்கும்.''

''நீங்க சொல்றதும் சரிதான். அப்படியே செய்யுங்க.''

இந்தப்பக்கம், மேற்குப் பகுதியில் நடத்த முயன்ற தாக்குதல் ஏறுக்குமாறாய்ப் போக, வெற்றியடைவது துர்லபம் என்று சந்திரவம்சிகள் பின்வாங்கத் தொடங்கினர். பின்தொடர்ந்து செல்லத் துவங்கிய சில அரிஷ்டநேமியை,

வித்யுன்மாலி தடுத்து நிறுத்தினான். பின்னால் நகர்ந்துகொண்டிருந்த சந்திரவம்சிகள் ஒரு வேளை மீண்டும் அணிவகுத்துத் தாக்கத் தயாரானால், சமாளிக்க, வீரர்களை ஒழுங்குபடுத்தினான். எதிரிகள் அவ்வாறு எதுவும் செய்யாமல் மீண்டும் அவர்கள் நின்ற இடத்திற்கு செல்லவே, சூர்யவம்சிகள் முதலில் அமைந்திருந்த வில் வியூகத்தில், வித்யுன்மாலி மீண்டும் வீரர்களை நிறுத்தினான்.

ஆனால், மாயஷ்ரேநிக்கை எதிர்த்துக்கொண்டிருந்த சந்திரவம்சிகள் கோழைகளுமல்ல; சுலபத்தில் பின்வாங்கவுமில்லை. ஏகப்பட்ட வீரர்களை இழந்தாலும், இம்மியும் விட்டுக்கொடுக்காமல், தொடர்ந்து உறுதியாய்ப் போரிட்டனர். யுத்த வேகத்தில் முழுதும் மூழ்கிய மாயஷ்ரேநிக்கும், பின்வாங்காமல், தன் வீரர்களுடன், மிகுந்த திண்மையுடன் போரில் ஈடுபட்டான்.

வில்லாளிகளுக்கு அப்போது நிறுத்த உத்தரவு வர, சட்டென்று, அம்பு மழை நின்றது. உள்ளே புகுந்து சரமாரியைத் தடுத்து நிறுத்த வேண்டிய அவசியமில்லாது போக, தன் குதிரைப்படையை பின்வாங்கும்படி சந்திரவம்சி உயர்-தளபதி உத்தரவிட்டார். அதற்குத் தகுந்தாற்போல், மாயஷ்ரேநிக்கும், தன் வீரர்களை, முன்பிருந்த இடத்திற்குச் சென்று, பழையபடி அணிவகுக்கும்படிக் கட்டளையிட்டான். பிரதான போர்த் தாக்குதல் வெகு சில நிமிடங்களில் தொடங்கிவிடும் என்று அவனுக்கு நன்கு தெரியும்.

''சேனாதிபதி, போவமா?'' படையின் இடது விலாவை நோக்கித் தலையசைத்தார், சிவன்.

''அப்படியே, பிரபு,'' என்றார் பர்வதேஸ்வரர்.

திரும்பி, அவர் தன் குதிரை மீது ஏறத் துவங்க, சிவன் உரத்துக் கூப்பிட்டார். ''பர்வதேஸ்வரரே?''

''சொல்லுங்கள், பிரபு.''

''சந்திரவம்சிகளோட கடைசி அணிக்கு யார் மொதல்ல போறாங்கன்னு ஒரு பந்தயம்! என்ன சொல்றீங்க?''

பர்வதேஸ்வரரின் புருவங்கள் ஆச்சர்யத்தில் உயர்ந்தன. முகத்தில் புன்னகை விரிந்தது. ''நான்தான் ஜெயிப்பேன், பிரபு.''

''அதையும் பாத்துருவோம்,'' சிவன் நகைத்தார். சுருங்கிய கண்களில் விஷமம் கொப்பளித்தது.

அதி வேகமாய்த் தன் புரவியின் மீது ஏறிய பர்வதேஸ்வரர், தான் தலைமை வகிக்க வேண்டிய இடப்பக்க

படையை நோக்கி விரைந்தார். வ்ராகா, வீரபத்ரா மற்றும் நந்தி தொடர, சிவன் வலப்பக்கம் நகர்ந்தார். நடுவே, தாக்கத் தயாராய், பிரஸன்ஜித் தன் ஆமையோட்டுப் படையை நிறுத்தியிருந்தான்.

''மெலூஹர்களே!'' சிவன் குதிரையினின்று தாவினார். ''அங்க பாருங்க - எதிரிங்க, உங்க முன்ன இருக்காங்க. உங்க கையால சாகத் தயாரா நிக்கறாங்க. இன்னிக்கு இது முடியணும்! தீய சக்திகள் இன்னையோட ஒழியணும்!''

''ஹர் ஹர் மகாதேவ்!'' வீரர்கள் முழங்க, சூர்யவம்சித் தாக்குதல் தொடங்குவதை உணர்த்த, மெலூஹர்களின் சங்கு ஒலித்தது.

காதுகிழியும் கர்ஜனையுடன், சந்திரவம்சிகளை நோக்கி, காலாட்படை பாய்ந்தது. ஆமையோட்டு படை, மிக உறுதியாய், மெதுவாய், சந்திரவம்சிப் படை மத்தியை நோக்கி நகர்ந்தது. வில் வியூகத்தின் விலாப்பக்கம், மையத்தை விட விரைவாய் முன்னேறியது. காலாட்படையை எதிரிகள் தாக்காது இருக்கும் பொருட்டு, குதிரைப்படை அவர்களைச் சுற்றி அரணாய் நகர்ந்தது. சிதறியோடிய சந்திரவம்சிகளின் மூன்றாவது மற்றும் நான்காவது அணியில் மீதமிருந்த தைரியசாலிகள், தங்களை வெகு வேகமாக வரிசைப்படுத்திக்கொண்டனர். ஆனால், அதிலும் சில பிரச்சனைகள்: போர்க்களத்தில் படை நகர வசதி கொடுக்கும் சம்பிரதாயமான சதுரங்க வியூகத்தை வகுத்துக்கொள்ளமுடியாமல், சுற்றி விழுந்து கிடந்த சந்திரவம்சிச் சடலங்கள் தடுத்தன. இறுக்கமாக, ஆனால் ஒற்றைப் படையாக அவர்கள் தங்களை அமைத்துக்கொள்ளவும், சூர்யவம்சிப் படைகள் அவர்களின் மீது விழுந்து தாக்கவும், சரியாக இருந்தது.

சூர்யவம்சிகள் திட்டமிட்டபடியே, அட்சரம் பிசகாமல் போர் நடந்தது. வில் வியூகத்தின் இறுக்கமான அரை வட்ட வடிவில், நடுவே ஆமையோட்டுப் படையும் பின்னால் காலாட்படையுமாக, அசுரப் பயிற்சி பெற்ற கொடும் வீர்ர்கள், முன்னேறினர். சந்திரவம்சிப் படையின் மத்தியை கொஞ்சமும் தயவு தாட்சண்யமின்றி, ஆமையோட்டுப் படைகள் குதறிக் கிழித்தன. சந்திரவம்சிப் படைகளின் மிகத் திறம் வாய்ந்த வாள் வீச்சாளர்கள்கூட, அந்தப் படையின் கேடயங்களைப் பிளக்க முடியவில்லை; திரிசூலங்களோ, ஸ்வத்வீபத்தின் வீரர்களை வெட்டி வீழ்த்தின. சந்திரவம்சிகளுக்கு இரண்டே வழிகள்தான் இருந்தன: ஒன்று, திரிசூலத்தினால் கிழிக்கப்பட வேண்டும், அல்லது, பக்கவாட்டில் சரிந்து, வேகமாய்

மெலூஹாவின் அமரர்கள்

முன்னேறி வந்துகொண்டிருந்த சூர்யவம்சி வீரர்களிடத்தில் சிக்கிக் கொள்ள வேண்டும். சந்திரவம்சிகளின் மையப் பகுதி, தாக்குதலைச் சமாளிக்க முடியாமல் சிதைய, சூர்யவம்சிகளின் விலாப்பக்க வரிசைகள், பக்கவாட்டில் பாய்ந்தன.

தன் படையை சந்திரவம்சிகளின் மீது ஆக்ரோஷமாய் ஏவிய சிவன், கண்ணில் பட்ட எதிரிகளைச் சீவித் தள்ளினார். அவர்களின் எண்ணிக்கை வர வரக் குறைவது அவருக்கு ஆச்சர்யத்தை அளித்தது. தான் வழிநடத்திய படைவீரர்களை முன்னே பாய விட்டுவிட்டு, நடப்பதைக் கணிக்க எழுந்து நின்றார். அவரை எதிர்த்துக் கொண்டிருந்த சந்திரவம்சி அணியின் ஒரு பகுதி, இப்போது பின்வாங்கி, மையத்தில் ஒன்று திரள முயன்றுகொண்டிருந்தது. ஆமையோட்டுப் படையின் வலப்பக்கத்தை - கேடயங்களால் பாதுகாக்கப்படாத பகுதியை - அவர்கள் தீவிரமாய்த் தாக்கிக் கொண்டிருந்தனர். பரவாயில்லையே? சந்திரவம்சிகளில் யாருக்கோ மூளை இருக்கத்தான் செய்கிறது. ஆமையோட்டுப் படைகளில் ஏதேனும் ஒன்று பிரிந்தால் கூட, சந்திரவம்சிகள் வரிசை கட்டிக்கொண்டு உள்ளே புகுந்து, சூர்யவம்சிகளை உண்டு இல்லையென்று ஆக்கிவிடுவார்கள்.

"மெலூஹர்களே!" சிவன் முழங்கினார். "என் பின்னாடி வாங்க!"

சிவனோடு வந்த வீரன், அவரது சின்னம் பொறிக்கப்பட்ட கொடியை உயர்த்திப் பிடித்தான். வீரர்கள் பின்தொடர்ந்தனர். ஆமையோட்டுப் படையைத் தாக்கத் தொடங்க இருந்த சந்திரவம்சிப் படைகளின் மீது, நீலகண்டர் பக்கவாட்டில் பாய்ந்தார். ஒரு பக்கம், தேளின் கொடுக்கைப் போல் திரிசூலங்கள்; இன்னொரு பக்கம், நீலகண்டரின் படையின் பாய்ச்சல் - சமாளிக்க முடியாமல், சந்திரவம்சிகளின் தைரியம் பறந்தது.

சில மணி நேரங்களுக்கு முன், மாபெரும் படையாய் இருந்தது, இப்போது, அங்கும் இங்கும் உயிருக்குப் போராடிக்கொண்டிருந்த ஒரு சில முடிச்சுகளாகச் சிதறிப் பிரிந்து, கரைந்துகொண்டிருந்தது. ஒரு சில வீரர்கள் மட்டும், மரபுக்கும் மரியாதைக்கும் கட்டுப்பட்டு, போராடிக்கொண்டிருந்தனர். சிவனும் பர்வதேஸ்வரரும், வெகு லாகவமாய்ப் படைகளை நகர்த்தி, வேலையை முடித்தனர். வெற்றி - முழுவதுமாய், நிச்சயமாய்.

சந்திரவம்சிப் படை சந்தேகத்திற்கிடமில்லாமல், நிர்மூலமாக்கப்பட்டுவிட்டது.

24

அதிர்ச்சிகர உண்மை

க்ருத்திகாவும் ஆயுர்வதியும் பின்தொடர, சதி பறந்தடித்துக்கொண்டு கூடாரத்திலிருந்து ஓடினாள்.

''சற்று மெதுவாக, மெதுவாக, சதி,'' அவள் வேகத்திற்கு ஈடுகொடுக்க முடியாமல், ஆயுர்வதி கூவினாள். ''நீங்கள் இருக்கும் நிலைமையில் ...''

திரும்பி அவளைப் பார்த்து சிரித்தாலும், சதி நிற்கவில்லை. அரசுக் கூடாரத்தை நோக்கி விரைந்தாள். வெற்றி அறிவிப்பு தான் வந்துவிட்டதே? சிவனும் பர்வதேஸ்வரரும் இப்போது அங்குதான் இருக்கவேண்டும்; அதிலும், களிப்பின் உச்சத்தில் கொண்டாடிக்கொண்டிருக்க வேண்டும். வாயிலில் நந்தியும் வீரபத்ராவும் நின்றிருந்தனர். சதிக்கு வழிவிட்டவர்கள், ஆயுர்வதி மற்றும் க்ருத்திகாவை அனுமதிக்கவில்லை.

''மன்னிக்கவும், ஆயுர்வதி அம்மையே,'' நந்தி தாழ்மையுடன் வணங்கினார். ''யாரையும் உள்ளே அனுமதிக்கக்கூடாது என்று எனக்குக் கட்டளை.''

''ஏன்?'' ஆயுர்வதி ஆச்சர்யத்துடன் கேட்டாள்.

''தெரியவில்லை, அம்மா. மன்னிக்க வேண்டும்.''

''அதற்கென்ன, பரவாயில்லை,'' என்றாள் ஆயுர்வதி. ''உங்கள் கடமையைத் தானே செய்கிறீர்கள்.''

வீரபத்ரா க்ருத்திகாவைப் பார்த்தான். ''மன்னிச்சுரு, கண்ணம்மா.''

''தயவு செஞ்சு வெளியெடத்துல இப்படியெல்லாம் கூப்பிடாதீங்க,'' க்ருத்திகா கூசினாள்.

திரைச்சீலையை விலக்கிக் கொண்டு, சதி உள்ளே நுழைந்தாள்.

''தெரியவில்லை, பிரபு,'' என்றார் பர்வதேஸ்வரர். ''எனக்கும் புரியவில்லை.''

சிவனை அவர் ''பிரபு,'' என்றழைத்தது சதிக்கு திகைப்பளித்தாலும், அவர் உயிருக்கு ஆபத்தில்லாமல், பத்திரமாய் வந்து சேர்ந்துவிட்டதில் மகிழ்ச்சியும் நிம்மதியும் கரை மீறியது. ''சிவா!''

''சதி?'' அவள்புறம் திரும்பிய சிவன், முணுமுணுத்தார்.

சதி உறைந்துபோய் நின்றாள். அவளைப் பார்த்தவுடன், முகத்தில் புன்னகை பரவவில்லை. வெற்றிப் பெருமிதம் பளிச்சிடவில்லை. காயங்களுக்குக் கட்டு கூடப் போட்டுக்கொள்ளவில்லை.

''என்ன ஆச்சு?'' சதி கேட்டாள்.

சிவன் அவளை வெறித்தார். அவரது முகபாவம், கலவரத்தை ஏற்படுத்தியது. பர்வதேஸ்வரரை நோக்கித் திரும்பினாள். வலிந்த புன்னகையுடன் அவர் அவளை ஒரே நொடி பார்த்தார். அளவெடுப்பது போன்ற பார்வை. கெட்ட செய்தி எதையோ மறைக்கும் முகபாவம். ''என்னாச்சு, பித்ரதுல்யா?''

பர்வதேஸ்வரர் சிவனைப் பார்க்க, ஒரு வழியாக அவர் பேசினார். ''இந்தப் போர்ல என்னவோ சரியில்லை. கொழப்பமாயிருக்கு.''

''கொழப்பமா? உங்களுக்கா?'' சதி திகைத்தாள். ''சூர்யவம்சிகள் இதுவரைக்கும் அடையாத மிகப்பெரிய வெற்றியக் குடுத்திருக்கீங்க. எங்க தாத்தா காலத்துல கூட இப்படி ஒட்டுமொத்தமா அவங்களை நிர்மூலம் செய்யல. அப்ப நடந்ததை விட, இப்பதான் நாம சந்திரவம்சிகளை மொத்தமாத் தோக்கடிச்சிருக்கோம். நீங்க பெருமையில்ல படணும்?''

''சந்திரவம்சிகளோட எந்த நாகனையும் நான் பாக்கலை,'' என்றார் சிவன்.

''நாகர்கள் இல்லியா?'' என்றாள் சதி. ''சரியாப் படலியே?''

''சந்திரவம்சிகளோட நெருக்கமா இருக்கறவங்க, நிச்சயம் போர்க்களத்துல இருந்திருப்பாங்க,'' சிவனின் கண்களில் கவலையின் சாயல். ''உண்மையிலேயே சந்திரவம்சிகள் அவங்களை நமக்கெதிரா பயன்படுத்தியிருந்தா, கண்டிப்பா நாகர்களோட போர்த்தந்திரங்கள் இவங்களுக்குத் தேவையா இருந்திருக்கும். எங்க நாகர்கள்?''

''ஒரு வேளை - அவங்களுக்குள்ளேயே சண்டை வந்துருச்சோ?'' சதி வாதத்தை எடுத்து வைத்தாள்.

''அதற்கு வாய்ப்பில்லை,'' என்றார் பர்வதேஸ்வரர். ''மந்தர மலையின் மீது அவர்கள் சேர்ந்து நடத்திய தாக்குதல் அல்லவா, இந்தப் போருக்கே காரணம்? அப்புறம் நாகர்கள் ஏன் இங்கில்லை?''

''உண்மையென்னன்னு கண்டிப்பா கண்டுபிடிச்சிருவீங்க, சிவா,'' என்றாள் சதி. ''இதப் பத்தியெல்லாம் ரொம்பக் கவலப்படாதீங்க.''

''வாய மூடு, சதி!'' சிவன் கத்தினார். ''எனக்கு ஒண்ணும் புரியல! அதான் கவலையா இருக்கு!''

சதி ஓரடி பின்வாங்கினாள். காரணமற்ற அவரது கோபம் அவளை நிலைகுலைய வைத்தது. இப்படி அவரை அவள் இதற்கு முன் பார்த்ததில்லை. உடனடியாக, தான் செய்ததை உணர்ந்த சிவன், இரத்தம் படிந்த தன் கரத்தை நீட்டினார். ''மன்னிச்சுரு, சதி. என்னன்னா ...''

உதவியாளர் ஒருவர் சகிதம் தக்ஷர், கூடாரத்திற்குள் அசைந்தாடி வர, பேச்சு சட்டென்று நின்றது.

''பிரபு!'' கூவிக்கொண்டு சிவனை இறுக்க அணைத்துக்கொண்டார்.

சிவன் முகம் சுருங்கியது. காயம்பட்ட இடங்களில் வலி. தக்ஷர் உடனடியாகப் பின்வாங்கினார்.

''மன்னிக்க வேண்டும், பிரபு,'' என்றார் தக்ஷர். உதவியாளரிடம் திரும்பினார். ''ஆயுர்வதி ஏன் வெளியே நிற்கிறார்? உள்ளே வரவழையுங்கள். பெருமானின் காயங்களுக்கு மருந்திடட்டும்.''

''இல்ல, இருங்க,'' சிவன் உதவியாளரை மறித்தார். ''தொந்தரவு செய்ய வேணாம்னு நான்தான் சொன்னேன். புண்ணுக்கு மருந்து வெச்சுக் கட்ட நெறைய நேரமிருக்கு.'' தக்ஷரிடம் திரும்பினார். ''அரசே, உங்ககிட்ட ஒரு விஷயம் பேசணும் ...''

''என்னை முதலில் அனுமதித்தீர்களானால், பெருமானே,''

மெலூஹாவின் அமரர்கள்

நெடுநாளாய் மறுக்கப்பட்ட இனிப்பை ஒரு வழியாய் அடைந்த குழந்தையைப் போல் தக்ஷர் ஏறக்குறையச் சப்புக்கொட்டினார். "என் பொருட்டு - மெலூஹாவின் பொருட்டு - நீங்கள் செய்தவை அனைத்திற்கும் நன்றி தெரிவிக்க விரும்புகிறேன். என் தந்தையால் கூட முடியாததை நாம் சாதித்துவிட்டோம். வெற்றி! முழுமையாய், நமக்கே வெற்றி!"

சிவனும் பர்வதேஸ்வரரும் ஒருவரையொருவர் பார்த்துக்கொள்ள, தக்ஷர் மீண்டும் அவர்களது கவனத்தைக் கவர்ந்தார். "சக்ரவர்த்தி திலீபனை இந்த நிமிடமே அழைத்து வந்துகொண்டிருக்கின்றனர்."

"என்ன?" பர்வதேஸ்வரர் குரலில் ஆச்சர்யம். "இப்போது தானே அவர்கள் பாசறைக்கு நம் வீரர்களை அனுப்பினோம்? அதற்குள் அவரைக் கைது செய்திருக்க முடியாது."

"இல்லை, பர்வதேஸ்வரரே," என்றார் தக்ஷர். "என் தனிப்பட்ட உதவியாளர்களை முன்பே அனுப்பிவிட்டேன். பெருமானும், நீங்களும் மூன்றாவது அணியை எதிர்கொள்ளும்போதே சந்திரவம்சிகள் தோல்வியடைந்துவிட்டனர்; பார்வையாளர் மேடை மீதிருந்து நான் பார்த்துக்கொண்டுதானே இருந்தேன்? தூரத்திலிருந்து ஒரு விஷயத்தைக் கவனிப்பதன் தத்துவமே அதுதான். எது, எங்கே எப்படியிருக்கிறது என்ற சரியான கோணத்தை நமக்குக் கொடுக்கும். கோழையைப் போல் திலீபன் தப்பிக்க முயல்வான் என்பதே என் கவலை. அதனால், கைது செய்ய என் பரிவார வீரர்களையே அனுப்பிவிட்டேன்."

"ஆனால், அரசே," என்றார் பர்வதேஸ்வரர். "சரணடைவதற்கான நிபந்தனைகளை அலசி ஆராய்ந்த பிறகல்லவா அவரை அழைத்து வருவதெல்லாம்? அவருக்கு நாம் எதை அளிக்கப்போகிறோம்?"

"அளிப்பதாவது?" வெற்றிக் களிப்பு தக்ஷரின் கண்களில் மின்னியது. "போரில் மொத்தமாய் புரட்டியெடுக்கப் பட்டவனுக்கு நாம் எதையாவது அளிக்கத்தான் வேண்டுமா என்பதே என் கேள்வி. சாதாரணக் குற்றவாளியாகத்தான் அவனை நம்மிடம் கொண்டுவருகிறார்கள். ஆனால் - மெலூஹர்களின் கருணை எப்பேர்ப்பட்டது என்பதை அவனுக்கு நாம் காட்ட இது ஒரு அருமையான சந்தர்ப்பம். அவனைத் தொடர்ந்து வரும் ஏழு தலைமுறையினரும் நம் புகழ் பாடும்படி, அற்புதமான ஒரு பரிசிலைத் தந்துவிடுவோம்!"

அப்படியென்ன அற்புதக் கொடையை தக்ஷர் அளிக்க எண்ணியிருக்கிறார் என்ற ஆச்சர்யத்துடன் சிவன் அவரை ஏறிட, அதற்குள், கூடாரத்திற்கு வெளியே, அரசுப் பரிவாரத்துடன் வந்த கட்டியம் கூறுபவனின் குரல் உயர்ந்தது: திலீபர் வந்துவிட்டார். உடன், அவரது மகன், பட்டத்து இளவரசன், பகீரதன்.

''சற்று இரு, கௌஸ்தவ்,'' பரபரத்த தக்ஷர், அவசரமாக, தான் விரும்பியபடி கூடாரத்தைச் சட்டென்று மாற்றியமைத்தார். மையத்திலிருந்த ஆசனத்தில் அமர்ந்தார். வலப்புறம் சிவன் அமருமாறு கேட்டுக்கொண்டார். கிளம்ப யத்தனித்த சதியின் கரத்தை, சிவன் பற்றினார். அவரது கண்களில் தெரிந்த கெஞ்சலைப் பார்த்தவள், திரும்பி, அவரது ஆசனத்திற்குப் பின்புறமிருந்த நாற்காலியில் உட்கார்ந்தாள். பர்வதேஸ்வரர், சக்ரவர்த்திக்கு இடப்புறம் அமர்ந்தார்.

''உள்ளே வரச்சொல்லுங்கள்,'' தக்ஷர் உரத்து சொன்னார்.

தீய சக்திகளின் இந்த மறு உருவத்தைக் காண சிவன் மிக ஆவலாய் இருந்தார். நாகர்கள் யுத்தகளத்தில் எங்கும் தென்படவில்லையென்றாலும், தான் தர்மயுத்தத்தில் கலந்துகொண்டு, நியாயத்தின் பக்கம்தான் போர் செய்தோம் என்பதில் அவருக்கு எள்ளளவும் சந்தேகமிருக்கவில்லை. இந்த சந்திரவம்சிகளின் கொடூர அரசனின் கோர முகத்தை நேரில் கண்டால், வெற்றி முழுமையடைந்துவிடும்.

திலீபர் உள்ளே நுழைந்தார்.

சிவன் திகைத்துப்போனார். நிமிர்ந்து உட்கார்ந்தார். அவர் எதிர்பார்த்த உருவத்திற்கும், உள்ளே வந்தவருக்கும் எந்த சம்பந்தமும் இல்லை. சோமரஸத்தின் பயனாய் மெலூஹாவில் காண முடியாத ஒன்று, திலீபரிடத்தில் தெரிந்தது: முதுமை. வயது தான் ஆகிவிட்டதேயொழிய, முகத்தில், உடல் மொழியில், களையும், எதையும் சமாளிக்கும் தோரணையும் தெரிந்தன. மத்திம உயரம்; கருத்த நிறம், சற்றுக் கட்டுமஸ்தான தேகம். ஆடம்பரமற்ற மெலூஹ வஸ்திரங்களினின்று, அவருடையவை ரொம்பவே மாறுபட்டிருந்தன: கண்ணையடிக்கும் இளஞ்சிவப்பு நிறத்தில் தோத்தி, செங்கரு நீலத்தில் பளீரென்ற அங்கவஸ்திரம், உடல் முழுதும் ஜொலிஜொலிக்கும் தங்க நகைகள் என்று எல்லாமும் சேர்ந்து, ஆடையாபரணம் அணிவதில் மிகப் பிரியர் என்பதைப் பறையறிவித்தன. உதட்டைச் சுற்றியிருந்த

கோடுகள், நகைச்சுவையுணர்வைச் சுட்டிக்காட்டின. உப்பும் மிளகும் கலந்த நிறத்தில், நாகரீகமாய் நறுக்கப்பட்ட தாடி; வண்ண மயமான க்ரீடத்தின் கீழ் அலையலையாய்ப் புரண்ட வெண்கூந்தல் என்று அவர் வடிவத்தில் சற்று அலட்டல் தூக்கலாக இருந்தாலும், ஏதோ ஒரு வகையில், அறிவுக் களையும் மிளிர்ந்தது.

''பட்டத்து இளவரசன் பகீரதன் எங்கே?'' என்றார் தக்ஷர்.

''அவன் சற்று அவசரக்காரன் - வெளியே நிறுத்தி வைத்திருக்கிறேன்.'' கூடாரத்தில் தக்ஷரைத் தவிர்த்து மற்றவர்கள் யாரையும் திலீபர் கண்ணெடுத்தும் பார்க்கத் தயாராக இல்லை. ''விருந்தாளிகளுக்கு உட்கார நாற்காலிகள் தரும் வழக்கம் கிடையாதோ, மெலூஹர்களுக்கு?''

''திலீபச் சக்ரவர்த்தியே, நீர் ஒரு கைதி,'' என்றார் தக்ஷர். ''விருந்தாளி அல்ல.''

''ஆம், ஆம், எனக்கும் தெரியும். நகைச்சுவை உணர்வே கிடையாதா உங்களுக்கெல்லாம்?'' சற்று மிதப்பாகவே வந்தது திலீபரின் பதில். ''சரி - இப்போதென்ன வேண்டும் உங்களுக்கு?''

தக்ஷர் அவரை ஏற இறங்கப் பார்த்தார்.

''யமுனை நதிநீரைத்தான் நூறு வருடங்களுக்கு முன்பே திருடிக்கொண்டு போய்விட்டீர்களே?'' திலீபர் தொடர்ந்தார். ''வேறென்ன வேண்டும்?''

சிவன் கேள்விக்குறியுடன் தக்ஷரைப் பார்த்தார்.

''நாங்கள் ஒன்றும் யமுனை நதி நீரைத் திருடவில்லை,'' தக்ஷர் ஆவேசமானார். ''எங்களுக்குச் சொந்தமானதை மீட்டுக்கொண்டோம்!''

''சரி, ஏதோவொன்று,'' திலீபர் அலட்சியமாய்க் கையசைத்தார். ''இந்த முறை என்ன கேட்கப் போகிறீர்கள்?''

பேச்சுவார்த்தை நடந்த விதம் சிவனைத் திகைக்க வைத்தது. எதிரில் நின்ற கொடுங்கோலனை அவர்கள் அப்போதுதான் தோற்கடித்திருந்தனர். நியாயமாக, அவன் கூனிக்குறுகிப் போயிருக்க வேண்டும். மன்னிப்புக் கேட்டுக் கதறிக்கொண்டிருக்க வேண்டும். ஆனால், இவனோ... தர்மமும் நியாயமும் தன் பக்கம் இருப்பது போல், அலட்சியமாய், 'போனால் போகிறது' என்று அளவளாவிக்கொண்டிருக்கிறான்.

கண்கள் விரிய, கருணை சொட்டும் புன்னகை ஒன்றை

தக்ஷர் புரிந்தார். ''உம்மிடமிருந்து எனக்கு எதுவும் தேவையில்லை. மாறாக, ஒரு பரிசில் கொடுக்க வேண்டும் என்பதே என் உத்தேசம்.''

திலீபர் ஜாக்கிரதையாய் புருவத்தை உயர்த்தினார். ''கொடுக்க வேண்டுமா? எங்களுக்கா?''

''ஆம். நன்மை பயக்கும் எங்கள் வாழ்க்கை முறையையே உமக்கு அளிக்க விரும்புகிறேன்.''

திலீபர் தக்ஷரைப் பார்த்த பார்வையில் சந்தேகம் வலுத்தது.

''எங்கள் உயர்ந்த வாழ்க்கை முறைகளை உமக்கு முழுவதுமாய் அளிக்கப்போகிறோம்,'' தனது பெருந்தன்மை குறித்த பெருமிதத்தை தக்ஷராலேயே தாங்க முடியவில்லை. கண்கள் ஒளிவீசின. ''உங்களைச் சீர்திருத்தப் போகிறோம்.''

திலீபர் ஏறக்குறையச் சிரித்துவிட்டார். ''சீர்திருத்தப் போகிறீர்களா?''

''ஆம். ஸ்வத்வீபத்தின் ஆளுநராய்ப் பொறுப்பேற்று, உங்கள் சாம்ராஜ்யத்தை என் பிரதம சேனாதிபதி பர்வதேஸ்வரர் ஆட்சி செய்வார். நீர் பெயருக்கு மன்னராக அறியப்படுவதில் எனக்கு ஆட்சேபமில்லை. மெலூஹர்களின் உத்தமமான வாழ்க்கை முறைக்கு உங்கள் கீழான மக்களை பர்வதேஸ்வரர் மாற்றிவிடுவார். வேறென்ன? இனி, நாம் சகோதரர்களாய் வாழ்வோம்.''

அதிர்ந்து போன பர்வதேஸ்வரர், தக்ஷரைத் திரும்பிப் பார்த்தார். ஸ்வத்வீபத்திற்குத் தான் அனுப்பப் படுவோமென்பதை அவர் சிறிதும் எதிர்பார்க்கவில்லை.

சிரிப்பை அடக்க திலீபர் மிகுந்த சிரமப்படுவது போல் தோன்றியது. ''வளைந்து கொடுப்பதென்றால் என்னவென்றே தெரியாத உங்கள் ஆட்களால் ஸ்வத்வீபத்தை ஆள முடியுமென்று நினைக்கிறீர்களா? என் மக்கள் சுயமாய் சிந்திக்கக்கூடியவர்கள்; கற்பூர புத்தியுடையவர்கள். சலிக்கச் சலிக்க நீங்கள் நடத்தும் பாடங்களையெல்லாம் அவர்கள் பொறுமையாய்க் கேட்டுக் கொண்டிருக்கப்போவதில்லை!''

''கேட்பார்கள், கேட்பார்கள்,'' தக்ஷர் இகழ்ச்சியுடன் கூறினார். ''நாங்கள் சொல்லும் எல்லாவற்றையும் பணிவுடன் கேட்டுக்கொள்ளத்தான் வேண்டும். பாடம் நடத்தும் குரல் எங்கிருந்து வருகிறதென்று உமக்குத் தெரியாதே?''

''நிஜமாகவா? எங்கிருந்து வருகிறதாம்? எனக்கும்தான் சொல்லுங்களேன்.''

தக்ஷர் சிவனை நோக்கிச் சைகை செய்தார். ''எங்களுடன் அமர்ந்திருப்பவரைப் பாருங்கள்.''

''யாரது?'' திலீபர் திகைப்புடன் தக்ஷரின் வலப்பக்கம் பார்த்தார். ''இந்திர பகவானே, அப்படியென்ன இருக்கிறது இவனிடம்?''

சிவன் தர்மசங்கடத்துடன் நெளிந்தார்.

தக்ஷரின் குரல் சற்று உயர்ந்தது. ''சந்திரவம்சிகளின் சக்ரவர்த்தியே! அவரது கழுத்தைச் சற்று பாரும்.''

ஆணவம் சற்றும் அடங்காமல் திலீபர் சிவனை உற்றுப் பார்த்தார். தெறித்திருந்த இரத்தத்தையும், அப்பியிருந்த நிணத்தையும் மீறி, நீலக் கழுத்து பிரகாசித்தது. சட்டென்று, திலீபரின் முகத்தில் எகத்தாளப் புன்னகை மறைந்தது. அதிர்ச்சி குடிகொண்டது. என்னவோ சொல்ல வந்தவர், வார்த்தையேதுமின்றி மௌனமாய் நின்றார்.

''கபட சூதில் பெயர் பெற்ற சந்திரவம்சிகளே,'' ஏளனமாய் வந்தது தக்ஷரின் குரல். ''நீலகண்டர் எங்கள் வசம்.'' கைகளால் பிரமாதமாய்ச் சைகை செய்தார்.

தந்தையே முதுகில் குத்திவிட்டதை திகைப்பும் அதிர்ச்சியுமாய் உணரும் குழந்தையைப் போல், திலீபரின் முகம் இரத்தமிழந்தது. சிவனின் இதயத்தில் இனம்புரியாத கலவரம் சில்லிட்டது. இது, அவர் எதிர்பாராதது.

குத்திக்காட்டுவதை தக்ஷர் நிறுத்துவதாக இல்லை. ''சந்திரவம்சிகளின் தீய வாழ்க்கை முறையையே அழித்துவிட நீலகண்டர் சபதமேற்றுள்ளார். அவர் கூற்றை நீர் **கேட்டுத்தான்** ஆகவேண்டும்.''

நேரம் காலம் செல்வதறியாமல், சிவனை திலீபர் அதிர்ந்து போய்ப் பார்த்தவண்ணம் இருந்தார். பிறகு, கொஞ்சம் சுதாரித்துக்கொண்டவரின் குரல், மிக மெலிதாய் வந்தது. ''நீங்கள் என்ன சொன்னாலும் சரிதான்.''

மீண்டும் குரலெடுத்து அடுத்த தாக்குதலை தக்ஷர் ஆரம்பிக்குமுன், தள்ளாடியவாறு, கூடாரத்தின் வாயிலை நோக்கி திலீபர் நகர்ந்தார். திரைச்சீலைக்கு அருகில் வந்தவர், நின்று, திரும்பி மீண்டும் சிவனைப் பார்த்தார். கம்பீரமும் ஆணவமும் போட்டியிட்ட அந்தக் கண்களில் கண்ணீரும் கரைகட்டி நின்றது போல் சிவனுக்குத் தோன்றியது.

அவர் கூடாரத்தை விட்டு வெளியேறிய அடுத்த கணம், தக்ஷர், நீலகண்டரின் காயங்கள் மீது படாதபடி, அவரைத் தழுவிக்கொண்டார். ''அவனது முகத்தைப் பார்த்தீர்களா,

பிரபு? அடடா, காணக்கிடைக்காத காட்சியல்லவா, அது!''

பர்வதேஸ்வரரை நோக்கித் திரும்பினார். ''திலீபன் உடைந்துவிட்டான். ஸ்வத்வீபர்களை வீழ்த்தி, அவர்களை நம் வழிக்குக் கொண்டு வருவதில் உங்களுக்கு அதிக சிரமம் இருக்காது. காலம் காலமாய் தீர்க்க முடியாத ஒரு பிரச்சனையை வெற்றிகரமாய் முடிவுக்குக் கொண்டு வந்தவர்கள் என்ற நற்பெயரை வரலாறு நமக்கு வழங்கும்!''

இந்தப் பேச்சை சிவன் கவனிக்கவில்லை. ஏற்கனவே தவித்துப் போயிருந்த அவரது மனம், விடை தேடித் திணறியது. சற்று நேரத்திற்கு முன், மிக நியாயமாய், தர்மத்திற்குட்பட்டுத் தோன்றிய ஒரு விஷயம், இப்போது எப்படித் தவறாகத் தோன்றமுடியும்? செய்வதறியாது, சதியின் பக்கம் திரும்பினார். அவள், அவரது தோளை மெல்லத் தொட்டாள்.

''எதைப் பற்றி இந்த சிந்தனை, பிரபு?'' சிவனின் கலவரமான எண்ணங்களூடே தக்ஷரின் குரல் வெட்டியது.

சிவன் வெறுமே தலையசைத்தார்.

''திலீபனின் தேரிலேயே அயோத்யா செல்கிறீர்களா என்று கேட்டேன்,'' என்றார் தக்ஷர். ''அந்தப் பெருமை உங்களுக்குத்தான். அற்புதமான இந்த வெற்றியை ஈட்டித் தந்ததே தாங்கள்தானே?''

சிவனுக்கு இந்தப் பேச்சு அவ்வளவு முக்கியமாகப் படவில்லை. இவற்றுக்கெல்லாம் பதில் சொல்லும் சக்தியும் அவருக்கு இல்லை. ஏனோதானோவென்று தலையாட்டிவைத்தார்.

''பிரமாதம். வேண்டிய ஏற்பாடுகளை நான் செய்துவிடுகிறேன்,'' என்ற தக்ஷர், உதவியாளரிடம் திரும்பினார். ''பெருமானின் காயங்களுக்கு மருந்திட ஆயுர்வதியை அனுப்புங்கள். திலீபனின் தோல்வியால் நாடு முழுவதும் கூச்சலும் குழப்பமுமாய் மாறுவதற்குள், நான் அயோத்யா சென்றுவிடவேண்டும். நாளைக் காலையே புறப்பட்டால்தான் முடியும்.''

சிவனை நோக்கி வணங்கியவர், வெளியேறத் தயாரானார். ''பர்வதேஸ்வரரே - வருகிறீர்களல்லவா?''

சிவனை ஏறிட்ட பர்வதேஸ்வரரின் முகத்தில் கவலை கோடிட்டிருந்தது.

''பர்வதேஸ்வரரே?'' தக்ஷர் மீண்டும் கேட்டார்.

சதியைச் சட்டென்று பார்த்த சேனாதிபதி, வெளியேறத்

திரும்பினார். சதி முன்னே வந்து, சிவனின் முகத்தைக் கைகளில் மென்மையாய் ஏந்திக்கொண்டாள். களைப்பினால் சிவனின் கண்ணிமைகள் தாமே மூடிக்கொள்ள முயன்றன. ஆயுர்வதி திரைச்சீலையை மெல்ல விலக்கினாள். ''எப்படியிருக்கிறீர்கள், பிரபு?''

சிவன் நிமிர்ந்த போது, கண்கள் ஏறக்குறைய மூடியிருந்தன. தூக்கம் போல் விசித்திரமாக ஏதோ, அவரை கீழே இழுத்துக்கொண்டிருந்தது. ''நந்தி!'' சட்டென்று அலறினார்.

நந்தி விழுந்தடித்துக்கொண்டு ஓடி வந்தார்.

''ஒரு கழுத்துப்பட்டி கொண்டுவரமுடியுமா?''

''கழுத்துப்பட்டியா, பிரபு?'' என்றார் நந்தி.

''ஆமா.''

''வந்து, எதற்கு, பிரபு?''

''எனக்கு வேணும், அதனால!'' சிவன் கத்தினார்.

அவரது ஆவேசத்தைக் கண்டு அதிர்ந்த நந்தி, அவசரமாக வெளியேறினார். சதியும் ஆயுர்வதியும் அவரைத் திகைப்புடன் ஏறிட்டனர். மேற்கொண்டு அவர்கள் எதுவும் பேசுமுன், சிவன் தரையில் சுருண்டு விழுந்தார். நினைவிழந்தார்.

ஓடிக்கொண்டிருந்தார். வேகம். வேகமாய், தன்னைச் சூழ்ந்திருக்கும் இந்தக் கொடிய வனம் அமுக்கி மூச்சுத் திணறுமுன் - இந்த மரங்கள் அவரது கைகால்களைக் கட்டிப்போட்டு உடலைக் கிழிக்குமுன், இங்கிருந்து தப்பிக்க வேண்டும். சட்டென்று, உரத்த குரல், அமைதியைக் கிழித்துக்கொண்டு புறப்பட்டது.

''காப்பாத்து! தயவு செஞ்சு காப்பாத்து!''

நின்றார். இல்லை. இந்த முறை ஓடக்கூடாது. இந்த முறை, அந்தக் கொடூர அரக்கனை வீழ்த்தவேண்டும். அவர் மகாதேவர். இதுதான் அவரது கடன். மெல்ல, வாளை உருவியவாறு, கேடயத்தை உயர்த்திக்கொண்டு, திரும்பினார்.

''ஜெய் ஸ்ரீ ராம்!'' அலறிக்கொண்டு திறந்தவெளி நோக்கி ஓடினார். முட்செடிகள் கால்களைக் கிழித்தன. இரத்தம் சொட்டினாலும், பயத்தில் நெஞ்சு படபடத்தாலும், பற்களைக்

கடித்துக்கொண்டு ஓடினார்.

சரியான சமயத்துக்கு அவகிட்ட போயிடணும்.

இந்த முறை, அவளைக் கைவிடமாட்டேன்.

என் இரத்தம், பாவங்களைக் கழுவி விட்ரும்.

சதையைக் கிழித்த முட்களை அலட்சியம் செய்துவிட்டு, அடர்ந்த அந்த காட்டுப் பகுதியின் நடுவே விரைந்தார். திறந்தவெளிக்கு வந்தாயிற்று. பாதுகாப்பாய்க் கேடயம்; எதிராளியைப் பார்த்து வீசத் தயாராய், கீழ்நோக்கிய வாள். ஆனால் - யாரும் தாக்கவில்லை. விசித்திரமான ஒரு சிரிப்பு மட்டும் கவனத்தைக் கலைத்தது. கேடயத்தை இறக்கினார். மெல்ல.

''கடவுளே!'' தாங்கமுடியாமல் அலறினார்.

அந்தப் பெண் தரையில் கிடந்தாள். நெஞ்சில் ஒரு சிறுகத்தி ஆழப் பதிந்திருந்தது. அந்த சிறுவன், அதிர்ந்து போய் அவள் பக்கத்தில் நின்றிருந்தான். கொன்ற உடலின் இரத்தம் முழங்கை வரை தெறித்திருந்தது. சற்று தூரத்தில், கல்தளம் ஒன்றின் மீது, கரடி போன்ற முடியடர்ந்த அந்த அரக்கன் உட்கார்ந்திருந்தான். சிறுவனைச் சுட்டிக் காட்டி கெக்கலி கொட்டிச் சிரித்துக்கொண்டிருந்தான்.

''இல்ல!'' அலறிய சிவன், திடுக்கிட்டுக் கண்விழித்தார்.

''சிவா? என்னாச்சு?'' சதி கவலையுடன் அவரது கரத்தைப் பற்ற முயன்றாள்.

சிவன் திகைப்புடன் அறையைச் சுற்றிப் பார்த்தார். கவலை தோய்ந்த முகங்களுடன் அருகேயிருந்த பர்வதேஸ்வரரும் ஆயுர்வதியும் எழுந்தனர். ''பிரபு?''

''ஒண்ணுமில்ல சிவா, ஒண்ணுமில்ல,'' சிவனின் முகத்தை ஆதுரத்துடன் தடவிக் கொடுத்தாள் சதி.

''உடலில் விஷம் பரவியிருக்கிறது, பிரபு,'' என்றாள் ஆயுர்வதி. ''சந்திரவம்சிகளின் ஆயுதங்களில் விஷம் தடவியிருக்கலாம் என்று சந்தேகிக்கிறோம். வேறு சிலருக்கும் இப்படியாகியிருக்கிறது.''

சிவன் கொஞ்சம் சுதாரித்துக்கொண்டார். படுக்கையிலிருந்து எழுந்தார். உதவ முயன்ற சதியை விலக்கிவிட்டு, தானே நடக்க முயன்றார். தொண்டை பாலைவனமாய் வறண்டிருந்தது. சதி எச்சரிக்கையுடன் பின் தொடர, தடுமாறிக்கொண்டு தண்ணீர்ப் பானையருகே

சென்றார். குனிந்து, நீரை 'அவுக் அவுக்'கென்று விழுங்கினார்.

ஏற்றியிருந்த தீபங்களையும், வெளியே கவிந்திருந்த இருளையும் கவனித்தார். ''ரொம்ப நேரம் தூங்கிட்டேன் போலருக்கு?''

''ஆம்,'' ஆயுர்வதி கவலை மாறாத முகத்துடன் பதிலளித்தாள். ''ஏறக்குறைய முப்பத்தாறு மணி நேரம்.''

''என்னது!'' அதிசயத்துடன் கூவியவர், பொத்தென்று அருகிலிருந்த வசதியான நாற்காலியொன்றில் விழுந்தார். சற்று பின்னால், வாட்டசாட்டமான ஒரு மனிதன், வலது கண்ணில் கட்டுடன், வெட்டப்பட்டிருந்த இடது கரம், தோளோடு இணைந்த கயிற்றில் தொங்க, அமர்ந்திருந்தான். ''த்ராபகு?''

''ஆமா, பிரபு,'' அவன் எழுந்து, வணக்கம் செலுத்த முயன்றான்.

''த்ராபகு! கடவுளே ... உன்னப் பாத்ததுல ரொம்ப சந்தோஷம். உக்காரு, உக்காரு.''

''உங்கள மறுபடி சந்திச்சதுல எனக்கும் ரொம்ப சந்தோஷம், பிரபு.''

''உங்க பக்கம் போர் எப்படி?''

''நெறைய ஆட்களை - கிட்டத்திட்ட பாதிப்படையை எழந்துட்டேன். இந்தக் கண்ணும், கையும் கூடத்தான்,'' என்றான் த்ராபகு. ''ஆனா, உங்க அருளால, முக்கியப் போரை நாம் ஜெயிக்கிற வரைக்கும், எப்படியோ தாக்குப் புடிச்சிட்டேன்.''

''என் அருளெல்லாம் இல்ல, நண்பா; உன்னோட தைரியம்தான் காரணம்,'' என்றார் சிவன். ''உன்ன நெனைச்சா ரொம்பப் பெருமையா இருக்கு.''

''நன்றி, பிரபு.''

சிவனுக்கருகில் நின்ற சதி, அவரது கூந்தலை மெல்லக் கோதினாள். ''உக்காந்தேதான் இருக்கப்போறீங்களா, சிவா? இன்னும் கொஞ்ச நேரம் படுத்துக்கலாமே?''

''தேவைக்கதிகமா சோம்பித் திரிஞ்சாச்சு, சதி,'' சிவனின் புன்னகையில் சுரத்தில்லை.

ஆயுர்வதியின் முகத்திலும் புன்னகை தோன்றியது. ''எது எப்படியானாலும், தங்களின் நகைச்சுவை உணர்வுக்கு மட்டும் எந்த பாதிப்பும் ஏற்படவில்லை, பிரபு.''

"முன்ன மாதிரியே ரொம்ப கொடுமையா இருக்குங்கறீங்க?" சிவன் சிரித்தார்.

பர்வதேஸ்வரர், ஆயுர்வதி, த்ராபகு மூவருமே சோகையாகச் சிரித்தனர். சதி மௌனமாயிருந்தாள். சிவனையே உற்று நோக்கிக்கொண்டிருந்தாள். சிவனின் தோரணையில் வலிந்த தன்மை தெரிந்தது; எதையோ மறக்க முயன்றுகொண்டிருந்தார். மற்றவர்கள் அதை உணரா வண்ணம், தன்னிடமிருந்து கவனம் திசை திரும்புமாறு பார்த்துக்கொண்டிருந்தார். இந்த முறை, கனவு ரொம்ப மோசமோ?

"சக்ரவர்த்தி எங்க?" என்றார் சிவன்.

"அப்பா இன்னைக்குக் காலைல அயோத்யா கௌம்பிப் போயிட்டார்," என்றாள் சதி.

"இப்போது இருக்கும் நிலையில்," என்றார் பர்வதேஸ்வரர், "ஆட்சி பீடத்தில் யாருமற்று ஸ்வத்வீபம் இருக்கக்கூடாதென்பது அவரது கவலை. உடனடியாக, சாம்ராஜ்யம் முழுதும், கைதாகிவிட்ட சக்ரவர்த்தி திலீபர் சகிதம் சூர்யவம்சிகளின் படை பயணம் செய்வது உசிதம்; இனி வரப்போகும் புதிய ஆட்சிமுறைக்கும், ஆள்வோருக்கும் அம்மக்கள் பழகிக்கொள்ள ஏதுவாயிருக்கும் என்பது சக்ரவர்த்தியின் எண்ணம்."

"அப்ப - நாம அயோத்யா போகப்போறதில்லயா?" என்றார் சிவன்.

"செல்வோம், பிரபு," என்றாள் ஆயுர்வதி. "சில நாட்களில், உங்களுக்கு உடம்பு தேறியவுடன்."

"நம் வீரர்கள் பன்னிரண்டாயிரம் இங்கே நம்முடன் இருக்கிறார்கள்," என்றார் பர்வதேஸ்வரர். "நீங்கள் தயாரென்றால், நாம் அயோத்யா பயணிப்போம். ஸ்வத்வீபர்கள் நம் சிறிய படையைத் தாக்காமலிருக்கும் பொருட்டு, திலீபரின் குடும்பத்தினர் யாரையேனும் பணயக்கைதியாக இங்கு நிறுத்தியே தீரவேண்டும் என்பது சக்ரவர்த்தியின் கண்டிப்பான உத்தரவு."

"ஆக, திலீபரின் குடும்பத்துலேர்ந்து இப்ப ஒருத்தர் நம்ம பாசறைல இருக்காங்க?"

"ஆம், பிரபு," என்றார் பர்வதேஸ்வரர். "அவரது மகள்; இளவரசி ஆனந்தமயி."

புன்னகைத்தபடி, ஆயுர்வதி லேசாகத் தலையசைத்தாள்.

''என்ன?'' என்றார் சிவன்.

அபத்தமான முகபாவத்துடன் பர்வதேஸ்வரரை நோக்கிய ஆயுர்வதி, சதியைப் பார்த்து நகைத்தாள். பர்வதேஸ்வரரோ, ஆயுர்வதியை முறைத்தார்.

''என்னாச்சு?'' என்றார் சிவன் மறுபடியும்.

''பெரிதாக ஒன்றுமில்லை, பிரபு,'' பர்வதேஸ்வரரின் முகத்தில் தோன்றிய கூச்சம் விசித்திரமாக இருந்தது. ''விஷயம் என்னவென்றால் - அவளைச் சமாளிப்பது கொஞ்சம் கஷ்டமாக இருக்கிறது.''

''அப்படீன்னா, அம்மணி இருக்குற எடம் பக்கமே நான் தலவெச்சுப் படுக்கலை,'' என்றார் சிவன், புன்னகையுடன்.

''ஆக, இந்தப் பாதைதான் எல்லாவகையிலும் சிறந்தது, இல்லையா?'' பர்வதேஸ்வரர் வரைபடத்தைச் சுட்டிக்காட்டினார்.

கடந்த ஐந்து நாட்களில், சிவனும், விஷத்தால் பாதிக்கப்பட்ட மற்ற வீரர்களும் முழுவதுமாகக் குணமடைந்துவிட்டார்கள். மறுநாள் அயோத்யா செல்வதாகத் திட்டம்.

''நீங்க சொன்னா சரிதான்,'' சிவன், ஸ்வத்வீபத்தின் சக்ரவர்த்தியுடனான சந்திப்பை மனதிற்குள் ஓட்டிப்பார்த்துக் கொண்டிருந்தார்.

திலீபருக்காகப் பரிதாபப்படுறது முட்டாள்தனம். எங்களைச் சந்திச்சபோது, மனுஷன் கண்டிப்பா வேஷம் போட்டு நாடகமாடியிருக்கான். சந்திரவம்சிகள் அயோக்கியர்கள்தான். எந்த ஏமாத்து வேலைக்கும் தயங்கமாட்டாங்க. நாம செஞ்சது தர்மயுத்தம்தான்.

''காலை கிளம்புவதாக இருக்கிறோம், பிரபு,'' என்றார் பர்வதேஸ்வரர். சதியை நோக்கித் திரும்பினார். ''ஒரு வழியாக, இராமபிரான் பிறந்த இடத்தை நீ தரிசிக்கலாம், குழந்தாய்.''

''ஆமா, பித்ரதுல்யா,'' சதி புன்னகைத்தாள். ''ஆனா, இந்த ஜனங்க, அவரோட கோயிலை ஒழுங்கா பராமரிச்சாங்களான்னு தெரியலியே? வெறி பிடிச்சு அதை அழிச்சிருந்தாங்கன்னா?''

வெளியே ஏதோ அமர்க்களம் கேட்க, பேச்சு நின்றது.

அமீஷ்

புருவம் நெறிய பர்வதேஸ்வரர் சுற்றுமுற்றும் பார்த்தார். "அங்கே என்ன ஆர்ப்பாட்டம், நந்தி?"

"பிரபு," திரைச்சீலைக்கு மறுபக்கமிருந்து நந்தியின் குரல் கேட்டது. "இளவரசி ஆனந்தமயி வந்திருக்கிறார். சில கோரிக்கைகளை முன் வைத்திருக்கிறார். அவற்றை எங்களால் நிறைவேற்ற முடியவில்லை. உங்களைப் பார்த்தே தீர வேண்டுமாம்."

"இளவரசியாரை அவரது கூடாரத்தில் காத்திருக்கச் சொல்லும்," பர்வதேஸ்வரர் உறுமினார். "சில நிமிடங்களில் நானே அங்கு வருகிறேன்."

"என்னால காத்திருக்க முடியாது, சேனாதிபதி!" பெண்மை ததும்பும் குரலொன்று, திரைச்சீலைக்குப் பின்னாலிருந்து உரக்க ஒலித்தது.

அவளை உள்ளே அனுமதிக்கும்படி சிவன் பர்வதேஸ்வரரிடம் சைகை செய்ய, பின்னவர், திரைச் சீலையை நோக்கினார். "நந்தி, வீரபத்ரா - அவரை உள்ளே அழைத்து வாருங்கள். ஆயுதம் ஏதேனும் வைத்திருக்கிறாரா என்று சோதனை செய்யுங்கள்."

சில நொடிகளில், நந்தி மற்றும் வீரபத்ரா சகிதம், சிவனின் கூடாரத்திற்குள் ஆனந்தமயி நுழைந்தாள்.

சிவனின் புருவங்கள் உயர்ந்தன. தந்தையை விட உயரம். மிக, மிக அழகாக இருந்தாள். பார்ப்போர் கண்ணை வலிந்து தன்னிடமே இழுத்துக்கொள்ளும் சௌந்தர்யம். கபில நிறத்தில் செழுசெழுவென்று, வாளிப்பான உடல். மான்விழிகள் காமக்கணை வீச, உதடுகள் குவிந்து, இச்சையை வெளிப்படுத்தினாலும், ஏதோ வகையில் எச்சரிக்கையும் செய்தன. அணிந்திருந்த தோத்தியோ, ஆண் மனதைக் கலைப்பதற்கென்றே, மிக இறங்கி, முழங்காலுக்கு பல அங்குலம் மேலே முடிவடைந்தது. கவர்ச்சிகரமான இடையழகைத் தூக்கிக் காட்டும் வகையில், மிக இறுக்கிக் கட்டப்பட்டு, மெலூஹ ஆண்கள் உடற்சுத்தியின் போது அணியும் சிறிய ஆடைகளை விடச் சற்றேதான் பெரிதாயிருந்தது. மேலாடை, அசப்பில் மெலூஹப் பெண்களுடையதைப்போல் இருந்தாலும், வடிவமைப்பில், மார்பை எடுப்பாக்கி, மிக இறக்கமாகத் தைக்கப்பட்டு, முன்னழகை அதிகப்படியாகவே தூக்கிக் காண்பித்தது. இடையை ஒருக்களித்தவாறு அவள் நின்ற நிலை, அங்கிருந்தவர்களைச் சீண்டியது.

"நெஜம்மா சொல்லுங்க," ஆனந்தமயி தன் ஆடைகளைச்

சுட்டிக் காண்பித்தாள். ''நான் ஆயுதங்களை மறச்சு வெச்சுக்க முடியுமா? இதுலயா?''

திடுக்கிட்டுப் போன நந்தியும் சதியும் அவளை முறைக்க, சிவன் மற்றும் வீரபத்ராவின் முகங்களில் ஆச்சர்யப் புன்னகை. பர்வதேஸ்வரர் லேசாகத் தலையசைத்தார்.

''எப்படியிருக்கீங்க, பர்வதேஸ்வரரே?'' பளீரென்ற புன்னகையுடன் ஆனந்தமயி அவரை ஏற இறங்கப் பார்த்துவிட்டு, என்னென்னவோ அர்த்தம் தரும் பாவனையில் புருவத்தை உயர்த்தினாள்.

பர்வதேஸ்வரர் முகம் லேசாய்ச் சிவந்ததைப் பார்த்த சிவனால் புன்னகையைத் தவிர்க்க முடியவில்லை.

''தங்கள் விருப்பம் என்ன, இளவரசி?'' ஏறக்குறைய அவளைப் பார்த்துக் குரைத்தார். ''முக்கியமான பேச்சு வார்த்தை இங்கு நடந்துகொண்டிருக்கிறது.''

''என் விருப்பம் எதுவாயிருந்தாலும் நிறைவேத்துவீங்களா, சேனாதிபதி?'' ஆனந்தமயி பெருமூச்செறிந்தாள்.

பர்வதேஸ்வரரின் முகம் மேலும் சிவந்தது. ''இந்த மாதிரிப் பேச்சுக்கெல்லாம் இடமில்லை, இளவரசி!''

''ஆமால்ல?'' ஆனந்தமயி முனகினாள். ''ரொம்பக் கஷ்டம். அப்ப ஒண்ணு பண்ணுங்க: அல்பமா நீங்க நடத்தறீங்களே, ஒரு பாசறை, அதுல கொஞ்சம் பாலும், ரோஜா இதழ்களும் ஏற்பாடு பண்ணிக் குடுங்க.''

பர்வதேஸ்வரர் திகைத்துப் போய் நந்தியைப் பார்க்க, அவரோ, உளறிக்கொட்டிக் கிளறி மூடினார். ''பிரபு, அவர் கேட்பது ஒரு கோப்பை பாலல்ல - ஐம்பது லிட்டர்! அனைவருக்கும் உணவை அளந்து கொடுக்க வேண்டிய நிலையில், இது முடியாத காரியம்.''

''ஐம்பது லிட்டர் பாலையுமா குடிக்கப்போகிறீர்கள்?'' கண்கள் அதிசயத்தில் விரிய, பர்வதேஸ்வரர் கூவினார்.

''என் அழகுக் குளியலுக்கு அது அவசியம், சேனாதிபதி!'' ஆனந்தமயி முறைத்தாள். ''நாளைக்கு வேற எங்களை ரொம்ப தூரம் நடத்திக் கூட்டிக்கிட்டுப் போகப்போறீங்க. தயாரா இருக்க வேணாம்?''

''என்னால் முடிந்ததைச் செய்ய முயல்கிறேன்,'' என்றார் பர்வதேஸ்வரர்.

''இந்த முயல், மொசக்குட்டியெல்லாம் வேணாம். எதையும் முயற்சி செய்யாதீங்க; ***பண்ணுங்க,''*** என்றாள் ஆனந்தமயி பட்டென்று.

அதற்குமேல் சிவனால் பொறுக்கமுடியவில்லை. குபீரென்று சிரித்துவிட்டார்.

''நீ எதப்பாத்துய்யா இளிக்கிற?'' ஆனந்தமயி சிவனை முறைத்தாள்.

''பெருமானிடத்தில் மரியாதையாகப் பேசவும், இளவரசி!'' பர்வதேஸ்வரர் ஏறக்குறையக் கத்தினார்.

''*பெருமானா?*'' ஆனந்தமயி நகைத்தாள். ''ஓஹோ - இந்தாள்தான் எல்லாத்தையும் ஏத்து நடத்தறானோ? தக்ஷர் பீத்திக்கிட்டுத் திரிஞ்சது இவனப் பத்திதானா?'' மீண்டும் சிவனைப் பார்த்தாள். ''அப்படி என்னய்யா சொன்ன எங்கப்பாகிட்ட? அதிர்ச்சியில யார்கிட்டையும் அவர் ஒரு வார்த்தைகூடப் பேசலை. உன்னப் பாத்தா அப்படியொண்ணும் பயப்படறாப்புல கூட இல்ல?''

''ஜாக்கிரதை, இளவரசி. இன்னதென்று அறியாமல் கண்டதையும் பிதற்ற வேண்டாம்,'' பர்வதேஸ்வரர் சீறினார். ''நீங்கள் பேசுவது யாரிடம் என்பதை அறியமாட்டீர்கள்.''

அமைதியடையும்படி சிவன் பர்வதேஸ்வரரை நோக்கிச் சைகை செய்தார். ஆனால் - அப்போது நிதானம் தேவைப்பட்டது ஆனந்தமயிக்குத்தான் என்று தோன்றியது.

''நீ யாராயிருந்தாலும் சரி, எங்க பிரபு மட்டும் வரட்டும் - அத்தனை பேரும் செத்தீங்க. ஸ்வத்வீபம் வந்து இறங்கி, உங்கள மாதிரி கெட்டவங்களையெல்லாம் பூண்டோட அழிச்சிட்டுதான் மறுவேல பாப்பாரு.''

என்னது?!

''நந்தி, இவளை இங்கிருந்து அழைத்துச் செல்லும்,'' பர்வதேஸ்வரர் கத்தினார்.

''இல்ல, இருங்க,'' என்றார் சிவன். ஆனந்தமயியை நோக்கித் திரும்பினார். ''இப்ப நீங்க சொன்னதுக்கு என்ன அர்த்தம்?''

''*நீ பர்வதேஸ்வரரோட பெருமான்* தானே? உனக்கு எதுக்கு நான் பதில் சொல்லணும்?''

வெகு வேகமாய் நகர்ந்த பர்வதேஸ்வரர், ஒரே வீச்சில் வாளை உருவ, அடுத்த கணம், அது அவளது கழுத்தை நோக்கி நீண்டது. ''பெருமான் உன்னிடம் எதையேனும் கேட்டால் - பதில் சொல்லத்தான் வேண்டும்!''

''யப்பா, என்ன வேகம்! எப்பவுமே இப்படித்தானா?'' அவளது புருவங்கள் எகத்தாளமாய் உயர்ந்தன. ''இல்ல...

மெலூஹாவின் அமரர்கள்

அப்பப்ப மெதுவா நகரவும் தெரியுமா?''

வாள் கழுத்தை மேலும் நெருங்கியது. ''பெருமானுக்குப் பதில், இளவரசி.''

தலையசைத்தபடி, ஆனந்தமயி, சிவனிடம் திரும்பினாள். ''எங்க பிரபு ஸ்வத்வீபம் வர்றதுக்குத்தான் காத்துக் கிட்டிருக்கோம். வந்து, தீய சக்திகளான சூர்யவம்சிகளை அழிப்பார்.''

சிவனின் அழகிய முகத்தில் கவலை ஆழக் கோடிட்டது. ''அது யாரு, உங்க பிரபு?''

''தெரியாது. அவர் இன்னும் தன்னைக் காமிச்சுக்கலை.''

இனம்புரியாத கலவரம் சிவனின் நெஞ்சில் ஸ்திரமாகக் குடிகொண்டது. அவரது அடுத்த கேள்வியை நினைத்து அவருக்கே பயமாய் இருந்தது. ஆனால் - கேட்டுத்தான் ஆகவேண்டும். ''அவர்தான் உங்க பிரபுன்னு எப்படிக் கண்டுபிடிப்பீங்க?''

''உனக்கென்னய்யா இதுல அவ்வளவு ஆர்வம்?''

''எனக்குத் தெரியணும்!'' சீறினார் சிவன்.

பித்துப் பிடித்தவனைப் பார்ப்பது போல் அவள் அவரை முறைத்தாள். ''சப்த-சிந்துல இருந்து வர மாட்டார். சூர்யவம்சியாவோ, சந்திரவம்சியாவோ இருக்கமாட்டார். ஆனா அவர் வர்றப்ப, எங்க பக்கம்தான் வருவார்.''

இன்னும் ஏதோ விஷயமிருக்கிறது என்று சிவனின் உள்குரல், பயத்தின் சாயலுடன் முணுமுணுத்தது. அவர் அமர்ந்திருந்த நாற்காலியின் கைப்பிடியைப் பற்றிக்கொண்டார். ''அப்புறம்?''

''அப்புறம்,'' ஆனந்தமயி தொடர்ந்தாள். ''சோமரஸத்தைக் குடிச்சவுடனே, அவரோட கழுத்து நீலமா மாறிடும்.''

'கப்'பென்று சிவனுக்கு மூச்சடைத்தது. உடல் உறைந்தது. உலகமே சுழல்வது போலிருந்தது. விசித்திரமான இந்தப் பேச்சுவார்த்தையால் மேலும் குழம்பியவாறு, ஆனந்தமயி புருவத்தை நெறித்தாள்.

''பொய் சொல்கிறாய், பெண்ணே!'' ஆவேசம் வந்தவராய்ப் பர்வதேஸ்வரர் கர்ஜித்தார். ''உண்மையை ஒப்புக்கொள் - நீ சொல்வதத்தனையும் பொய்!''

''நான் எதுக்கு...''

சிவனின் கழுத்துப்பட்டியைச் சட்டென்று கண்ணுற்ற ஆனந்தமயிக்கு, வார்த்தைகள் தொண்டையில் சிக்கிக்

கொண்டன. முகத்தில் ஆணவம் மறைந்தது. கால்கள் நடுங்குவது போல் தோன்றியது. ''உன் கழுத்து ஏன் மூடியிருக்கு?'' பலவீனமாகக் கைகளை நீட்டினாள்.

''நந்தி, இவளை வெளியே கொண்டு செல்லும்!'' பர்வதேஸ்வரர் கட்டளையிட்டார்.

''யார் நீ?'' ஆனந்தமயி கத்தினாள்.

நந்தியும் வீரபத்ராவும் அவளை வெளியே இழுக்க முயற்சித்தனர். எங்கிருந்தோ, அதிசய பலம் அவளிடம் அப்போது வெளிப்பட்டது. ''உன் கழுத்தக் காட்டு!'' திமிறினாள்.

அவளது கைகளைப் பிடித்து பின்னோக்கி இழுத்தனர். உயிர்நிலையில் அவள் வீரபத்ராவை உதைக்க, வலியில் ஏறக்குறைய இரண்டாக மடிந்தான். மீண்டும் சிவனை நோக்கித் திரும்பினாள். ''யார்றா நீ?''

அவளை நிமிர்ந்து பார்க்கும் சக்தியைக் கூட இழந்து, சிவனின் தலை மேஜை நோக்கிக் கவிழ்ந்தது. நிலையில்லாமல், அவரது உலகம் தடுமாறித் தத்தளித்தது. அலைபாய்ந்து ஆட்டி வைத்தது. ஆடாமல் அசையாமல் இருந்த ஒரே விஷயம் நாற்காலியின் கைப்பிடிதான். அதைக் கெட்டியாகப் பிடித்துக்கொண்டார்.

தடுமாறியபடி ஆனந்தமயிக்கு அருகில் வந்த வீரபத்ரா, பின்னாலிருந்து அவளது கைகளைக் இறுக்கிப் பிடித்தான். நந்தி, அவளது கழுத்தைச் சுற்றிக் கைகளை வளைத்தார். அவளோ, அவற்றை நறுக்கென்று கடித்தாள். வலியில் கூச்சலிட்டு அவர் கையை விடுவித்துக்கொள்ள, ஆனந்தமயி மீண்டும் அலறினாள்: ''சொல்லுடா, பதில் சொல்லு! யார் நீ?''

தவிப்புடன் நின்றவளை, சிவன் ஒரே ஒரு கணம், நேருக்கு நேர் நோக்கினார். அந்த அடிபட்ட பார்வை, அவரது ஆன்மாவைத் துடிதுடிக்க வைத்தது. வாளால் அறுப்பது போல், மனசாட்சியைச் சித்திரவதை செய்தது.

அதிர்ந்து போன ஆனந்தமயி, சட்டென்று திமிறுவதை நிறுத்தினாள். முகத்தில் பரவிய வேதனை, எப்பேர்ப்பட்ட திண்மையான மெலூஹ வீரனையும் கலங்கடித்துவிடும். ''நீ ...'' குரல் உடைந்தது. ''நீங்க எங்க பக்கமில்ல இருந்திருக்கணும் ...''

இம்முறை, நந்தியும் வீரபத்ராவும் தன்னைத் தரதரவென்று இழுத்துச் செல்ல அனுமதித்தாள். பர்வதேஸ்வரரின்

மெலூஹாவின் அமரர்கள்

கண்கள் தாழ்ந்தே இருந்தன. உயர்ந்த சூர்யவம்சி எவனும், தன் பிரபு பலவீனமடைந்திருக்கும் தருணத்தில், அவரைக் கண்ணெடுத்துப் பார்க்க மாட்டான். சிவனை நிமிர்ந்து பார்க்கும் த்ராணியோ, அவமானப்படுத்தும் எண்ணமோ, அவருக்கில்லை. சதி அப்படியல்ல; கணவன் துயருற்றிருக்கும்போது, பார்த்துக்கொண்டிருப்பது அவள் சுபாவத்தில் கிடையாது. அருகில் வந்து, அவரது முகத்தைத் தொட்டாள்.

சிவன் நிமிர்ந்த போது, அவரது கண்களில் கண்ணீரும், எல்லையற்ற துயரமும் தளும்பின. "என்ன காரியம் பண்ணிட்டேன் நான்?"

தவித்துப் போனவரின் சிரத்தை மார்பில் சார்த்திக்கொண்ட சதி, அவரை இறுக்கி அணைத்துக்கொண்டாள். அவரது மன உளைச்சலைத் தீர்க்கும் உபாயம் எதுவும் அவளிடத்தில் இல்லை; தாங்கிக் கொள்ள மட்டுமே இப்போது முடிந்தது.

துயரம் ததும்பும் மெல்லிய குரல், மிகுந்த வேதனையுடன், அறை முழுவதும் எதிரொலித்தது: "என்ன காரியம் பண்ணிட்டேன்?"

(25)

தனி மனிதத் தீவு

சிவனின் பரிவாரம் ஸ்வத்வீபர்களின் தலைநகரான அயோத்யாவை அடைய இன்னும் மூன்று வாரம் பிடித்தது. கரடு முரடாகக் கங்கை நதி நோக்கி நீண்ட, சரியாகப் பராமரிக்கப்படாத சாலையில் சென்று, அங்கிருந்து கிழக்கே, நதி மீது பயணித்து, அது ஸரயூவுடன் சங்கமிக்கும் இடத்திற்கு வந்தனர். ஸரயூவின் மீதே பயணம் செய்து, இராமபிரான் பிறந்த நகரை வந்தடைந்தனர். சுற்றி வளைத்த பிரயாணம்தான்; ஆனால், ஸ்வத்வீபம் - தனி மனிதனின் தீவு - என்றழைக்கப்பட்ட அந்த சாம்ராஜ்யத்தின் சாலைகள் இருந்த மிக மோசமான நிலைமையைப் பார்த்தால், வேறு வழியில்லைதான்.

மெலூஹ வீரர்களின் மனதில் தாண்டவமாடிய மகிழ்ச்சியை வார்த்தைகளில் வடிப்பது சுலபமன்று. இராமபிரான் பிறந்த ஊரைப் பற்றி அவர்கள் கேட்டிருந்த கதைகள் கொஞ்சநஞ்சமல்ல - ஆனால், இதுவரை அதைப் பார்க்கும் சந்தர்ப்பம் யாருக்கும் வாய்த்ததில்லை. அயோத்யா - யுத்தமோ, எதிரிகளோ புக முடியாத நகரம் - இராமபிரான் முதன்முதலில் கால் பதித்த பூமி. சந்திரவம்சிகளின் ஈனப்பாதங்கள் பட்டிருந்தாலும், பிரகாசமான ஓர் நகரத்தையே அவர்கள் எதிர்பார்த்தனர். சுற்றுப்புறமிருந்த நிலம் மற்றும் ஊர்களை, சுத்தம், சுகாதாரம், ஒழுங்கற்று,

ஏனோதானோவென்று சந்திரவம்சிகள் கெடுத்துக் குட்டிச்சுவராக்கியிருந்தாலும், இந்த ஒரு நகரமாவது, ஈடு இணையற்ற ஜொலிப்புடன், ஒழுங்கும் அமைதியும் தவழும் ஆலயம் போல் இருக்கக்கூடும் என்று எதிர்பார்த்து வந்தனர்.

அவர்களுக்கு ஏமாற்றமே காத்திருந்தது.

அயோத்யாவுக்கும், தேவகிரிக்கும் துளியும் சம்பந்தமில்லை. முதல் பார்வையில், இதுவும் ஆவலைத் தூண்டியது; அற்புதமான தேவலோகமாக இருக்கும் என்ற எதிர்பார்ப்பைக் கிளறியது. நகரைச் சுற்றியிருந்த மதில் சுவர்கள், தடிமனாய், மிகப் பலம் பொருந்திக் காணப்பட்டன. மெலூஹர்களின் சாம்பல் நிறச் சுவர்கள் போலல்லாமல், கடவுளின் படைப்பில் காணப்பட்ட அனைத்து வர்ணங்களும் சுவர்களை அலங்கரித்தன. ஒன்று விட்டு ஒரு செங்கல், சந்திரவம்சி அரசர்களுக்கேயுரிய வெண்மை நிறத்தில் பொலிந்தது. இளஞ்சிவப்பு, மற்றும் நீல வர்ணங்களில் பல தோரணங்கள் ஆங்காங்கு காற்றில் படபடத்தன. பிரத்யேகமான விழாவிற்கு என்றில்லாமல், நகரம் சாதாரண நாட்களிலேயே இத்தகைய அலங்காரத்துடன் விளங்கியது.

யானைகளோ, கோட்டைக் கதவுகளை இடிக்க உதவும் உருளைகளோ நேரே சென்று முட்ட வசதியில்லாமல், சாலை மதில் சுவரோரமாய் வளைந்து, வாயிலை அடைந்தது. பிரதானக் கோட்டை வாயில்களின் மேல், பிறைச்சந்திர வடிவம், மிக ஆடம்பரமாய், நேர்த்தியாய் படுக்கவாட்டில் செதுக்கப்பட்டிருந்தது. அதன் கீழே, சந்திரவம்சிகளின் ஆதாரக் கொள்கை: *ஷ்ரிங்காரம். சௌந்தர்யம். சுதந்திரம்.*

எல்லாவற்றிலும் ஒழுங்குமுறையை, கனகச்சிதத்தையே விரும்பும் மெலூஹர்களுக்கு, நகருக்குள் நுழைந்தபோது, அதிர்ச்சி காத்திருந்தது. ‘ஒழுங்கான குழப்பமுறை,’’ என்றாள், அதை விவரிக்க முயன்ற க்ருத்திகா. மேடைகளின் மீது அயோத்யா நிர்மாணிக்கப்படவில்லையாதலால், தன்னிஷ்டப்படிக் கரைபுரண்டோடும் இண்டஸ் நதி போல் ஸரயூவும் அடிக்கடி கரையுடைத்துக்கொண்டால், நகரம் மொத்தமும் நீருக்கடியில் என்பது நிச்சயம். நகரைச் சுற்றி, ஒன்றுக்குள் ஒன்றாய் ஏழு பெரும் வட்டங்களில் அமைந்திருந்த மதில் சுவர்கள், மிகத் தடிமனாய், பலமாய்த்தான் இருந்தன. ஆனால் - தேர்ந்த இராணுவ மூளையின் போர்த்தந்திரத்திற்கும் இதற்கும் சம்பந்தமில்லையென்பதை உணர, ஒரு சேனாதிபதியின் கூர்ந்த பார்வை தேவையில்லை. எந்த ஒழுங்கிலும் இல்லாமல், நகரம் வளர வளர, அதற்கு ஈடுகொடுக்க

அடுத்தடுத்து கன்னாபின்னாவென்று கட்டப்பட்ட சுவர்கள் அவை. வெளியே, பல இடங்களில், எதிரிகள் வெகு சுலபமாய்ப் பொத்தல் போட்டுவிடும் வகையில் அவை பலவீனமடைந்திருப்பதன் காரணமும் இப்போது புலனாயிற்று. இதனால்தான், இங்கே போர் செய்ய விரும்பாமல், சந்திரவம்சிகள் எங்கோ, தூரத்தில் இருந்த போர்க்களத்தைத் தேர்ந்தெடுத்தார்கள் போலும்.

நகரின் அமைப்போ - செயலாற்றுவதைவிட, ஓயாத விவாதமே சந்திரவம்சிகளுக்கு மிகப் பிடித்தம் என்ற பழியை நிஜமாக்கும் வகையில் அமைந்திருந்தது. சாலைகள், குண்டும் குழியும் நிரம்பிய வெறும் மண் பாதைகள். ஒரே விதிவிலக்கு: கோட்டை வாயிலிலிருந்து பிரம்மாண்டமான, மிக அழகான அரச மாளிகைக்கு நேராகச் செல்லும் இராஜபாட்டை. மிக நேர்த்தியாய், சீராய்ப் பாவப்பட்டிருந்தது. ‘சாலைல குழியத் தேடறது இருக்கட்டும்; நம்ம குழிக்குள்ளதானய்யா சாலையைத் தேட வேண்டியிருக்கு?’ என்று ஸ்வத்வீபர்கள் நகைத்துக்கொள்வது வழக்கம். மெலூஹ நகரங்களின் அற்புதமாய்ப் பராமரிக்கப்பட்ட, பலகைகள் தாங்கிய சாலைகளும், அலுக்க அலுக்க எங்கும் நிறைந்திருக்கும் ஒழுங்கும், அமைதியும் நிச்சயம் இங்கில்லை.

நகர் முழுதும் ஆங்காங்கு பல இடங்கள் - அவற்றை என்னவென்று சொல்வது, ஆக்கிரமிப்பு என்றா? - கையகப்படுத்தப்பட்டிருந்தன. திறந்தவெளிகள் பலவற்றில் கேள்வி முறையே இல்லாமல், புலம்பெயர்ந்தோர் தாமாகவே அமைத்துக் குடியேறிய கூடாரங்கள், கசகச வென்று அடைத்துக்கொண்டு நின்றன. ஏற்கனவே சிறிய சாலைகள், இவற்றின் வரவால் நகரவே இடமின்றி மேலும் குறுகின. நகரில் வாழ்ந்த, பெரும் இல்லங்களையுடைய செல்வந்தர்களுக்கும், இப்படி ஆங்காங்கே படர்ந்திருந்த கூடார ஏழைகளுக்கும் இடையே பொல்லாங்கும் பூசலும் சர்வ சாதாரணம். கி.மு. 1910க்கு முன் நிகழ்ந்த அனைத்து ஆக்கிரமிப்புக்களும் சட்டப்படி செல்லுபடியாகும் என்று சக்ரவர்த்தி அறிவித்துவிட்டதால், அரசாங்கம் தகுந்த வீட்டுவசதி செய்துகொடுக்காமல் அவர்களை நகர்த்துவது சாத்தியமில்லை. பிரச்சனை என்னவென்றால் - கடந்த பன்னிரண்டு வருடங்களில், ஒரு புதிய வீடு கூடக் கட்டிக்கொடுக்க இயலாமல், சந்திரவம்சி அரசாங்கம் மிகுந்த முறைகேட்டுடன், கேட்பாரற்று நடந்தது. இப்போதோ, முடிக்க வேண்டிய தேதியையும் தள்ளிப்போடுவதாகத் திட்டம். எங்கு திரும்பினாலும் ஆக்கிரமிப்புக்களும்,

மோசமான சாலைகளும், மட்டமான குடியிருப்புகளுமாய்... அந்நகரைக் கண்டவர்கள், சிதைந்து சிதிலமான பாழிடத்திற்கு வந்துவிட்டோம் என்றெண்ணினால், மிகையாகாது.

மெலூஹர்களுக்கோ, ஆத்திரத்தில் நெஞ்சு பதை பதைத்தது. இராமபிரானின் அற்புத நகரை இப்படியா கெடுப்பது? அல்லது, ஒரு வேளை - எப்போதுமே இப்படித்தான் இருந்ததா? இதைக் காணச் சகிக்காமல்தான், இங்கிருந்து கிளம்பி, ஸரயூவைத் தாண்டி, மிக தூரத்தில், சரஸ்வதி நதியின் மீது அவர் தேவகிரியை நிர்மாணித்தாரோ?

ஆனால் - ஒழுங்கின்மையும், கூச்சலும் குழப்பமும் கூத்தாடியதன் பலனாய் ஏற்பட்ட முதல் அதிர்ச்சியும் அருவருப்பும் சற்று மறைந்ததும் - இந்தக் களேபரமான நகரிலும், மெலூஹர்களுக்கு விசித்திரமான ஒரு அழகும், கவர்ச்சியும் தென்படத்தான் செய்தன. அரச மாளிகை கூட ஒரு குறிப்பிட்ட வரையறைக்குள் கட்டப்படும் மெலூஹ நகரங்களைப் போலன்றி, அயோத்யாவில் எந்த வீடும் ஒரே மாதிரி இல்லை. ஒவ்வொரு இல்லமும் ஒவ்வொரு வகை. வீடுகட்டும் கெடுபிடிகளும், ஏகப்பட்ட விதிமுறைகளும் அற்ற, சுதந்திரம் நிறைந்த ஸ்வத்வீபர்கள், அழகும் ஜீவனும் நிறைந்த வீடுகளை நிர்மாணித்திருந்தனர். மெலூஹர்களே பார்த்து வியக்கும்படி, சில மாளிகைகள், தெய்வ சிற்பிகள் வடிவமைத்தது போல் படாடோபத்தின் சிகரமாய்ப் பளபளத்தன. மெலூஹர்களின் மிதக் கொள்கைகளிலும் ஸ்வத்வீபர்களுக்கு நம்பிக்கையில்லையாதலால் - எல்லா இடங்களிலும் வர்ணக் கலவை. பளீர் சிவப்பு வர்ணக் கட்டிடங்கள்; கிளிப்பச்சை நிறக் கூரைகள் - இளஞ்சிவப்பு ஜன்னல்கள்! சமூக அக்கறையும், செல்வமும் அதிகம் உள்ள சில ஸ்வத்வீபர்கள், அரசாங்க ஆதரவு ஏதும் கிடைக்காததால், தங்கள் பெயரிலேயே தோட்டம், கோயில், அரங்கம், நூலகம் என்று பல விஷயங்களை நிர்மாணித்திருந்தனர். தனிப்பட்ட நபர் ஒருவரின் பெயரால் இவ்வகையான பொது அமைப்புகள் வழங்கி வருவதைக் கண்டு மெலூஹர்கள் ஆச்சர்யமடைந்தாலும், அவற்றின் சிறப்பும், ஆடம்பர அலங்காரங்களும், அவர்களைத் திகைக்கவும் வைத்தன. ஜீவகளை நிறைந்த நகரமிது; இங்கே அற்புத சௌந்தர்யமும், சகிக்க முடியாத கோர சொரூபங்களும் அருகருகேதான் அமைந்திருந்தன. அயோத்யா, மெலூஹர்களிடையே அருவருப்பையும், அதிசயத்தையும் ஒரு சேரத் தூண்டியது நிஜம்.

மக்களோ, சந்திரவம்சிகளின் வாழ்க்கை முறையை

முழுவதுமாகப் பிரதிபலித்தனர். பெண்கள், மிகக் குறைவான ஆடைகளை அணிந்து, உடல் குறித்த அதிகப்படியான பிரக்ஞையுடன், ஓரளவு ஆணவமாகவே இருந்தனர். அவர்களுக்குச் சற்றும் குறைவின்றி, ஆண்களும் அணி பணி அலங்காரங்களில் திளைத்தனர் - மெலூஹர்கள் பாஷையில், அலட்டல் பிறவிகள். ஆண், பெண் இரு பாலருக்கும் இடையே நிலவிய உறவை வர்ணிப்பது கடினம் - இங்கு எல்லாமே அதிகம். அதீத அன்பு, அல்லது அதீத வெறுப்பு, எல்லாம் ஒன்றின் தலைக்கு மேல் ஒன்றாய், மிகுந்த ஆர்ப்பாட்டத்துடன், தேவைக்கு மீறிய உஷ்ணத்துடன் வெளிப்படுத்தப்பட்டன. அயோத்யாவில், சிறியது என்று எதுவுமே இல்லை. எல்லாமே மிகை. மிதமாய்ச் செயல்படுவதென்பது அவர்களது அகராதியிலேயே இல்லை.

ஆகையினால், தங்களைச் சீர்திருத்தப் போவதாய் மிகுந்த பெருமிதத்துடன் பறைசாற்றிய தக்ஷரின் 'உயர்ந்த கொள்கை'களைக் கண்டு, அந்த சுதந்திரப் பிறவிகள் கெக்கலி கொட்டியதில் ஆச்சர்யமில்லை. வெற்றி வாகை சூடி, பெருமை பொங்க நகருக்குள் பிரவேசம் செய்த தக்ஷரை, மக்கள் முறைப்புடன் எதிர்கொண்டனர்; இராஜபாட்டையின் இருபுறமும் மயான அமைதியே நிலவியது. ரோஜா இதழ்களும் இதர புஷ்பங்களும் தூவி, கொடிய அரக்க அரசிடமிருந்து தங்களை மீட்ட உற்சாகத்துடன், அயோத்யா நகரவாசிகள் தன்னை ஆரவாரமாய் வரவேற்பார்கள் என்று மனக்கோட்டை கட்டிய தக்ஷருக்கு, அவர்களது கடினப்பார்வைகள் புரியவில்லை. எந்தக் குழப்பத்திலும், தனக்கேற்ற விடையை அளித்துக்கொள்ளும் அவரது மனமோ, 'இதுவும் சந்திரவம்சி அரசர்களின் சூழ்ச்சிதான்' என்று சமாதானம் செய்துகொண்டது.

ஒரு வாரம் கழித்து நகருக்குள் நுழைந்த சிவன், அம்மாதிரித் தன்னை ஏமாற்றிக்கொள்ளவில்லை. அவ்வளவு ஏன்? அமைதியான இந்த வரவேற்பே அவருக்குச் சற்று ஆச்சர்யம்; தான் நிச்சயம் தாக்கப்படுவோம் என்பதே அவர் எண்ணம். நீலகண்டர் புராணத்தில் ஈடுபாடுடைய, அதே நம்பிக்கைகளையும் ஆசைகளையும் கொண்ட ஸ்வத்வீபர்கள் தன் மீது ஆத்திரத்தை அள்ளி வீசுவார்கள்; தவறான பக்கம் சாய்ந்துவிட்டதற்கு பழி வாங்கத் துடிப்பார்கள் என்று எதிர்பார்த்தார். சந்திரவம்சிகள் 'கொடிய தீய சக்தி'யல்லவென்ற சந்தேகம் இப்போது வலுத்துவிட்டாலும், சூர்யவம்சிகள் தவறானவர்கள் என்று முடிவு கட்டவும் அவர்

தயாராக இல்லை. மெலூஹர்கள் மிக நியாயமானவர்கள், நேர்மை, தர்மத்தில் ஈடுபாடு கொண்ட, சட்டத்தைப் பாதுகாக்கும், மிக நம்பகமான மக்கள் என்பதில் இன்னமும் அவருக்குச் சந்தேகம் இல்லை. ஆனால் - தன் கர்மம் பற்றியும், இனி தான் என்ன செய்ய வேண்டுமென்பது பற்றியும் குழப்பம் மிஞ்சியது. ப்ரஹஸ்பதியின் கூர்ந்த அறிவும், ஆழ்ந்த ஞானமும் இப்போது எங்கே? அவை மீண்டும் கிடைக்காதா என்று சிவன் ஏங்கியது நிஜம்.

எண்ணக்குவியல்களின் கனத்தால் திணறியவர், மூடியிருந்த வண்டியினின்று சட்டென்று இறங்கி, சந்திரவம்சி அரண்மனைப் பக்கம் திரும்பினார். திலீபரின் மாளிகையின் பிரம்மாண்டத்தைக் கண்டு ஒரு நொடி திகைத்தார். விரைவில் சுதாரித்துக்கொண்டு, சதியின் கரம் பற்றி அவளை இறக்கி, பிரதான அரச மாளிகை மேடையை நோக்கிச் செல்லும் நூறு படிகளில் ஏறத் துவங்கினார். பின்னால், பர்வதேஸ்வரர் மெதுவாக வந்தார். சதியைத் தாண்டிப் பார்த்த சிவன், அமைதியாக வரும் ஆனந்தமயியைக் கண்ணுற்றார். சிவன் உண்மையில் யார் என்று அறிந்த அந்த அதிர்ச்சிகரமான நாளிலிருந்து, அவள் அவரிடம் ஒரு வார்த்தை கூடப் பேசவில்லை. உணர்ச்சியற்ற முகத்துடன், தந்தையையே பார்த்தவாறு ஏறிக்கொண்டிருந்தாள்.

''யார்யா அந்தாளு?'' அரண்மனை வெளிமுற்றம் தாண்டி, சந்திரவம்சிக் காவலர்களால் பின்னுக்குத் தள்ளப்பட்டு, வேடிக்கை பார்த்துக்கொண்டிருந்த ஒரு தச்சுவேலைக்காரன், அதிசயம் தாளாமல் கேட்டான்.

''நம்ம சக்ரவர்த்தியும் அந்த ஒழுக்கப் பைத்தியமும் ரொம்பப் பிரமாதமா அலங்காரம் பண்ணிக்கிட்டு, ராஜ மேடைல அவனுக்குப் போய்க் காத்துக்கிட்டு இருக்காங்க?''

''அதென்ன, ஒழுக்கப் பைத்தியம்?'' என்றான் அவன் நண்பன்.

''இது தெரியாதா உனக்கு? அந்த அரைக்கிறுக்கு தக்ஷனுக்குப் புதுப்பேரே அதுதானே!''

இருவரும் 'ஓ'வென்று சிரித்தனர்.

''ஷ்!'' அருகில் நின்றிருந்த ஒரு கிழவர், சிடுசிடுத்தார். ''உங்கள மாதிரி எளவட்டங்களுக்கெல்லாம் அறிவே கெடையாதா? அயோத்யாவே அவமானப்பட்டுக் கெடக்கு; உங்களுக்கு சிரிப்பு ஒரு கேடா?''

இதற்குள் சிவன், அரச மேடையை அடைந்திருந்தார். நமஸ்தே என்றவாறு தக்ஷர் வணங்க, சோகையாய்ப்

அமீஷ்

புன்னகைத்த சிவன், பதிலுக்கு வணங்கினார்.

பனித்த கண்களுடன், திலீபர் சிவனை நோக்கி மிகப் பணிவாய் வணங்கினார். ''நான் கொடுங்கோலன் இல்லை, பிரபு,'' மிக மெல்லிய குரலில் விம்மினார். ''நாங்கள் யாரும் தீயவர்கள் அல்ல.''

''என்னது?'' கிசுகிசுப்பாய் வந்த வார்த்தைகளைக் கேட்கும் பொருட்டு தக்ஷர் காதைத் தீட்டிக்கொண்டார்.

தொண்டையடைத்துப் போயிருந்த சிவனுக்கோ, வார்த்தையேதும் வரவில்லை. திலீபரிடத்திலும் ஏதும் மறுமொழி இல்லாததால், தக்ஷர் தலையசைத்து அடுத்த விஷயத்திற்குத் தாவினார். ''பிரபு, அயோத்யா நகர மக்களுக்குத் தங்களை அறிமுகப்படுத்த இதுவே மிகச் சரியான சந்தர்ப்பம் என்பது என் எண்ணம். தங்களைக் காப்பாற்ற நீலகண்டரே நேரில் வந்துவிட்டார் என்ற எண்ணம், அவர்களுக்கு உற்சாகத்தையும், உந்துசக்தியையும் அளிக்கும்.''

தவித்துப் போன சிவன் பதிலேதும் சொல்லுமுன், அவரது அன்பு மனைவி குறுக்கிட்டாள். ''அப்பா, சிவா ரொம்ப களைச்சுப் போயிருக்கார். ரொம்ப தூரம் பயணம் செஞ்சிருக்கோம். கொஞ்ச நேரம் ஓய்வெடுத்துக்கட்டுமே?''

''ஆம், அதுவும் சரிதான்,'' தக்ஷர் முணுமுணுத்தார். ''மன்னியுங்கள், பிரபு. சில சமயம், என் உற்சாகத்தை என்னால் கட்டுப்படுத்திக்கொள்ள முடியவில்லை. இன்று தாராளமாய் ஓய்வெடுத்துக்கொள்ளுங்களேன்? நாளை அரச வையில் அறிமுகம் செய்துவிட்டால் போகிறது.''

திலீபரின் துயரம் தோய்ந்த முகத்தை சிவன் ஏறிட்டார். அந்தக் கண்களில் தெரிந்த வேதனையைச் சகிக்கமுடியாமல், அவரைத் தாண்டி, பின்னால் அணிவகுத்து நின்ற சந்திரவம்சி அரசவையை நோக்கினார். அமைச்சர்கள், மந்திரிப் பிரதானிகள் ... என்ன அதிசயம். அங்கிருந்தோரில் ஒரே ஒருவரின் கண்களில் மட்டும்தான் உண்மை பளிச்சிட்டது. மற்றவர் முகங்களில், புரியாத பார்வை.

விஷயம் அவருக்கு அப்போதுதான் விளங்கியது: ஆனந்தமயியைத் தவிர, சந்திரவம்சி அரசவையில், யாருக்கும் - திலீபரின் மகன் பகீரதன் உட்பட - உண்மை தெரியாது. சந்திரவம்சியரசர் யாரிடமும் வாய் திறக்கவில்லை. தக்ஷரும் தான். ஒரு வேளை, சிவன் முன்னிலையிலேயே, அவரைப் படாடோபமாய், மற்றவர்களுக்கு வெளிப்படுத்தும் ஆர்வமாயிருக்கலாம்.

''பிரபு.''

சிவன், பர்வதேஸ்வரரை நோக்கித் திரும்பினார். ''சொல்லுங்க,'' கிணற்றினாழத்திலிருந்து ஒலிப்பது போல வந்தது குரல்.

''நகர்ப்பிரவேசம் முடிந்துவிட்டதால், நான் நம் படைகளை வெளியே நடத்திச் சென்றுவிடுகிறேன்,'' என்றார் பர்வதேஸ்வரர். ''முன்னமேயே வந்த படைக்காக நகருக்கு வெளியே அமைக்கப்பட்ட பாசறையில், அவர்கள் தங்கவைக்கப்படுவர். இரண்டு மணி நேரத்தில் நான் மீண்டும் தங்களிடம் வந்துவிடுவேன்.''

சிவன் மிக லேசாய்த் தலையசைத்தார்.

அயோத்யா வந்து சேர்ந்து சில மணி நேரங்களாகிவிட்டன. சிவன் ஒரு வார்த்தை கூடப் பேசவில்லை. மதிய வெயில், நகரத்தை ஜொலிக்கும் கிரணங்களால் வர்ஷிக்க, தன் அறையின் ஜன்னலருகே நின்று வெளியே வெறித்தார். அருகே அமைதியாக அமர்ந்திருந்த சதி, தன் கரங்களில் அவருடையதைப் பொத்திவைத்து, தன்னிடமுள்ள சக்தியனைத்தையும் அவருக்குத் தந்துவிட முயற்சித்துகொண்டிருந்தாள். சிவனோ, வெளியே, நகரத்தின் இதயப்பகுதியில் இருந்த மிகப் பிரமாதமான ஒரு கட்டிடத்தை வைத்த கண் வாங்காமல் பார்த்தார். இந்தத் தொலைவிலிருந்து பார்த்தபோதும், முழுதும் பளிங்கினால் கட்டப்பட்டது போல் தெரிந்தது. என்ன காரணமோ தெரியவில்லை - அதைப் பார்க்கப் பார்க்க, சிவனுக்குள் இனம் புரியாத ஒரு அமைதி பரவியது. நகரின் மிக உயர்ந்த பகுதியில், மென்மையான மலைச் சரிவில், அயோத்யாவின் எந்த மூலையிலிருந்தும் யாரும் பார்க்கும்படி நிர்மாணிக்கப்பட்டிருந்தது. அரச மாளிகையைவிடவும் மிக முக்கியமாய்க் கருதப்பட்டு, நகரின் உச்சியில் இந்தக் கட்டிடம் மட்டும் பகட்டாய் அமர்ந்திருந்ததன் காரணம் அவருக்குப் புரியவில்லை.

படபடவென்று கதவை யாரோ தட்டும் சப்தம், நினைவுகளைக் குலைத்தது.

''யாரது?'' அறையின் பின்புறம் அமர்ந்திருந்த பர்வதேஸ்வரர், உறுமியபடி எழுந்தார்.

''பிரபு,'' பதிலளித்தார் நந்தி. ''இளவரசி ஆனந்தமயி.''

மெல்லிய முனகலுடன் பர்வதேஸ்வரர் சிவன் பக்கம் திரும்பினார். நீலகண்டர் தலையசைத்தார்.

''அனுமதியும், நந்தி,'' கட்டளையிட்டார் பர்வதேஸ்வரர்.

உள்ளே நுழைந்த ஆனந்தமயியின் மலர்ந்த முகத்தைக் கண்டவர், சற்றுத் திகைப்புடன் புருவத்தைச் சுருக்கினார். ''ஏதேனும் உதவி தேவையா, இளரவசி?''

''எனக்கு எப்படியெல்லாம் நீங்க உதவலாம்னு நான் எவ்வளவோ முறை சொல்லியாச்சு, பர்வதேஸ்வரரே,'' என்றாள் ஆனந்தமயி கேலியாக. ''சும்மா கேட்ட கேள்வியையே நொச்சு நொச்சுன்னு கேக்காம என்னிக்காவது என் பதிலக் காது குடுத்துக் கேட்டிருந்தா, அப்படியும் இப்படியுமா ஒரு முடிவுக்கு வந்திருக்கலாம்.''

கூச்சமும் கோபமுமாய்ப் பர்வதேஸ்வரரின் முகம் மாற, மூன்று வாரங்களில் முதல் முறையாக, சிவன் சோகையாய்ப் புன்னகைத்தார். ஏனோ, ஆனந்தமயி மீண்டும் பழையபடி சிரித்துப் பேசுவது, அவருக்கு மகிழ்ச்சியளித்தது.

அவளோ, சிவனை மிகத் தாழ்மையுடன் வணங்கினாள். ''இப்பதான் எனக்கு உண்மை புரிஞ்சது, பிரபு. முன்னாடி நான் மொறைச்சிகிட்டு அலைஞ்சதுக்கு மன்னிப்புக் கேட்டுக்கறேன். அப்ப எனக்கு மனசு சரியில்லை. நீங்க சூர்யவம்சிப் பக்கம் இருக்கீங்கன்னா, அதுக்கு ரெண்டுல ஒரு காரணம்தான் இருக்கமுடியும். ஒண்ணு, நாங்க கெட்டவங்களா இருக்கணும். இல்ல, நாங்க நெனைக்கறவர் நீங்க இல்ல - அந்தப் பழய கதையெல்லாம் பொய். இந்த ரெண்டுல எதை ஒப்புக்கணும்னாலும், எனக்கு உசுரே போயிரும்.''

சிவன் அவளைக் கவனமாகப் பார்த்தார்.

''ஆனா, இப்ப எனக்குப் புரிஞ்சிடுச்சு,'' அவள் தொடர்ந்தாள். ''அந்தப் புராணங்கள்ளாம் பொய்யில்லை. நாங்களும் கெட்டவங்க இல்ல. நீங்க ரொம்ப அப்பாவி. இந்தக் கேடுகெட்ட சூர்யவம்சிகள் உங்களை நல்லா ஏமாத்தி, திசை திருப்பிட்டாங்க. அதை நான் சரி பண்றேன். சரியான பாதையை நான் உங்களுக்குக் காட்டறேன்.''

''நாங்கள் தீயவர்கள் அல்ல,'' பர்வதேஸ்வரர் முறைத்தார்.

''ஐயா பர்வதேஸ்வரரே,'' ஆனந்தமயி பெருமூச்செறிந்தாள். ''முன்னாடியே சொல்லியிருக்கேன்; அந்த அழகான வாயை வெறும் பேச்சுக்குப் பதிலா, வேற

என்னென்னவோ அருமையான விஷயத்துக்கெல்லாம் பயன்படுத்தலாம். தேவையில்லாம ஏன் வீணாக்கறீங்க?''

''வாயை மூடு, பெண்ணே!'' பர்வதேஸ்வரர் கத்தினார். ''எங்களையா தீயவர் என்கிறாய்? உனது மக்கள் நடத்தப்படும் விதம் பற்றி உனக்கென்ன தெரியும்? இந்தப் பயணம் முழுதும், பசியடைத்த, பஞ்சடைந்த கண்கள் என்னை ஓயாமல் தொடர்ந்து வந்தன. குண்டும் குழியுமான சாலைகளில் குழந்தைகள் யாருமற்று அநாதையாய்க் கிடக்கின்றனர். மெலூஹச் சக்ரவர்த்தியை விடப் பணம்படைத்தவர் வாழும் 'எதிரிகள் நுழைய முடியாத' உங்கள் அற்புத நகரில், ஆதரவற்ற பெண்கள் பிச்சையெடுத்துத் திரிகின்றனர். எங்கள் மெலூஹச் சமூகம் அப்பழுக்கில்லாதது. பிரபு சொல்வது போல், நீங்கள் தீயவர்களாக வேண்டுமானால் இல்லாமலிருக்கலாம். ஆனால் - உங்களுக்கு, மக்களைப் பாதுகாக்கத் தெரியவில்லை. மெலூஹாவிற்கு வந்து பாருங்கள். அற்புதமான நிர்வாகத் திறமையென்னவென்பதை அங்கு கற்றுக்கொள்ளுங்கள். வாழ்வில் உயர்வடையுங்கள்.''

''உயர்றதாவது?'' ஆனந்தமயி ஆவேசமானாள். ''நாங்க அப்பழுக்கில்லாத உசந்தவங்களா வேணா இல்லாம இருக்கலாம். எங்க சாம்ராஜ்யத்துல திருத்தவும் மாத்தவும் எத்தனையோ விஷயம் இருக்கு. அதையும் ஒப்புக்கறேன். ஆனா - எங்க ஜனங்களுக்கு நாங்க சுதந்திரம் தர்றோம். நிஜ வாழ்க்கைன்னா என்னன்னே தெரியாத உயர்குடி ஜனங்க ஏற்படுத்தற கேவலமான சட்டங்களுக்கெல்லாம் அவங்க கீழ்ப்படிய வேண்டிய அவசியமில்ல.''

''சுதந்திரம்! எதற்குச் சுதந்திரம்? திருட்டு, கொள்ளை, பிச்சை, கொலை - இவற்றுக்கா?''

''எங்க சமூகத்தப் பத்தி உங்ககிட்ட வாதம் செய்ய எனக்கு நேரமில்ல. உங்க அல்ப மனசால, எங்க வாழ்க்கையோட உயர்வையெல்லாம் புரிஞ்சுக்கக்கூட முடியாது.''

''புரிந்துகொள்ளவும் வேண்டாம்! இந்த சாம்ராஜ்யம் நடத்தப்படும் அழகைப் பார்த்தால், அருவருப்பே மண்டுகிறது. உங்களிடம் சட்டம் இல்லை. ஒழுங்கு இல்லை. விதிமுறைகள் இல்லை. கொடுங்கோலர்களாக இல்லாவிட்டாலும், நாகர்கள் போன்றோருடன் தொடர்பு வைத்துக்கொள்ளும் அளவு தரம் தாழ்ந்துவிட்டீர்கள். வீர க்ஷத்ரிய வாழ்வைப் புறக்கணித்துவிட்டு, கோழைத் தீவிரவாதிகளைப் போல் தாக்குகிறீர்கள். நீங்கள் தீயவர்களாக

இல்லாமலிருக்கலாம் - ஆனால், உங்கள் செய்கைகள் அனைத்திலும் தீமை கொழுந்துவிட்டெரிகிறது!''

''நாகர்களா? என்ன உளர்றீங்க? அவங்களோடல்லாம் கூட்டு வெச்சுக்க எங்களுக்கென்ன பைத்தியமா? அடுத்த ஏழு ஜென்மத்துக்கும் அது எங்க ஆன்மாவையே கறைப்படுத்தும்னு எங்களுக்குத் தெரியாதுன்னு நெனைக்கறீங்களா? தீவிரவாதமா? நாங்க எப்பவும், என்னைக்கும் அதுல எறங்கினதே கெடையாது. நூறு வருஷமா நாசமாப்போற உங்க மக்களோட சண்டைல எறங்கக் கூடாதுன்னு எவ்வளவோ கஷ்டப்பட்டு, எங்களைக் கட்டுப்படுத்திக்கிட்டு இருந்தோம். அதனாலதான், எல்லைப் பிராந்தியங்கள்ளருந்து கூட பின்வாங்கிட்டோம். உங்களோட எல்லா சம்பந்தத்தையும் ஒழிச்சாச்சு. எங்ககிட்டருந்து யமுனாவை நீங்க திருடிக்கிட்டு போனப்புறம், தண்ணிவரத்து கொறைஞ்சு போன கங்கையோடையே வாழக் கத்துக்கிட்டோம். மந்தர மலைல நடந்த தாக்குதலுக்கும், எங்களுக்கும் எந்த சம்பந்தமும் இல்லன்னுதான் எங்கப்பா சொல்லிட்டாரே? நீங்கதான் எங்களை நம்பலை. அதானே, எதுக்கு நம்பணும்? எங்களத் தாக்க ஏதோ ஒரு அல்பச் சாக்கு!''

''என்னிடம் பொய் வேண்டாம். அதுவும் மகாதேவர் எதிரில்! நாகர்களுடன் சந்திரவம்சித் தீவிரவாதிகளும் காணப்பட்டனர் என்பதுதான் நிஜம்.''

''எங்களச் சேந்தவங்க யாரும் மந்தர மலைத் தாக்குதல்ல சம்பந்தப்படலைன்னுதான் எங்கப்பா சொல்லிட்டாரே? எங்களுக்கும் நாகர்களுக்கும் எந்தத் தொடர்பும் இல்ல. எங்கியோ சில சூர்யவம்சிகளப் போல, சந்திரவம்சிகளும், தீவிரவாதிகளுக்கு உதவியா இருந்திருக்கலாமில்ல? நீங்க மட்டும் எங்களோட ஒத்துழச்சிருந்தா, குற்றவாளிகளை நாம இதுக்குள்ள கண்டுபிடிச்சிருக்கலாம்!''

''என்ன பிதற்றல்! அந்த அரக்கர்களுடன் சூர்யவம்சி கள் சேர்வதாவது? ஆனால், ஒரு சில சந்திரவம்சிக்கள் நாகர்களுக்கு ஆதரவு தந்திருக்கும் பட்சத்தில் - அதற்கு நீங்கள்தான் பதில் சொல்லியாக வேண்டும். ஸ்வத்வீபம் உங்கள் ஆட்சிக்கு உட்பட்டதுதானே?''

''ஸ்வத்வீபத்தோட நீங்க சட்டுபுட்டுன்னு உறவை முறிச்சு க்காம இருந்தா, எங்க அரசாங்கத்தைப் பத்திப் புரிஞ்சுக்க ஒரு வாய்ப்புக் கெடச்சிருக்கும். ஒட்டுமொத்தமா எல்லாரையும் நாங்க ஆளலை; பல பிராந்தியங்களோட கூட்டணிதான்

இதுன்னு புரிஞ்சிருக்கும். அயோத்யா ஒரு பொதுவான தலைமைப்பீடம்; அவ்ளோதான். போர் மாதிரி சமயங்கள்ள, பாதுகாப்பு வேண்டி மத்த இராஜ்யங்களோட அரசர்கள் எங்களுக்குக் கப்பம் கட்டுவாங்க. மத்தபடி, அவங்கவங்க இராஜ்ஜியத்த எப்படி வேணா ஆள்ற உரிமை அவங்களுக்கு உண்டு.''

''என்ன சொல்கிறாய் நீ? ஸ்வத்வீபத்தின் சக்ரவர்த்தி, தன் அரசைக்கூட ஆள்வதில்லையா என்ன?''

''போதுமே,'' தன் இதயத்திற்குள் பற்றியெரிந்து கொண்டிருந்த அதே விவாதம் வெளியேயும் காரசாரமாய் நடப்பதை, சிவனால் சகிக்கமுடியவில்லை. விடை தெரியாத கேள்விகளுக்குப் பதில் யோசிக்க அவர் அப்போது விரும்பவில்லை. இப்போதைக்காவது.

பர்வதேஸ்வரரும் ஆனந்தமயியும் சட்டென்று அமைதியடைந்தனர்.

ஜன்னலை நோக்கி மெல்லத் திரும்பினார். ''அது என்ன கட்டிடம், ஆனந்தமயி?''

''அதுவா, பிரபு?'' அவர் தன்னிடம் முதலில் பேசியதில் அவளுக்கு மட்டற்ற மகிழ்ச்சி. ''***இராமஜன்மபூமிக் கோயில். இராமபிரான் பிறந்த இடத்துல*** நிர்மாணிக்கப்பட்டது.''

''இராமபிரானுக்கு நீங்கள் கோயில் எழுப்பினீர்களா?'' திகைப்புடன் கேட்டார் பர்வதேஸ்வரர். ''அவர் சூர்யவம்சியல்லவா? உங்களுக்கெல்லாம் கடும் விரோதியாயிற்றே?''

''கோயிலை நாங்க கட்டலை,'' எரிச்சலுடன் அவள் விழிகளை மேலே உயர்த்தினாள். ''ஆனா, அதை ரொம்ப நல்லா புதுப்பிச்சு, அழகா பராமரிச்சுக்கிட்டு வர்றோம். அதுவுமில்லாம - இராமபிரான் எங்க விரோதின்னு எப்படி நீங்க நெனைக்கலாம்? அவர் மனசக் கலைச்சு, தப்பான பாதைல யாராவது அவர செலுத்தியிருக்கலாம் - ஆனா, சந்திரவம்சிகளுக்கும் அவர் நெறைய நல்லது பண்ணார். அயோத்யா அவரைக் கடவுளாத்தான் வழிபடுது.''

''என்ன?'' அதிர்ச்சியில் பர்வதேஸ்வரரின் கண்கள் அகன்று விரிந்தன. ''சந்திரவம்சிகளை மொத்தமாய் அழித்துவிட சபதம் பூண்டவராயிற்றே அவர்?''

''அது உண்மைன்னா, நாங்க இப்ப எப்படி உசுரோட இருக்கமாம்? நாங்க நல்லவங்கங்கிறதைப் புரிஞ்சுக்கிட்டு, எங்க வாழ்க்கை முறைல எந்தத் தப்பும் இல்லைங்கிறதை

உணர்ந்துக்கிட்டு, அவர் எங்களை ஒண்ணும் பண்ணாம விட்டுட்டார்.''

அவளது வாதத்தில் தொனித்த தீர்மானம், பர்வதேஸ்வரரின் மனதில் பலகாலமாய்ப் பதிந்து கிடந்த உண்மைகளை அசைக்கப் பார்த்தது; வினாக்களுக்குப் பதில் தேடத் தூண்டியது.

மையமாக அதை உணர்ந்த ஆனந்தமயி, தன் வாதத்திற்கு மேலும் பலம் சேர்க்க முற்பட்டாள். ''இராமபிரானோட முழுப்பேர் தெரியுமா?''

''இதைத் தெரியாதவர்களும் இருப்பார்களா?'' பர்வதேஸ்வரரின் குரலில் கரைகாணா ஏளனம். ''இராமபிரான்; இஷ்வாகுக் குலவிளக்கு; சூர்யவம்சிச் க்ஷத்ரியர். சீதாதேவியின் பதி. ஏழாவது விஷ்ணு என்ற சிறப்புப் பட்டம், மற்றும் பெருமதிப்பிற்குரியவர்.''

''பிரமாதம்,'' பாராட்டினாள் ஆனந்தமயி. ''ஆனா, ஒரு சின்னத் தப்பு: ஒரே ஒரு வார்த்தைய விட்டுட்டீங்க, சேனாதிபதி. 'சந்திரா.' பிரபு 'இராமச்சந்திரா'ங்கிறதுதான் அவரோட முழுப்பேரு.''

பர்வதேஸ்வரர் புருவம் சுருக்கினார்.

''ஆமா, சேனாதிபதி,' அவள் தொடர்ந்தாள். ''சந்திரனைப் போன்ற முகமுடையவர்'னு அர்த்தம். நீங்க நெனைச்சதை விட அவர்கிட்ட சந்திரவம்சிகளோட அம்சம் நெறையவே இருந்துச்சு.''

''உங்கள் வம்சத்திற்கேயுரிய இரட்டை-அர்த்தப் பேச்சு இது,'' ஒரு வழியாக சுதாரித்துக்கொண்டு, வாதத்தில் இறங்கினார் பர்வதேஸ்வரர். ''காரியம் செய்வதை விட, வெட்டிப்பேச்சில் பொழுது போக்குவதில் உங்களுக்கெல்லாம் சாமர்த்தியம் அதிகம். ஒரு மனிதனின் கர்மா மட்டுமே அவனது தலைவிதியை நிர்ணயிக்கும் என்பதுதான் இராமபிரானின் கொள்கை, அவரது பெயரில் சந்திரன் இருந்தால் என்ன? அதற்கெல்லாம் அர்த்தமில்லை. சூரியனை ஒத்திருந்தன, அவர் சாதித்த அரும்பெரும் பணிகள். அவர் உடலில் ஓடிய கடைசிச் சொட்டு இரத்தம் கூட, சூர்யவம்சி இரத்தம்தான்.''

''ஏன், அவர் சூர்யவம்சி, சந்திரவம்சின்னு ரெண்டாவும் இருந்திருக்கக் கூடாதா?''

''என்ன அபத்தம்! அதற்கெல்லாம் வாய்ப்பேயில்லை. இரண்டும் ஒன்றுக்கு ஒன்று முரணானவை.''

''உங்க அல்ப புத்திக்கு இந்தப் பெரிய விஷயம்லாம் புரியலைங்கறதை ஒத்துக்குங்க. அதான் விஷயம். முரண், கிரண் எல்லாம் இயற்கைல ஒரு பகுதிதான்.''

''இருக்கவே முடியாது. ஒரு விஷயம் உண்மையென்றால், அதற்கு எதிர்மறையான விஷயமும் உண்மையாக இருக்க வாய்ப்பேயில்லை. பிரபஞ்சமே இதை ஒப்புக்கொள்ளாது. ஒரு உறையில் இரு கத்திகள் இருக்கவே முடியாது!''

''உறை சின்னதா இருந்தாமட்டும், நீங்க சொல்றது சரி. ரெண்டு வெவ்வேற அடையாளங்களோட வாழ முடியாதவர் இராமபிரான்கறீங்களா?''

''வெறும் வார்த்தைகளில் விளையாடுகிறாய்!'' முறைத்தார் பர்வதேஸ்வரர்.

அவர்கள் வாதத்தைச் சிவன் கவனிப்பதை நிறுத்தி வெகுநேரமாகிவிட்டது. ஜன்னலுக்கு வந்து, அங்கிருந்து தெரிந்த கோயிலைப் பார்த்தார். உடம்பின் ஒவ்வொரு அணுவிலும், நெஞ்சின் அடியாழத்திலும், உறைத்தது உண்மை. உள்ளத்தினுள்ளே, மறுக்க முடியாமல் மிகத் தெளிவாக ஒலித்தது ஒரு மென்மையான குரல்.

இராமபிரானிடம் போ. அவர் உன்ன வழிநடத்துவார். அமைதிப்படுத்துவார். உன்னக் காப்பாத்துவார்.

— ⋆ —

தன்னந்தனியாக, அயோத்யாவின் களேபரம் மிகுந்த வீதிகளில் யாரும் அறியாமல் சிவன் இறங்கி நடந்த போது, மூன்றாவது பிரஹாரின் மூன்றாவது மணி நேரம். இராமபிரானைச் சந்திக்கச் சென்றுகொண்டிருந்தார். அவர் தனிமையை விரும்புவதை உணர்ந்த சதி, உடன் வரக் கோரவில்லை. கழுத்துப்பட்டியும், உடம்பைச் சுற்றித் தளர்வாய் ஒரு சால்வையையும் போர்த்தி, அதிகப்படியான பாதுகாப்பின் பொருட்டு, கத்தியும் கேடயமும் மாட்டிக்கொண்டு, சந்திரவம்சித் தலைநகரின் விசித்திர வாசங்களையும், அதிசயக் காட்சிகளையும் கண்டு களிக்கச் சிவன் புறப்பட்டார். இங்கே யாருக்கும் அவரை அடையாளம் தெரியாது. அவருக்கு அது உவப்பாயிருந்தது.

சுயக்கட்டுப்பாடென்றால் என்னவென்பதே அறியாமல் வாழ்வதுதான் அயோத்யர்களின் சித்தாந்தம் போலும். எங்கோ சமீபத்தில், உணர்ச்சிமிகுந்த குரல்கள், கன்னாபின்னாவென்று அபஸ்வரமாய் இரையும் வாத்தியக் குழுவைப்போல், சிவனின் காது ஜவ்வைக் கிழித்தன. சாதாரண மக்கள், ஒன்று,

அமீஷ்

ஒரு குடுவை மதுவை ஒரே மூச்சில் குடித்துக் கவிழ்த்ததுபோல் ஆரவாரமாய்ச் சிரித்தனர்; அல்லது உயிரே போவது போல் சண்டையிலிறங்கி மண்டையை உடைத்துக்கொண்டனர். கண்டபடி வசவுகளை அள்ளி வீசியபடி, சிவனையே 'நீ குருடா?' என்று கூச்சலிட்டபடி அவரை இப்படியும் அப்படியும் நெட்டித் தள்ளியவர்கள் அதிகம். சின்னஞ்சிறிய கடைக்காரர்களுடன் பொருள் வாங்குவோர் உச்சஸ்தாயியில் விலை குறித்து காரேபூரேயென்று கத்தி, ஏறக்குறைய அடிதடியிலேயே இறங்கினார்கள். சம்பந்தப்பட்ட பொருளின் விலையென்னவோ மிகக் குறைவுதான் - ஆனால், வாதம், உண்மையில் விலை குறித்துத்தானா என்பது சந்தேகம். பேரம் பேசுவதில் இருந்த அபார ருசிக்காகவே வாயடி-கையடியில் இறங்குவார்கள் போலும்.

சாலையோரமாய் அமைந்திருந்த சிறிய பூங்கா ஒன்றில், ஏகப்பட்ட இளஞ்ஜோடிகள் வாயால் சொல்லக்கூசும் காரியங்களில் ஈடுபட்டிருந்தனர். சாலையில், ஏன், அந்தப் பூங்காவிலேகூட, அவர்களது நடவடிக்கைகளை வைத்த கண் வாங்காமல் கவனித்துக்கொண்டிருந்த பல விழிகளைக் காதலர்கள் சட்டை செய்ததாகத் தெரியவில்லை. அவர்களை வாய் பிளந்தபடி பார்த்துக்கொண்டிருந்தோர் பார்வையில், காமக் களியாட்டத்தைக் இரகசியமாய்க் காணும் இச்சைதான் தென்பட்டதேயொழிய, அருவருப்பல்ல. சிவனுக்கு இது கொஞ்சம் அதிசயம்தான். இதுவே மெலூஹர்களாயிருந்தால்? இரு நாகரீகங்களையும் ஒப்பிட்டுப் பார்த்தார். அவர்கள் பொதுவில் அணைத்துக்கொள்ளக்கூட மாட்டார்கள்.

சட்டென்று பெண் கரம் போல ஒன்று பின்பக்கம் லேசாய் தடவ, திடுக்கிட்டார். வேகமாய்த் திரும்பினால் - எதிரே, ஒரு இளம்பெண். கண்ணடித்தாள். சிவன் சுதாரித்துக்கொள்ளுமுன், அவளைத் தொடர்ந்து, சற்றே வயதான ஒரு பெண்மணி வருவதைக் கண்டார். இளம்பெண்ணின் தாயாராகத்தான் இருக்கவேண்டும். பாவம், மகளின் அற்ப இச்சைகள் அவளுக்குத் தெரியவேண்டாம். நல்ல எண்ணத்துடனே, சிவன் அதைப் பற்றி வாய் திறப்பதில்லை என்று முடிவெடுத்தார். அவர் திரும்ப, மீண்டும் பின்பக்கம் ஒரு கை. இன்னும் அழுத்தமாக, இறுக்கமாக. வேகமாய் திரும்பினால், எதிரில் - அந்தத் தாய்! காமம் வெளிப்படையாகவே ததும்ப, அவரைக் குறுகுறுப்புடன் பார்த்துக்கொண்டிருந்தாள். அதிர்ச்சியடைந்தவர், வேறு யாரும் கை வைத்து மானம் போகுமுன், அவசரமாகக் கடைவீதியைவிட்டு விடுவிடுவென்று நடந்தார்.

உயரே தெரிந்த இராமஜன்மபூமிக் கோயிலையே குறிவைத்து நடந்தார். அருகே வரவர, அயோத்யாவுக்கே உரிய குழப்பமும் கூச்சலும் வெகுவாகக் குறைந்தன. வீடுகள் அதிகமிருந்த குடியிருப்புப் பகுதி போலும். அதிலும், மிக ஆடம்பரமான, அழகிய இல்லங்கள்; நிச்சயம் செல்வந்தர் வீடுகளாகத்தான் இருக்கவேண்டும். வலப்பக்கம் திரும்பினார். அதோ, அவர் செல்ல வேண்டிய பாதை. மலைச்சரிவின் மீது மென்மையாக, ஏறக்குறைய அணைத்தபடி, வளைந்து சென்றது. அயோத்யாவில், இராஜபாட்டையைத் தவிர்த்து, குண்டும் குழியுமாக இல்லாத ஒரே வீதி இதுவாகத்தான் இருக்கும். சாலையின் இரு புறமும், செழுசெழுவென மிகப்பெரிய குல்மோஹர் மரங்கள் வளர்ந்திருக்க, அவற்றின் மஞ்சள்-சிவப்பு வர்ண இலைகள், நம்பிக்கையிழந்து, பலவீனமுற்றோருக்கு வழிகாட்டும் விதமாக, பிரகாசமாய் ஜொலிஜொலித்தன; இராமபிரானைச் சென்று சேர வழிகாட்டின.

கவலை மீண்டும் நெஞ்சை நிரப்ப, சிவன் கண்களை மூடிக்கொண்டு, மூச்சை இழுத்துவிட்டார். அங்கே என்ன கிடைக்கப்போகிறது? அமைதியா? விடாமல் அரித்த கேள்விகளுக்கு பதில் கிடைக்குமா? அல்லது - அவர் ஆசைப்பட்டது போல் - நல்லதுதான் செய்திருக்கிறோம் என்ற ஆசுவாசம் உண்டாகுமா? ஒரு வேளை, அவர் செய்த நல்ல காரியத்தின் பலன் அவரது கண்ணுக்கு இப்போது தெரியாதோ, என்னவோ. அல்லது - தவறு செய்துவிட்டோம் என்று தோன்றுமா? காரணமில்லாமல், நியாயமற்று, ஆயிரக்கணக்கான கொலைகளுக்குத் தான் காரணமாகிவிட்டோமோ? கண்களை மெல்லத் திறந்த சிவன், நெஞ்சைத் திடப்படுத்திக் கொண்டு, மனதிற்குள் இராமபிரானின் பெயரை ஜபித்தவாறு நடக்கத் தொடங்கினார்.

ராம். ராம். ராம். ராம்.

சற்று தூரம் சென்றவுடன், சிவனின் உச்சாடனம் தடைப்பட்டது. சாலையின் வளைவில், உடலெல்லாம் சுருங்கி, மிக வயோதிகமடைந்த ஒரு மனிதர் - வாரக்கணக்காய் சாப்பிடவில்லை போலும். கணுக்காலில் என்றோ பட்டிருந்த புண், நெடுநாட்களாய்க் கவனிக்கப்படாமல், சீழ் வைத்திருந்தது. அணிந்திருந்த கிழிந்த நார்ச்சாக்கு, இடையில் ஏறக்குறைய நூலிழையில், தோளிலிருந்து சணல் கயிற்றால் கட்டப்பட்டுத் தொங்கியது. சாலையின் நடைபாதையின் மீது அமர்ந்திருந்தவன், மெலிந்திருந்த

வலக்கரத்தால் தலையைச் சொறிந்ததில், கடமையுணர்வுடன் செயலாற்றிக்கொண்டிருந்த பேன்களைக் கலைத்துத் தொந்தரவு செய்தான். பலவீனமான இடது கையில் எந்த நிமிடமும் விழுந்துவிடலாம் என்னும்படி ஒரு வாழையிலை: அதில் கொஞ்சம் ரொட்டி, கஞ்சி. சில நல்ல, அல்லது குற்ற உணர்ச்சியால் உந்தப்பட்ட ஆன்மாக்களின் நன்கொடையால், விலை குறைந்த உணவகங்களில் அளிக்கப்படும் தானம். இம்மாதிரி உணவை மெலூஹாவில் மிருகங்களுக்குக் கூடக் கொடுக்கமாட்டார்கள்.

சிவன் கொதித்துப்போனார். ஒவ்வொரு அணுவிலும் சகிக்கமுடியாத ஆத்திரம் கனல் வீசியது. இராமபிரானின் கோயில் வாசலில், ஒரு வயது முதிர்ந்த கிழவன் பிச்சையெடுத்து, ஏன், அல்லல்பட்டுக்கொண்டிருக்கிறான் - அந்தக் கொடுமையைக் கேட்பாரில்லை. இது என்ன அரசாங்கம்? மெலூஹாவின் அரசு, தன் சமூகத்தின் ஒவ்வொரு மனிதனையும் இரட்சிக்கக்கூடியது: அங்கே, அனைவருக்கும் உணவுண்டு. வீடில்லாதோர் எவருமேயில்லை. அரசாங்கம் என்று ஒன்று நிஜமாகவே பணிபுரிந்தது; அதனால் பயன் இருந்தது. இவன் மட்டும் தேவகிரியில் வாழ்ந்தால் - இந்த நிலையிலா இருப்பான்?

விடைகிடைத்துவிட்ட நிம்மதியில், ஆத்திரம் சட்டென்று விலகி, சிவனின் உடலில் உற்சாகமும் சக்தியும் பெருக்கெடுத்தன. பர்வதேஸ்வரர் சொன்னது சரியே. சந்திரவம்சிகள் தீயவர்களாக இல்லாமலிருக்கலாம் - ஆனால், மட்டமான வாழ்க்கை வாழ்கிறார்கள் என்பதில் சந்தேகமில்லை. சூர்யவம்சி வாழ்க்கைமுறையால் இவர்கள் மிகுந்த பலனடைவார்கள். இந்த ஊழல் நிறைந்த சந்திரவம்சி அரசாங்கத்தைப் பர்வதேஸ்வரர் கையிலெடுத்ததுதான் தாமதம் - இவர்களைத் தட்டிக்கொட்டி, சீர் செய்து, செல்வமும் செழிப்பும் பொங்கிப் பிரவகிக்கச் செய்துவிடுவார். இந்த யுத்தத்தால் நிச்சயம் ஏதோவொரு விதத்தில் நன்மை விளையும். அப்படியொன்றும் சிவன் மிகப்பெரிய தவறு செய்துவிடவில்லை. இராமபிரானுக்கு நன்றி செலுத்தினார். பதில் கிடைத்துவிட்டதென்றே நம்பினார்.

விதியோ - இந்தச் சிறிய நிம்மதியையும் அவர் அனுபவிக்காதபடி, சூழ்ச்சி செய்தது. சிவனின் பார்வையைக் கவனித்த வயோதிகப் பிச்சைக்காரன், தலையைத் தாழ்த்திக்கொள்ளாமல், அவரை நேருக்கு நேர் வெறித்தான். அவரது கண்களில் துளிர்த்த கருணையும், வாஞ்சையும், முகத்தில் விரிந்த மலர்ச்சியும், அவனிடமிருந்தும்

புன்னகையை வரவழைத்தன. அது, பிச்சையை எதிர்பார்க்கும், உடைந்து போன மனிதனின் சிரிப்பல்ல; தன்னையுணர்ந்து, எல்லையில்லா அமைதியில் திளைத்துக்கொண்டிருந்த ஒருவனின் தெளிவான புன்னகை. வரவேற்கும் புன்னகை. சிவன் திகைத்தார்.

வயோதிகனின் புன்னகை விரிந்தது. எலும்பும் தோலுமான கையை மிகப் பிரயாசையுடன் நீட்டினான். ''சாப்பிடறியா, மகனே?''

சிவன் ஸ்தம்பித்துப்போய் நின்றார். பரிதாபத்திற்குரிய இந்த மனிதனின் தாராள மனமும் பரோபகாரமும், அவரை நிலைகுலையச் செய்தன. குன்றிப் போனார்.

அவரது நிலைகுத்திய பார்வையைக் கவனித்த கிழவன், மீண்டும் சொன்னான். ''என்னோட சாப்பிடறியா, மகனே? ரெண்டு பேருக்கும் சேத்து நெறையவே இருக்கு.''

சிவனின் தொண்டையில் வார்த்தைகள் சிக்கிக்கொண்டன. உணர்ச்சிக் குவியலில் திக்குமுக்காடிப் போனார். இருக்கும் உணவு இந்த மனிதனுக்கே போதாது. ஆனால் - தன்னிடம் இருக்கும் சில பருக்கைகளைத் தருகிறேன் என்கிறானே? இது எப்படிச் சாத்தியம்? புரியவில்லை.

ஒரு வேளை அவருக்குக் காது கேட்கவில்லையோவென்று நினைத்த கிழவன், உரக்க, ''வந்து உக்காருப்பா. சாப்பிடு,'' என்றான்.

எங்கிருந்தோ, மறுப்புத் தெரிவிக்க சக்தியைச் சிவன் வரவழைத்துக்கொண்டார். ''இல்லைங்க, பரவாயில்லை. வேணாம்.''

கிழவின் முகம் உடனே வாடியது. ''நல்ல சாப்பாடுதான், தம்பி,'' என்றான், அடிபட்ட பார்வையுடன். ''இல்லைன்னா உன்னைக் கூப்டிருக்க மாட்டேன்.''

அவனைத் தான் அவமானப்படுத்திவிட்டது சிவனுக்கு மெல்ல உறைத்தது. பிச்சைக்காரனைப் போலல்லவா நடத்திவிட்டார்? ''இல்லல்ல, அந்த அர்த்தத்துல சொல்லல. நல்ல சாப்பாடுன்னு எனக்கும் தெரியும். வந்து, அது என்னன்னா ...''

மெல்லிய குரலில், கிழவன் சிவனை மறித்தான். ''அப்ப உக்காரு, மகனே.''

சிவன் மெல்லத் தலையசைத்தார். நடைபாதையிலேயே அமர்ந்தார். கிழவன் சிவன்புறம் திரும்பி, வாழையிலையை அவர்களுக்கிடையில், தரையில் வைத்தான். சற்று நேரத்திற்கு

முன்பு, மனிதர்கள் வாய் வைக்கக் கூட முடியாது என்று தான் நினைத்த ரொட்டியையும் கஞ்சியையும் சிவன் பார்த்தார். கிழவனோ, பாதி மங்கிய விழிகளைச் சிவன் மீது திருப்பி, பளீரென்று புன்னகைத்தான். ''சாப்பிடு.''

கொஞ்சம் ரொட்டியை எடுத்து, கஞ்சியில் தொட்டு, சிவன் அதை விழுங்கினார். தொண்டையில் சுலபத்தில் இறங்கினாலும், இதயம் மிகக் கனத்திருந்தது. தன்னை அதுவரை நிரப்பியிருந்த அதியுன்னத தர்ம சிந்தனையும், அளவுக்கு மீறிய நல்லுணர்ச்சியும், அந்தக் கிழவனின் ஆத்மார்த்தப் புன்னகையில், தாராள மனதில் கரைந்து காணாமல் போவதையுணர்ந்தார்.

''என்னப்பா, இது? இவ்வளவு கம்மியா சாப்ட்டா, இவ்வளவு கட்டுமஸ்தான உடம்பை எப்படிக் கட்டிக் காப்பாத்தறது?''

சிவன் திகைத்து அவனை நிமிர்ந்து பார்த்தார். அவனது வற்றியுலர்ந்த கரங்களின் சுற்றளவு, சிவனின் மணிக்கட்டை விடக் குறைவு. மிகச் சிறிய ரொட்டித் துண்டுகளைத் தான் எடுத்துக்கொண்டு, பெரியவற்றைச் சிவன் பக்கம் தள்ளிக்கொண்டிருந்தான். அவனை நேருக்கு நேர் பார்க்கும் தைரியம் சிவனுக்கு இல்லை. மனம் அதலபாதாளத்திற்கு இறங்க, கண்களில் கண்ணீர் மேலெழும்பியது. அந்தக் கிழவனின் உணவைத் தொடர்ந்து சாப்பிட்டார். திரும்பிப் பார்ப்பதற்குள் காலி.

சுதந்திரம். இங்க எதுவுமேயில்லாதவங்க கூட தன்மானத்தோட வாழச் சுதந்திரம் இருக்கு. மெலூஹாவுல இது நடக்காத காரியம்.

''வயிறு ரொம்பிச்சா, மகனே?''

இன்னமும் கிழவனின் கண்களை நிமிர்ந்து பார்க்கும் சக்தியற்று, சிவன் மெல்லத் தலையசைத்தார்.

''நல்லது. கௌம்பு. கோயிலுக்கு இன்னும் நெறய தூரம் மேல ஏறணும்.''

தன்மீது காட்டப்பட்ட அளவுக்கதிகமான பெருந் தன்மையை நினைத்து திகைத்தவராய், சிவன் நிமிர்ந்தார். மலர்ந்த முகத்துடன் அவரைப் பார்த்த கிழவனின் சுருங்கிய கன்னங்கள், வாஞ்சையான புன்னகையில் விரிந்திருந்தன. பட்டினியின் விளிம்பில் நின்றாலும், ஊர் பெயர் தெரியாத எவனோ ஒருவனுக்கு ஏறக்குறைய தன் உணவு அத்தனையையும் வாரி வழங்கிவிட்டார் இந்தக் கிழவர். தன் எண்ணங்களைக் குறித்து சிவனுக்கே அருவருப்பு மண்டியது.

மெலூஹாவின் அமரர்கள்

காப்பாற்றுவதாம்! யாரைக் காப்பாற்றுவது? எப்பேர்ப்பட்ட பழிச்சொல் அது. இம்மாதிரியான ஒரு அற்புதப் பிறவியைத் தான் கைதூக்குவதாவது? என்ன கேவலமான மனம், தன்னுடையது?

வெளியேயிருந்து ஒரு பெரும் சக்தி உந்தித் தள்ளியது போல், சிவன் தன்னையறியாமல் குனிந்தார். கைகளை நீட்டி, அந்தக் கிழவரின் பாதங்களைத் தொட்டு நமஸ்கரித்தார்.

அவரோ, கைகளை மெல்ல உயர்த்தி, மிகுந்த பாசத்துடன் சிவனின் சிரம் மீது பதித்து ஆசீர்வதித்தார். ''நீ தேடறது கெடைக்கட்டும், மகனே.''

குற்ற உணர்வும் வேதனையும் தாக்க, முதியவரின் பெருந்தன்மையையும், பரந்த மனதையும் எண்ணி வியந்தவாறு, தனது 'கைதூக்கி வழிநடத்தும்' உணர்ச்சி களத்தனையும் இழந்து, சிவன் எழுந்தார். பதில் கிடைத்து விட்டது.

தப்புப் பண்ணிட்டேன். பெரிய தப்புப் பண்ணிட்டேன். இந்த மக்கள் யாரும் கெட்டவங்க இல்ல. தீயசக்திகள் இல்ல.

26

கேள்விகளுக்கெல்லாம் கேள்வி

இராமஜன்மபூமிக் கோயிலுக்குச் செல்லும் பாதை, மலைச்சரிவை அணைத்து மெல்ல மேலேறி, அவர் குடிகொண்ட ஆலயத்தில் முடிவடைந்தது. மேலிருந்து பார்த்தால், அடிவாரத்தில், நகரம் மிக அழகாய்க் காட்சியளித்தது. ஆனால், அதையெல்லாம் கவனிக்கும் மனநிலையில் சிவன் இல்லை. ஏன், பிரம்மாண்டமான அந்தக் கோயில் நேர்த்தியையோ, அழகையோ, அதைச்சுற்றி அற்புதமாய்ப் பராமரிக்கப்பட்டு வந்த பரந்த தோட்டத்தையோ அவர் காணவில்லை.

தேவ சிற்பியொருவன், அற்புதக் கற்பனாசக்தியுடன், தூய வெள்ளைப் பளிங்கில் பார்த்துப் பார்த்துக் காவியமாய்ப் படைத்தது போலிருந்தது, கோயில். பிரதான மேடை மிகக் கம்பீரமாய் உயர்ந்து நின்றாலும், அதையடைந்து, நுணுக்கங்களைப் பார்த்து ரசிக்கத் தூண்டும் வகையில், பெரும் படிக்கட்டுக்களை நிர்மாணித்திருந்தான், கட்டிடக்கலை நிபுணன். ஆங்காங்கே, வழியில், நீலம் மற்றும் சாம்பல் நிறங்களில் பிரம்மாண்டப் பளிங்குச் சிலைகள் வடிக்கப்பட்டிருந்தன. அழகாய்ச் சிற்ப வேலைப்பாடு செய்யப்பட்ட தூண்கள், படாடோபமான, அதே சமயம், கண்ணைக் கவரும் நீலப்பளிங்கிலான கூரையைத் தாங்கி நின்றன. இராமபிரானுக்கு மிகப் பிடித்தது காலைப்பொழுது

மெலூஹாவின் அமரர்கள்

என்பதை அந்த நிபுணன் அறிந்தவன் போலும். உயரே, கூரையில்லாவிட்டால் தெரியக்கூடிய நீல வானம் போன்ற ஓவியம், மிக நேர்த்தியாகத் தீட்டப்பட்டிருந்தது. கோயிலுக்கு மேல், ஏறக்குறைய நூறு மீட்டர் உயரம் உள்ள தூபி, வானின் தேவர்களுக்கு வணக்கம் செலுத்துவது போல் நீண்டது. இந்தக் கோயிலைப் பொறுத்தவரை ஸ்வத்வீபர்கள், தங்கள் குணத்திற்கேயுரிய ஆடம்பர அமர்க்களங்களைக் கைவிட்டிருந்தார்கள் என்றே சொல்ல வேண்டும். இராமபிரான் விரும்பிய, அமைதியான, செயற்கைத்தனம் ஏதுமற்ற பொலிவுடன், அந்தக் கோயில் விளங்கியது.

இவையெதையும், ஏன், கர்ப்பக்ரஹத்தில், அழகாய் வடிவமைக்கப்பட்ட சிற்பங்களைக் கூடச் சிவன் கவனிக்கவில்லை. மையத்தில் இராமபிரானின் திருவுருவம், சுற்றம் சூழ வீற்றிருந்தது. வலப்பக்கம் அன்பு மனைவி சீதை; இடப்பக்கம், பாசமிகுந்த சகோதரன் லக்ஷ்மணன். பாதங்களில், மண்டியிட்ட நிலையில், இராமபிரானின் பக்தர்களுக்குள் மிகச் சிறந்த, அவரது அன்பிற்குப் பாத்திரமான அனுமான். *வாயுபுத்திரர்* குலம். காற்றைக் கட்டுப்படுத்தும் தெய்வத்தின் வழித்தோன்றல்கள்.

இராமபிரானின் கண்களை நேருக்கு நேர் சந்திக்கும் துணிவு சிவனுக்கில்லை. பார்த்தால், என்ன பதில் கிடைக்குமோவென்று அச்சமாயிருந்தது. தூண் ஒன்றுக்கருகில் மடங்கி உட்கார்ந்து, அளவில்லாத் துயரில் ஆழ்ந்தார். வேதனையில் மனம் வெம்ப, கண்களினின்று கண்ணீர் தானாய்த் துளித்தது. எவ்வளவோ சிவன் கட்டுப்படுத்த முயன்றும், முடியாமல், அணை உடைத்துக்கொண்ட வெள்ளம் போல் பெருகியது. பொங்கி வந்த குற்ற உணர்வைச் சகிக்க முடியாமல், கைகளை முஷ்டியாக்கி, பற்களால் கடித்துக்கொண்டார். கால்களை மடக்கியமர்ந்து, அவற்றின் மீது தலையைச் சாய்த்துக்கொண்டார்.

எல்லையில்லா மனத்துயரில் தன்னை மறந்திருந்தவர், தோள் மீது ஆதுரமாய்ப் பதிந்த கரத்தை உணரவில்லை. அவரிடமிருந்து பதில் இல்லாமல் போக, கரம் இன்னும் அழுந்தப் பதிந்தது. ஒருவழியாக அதை உணர்ந்தாலும், சிவன் நிமிரவில்லை. தன் பலவீனத்தை, கண்களில் திரையிடும் கண்ணீரை யாரும் பார்ப்பதை அவர் விரும்பவில்லை. முதிர்ந்த, மென்மையான அந்தக் கரம், சற்று விலகியது; சிவன் சுதாரித்துக்கொண்டு தன்னிலையடையும் வரை, கரத்திற்குரியவர் காத்திருக்கத் தயாரானார். நேரம் கனிந்தவுடன், முன்னே வந்து, சிவனுக்கெதிரில் உட்கார்ந்தார்.

வாடிய முகத்துடன் சிவன் அந்தப் பண்டிதருக்கு வணக்கம் தெரிவித்தார். மேரு, மற்றும் மோஹன் ஜோ தாரோவின் பிரம்மா கோயில்களில் சந்தித்த பண்டிதர்களைப் போன்ற அதே, அச்சான தோற்றம். அதே நீண்ட, அலையலையாய்ப் புரளும் கூந்தல், தாடி. அதே காவி உடை; அங்கவஸ்திரம். அறிவுச்சுடர் பிரகாசிக்கும் கனிந்த முகத்தில், அதே மென்மையான, வரவேற்கும் புன்னகை. ஆனால் - அவர்களை விட இவர் சற்று இரட்டைநாடியாகத்தான் இருந்தார்.

''நிலைமை அவ்வளவு மோசமா, என்ன?'' இந்தியர்களுக்கேயுரிய வாஞ்சையுடன், கண்களைச் சுருக்கி, தலையைச் சற்றுச் சாய்த்து, கேட்டார் பண்டிதர்.

மீண்டும் கண்களை மூடிக்கொண்டு, சிரம் தாழ்ந்தார் சிவன். அவர் பதில் சொல்லப் பொறுமையுடன் காத்திருந்தார் பண்டிதர். ''நான் செஞ்ச காரியம் உங்களுக்குத் தெரியாது!''

''நன்கு தெரியும்.''

கண்களில் ஆச்சர்யமும் வெட்கமும் போட்டியிட, சிவன் அவரை ஏறிட்டார்.

''நீ செய்தவையனைத்தையும் நான் நன்கறிவேன், நீலகண்டா,'' என்றார் பண்டிதர். ''அதனால், மீண்டும் கேட்கிறேன் - நிலைமை அவ்வளவு மோசமாகவா இருக்கிறது?''

''நீலகண்டர்னு கூப்பிடாதீங்க,'' சிவன் முறைத்தார். ''அந்தப் பட்டத்துக்கே நான் லாயக்கில்ல. ஆயிரக்கணக்கான அப்பாவிகளோட சாவு என் தலைல. அவங்க இரத்தம் என் கைல கறையாப் படிஞ்சிருக்கு.''

''ஆயிரத்திற்கும் மேலேயே கூட இருக்கும்,'' என்றார் பண்டிதர். ''ஏன், இலட்சக்கணக்கில் கூடச் சொல்லலாம். ஆனால் - நீ இல்லாவிட்டால் அவர்கள் இறந்திருக்க மாட்டார்கள் என்று நினைக்கிறாயா? உண்மையில் அவர்கள் இரத்தம் உன் கைகளைக் கறைப்படுத்திவிட்டதா என்ன?''

''கண்டிப்பா! என் முட்டாள்தனத்தாலதான் இந்த யுத்தமே நடந்துச்சு. என்ன செய்யறேன்னு எனக்கே தெரியலை. என்கிட்ட குடுத்த பொறுப்பை நான் சரியா நெறைவேத்தலை. விளைவு? இலட்சக்கணக்கான உயிரக் குடிச்சாச்சு!''

கைகளை முஷ்டியாக்கி, கண்களுக்கு மேல், நெற்றியில் குத்திக்கொண்டு, அங்கே தகித்த உஷ்ணத்தை எப்படியாவது குறைக்க முயன்றார்.

விழிகளுக்கு மத்தியில், சிவனின் நெற்றிக்கு நடுவில், ஆழ்ந்த சிகப்பு நிறத்தில் காயம் போல் தோன்றிய அதை பண்டிதர் லேசான ஆச்சர்யத்துடன் நோக்கினார். இரத்தக்கட்டி போலவும் இல்லை. அதைவிட ஆழமாய் - ஏறக்குறைய கருநிறத்தில் இருந்தது. நொடிக்கு நொடி திகைப்பு அதிகரித்தாலும், அதைக் கஷ்டப்பட்டுக் கட்டுப்படுத்திக் கொண்ட பண்டிதர், மௌனமே காத்தார். சமயம் சரியில்லை. உண்மை வெளிவர இன்னும் சற்று நேரம் பிடிக்கும்.

''எல்லாம் என்னாலதான்,'' கண்களில் மீண்டும் கண்ணீர் பெருக, சிவன் புலம்பினார். ''எல்லாத் தப்பும் என்னோடதுதான்.''

''போர்வீரர்கள் க்ஷத்ரியர்கள், நண்பா,'' நிதானத்தின் மறு உருவமாய்த் தோன்றினார் பண்டிதர், ''அவர்களை சாகச் சொல்லி யாரும் வற்புறுத்துவதில்லை, இவ்வழியைத் தேர்ந்தெடுப்பதிலுள்ள ஆபத்தை நன்கு உணர்ந்தே, அவர்கள் போரில் இறங்குகிறார்கள். இதிலுள்ள புகழும் ஒரு காரணமாயிருக்கலாம். நீலகண்டரின் மீது யாரும், எதையும் வலிந்து திணிக்க முடியாது. இதைத் தேர்ந்தெடுத்தவன் நீ. இதற்காகவே *பிறந்தவன் நீ.*''

அதிர்ந்து போய், சிவன் பண்டிதரை ஏறிட்டார். இதற்காகப் பிறந்தவனா? அவரது கண்கள் வினவின.

அந்தக் கேள்வியைப் பண்டிதர் கண்டுகொள்ளவில்லை. ''நடப்பவை அனைத்திற்கும் காரணம் உண்டு, நண்பா. நீ இப்போது படும் துயருக்கும், தெய்வத்தின் மிகப்பெரும் திட்டத்தில் ஏதோ பங்கிருக்கும்.''

''மண்ணாங்கட்டி! இவ்வளவு பேர் சாகறதுக்கும், தெய்வம் போடற திட்டத்துக்கும் என்ன எழவு சம்பந்தம் இருக்க முடியும்?''

''தீயசக்திகளை ஒழிப்பது. அதுவும் மிக முக்கியக் காரணம் என்றுனக்குத் தோன்றவில்லையா?''

''நான்தான் எந்தத் தீய சக்தியையும் ஒழிக்கலியே?'' சிவன் கத்தினார். ''இந்த ஜனங்க யாரும் கெட்டவங்க இல்ல. *மத்தவங்ககிட்டேருந்து வித்தியாசமா இருக்காங்க.* அவ்ளோதான். அதுக்காக அவங்க கெட்டவங்களாகிடுவாங்களா?''

''மிகச் சரி.'' பண்டிதரின் முகத்தில் அவருக்கேயுரிய மர்மப் புன்னகை விரிந்தது. ''அவர்கள் தீயவர்கள் அல்ல; மற்றவர்களினின்று வேறுபட்டிருக்கின்றனர்; அவ்வளவே. நீ அதை விரைவில் உணர்ந்துவிட்டாய் - உனக்குமுன் வந்த

அமீஷ்

மகாதேவரைவிட சீக்கிரமாய் அறிந்துகொண்டுவிட்டாய்.''

"யாரு?'' பண்டிதரின் வார்த்தைகளைக் கேட்டுச் சிவன் திகைத்தார். ''ருத்ர பகவானா?''

"அவரேதான்.''

"ஆனா, அவர்தான் தீயசக்திகளை ஒழிச்சாரே? அசுரர்களை அழிச்சவர் அவர்தானே?''

"அசுரர்கள் தீயவர்கள் என்று யார் சொன்னது?''

"படிச்சேன் ...'' சிவன் பாதியில் நிறுத்தினார். விஷயம் ஒருவாறு புரிந்தது.

"ஆம்,'' புன்னகை புரிந்தார் பண்டிதர். ''உன் ஊகம் சரியே. இன்று சூர்யவம்சிகளும் சந்திரவம்சிகளும் ஒருவரையொருவர் தீயவர்களாகக் கருதுவது போல், அன்று தேவர்களும், அசுரர்களும் எண்ணிக்கொண்டனர். தேவர்கள் எழுதிய புத்தகத்தில், அசுரர்கள் எப்படிச் சித்தரிக்கப்பட்டிருப்பார்கள் என்று நினைக்கிறாய்?''

"என்ன சொல்றீங்க நீங்க? அவங்கல்லாமும் சூர்யவம்சி, சந்திரவம்சி மாதிரிதானா?''

"நீ நினைப்பதை விட அவர்களுக்குள் ஒற்றுமைகள் அதிகம். இவர்களைப் போல், தேவர்களும் அசுரர்களும், பிரபஞ்சத்தின் இரு சமமான, ஆனால், ஒன்றுக்கொன்று எதிரான உயிர்ச்சக்திகள்; முற்றிலும் வேறான இரு துருவங்கள்.''

"ரெண்டா?''

"ஆம். இந்தப் பிரபஞ்சத்தை நாம் காணும் பலவித பார்வைகளில், வடிவங்களில், இரட்டைத்தன்மையும் ஒரு அங்கம். ஆண்மை, பெண்மை, போல. அசுரர்களும், சூர்யவம்சிகளும் ஆண்தன்மையைக் குறிப்பவர்கள். தேவர்களும், சந்திரவம்சிகளும், பெண்தன்மையின் பிரதிநிதிகள். பெயர்கள் மாறலாம் - ஆனால், அவை உருவகப்படுத்தும் சக்திகளென்னவோ, காலங்காலமாய், ஒன்றேதான். எப்போதும், என்றென்றும் நிலைத்திருக்கும். இரண்டில் எதையும் அழிக்க முடியாது. முயன்றால், இந்தப் பிரபஞ்சமே தூள் தூளாகச் சிதறிவிடும்.''

"அதனாலதான், ரெண்டு பேத்துக்குள்ள இருக்குற சண்டையை, நல்லதுக்கும் கெட்டதுக்குமான போரா நெனைக்கறாங்க.''

"ஆம்,'' துயரம் நிறைந்த இந்த சமயத்தில் கூட, சிவனின் நுண்ணறிவு மிக நன்றாய் வேலை செய்வதில்

பண்டிதருக்கு மட்டற்ற மகிழ்ச்சி. ''ஆனால், எப்போதும் அடித்துக்கொள்வார்கள் என்று எண்ணாதே. நீண்ட காலம், சச்சரவு ஏதுமின்றி, ஓரளவு ஒற்றுமையாய் அவர்கள் வாழ்வதும் உண்டு. கெட்ட காலம் வரும்போது, சண்டையும் போரும் யுத்தமும் கொந்தளிக்கும் சமயங்களில் மற்றவர்தான் காரணம் என்று குற்றம் சொல்வது வழக்கம். முற்றிலும் வேறுபடும் இரு வேறு வாழ்க்கை முறைகளை, நல்லவற்றுக்கும், தீயவற்றுக்குமான போராட்டமாக உருவகப்படுத்துவது மிகச் சுலபம். சூர்யவம்சி களினின்று சந்திரவம்சிகள் வேறுபட்ட ஒரே காரணத்தால், அவர்கள் தீயவர்களாகிவிட மாட்டார்கள். நீலகண்டர் அயல்நாட்டவராய்த்தான் இருக்கவேண்டும் என்று சொல்வதற்கான காரணம் புரியவில்லையா என்ன?''

''அவர் எந்தப் பக்கமும் சாயக்கூடாதுங்கறதால,'' திரை விலகியது போலிருந்தது சிவனுக்கு. ''யார் சார்பாவும் அவர் இருக்கக்கூடாது.''

''அற்புதம். நீலகண்டர், இதற்கெல்லாம் அப்பாற் பட்டவராக இருக்க வேண்டும். எந்தச் சார்பும் அற்று இயங்க வேண்டும்.''

''ஆனா - நான் அப்படி இல்லியே? சந்திரவம்சிகள் கெட்ட வங்கன்னு நானும் நம்பினேனே? ஆனந்தமயி சொல்றது சரிதான். எனக்கு அறிவு பத்தலை. ரொம்ப அப்பாவித்தனமா, யார் என்ன சொன்னாலும் ஏத்துக்குறேன்.''

''உன்னை நீயே இவ்வளவு தாழ்த்திக்கொள்ள வேண்டிய அவசியம் இல்லை, நண்பா. நீயென்ன, வானத்திலிருந்து நேராகவா குதித்து வந்தாய்? யார் பக்கமிருந்தாவதுதான் நீ இந்த விஷயத்தில் நுழைந்திருக்க முடியும். யார் சார்பாக நீ இருந்திருந்தாலும், மற்றவர் தீயவர் என்றும், அவர்களது வாழ்க்கை முறையே கொடுங்கோன்மையின் உச்சம் என்றுதான் நினைத்திருப்பாய். அப்படி உன்னை நினைக்கத் தூண்டியிருப்பார்கள். உன் தவற்றை நீ விரைவில் உணர்ந்துவிட்டாய். ஏறக்குறைய கடைசி நிமிடம் வரை, ருத்ர பகவான் அதை அறியவில்லை. அசுரர் குலத்தையே கிட்டத்திட்ட நிர்மூலம் செய்த பிறகே, அவர்கள் தீயவர்கள் அல்ல; சற்றே மாறுபட்டவர்களென்ற என்ற எளிய உண்மை அவருக்கு உறைத்தது.''

''*ஏறக்குறைய* நிர்மூலமாக்கினாரா? அப்ப... அசுரர்கள் யாராவது இன்னும் இருக்காங்களா என்ன?''

பண்டிதர் புன்னகையில் மர்மம் அதிகரித்தது. ''அது

இன்னொரு நாள் அலசி ஆராய வேண்டிய விஷயம். நீ இப்போது புரிந்துகொள்ள வேண்டியது ஒன்றே ஒன்றுதான்: இதற்குமுன், பல மகாதேவர்கள் இம்மாதிரித் தவறான பாதையில் சென்றிருக்கின்றனர்; நீ முதலல்ல. நீ கடைசியுமாகவும் இருக்கப்போவதில்லை. சற்றே கற்பனை செய்து பார்: ருத்ர பகவானின் குற்ற உணர்வு எத்தகையதாக இருந்திருக்கும்?''

சிவன் மௌனமாகத் தலைகுனிந்தார். ருத்ர பகவானுக்கும் இதே அனுபவம்தான் என்பதை உணர்ந்ததால், அவரது உயிரை வதைத்த அவமானவுணர்வும், வெட்கமும் துளியும் குறைந்ததாகத் தெரியவில்லை.

''சமய சந்தர்ப்பங்களை வைத்துப் பார்த்தால், உன்னால் முடிந்ததையே நீ செய்திருக்கிறாய்,'' பண்டிதர், அவர் மனதைப் படித்தவராய், சமாதானம் கூறினார். ''நான் சொல்வது உனக்கு இப்போது ஏற்காமல் இருக்கலாம் - ஆனால், நீலகண்டராயிருப்பது சுலபமல்ல. இந்தக் குற்ற உணர்வை நீ சுமக்கத்தான் வேண்டும். உன்னைப் பற்றி எனக்கு நன்கு தெரியும். இதன் கனம் உன் உயிரை *அழுத்தும்*. இதை மூடி மறைத்து, கண்டுகொள்ளாமல் வாழ்வதென்பது உன் சுபாவத்தில் இல்லை. உன் நல்ல மனது, அதற்கு இடம் கொடுக்காது. இந்த *வலியையும்*, வேதனையையும் மீறி, உன் கர்மாவை, நீ செய்ய வேண்டிய கடமையைச் *சரிவர நிறைவேற்றுவதுதான்* உனக்கான உண்மையான சோதனை. ஒரு மகாதேவரின் உண்மையான கடன், பிறவிப்பயன், அதுவே.''

''நான் எப்படீங்க மகாதேவர் ஆக முடியும்? இதையெல்லாம் செய்ய நான் எதுக்கு? தீய சக்தின்னா என்னன்னே தெரியாதப்ப, அதை எப்படி நான் அழிக்கிறது?''

''தீய சக்திகளை அழிப்பது உன் வேலை என்று யார் சொன்னது?''

திடுக்கிட்ட சிவன், பண்டிதரை உற்றுப் பார்த்தார். இந்தப் பண்டிதர்களே இப்படித்தான். யாருக்கும் புரியாத புதிராகவே மாற்றி மாற்றிப் பேசி, இருக்கும் எல்லோரையும் முதலில் எரிச்சலடைய வைத்து, பின்பு பைத்தியமாக அடிப்பதுதான் வேலை.

சிவனின் கண்களில் கொதித்த ஆத்திரத்தைக் கண்ட பண்டிதர், மேற்கொண்டு விவரித்தார். ''தீய சக்திகளுக்குரிய பலமும், அவற்றால் விளையக்கூடிய அனர்த்தங்களும் பெரும்பாலும் மிகைப்படுத்தப்பட்டவை, நண்பா. தீயவற்றை

ஒழிப்பது அப்படியொன்றும் முடியாத, அரும்பெரும் காரியமல்ல. அதை ஒழிக்க வேண்டும் என்ற தீர்மானம் கொண்ட ஒரு சில நல்லவர்கள் போதும். எப்போதெல்லாம் தீமை தன் தலையை உயர்த்துகின்றதோ, அப்போதெல்லாம் அதன் முடிவு ஒன்றே ஒன்றுதான். அழிவு.''

''அப்ப நான் எதுக்கு?''

''இந்தப் பிரபஞ்சத்தின் மிக முக்கியக் கேள்விக்கு, மிக அத்தியாவசியமான கேள்விக்கு, பதில் அளிப்பதே உன் கடன்.''

''என்ன?''

''தீமை என்றால் என்ன?''

''தீமைன்னா என்னவா?''

''ஆம். இதுவரை மனிதர்கள் புரிந்த போர்கள் எண்ணிலடங்கா,'' என்றார் பண்டிதர். ''இனியும் அவ்வாறே நடக்கும். அதுதான் உலக வழக்கம். ஆனால், இம்மாதிரி சாமான்யப் போர்களை, நன்மைக்கும் தீமைக்கும் இடையே நடக்கும் பிரபஞ்ச யுத்தமாய் மாற்றக்கூடிய சக்தி, மகாதேவருக்கு மட்டுமே உண்டு. உண்மையான தீமை எதுவென்பதைக் கண்டறிந்து, அது இந்த உலகத்தையே ஒட்டுமொத்தமாய் நிர்மூலம் செய்யுமுன், அதற்கெதிராக மக்களை ஒன்று திரட்டி, வழிநடத்தும் சக்தியுள்ளவர் அவர் ஒருவரே.''

''எது தீமைன்னு நான் எப்படித் தெரிஞ்சுக்கிறது?''

''அது விஷயத்தில் என்னால் உதவ முடியாது, நண்பா. நான் மகாதேவரல்லவே? இதற்கான விடையை நீதான் கண்டுபிடித்துக்கொள்ள வேண்டும். ஆனால் - உன்னிடம் அதற்குரிய திறன் இருக்கிறது. உள்ளமும்தான். அவற்றைத் திறந்து வைத்துக்கொள். தீமை தானாய் உன் முன் தன்னை வெளிப்படுத்திக்கொள்ளும்.''

''வெளிப்படுத்திக்குமா?''

''ஆம்,'' பண்டிதர் விவரித்தார். ''உனக்கும் தீமைக்கும் ஏதோ ஒரு வகையில், ஒரு தொடர்பு இருக்கிறது. அதுவே உன்னைத் தேடி வரும். அந்த சமயம் வரும்போது, அதை நீ சரியாக அடையாளம் காண வேண்டும். ஒன்றே ஒன்று மட்டும் கூறுகிறேன்: இந்த விஷயத்தில், அவசரம் வேண்டாம். நிதானமாகச் செயல்படு. காத்திரு. *நிச்சயம்* அது உன்னைத் தேடி வரும்.''

புருவத்தைச் சுருக்கியவாறு, குனிந்து, அதுவரை தான் கேட்டவற்றைச் சிவன் புரிந்துகொள்ள முயன்றார்.

ஏதேனும் விடை கிடைக்கும் நப்பாசையில், இராமபிரானின் திருவுருவச்சிலையை நோக்கித் திரும்பினார். அவர் பயந்தபடி, அந்தக் கண்களில் கோபமோ, அருவருப்போ தென்படவில்லை. மாறாய், கருணையும் ஊக்கமும் மிகுந்த புன்னகை மட்டுமே பொலிவது போலிருந்தது.

"உன் பயணம் இன்னும் முடிவடையவில்லை, நண்பா. நிச்சயம் இல்லை. இப்போதுதான் தொடங்கியிருக்கிறது. தொடர்ந்து நீ செல்ல வேண்டும், இல்லையென்றால் - தீமை வென்றுவிடும்."

சிவன் கண்கள் சற்றுத் தெளிந்தன. பாரம் குறையவில்லை என்றாலும், அதைச் சுமக்கும் சக்தி வந்துவிட்டது போல் தோன்றியது. என்ன ஒன்று - அந்தச் சுமையுடன் கடைசி வரை நடந்துதான் ஆக வேண்டும். நிமிர்ந்து, பண்டிதரைப் பார்த்துச் சோகையாய்ப் புன்னகைத்தார். "நீங்க யாரு?"

அவர் முகத்திலும் புன்னகை மலர்ந்தது. "உண்மையை உனக்குத் தெரிவிப்பதாக உறுதி கூறியிருந்தோம் என்பது எனக்கும் தெரியும். வாக்களித்தது ஒருவராக இருந்தாலும், அது எங்களனைவரையும் கட்டுப்படுத்தும். அதை நான் மீறமாட்டேன்."

அவர் பதில் சொல்லச் சிவன் காத்திருந்தார்.

"நாங்கள்தான் வாசுதேவர்கள்."

"வாசுதேவர்களா?"

"ஆம், ஒவ்வொரு விஷ்ணுவும், தன் காலம் முடியும் தறுவாயில், ஒரு குலத்தை ஏற்படுத்திச் செல்வார். அதற்கு இரு கடமைகள் உண்டு."

சிவன் பண்டிதரை உற்று நோக்கினார்.

"முதல் கடன்: அடுத்த மகாதேவருக்கு - அவர் எப்போது வெளிப்பட்டாலும் - தேவையான உதவிகளைச் செய்வது."

"ரெண்டாவது?"

"எப்போது தேவையோ, அப்போது எங்களில் ஒருவர், அடுத்த விஷ்ணுவாக அவதரிப்போம். ஏழாம் விஷ்ணுவாகிய இராமபிரான், இந்த முக்கியக் கடமையை, தனக்கு மிக விசுவாசமாய் இருந்த, இரண்டாவது தளபதியிடம் ஒப்படைத்தார். அவர்தான் வாசுதேவர். நாங்கள் அவரைப் பின்பற்றுபவர்கள். அவர் பெயரால், வாசுதேவர் குலம் என்றழைக்கப்பெறுவோம்."

புதிய செய்திகளைக் கிரகிக்க முயன்றவாறு, சிவன் பண்டிதரை வெறித்தார். பின்னவர் சொன்ன வார்த்தைகளில்,

ஒரு விஷயம் சட்டென்று உறைத்தது. ''அப்படீன்னா - மகாதேவர்களும் ஏதாவது குலத்தை ஏற்படுத்தினாங்களோ? ருத்ர பகவான் அப்படி ஏதும் செஞ்சாரா?''

சிவனின் புத்திக்கூர்மையை எண்ணி, பண்டிதரின் முகம் இன்னும் மலர்ந்தது. மோஹன் ஜோ தாரோவின் செயலர் கூற்று முற்றும் உண்மை. ***இவன் மகாதேவராய் இருக்கத் தகுதியுள்ளவனே.***

''ஆம். ருத்ர பகவானும் ஒரு குலத்தை ஏற்படுத்தித்தான் சென்றார். வாயுபுத்திரர் குலம்.''

''வாயுபுத்திரர்களா?'' ஏனோ, அந்தப் பெயர் சிவனுக்குக் கேள்விப்பட்டதுபோல் இருந்தது.

பண்டிதர், சிவனின் தோள் மீது கைவைத்தார். ''இன்னொரு நாள் இது குறித்துப் பேசலாம், நண்பா. இன்றைய பொழுதிற்கு நிறையவே அளவளாவிவிட்டோம். வீட்டிற்குச் செல். உன் அன்பு மனைவியின் அரவணைப்பே இப்போது உனக்கு அதிகம் தேவை. நாளை மற்றுமொரு நாளே. அதுவரை, உன் கடமை காத்திருக்கும். இப்போது, வீடு போய்ச் சேர்.''

சிவன் புன்னகைத்தார். எளிய, திபேத்திய வாழ்விற்கப்பாற்பட்ட, விஷயம் பொதிந்த புன்னகை. ஆனால், அவர்தான் இப்போது இந்தியராகிவிட்டாரல்லவா? முன்னே வந்து, பண்டிதரின் பாதத்தைத் தொட்டு நமஸ்கரித்தார். பண்டிதர், அவரது சிரஸின் மீது கை வைத்து, மெல்ல ஆசிர்வதித்தார். ''விஜயீபவ. ஜெய் குரு விஷ்வாமித்ரா. ஜெய் குரு வசிஷ்டா.''

தலையசைத்து, கம்பீரமாய் சிவன் அவற்றை ஏற்றார். எழுந்து, திரும்பி, கோயிலின் படிக்கட்டுகளுக்குச் சென்றார். மேடையின் ஓரம் வந்து, திரும்பி மீண்டும் பண்டிதரை நோக்கினார். அவரோ, குத்துக்காலிட்டு, சிவன் சற்று முன் அமர்ந்திருந்த இடத்தில் சிரம் பதித்து, மிகுந்த பயபக்தியுடன் வணங்கிக் கொண்டிருந்தார். புன்னகையுடன், லேசாகத் தலையசைத்த சிவன், பண்டிதரைத் தாண்டி, இராமபிரானின் உருவத்தை உற்று நோக்கினார். கரங்களைக் குவித்து, நமஸ்தே என்று வணக்கம் தெரிவித்தார்.

பாரம் குறையவில்லை. ஆனால், அதைச் சுமக்கும் சக்தி வந்துவிட்டது.

திரும்பி, படிகளில் இறங்கினார். ஒரு ஆச்சர்யம் காத்திருந்தது. கீழே, வளாகத்தின் நட்ட நடுவில், ஓங்குதாங்காக வடிக்கப்பட்ட அப்ஸர மங்கையின்

அமீஷ்

சிற்பத்தின் மீது சாய்ந்து நின்றது... சதி.

சிவன் முகம் மலர்ந்தது. இந்த சமயத்தில், உலகில் அவர் பார்க்க மிக விரும்பியது, அவளைத்தான்.

சதியை நோக்கி நடந்தார். "என் பின்னாடி சுத்தறதே உனக்கு வேலையாப் போச்சு," என்றார் கேலியாக.

"நீங்க எப்ப தனியா இருக்க விரும்புவீங்கன்னு எனக்குத் தெரியும்," சதி புன்னகை புரிந்தாள். "எப்ப என்னைத் தேடுவீங்கன்னும் தெரியும்."

சட்டென்று, சிவன் உறைந்து நின்றார். சதிக்குப் பின்னால், சற்று தூரத்தில், மரங்களுக்குப் பின்னால் - ஒரு அங்கி படபடத்தது. அந்தி வேளையின் மெல்லிய பூங்காற்று, அவன் ஒளிந்திருந்த இடத்தைக் காட்டிக்கொடுத்துவிட்டது. சிவனின் பார்வை செல்லும் திக்கைக் கவனித்த சதியும் திரும்பினாள். உடலை மறைத்த அங்கியணிந்த ஒரு உருவம். மரத்தின் பின்னிருந்து, ஹோலி முகமூடியணிந்து வெளிவந்தது.

அவன்தான்!

சிவனின் இதயம் படபடவெனத் துடிக்க ஆரம்பித்தது. சதியிடமிருந்து அவர் இன்னும் சற்று தூரத்தில் இருந்தார். அந்த நாகனோ - வெகு அருகில் நின்றான். மூவரும், மற்றவர்களின் அடுத்த அடியைக் கணிக்க முயன்றவாறு, வேர்பிடித்தது போல் நின்றனர்.

முதலில் அசைந்தது சதிதான். சட்டென்று, ஒரு பக்கமாய் அணிந்திருந்த கத்தியை உருவியபடி, நாகனின் மீது வீசினாள். அவன் அசையக்கூட இல்லை. அவனை மிக நெருக்கத்தில் தாண்டிய கத்தி, சரக்கென்று மரத்தில் குத்திட்டு, ஆழமாய்ப் பதிந்து நின்றது.

மெல்ல, மிக மெல்ல, உடைவாளை நோக்கிச் சிவனின் கை நகர்ந்தது.

நாகன், பின்னால் கை நீட்டி, மரத்தில் பாய்ந்திருந்த கத்தியை உருவினான். அடுத்து அவன் செய்தது விசித்திரம்: கத்தியைத் தன் வலது மணிக்கட்டில் ஒரு துணியால் இறுக்கி முடிந்துகொண்டான். பின், மிக விரைவாய் நகர்ந்தான்.

"சதி!"

அலறிய சிவன், வாளை உருவி, கேடயத்தை முன்னே பிடித்தவாறு, தன் மனைவியை நோக்கி ஓடத் துவங்கினார்.

[தொடரும்...]

அருஞ்சொற்பொருள் அகராதி

அக்னி : நெருப்பிற்கு அதிபதி

அக்னிப்பரீட்சை : தீயை மையமாக்கிச் செயல்படுத்தப்படும் சோதனை

அங்கஹரஸ் : கை, கால்களை அசைத்து நாட்டியம் ஆடுதல்.

அங்குசம் : யானைகளைக் கட்டுப்படுத்தப் பயன்படும் வளைந்த கம்பிகள்

அன்னபூர்ணா : தானியம், உணவு, செழிப்பு, ஆகியவற்றுக்கு அதிபதியான பெண் தெய்வம். பார்வதி தேவியின் இன்னொரு அம்சம் என்றும் போற்றப்படுபவர்.

அன்ஷன் : பசி. உண்ணாவிரதத்தையும் குறிக்கும். இந்தப் புத்தகத்தைப் பொறுத்தவரை, ஏலம் என்னும் நாட்டின் தலைநகரம்.

அப்ஸரா : தேவர் தலைவனான இந்திரனின் (க்ரேக்க காப்பியங்களின்படி, ஜீயஸ், அல்லது ஜூப்பிட்டர்) சபையில் உள்ள தேவ மங்கையர்.

ஆர்யா : ஐயா

அஸ்வமேத யாகம் : குதிரை யாகம். பழங்காலங்களில், நாட்டை விஸ்தரிக்கவும், தங்கள் படைபலத்தை வெளிப்படுத்தவும் விரும்பும் அரசர்கள், குதிரை ஒன்றை, எந்த நாட்டிலும் இஷ்டப்படி உலவ விடுவார்கள். அதைக் கட்டுப்படுத்தவோ, கைது செய்யவோ முயலும் அரசர்களுடன் போர் புரிந்து, அவர்களை வீழ்த்தி, தோற்றவருடைய நாட்டை

	தன்னுடையதுடன் இணைப்பர். குதிரையைத் தடுக்காத நாட்டின் அரசர்கள், குதிரையை அனுப்பிய நாட்டின் வலிமையை ஒப்புக்கொண்டு, கப்பம் கட்ட வேண்டும்.
அசுரா	: அரக்கர்
ஆயுராலயம்	: மருத்துவமனை
ஆயுர்வேத	: இந்திய மருத்துவம் என அறியப்படும் ஆயுர்வேதம் சம்பந்தமானது.
'ஆயுஷ்மான் பவ'	: நீண்ட ஆயுளுடன் வாழ்வாயாக.
பாபா	: அப்பா
பாங்க்	: மரியுவானா கலந்த பால்; பண்டைய இந்தியாவில் போதைப்பொருளாகப் பயன்படுத்தப்பட்டது.
பிக்ஷை	: பிச்சை, அல்லது நன்கொடை
போஜனக்ரஹம்/சாலை	: சாப்பாட்டு அறை
ப்ரம்மச்சர்யம்	: பாலுறவு கொள்ளா விரதம்.
ப்ரம்மாஸ்திரம்	: பிரம்மாவின் ஆயுதம். பண்டைய இந்து இலக்கியங்களில் இது பற்றிய குறிப்புகள் ஏராளம். இதன் உருவமைப்பு, செயல்பாடு ஆகியவை, இன்றைய அணு ஆயுதத்தை மிக ஒத்திருப்பதாய் நிபுணர்கள் கூறுகின்றனர். இந்தப் புத்தகத்திலும், அவ்வாறு குறிக்குமாறுதான் எழுதியுள்ளேன்.
ப்ரங்கா	: இன்றைய மேற்கு வங்கம், அஸ்ஸாம், பங்களாதேஷ் ஆகிய மாநிலங்கள் சேர்ந்தது. இந்த தேசங்களில் பாயும் ப்ரம்மபுத்ரா, கங்கா ஆகிய

		இரு நதிகளின் பெயர்களின் கூட்டு, ப்ரங்கா.
ப்ரங்கரிதை	:	ப்ரங்காவின் இதயப்பகுதி. அந்த நாட்டின் தலைநகரம்.
சந்திரவம்சி	:	சந்திரனின் வழி வந்தோர்
சதுரங்கம்	:	பண்டைய இந்திய விளையாட்டு. பின்னாளில் 'இடனுண்ண்' என்ற உலக அளவிலான விளையாட்டாய்ப் பரிணமித்தது.
சில்லம்	:	களிமண்ணால் ஆன புகைக்குழாய். மரியுவானா புகைக்கப் பயன்படுத்தப்படுவது.
சோட்டி	:	பின்னல்.
தேவகிரி அரசவை மேடைக் கட்டுமானம்	:	பண்டைய சிந்து சமவெளி நாகரீகம் அமைந்திருந்த நிலப்பரப்பில், சுட்ட செங்கல்லால் ஆன, பல தூண்கள் தாங்கிய கட்டிடங்கள், பொதுக்குளியலறைகளின் அருகே கண்டுபிடிக்கப்பட்டன. வரலாற்று ஆசிரியர்கள், இவற்றைத் தானியக்கிடங்குகள் என்று கூறினாலும், இக் கட்டிடங்களின் உண்மையான பயன், புரியாத புதிர். இந்தப் புத்தகத்தைப் பொறுத்தவரை, இவை நகர மேடைகளாக அமைக்கபட்டிருக்கலாம் என்ற என் தனிப்பட்ட கருத்தை எடுத்தாண்டு இருக்கிறேன்.
தாதா	:	அண்ணன்
தைவி அஸ்திரம்	:	தெய்வீக ஆயுதங்கள். பண்டைய இந்து ஏடுகளில், கடுமையான பாதிப்பு ஏற்படுத்தக்கூடிய ஆயுதங்களைக் குறிக்கும்.

தண்டகாரண்யம்	:	ஆரண்யம் - காடு. தண்டகம் என்பது, இன்றைய மஹாராஷ்டிரா, மற்றும் ஆந்திரப் பிரதேசம், கர்நாடகா, சட்டிஸ்கர்ஹ் மற்றும் மத்தியப் பிரதேசத்தின் சில பகுதிகள். தண்டக வனம் என்று அர்த்தம்.
தேவா	:	தெய்வம்
தர்மம்	:	இதன் பொருள், மதம் என்பதே. ஆனால், இந்து சமயத்தைப் பொறுத்தவரை, அதற்கும் அப்பாற்பட்டது. ஞானம், ஒழுக்கமான வாழ்க்கை முறை, மரபு, எதையும் சிறப்பாய்ச் செய்யும் முறை, கடமை என்று இதற்குப் பல அர்த்தங்கள் உண்டு. உலகிலுள்ள நல்லவையெல்லாம், 'தர்மம்' என்றே அறியப்படும். வாழ்க்கையின் ஆதாரமே, தர்மம்.
தர்மயுத்தம்	:	புனிதப் போர்
தோபி	:	துணி வெளுப்பவர்
திவ்யதிருஷ்டி	:	ஊனக்கண்களால் அறிய முடியாததையும் பார்க்கக் கூடிய சக்தி.
தும்ரு	:	நேரம் கணக்கிட பழங்காலத்தில் பயன்படுத்திய கருவியைப் போல உருவமைப்பு கொண்டது; சிறிய, கைக்கு அடக்கமான வாத்தியம்.
எகிப்திய பெண்கள்	:	பண்டைய இந்தியாவைப் போல், எகிப்தியர்களும், பெண்களை மரியாதையுடன் நடத்தியதாக வரலாற்றாய் வாளர்கள் கூறுவர். இந்தத் தொகுப்பில், ஸ்வுத் மற்றும் ஏடென் கொலையாளிகள், பெண்களை இழிவாக நடத்துவது

எனது கற்பனையே. என்றாலும், தந்தைவழி மரபையே பழங்கால எகிப்தியர்களில் பலர் கைக்கொண்டனர் என்பதும், அவர்கள் பெண்களை மரியாதைக் குறைவாகவே நடத்தினர் என்பதும், வருத்தம் தரும் உண்மை.

தீப்பாடல்	: குணா வீரர்கள், அக்னி பகவானைக் குறித்துப் பாடுவது. பூமி, ஜல் (நீர்), பவன் (காற்று), வ்யோம்/சூன்யம்/ஆகாஷ் (வானம்) ஆகியவற்றுக்கும் பாடல்கள் உண்டு.
ஃப்ரவாஷி	: ஜோராஸ்ட்ரிய மதத்தின் புனித நூலான அவெஸ்தாவில் குறிப்பிடப்பட்டுள்ள காவல் தெய்வம். இதன் உருவம் குறித்த எந்த வர்ணனையும் நமக்குக் கிடைக்கவில்லையென்று ஆராய்ச்சியாளர்கள் கூறினாலும், அவெஸ்தாவில் இதனைக் குறிக்கும் மொழியிலக்கணத்தை வைத்துப் பார்த்தால், பெண் தன்மை தெளிவாகத் தெரிகிறது. இந்து மதத்திலும், ஜோராஷ்ட்ரியத்திலும், நெருப்பிற்கு இருக்கும் உயர்ந்த இடத்தை வைத்து, ஃப்ராவாஷியும் நெருப்பைக் குறிக்கும் தேவதையாக உருவகப்படுத்தியுள்ளேன். இது என் கற்பனையே.
கணேசர்-கார்த்திக் உறவுமுறை	: வட இந்தியாவில், கணேசரைவிட கார்த்திக் வயதில் மூத்தவர் என்ற கருத்து உண்டு; தென்னிந்தியாவில், இதற்கு நேர் மாறான கருத்து. என் கதையில், நான் பிந்தைய

கருத்தையே எடுத்தாண்டிருக்கிறேன். இதில் எது உண்மை? சிவபெருமானுக்கே வெளிச்சம்.

குருஜி : ஆசான்; ஜி என்பது மரியாதை விளி

குருகுலம் : குருவின் குடும்பம். பள்ளி என்ற அர்த்தமும் பழங் காலத்தில் உண்டு.

ஹர ஹர மகாதேவ் : சிவபெருமானின் பக்தர்களின் அறைகூவல். 'நாம் அனைவரும் மகாதேவர்களே!' என்பதே இதன் அர்த்தம் என்பது என் எண்ணம்.

ஹரியுபா : இன்று, இந்த நகரை நாம் ஹரப்பா என்றழைக்கிறோம். மெலூஹ நகரங்களைப் பற்றி (இன்று இவற்றை சிந்து சமவெளி நாகரீகம் என்று அழைக்கிறார்கள்) ஒரு சிறு குறிப்பு: சிந்து சமவெளி நாகரீகத்திற்கு நீர், மற்றும் சுகாதாரம் மீதிருந்த மதிப்பை, இன்றும் வரலாற்று ஆசிரியர்களும், ஆய்வாளர்களும் எண்ணி வியக்கிறார்கள். வரலாற்றாசிரியர் M Jansen என்பவர், நீரின் அமைப்பு, அதன் உருவகம் ஆகியவற்றின் மீது இவர்களுக்கிருந்த தீவிரத்தைப் பற்றி விவரிக்க, "wasserluxus" (நீரின் மீது அளவுகடந்த அபிமானம்) என்ற வார்த்தையைப் பயன்படுத்தினார். இதே பிரயோகம் பற்றி, தனது The Indus Civilization - A Contemporary Perspective என்ற அற்புத நூலில், Gregory Possehl இன்னும் விரிவாகக்

கூறியுள்ளார். 'மெலுஹாவின் அமரர்கள்' புத்ததகத்தைப் பொறுத்தவரை, சோமரஸத்தை உட்கொள்வதால் வெளியாகும் வியர்வை மற்றும் சிறுநீரின் நச்சுத்தன்மையைப் போக்கவே, நீர் மிக அபரிமிதமாகப் பயன்படுத்தப்பட்டது என்று கூறியுள்ளேன். சிந்து சமவெளி நாகரீகத்தில் வழக்கில் இருந்த மிக உயர்ந்த standardization - அனைத்திலும் ஒரு பொதுத்தன்மையைக் காணல் - குறித்து, பல வரலாற்றாய்வாளர்கள் அதிசயம் அடைந்துள்ளனர். இதற்கு உதாரணம்; அவர்கள் உபயோகப்படுத்திய செங்கற்கள்; அவர்களது நாகரீகம் பரவியிருந்த நிலப்பரப்பு முழுவதும், ஒரே அளவில், ஒரே நியதிக்குட்பட்டு இவை தயாரிக்கப்பட்டன.

ஹோலி : வர்ணப் பண்டிகை

ஹௌடா : யானைகளின் மேல் அமர்த்தப்படும் இருக்கை

இந்திரா : வானின் கடவுள்; தேவர்களின் தலைவர் என்றும் அறியப்படுபவர்

ஜெய் குரு விஷ்வாமித்ரா : குரு விஷ்வாமித்ராவுக்கே புகழனைத்தும் உரித்தாகுக.

ஜெய் குரு வசிஷ்டா : குரு வசிஷ்டருக்கே புகழனைத்தும் உரித்தாகுக. வசிஷ்டர் மற்றும் விஷ்வாமித்ரர் இருவரையும் குருவாக அடையும் பாக்கியம் இரு சூர்யவம்சிகளுக்கு மட்டுமே கிடைத்தது:

		இராமபிரான், மற்றும் பிரபு லக்ஷ்மணர்.
ஜெய் ஸ்ரீ பிரம்மா	:	பிரம்மதேவருக்கே புகழனைத்தும் உரித்தாகுக.
ஜெய் ஸ்ரீ ராம்	:	இராமபிரானுக்கே புகழனைத்தும் உரித்தாகுக.
ஜணாவு	:	தோளிலிருந்து, மார்பு வரை நீண்ட புனித நூல். பண்டைய இந்தியாவில், இது ஞானத்தின் சின்னமாக அறியப்பட்டது. பின்னாளில், இது திரிந்து, உண்மையான ஞானத்தை அறிவுத்திறன் மற்றும் பயிற்சியால் அடைந்தோரின் குறியீடாக அல்லாமல், பிராமணர்களின் குறியீடாக மட்டுமே மாறிவிட்டது.
காஜல்	:	கண் மை
கர்மா	:	புரியவேண்டிய செயல், மற்றும் கடமை. இந்த ஜென்மம், மற்றும் இதற்கு முந்தைய ஜென்மங்களில் செய்த காரியங்களின் முழுத் தொகுப்பு; இவற்றின் பயனாய், எதிர்கால வாய்ப்புகள், மற்றும் பிறவிகளும் பாதிக்கப்படலாம் என்ற நம்பிக்கையுண்டு.
கர்மஸாதி	:	செய்ய வேண்டிய கர்மத்தில் உடனிருப்பவர்
காசி/காஷி	:	உள்ளொளி பரவிய பூமியென்று பொருள். இன்றைய வாரணாசி.
கதக்	:	பண்டைய இந்திய நடனங்களுள் ஒன்று.
க்ரியாஸ்	:	செயல்
குல்ஹட்	:	மண் குவளை.
மா	:	அம்மா

மண்டலம் : சமஸ்க்ருதத்தில், வட்டம் என்று பொருள். பழைய இந்து மற்றும் புத்த மதக் கோட்பாடுகளின்படி, பக்தர்கள் தியானமும் பூஜையும் செய்ய ஏதுவாய் வகுக்கப்பட்ட புனித வளையம்.

மகாதேவர் : கடவுளர்க்கெல்லாம் கடவுள். என்னை பொறுத்தவரை, தீய சக்திகளை அழிக்கப் பலர் உருவெடுத்தாலும், அவர்களில் ஒரு சிலரே 'மகாதேவர்' என அழைக்கக்கூடிய தகுதியை அடைந்தனர். அவர்களில் ருத்ர பகவானும், சிவபெருமானும் அடக்கம்.

மஹாசாகரம் : மிகப் பெரும் கடல், அல்லது சமுத்திரம். உதாரணம்: இந்து மகா சமுத்திரம்.

மகேந்திரா : உலகை ஜெயித்தவர் என்று பொருள்.

மஹௌட் : யானைப் பாகன்.

மனுவின் வரலாறு : மனு என்பவர், தென்னிந்தியாவில் தோன்றினார் என்ற கருத்தைக் குறித்து மேலும் அறிய விரும்புவோர், Graham Hancock எழுதிய Underworld என்னும் நூலைப் படிக்கலாம்.

மாஸி : சித்தி. அம்மாவின் தங்கை என்று பொருள். மா-ஸி - அம்மாவைப் போல்.

மாயா : பிரமை. உண்மையற்ற தோற்றம்.

மெஹ்ராகர்ஹ் : இந்த இடம்தான், சிந்து சமவெளி நாகரீகத்தின் முன்னோடி என்பது இன்றைய வரலாற்றாய்வார்களின் துணிபு. இந்நகரம், காலப்போக்கில் உருவானதற்கு சரித்திர ஆதாரம்

ஏதும் கிடைக்கவில்லை. மாறாய், அதி விரைவில் உருவானதற்கே சான்றுகள் உள்ளன. ஆகையால், வேறெங்கிருந்தோ புலம் பெயர்ந்தோர் வந்து, நகரை நிர்மாணித்திருக்க வேண்டும்.

மெலூஹா : உன்னத வாழ்வை உணர்ந்த தேசம். சூர்யவம்சி அரசர்களின் இராஜ்யம். இதுதான், இன்று நாம் சிந்து சமவெளி நாகரீகம் என்று குறிப்பிடும் நிலப்பரப்பு.

மெலூஹர்கள் : மெலூஹ நாட்டு மக்கள்.

முத்ரா : சைகை

நாகா : சர்ப்ப மக்கள்.

நமஸ்தே : பண்டைய இந்திய வணக்கம். கைகளைக் குவித்து, சொல்லப்படுவது. மூன்று சமஸ்க்ருத சொற்களின் கூட்டு: நம+அஸ்து+தே. அதாவது, ''உமக்குள்ளிருக்கும் தெய்வத்தை வணங்குகிறேன்,'' என்று பொருள். வரவேற்பு, விடைபெறுதல் என இரு விஷயங்களுக்கும் இந்தச் சொல்லைப் பயன்படுத்துவது வழக்கம்.

நிர்வாணா : ஞானம் அடைதல்; பிறப்பு-இறப்பு என்ற சுழற்சியிலிருந்து விடுதலையடைதல்.

ஆக்ஸிஜென்/ஆக்ஸிடெண்ட்

தத்துவம் : இன்றைய விஞ்ஞான ஆய்வுகள், இந்தக் கொள்கையை ஒப்புக்கொள்கின்றன. மேற்கொண்டு இது குறித்து அறிய விரும்புபவர்கள்,

	Kathryn Brown எழுதிய "Radical Proposal என்ற கட்டுரையைப் படிக்கலாம்.
பஞ்சவதி	: ஐந்து ஆலமரங்களைக் கொண்ட தேசம்.
பண்டிதர்	: பூஜை செய்பவர்.
பரதேஜா	: ''சுவர்களால் சூழப்பட்ட அமைதியான இடம்' எனப் பொருள் கொண்ட பாரசீகச் சொல். Paradise (சொர்க்கம்) என்ற ஆங்கிலச் சொல் இதிலிருந்து உருவானதே.
பரிஹா	: தேவதைகளின் தேசம். இன்றைய பெர்ஷியா/இரான். ருத்ர பகவான் இங்கேதான் தோன்றினார் என்பது என் கருத்து.
பரமாத்மா	: பிரபஞ்சத்தின் அனைத்து உயிர்களின் கூட்டு.
இந்தியாவிற்குக் குடிபெயர்ந்த பார்ஸிக்கள்	: கிபி 8 - 10 நூற்றாண்டுகளின் போது, மதம் சார்ந்த தாக்குதல்களிலிருந்த தப்பிக்க, சில ஜோராஷ்ட்ரிய குழுக்கள், இன்றைய குஜராத் என்னுமிடத்தில் குடியேறின. ஜாதவ் ரானா என்னும் அரசர், அவர்களுக்கு அடைக்கலம் அளித்தார்.
பாசுபதாஸ்திரம்	: விலங்குகளின் தெய்வத்திற்குரிய ஆயுதம். இதன் விளைவுகள் பற்றி இந்து மத ஏடுகளில் உள்ள குறிப்புகளைப் பார்த்தால், அணு ஆயுதத்திற்கு இணையாகத் தோன்றுகிறது. இன்றைய அணு ஆயுதத் தொழில்நுட்பம், அணுக்கருப் பிளவு என்ற சித்தாந்தத்தை

மையப்படுத்தி உள்ளது. அணுக்கருச்சேர்ப்பின் சக்தியைக் கொண்டு, அணுக்கருப் பிளப்பை ஆதாரமாகக்கொண்ட அணு ஆயுதங்கள் உருவாக்கப்பட்டாலும், முழுவதும் அணுக்கருச் சேர்க்கையை மட்டுமே ஆதாரமாய்க் கொண்ட ஆயுதங்கள் எதுவும் இதுவரை உருவாக்கப்படவில்லை. இம்மாதிரியான ஆயுதங்களில், கதிரியக்கத் தன்மை மிகக் குறைவதோடு, ஏட்டளவில், இலக்கை மிகச் சரியாகவும் தாக்கும் என்று விஞ்ஞானிகள் கூறுகின்றனர். இந்தப் புத்தகத்தைப் பொறுத்தவரை, பாசுபதாஸ்திரம் அப்படிப்பட்டது என்பது என் கருத்து.

பாதாளலோகம்	:	கீழ் உலகங்கள்.
பவன தேவர்	:	காற்றுக்கான அதிபதி.
பித்ரதுல்யா	:	தந்தையைப் போன்றவர் என்று பொருள்
பிரஹார்	:	ஒரு நாளென்பது, நான்கு நான்காய்ப் பிரிக்கப்பட்ட ஆறு மணி நேரங்களைக் கொண்டது. ஒரு பிரஹார் - ஆறு மணி நேரம். முதல் பிரஹார், இரவு பன்னிரண்டு மணிக்குத் தொடங்கும்.
ப்ருத்வி	:	பூமி
ப்ரக்ரதி	:	இயற்கை
பூஜை	:	பிரார்த்தனை
பூஜா தாலி	:	பிரார்த்தனைத் தட்டு
இராஜ தர்மம்	:	அரசரின் கடமைகள். பண்டைய

இந்தியாவை பொறுத்தவரை, குடிகளை நல்ல முறையில் ஆள வேண்டிய பொறுப்பு.

இராஜ குரு : அரசரின் ஆசான்.

இராஜத் : வெள்ளி

இராஜ்ய சபை : அரச குழு

இரக்ஷாபந்தன் : ரக்ஷை - பாதுகாப்பு, பந்தன் - நூல். பழங்காலத்தில் தமையன்மார் மணிக்கட்டில், அவர்களது தங்கைகள் இந்த நூலைக் கட்டுவர். பாதுகாப்புக் கோருவதே இதன் அர்த்தம்.

இராமச்சந்திரா : சந்திரனின் முகமுடையவர்.

ராமராஜ்யம் : இராமரின் ஆட்சி.

ரங்கபூமி : வர்ணங்களின் தேசம். அந்தக் காலத்தில், பொது நிகழ்வுகள். ஆடல் பாடல் ஆகியவை நடக்கும் அரங்கம்.

ரங்கோலி : வரவேற்பைக் குறிக்கும் விதத்தில், வண்ண வண்ணப் பொடிகளால், பூக்களால் கணித முறைக்குட்பட்டு வரையப்பட்ட சித்திரங்கள்.

ரிஷி : ஞானமடைந்தவர்.

ஸங்கட் மோசனம் : சங்கடங்களைத் தீர்ப்பவர். அனுமானின் பெயர்களில் ஒன்று.

சங்கமம் : இரு நதிகள் சேருமிடம்.

சந்நியாஸி : தன் உடமைகளையெல்லாம் தானம் செய்துவிட்டு, உலகை விட்டு விலகி, கடவுளையும், ஞானத்தையும் மட்டுமே தேடும் முயற்சியில் ஈடுபட்டவர். அந்தக் காலத்தில், வயது முதிர்ந்தோர், தத்தம் கடமைகளை முடித்துவிட்டு, இம்மாதிரி சந்நியாஸம்

		வாங்கிக்கொள்வது வழக்கில் உண்டு.
சப்த–சிந்து	:	ஏழு நதிகளின் தேசம். இண்டஸ் (சிந்து), சரஸ்வதி, யமுனை, கங்கை, ஸரயூ மற்றும் பிரம்மபுத்ரா. இதுதான் பண்டைய வட இந்தியாவின் பெயர்.
சப்தரிஷி	:	ஏழு மகா ரிஷிக்களில் ஒருவர்.
சப்தரிஷி உத்திராதிகாரி	:	சப்தரிஷிக்களின் வழி வந்தவர்.
சக்தி தேவி	:	அனைத்திற்கும் ஆதாரமான பெண் தெய்வம். சக்திக்கு அதிபதி.
ஷாமியானா	:	துணியால் ஆன விதானம்.
ஸ்லோகம்	:	இரு வரி மந்திரம்.
சுத்திகரணம்	:	சுத்தம் செய்துகொள்வது.
சிந்து	:	முதல் நதி.
சோமரஸம்	:	தேவர்களின் பானம்.
சுந்தர்பன்	:	சுந்தரமான, அதாவது, அழகிய வனம்.
ஸ்வர்ணா	:	தங்கம்
ஸ்வத்வீப்	:	மனிதர்களின் தனித்தன்மையை உயர்ந்தேற்றும் தீவு. சந்திரவம்சி அரசர்களின் இராஜ்யம்.
ஸ்வத்வீபர்கள்	:	ஸ்வதவீபத்தின் மக்கள்.
ஸ்வாஹா	:	புராணங்களின்படி, ஸ்வாஹா என்பது அக்னி பகவானின் மனைவியின் பெயர். பக்தர்கள் தன்னை மனைவியின் பெயரால் பூஜித்தால், அக்னி பகவான் மகிழ்வார் என்பது ஐதீகம். இன்னொரு கூற்றுபடி, ஸ்வாஹா என்றால், தன்னையே கொடுப்பது என்றும் அர்த்தம்.
தாலி/தாலம்	:	தட்டு

வர்ஜிஷ் க்ரஹம்	:	உடற்பயிற்சிக் கூடம்
வருண்/வருணன்	:	நீர் மற்றும் கடலின் அதிபதி.
விஜயீபவ	:	வெற்றியடைவாயாக.
விகர்மா	:	தீய கர்மாவைச் சுமப்போர்.
விஷ்ணு	:	உலகைக் காப்பவர்; நன்மையை விளைவிக்கும் சக்தி. கடவுளுக்கெல்லாம் கடவுளாய் மதிக்கப்படும் மிக உயர்ந்த தலைவர்களின் பண்டைய இந்தியப் பட்டப் பெயர் இது என்பது என் கருத்து.
விஸ்வநாதர்	:	உலகையாள்பவர். வழக்கமாக, சிவனைக் குறிக்கும், ருத்ர பகவான் என்பதும் சிவனின் இன்னொரு பெயர். இந்தக் கதையில், ருத்ர பகவானும், சிவனும் இரு வேறு மனிதர்கள் என்றே எழுதியிருக்கிறேன். இந்தத் தொகுதியைப் பொறுத்தவரை, இந்தப் பெயர், ருத்ர பகவானையே குறிக்கும்.
யாகம்	:	தீயை வளர்த்து செய்யப்படும் மிகப்பெரும் பூஜை.

நாகர்களின் இரகசியம்
கதையிலிருந்து கிளைக்கதை

ப்ரங்காவின் வாயில்கள்

“ஏன் இவ்வளவு சீக்கிரம் திரும்பிட்டீங்க? ஒரு வருஷத்துக்கான மருந்துகள்தான் உங்ககிட்ட இருக்கே?”

தளபதி உமா அவரை வரவேற்ற விதம், திவோதாஸுக்கு அதிர்ச்சியாகத்தான் இருந்தது. எப்போதுமே அவள் சற்று விறைப்புதான் என்றாலும், இவ்வளவு வெடுக்கென்று பேசி அவர் கேட்டதில்லை. வாயில்களில் அவளுக்கு வேலை மாற்றம் ஆகியிருந்தது அவருக்கு மகிழ்ச்சியே. அவளை அவர் சந்தித்து வருடங்கள் பல கடந்துவிட்டாலும், அவர்களது நட்பு பல வருடம் கடந்தது. ப்ரங்காவிற்குள் சுலபமாய் நுழைய அந்த நட்பு பயன்படும் என்பது அவரது எண்ணம்.

“என்ன விஷயம், உமா?” என்றார் திவோதாஸ்.

“தளபதி உமா. நான் பணியில இருக்கேன்.”

“மன்னிக்கணும், தளபதி. மரியாதைக் குறைவா அப்படிச் சொல்லல.”

“தகுந்த காரணம் இல்லாம உங்களை என்னால மறுபடியும் அனுமதிக்க முடியாது.”

“என் சொந்த நாட்டுக்குள்ள நான் வர தகுந்த காரணம் வேணுமா?”

“நீங்கதான் இங்கேயிருந்து ஓடிட்டீங்களே? இனிமே இது உங்க நாடில்ல. அது காசிதான். அங்கேயே போங்க.”

www.authoramish.com

“எனக்கு வேற வழியில்லன்னு உங்களுக்கே தெரியும், தளபதி உமா. ப்ரங்காவில் என் குழந்தையோட வாழ்க்கைக்கு இருக்குற ஆபத்து பத்தியும் உங்களுக்குத் தெரியும்.”

“இங்க இருக்கிறவங்களுக்கு மட்டும் ஆபத்தே கெடையாதுன்னு நெனைக்கறீங்களா? எங்க குழந்தைகள் மேல எங்களுக்குப் பாசமில்லன்னு சொல்றீங்களா? என்ன ஆனாலும், இங்கதான் இருக்கணும்னு நாங்க முடிவு. எடுத்தோம். நீங்க எடுத்த முடிவுகளுக்கான பின்விளைவுகளைத்தான் இப்ப நீங்க அனுபவிக்கிறீங்க.”

இந்த விவாதத்தைத் தொடர்வதில் பயனில்லை என்று திவோதாஸ் உணர்ந்தார். “தேச சம்பந்தமான மிக முக்கியமான விஷயமா மன்னரை நான் சந்திக்கணும்.”

உமாவின் கண்கள் சுருங்கின. “நெஜமாவா? அதானே - காசி மன்னருக்கு ரொம்ப முக்கியமான வியாபார பரிவர்த்தனைகள் இருக்கத்தான் இருக்கும், இல்ல?”

திவோதாஸ் மூச்சை இழுத்துவிட்டார். “தளபதி உமா, மன்னரை நான் சந்திக்க வேண்டியது மிக முக்கியம். நீங்க என்னை நம்பித்தான் ஆகணும்.”

“நாகர்களோட இராணியையே உங்க கப்பல்கள்ள ஒண்ணுல நீங்க கொண்டு வந்திருந்தாலொழிய, அது நடக்காது. உங்களை உள்ளே விடற அளவுக்கு நீங்க முக்கியமா எதையும் கொண்டு வந்திருக்கறாப்புல தெரியலியே!”

“நாகர்களோட இராணியைவிட முக்கியமான ஒருத்தர், என் கப்பல்ல இருக்கார்.”

“காசிக்குப் போனதுலேர்ந்து உங்க நகைச்சுவை உணர்வு எங்கேயோ போய்க்கிட்டிருக்கு, திவோதாஸ்,” என்றாள் உமா ஏளனமாக. “வேற எங்கேயாவது போய் உங்க அதியுன்னத ஒளியைப் பாய்ச்சறதுதானே?”

காசியின் பட்டப்பெயர் குறித்த அந்த இகழ்ச்சியைக் கேட்ட திவோதாஸுக்கு, அவள் உண்மையிலேயே மாறிவிட்டாள் என்பது இப்போது உறைத்தது. இது கோபமும் விரக்தியும் அடைந்த, யதார்த்ததை உணர்ந்து முடிவெடுக்க முடியாத உமா. வேறு வழியில்லை. நீலகண்டரை அழைத்து வரத்தான் வேண்டும். உமா ஒருகாலத்தில் அந்தக் கதைகளை நம்பியவள் என்பது அவருக்குத் தெரியும்.

ப்ரங்காவின் வாயில்கள்   453

"நாகர்களின் இராணியைவிட முக்கியமான அந்த நபரை அழைச்சிக்கிட்டு வர்றேன்," என்றபடி அங்கிருந்து விடைபெற்றார்.

— ☥ ⦵ ⛎ ♃ ⊕ —

ப்ரங்க அலுவலகத்தின் முன்னிருந்த துறையில், அந்தச் சிறிய கத்திப்படகு நின்றது. திவோதாஸ் முதலில் இறங்கினார்; அவரைத் தொடர்ந்து சிவன், பர்வதேஸ்வரர், பகீரதன், த்ராபகு மற்றும் பூர்வகர்.

அலுவலக அறைக்கு வெளியே நின்ற உமா, பெரு மூச்செறிந்தாள். "விடறதா இல்லியா, நீங்க?"

"இது ரொம்ப முக்கியமான விஷயம், தளபதி உமா," என்றார் திவோதாஸ்.

உமா பகீரதனை அடையாளம் கண்டுகொண்டாள். "இவருதானா? அயோத்யாவோட இளவரசருக்காகவா நான் எல்லா விதிகளையும் மீறணும்?"

"அவர் ஸ்வத்வீபத்தோட இளவரசர், உமா. அதை மறந்துறாதீங்க. அயோத்யாவுக்கு நாம கப்பம் கட்டிக்கிட்டுத்தான் வர்றோம்."

"ஆக, இப்ப நீங்க அயோத்யாவுக்கும் தீவிர விசுவாசியாகிட்டீங்க, இல்லையா? இன்னும் எத்தனை முறைதான் ப்ரங்காவைக் கைவிடுவீங்க?"

"அயோத்யாவின் பேரால கேக்கறேன், தளபதி, எங்களுக்கு உள்ளே நுழைய அனுமதி வேணும்," தன் கோபத்தைக் கட்டுப்பட்டுத்த பகீரதன் மிகுந்த பிரயத்தனம் செய்தான். நீலகண்டருக்கோ இரத்தம் சிந்துவதில் சிறிதும் இஷ்டமில்லை.

"அஸ்வமேத உடன்படிக்கைதான் நமக்குள்ள இருக்கிற உறவுமுறைகளை திருத்தமா எடுத்து சொல்லுதே? வருஷா வருஷம் நாங்க உங்களுக்குக் கப்பம் கட்ட வேண்டியது. அயோத்யா ப்ரங்காவுக்குள்ள அடியெடுத்து வெக்காம இருக்க வேண்டியது. நாங்க எங்க பக்கத்துலேர்ந்து விதிகளை மீறாமத்தான் இருக்கோம். நீங்களும் அதைச் செய்யறீங்களான்னு சரிபார்க்க வேண்டியதுதான் என் கடமை."

சிவன் முன்னே வந்தார். "நான் வேணுமானா ..."

உமா பொறுமையிழந்தாள். ஓரடி முன்னே வந்தவள், அவரைப் பிடித்துத் தள்ளினாள். "வெளிய போய்யா."

"உமா!" திவோதாஸ் உறையிலிருந்து கத்தியை எடுத்தார்.

பகீரதன், பர்வதேஸ்வரர், த்ராபகு மற்றும் பூர்வகர் அனைவரும் உடைவாளை உருவினர்.

"இந்த ஒரு குற்றத்துக்காக உங்க மொத்த குடும்பத்தையும் நான் அழிச்சிறுவேன்," த்ராபகு சூளுரைத்தான்.

"பொறுங்க!" கைகளை அகல விரித்தவாறு, சிவன் தன் ஆட்களைத் தடுத்தார்.

உமாவை நோக்கித் திரும்பினார். அவள், அவரை அதிர்ச்சியுடன் வெறித்துக்கொண்டிருந்தாள். அவரது கழுத்தைச் சுற்றி வெப்பத்திற்காக அணிந்திருந்த அங்கவஸ்திரம் கழன்று, நீலக்கழுத்தை வெளிப்படுத்தியிருந்தது. உமாவைச் சுற்றியிருந்த வீரர்கள் அனைவரும் உடனடியாக, கண்களில் கண்ணீர் ததும்ப, மண்டியிட்டனர். வாய் சற்றே திறந்தபடி, உமா இன்னமும் அவரையே பார்த்தவண்ணம் நின்றாள்.

சிவன் தொண்டையைக் கனைத்துக்கொண்டார். "நான் உள்ளே வர வேண்டியது ரொம்ப அவசியம், தளபதி உமா. உங்க உதவி எனக்குக் கெடைக்குமா?"

உமாவின் முகம் இரத்தக்குழம்பாய்ச் சிவந்தது. "இத்தனை நாள் எங்க போய்த் தொலஞ்சே?"

சிவனின் புருவங்கள் நெறிந்தன.

முன்னால் வந்த உமாவின் கண்களில் கண்ணீர் ததும்பியது. சிறிய கைவிரல்களை முஷ்டியாக்கி, சிவனின் கட்டுமஸ்தான மார்பில் தடதடவென்று குத்தினாள். "எங்கய்யா போய்த் தொலஞ்சே? எவ்வளவு நாள் காத்திருந்தோம்! என்னென்ன கஷ்டமெல்லாம் பட்டோம்? எங்கய்யா போய்த் தொலஞ்சே?"

அவளை அணைத்துச் சமாதானம் செய்ய சிவனின் முயற்சிகள் தோற்க, அவளோ, சரிந்து, அவரது கால்களைப் பற்றிக்கொண்டாள். "எங்க இருந்தே இவ்வளவு நாள்?" என்று கதறினாள்.

கவலையுடன் திவோதாஸ், எல்லையில் காவலுக்கு அமர்த்தப்பட்டிருந்த இன்னொரு வீரனை நோக்க, "போன மாசம் கொள்ளை நோய்ல அவங்களோட ஒரே குழந்தை போயிடுச்சு," என்றான் அவன். "ரொம்ப வருஷமா

ப்ரங்காவின் வாயில்கள்

அவங்களும் அவங்க புருஷனும் காத்திருந்து பெத்த குழந்தை, ரொம்ப கலங்கிட்டாங்க."

அவளது உணர்வுகள் புரிய, மிகுந்த வருத்தத்துடன் திவோதாஸ் அவளைப் பார்த்தார். அதே நிலைமை தனக்கும் வந்திருந்தால்? அவரால் கற்பனை கூட செய்ய முடியவில்லை.

இந்தப் பேச்சை முழுவதுமாகக் கேட்டுக்கொண்டிருந்த சிவன், தானும் மண்டியிட்டு, தன்னுடைய சக்தியையே அளிக்க முயல்வது போல், உமாவை அணைத்துத் தேற்ற முயன்றார்.

"ஏன் இதுவரைக்கும் வரலை?" அவள் சமாதானம் அடையாமல், அழுதுகொண்டே இருந்தாள்.

ஐந்து கப்பல்களில் இருந்த அனைவரும் மேல்தளங்களின் இருபுறமும் கூடி, நடைபெறும் காட்சியைக் கண்கொட்டா ஆவலும் அதிசயமுமாய்ப் பார்த்தனர். சிவனின் வீரர்கள் ப்ரங்காவின் வாயில்களைக் கண்டு திகைத்துப் போயிருந்தனர். மேடைகள் தங்கள் கப்பலை அசுர வேகத்தில் அடைவதையும் பீதியுடன் கவனித்திருந்தனர். பிறகு, கொக்கிகள் சங்கிலிகளுடன் இணைக்கப்பட. அந்தந்த கப்பல்களின் தளபதிகளின் ஒப்புதல் கிடைத்தவுடன், ப்ரங்கர்கள், மரக்கலங்களை இழுக்கத் துவங்கியதைக் கண்டனர்.

கப்பலின் ஒருபுறம், வாயிலின் அருகேயிருந்த அலுவலகத்தையே பார்த்தபடி கப்பல் தளத்தில் நின்றார் சிவன்.

வாயில் பொறி இயந்திரங்களிடையே பணியிலில்லாத ப்ரங்கர்கள் ஒவ்வொருவரும், மண்டியிட்டு, நீலகண்டருக்கு மரியாதை செலுத்திக்கொண்டிருந்தனர். சிவனோ, உடைந்து போய்ச் சுவரோரமாய்ச் சுருண்டிருந்த அந்தப் பெண்ணையே பார்த்துக்கொண்டிருந்தார். அவள் இன்னமும் விசித்துக்கொண்டிருந்தாள்.

சிவனின் கண்கள் பனித்திருந்தன. விதி தன் வாழ்வில் மிகக் கொடூரமாய் விளையாடிக் குழந்தையை பறித்துக்கொண்டுவிட்டதாய் உமா நம்புவதை அவர்

அறிவார். நீலகண்டர் இன்னும் ஒரு மாதம் முன்னே வந்திருந்தால், அவள் காப்பாற்றப்பட்டிருக்கலாம் என்பது அவளது நம்பிக்கை. ஆனால், சம்பந்தப்பட்ட நீலகண்டருக்கு அவ்வளவு நிச்சயமாய்த் தோன்றவில்லை.

என்னால என்ன செஞ்சிருக்க முடியும்?
உமாவையே தொடர்ந்து வெறித்தார்.
புனித ஏரியே, எனக்கு சக்தி குடு. இந்தக் கொள்ளை நோயை நான் வெரட்டியடிக்கிறேன்.

தரைப் பணியாளர்களுக்கு சமிக்ஞை கிடைக்க, திரட்டிகள் விடுபட, உருளைகள் சுழல, கப்பல்கள் அதிவிரைவாக முன்னே நகர்ந்தன.

உமா பார்வையிலிருந்து மங்கி, விரைவாக மறைந்தாள். "மன்னிச்சுக்க," என்றார் அவர் மெல்ல.

அமீஷின் பிற நூல்கள்

சிவா முத்தொகுதி

இந்திய வெளியீட்டின் வரலாற்றில் மிக வேகமாக விற்பனையான புத்தகத் தொடர்

நாகர்களின் இரகசியம்

(சிவா முத்தொகுதி 2)

தீயவனாகிய போர்வீரன் நாகா என்பவன் பிரகஸ்பதியைக் கொன்றுவிட்டு இப்போது சதியை தொடர்கிறான். தீமையை அழிப்பவனாக அறிவிக்கப்பட்ட சிவா, அரக்கனின் அழிவு காணாமல் ஓயமாட்டான். கடுமையாக போரிடுவான், சிவா முத்தொகுதியின் இரண்டாவது நூலாகிய இதில் நம்பமுடியாத ரகசியங்கள் வெளிப்படும்.

வாயுபுத்ரர் வாக்கு

(சிவா முத்தொகுதி 3)

சிவா தன் படைகளைத் திரட்டுகிறார். நாகர்களின் தலைநகர் பஞ்சவடியை அடைகிறார். தீமை இறுதியாக தன்னை வெளிக்காட்டுகிறது. தனது உண்மையான எதிரியுடன் நீலகண்டன் ஒரு புனிதப் போருக்குத் தயாராகிறார். அவர் வெற்றி பெறுவாரா? பரபரப்பாக விற்பனையாகும் சிவா முத்தொகுதியின் இந்த கடைசி நூலில் இந்த மர்மங்களுக்கான விடையைக் கண்டடைவீர்.

புனைவல்லாதது

நிலைத்த புகழ் இந்தியா

இந்தியாவின் சொந்தமான கதைகளை சொல்பவரான அமீஷ் இதனை அழகாக வெளிப்படுத்துகிறார். தொடர்ந்து எழுதிய பல அறிவுக்கூர்மை மிக்க கட்டுரைகள், பொருள் பொதிந்த உரைகள், அறிவு பூர்வமான விவாதங்கள் ஆகியவற்றின் மூலம் முன்பு எப்போதும் இல்லாத வகையில் இந்தியாவைப் புரிந்து கொள்வதற்கு அமிஷ் உதவியுள்ளார். இளமையான நாடாகவும், கால எல்லையற்ற நாகரீகத்தையும் கொண்டுள்ள *நிலைத்தபுகழ் இந்தியாவின்* மதம், புராணம், பாரம்பரியம், வரலாறு, மரபு, சமகாலத்தின் சமுதாய கொள்கைகள், ஆட்சி நிர்வாகம், ஒழுக்கநிலை ஆகியவற்றில் உள்ள ஆழ்ந்த புரிந்துணர்தலின் அடிப்படையில் கவர்ந்திழுக்கும் நவீன காலப்பார்வையுடன் பழமையான கலாச்சாரத்தின் அமைப்பு ஓவியத்தை அமீஷ் அழகுபடக் காட்டுகிறார்.

www.authoramish.com

இராமச்சந்திரா தொகுதி

இந்திய வெளியீட்டின் வரலாற்றில் மிக வேகமாக விற்பனையான இரண்டாவது புத்தகத் தொடர்

ராம் - இக்ஷ்வாகு குலத்தோன்றல்

(இராமச்சந்திரா தொகுதி 1)

ஒரு பயங்கரமான போர் உயிர்களைக் கொன்றது, அயோத்தியை பலவீனமாக்கியது. அழிவு மேலும் ஆழமாகிறது. இலங்கை மன்னனாகிய அசுரன் ராவணன், தோற்றவர்கள் மீது ஆட்சியை திணிக்கவில்லை. மாறாக அவன் வணிகத்தைத் திணிக்கிறான். பேரரசிலிருந்து செல்வம் உறிஞ்சப்படுகிறது. மக்கள் சகித்துக்கொண்டிருக்கும் துயரத்தின் ஊடாக, தங்களுக்குள் ஒரு தலைவன் இருப்பதை அவர்கள் உணர்ந்திருக்கவில்லை. விலக்கி வைக்கப்பட்ட ஒரு இளவரசன். ராமன் என்று அழைக்கப்பட்ட இளவரசன் அமீஷின் இராமச்சந்திர தொடர்களில் காப்பியப் பயணத்தைத் தொடங்குவீர்.

சீதா - மிதிலைப் போர் மங்கை

(இராமச்சந்திரா தொகுதி 2)

ஒரு கைவிடப்பட்ட குழந்தை வயலில் கிடந்து கண்டுபிடிக்கப்படுகிறது. எல்லோராலும் ஒதுக்கப்பட்ட ஒரு சக்தியற்ற அரசுப்பகுதியான, மிதிலையின் மன்னரால் அவள் தத்தெடுக்கப்படுகிறாள். இந்த குழந்தை பெரிய உயர்நிலைக்கு வருமென்று யாருமே நம்பவில்லை. ஆனால் அவர்கள் தவறாக நினைத்தார்கள். ஏனென்றால் அவள் சாதாரணப் பெண் அல்ல. அவள் சீதா. இராமச்சந்திர வரிசையில் இரண்டாவது நூலோடு புராணம் உடனான பயணத்தைத் தொடருங்கள்: பிரதம மந்திரியான ஒரு தத்தெடுக்கப்பட்ட குழந்தையின் காலக்கிரம வளர்ச்சியைச் சொல்லுவது ஒரு மெய்சிலிர்க்கும் சாதனையாகும்.

ராவணன் - ஆர்யாவர்த்தாவின் எதிரி

(இராமச்சந்திரா தொகுதி 3)

ராவணன் மனிதர்களுள் சிறந்தவனாக ஓங்கி வளர வேண்டும்,அடக்கி ஆண்டு, கொள்ளை அடித்து, தான் நினைக்கும் சிறப்பை எப்படியாவது அடைந்தே தீருவது என்ற திண்மை. முரண்களின் வடிவானவன், படு கொடுமைகளை அஞ்சாமல் செய்பவன்,மெத்த படித்த மேதாவி. எதிர்பார்ப்பின்றி அன்பையும் வைப்பான், குற்ற உணர்ச்சி இன்றி கொலையும் செய்வான். இந்த பிரமிக்கவைக்கும் இராமசந்திரா தொடரின் மூன்றாவது புத்தகம், ராவணனை, இலங்கையின் மன்னனை நமக்கு அறிமுகப்படுத்துகிறது. இருளிலும் அந்தகார இருளின் மீது வெளிச்சம் அடிக்கப்படுகிறது. அவன் வரலாறு காணாத கொடூரனா, அல்லது, எப்பொழுதுமே இருளில் மாட்டி தவிக்கும் சாதாரண மனிதனா?

www.authoramish.com